AF761457

കേരള നവോത്ഥാനം

യുഗസന്തതികൾ യുഗശില്പികൾ

മൂന്നാം സഞ്ചിക

kerala navodhanam
yugasanthathikal yugashilpikal
moonam sanchika
•
p govindapillai
•
first edition
march 2009
•
second edition
february 2010
•
third edition
december 2010
•
forth edition
january 2016
•
typesetting & published
chintha publishers, thiruvananthapuram
•

•
cover
vinod
•

വിതരണം
ദേശാഭിമാനി ബുക്ക് ഹൗസ്
H O തിരുവനന്തപുരം-695 035
phone: 0471-2303026, 6063026
www.chinthapublishers.com
chinthapublishers@gmail.com

ബ്രാഞ്ചുകൾ
ഹെഡ്ഓഫീസ് ബ്രാഞ്ച് കുന്നുകുഴി • സ്റ്റാച്യു തിരുവനന്തപുരം • കെ എസ് ആർ ടി സി ബസ് സ്റ്റേഷൻ ആലപ്പുഴ • കെ എസ് ആർ ടി സി ബസ് സ്റ്റേഷൻ എറണാകുളം • മച്ചിങ്ങൽ ലെയ്ൻ തൃശൂർ • ഐ ജി റോഡ് കോഴിക്കോട് • മാവൂർ റോഡ് കോഴിക്കോട് • എൻ ജി ഒ യൂണിയൻ ബിൽഡിങ് കണ്ണൂർ • സെൻട്രൽ ബസ് ടെർമിനൽ കോംപ്ലക്സ് താവക്കര കണ്ണൂർ

CR - 1325 / 3301

കേരള നവോത്ഥാനം

യുഗസന്തതികൾ യുഗശില്പികൾ

മൂന്നാം സഞ്ചിക

പി ഗോവിന്ദപ്പിള്ള

ചിന്ത പബ്ലിഷേഴ്സ്
തിരുവനന്തപുരം-695 035

പി ഗോവിന്ദപ്പിള്ള

പെരുമ്പാവൂരിനടുത്തുള്ള പുല്ലുവഴിയിൽ 1926 മാർച്ച് 23 ന് ജനിച്ചു. വിദ്യാർഥി പ്രസ്ഥാനത്തിലും കേരള കർഷകസംഘത്തിലും പ്രവർത്തിച്ചു. 1951 ൽ തിരു-കൊച്ചി നിയമസഭയിലും 1957 ൽ കേരള നിയമസഭയിലും അംഗമായിരുന്നു. ക്വിറ്റ്ഇന്ത്യാ സമരത്തിലും മറ്റും പങ്കെടുത്ത് പലതവണ ജയിൽവാസം അനുഭവിച്ചു. 1964 മുതൽ 1982 വരെ *ദേശാഭിമാനി*യുടെ മുഖ്യപത്രാധിപരായിരുന്നു.

കൃതികൾ: *ഇസങ്ങൾക്കിപ്പുറം, വിപ്ലവ പ്രതിഭ, കേരളം ഇന്ത്യയിലെ അധഃകൃത സംസ്ഥാനം, സാഹിത്യവും രാഷ്ട്രീയവും, മാർക്സിസ്റ്റ് സൗന്ദര്യശാസ്ത്രം: ഉത്ഭവവും വളർച്ചയും, വിപ്ലവങ്ങളുടെ ചരിത്രം, സാഹിത്യം: അധോഗതിയും പുരോഗതിയും, പൂന്താനം മുതൽ സൈമൺ വരെ, ചരിത്രശാസ്ത്രം പുതിയ മാനങ്ങൾ, ഭഗവദ്ഗീത - ബൈബിൾ-മാർക്സിസം, മഹാഭാരതം മുതൽ മാർക്സിസം വരെ, കേരള നവോത്ഥാനം ഒരു മാർക്സിസ്റ്റ് വീക്ഷണം, കേരള നവോത്ഥാനം: മതാചാര്യർ മതനിഷേധികൾ, കേരള നവോത്ഥാനം: മാധ്യമപർവം നാലാം സഞ്ചിക, മാർ ഗ്രിഗോറിയോസിന്റെ മതവും മാർക്സിസവും, സ്വാതന്ത്ര്യത്തിന്റെ സാർവദേശീയത, ആഗോളവൽക്കരണം സംസ്കാരം മാധ്യമം, ഫ്രെഡറിക് എംഗൽസ്: സ്നിഗ്ധനായ സഹകാരി വരിഷ്ഠനായ വിപ്ലവകാരി,* ഇ *എം എസും മലയാള സാഹിത്യവും,* ഇ *എം എസ്* (ജീവചരിത്രം), *സംസ്കാരവും നവോത്ഥനവും മുൽക്‌രാജ് മുതൽ പവനൻ വരെ, തെരഞ്ഞെടുത്ത പ്രബന്ധങ്ങൾ, കേരള നവോത്ഥാനം: യുഗസന്തതികൾ യുഗശിൽപ്പികൾ, കെ ദാമോദരൻ: പോരും പൊരുളും, വൈജ്ഞാനിക വിപ്ലവം: ഒരു സാംസ്കാരിക ചരിത്രം, സ്വദേശാഭിമാനി പ്രതിഭാവിലാസം, പി ജിയുടെ വായനാ ലോകം.*

പരിഭാഷകൾ: *കാട്ടുകടന്നൽ, ഭൂതകാലവും മുൻവിധികളും, ഇന്ത്യാചരിത്ര വ്യാഖ്യാനം മാർക്സിസ്റ്റ് വീക്ഷണത്തിൽ, ആര്യദ്രാവിഡ വിവാദവും മതനിരപേക്ഷതയും* തുടങ്ങി നിരവധി കൃതികൾ.

2012 നവംബർ 22-ാം തീയതി വ്യാഴാഴ്ച അന്തരിച്ചു.

ഭാര്യ : എം ജെ രാജമ്മ

മക്കൾ : എം ജി രാധാകൃഷ്ണൻ,
ആർ പാർവതി ദേവി

ഉള്ളടക്കം

അനുബന്ധങ്ങൾ

ആമുഖം

കേരള നവോത്ഥാനത്തെക്കുറിച്ച് ഈ ലേഖകൻ എഴുതിവരുന്ന ഗ്രന്ഥപരമ്പരയിൽ മൂന്നാമത്തെ സഞ്ചികയാണിത്. *കേരള നവോത്ഥാനം* എന്ന പേരിൽത്തന്നെ ഉള്ള ഒന്നാം സഞ്ചിക പ്രസിദ്ധീകരിച്ചിട്ട് അഞ്ച് വർഷം കഴിഞ്ഞു. അതിന്റെ മൂന്ന് പതിപ്പുകളും വന്നു. രണ്ടാം സഞ്ചികയായ *കേരള നവോത്ഥാനം: മതാചാര്യർ മതനിഷേധികൾ* എന്ന കൃതിയുടെ മൂന്നാം പതിപ്പാണ് ഇപ്പോൾ വിൽപ്പനയ്ക്കുള്ളത്. ഈ കാലയളവിൽ മറ്റു ചില വലിയ പുസ്തകങ്ങൾകൂടി എഴുതിയതുകൊണ്ടും കേരള നവോത്ഥാന ചരിത്രത്തിലെ ഇരുളടഞ്ഞ ഏടുകളും അനർഹമായി വിസ്മൃതരായ പ്രതിഭാശാലികളുടെ ജീവിതവിവരണങ്ങളും കണ്ടെത്തി പ്രതിപാദിക്കാൻ അത്ര എളുപ്പമല്ലാതിരുന്നതിനാലും ആണ് ഇപ്പോൾ പ്രസിദ്ധീകരിക്കുന്ന ഈ മൂന്നാം സഞ്ചിക ഇത്രയും വൈകിപ്പോയത്. ഇനി ചുരുങ്ങിയത് രണ്ടോ മൂന്നോ സഞ്ചികകൾകൂടി എഴുതിയാൽ മാത്രമേ ഈ പദ്ധതി പൂർത്തിയാവുകയുള്ളൂ. മറ്റ് ജോലിത്തിരക്കുകൾ കൂടി ഉള്ളതിനിടയിൽ ഇനിയത്തെ സഞ്ചികകൾ എന്ന് പ്രസിദ്ധീകരിക്കാൻ കഴിയുമെന്ന് വ്യക്തമായി പറയാനാവില്ല. എങ്കിലും അധികം താമസിയാതെ അതു നിർവഹിച്ചുകൊള്ളാം എന്ന് മാത്രമേ മുൻ സഞ്ചികകൾ ഹൃദയപൂർവം സ്വീകരിക്കുകയും നല്ല വാക്കുകൾകൊണ്ട് പ്രോത്സാഹിപ്പിക്കുകയും തെറ്റുകളും പോരായ്മകളും ചൂണ്ടിക്കാട്ടി സഹായിക്കുകയും ചെയ്ത സുഹൃത്തുക്കളോട് വാഗ്ദാനം ചെയ്യുന്നുള്ളൂ.

സവർണാധിപത്യത്തിനെതിരെ ഉള്ള പോരാട്ടം, ജാതിവ്യവസ്ഥയോടുള്ള എതിർപ്പ്, അനാചാര നിർമാർജനം, സ്ത്രീസ്വാതന്ത്ര്യം, വിദ്യാഭ്യാസ വ്യാപനം തുടങ്ങി നവോത്ഥാനത്തിന്റെ പ്രധാനപ്പെട്ട ഏതാനും ഘടകങ്ങളും അക്കാര്യങ്ങളിൽ മുൻകൈ എടുത്ത സംഘടനകളെയും നേതാ

ക്കളെയും കുറിച്ചുള്ള ലഘുപഠനങ്ങളുമാണ് ഇപ്പോൾ പ്രസിദ്ധീകരിക്കുന്നതുൾപ്പെടെ മൂന്നു സഞ്ചികകളിൽ കൈകാര്യം ചെയ്തിട്ടുള്ളത്. എന്നാൽ നവോത്ഥാനത്തിന്റെ ഗുണഭോക്താക്കളും നേതാക്കളും ആയവരിൽ സ്ത്രീകൾ നിർണായക പ്രാധാന്യം ഉള്ള ഒരു ഭാഗമാണ്. അങ്ങനെയുള്ള വനിതാ പ്രതിഭകളെക്കുറിച്ച് ഇതേവരെ വിവരിക്കാതിരുന്നത് മനഃപൂർവമോ മറവികൊണ്ടോ അല്ല. അതെല്ലാം ഒരു പ്രത്യേക സഞ്ചികയ്ക്ക് വകനൽകുന്നതിനാൽ അങ്ങനെ ആകാം എന്നു കരുതി മാറ്റി വച്ചതാണ്. ഇതിൽനിന്ന് പരാമർശിക്കപ്പെടേണ്ട പുരുഷനാമങ്ങൾ എല്ലാം അവസാനിച്ചതായി കരുതരുത്. അവയും പൂർത്തിയാക്കേണ്ടതായിട്ടുണ്ട്.

നവോത്ഥാനത്തിന്റെ മുഖ്യമായ പ്രേരകശക്തിയും പ്രചാരണ ആയുധവും മാധ്യമങ്ങളാണ് - പ്രത്യേകിച്ചും അന്നത്തെ കാലത്തെ അച്ചടി മാധ്യങ്ങൾ. കണ്ടത്തിൽ വർഗീസ് മാപ്പിള, ചെങ്കുളത്ത് കുഞ്ഞിരാമമേനോൻ സ്വദേശാഭിമാനി രാമകൃഷ്ണപിള്ള, വേങ്ങയിൽ നായനാർ, കെ സി മാമൻ മാപ്പിള, കേസരി ബാലകൃഷ്ണപിള്ള മുതലായവരും അവരുടെ പത്രങ്ങളും പോരാട്ടങ്ങളും മറ്റൊരു സഞ്ചികയ്ക്ക് വിഷയമാണ്. ഗുണ്ടർട്ട് സി വി കുഞ്ഞിരാമൻ തുടങ്ങിയ ചിലരെ ഇതിനകം സംഗതിവശാൽ വിശദീകരിച്ചിട്ടുണ്ട് എന്ന് മറക്കുന്നില്ല.

അടുത്ത അതിപ്രധാനമായ വിഷയം ആണ് സർഗസാഹിത്യം നവോത്ഥാനത്തിൽ വഹിച്ചിട്ടുള്ള പങ്കും നവോത്ഥാനം സാഹിത്യത്തിൽ രൂപത്തിലും ഭാവത്തിലും വരുത്തിയ മാറ്റങ്ങളും. സാഹിത്യചരിത്രങ്ങൾ നമുക്ക് വേണ്ടുവോളം ഉണ്ടെങ്കിലും നവോത്ഥാനമൂല്യങ്ങൾക്കും പ്രവണതകൾക്കും മുൻതൂക്കം കൊടുത്തുകൊണ്ടുള്ള സാഹിത്യചരിത്രരചന ഇല്ലെന്നോ വിരളമാണെന്നോ പറയാം.

ഇതുവരെ എഴുതിയതും ഇനി എഴുതാൻ ആലോചിക്കുന്നതും ആയ സഞ്ചികകളെക്കുറിച്ച് സ്വയം വിമർശനപരമായ ഒരു നിരീക്ഷണം അസംഗതം അല്ലെന്ന് തോന്നുന്നു. ഈ വിവിധ സഞ്ചികകൾ ഒക്കെ പരിശോധിച്ചാൽ ചരിത്രപരവും സാമ്പത്തികവും സാമൂഹ്യവുമായ മാറ്റങ്ങളെ കുറിച്ചും പലയിടത്തും പരാമർശിച്ചിട്ടുണ്ട് എന്നു കാണാം. എങ്കിലും പൊതുവേ വ്യക്തിപ്രതിഭകളെ ചുറ്റിയാണ് ആഖ്യാനങ്ങൾ പുരോഗമിക്കുന്നത്. ചരിത്രത്തിൽ വ്യക്തികൾക്കുള്ള സ്ഥാനത്തെ പെരുപ്പിച്ച് കാണിക്കുന്നതിലേക്കല്ലേ ഇത് നയിക്കുന്നത് എന്ന ചോദ്യം പ്രസക്തമാകുന്നു. എന്നാൽ ഇപ്പോൾത്തന്നെ കൈയിലൊതുങ്ങാത്തവിധം നീണ്ടുപോകുന്നു എന്ന ധാരണ ഉളവാക്കുന്ന ഈ സഞ്ചികകൾ സമഗ്രമായ സാമൂഹ്യ സാമ്പത്തിക രാഷ്ട്രീയ ചരിത്രവുമായി സമഞ്ജസമായി ഇഴചേർത്ത് എഴുതുന്ന പക്ഷം എത്രകണ്ട് ദുർവഹമാംവണ്ണം വലുതായിപോകും എന്ന് ആലോചിച്ച് നോക്കുക. അങ്ങനെയുള്ള ഒരു ചരിത്രരചന നടത്താൻ ഒരാൾ മാത്രം മതിയാവില്ല. ഒരു കൂട്ടായ്മതന്നെ വേണ്ടിവരും. ഈ ലേഖകനെ സംബന്ധിച്ചിടത്തോളം അത്രമാത്രം സമഗ്രവും വിപുലവുമായ ഒരു നവോത്ഥാനചരിത്രം രചിക്കാൻ വേണ്ട അറിവും ശേഷിയും ഉണ്ടോ എന്നതും സംശയാസ്പദമാണ്.

ചരിത്രത്തിൽ വ്യക്തികൾക്കുള്ള പങ്ക്

ഈ പോരായ്മ സമ്മതിക്കുമ്പോൾത്തന്നെ മറ്റൊരു തെറ്റിദ്ധാരണ ഒഴിവാക്കേണ്ടതുണ്ട്. വ്യക്തികളെ കേന്ദ്രീകരിച്ചുള്ള ചരിത്രരചന *എ ഹിസ്റ്ററി ഓഫ് സയൻസ്* എഴുതിയ ജോൺ ഗ്രിബിൻ പറയുന്നതുപോലെ ഏതുവിഷയത്തെ കുറിച്ചുമുള്ള പ്രാഥമിക പഠനത്തിന് അവയുമായി ബന്ധപ്പെട്ട പ്രമുഖ പ്രതിഭാശാലികളെക്കുറിച്ചുള്ള വിവരണം സഹായകരമാണ്. അതിനപ്പുറം പോകാനാഗ്രഹിക്കുന്നവരേ കൂടുതൽ ആഴമുള്ള കൃതികളെ തേടി പോകേണ്ടതുള്ളൂ. കേരള നവോത്ഥാനത്തെ കുറിച്ചുള്ള ഈ പരമ്പരയും അത്തരത്തിലുള്ള പ്രാഥമിക പഠനത്തെ ഉദ്ദേശിച്ചാണ് എഴുതിയിട്ടുള്ളത്. അങ്ങനെ പ്രാഥമിക പഠനത്തിനാണെങ്കിലും നേരത്തെ വിവരിച്ച പ്രകാരം ചരിത്രത്തിന്റെ ഇരുളടഞ്ഞ മൂലകളിലേക്കും വിസ്മൃതരായ വ്യക്തികളുടെ സംഭാവനകളിലേക്കും വെളിച്ചം വീശാൻ ശ്രമിച്ചിട്ടുണ്ട്.

ചരിത്രത്തിൽ വ്യക്തികൾക്കുള്ള പങ്കിനെ നിഷേധിക്കുകയോ നിസ്സാരമാക്കുകയോ ആണ് മാർക്സിസം ചെയ്യുന്നതെന്ന ഒരു തെറ്റിദ്ധാരണയും തിരുത്തേണ്ടതുണ്ട്. വി ഐ ലെനിന്റെ ഗുരുകൽപ്പനും റഷ്യൻ മാർക്സിസത്തിന്റെ പിതാവുമായി പരിഗണിക്കപ്പെടുന്ന ഗ്യോർഗി പ്ലഖാനോവ് (1856–1918) *ചരിത്രത്തിൽ വ്യക്തികൾക്കുള്ള പങ്ക്* എന്ന് പേരിട്ട് എഴുതിയ ഒരു ക്ലാസിക് പ്രബന്ധത്തിൽ ഈ തെറ്റിദ്ധാരണ തിരുത്താൻ ശ്രമിച്ചിട്ടുണ്ട്. അദ്ദേഹത്തിന്റെ വാക്കുകളിൽനിന്നുതന്നെ നമുക്ക് മനസിലാക്കാം:

> മഹാനായ വ്യക്തി മഹാനായിരിക്കുന്നത് അദ്ദേഹത്തിന്റെ വ്യക്തിഗതമായ പ്രത്യേകതകൾ ചരിത്രസംഭവങ്ങളുടെ മുഖമുദ്രയ്ക്കു രൂപം നൽകുന്നുവെന്നതുകൊണ്ടല്ല, പൊതുവും പ്രത്യേകവുമായ കാരണങ്ങളാൽ തന്റെ കാലത്തുളവാകുന്ന മഹത്തായ സാമൂഹ്യാവശ്യങ്ങളെ നിറവേറ്റാൻ തന്നെ ഏറ്റവും കൂടുതൽ യോഗ്യനാക്കുന്ന പ്രത്യേകതകൾ അദ്ദേഹത്തിനുണ്ടെന്നതുകൊണ്ടാണ്. വീരന്മാരെപ്പറ്റിയുള്ള തന്റെ പ്രസിദ്ധ രചനയിൽ കാർലൈൽ മഹാന്മാരെ *ആരംഭകർ* (Beginners) എന്നു വിശേഷിപ്പിക്കുകയുണ്ടായി. വളരെ ഉചിതമായ ഒരു വാക്കാണത്. മഹാനായ വ്യക്തി ശരിക്കുമൊരു ആരംഭകാരനാണ്. എന്തെന്നാൽ അയാൾ മറ്റുള്ളവരെക്കാൾ *ദൂരത്തിൽ* ദർശിക്കുന്നു, മറ്റുള്ളവരെക്കാൾ *ശക്തമായി* ആഗ്രഹിക്കുന്നു. സമുദായത്തിന്റെ ബൗദ്ധികവികാസത്തിന്റെ മുൻകാലഗതിയാൽ ഉന്നയിക്കപ്പെട്ട ശാസ്ത്രപ്രശ്നങ്ങൾ അയാൾ പരിഹരിക്കുന്നു, സാമൂഹ്യബന്ധങ്ങളുടെ മുൻകാലവികാസത്താൽ സൃഷ്ടിക്കപ്പെട്ട പുതിയ സാമൂഹ്യാവശ്യങ്ങളെ അയാൾ ചൂണ്ടിക്കാണിക്കുന്നു. അയാൾ ആ ആവശ്യങ്ങളുടെ നിർവഹണത്തിനു തുടക്കമിടുന്നു. അയാൾ വീരനാണ്. അയാൾ വീരനായിരിക്കുന്നത് സംഗതികളുടെ സ്വാഭാവികഗതിയെ പിടിച്ചുനിർത്താനോ അതിനു

മാറ്റം വരുത്താനോ അയാൾക്കു കഴിയുമെന്നു കരുതുന്നതിനാലല്ല, അയാളുടെ പ്രവർത്തനം അവശ്യവും അബോധപൂർവവുമായ ഗതിയുടെ ബോധപൂർവവും സ്വതന്ത്രവുമായ പ്രകടനം ആയതിനാലാണ്. അതിലാണ് അയാളുടെ പ്രാധാന്യം മുഴുവൻ. അതിലാണയാളുടെ മുഴുവൻ ശക്തിയും. എന്നാൽ അതു ഗംഭീരമായ പ്രാധാന്യമാണ്. അപ്രതിരോധ്യമായ ഭയങ്കരമായ ശക്തിയാണ്.

സാമൂഹ്യബന്ധങ്ങൾക്കു അതിന്റേതായ യുക്തിയുണ്ട്: നിർദിഷ്ടമായ പരസ്പരബന്ധങ്ങളിൽ കഴിയുന്ന മനുഷ്യരുടെ അനുഭൂതികളും വിചാരങ്ങളും പ്രവൃത്തികളും നിശ്ചിതമായിരിക്കും. ഈ യുക്തിക്കെതിരെ പൊരുതുന്നത് ഒരു സാമൂഹ്യനേതാവിനെ സംബന്ധിച്ചിടത്തോളം പാഴ്വേലയായിരിക്കും. സംഭവങ്ങളുടെ സ്വാഭാവികഗതി (അതായത് സാമൂഹ്യബന്ധങ്ങളുടെ യുക്തിതന്നെ) അയാളുടെ യത്നങ്ങളെ മുഴുവൻ പാഴിലാക്കും. എന്നാൽ ഉൽപ്പാദനത്തിന്റെ സാമൂഹ്യസാമ്പത്തികപ്രക്രിയയിലെ മാറ്റങ്ങളുടെ ഫലമായി സാമൂഹ്യബന്ധങ്ങൾ ഏതുവശത്തേക്കു മാറുമെന്ന് എനിക്കറിയാമെങ്കിൽ സാമൂഹ്യചേതന ഏതു ദിശയിലേക്കു ചലിക്കുമെന്നും എനിക്കറിയാം. തൽഫലമായി ചരിത്രസംഭവങ്ങളെ സ്വാധീനിക്കാനുള്ള സാധ്യത എനിക്കു ലഭിക്കുന്നു. സാമൂഹ്യചേതനയെ സ്വാധീനിക്കുകയെന്നുവച്ചാൽ ചരിത്രസംഭവങ്ങളെ സ്വാധീനിക്കുകയെന്നാണർഥം. അങ്ങനെ ഒരർഥത്തിൽ ചരിത്രത്തെ രൂപപ്പെടുത്താൻ എനിക്കു കഴിയുകതന്നെ ചെയ്യും, അതു രൂപപ്പെടുന്നതുവരെ കാത്തിരിക്കേണ്ട ആവശ്യമെനിക്കില്ല.

ഇപ്പറഞ്ഞതിനർഥം ചരിത്രഗതിയുടെ ചാലകശക്തിയായി വർത്തിക്കുന്ന മഹാന്മാരും മഹതികളും ചരിത്രത്തിന്റെ ഈ വികാസനിയമങ്ങൾ എല്ലാം ഹൃദിസ്ഥമാക്കി ബോധപൂർവം പ്രവർത്തിച്ചിരുന്നു എന്നല്ല. ചിലർ പ്രകൃതംകൊണ്ടും ഉൾക്കാഴ്ചകൊണ്ടും ഈ ഗതിയെ നയിക്കാൻ ഉതകുന്നവിധം പ്രവർത്തിച്ചിരുന്നു എന്നാണ്. അങ്ങനെ അബോധപൂർവമായും ചരിത്രത്തിന്റെ ചാല്കശക്തിയാകാൻ ചിലർക്ക് കഴിയുന്നു.

ഇന്ത്യയുടെ ചരിത്രഗതിയെ ത്വരിതപ്പെടുത്തുന്നതിലും നയിക്കുന്നതിലും പ്രഥമസ്ഥാനീയനായിരുന്ന മഹാത്മാഗാന്ധി അദ്ദേഹത്തിന്റെ കാലത്ത് ജീവിച്ചിരുന്ന മറ്റ് പ്രാമാണികന്മാരെക്കാളെല്ലാം ബുദ്ധിമാനോ പണ്ഡിതനോ ആയിരുന്നു എന്ന് പറയാനൊക്കുമോ. കേരളത്തിൽത്തന്നെ ശ്രീനാരായണന്റെയും ഡോ. പൽപ്പുവിന്റെയും അയ്യങ്കാളിയുടെയും മറ്റും കാലത്ത് അവർ ജനിച്ച സമുദായങ്ങളിൽത്തന്നെ കൂടുതൽ പാണ്ഡിത്യവും ചിന്താശക്തിയും കർമശേഷിപോലും ഉണ്ടായിരുന്നവർ ഇല്ലാ എന്നു പറയുന്നത് സാഹസമായിരിക്കും. പക്ഷേ, ഈ ബുദ്ധിമാന്മാർക്കും സമർഥന്മാർക്കും ചരിത്രത്തിന്റെ അനിവാര്യമായ ഗതിക്രമം മനസിലാക്കി അതിനെ ത്വരിതപ്പെടുത്താൻ കഴിഞ്ഞില്ലെന്നതുകൊണ്ട്

അവർ ചരിത്രത്തിന്റെ പുറമ്പോക്കുകളിലേക്ക് തള്ളപ്പെട്ടു എന്നേയുള്ളൂ.

പ്ലഖാനോവിന്റെ ഈ വീക്ഷണം ഈ മൂന്നാം സഞ്ചികയുടെ പേരിൽ തന്നെ കണ്ടെത്താം. മഹാപ്രതിഭകൾ അവരുടെ യുഗത്തിന്റെ സന്തതികൾ എന്നതുപോലെ ആ യുഗത്തിന്റെ ശിൽപ്പികളുമാണ്. ഇങ്ങനെയുള്ള ഈ ദ്വന്ദ്വാത്മക വ്യക്തിത്വമാണ് ചരിത്രപുരുഷന്മാരെയും ചരിത്രവനിതകളെയും അവിസ്മരണീയരാക്കുന്നത്.

വ്യക്തിപ്രതിഭകൾക്ക് ഊന്നൽ നൽകുമ്പോൾത്തന്നെ സാമൂഹ്യ ജീവിതത്തിന്റെ വിവിധ മണ്ഡലങ്ങളിലും വിവിധ തലങ്ങളിലും വ്യത്യസ്ത വീക്ഷണങ്ങളോടെയാണെങ്കിലും പ്രവർത്തിച്ച പ്രമുഖരെ അവതരിപ്പിക്കുന്നതിലൂടെ നവോത്ഥാനപ്രക്രിയയുടെ സമഗ്രത ആവിഷ്കരിക്കാൻ ശ്രമിച്ചിട്ടുള്ളത് വായനക്കാർ ശ്രദ്ധിക്കുമല്ലോ. ഈ സഞ്ചികയിൽത്തന്നെ ദളിത നവോത്ഥാനനായകരോടൊപ്പം ആയുർവേദ ഉദ്ധാരകരെയും ഗുണ്ടർട്ടിനെപോലുള്ള ഭാഷാ പരിഷ്കർത്താക്കളെയും ബാരിസ്റ്റർ ജി പി പിള്ളയെയും എ കെ ജിയെയും പോലുള്ള രാഷ്ട്രീയ പ്രക്ഷോഭകാരികളെയും മറ്റും വിലയിരുത്തിയിരിക്കുന്നത് നവോത്ഥാനത്തിന്റെ സർവാംഗീണവും സമഗ്രവുമായ ചരിത്രത്തിലേക്ക് വായനക്കാരെ ക്ഷണിക്കുന്നു.

ഇക്കാരണങ്ങളാൽ വ്യക്തികളെ ഊന്നിക്കൊണ്ടുള്ള ചരിത്രരചനയ്ക്കും അതിന്റേതായ മൂല്യവും പ്രയോജനവും ഉണ്ടെന്ന് കാണാം. കൂടുതൽ സമഗ്രമായ ചരിത്രം രചിക്കാൻ ശ്രമിക്കുന്നവർക്ക് ഈ പ്രാഥമിക പാഠങ്ങൾ സഹായകമാകും എന്ന് വിശ്വസിക്കുന്നു.

ഒരിക്കൽക്കൂടി കുറവുകളും തെറ്റുകളും ചൂണ്ടിക്കാണിക്കാൻ പ്രിയപ്പെട്ട വായനക്കാരോട് അഭ്യർഥിച്ചുകൊണ്ട് ഈ മൂന്നാം സഞ്ചിക സഹൃദയസമക്ഷം സമർപ്പിക്കുന്നു:

പി ഗോവിന്ദപ്പിള്ള

എ കെ ജി സെന്റർ
മാർച്ച് 2009

1 ചാവറ അച്ചൻ
സുറിയാനി സഭയിൽനിന്നൊരു നവോത്ഥാന നായകൻ

ഇരുപതാം നൂറ്റാണ്ടിന്റെ പൂർവാർധം പൂർത്തിയാക്കാൻ മൂന്ന് വർഷം ബാക്കി നിൽക്കുന്ന 1947 ആഗസ്റ്റ് 15 നാണ് രണ്ടു നൂറ്റാണ്ടിലേറെ കാലത്തെ ബ്രിട്ടീഷ് സാമ്രാജ്യത്വനുകം വലിച്ചെറിഞ്ഞ് ഭാരതം ലോകരാഷ്ട്ര സമൂഹത്തിലെ അന്തസ്സുറ്റ അംഗമായി തല ഉയർത്തി പ്രവേശിച്ചത്. 1858–59 ലെ പ്രഥമ സ്വാതന്ത്ര്യസമരമുൾപ്പെടെ ഹിംസാത്മകവും അഹിംസാത്മകവുമായ ചെറുതും വലുതുമായ അനവധി ധീരോദാത്ത സമരങ്ങളാണ് ഈ സ്വാതന്ത്ര്യത്തിന് വഴി തുറന്നത്. എങ്കിലും ആ സമരത്തിന് നമ്മെ സജ്ജരാക്കിയതും ഭാരതത്തെ ഒരു ആധുനിക രാഷ്ട്രമെന്ന നിലയിൽ സുഘടിതമായി രൂപപ്പെടുത്തിയതും സ്വാതന്ത്ര്യാനന്തര കാലത്ത് പലപ്പോഴും പല പരീക്ഷണങ്ങളേയും അതിജീവിക്കാൻ നമുക്ക് കഴിവുണ്ടാക്കിയതും 19–ാം നൂറ്റാണ്ടിൽ ആരംഭിച്ച് വികാസം നേടിയ നവോത്ഥാനം എന്ന മഹാസാംസ്കാരിക പ്രക്രിയയാണ്.

ഭാരതീയ നവോത്ഥാനം ദേശവ്യാപകവും സമഗ്രവുമായ പ്രക്രിയ ആയിരുന്നു എങ്കിലും രാഷ്ട്രത്തിന്റെ വിവിധ സാംസ്കാരിക മേഖലകളിൽ അതിന്റെ കാലവും രൂപവും വിവിധങ്ങളായിരുന്നു. ഉദാഹരണത്തിന് ഈ പുതിയ ഉണർവ് ആദ്യം പ്രത്യക്ഷപ്പെട്ടത് ബംഗാളിലായിരുന്നു. 19–ാം നൂറ്റാണ്ടിന്റെ ആദ്യ പാദത്തിൽ തന്നെ ബംഗാളിൽ അത് പൂത്തുലയാൻ

തുടങ്ങി. കേരളത്തിലാകട്ടെ അതിന്റെ ലക്ഷണങ്ങൾ കണ്ടുതുടങ്ങിയത് 19-ാം നൂറ്റാണ്ടിന്റെ ഉത്തരാർധത്തിൽ മാത്രമാണ്. ബംഗാളിലെ നവോത്ഥാനത്തിന്റെ പിതാവായി പരിഗണിക്കപ്പെടുന്നത് രാജാ റാംമോഹൻ റോയി (1772–1833)യെ ആണെങ്കിൽ കേരളത്തിന്റെ നവോത്ഥാനത്തിന്റെ രാജശിൽപ്പിയായി ശ്രീനാരായണഗുരുവിനെ (1845–1928) ചരിത്രകാരന്മാർ ആദരിക്കുന്നു. എന്നാൽ കേരളത്തിലായാലും ബംഗാളിലായാലും ഇതര സംസ്ഥാനങ്ങളിലായാലും നവോത്ഥാനം പോലെ സർവാംഗീണവും ഗഹനവുമായ ഒരു പരിവർത്തനം ഏതെങ്കിലും ഒരു മഹാവ്യക്തിയിൽ നിന്ന് തുടങ്ങി ആ വ്യക്തിയിൽ സമാപിക്കുന്നില്ല. അതുകൊണ്ട് രാജാ റാംമോഹൻറോയിയെയും ശ്രീനാരായണഗുരുവിനെയും പശ്ചിമേന്ത്യയിൽ ദയാനന്ദസരസ്വതിയെയും (1824–1883) ജ്യോതിബ ഫൂലെയെയും (1827–1890) തമിഴകത്തിൽ ഇ വി രാമസ്വാമി നായ്ക്കരെയും (1879 –1973) എല്ലാം നവോത്ഥാന നായകരായി വാഴ്ത്തുന്നതിൽ തെറ്റില്ലെങ്കിലും ഇവർക്കെല്ലാം മുമ്പും പിമ്പും ഇവിടെയെല്ലാം വർത്തിച്ച അനേകം പ്രതിഭാശാലികളായ നവോത്ഥാന നായകരെ വിസ്മരിക്കുന്നത് ചരിത്രത്തോട് കാട്ടുന്ന അനീതിയായിരിക്കും. ഇന്ത്യയുടെ മറ്റുഭാഗങ്ങളിലെ നവോത്ഥാന ചരിത്രങ്ങളിൽ എന്നപോലെ കേരളത്തിന്റെ നവോത്ഥാന ചരിത്രത്തിലും ഇത്തരം അനീതികൾമൂലം പല വിടവുകളും സംഭവിച്ചുപോയിട്ടുണ്ട്.

ഈയിടെ ഈ ലേഖകൻ എഴുതി പ്രസിദ്ധീകരിച്ച *കേരള നവോത്ഥാനം: ഒരു മാർക്സിസ്റ്റ് വീക്ഷണം* എന്ന കൃതിയുടെ ഒന്നും രണ്ടും സഞ്ചികകളിൽ ഇത്തരം ചില വിടവുകൾ അടയ്ക്കാനും ഇരുളടഞ്ഞ ചില ഏടുകളിലേക്ക് വെളിച്ചം വീശാനും ഒരെളിയ ശ്രമം നടത്തുകയുണ്ടായി. ആ ശ്രമത്തിന്റെ ഭാഗമായി സാധാരണ ചില സമുദായങ്ങളുടെ ചരിത്രങ്ങളിൽ മാത്രം സ്മരിക്കപ്പെടുന്ന പല മഹത്തുക്കളുടെയും പരിഷ്കരണ പ്രവർത്തനങ്ങളെയും വ്യക്തിപ്രഭാവങ്ങളെയും കേരള ചരിത്രത്തിന്റെ പൊതുധാരയിലേക്ക് സന്നിവേശിപ്പിക്കാൻ ഒരെളിയ ശ്രമം നടത്തുകയുണ്ടായി. അവരിൽ ഒരാളാണ് ശ്രീനാരായണന് മുമ്പ് ജീവിച്ചിരുന്ന ദക്ഷിണകേരളത്തിലെ ചാന്നാർ-നാടാർ സമൂഹങ്ങളിൽ നവോത്ഥാന സന്ദേശം എത്തിച്ച് അവരെ ഉദ്ബുദ്ധരാക്കിയ നാഗർകോവിൽ സ്വാമിത്തോപ്പിലെ ശ്രീ വൈകുണ്ഠസ്വാമി (1809–1951). മറ്റൊരാളാണ് മധ്യതിരുവിതാംകൂറിലെ ദളിതരായ പുതുക്രിസ്ത്യാനികളുടെ പുത്തുണർവിന് വേണ്ടി പരിശ്രമിക്കുകയും പിന്നീട് ദളിത സമൂഹത്തിന്റെ മുഴുവനും നായകനായി ഉയരുകയും ചെയ്ത പൊയ്കയിൽ യോഹന്നാൻ എന്ന ഇരവിപേരൂരിലെ കുമാര ഗുരുദേവൻ (1878–1938). മാവേലിക്കര ആസ്ഥാനമായി പ്രവർത്തിച്ച സാംബവ സമുദായ അംഗമായ സ്വാമി ശുഭാനന്ദൻ (1880–1950) ചരിത്രത്തിന്റെ പൊതുധാരയിൽ സ്മരിക്കപ്പെടാതെ അവശേഷിക്കുന്നു.

ഇവരൊക്കെ വിവിധ ഹൈന്ദവ സമൂഹങ്ങളുടെ പരിഷ്കർത്താ

ക്കളായി കേരളത്തിന്റെ സമഗ്ര പുരോഗതിക്ക് സംഭാവന ചെയ്തവരാണെങ്കിൽ ക്രൈസ്തവ, മുസ്ലീം മതവിഭാഗങ്ങളിലും ഇത്തരം അനേകം പരിഷ്കരണ പ്രവർത്തനങ്ങൾ കൊണ്ട് 19-ാം നൂറ്റാണ്ടും 20-ാം നൂറ്റാണ്ടിന്റെ പൂർവാർധവും മുഖരിതമായിരുന്നു. മലങ്കര യാക്കോബായ സുറിയാനി ക്രിസ്ത്യാനി സഭയിലെ കലാപകാരിയായി ഉയർന്ന് മാർത്തോമ സഭാ സ്ഥാപനത്തിന് അടിത്തറപാകിയ പാലക്കുന്നത്ത് അബ്രഹാം മൽപ്പാൻ (1796–1845), മുസ്ലീം സമൂഹത്തിലെ അനാചാരങ്ങൾക്ക് എതിരെ പടപൊരുതി വിദ്യാഭ്യാസത്തിനും നവീകരണത്തിനും വേണ്ടി ശ്രമിച്ച വക്കം അബ്ദുൾ ഖാദർ മൗലവി (1873–1932) തുടങ്ങി പലരേയും സമുദായ ചരിത്രത്തിന്റെ സങ്കുചിത ചരിത്രത്തിൽ നിന്ന് മോചിപ്പിച്ച് കേരളത്തിന്റെ സമഗ്ര പുരോഗതിയുടെ അധിനായകരായി പ്രതിഷ്ഠിക്കേണ്ടതുണ്ട്.

വാഴ്ത്തപ്പെട്ടവൻ

ചാവറ അച്ചൻ എന്ന ചുരുക്കപ്പേരിൽ ജനലക്ഷങ്ങൾക്ക് സുപരിചിതനായി വാഴ്ത്തപ്പെട്ട ചാവറ കുറിയാക്കോസ് ഏലിയാസ് അച്ചനെ (1805–1871) കുറിച്ച് എഴുതാൻ ഇരുന്നപ്പോൾ തോന്നിയ വിചാരവികാരങ്ങളാണ് ഇതുവരെ കുറിച്ചത്. കേരളീയ കത്തോലിക്കാ സഭയിൽ, വിശേഷിച്ച് കത്തോലിക്കാ സുറിയാനി സഭയിൽ ദൂരവ്യാപകമായ പരിഷ്കരണങ്ങൾക്ക് നേതൃത്വം നൽകിയ അനുഗൃഹീത പുരോഹിത ശ്രേഷ്ഠൻ എന്ന നിലയിൽ ചാവറ അച്ചൻ സഭയ്ക്കകത്തും വെളിയിലും അറിയപ്പെടുന്നു എന്നത് നേരുതന്നെ. എന്നാൽ അദ്ദേഹത്തിന്റെ സമർപ്പിത ജീവിതവും ദീർഘദൃഷ്ടിയോടുകൂടിയുള്ള പരിഷ്കരണ പ്രവർത്തനങ്ങളും കേരള നവോത്ഥാന ചരിത്രത്തിന്റെ അവിഭാജ്യ ഘടകങ്ങളാണ്. കേരളീയ ജനസമൂഹത്തിന്റെ സമഗ്രമായ സാമൂഹ്യവികാസത്തിനും സാംസ്കാരിക അഭ്യുന്നതിക്കും ഈ പ്രവർത്തനങ്ങൾ എപ്രകാരം സഹായകമായി എന്ന് പരിശോധിച്ച് കേരളത്തിലെ നവോത്ഥാന നായകരുടെ അഗ്രാസനങ്ങളിൽ അദ്ദേഹത്തെ പ്രതിഷ്ഠിക്കുക എന്ന ചരിത്രശാസ്ത്രധർമം നാം വേണ്ട വിധത്തിൽ നിർവഹിച്ചിട്ടുണ്ടോ എന്ന് സംശയം.

ചാവറ അച്ചന്റെ 200-ാം ജന്മദിന ആഘോഷവും മാർപ്പാപ്പ ജോൺ പോൾ രണ്ടാമൻ അദ്ദേഹത്തെ വിശുദ്ധ പദവിയുടെ ആദ്യഘട്ടമായി വാഴ്ത്തപ്പെട്ടവനായി പ്രഖ്യാപിച്ചതും, പൊതുവെ കേരള ചരിത്ര ശാസ്ത്രത്തിൽ സാംസ്കാരികവും സാമൂഹ്യവും ആയ ഘടകങ്ങൾക്ക് മുൻതൂക്കം നൽകാനുള്ള പുതു പ്രവണതകളും ചാവറ അച്ചന്റെ ജീവിതത്തിലേക്കും സംഭാവനകളിലേക്കും കൂടുതൽ ചുഴിഞ്ഞ് നോക്കാൻ നമുക്ക് സന്ദർഭവും പ്രചോദനവും നൽകി. ഈ പുത്തൻ പരിശ്രമങ്ങളുടെ പൊരുളും വ്യാപ്തിയും മനസിലാക്കാൻ എങ്ങനെയാണ് ക്രിസ്തീയ സഭകളിൽ പരിവർത്തനങ്ങളും പരിഷ്കരണങ്ങളും സംഭവിച്ചത് എന്നതിനെ കുറിച്ച് അൽപ്പമൊന്ന് വിശദീകരിക്കേണ്ടിയിരിക്കുന്നു. കാലാകാലങ്ങളിൽ കാലോചിതമായ പരിവർത്തനങ്ങൾക്കും പരിഷ്കാരങ്ങൾ

ക്കും വിധേയമാവാൻ വിസമ്മതിക്കുന്ന സ്ഥാപനങ്ങളും സിദ്ധാന്തങ്ങളും സമ്പ്രദായങ്ങളും കാലഹരണപ്പെടുകയും കാലയവനികയ്ക്കുള്ളിൽ മറയുകയും ചെയ്യും എന്നത് അനിഷേധ്യമായ ഒരു ചരിത്ര സത്യമാണ്. അങ്ങനെ കാലയവനികയ്ക്കുള്ളിൽ മറഞ്ഞുപോയ മതങ്ങൾ പലതുണ്ട്. അങ്ങനെയുള്ള ഒന്നാണ് ക്രിസ്തുവിന് ആറ് നൂറ്റാണ്ട് മുമ്പ് ഇന്നത്തെ ഇറാനിൽ ജീവിച്ചിരുന്ന സാരതുഷ്ട്രർ സ്ഥാപിക്കുകയും ആയിരം വർഷത്തോളം പശ്ചിമേഷ്യയിലാകെ വ്യാപിച്ച് ആധിപത്യം വഹിക്കുകയും ചെയ്തിരുന്ന പാർസി മതം. ചരിത്രത്തിന്റെ എല്ലാ ഗതിവിഗതികളേയും അതിജീവിച്ച് രണ്ടായിരം വർഷം പിന്നിട്ടിട്ടും ഇനിയുമൊരങ്കത്തിന് ബാല്യമുണ്ട് എന്ന നിലയിൽ മൂന്നാം സഹസ്രാബ്ദത്തിലും വെല്ലുവിളികളെ നേരിട്ട് മുന്നേറാൻ ക്രിസ്തീയ സഭയ്ക്ക് സാധിക്കുന്നുണ്ടെങ്കിൽ അതിന്റെ കാരണം ആവർത്തിച്ചാവർത്തിച്ചുള്ള നവീകരണത്തിനും പരിഷ്കരണത്തിനും അതിന് കഴിവുണ്ട് എന്നതാണ്.

ക്രിസ്തീയ സഭയിലെ ഈദൃശ പരിഷ്കരണ സംരംഭങ്ങൾ പല രൂപങ്ങളിലാണ് പ്രത്യക്ഷപ്പെട്ടിട്ടുള്ളത്. നാലാം നൂറ്റാണ്ടിൽ കോൺസ്റ്റന്റൈൻ ചക്രവർത്തിയുടെ ആഭിമുഖ്യത്തിൽ ക്രിസ്തുമതം വിശാലമായ റോമാ സാമ്രാജ്യത്തിന്റെ ഔദ്യോഗിക മതമായി അംഗീകരിക്കപ്പെട്ട ശേഷം റോമൻ കത്തോലിക്ക സഭ ഏറ്റവും വലിയ ക്രിസ്തീയ സഭയായി ഐശ്വര്യത്തിന്റേയും അധികാരത്തിന്റേയും കൊടുമുടികളിലേക്ക് കുതിച്ചു കയറി. അങ്ങനെ പീഡിതരുടേയും മർദ്ദിതരുടേയും മതം ഭരണാധികാരത്തിന്റെ മതമായി മാറിയതോടെ വിശുദ്ധിയുടെ സ്ഥാനത്ത് അശുദ്ധിയും കാൽവരിയിലെ മരക്കുരിശിന്റെ സ്ഥാനത്ത് പൊൻകുരിശും ത്യാഗത്തിന്റെ സ്ഥാനത്ത് സുഖലോലുപതയും സഭാഘടനയിൽ നുഴഞ്ഞുകയറാൻ തുടങ്ങി. ഇടവിട്ടിടവിട്ട് വിശുദ്ധൻമാരും മതപരിഷ്കർത്താക്കളും ആവിർഭവിച്ച് ഈ മാലിന്യങ്ങളെ തൂത്തെറിഞ്ഞ് സഭയെ വീണ്ടും വിശുദ്ധിയിലേക്ക് നയിക്കാൻ നടത്തിയ യത്നങ്ങളാണ് സഭയെ മുന്നോട്ട് നയിച്ചതും സർവനാശത്തിൽ നിന്ന് മതത്തെ കരകയറ്റിയതും. ക്രിസ്തീയ സഭയെ അതിന്റെ ചരിത്രത്തിലെ ഏറ്റവും വലിയ പിളർപ്പിലേക്ക് നയിച്ച 'റിഫോർമേഷൻ' അഥവാ മതനവീകരണത്തിന്റെ നേതാവായ മാർട്ടിൻ ലൂഥർ (1483–1546) ഇത്തരത്തിലൊരു പരിഷ്കർത്താവായിരുന്നു. പിന്നീട് മാർട്ടിൻ ലൂഥർ സ്ഥാപിച്ച പ്രോട്ടസ്റ്റന്റ് സഭയിലും അപചയങ്ങളും അഭിപ്രായ വ്യത്യാസങ്ങളും പൊട്ടിപുറപ്പെട്ട് കാൽവനിസ്റ്റുകൾ, മെത്തോഡിസ്റ്റുകൾ, ഇവാഞ്ചലിസ്റ്റുകൾ തുടങ്ങി പല അവാന്തര വിഭാഗങ്ങൾ പ്രത്യക്ഷപ്പെട്ടതിന്റെ പുറകിലും മതപരിഷ്കരണ യത്നങ്ങളുടെ പ്രേരണകൾ കാണാവുന്നതാണ്.

എന്നാൽ ഇപ്രകാരം സഭയിൽ പിളർപ്പ് ഉണ്ടാകാതെ അതിന്റെ ഐക്യം സംരക്ഷിച്ചുകൊണ്ടു തന്നെ നവീകരണ പ്രവർത്തനങ്ങളും പരിഷ്കരണങ്ങളും നടപ്പാക്കിയവർ പലരുമുണ്ട്. അങ്ങനെയുള്ള പരിഷ്കർത്താക്കളിൽ ബെനഡിക്ടൈൻ സന്യാസി സംഘത്തിന്റെ സ്ഥാപ

മാർട്ടിൻ ലൂഥർ

വിശുദ്ധ ബെനഡിക്ട്

വിശുദ്ധ ഫ്രാൻസിസ്

തോമസ് അക്വിനാസ്

ഗ്രിഗറി ഒന്നാമൻ

വിശുദ്ധ ഇഗ്നാത്തിയോസ് ലയോള

കനായിരുന്ന വിശുദ്ധ ബെനഡിക്ട് (480-543) ആണ് മിക്കവാറും ആദ്യത്തെ പരിഷ്കർത്താവ്. നേരത്തെ പരാമർശിച്ച കോൺസ്റ്റന്റൈൻ ചക്രവർത്തിയുടെ (പിന്നീട് വിശുദ്ധ കോൺസ്റ്റന്റൈൻ) നേതൃത്വത്തിൽ നടന്ന നിക്കിയ സുന്നഹദോസിലെ തീരുമാനങ്ങൾക്കും ക്രിസ്തുമതത്തെ രാഷ്ട്രമതമായി പ്രഖ്യാപിച്ച നടപടിക്കും ശേഷം സഭാഘടനയിലും നടപടികളിലും കടന്നുകൂടിയ അനാചാരങ്ങളെ തിരസ്കരിച്ച് ജീവിത ലാളിത്യവും പുരോഹിത വിശുദ്ധിയും സേവനതൽപ്പരതയും വീണ്ടെടുക്കാൻ ബെനഡിക്ട് നടപ്പിലാക്കിയ ചട്ടവട്ടങ്ങളും സ്ഥാപിച്ച ബെനഡിക്ടൈൻ സന്യാസി സംഘവും ക്രിസ്തീയ സഭയെ വടക്കൻ യൂറോപ്പിൽ നിന്നും വടക്കുകിഴക്കൻ ഏഷ്യയിൽ നിന്നും ഇരച്ചു കയറിയ വിവിധ പ്രാകൃത ജനങ്ങളുടെ ക്രിസ്തീയ വിരുദ്ധമായ ആചാരക്രമങ്ങളിൽ നിന്നും വിശ്വാസങ്ങളിൽ നിന്നും രക്ഷിച്ച് നിലനിറുത്താനും സഭയ്ക്ക് നവ ചൈതന്യം പകരാനും സഹായകരമായി.

സുമാർ ആറ് നൂറ്റാണ്ടിനുശേഷം വളരെ വ്യത്യസ്ത പ്രകൃതിയായ മറ്റൊരു വിശുദ്ധൻ സഭയിൽ തന്റെ അതുല്യവും അത്യാകർഷകവും ആയ ജീവിത വിശുദ്ധിയിലൂടെയും സേവനതൽപ്പരതയിലൂടെയും സഭയ്ക്ക് പുത്തനുണർവ് നൽകി—അസ്സീസിയിലെ വിശുദ്ധ ഫ്രാൻസിസ് (1181-1226) ആയിരുന്നു അത്. ബുദ്ധനെയും മഹാവീരനെയും പോലെ ഭാരതീയ ശൈലിയിലുള്ള ജീവകാരുണ്യത്തിന്റെ പ്രതീകം കൂടിയായിരുന്നു മനുഷ്യസഹോദരങ്ങൾ ഉൾപ്പെടെ സർവ ജീവജാലങ്ങളേയും ഈശ്വര സൃഷ്ടികളായി കരുതി സ്നേഹിച്ച് അവയുമായി ഇടപഴകിയ വിശുദ്ധ ഫ്രാൻസിസ്. രാഷ്ട്രീയാധികാരവും മതാധികാരവും ധന സമ്പുഷ്ടിയും ഇഴചേർന്ന് വർത്തിച്ച അക്കാലത്തെ അധികാരദുരയുടെ ഇടനാഴികളിൽ ലാളിത്യത്തിന്റേയും സേവനത്തിന്റേയും തെളിനീർ ഒഴുക്കാൻ ഫ്രാൻസിസ് വഴി ഒരുക്കി. വിശുദ്ധ ഫ്രാൻസിസിന്റെ ജീവിത ശൈലിയേയും സേവനപാരമ്പര്യത്തേയും പിന്തുടരുന്ന ഫ്രാൻസിസ്ക്കൻ സന്യാസി സംഘം ഇപ്പോഴും പ്രവർത്തിച്ചുവരുന്നു. വിശുദ്ധ തോമസ് അക്യുനാസ് (1225-1274) മറ്റൊരു തരത്തിലാണ് സഭയെ പരിഷ്കരിക്കാൻ ശ്രമിച്ചത്. ഇക്കാലത്ത് യൂറോപ്പിൽ വീണ്ടും പുനരുജ്ജീവിക്കാൻ തുടങ്ങിയ സോക്രട്ടീസ്, പ്ലേറ്റോ, അരിസ്റ്റോട്ടിൽ തുടങ്ങിയ ക്ലാസിക്കൽ ഗ്രീക്ക് ദാർശനികരുടെ ചിന്തയും ക്രിസ്തീയ ദൈവശാസ്ത്ര ചിന്തകളും സമന്വയിപ്പിച്ച് മതവിശ്വാസത്തിനും സിദ്ധാന്തത്തിനും കുറേക്കൂടി ബലവത്തായ അടിത്തറ നൽകാനാണ് അക്യുനാസ് ഉദ്യുക്തനായത്. തോമസ് അക്യുനാസിന്റെ സിദ്ധാന്തങ്ങൾ അക്കാലത്തെ ഫ്യൂഡൽ സാമൂഹ്യ വ്യവസ്ഥയുടെ ഉച്ചനീചത്വശ്രേണീബദ്ധതയുടെ സിദ്ധാന്തവൽക്കരണം ആയിരുന്നു എന്നൊക്കെയുള്ള വിമർശനങ്ങൾ തിരസ്കരിക്കേണ്ടതില്ലെങ്കിലും അക്കാലത്ത് അനന്തമായി നടന്നുകൊണ്ടിരുന്ന തലനാരിഴ കീറാൻ പോന്ന നിരർഥക വാദപ്രതിവാദ വ്യായാമങ്ങളിൽ യുക്തിയുടെ കിരണം പ്രസരിപ്പിക്കാൻ അക്യുനാസിന്റെ ഇടപെടലിന് കഴിഞ്ഞു എന്നത് നിസ്തർക്കമാണ്.

ഇപ്പറഞ്ഞ പരിഷ്കർത്താക്കളുടെ പേരുകൾ ചില ഉദാഹരണങ്ങൾ മാത്രമാണ്. ഇവരെ കൂടാതെ മറ്റ് പലരുടേയും സേവനങ്ങളെ അനുസ്മരിക്കാവുന്നതാണ്. മാർപ്പാപ്പമാരിൽ ഭൂരിപക്ഷവും യാഥാസ്ഥിതികരും ഗതാനുഗതികത്വത്തിൽ വിശ്വസിച്ചിരുന്നവരും ആയിരുന്നെങ്കിലും ഗ്രിഗറി ഒന്നാമൻ (540-604) ഗ്രിഗറി പതിമൂന്നാമൻ (1502-1585) നമ്മുടെ കാലഘട്ടത്തിലെ ജോൺ ഇരുപത്തിമൂന്നാമൻ (1881-1963) മാർപാപ്പ ജോൺ പോൾ രണ്ടാമൻ (1920-2005) തുടങ്ങിയവരും പല നിലവാരങ്ങളിൽ പരിഷ്കരണയത്നം നടത്തിയിട്ടുള്ളവരാണ്. അൽപ്പം വ്യത്യസ്തനാണെന്ന് തോന്നാവുന്ന വിശുദ്ധ ഇഗ്നാത്തിയൂസ് ലയോള (1491-1556)യുടെ ഉദാഹരണം കൂടി ചൂണ്ടിക്കാട്ടി ഈ ഭാഗം ഉപസംഹരിക്കാം. മാർട്ടിൻ ലൂഥർ സഭയെ പിളർന്ന് പരിഷ്കാരം നടത്താൻ ശ്രമിച്ചതിന് പ്രതിവിധിയായി സഭയുടെ ഐക്യം നിലനിറുത്തി അതിൽ സേവന

ത്തിന്റെ മാതൃക പുലർത്താൻ ശ്രമിച്ചയാളാണ് വിശുദ്ധ ലയോള. മാർട്ടിൻ ലൂഥറുടെ പരിഷ്കാരങ്ങളെ റിഫൊർമേഷൻ അഥവാ മതനവീകരണം അഥവാ മതപരിഷ്കരണം എന്നാണ് വിശേഷിപ്പിക്കാറ്. ലയോളയുടെ പരിഷ്കാരങ്ങളെ നേർവിപരീത ദിശയിലുള്ള ഒന്നാണെന്ന് തോന്നാവുന്ന കൗണ്ടർ റിഫൊർമേഷൻ അഥവാ പ്രതിമതനവീകരണം അഥവാ പ്രതിമതപരിഷ്കരണം എന്നാണ് വിശേഷിപ്പിച്ച് വരുന്നത്. മാർട്ടിൻ ലൂഥറുടെ പരിഷ്കരണ പ്രവർത്തനങ്ങൾ കത്തോലിക്കാ സഭയെ ആകെ പിടിച്ചുകുലുക്കുകയും അതിന്റെ ഒരു ഭാഗത്തെ അടർത്തിക്കൊണ്ടുപോവുകയും ചെയ്തതിന്റെ അവശേഷിച്ച കത്തോലിക്കാ സഭയെ വീണ്ടും ക്ഷീണിപ്പിക്കാതിരിക്കാനുള്ള വീറുറ്റ ശ്രമം ആയിരുന്നു ലയോളയുടേത്. അതിനായി അദ്ദേഹം സ്ഥാപിച്ച പ്രസിദ്ധ സന്യാസി സംഘമാണ് 'ഈശോ സഭ' അഥവാ സൊസൈറ്റി ഓഫ് ജീസസ്. ജെസ്യൂട്ട് എന്ന് ചുരുക്ക പ്രയോഗം. കത്തോലിക്കാ സഭയുടെ അടിസ്ഥാന പ്രമാണങ്ങളിൽ അടിയുറച്ച് നിൽക്കുകയും അതിനുവേണ്ടി വീറോടെ വാദിക്കുകയും രാഷ്ട്രീയാധികാരം ഉള്ളിടത്ത് പ്രൊട്ടസ്റ്റന്റുകൾക്ക് എതിരെ അത് ഉപയോഗിക്കുകയും എല്ലാം ചെയ്തെങ്കിലും പ്രൊട്ടസ്റ്റന്റ് കലാപത്തിന്റെ കാരണങ്ങൾ കുറെയൊക്കെ നിവാരണം ചെയ്ത് സഭയെ ശുദ്ധീകരിക്കുന്നതിന് സാധാരണയിൽ കവിഞ്ഞ അളവിൽ വിജ്ഞാനത്തിന് പ്രാധാന്യം കൽപ്പിക്കുന്ന ജെസ്യൂട്ടുകൾ ഗണ്യമായ വിജയം കൈവരിച്ചു. ആദ്യകാലത്തൊക്കെ യാഥാസ്ഥിതികത്വത്തിന്റെ മൂർത്തിമദ്ഭാവമായിട്ടാണ് ജെസ്യൂട്ടുകൾ കരുതപ്പെട്ടിരുന്നതെങ്കിലും പിൽക്കാലത്ത് അവർ നവീന ചിന്തയുടെയും ഉദ്ബുദ്ധതയുടേയും പതാകാവാഹകരായി അറിയപ്പെടാൻ തുടങ്ങി. ഇപ്പോഴും കത്തോലിക്കാ സന്യാസി സംഘങ്ങളിൽ വച്ച് ഏറ്റവും കൂടുതൽ വിജ്ഞാനകുതുകികളും വിദ്വാൻമാരും ഉള്ളത് ജെസ്യൂട്ടുകൾക്കിടയിലാണ്. കഴിഞ്ഞ മൂന്ന് നാല് പതിറ്റാണ്ട് കാലത്ത് ക്രിസ്തീയ സഭകളിൽ മാത്രമല്ല എല്ലാ മതവിജ്ഞാനീയ മേഖലകളിലും രാഷ്ട്രീയ സാമൂഹ്യതലങ്ങളിലും ചലനം സൃഷ്ടിച്ചുകൊണ്ടിരിക്കുന്ന വിമോചന ദൈവശാസ്ത്രം, കറുത്ത ദൈവശാസ്ത്രം, ക്രിസ്ത്യൻ സോഷ്യലിസം മുതലായവയുടെ പ്രണേതാക്കളിൽ ഒരു വലിയ പങ്ക് ജെസ്യൂട്ട് വൈദികരാണ് എന്നത് അർഥഗർഭമായ വസ്തുതയത്രെ.

ബാല്യകൗമാരങ്ങൾ

ഇതുവരെ വിവരിച്ച കേരളത്തിലെ നവോത്ഥാന പ്രവണതകളുടെയും പ്രാമാണികരുടെയും സ്വഭാവ വിശേഷങ്ങൾ സമന്വയിച്ച് ചേർന്ന ഒരു നവോത്ഥാന നായകനായിരുന്നു മുഖ്യമായും സുറിയാനി കത്തോലിക്കാ സഭയെ തന്റെ പ്രവർത്തന രംഗമായി തിരഞ്ഞെടുത്ത ചാവറ കുറിയാക്കോസ് ഏലിയാസ് അച്ചൻ. സഭയ്ക്ക് അകത്തെ അദ്ദേഹത്തിന്റെ പരിഷ്കരണ ശ്രമങ്ങൾ മാർട്ടിൻ ലൂഥർ, പാലക്കുന്നത്ത് അബ്രഹാം മൽപ്പാൻ തുടങ്ങിയവരുടെ പ്രവർത്തനങ്ങളേക്കാൾ വിശുദ്ധരായ ബന

ഡിക്ട്, അസീസി, അക്യുനാസ്, ലയോള തുടങ്ങിയവരുടെ പ്രവർത്തനങ്ങളോടാണ് സാമ്യം വഹിച്ചിരുന്നത്. എന്തുകൊണ്ടെന്നാൽ സഭയെ ദുർബലപ്പെടുത്തുകയോ പിളർക്കുകയോ ചെയ്യാതെ അതിനകത്ത് കാലോചിതമായ പരിഷ്കാരങ്ങൾ നടപ്പാക്കുകയായിരുന്നു ചാവറ അച്ചൻ ചെയ്തത്. സാധാരണ ഒരു ശെമ്മാനച്ചനായി സഭാസേവനം ആരംഭിച്ച് സഭയുടെ ആകെ വികാരി ജനറൽ എന്ന ഉന്നത സ്ഥാനം വഹിച്ച അറുപത്തി ആറാം വയസ്സിൽ നിര്യാതനാകുന്നതുവരെയുള്ള അദ്ദേഹത്തിന്റെ സേവനങ്ങൾ പുത്തനുണർവുകൾക്ക് വഴിവച്ച പരിഷ്കരണ സംരംഭങ്ങളായിരുന്നു. അദ്ദേഹത്തിന്റെ മുഖ്യ സംഭാവനകളെ വിലയിരുത്തുന്നതിന് മുമ്പ് അദ്ദേഹത്തിന്റെ ബാല്യ കൗമാരങ്ങളെ ചുരുക്കമായി ഒന്ന് അവലോകനം ചെയ്യാം.

1805 ഫെബ്രുവരി 8 ന് കുട്ടനാട്ടിലെ കൈനകരിയിൽ തെക്കേ ചാവറയെന്നും വടക്കേ ചാവറയെന്നും പേരിലുള്ള രണ്ട് പുരാതന കുടുംബങ്ങളിലെ തെക്കേ ചാവറയിലെ കുറിയാക്കോസിന്റേയും മറിയത്തിന്റേയും മകനായി ചാവറയച്ചൻ ജനിച്ചു. ആധുനിക തിരുവിതാകൂർ ചരിത്രത്തിൽ പല കാരണങ്ങളാൽ പ്രശസ്തിപെറ്റ പാലയൂർ പകലോമറ്റം കുടുംബത്തിന്റെ ശാഖകളായിരുന്നു കൈനകരിയിലെ ചാവറ കുടുംബങ്ങൾ. അക്കാലത്ത് ആശാൻ കളരി എന്ന പേരിൽ അറിയപ്പെട്ടിരുന്ന ഗ്രാമീണ ഗുരുകുലങ്ങളായിരുന്നു ഇന്നത്തെ പ്രാഥമിക വിദ്യാലയങ്ങളുടെ ചുമതല നിർവഹിച്ചിരുന്നത്. നിലത്തെഴുത്തും ഓലയിലെഴുത്തും അക്ഷരമാലയും അങ്കഗണിതവും അൽപ്പസ്വൽപ്പം സംസ്കൃതവും ജോത്സ്യവും വൈദ്യവും തുടങ്ങി അന്നത്തെ സാമൂഹ്യവ്യസ്ഥയിൽ കർമനിരതനായ ഒരു പൗരന് ആവശ്യമായ കാര്യങ്ങളൊക്കെ ആശാൻ പഠിപ്പിച്ചിരുന്നു. പഠിക്കാൻ ഉത്സുകനും പരിശ്രമശാലിയും ആയ ഈ ബാലൻ ആശാന്റെയും സഹപാഠികളുടെയും കണ്ണിലുണ്ണിയായി തീർന്നു.

അക്കാലത്ത് കൈനകരിയിൽ പള്ളിയൊന്നും ഇല്ലാതിരുന്നതിനാൽ ചേന്ദൻകരി പള്ളിയിലാണ് മറ്റ് കൈനകരിക്കാരോടൊപ്പം ചാവറ കുടുംബക്കാരും പ്രാർഥനയ്ക്കും മറ്റ് ശുശ്രൂഷകൾക്കും ആയി പൊയ്ക്കൊണ്ടിരുന്നത്. ബാലനായ കുറിയാക്കോസ്, ആശാൻ കളരിയിലെ പഠിത്തത്തോടൊപ്പം പള്ളിയിലെ പ്രവർത്തനങ്ങളിലും പരിശീലനങ്ങളിലും അതീവ തൽപ്പരനായിരുന്നു. അങ്ങനെ കൗമാരത്തിൽ തന്നെ വേദപാഠങ്ങളും സുറിയാനിഭാഷയും വശമാക്കിയ ചാവറ കുറിയാക്കോസിന്റെ ഭാവി പുരോഹിതവൃത്തിയിലേക്ക് തിരിഞ്ഞതിൽ അത്ഭുതമില്ല. അങ്ങനെ 1829-ാം ആണ്ടിൽ ഇരുപത്തിനാലാമത്തെ വയസിൽ ചാവറ കുറിയാക്കോസ് ഏലിയാസ് ചേർത്തല ടുത്തുള്ള ചരിത്രപ്രസിദ്ധമായ ആർത്തുങ്കൽ പള്ളിയിൽ വച്ച് പുരോഹിതവൃത്തിയിൽ പ്രവേശിച്ചു.

കുറിയാക്കോസ് ബാല്യവും കൗമാരവും പിന്നിട്ട് വിദ്യാഭ്യാസം പൂർത്തിയാക്കി യൗവനത്തിലേക്ക് കാൽവയ്ക്കുന്നതും പട്ടം ഏൽക്കുന്നതും വരെയുള്ള സുമാർ കാൽ നൂറ്റാണ്ടും അതിന് മുമ്പുള്ള പതിറ്റാണ്ടും തിരു

വിതാംകൂറിന്റെയും കൊച്ചിയുടേയും മലബാറിന്റേയും ചരിത്രത്തിൽ വളരെ പ്രാധാന്യം അർഹിക്കുന്ന ഇരുണ്ട നാളുകളായിരുന്നു. കേരളത്തിനുമേൽ മൈസൂർ ആക്രമണം, 1792 ലെ ശ്രീരംഗം ഉടമ്പടിയെ തുടർന്ന് മൈസൂർ പട മലബാറിൽ നിന്ന് പിൻവാങ്ങിയത്, 1798-ൽ കാർത്തിക തിരുന്നാൾ രാമവർമയുടെ നിര്യാണശേഷം ദുർബലരായ ബാല രാമവർമ, ഗൗരി ലക്ഷ്മിഭായി, ഗൗരി പാർവതിഭായി തുടങ്ങിയവരുടെ തിരുവിതാംകൂർ ഭരണം, വേലുത്തമ്പിയുടെ കലാപം, പഴശ്ശി കലാപം തുടങ്ങിയവ എല്ലാം ഈ കാലയളവിന്റെ ആദ്യത്തെ രണ്ട് പതിറ്റാണ്ടിലാണ് മലയാളിയുടെ ജീവിതത്തേയും രാഷ്ട്രീയത്തെയും ഇളക്കി മറിച്ചത്. ടിപ്പു സുൽത്താന്റെയും പഴശ്ശി രാജാവിന്റെയും വേലുത്തമ്പിയുടെയും പരാജയങ്ങളോടുകൂടി ബ്രിട്ടീഷുകാർ കേരളത്തെ മുഴുവനും അടക്കിവാണ് അധിനിവേശ ചൂഷണം നിർബാധം തുടങ്ങി. മലബാറിൽ നേരിട്ടും തിരുവിതാംകൂറിലും കൊച്ചിയിലും നാട്ടുരാജാക്കന്മാരുടെ മറപിടിച്ചുപോലും അവർ അധിനിവേശ വാഴ്ച്ച തുടർന്നു. നാട്ടുരാജാക്കന്മാരുടെ ഒരു മറ ജനകീയ വികാരങ്ങളെ തൃപ്തിപ്പെടുത്താനുള്ള അടവായി സ്വീകരിക്കുമ്പോഴും ബ്രിട്ടീഷ് മേൽക്കോയ്മയുടെ (അന്നത്തെ ഈസ്റ്റ് ഇന്ത്യാ കമ്പനി) പ്രതിനിധികൾ നേരിട്ട് ദിവാൻപദവും മറ്റ് പദവികളും ഉപയോഗിച്ച് ഭരണം നടത്താനും മടിച്ചിരുന്നില്ല. അങ്ങനെയാണ് 1811 മുതൽ 1814 വരെ കേണൽ ജോൺ മൺട്രോ ബ്രിട്ടീഷ് റസിഡന്റായിരുന്നുകൊണ്ടുതന്നെ തിരുവിതാംകൂറിലും കൊച്ചിയിലും ദിവാൻപദം ഏറ്റ് തന്നിഷ്ടംപോലെ ഭരണം നടത്തിയത്. പഴയ നാടുവാഴി സമ്പ്രദായത്തിലുള്ള ഭരണവ്യവസ്ഥയെ ആധുനിക രീതിയിൽ നവീകരിക്കാൻ മൺട്രോയുടെ ഭരണകാലം ഉതകി. അതോടൊപ്പംതന്നെ, താൻ രക്ഷാധികാരിയായിരുന്ന ചർച്ച് മിഷൻ സൊസൈറ്റിയെയും ലണ്ടൻ മിഷൻ സൊസൈറ്റിയെയും അധിനിവേശത്തിന്റെ രാഷ്ട്രീയ ലക്ഷ്യങ്ങൾ കൂടി മുന്നിൽ കണ്ടുകൊണ്ട് പ്രോത്സാഹിപ്പിക്കാനും മൺട്രോ തന്റെ പദവി ഉപയോഗിച്ചു. ആംഗ്ലിക്കൻസഭയിൽ പെട്ടതായി(ചർച്ച് ഓഫ് ഇംഗ്ലണ്ട്)രുന്നു സി എം എസും എൽ എം എസും എങ്കിൽ മലബാർ മേഖലയിൽ പ്രവർത്തനം നടത്തിവന്ന ബാസൽ മിഷൻ, ജർമൻ പ്രോട്ടസ്റ്റന്റ് സഭയോടാണ് കൂറ് പുലർത്തിയത്.

1829-ൽ പ്രായപൂർത്തി എത്തിയ സ്വാതിതിരുനാൾ രാമവർമ എന്ന പ്രതിഭാശാലിയും തന്റേടിയും സംഗീത കലാകോവിദനും ആയ യുവാവ് റീജന്റ് ഗൗരി പാർവതീഭായിയിൽനിന്നും അധികാരം ഏറ്റെടുത്ത് കിരീടധാരണം നടത്തിയതോടെ തിരുവിതാംകൂർ ഭരണം കുറെക്കൂടി സുഗമമായ പാതയിലേക്ക് പ്രവേശിച്ചു. ഗൗരി പാർവതീഭായിയുടെ ഭരണകാലത്ത് പൊട്ടിപ്പുറപ്പെട്ട ചാന്നാർ ലഹളകൾക്ക് അവരുടെ ചില ആവശ്യങ്ങളെങ്കിലും നിറവേറ്റിക്കൊടുത്തുകൊണ്ട് സ്വാതിതിരുനാൾ പരിഹാരം ഉണ്ടാക്കാൻ ശ്രമിച്ചു. ഭരണം, വിദ്യാഭ്യാസം, ആരോഗ്യരക്ഷ,

നീതിന്യായ പരിപാലനം മുതലായ പല മേഖലകളിലും ആധുനികീകരണം ത്വരിതപ്പെടുത്തിയത് സ്വാതിതിരുനാളിന്റെ കാലത്താണ്.

ഈ പുതിയ പരിഷ്കരണങ്ങളുടെ പുറകിൽ വിവിധ മിഷണറി സൊസൈറ്റികൾ സ്വന്തം ലക്ഷ്യസാക്ഷാൽക്കാരത്തെ മുൻനിർത്തിയാണെങ്കിലും ഗണ്യമായ പ്രേരക ശക്തികളായി വർത്തിച്ചു എന്ന കാര്യം വിസ്മരിച്ചുകൂടാ. ഈ പടിഞ്ഞാറൻ മിഷണറി സംഘങ്ങളുടെ പ്രവർത്തനം കേരളത്തിലെ പരമ്പരാഗത ക്രിസ്തീയ സമൂഹങ്ങളെയും ബാധിച്ചു. കേരളത്തിലെ തദ്ദേശീയ ക്രിസ്തീയ സഭ ക്രിസ്തു ശിഷ്യനായ അപ്പോസ്തലൻ വിശുദ്ധ തോമസ് ക്രിസ്തുവർഷം അമ്പത്തിരണ്ടാം ആണ്ട് നേരിട്ട് കേരളത്തിൽ സ്ഥാപിച്ചതാണെന്ന പരമ്പരാഗതമായ വിശ്വാസം ശരിയോ തെറ്റോ എന്ന പ്രശ്നത്തിലേക്ക് ഇപ്പോൾ പ്രവേശിക്കുന്നില്ല. 1498-ൽ റോമൻ കത്തോലിക്കാസഭയുടെ ആശീർവാദത്തോടെ വാസ്കോഡഗാമയും കൂട്ടരും അനേകം നൂറ്റാണ്ടുകളോ ഒരു സഹസ്രാബ്ദം തന്നെയോ പഴക്കമുള്ള ക്രിസ്തീയ സമൂഹത്തെയാണ് കേരളത്തിൽ കണ്ടുമുട്ടിയത് എന്നതിൽ തർക്കമില്ല. മാർത്തോമാ ക്രിസ്ത്യാനികൾ എന്നും മലങ്കര സുറിയാനി ക്രിസ്ത്യാനികൾ എന്നും ഉള്ള പേരുകളിലാണ് അവർ അറിയപ്പെട്ടിരുന്നത്.

വാസ്കോഡ ഗാമയുടെ കൂടെ വന്ന റോമൻ കത്തോലിക്കാ മിഷണറിമാരും പിന്നീട് വിശുദ്ധ സേവ്യറെപ്പോലുള്ള മതപ്രചാരകരും കേരളത്തിൽ റോമൻ കത്തോലിക്കാ സഭ എന്ന പ്രത്യേകം ഒരു വിഭാഗത്തെ വേർതിരിച്ച് സ്ഥാപിച്ചു. 1599-ൽ ഗോവയിലെ ആർച്ച് ബിഷപ്പ് മെനേസിസിന്റെ നേതൃത്വത്തിൽ നടന്ന ഉദയംപേരൂർ സുന്നഹദോസ് കേരളീയ ക്രിസ്ത്യാനികളെ റോമൻ സഭയുടെ ഭാഗമാക്കാൻ ശ്രമിച്ചതും 1653-ലെ കൂനൻ കുരിശ് സത്യം ആ ശ്രമത്തിന് വെല്ലുവിളി ഉയർത്തിയതും ചരിത്രത്തിന്റെ ഭാഗമാണ്. ഈ ചരിത്ര പശ്ചാത്തലത്തിൽ ആണ് 19-ാം നൂറ്റാണ്ടിന്റെ ആദ്യ പാദത്തിൽ ആംഗ്ലിക്കൻ-പ്രോട്ടസ്റ്റന്റ് സഭാ മിഷണറിമാർ കേരളത്തിൽ അവരുടെ നില ഉറപ്പിക്കാൻ ശ്രമം ആരംഭിച്ചത്. ഹൈന്ദവ സമൂഹത്തിലെ സവർണാധിപത്യവും തീണ്ടൽ, തൊടീൽ തുടങ്ങിയ ദുരാചാരങ്ങളും കൊണ്ട് പൊറുതിമുട്ടിക്കഴിഞ്ഞ അധഃസ്ഥിത ജാതിക്കാരെയും ദളിതരെയും മതപരിവർത്തനം നടത്തി അംഗസംഖ്യ വർധിപ്പിക്കുന്നതിൽ മിഷണറിമാർക്ക് ഗണ്യമായ വിജയം ഉണ്ടായി. പക്ഷേ, അതുകൊണ്ടുമാത്രം അവർ തൃപ്തിപ്പെട്ടില്ല. നിലവിലുള്ള മലങ്കര സുറിയാനി ക്രിസ്ത്യാനികളെക്കൂടി ആകർഷിച്ചാൽ മാത്രമേ തങ്ങളുടെ പ്രവർത്തനം വിജയിക്കൂ എന്ന് അവർ കരുതി. അതിനായി നേരിട്ട് അവരെ പടിഞ്ഞാറൻ പ്രോട്ടസ്റ്റന്റ് സഭകളിൽ അംഗമാക്കുന്നതിനു പുറമെ നിലവിലുള്ള ക്രിസ്തീയ സഭകളിൽ തങ്ങളുടെ നവീനാശയങ്ങൾ സന്നിവേശിപ്പിക്കാനും അവർ ശ്രമിച്ചു. ഈ ശ്രമങ്ങൾ സ്വന്തം പാരമ്പര്യങ്ങളിലും ആചാരങ്ങളിലും ആത്മാഭിമാനപൂർവം ഉറച്ചുനിന്ന മലങ്കര സുറിയാനി ക്രിസ്ത്യാനികൾക്ക് അത്ര സ്വാഗതാർഹമായിരുന്നില്ല. "മാർ

ത്തോമയുടെ മാർഗവും വഴിപാടും" എന്ന പേരിൽ അവർ തങ്ങളുടെ പാരമ്പര്യത്തെ പടിഞ്ഞാറൻ പരിഷ്കർത്താക്കളുടെ പിടിയിൽനിന്ന് കാത്തു രക്ഷിച്ചു.

മലങ്കര സുറിയാനി ക്രിസ്ത്യാനികൾ എന്ന പേരിൽ അറിയപ്പെട്ടിരുന്ന മാർത്തോമാ ക്രിസ്ത്യാനികളിൽ അക്കാലത്ത് രണ്ട് വിഭാഗങ്ങളാണ് ഉണ്ടായിരുന്നത്. അവരിൽ ഏറ്റവും പഴകിയവർ എന്ന് അവകാശപ്പെട്ടത് മലങ്കര സുറിയാനി യാക്കോബായ സഭയാണ്. പോർച്ചുഗീസുകാരുടെ വരവിനുശേഷം പരമ്പരാഗത മലങ്കരസഭയിൽനിന്ന് വേറിട്ടു പോന്നവർ ഉൾക്കൊള്ളുന്ന സിറിയൻ കത്തോലിക്കാ സഭയാണ് രണ്ടാമത്തേത്. സുറിയാനി കത്തോലിക്കർ പോർച്ചുഗീസുകാരുടെ വരവിനു ശേഷം അവരുടെ സ്വാധീനത്തിൽപ്പെട്ട് കത്തോലിക്കാമതവും റോമിലെ മാർപ്പാപ്പയുടെ നേതൃത്വവും സ്വീകരിച്ചു എന്നു പറയുന്നത് പിശകാണെന്നും അത് കത്തോലിക്കേതര സഭാചരിത്രകാരന്മാർ എഴുതി ഉണ്ടാക്കിയ കെട്ടുകഥയാണെന്നും സിറിയൻ കത്തോലിക്കർ വിശ്വസിക്കുന്നു. ക്രിസ്തുവർഷം 52-ാം ആണ്ട് മാർ തോമാശ്ലീഹ കേരളം സന്ദർശിച്ചശേഷമാണ് ക്രിസ്തുമതം ഇവിടെ സ്ഥാപിച്ചത് എങ്കിൽ അത് അന്ന് നിലവിലിരുന്ന റോമൻ കത്തോലിക്കാ സഭ തന്നെയായിരിക്കണം എന്നും പിൽക്കാലത്ത് ചരിത്രപരവും മറ്റുമായ കാരണങ്ങളാൽ ചില തദ്ദേശീയ ശീലങ്ങളും ആചാരങ്ങളും കൈക്കൊണ്ടു എന്നേയുള്ളൂ എന്നും കത്തോലിക്കാ ചരിത്രകാരന്മാർ വാദിക്കുന്നു. പോർച്ചുഗീസുകാരുടെ അധിനിവേശ തന്ത്രങ്ങൾക്ക് സുറിയാനി കത്തോലിക്കർ ഒരിക്കലും കീഴടങ്ങിയിരുന്നില്ല എന്നും കൂനൻ കുരിശ് (1653) സത്യം പോലുള്ള ചെറുത്തുനിൽപ്പുകൾക്ക് നേതൃത്വം നൽകിയത് തദ്ദേശീയരായ കത്തോലിക്കർ തന്നെയാണെന്നും അവർ വാദിക്കുന്നു. ആ തർക്കത്തിലേക്കും ഇവിടെ പ്രവേശിക്കുന്നില്ല. മുകളിൽ പറഞ്ഞതുപോലെ ഈ കാലഘട്ടത്തിലും പത്തൊമ്പതാം നൂറ്റാണ്ടുവരെയും മാർത്തോമാ ക്രിസ്ത്യാനികൾ സുറിയാനി യാക്കോബായ സഭയും സുറിയാനി കത്തോലിക്കാ സഭയുമായി രണ്ടുതട്ടിൽ ആയിരുന്നു എന്നത് ആരും നിഷേധിക്കുകയില്ല. പടിഞ്ഞാറൻ പ്രോട്ടസ്റ്റന്റ് മിഷണറിമാർ മുഖേന ക്രിസ്തുമതം സ്വീകരിച്ച എൽ എം എസ്, സി എം എസ് തുടങ്ങിയ ആംഗ്ലിക്കൻ വിഭാഗങ്ങളും പതിനാറാം നൂറ്റാണ്ടിൽ ഏഷ്യയിലെത്തിയ വിശുദ്ധ സേവ്യറുടെ പ്രവർത്തനം മുഖേന ക്രിസ്ത്യാനികളായ ലത്തീൻ കത്തോലിക്കരും മാർത്തോമാ ക്രിസ്ത്യാനികളിൽപ്പെടുന്നില്ലെന്ന് പ്രത്യേകം പറയേണ്ടതില്ല.

ഈ രണ്ട് മലങ്കര സിറിയൻ ക്രൈസ്തവ വിഭാഗങ്ങൾ അവരുടെ ദേശീയതയും പാരമ്പര്യവും വീറോടുകൂടി മുറുകെ പിടിച്ചിരുന്നെങ്കിലും പടിഞ്ഞാറൻ രാഷ്ട്രീയാധിപത്യത്തിന്റെയും മിഷണറിമാരുടെയും ആധുനികീകരണ സ്വാധീനങ്ങളിൽനിന്ന് ഒഴിഞ്ഞുനിൽക്കാൻ അവർക്ക് കഴിയുമായിരുന്നില്ല, കഴിഞ്ഞതുമില്ല. സുറിയാനി യാക്കോബായ സഭയിൽ ഈ സ്വാധീനശക്തികൾ പ്രവർത്തിച്ചതിന്റെ കൂടെ ഫലമായിട്ടാണ്

പാലക്കുന്നത്ത് അബ്രഹാം മൽപ്പാന്റെയും അദ്ദേഹത്തിന്റെ അനുയായികളുടെയും നേതൃത്വത്തിൽ സഭ പിളർന്നതും മാർത്തോമാസഭയെന്ന പുതിയൊരു വേർപാട് സഭ രൂപംകൊണ്ടതും. (ഈ പ്രക്രിയയുടെ വിശദാംശങ്ങൾക്ക് ഈ ലേഖകന്റെ *കേരള നവോത്ഥാനം: ഒരു മാർക്സിസ്റ്റ് വീക്ഷണം, കേരള നവോത്ഥാനം: മതാചാര്യർ, മതനിഷേധികൾ* എന്നീ പുസ്തകങ്ങൾ നോക്കുക.)

ഇനി നമുക്ക് ചാവറ അച്ചന്റെ ചില പരിഷ്കരണ യത്നങ്ങളെ പ്രത്യേകമായി എടുത്തു പരിശോധിക്കാം.

വിദ്യാഭ്യാസ പരിഷ്കാരം

സുറിയാനി കത്തോലിക്ക ജനാവലിയുടെയും സഭയുടെയും ആധുനീകരണത്തിനും പുരോഗതിക്കും അത്യന്താപേക്ഷിതമായത് വിദ്യാഭ്യാസ പ്രചാരണം ആണെന്ന് കണ്ടറിഞ്ഞ് പ്രവർത്തിച്ച ദീർഘ ദൃഷ്ടിയായിരുന്നു ചാവറ അച്ചൻ. സി എം എസ് മുതലായ പടിഞ്ഞാറൻ മിഷണറി സംഘങ്ങൾ ഈ രംഗത്ത് കൈവരിച്ച നേട്ടങ്ങൾ അച്ചന് പ്രചോദനം നൽകി എന്നതിൽ സംശയമില്ല. പക്ഷേ, ഏതുതരം വിദ്യാഭ്യാസമാണ് അഭികാമ്യം എന്ന കാര്യത്തിൽ ചില ദുർഘടങ്ങൾ ഏർപ്പെട്ടു. ആദ്യകാല നമ്പൂതിരിമാരെയും മുസ്ലീംങ്ങളേയും പോലെ ക്രിസ്ത്യാനികളുടെ ഇടയ്ക്കും ഇംഗ്ലീഷ് ഭാഷയോട് അവജ്ഞയും എതിർപ്പും ഉണ്ടായിരുന്നു എന്ന് പറയുമ്പോൾ പുതിയ തലമുറ അമ്പരന്നേക്കാം. അക്കാലത്ത് റോമൻ ആസ്ഥാനവുമായി കൂടുതൽ അടുത്ത ബന്ധമുണ്ടായിരുന്ന ലത്തീൻ കത്തോലിക്കാസഭയുടെ നാഥനായ വരാപ്പുഴ മെത്രാനും മറ്റും ഇംഗ്ലീഷ് വിദ്യാഭ്യാസത്തെ അനുഭാവത്തോടെയല്ല നോക്കിക്കണ്ടത്. കത്തോലിക്കർ ഇംഗ്ലീഷ് പഠിച്ചാൽ അവർ സി എം എസ് മുതലായ പ്രോട്ടസ്റ്റന്റ് മിഷണറി സംഘങ്ങളുമായി അടുക്കുമെന്നും അത് അവരെ കത്തോലിക്കാ പാരമ്പര്യത്തിൽനിന്ന് അകറ്റുമെന്നും അവർ കരുതിയിരുന്നു. അതുകൊണ്ട് ചാവറ അച്ചൻ ആദ്യം തുടങ്ങിവച്ചത് ഒരു സംസ്കൃത വിദ്യാലയം ആയിരുന്നു. അടിയുറച്ച ക്രിസ്തുമത അവലംബിയായിരിക്കുമ്പോൾത്തന്നെ മാതൃഭാഷയായ മലയാളത്തെയും ആർഷഭാഷയായ സംസ്കൃതത്തെയും ഭാരതീയ പാരമ്പര്യത്തെ പൊതുവെയും ആദരിച്ചിരുന്ന അച്ചൻ ഈ രണ്ടു ഭാഷകളിലും അസൂയാർഹമായ അവഗാഹം നേടിയിരുന്നു.

1861-ൽ സുറിയാനി കത്തോലിക്കാസഭയുടെ വികാരി ജനറലായി ഉയർത്തപ്പെട്ടതോടെ അച്ചന് തന്റെ വിദ്യാഭ്യാസ ആദർശങ്ങൾ കൂടുതൽ ഊർജസ്വലതയോടെ നടത്താനുള്ള അധികാരവും അവസരവും ലഭിച്ചു. അദ്ദേഹം നേരിട്ട് ചില ഇടവകകളിൽ ആധുനിക സമ്പ്രദായത്തിലുള്ള വിദ്യാലയങ്ങൾ ആരംഭിച്ചതിനു പുറമെ, എല്ലാ ഇടവക പള്ളികളോടും ചേർന്ന് ഓരോ പള്ളിക്കൂടങ്ങൾ സ്ഥാപിക്കണമെന്നും അങ്ങനെ ചെയ്യാത്തപക്ഷം ശിക്ഷാനടപടികൾ കൈക്കൊള്ളുമെന്നും ഒരു സർക്കുലർ

ഉത്തരവ് പുറപ്പെടുവിച്ചു. സ്വാഭാവികമായും ദൂരവ്യാപകമായ ഫലങ്ങളാണ് ഈ തീരുമാനങ്ങൾ ഉണ്ടാക്കിയത്. മറ്റ് ക്രിസ്തീയ സഭാംഗങ്ങളുടെ നിലവാരത്തിലേക്ക് സുറിയാനി കത്തോലിക്കരെ ഉയർത്താൻ ഈ വിദ്യാഭ്യാസ പരിപാടി സഹായകമായി.

സാധാരണ വിദ്യാർഥികൾക്ക് നൽകിയ ഈ വിദ്യാഭ്യാസ സൗകര്യം അക്കാലത്ത് മറ്റു പല വിദ്യാലയങ്ങളിലും അയിത്തം മൂലം പ്രവേശനമില്ലാതിരുന്ന ദളിതർക്കുപോലും ലഭിക്കുവാൻ വികാരി ജനറൽ പ്രത്യേകം ശ്രദ്ധിച്ചിരുന്നു. അവർക്ക് വിദ്യാലയ പ്രവേശനത്തിനു പുറമെ വസ്ത്രം, ഭക്ഷണം, പുസ്തകം മുതലായവ സൗജന്യമായി കഴിയുന്നത്ര വിതരണം ചെയ്യുവാനും ശ്രദ്ധിച്ചിരുന്നു.

സാധാരണ ജനങ്ങൾക്കുള്ള വിദ്യാഭ്യാസ പ്രവർത്തനത്തിൽ മാത്രം അദ്ദേഹം ഒതുങ്ങി നിന്നില്ല. സി എം എസ് തുടങ്ങിയ ആധുനിക മിഷണറി സംഘങ്ങളുടെ വിജയത്തിന്റെ രഹസ്യങ്ങളിൽ പ്രധാനപ്പെട്ടത് പഠിപ്പും പരിശീലനവും ലഭിച്ച പുരോഹിതന്മാരാണ് എന്ന വസ്തുത

ചാവറ അച്ചൻ സ്ഥാപിച്ച സംസ്കൃത വിദ്യാലയം

അച്ചൻ കണ്ടറിഞ്ഞു. കേരളത്തിൽ വളരെക്കാലമായി നിലനിന്നിരുന്നത് ഒരുതരം ഫ്യൂഡൽ സമ്പ്രദായത്തിലുള്ള പൗരോഹിത്യ പിന്തുടർച്ചയാണ്. ഇടവക പള്ളികളിലെ അച്ചന്മാർ സാമാന്യേന ഭേദപ്പെട്ട കുടുംബങ്ങളിലെ അംഗങ്ങളായിരിക്കും. അവരുടെ ചില അനന്തരവന്മാരോ അനുജന്മാരോ മറ്റ് അടുത്ത ബന്ധുക്കളോ ഇടവക വികാരിയുടെ കൂടെ പള്ളിമേടകളിൽ താമസിച്ച് ഒരുതരം ഗുരുകുലവാസം പോലെ എന്തെങ്കിലും മുഖതാവിൽനിന്ന് കണ്ടും കേട്ടും പഠിച്ചെന്നും പഠിച്ചില്ലെന്നും വരുത്തി കാരണവർ നിര്യാതനാകുമ്പോൾ ആ സ്ഥാനത്തേക്ക് നിയോഗി

ക്കപ്പെടുകയാണ് പതിവ്. പോർച്ചുഗീസുകാരുടെ വരവിനുശേഷമാണ് പുരോഹിതന്മാരെ പരിശീലിപ്പിക്കാൻ പുതിയ തരത്തിലുള്ള സെമിനാരികളും മറ്റ് വിദ്യാപീഠങ്ങളും നിലവിൽവന്നത്. സി എം എസുകാരും മറ്റും തുടക്കത്തിലേ സെമിനാരികൾ സ്ഥാപിച്ച് പ്രവർത്തിച്ചിരുന്നു. കത്തോലിക്കരുടെ ഇടയിൽ ലത്തീൻ കത്തോലിക്കാ വിഭാഗങ്ങൾക്ക് സെമിനാരി സമ്പ്രദായം ഉണ്ടായിരുന്നുവെങ്കിലും സുറിയാനി കത്തോലിക്കർക്ക് അവരിൽനിന്നും നല്ല സ്വീകരണമല്ല പലപ്പോഴും ലഭിച്ചിരുന്നത്. ചാവറ അച്ചനു തന്നെ വരാപ്പുഴയിലെ ലത്തീൻ കത്തോലിക്കാ സെമിനാരിയിൽ പ്രവേശനം നിരസിച്ച ദുരനുഭവം ഉണ്ടായതായി പറയപ്പെടുന്നു. ചാവറ അച്ചന്റെ പ്രധാനപ്പെട്ട സംഭാവനകളിൽപ്പെട്ടതാണ് സുറിയാനി കത്തോലിക്കാ പുരോഹിത പരിശീലനത്തിനുള്ള സെമിനാരികളുടെ സ്ഥാപനം. മാന്നാനത്തെ പ്രഥമ സെമിനാരിക്കുശേഷം വേറെയും സെമിനാരികൾ അച്ചന്റെ മേൽനോട്ടത്തിൽ സ്ഥാപിക്കപ്പെട്ടു.

വ്യാപകമായ ഈ ജനകീയ വിദ്യാഭ്യാസ പ്രവർത്തനങ്ങളുടെ അനുബന്ധവും തുടർച്ചയും ആണ് ഒരു അച്ചുകൂടം സ്ഥാപിക്കൽ എന്ന് അച്ചൻ മനസിലാക്കി. അക്കാലത്ത് തിരുവിതാംകൂറിൽ രണ്ട് അച്ചുകൂടങ്ങൾ മാത്രമേ ഉണ്ടായിരുന്നുള്ളൂ: ഒന്ന്, കോട്ടയത്തെ സി എം എസ് പ്രസും, മറ്റേത് തിരുവനന്തപുരത്തെ സർക്കാർ അച്ചുകൂടവും ആയിരുന്നു. സി എം എസ് പ്രസ് പ്രശസ്ത ആംഗ്ലിക്കൻ പണ്ഡിത മിഷണറിയായ റവറന്റ് ബെയ്‌ലിയും സർക്കാർ അച്ചുകൂടം നവോത്ഥാന പ്രകൃതിയായിരുന്ന സ്വാതിതിരുനാൾ മഹാരാജാവും സ്ഥാപിച്ചതാണ്. ചാവറ അച്ചന്റെ മസ്തിഷ്കത്തിൽ അച്ചുകൂടത്തെക്കുറിച്ചുള്ള ആശയം ഉദിക്കുമ്പോൾ അദ്ദേഹം അച്ചുകൂടം എന്നൊരു സാമഗ്രി കണ്ടിട്ടേയില്ലായിരുന്നു. അതെന്തെന്ന് കണ്ടറിയാൻ കോട്ടയത്ത് സി എം എസ് പ്രസിൽ പോയ അദ്ദേഹത്തെ അധികൃതർ അനുവദിച്ചില്ലെന്ന് കേട്ടിട്ടുണ്ട്. ഒടുവിൽ തിരുവനന്തപുരത്ത് ചില സർക്കാർ ജീവനക്കാരുടെ സഹായത്തോടുകൂടി അച്ചടിയന്ത്രം കണ്ടു മനസിലാക്കാനും അതിന്റെ ഒരു രൂപരേഖ സ്വയം വരച്ചുണ്ടാക്കാനും അച്ചന് കഴിഞ്ഞു. അതിനുശേഷം അദ്ദേഹം ഒരു പ്രസ് സ്ഥാപിക്കാനും അതിന് ആവശ്യമായ വിദഗ്ധ തൊഴിലാളികളെ കണ്ടെത്തി പരിശീലിപ്പിക്കാനും നടത്തിയ ശ്രമങ്ങൾ ഒരു പ്രത്യേക പ്രബന്ധത്തിന്റെ വിഷയമാണ്. അതിനിടയ്ക്ക് അച്ചന്റെ സംരംഭം ഏതോ ഒരു രഹസ്യ വിധ്വംസക പ്രവർത്തനമാണെന്ന നിലയിൽ ആക്ഷേപങ്ങളും എതിർപ്പുകളും ഉയർന്നപ്പോഴും അവയെ മറികടക്കാൻ അദ്ദേഹം സർക്കാരിൽനിന്നുതന്നെ ഒരു ഉത്തരവ് നേടിയെടുത്തു. 1846 ജൂലായ് മാസത്തിൽ കിട്ടിയ സർക്കാർ അനുവാദപ്രകാരം ഒടുവിൽ മാന്നാനത്ത് അച്ചുകൂടം പ്രവർത്തിച്ചുതുടങ്ങിയപ്പോൾ അച്ചന് അതൊരു ജീവിത സാഫല്യംപോലെ തോന്നി. മലയാളത്തിലെ ഇന്നത്തെ പത്രങ്ങളിൽ ഏറ്റവും പഴക്കമുള്ള *ദീപിക* പത്രം 1887-ൽ മാന്നാനത്തെ ഈ അച്ചുകൂടത്തിൽനിന്നാണ് *നസ്രാണി ദീപിക* എന്ന പേരിൽ പുറത്തുവന്നത്. പിന്നീട്

കൂൺമാവിൽ മറ്റൊരു അച്ചുകൂടം കൂടി അച്ചൻ സ്ഥാപിച്ച് കേരളത്തിലെ അച്ചടിവിദ്യയുടെ ആദ്യപഥികരിൽ അദ്ദേഹം ഒരു പ്രാമാണികനായി. മാന്നാനത്തെ അച്ചുകൂടത്തിൽനിന്ന് ആദ്യം അച്ചടിച്ച പുസ്തകം *ജ്ഞാന പീയൂഷം* എന്ന പ്രാർഥനാപുസ്തകം ആണ്.

പ്രൊഫഷണലിസം

സാമൂഹികം, സാംസ്കാരികം, മതപരം, രാഷ്ട്രീയം തുടങ്ങിയ വിവിധ ജീവിത മേഖലകളിൽ ലക്ഷ്യബോധത്തോടെ ആസൂത്രിതമായ പരിവർത്തനങ്ങൾ കൈവരിക്കാൻ ശ്രമിച്ചിട്ടുള്ള നവോത്ഥാന നായകരും വിപ്ലവ നേതാക്കളും മറ്റു ലോകോപകാരികളായ ആചാര്യന്മാരും ഈ ലക്ഷ്യങ്ങൾ പ്രാവർത്തികമാക്കാനും തങ്ങളുടെ ജീവിതശേഷവും ആ ദൗത്യം തുടരാനും പ്രത്യേകം പരിശീലനം നൽകി സമർപ്പിത ചേതസുകളായ സേവന തൽപ്പരരുടെ സംഘം സൃഷ്ടിക്കാറുണ്ട്. ബുദ്ധ ഭിക്ഷുക്കളുടെയും ഭിക്ഷുണിമാരുടെയും സംഘം അത്തരത്തിൽ ഉള്ളതാണ്. ക്രിസ്തുവിന്റെ ശിഷ്യർ ഉൾക്കൊണ്ട അപ്പോസ്തല സംഘം മറ്റൊരു ഉദാഹരണമാണ്. ബെനഡിക്ട്, ശങ്കരാചാര്യർ, ലയോള തുടങ്ങിയവരും സന്യാസി സംഘങ്ങൾ സ്ഥാപിച്ച് പ്രവർത്തിച്ചിട്ടുള്ളത് നമുക്കറിയാം. ഇതിൽനിന്നൊക്കെ വ്യത്യസ്തമായ രീതിയിൽ ആണെങ്കിലും സോഷ്യലിസ്റ്റ് വിപ്ലവത്തിന്റെ പ്രചാരണത്തിനും നടത്തിപ്പിനും രൂപീകരിക്കപ്പെട്ട കമ്യൂണിസ്റ്റ് പാർട്ടികൾ പരിശീലനം സിദ്ധിച്ച പ്രൊഫഷണൽ വിപ്ലവകാരികൾ അടങ്ങിയതാണ്. ഇവർക്കെല്ലാം പാഠ്യപദ്ധതികളും പരിശീലനക്രമങ്ങളും ജീവിതനിഷ്ഠകളുമെല്ലാം ഉണ്ട്.

വിശുദ്ധ ബെനഡിക്ടിന്റെ കാലം മുതൽ ഇത്തരം വിവിധ സന്യാസി സംഘങ്ങളും അവർക്ക് പഠിക്കാൻ സെമിനാരികളും പാർത്തു പണിയെടുക്കാൻ മഠങ്ങളും എല്ലാം ഉണ്ടായിരുന്നു എങ്കിലും കേരളത്തിലെ ക്രിസ്തീയ സഭകളിൽ ഈ സമ്പ്രദായം ഉണ്ടായിരുന്നില്ല. പോർച്ചുഗീസുകാരുടെ വരവിനുശേഷം അത്തരം ചില ശ്രമങ്ങൾ തുടങ്ങിയത് ലത്തീൻ സഭയിലായി ഒതുങ്ങി. കേരളത്തിലെ ലത്തീൻസഭയുടെ സ്ഥാപകൻ എന്ന് വിശേഷിപ്പിക്കാവുന്ന വിശുദ്ധ ഫ്രാൻസിസ് സേവ്യർ, ഇഗ്നാത്തിയോസ് ലയോള സ്ഥാപിച്ച ഈശോസഭയിൽ (ജെസ്യൂട്ട്) അംഗമായിരുന്നു. എന്നാൽ ലത്തീൻ സഭയുമായി കൂടിക്കുഴയാതെ സ്വന്തം ദേശീയ പാരമ്പര്യങ്ങളിൽ ഉറച്ചുനിന്ന സുറിയാനി കത്തോലിക്കാസഭയ്ക്ക് അങ്ങനെയുള്ള സന്യാസി സംഘങ്ങളൊന്നും ഉണ്ടായിരുന്നില്ല. അങ്ങനെയൊരു സംഘം അവർക്കായി സ്ഥാപിച്ചത് ചാവറ കുറിയാക്കോസ് ഏലിയാസ് അച്ചൻ ആയിരുന്നു എന്നത് ആ രംഗത്തും അദ്ദേഹത്തെ ആദ്യപഥികനാക്കുന്നു.

ഇപ്പോൾ കാർമലൈറ്റ് ഓഫ് മേരി ഇമ്മാക്കുലേറ്റ് എന്ന സി എം ഐ സന്യാസി സംഘമാണ് അച്ചൻ മുൻകൈയെടുത്ത് സ്ഥാപിച്ചത്. 1831 മെയ് 11 ന് കോട്ടയം ജില്ലയിൽ കുടമാളൂറിനടുത്ത് മാന്നാനത്ത് ശിലാസ്ഥാപനം

നടത്തി അച്ചൻ സ്ഥാപിച്ച ആശ്രമമായിരുന്നു സി എം ഐയുടെ ആസ്ഥാനം. സി എം ഐ എന്ന സന്യാസി സംഘ രൂപീകരണത്തിനു മുമ്പ് മാർപ്പാപ്പയുടെ അംഗീകാരം കിട്ടുന്നതിനു മുമ്പുതന്നെ ജീവിതം ജനസേവനത്തിനും സഭാപ്രവർത്തനത്തിനും ആയി സമർപ്പിച്ച് വ്യക്തമായി ആവിഷ്കരിക്കപ്പെട്ട തപശ്ചര്യയും ജീവിതരീതിയും കൈക്കൊണ്ട ചാവറ അച്ചൻ ഉൾപ്പെടെ ഏതാനും പുരോഹിതർ ആശ്രമത്തിൽ താമസിച്ച് പ്രവർത്തിച്ചുവന്നു. ഈ ചെറിയ സംഘമാണ് 1855-ൽ മാർപ്പാപ്പയുടെ അംഗീകാരത്തോടെ സാർവദേശീയ കാർമലൈറ്റ് സന്യാസി സംഘത്തിന്റെ മൂന്നാമത്തെ സഭയായി കേരളത്തിൽ പ്രവർത്തിച്ച് തുടങ്ങിയത്. കർമലീത്താ നിഷ്പാദുക മൂന്നാം സഭ എന്നതിന്റെ ആദ്യ അക്ഷരങ്ങളായ ക. നി. മൂ. സ. എന്ന് ചുരുക്കപ്പേരോടുകൂടിയാണ് ഈ സംഘാംഗങ്ങൾ അറിയപ്പെട്ടിരുന്നത്. കാലക്രമേണ "കനിമൂസ" എന്ന ശുദ്ധമലയാള പ്രയോഗം അപ്രത്യക്ഷമാവുകയും ഇംഗ്ലീഷിൽ സി എം ഐ എന്ന പേര് പ്രചാരത്തിൽ ആവുകയും ചെയ്തു.

കർമലീത്താസംഘം അതിവേഗം വളർച്ച പ്രാപിക്കുകയും സുറിയാനി കത്തോലിക്കാസഭയുടെ പുനരുജ്ജീവനത്തിനും ആധുനികീകരണത്തിനും ഗണ്യമായ പങ്ക് വഹിക്കുകയും ചെയ്തു. വാഴക്കുളം, ഏൽതുരുത്ത്, പുളിങ്കുന്ന് എന്നിവിടങ്ങളിൽ പുതിയ മഠങ്ങൾ സ്ഥാപിക്കപ്പെട്ടു. 1866-ൽ പുത്തൻപള്ളിയിൽ ഒരു സെമിനാരി ആരംഭിച്ചു. ക്രമേണ ഈ വിവിധ മഠങ്ങളും സെമിനാരികളും പുത്തൻപള്ളി സെമിനാരിയിൽ ലയിച്ചു. സി എം ഐ സ്ഥാപനങ്ങളിലും പ്രവർത്തനങ്ങളിലും ചാവറ അച്ചന്റെ സഹകാരികളായിരുന്ന പാലയ്ക്കൽ തോമാ മൽപ്പാൻ, പോരുക്കര തോമസ് അച്ചൻ തുടങ്ങിയവരുടെ പേരുകൾ സ്മരണീയങ്ങളാണ്. അതുപോലെ മുൻ മെത്രാപോലിത്തമാർ ചാവറ അച്ചന്റെ സന്യാസിസഭ രൂപീകരണ നിർദേശത്തോട് അലംഭാവം പ്രകടിപ്പിച്ചപ്പോൾ അനുഭാവം പ്രകടിപ്പിക്കുകയും പ്രോത്സാഹിപ്പിക്കുകയും ചെയ്തത് വരാപ്പുഴയിലെ ബർണദീനോസ് എന്ന മെത്രാനായിരുന്നു. ലത്തീൻ സഭാനാഥൻ ആയിരുന്നെങ്കിലും ബർണദീനോസ് മെത്രാപോലിത്തയുടെ പിന്തുണ സുറിയാനി കത്തോലിക്കാസഭയുടെ പ്രഥമ സന്യാസി സംഘത്തിന് പ്രോത്സാഹജനകമായി. ജീവിതാന്ത്യം വരെ ചാവറ കുറിയാക്കോസ് ഏലിയാസ് അച്ചൻ മുഴുവൻ സുറിയാനി കത്തോലിക്കാരുടെയും വികാരി ജനറൽ സ്ഥാനത്തോടൊപ്പം സി എം ഐയുടെ ഒന്നാമത്തെ 'പ്രിയോർ' എന്ന നേതൃപദവിയും വഹിച്ചുപോന്നു.

വരേണ്യഭാഷാ തിരസ്കാരം

ചാവറ കുറിയാക്കോസ് ഏലിയാസ് അച്ചന്റെ നവോത്ഥാന പ്രവണത പ്രകടമായ മറ്റൊരു രംഗം മലയാള ഭാഷയോടും സംസ്കൃതത്തോടും അദ്ദേഹത്തിനുണ്ടായിരുന്ന ഹൃദയവേഴ്ചയും സർഗവാസനയുമാണ്. ലോകചരിത്രത്തിൽ നവോത്ഥാന നായകരും മതപരിഷ്കർ

ത്താക്കളും എല്ലാം സാധാരണക്കാരുടെ സംഭാഷണ ഭാഷയോട് പ്രത്യേകമായി പക്ഷപാതം പ്രകടിപ്പിച്ചുപോന്നിട്ടുണ്ട്. യാഥാസ്ഥിതികർ സാധാരണക്കാരുടെ ഭാഷയെ 'അപകൃഷ്ട'മായി അവഗണിച്ച് വരേണ്യ ഭാഷകളെ പരിരംഭണം ചെയ്യുമ്പോൾ പരിഷ്കർത്താക്കൾ സാധാരണക്കാരുടെ ഭാഷയെ ആചാരാനുഷ്ഠാനങ്ങൾക്കും ധർമ പ്രബോധനത്തിനും ഉപയോഗപ്പെടുത്തിവന്നു. ഭൂരിപക്ഷം ജനങ്ങൾക്ക് അനഭിഗമ്യമായ വരേണ്യഭാഷകളിൽ എഴുതപ്പെട്ട പുണ്യഗ്രന്ഥങ്ങൾ സാധാരണക്കാരുടെ ഭാഷയിലേക്ക് വിവർത്തനം ചെയ്യുന്നത് ദൈവനിന്ദയായിപ്പോലും കണക്കാക്കിപ്പോന്നു. യൂറോപ്പിൽ ലത്തീൻഭാഷ കാലഹരണപ്പെട്ട് സാധാരണക്കാരുടെ ഇംഗ്ലീഷും ഫ്രഞ്ചും ജർമനും മറ്റും രൂപം കൊണ്ടപ്പോൾ ആ ജനകീയ ഭാഷകളിലേക്ക് വേദപുസ്തകം തർജുമ ചെയ്യാനുള്ള ആദ്യകാല ശ്രമങ്ങൾക്ക് കടുത്ത എതിർപ്പിനെ നേരിടേണ്ടിവന്നു. ഇംഗ്ലീഷുകാരൻ വൈക്ലിഫിനെപ്പോലെ വേദപുസ്തകം ഇംഗ്ലീഷിലേക്ക് വിവർത്തനം ചെയ്യാൻ ശ്രമിച്ചവർ ശിക്ഷിക്കപ്പെട്ടു. വേദേതിഹാസങ്ങളുടെ വരേണ്യ സംസ്കൃതം ഉപേക്ഷിച്ചാണ് ഗൗതമ ബുദ്ധനും മഹാവീരനും തങ്ങളുടെ ധർമോപദേശങ്ങൾക്കായി പ്രാകൃതം (പാലി) തിരഞ്ഞെടുത്തത്. അതുപോലെ, *ഖുറാൻ* അറബിയിൽനിന്ന് സാധാരണക്കാരുടെ മറ്റു ഭാഷകളിലേക്ക് വിവർത്തനം ചെയ്യാനുള്ള ശ്രമങ്ങൾ ആദ്യകാലത്തൊക്കെ ശക്തിയായ എതിർപ്പിനെ നേരിട്ടു. 19-ാം നൂറ്റാണ്ടിന്റെ മധ്യത്തോടെ ആംഗ്ലിക്കൻ മിഷണറിമാർ വന്ന് മലയാളത്തിലേക്ക് വിവർത്തനം ചെയ്യുന്നതുവരെ അനേകം നൂറ്റാണ്ടുകളായി സുറിയാനി തുടങ്ങിയ ഭാഷകളിൽ മാത്രമേ വേദപുസ്തകം ലഭിക്കുമായിരുന്നുള്ളൂ. പള്ളികളിലെ ആരാധനാക്രമങ്ങളിലും സാധാരണക്കാർക്ക് മനസിലാകാത്ത ഭാഷയാണ് ഉപയോഗിച്ചുവന്നത്.

ഈ സാഹചര്യത്തിൽ മാതൃഭാഷയ്ക്ക് മതകാര്യങ്ങളിൽ നവോത്ഥാന നായകനായ ചാവറ അച്ചൻ പ്രാമുഖ്യം നൽകിയത് സ്വാഭാവികം മാത്രം. ഇതിനായി വിദ്യാലയങ്ങൾ ആരംഭിച്ചതും അച്ചുകൂടം സ്ഥാപിച്ചതും എല്ലാം നേരത്തെ വിവരിച്ചുവല്ലോ. അവയോടൊപ്പം, വേദപുസ്തക കഥകളെയും ധർമാനുഷ്ഠാനങ്ങളെയും കുറിച്ച് നിലവിലുള്ള ചുരുക്കം ചില കൃതികൾ പ്രസിദ്ധീകരിക്കുന്നതിനു പുറമെ സ്വന്തമായി നിരവധി കൃതികൾ ഗദ്യത്തിലും പദ്യത്തിലും അദ്ദേഹം രചിച്ച് പ്രസിദ്ധീകരിക്കുകയും ചെയ്തു. മലയാളം, സംസ്കൃതം, തമിഴ് എന്നീ ഭാഷകൾക്കു പുറമെ പ്രാചീനവും അർവാചീനവും ആയ പല പശ്ചിമേഷ്യൻ-യൂറോപ്യൻ ഭാഷകളും അറിയാമായിരുന്ന അച്ചന് വിവിധ ഭാഷാപാണ്ഡിത്യത്തോടൊപ്പം കാവ്യവാസനയും ഉണ്ടായിരുന്നു. ആധുനിക മലയാള ഭാഷയും അതിലെ ഗദ്യ-പദ്യ രചനാരീതിയും വളരെയൊന്നും വളർന്നു കഴിഞ്ഞിട്ടില്ലാതിരുന്ന അക്കാലത്ത് അച്ചൻ എഴുതിയ *ആത്മാനുതാപം, അനസ്താസ്യായുടെ രക്തസാക്ഷ്യം*, മരണവീട്ടിൽ പാടാനുള്ള *പാന* മുതലായ കവിതാഗ്രന്ഥങ്ങൾ മലയാളഭാഷാ വികസനത്തിലും പങ്ക് വഹിച്ചിട്ടുണ്ട്.

സാധാരണക്കാർക്ക് മനസിലാക്കാനും ആസ്വദിക്കാനും ആലപിക്കാനും കഴിയണം എന്ന നിർബന്ധബുദ്ധി കാരണം തികച്ചും ലളിതമായ ഭാഷയാണ് അദ്ദേഹം ഉപയോഗിച്ചിരുന്നത്. ചേലപ്പറമ്പൻ, വെൺമണി തുടങ്ങിയ ചില പച്ചമലയാള കവിത എഴുത്തുകാരെ ഒഴിച്ചുനിർത്തിയാൽ 19-ാം നൂറ്റാണ്ടിന്റെ രണ്ടും മൂന്നും പാദങ്ങളിൽ ഇത്ര ലളിതമായ മലയാളം കവിതയ്ക്ക് ഉപയോഗിച്ചവർ വളരെ ചുരുക്കമായിരുന്നു. 20-ാം നൂറ്റാണ്ടിന്റെ ആദ്യ ഘട്ടത്തിൽപ്പോലും ഇത്ര ലളിതമായ മലയാള ശൈലി കവിതാരചനയിൽ നിലവിൽ വന്നിരുന്നില്ല. ഒരു ഉദാഹരണം:

കന്നിതന്റെ ദേഹമൊക്കെ
ചീന്തിയവർപൊളിച്ചിട്ടു
ചിന്തിവീഴും ചോരകൊണ്ടു
കുതിർത്തു ഭൂമി
വെള്ളിപോലെ വെളുത്തുള്ള
കന്നിതന്റെ പല്ലുകളെ
വല്ലിയൊരു ചുറ്റികയാൽ
തല്ലി വീഴിച്ചു.
പുണ്യമാർന്ന കാലുകയ്യിൻ
നഖങ്ങളെ പറിപ്പിച്ചു
തണ്യവാൻ ലജ്ജയില്ലാതെ
പിന്നെയും കോപാൽ *(അനസ്താസ്യായുടെ രക്തസാക്ഷ്യം)*

ഈ ലാളിത്യം മാത്രമല്ല ചാവറ അച്ചനെ കവിതാരചനയിൽ കാലത്തിനു മുമ്പേ നടന്നവനാക്കുന്നത്. അച്ചന്റെ *അനസ്താസ്യായുടെ രക്തസാക്ഷ്യം* മലയാള ഭാഷയിലെ പ്രഥമ ഖണ്ഡകാവ്യം എന്ന പദവിക്ക് അർഹമാണെന്ന് അദ്ദേഹത്തിന്റെ ജീവചരിത്രകാരനായ ഫാദർ സെഡ് എം മൂഴൂർ എഴുതുന്നു:

മലയാളത്തിലെ ആദ്യത്തെ ഖണ്ഡകാവ്യം ഏതെന്നു വ്യവച്ഛേദിച്ചുപറയാൻ പലരും മടിക്കുന്നു. എന്നാൽ ആധുനിക ഖണ്ഡകാവ്യങ്ങൾക്ക് മുന്നോടിയും അരുണോദയവും ആയി എ ആർ രാജരാജവർമയുടെ *മലയവിലാസം* (1895) ആണ് കണക്കാക്കിയിട്ടുള്ളത്. ആ കൃതി രചിക്കുന്നതിന് 34 വർഷം മുമ്പ് ചാവറയച്ചൻ *അനസ്താസ്യായുടെ രക്തസാക്ഷ്യം* എന്ന കൃതി രചിച്ചു. ഭാഷയിലെ ആധുനിക ഖണ്ഡകാവ്യങ്ങൾക്ക് ഉദാത്തമായ ഉദാഹരണമായിത്തീർന്നു ഈ കൃതി. (*അരൂപിയുടെ മേലാപ്പുള്ള മനുഷ്യൻ*, തിരുവനന്തപുരം 2003, പുറം 226)

ചാവറ അച്ചന്റെ കവിതയുടെ മറ്റൊരു മാതൃക:

മാമകപ്പിതാവ് നീ
ഭാഗ്യവുമെനിക്കുനീ
മംഗലം നീയെന്നിയേ
മറ്റെന്തു ഗുണം നാഥാ,
എന്നുടെ സ്നേഹം നീയേ,

ഭാഗ്യവുമെനിക്കുനീ,
നിന്നിലല്ലാതെ ഞാനു
മെങ്ങനെ ജീവിക്കുന്നു?
ശ്വാസവുമെനിക്കു നീ
ഭക്ഷണപാനീയം നീ
ആശ്വാസം നിന്നിലല്ലാ
തെവിടെ വയ്ക്കും നാഥാ?

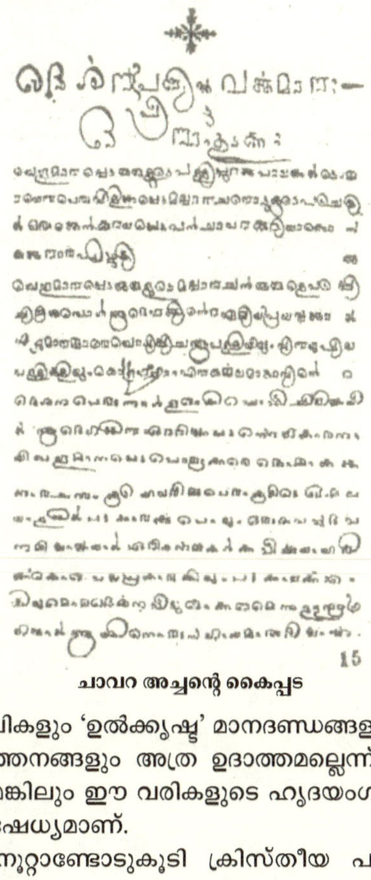

ചാവറ അച്ചന്റെ കൈപ്പട

വരേണ്യ രുചികളും 'ഉൽക്ക്യഷ്ട' മാനദണ്ഡങ്ങളും അനുസരിച്ച് ഈ കവിതകളും കീർത്തനങ്ങളും അത്ര ഉദാത്തമല്ലെന്ന് ആധുനികർ വില യിരുത്തിയേക്കാമെങ്കിലും ഈ വരികളുടെ ഹൃദയംഗമത്വവും സംവേദന ക്ഷമതയും അനിഷേധ്യമാണ്.

ഇരുപതാം നൂറ്റാണ്ടോടുകൂടി ക്രിസ്തീയ പുരാണ കഥാകഥന ങ്ങളും കീർത്തനങ്ങളും ധാരാളം രചിക്കപ്പെടുകയും പ്രചരിക്കുകയും ചെയ്തിട്ടുണ്ട്. മഹാകവി കെ വി സൈമൺ, ചെറിയാൻ കട്ടക്കയം, പുത്തൻകാവ് മാത്തൻ തരകൻ, പ്രൊഫ. പി സി ദേവസ്യ തുടങ്ങിയ ക്രിസ്തീയ കവികളുടെ അനുഗൃഹീതമായ തൂലികകളിൽനിന്ന് മാത്ര മല്ല, മഹാകവി വള്ളത്തോൾ, ചങ്ങമ്പുഴ തുടങ്ങിയവരും ക്രിസ്തീയ വിഷയങ്ങൾ ഉത്തമ കവിതകൾക്ക് പ്രമേയമാക്കിയിട്ടുണ്ട്. ഇവരൊക്കെ

ചാവറ അച്ചന്റെ പിൻഗാമികളാണെങ്കിൽ *പുത്തൻപാന*യുടെ കർത്താവായ ആർണോസ് പാതിരി അദ്ദേഹത്തിന്റെ മുൻഗാമി ആയിരുന്നു.

ചാവറ കുറിയാക്കോസ് ഏലിയാസ് അച്ചന്റെ ചരമ ശതാബ്ദി സന്ദർഭത്തിൽ ഡോ. സുകുമാർ അഴീക്കോട് നടത്തിയ വിലയിരുത്തൽ ആവർത്തിച്ചുകൊണ്ട് ഉപസംഹരിക്കാം:

> പത്തൊമ്പതാം നൂറ്റാണ്ടിൽ ജീവിച്ചിരുന്ന ഒരാൾ ഇരുപതാം നൂറ്റാണ്ടിൽ ആദരപൂർവം അനുസ്മരിക്കപ്പെടുന്നുണ്ടെങ്കിൽ ആ വ്യക്തി പത്തൊമ്പതാം നൂറ്റാണ്ടിൽ ജീവിച്ചിരുന്നുകൊണ്ടുതന്നെ ഇരുപതാം നൂറ്റാണ്ടും ഇരുപത്തൊന്നാം നൂറ്റാണ്ടും സൃഷ്ടിച്ച ആളായിരിക്കും. അങ്ങനെയുള്ളവരെയാണ് യുഗസ്രഷ്ടാക്കൾ എന്നു വിളിക്കുന്നത്. ചാവറ അച്ചൻ അത്തരത്തിൽ ഒരു യുഗസ്രഷ്ടാവായിരുന്നു. പത്തൊമ്പതാം നൂറ്റാണ്ടിൽ ജീവിച്ച് കേരളീയ സമൂഹത്തിന് ശക്തിയും വെളിച്ചവും പകർന്ന ചാവറ അച്ചൻ ഇരുപത്തൊന്നാം നൂറ്റാണ്ടിൽ ജീവിക്കുന്ന നമുക്ക് സൂര്യതേജസായി ചൂടും വെളിച്ചവും പകരുന്നു. ഇത് തുടർന്നുകൊണ്ടേയിരിക്കും. (ടി പുസ്തകം)

2 ഹെർമൻ ഗുണ്ടർട്ടും ഭാഷാ പരിഷ്കരണവും

വിഭവത്തിലും വിവേകത്തിലും ഒക്കെ അധഃസ്ഥിതരായ ദരിദ്രരാഷ്ട്ര ജനതകളെ ഒന്ന് നന്നാക്കിയെടുക്കാൻ ഉന്നതകുലജാതനായ വെള്ളക്കാരന് ലഭിച്ച മഹാനിയോഗം—കോളനിരാജ്യങ്ങൾക്കു മേലുള്ള സാമ്രാജ്യാധിപത്യത്തിന്റെ ദൗത്യത്തെ ബ്രിട്ടീഷുകാർ കണ്ടത് ഇങ്ങനെയായിരുന്നല്ലോ. "വെള്ളക്കാരന്റെ ഈ ഭാരിച്ച ഉത്തരവാദിത്വ"മെന്ന (Whiteman's burden) സങ്കൽപ്പം കാൾ മാർക്സിന് ഒട്ടും ദഹിച്ചിരുന്നില്ല. അതേസമയം, ബൂർഷ്വാസിയും സാമ്രാജ്യത്വവും കോളനികളിലെ സമൂഹങ്ങൾക്കു മേൽ ഉളവാക്കിയ സ്വാധീനത്തെ അവഗണിക്കാൻ മാർക്സിലെ സൂക്ഷ്മദൃക്കായ ചരിത്രകാരന് കഴിയുമായിരുന്നില്ല.

അതുകൊണ്ടു തന്നെയാണ് 1853 ആഗസ്ത് 8-ലെ ന്യൂയോർക്ക് *ഡെയ്‌ലി ട്രിബ്യൂണി*നുള്ള തന്റെ പതിവ് റിപ്പോർട്ടുകളിലൊന്നിൽ മാർക്സ് സാത്താനുള്ളത് വകവച്ചുകൊടുത്തുകൊണ്ട് ഇങ്ങനെ എഴുതിയത്:

> ഹിന്ദു നാഗരികതയെക്കാൾ വികസിതാവസ്ഥയിലായിരുന്ന ആദ്യത്തെ ആക്രമണകാരികളായിരുന്നു ബ്രിട്ടീഷുകാർ. തദ്ദേശസമുദായങ്ങളെ ശിഥിലമാക്കിക്കൊണ്ട് ഹിന്ദു നാഗരികതയെ അവർ നശിപ്പിച്ചു. നാടൻ വ്യവസായങ്ങളെ താറുമാറാക്കി. തദ്ദേശസമൂഹത്തിലെ മഹത്തും ഉയർന്നതുമായ എല്ലാറ്റിനെയും അടിച്ചു നിരപ്പാക്കി. ഇന്ത്യയിലെ അവരുടെ ചരിത്രപ്രധാനമായ ഭരണം

> നശീകരണത്തിന് അപ്പുറം ഒന്നുമായിരുന്നില്ല. നാശനഷ്ടങ്ങളുടെ വമ്പൻ കൂമ്പാരങ്ങൾ നോക്കുമ്പോൾ പുനരുജ്ജീവനത്തിനു വേണ്ടിയുള്ള പ്രവർത്തനങ്ങൾ മാത്രമായൊന്നും ചൂണ്ടിക്കാട്ടാനില്ല. പക്ഷേ, പുനരുജ്ജീവനത്തിനുള്ള ശ്രമങ്ങൾക്ക് തുടക്കമുണ്ടായിട്ടുണ്ടെന്നത് വാസ്തവം.(*ഇന്ത്യയെ സംബന്ധിച്ച ലേഖനങ്ങൾ*, ബോംബെ, 1952)

കീഴടക്കിയ രാജ്യത്തെ കൂടുതൽ കാര്യക്ഷമമായി കൊള്ളയടിക്കുക എന്ന സ്വാർഥലക്ഷ്യത്തിനുവേണ്ടിയാണ് തീവണ്ടി, കമ്പിത്തപാൽ, വ്യവസായം, അച്ചടിശാലകൾ എന്നിവ സ്ഥാപിച്ചതെങ്കിലും അതുവഴി ബ്രിട്ടീഷുകാർ ബോധപൂർവമല്ലാതെതന്നെ ഒരു പുരാതന സമൂഹത്തിന്റെ ആധുനികവൽക്കരണത്തിന് ചരിത്രപരമായ ഉപകരണങ്ങളായിത്തീർന്നതും മാർക്സ് വിവരിക്കുന്നു. ഇന്ത്യയിലെ ക്രിസ്തീയ മതപ്രസ്ഥാനത്തെക്കുറിച്ച് ഇങ്ങനെയൊരു വിലയിരുത്തൽ നടത്താവുന്നതാണ്. പാശ്ചാത്യ വ്യാപാരികളോടും ആക്രണകാരികളോടും ഒപ്പമായിരുന്നു വെള്ളക്കാരായ മിഷനറിമാർ ഇന്ത്യയിലെത്തിയത്. ഈ പാശ്ചാത്യ വ്യാപാരികളിലെ ആദ്യപഥികനായിരുന്നു 1498-ൽ കേരളതീരത്തെത്തിയ പോർച്ചുഗീസ് നാവികൻ വാസ്കോ ഡഗാമ. കേരളത്തിന്റെയോ ഇന്ത്യയുടെയോ മാത്രമല്ല, ഏഷ്യയുടെ മുഴുവൻ ചരിത്രത്തിൽ തന്നെയൊരു മഹാസംഭവമായിരുന്നു ഇത്. ഈ സംഭവത്തിനു ശേഷമുള്ള കാലഘട്ടത്തെ "ഏഷ്യൻ ചരിത്രത്തിലെ വാസ്കോഡഗാമാ യുഗം" എന്നു പോലും പ്രശസ്തനായ ഇന്ത്യൻ നയതന്ത്രജ്ഞൻ കെ എം പണിക്കർ വിശേഷിപ്പിച്ചു. അന്നും ഇന്നും ഒരു കത്തോലിക്കാ രാജ്യമാണ് പോർച്ചുഗൽ. ഫ്രാൻസും അങ്ങനെ തന്നെ. പക്ഷേ, പിന്നീടെത്തിയ ഹോളണ്ടും ബ്രിട്ടനും ആകട്ടെ, പ്രൊട്ടസ്റ്റന്റ് രാജ്യങ്ങളായിരുന്നു. പടയ്ക്കും പടക്കോപ്പിനും ഒപ്പം ഇവർ ബൈബിളുമായെത്തിയ മിഷനറിമാരെയും കൊണ്ടുവന്നു. എന്നാൽ, ജർമൻ പ്രൊട്ടസ്റ്റന്റായിരുന്ന ഡോ. ഹെർമൻ ഗുണ്ടർട്ടാകട്ടെ (1814-1893) ഇന്ത്യയെ സംബന്ധിച്ചിടത്തോളമെങ്കിലും ഒരു ആക്രമണകാരി രാഷ്ട്രത്തിൽ നിന്നുള്ള ആളായിരുന്നില്ല. മറ്റുള്ള പാശ്ചാത്യ മിഷനുകളുടെയും മിഷനറിമാരുടെയും സങ്കൽപ്പങ്ങളും മൂലധാരണകളും പങ്കിട്ടയാളായിരുന്നു ഡോ. ഗുണ്ടർട്ടും അദ്ദേഹത്തിന്റെ ബാസൽ മിഷനും എന്നതിൽ സംശയമില്ല. പക്ഷേ, കത്തോലിക്കരും പ്രൊട്ടസ്റ്റന്റുകളുമായ മിഷനറിമാരിൽ സംസ്കാരം, മാനവികത, പാണ്ഡിത്യം എന്നിവയിലെല്ലാം മികച്ചുനിന്ന അനേകംപേർ ഉണ്ടായിരുന്നെന്ന കാര്യം അംഗീകരിക്കാതിരിക്കുന്നത് അനീതിയും അസത്യവും ആകും. ഈ വിഖ്യാതരായ മിഷനറിമാരുടെ ശ്രേണിയിൽ വിശുദ്ധ സേവിയർ മുതൽ ഡോ. ഗുണ്ടർട്ട് വരെയുള്ളവർ ഉൾപ്പെടുന്നു.

അധിനിവേശവും മിഷണറിയും

പാശ്ചാത്യ ക്രിസ്ത്യൻ മിഷനറിപ്രസ്ഥാനം ഇന്ത്യയുടെ സാംസ്കാരിക ചരിത്രത്തിൽ അഗാധമായ സ്വാധീനം ചെലുത്തിയിട്ടുണ്ട്. പക്ഷേ, ഇന്ത്യക്കാരെ ക്രിസ്തുമതത്തിലേക്ക് മാനസാന്തരപ്പെടുത്തുക എന്ന തങ്ങളുടെ പ്രാഥമികലക്ഷ്യം നേടുന്നതിൽ അവർ വേണ്ടത്ര വിജയിച്ചുവെന്ന് തോന്നുന്നില്ല. ഇന്ന് ഇന്ത്യയിലുള്ള 100 കോടിയിൽ പരം ജനങ്ങളിൽ മൂന്ന്കോടിയിലൽപ്പം കൂടുതൽ മാത്രമേ ക്രിസ്ത്യാനികളുള്ളൂ. ഇന്ത്യയിലെ ഏറ്റവും വലിയ മൂന്നാമത്തെ വിഭാഗമാണവർ. പക്ഷേ വളരെ ചെറിയൊരു മൂന്നാം സ്ഥാനമാണിത്. ആകെ ജനസംഖ്യയുടെ മൂന്ന് ശതമാനം മാത്രമേ ഈ മൂന്നാം സ്ഥാനക്കാർക്കുള്ളൂ. ഈ ചെറിയ ശതമാനത്തിൽ ബഹുഭൂരിപക്ഷവും കേരളത്തിലാണ്. കേരള ക്രിസ്തീയരിൽ ഭൂരിപക്ഷത്തിന്റെയും പൂർവികർ ക്രിസ്ത്വാബ്ദത്തിന്റെ തുടക്കത്തിൽ തന്നെ ക്രിസ്തുമതത്തിലേക്ക് പരിവർത്തനം ചെയ്യപ്പെട്ടവരുമാണ്.

വാസ്കോഡ ഗാമ

സ്വന്തം പാരമ്പര്യത്തിൽ അഭിമാനികളായ ക്രൈസ്തവരുടെ ഒരു സമൂഹമെന്ന യാഥാർഥ്യവുമായി പൊരുത്തപ്പെടാൻ കോഴിക്കോട്ടെത്തിയ വാസ്കോഡഗാമയ്ക്ക് കഴിഞ്ഞില്ല. ഇന്ത്യൻ ക്രിസ്തീയരിൽ ഒരു ശതമാനത്തിൽ താഴെ മാത്രമേ വാസ്കോഡഗാമാ യുഗത്തിലെ മിഷനറിമാർ മതം മാറ്റിയവരായുള്ളൂ.

ഇത്രയും ധീരമായ പരിശ്രമങ്ങളുടെ ഫലം ഇങ്ങനെ നാമമാത്രമായിപ്പോയതിന്റെ കാരണങ്ങൾ ക്രിസ്തീയ ചരിത്രകാരന്മാരുടെ വിവാദങ്ങളിൽ പ്രിയങ്കരമായ വിഷയമാണ്. ആ വിവാദങ്ങൾ ഈ പ്രബന്ധത്തിന്റെ പരിധിക്കപ്പുറത്താണ്.

പക്ഷേ, വിവാദങ്ങളിൽ ഉയർന്നുവരാറുള്ള ഒരു വിഷയം ഈ പ്രബന്ധത്തിന് തികച്ചും പ്രസക്തമായതാണ്. കെ എം പണിക്കരുടെ ഈ ഉദ്ധരണിയിൽ നിന്ന് പ്രശ്നം വ്യക്തമാകും.

> അദ്ദേഹം (വിശുദ്ധ സേവിയർ) ഇന്ത്യയിൽ സ്ഥാപിച്ച യേശുസഭാ (ജസ്യൂട്ട്) മിഷനുകൾ മതപരിവർത്തനപരിപാടികൾ അത്യുത്സാഹത്തോടെ ഏറ്റെടുത്തു. പക്ഷേ, മിഷന്റെ തലവനായി മധുരയിൽ റോബർട്ടോ ഡി നൊബിലി എത്തുന്നതുവരെ ഈ യത്നങ്ങൾക്ക് കാതലായ ഫലം ഉണ്ടായില്ല. ശ്രദ്ധേയമായ ഉൾക്കാഴ്ചയ്ക്കുടമയായിരുന്ന ഫാദർ ഡി നൊബിലി മധുരയിലെ ഹ്രസ്വമായ ജീവിതത്തിൽ ലഭിച്ച അനുഭവങ്ങളിൽ നിന്ന് ഒരു നിഗമനത്തിലെത്തിച്ചേർന്നു. ക്രിസ്തുമതം അതിന്റെ പാശ്ചാത്യ ഉടയാടകൾ ഉപേക്ഷി

ക്കാതിരിക്കുകയും ഇന്ത്യൻ ജനതയുടെ മനസും ചിന്തയും മനസിലാക്കാൻ തയ്യാറാകാതിരിക്കുകയും ചെയ്യുന്നിടത്തോളം കാലം ഇവിടെ വിജയം കൈവരിക്കില്ല എന്നതായിരുന്നു ഈ നിഗമനം. 1606-ൽ ഹിന്ദുമതത്തെക്കുറിച്ച് ഗൗരവതരമായ ഒരു പഠനം നടത്തുന്നതിന് അദ്ദേഹം യേശുസഭയിൽ നിന്ന് അനുമതി തേടി. ഇതിന് ഏറ്റവും അനുയോജ്യമായ സ്ഥലമായിരുന്നു മധുര. ബ്രാഹ്മണരുടെ സാമൂഹ്യാചാരങ്ങൾ സൂക്ഷ്മമായി പഠിച്ച നൊബിലിക്ക് ഹിന്ദുമത ചിന്തയുടെ പ്രമാണങ്ങളെക്കുറിച്ചുള്ള ഗവേഷണത്തിന് ഹിന്ദു പണ്ഡിതന്മാരുടെ സഹായവും ലഭിച്ചു. വർഷങ്ങൾ നീണ്ട ശ്രമകരമായ പഠനത്തിനുശേഷം ഒരു മതപരമായ വിവാദത്തിൽ മധുരയിലെ ബ്രാഹ്മണരെ നേരിട്ടു. അതിനകം സംസ്കൃതഭാഷയിലും നൊബിലി പ്രാവീണ്യം നേടിയിരുന്നു. പണ്ഡിതസദസിന്റെ മുന്നിൽ അവതരിപ്പിച്ചിരുന്ന പുരാതനവും അംഗീകൃതവുമായ ശാസ്ത്രാർഥവേദ വിവാദങ്ങളുടെ ചുവടുപിടിച്ചുള്ള ഒരു വിവാദമായിരുന്നു അത്. ഈ വിവാദത്തിൽ നൊബിലി ഉപനിഷത്ത് ചിന്തകളുടെ പിന്തുണയോടെ ക്രിസ്തീയാദർശങ്ങൾ ഉയർത്തിപ്പിടിക്കാൻ ശ്രമിച്ചു. സദസിലെ യാഥാസ്ഥിതികരായ ബ്രാഹ്മണരുടെ പോലും ആദരം നേടിയെടുക്കാൻ അന്ന് നൊബിലിക്ക് കഴിഞ്ഞത്രേ. പക്ഷേ മറ്റു മിഷനുകൾക്ക് ഹൈന്ദവരൂപത്തിൽ ക്രിസ്തീയതയെ അവതരിപ്പിക്കാനുള്ള നൊബിലിയുടെ യത്നങ്ങൾ രുചിച്ചില്ല. നൊബിലി റോമിലേക്ക് തിരിച്ചുവിളിക്കപ്പെട്ടു.

ഇതിനെത്തുടർന്ന് ഇന്ത്യയിലെ മിഷനറി പ്രവർത്തനത്തിന്റെ സവിശേഷ സ്വഭാവം തന്നെ ഭാരതീയമായ എന്തിനോടും ഉള്ള അസഹിഷ്ണുതയായിത്തീർന്നു. ഹിന്ദുമതത്തോടും ജീവിതരീതിയോടും ഒരു തരത്തിലുമുള്ള ഒത്തുതീർപ്പുകളും അനുവദിക്കപ്പെട്ടില്ല. ഉദാഹരണത്തിന്, മതം മാറി വന്നവരെ ഹിന്ദുമതത്തിൽനിന്ന് പൂർണമായും അകറ്റുന്നതിന് ഗോമാംസഭക്ഷണം നിർബന്ധമാക്കുന്നതുവരെ എത്തി. (പുറം 281, *ഏഷ്യ ആന്റ് വെസ്റ്റേൺ ഡോമിനൻസ്,* ലണ്ടൻ, 1953)

പതിനേഴാം നൂറ്റാണ്ടിലെ ജസ്യൂട്ട് മതത്തിന്റെ കടുംപിടുത്തങ്ങളുടെ ബന്ധങ്ങൾ ഒന്നും കൂടുതൽ സ്വതന്ത്രമായ 19-ാം നൂറ്റാണ്ടിന്റെ അന്തരീക്ഷത്തിൽ പ്രവർത്തിച്ച ഗുണ്ടർട്ടിനെപ്പോലെയുള്ള പ്രൊട്ടസ്റ്റന്റ് മിഷനറിമാർക്കുണ്ടായിരുന്നില്ല. പക്ഷേ, ക്രിസ്തീയ പാരമ്പര്യത്തിൽ ഉൾച്ചേർന്നതെന്ന് വിശ്വസിക്കപ്പെടുന്ന കാരുണ്യം, വിനയം, സമത്വം എന്നിവയൊക്കെ പ്രൊട്ടസ്റ്റന്റുകൾ പോലും ഭരണവർഗക്കാരുടെ കാര്യത്തിൽ മാത്രമേ അനുവദിച്ചിരുന്നുള്ളൂ. ഇതിന് ധാരാളം ഉദാഹരണങ്ങൾ നിരത്താൻ കഴിയും. പക്ഷേ തൽക്കാലം ഒരെണ്ണം മതിയാകും. എ പൊദ്ദാർ ഒരു പഠ

നത്തിൽ പറയുന്നു:

> കോളനികളിലെ ബുദ്ധിജീവികളിലെ ആദ്യതലമുറക്കാരുടെ വശ്യമെങ്കിലും നിഷ്ഫലമായ ആവേശമായിരുന്ന അന്ധമായ ഇംഗ്ലീഷ് ഭക്തിയുടെ ഊർജം ക്രമേണ കുറഞ്ഞുവരികതന്നെ ചെയ്തു. കോളനി ഭരണവ്യവസ്ഥയിൽ ഉയർന്നുവരാമെന്ന ഇവരുടെ പ്രതീക്ഷയും മരീചികയായി. ഇന്തോ-ബ്രിട്ടീഷ് ബന്ധങ്ങളിലെ രാഷ്ട്രീയവും സാമൂഹ്യവുമായ യാഥാർഥ്യങ്ങൾ കാലം ചെല്ലുന്തോറും ഈ ബുദ്ധിജീവികളെ ബോധ്യപ്പെടുത്തിയത് ഇവർ ഒരിക്കലും യൂറോപ്യൻ സമൂഹത്തിൽ പൂർണമായി അംഗീകരിക്കപ്പെടുകയോ അധികാരസ്ഥാനങ്ങളിൽ ഇവരെ വിശ്വസിച്ച് ഇരുത്തുകയോ ചെയ്യില്ലെന്നു തന്നെയാണ്. നയരൂപീകരണകാര്യങ്ങളിൽ പറയാനുമില്ല. ക്രിസ്തീയ മതത്തിലേക്ക് പരിവർത്തനം ചെയ്യപ്പെട്ട് ജ്ഞാനസ്നാനം ലഭിച്ചവർ പോലും യൂറോപ്യന്മാർക്ക് തുല്യരായി അംഗീകരിക്കപ്പെട്ടില്ല. ചർച്ച് ഓഫ് സ്കോട്ട്ലന്റിന്റെ ഇന്ത്യാമിഷൻ കൗൺസിലിൽ ഒന്ന് കയറിപ്പറ്റാൻ റവറന്റ് ലാൽ ബിഹാരി ദേ അതിദീർഘവും വിഫലവുമായ യുദ്ധം തന്നെ നടത്തുകയുണ്ടായി. ഇതിന്റെ ഫലമായി മിഷനിലെ പ്രമാണികളായിരുന്ന ഡഫിന്റെയും മറ്റും ക്രോധത്തിന് ഇദ്ദേഹം പാത്രമാവുകയും ചെയ്തു. യൂറോപ്യൻ മിഷനറിയെയും തദ്ദേശീയനായ മിഷനറിയെയും രണ്ട് രീതിയിൽ കാണുന്നതിനെ ദേ നിശിതമായി വിമർശിച്ചുകൊണ്ട് എഴുതുകയും ചെയ്തു. ഈ വിവേചനം പുരോഹിതസമത്വത്തിനു മാത്രമല്ല, ക്രിസ്തീയതയുടെ അന്തഃസത്തയ്ക്കുതന്നെ വിരുദ്ധമാണെന്നാണ് ദേ എഴുതിയത്. (പുറം 1, *റിനൈസൻസ് ഇൻ ബംഗാൾ: സേർച്ച് ഫോർ ഐഡന്റിറ്റി*, ഷിംല, 1977)

ഇന്ത്യൻ നവോത്ഥാനത്തിന്റെ ജന്മഭൂമിയും വിദ്യാഭ്യാസപരമായി അന്നത്തെ കേരളത്തെക്കാൾ മുന്നിലുമായിരുന്ന ബംഗാളിലെ സ്ഥിതി ഇതായിരുന്നെങ്കിൽ, മിഷനറി പ്രവർത്തനം നടന്ന മറ്റിടങ്ങളുടെ അവസ്ഥ ഊഹിക്കാവുന്നതേയുള്ളൂ.

തദ്ദേശീയ സംസ്കാരത്തോടുള്ള ബ്രിട്ടീഷ് അസഹിഷ്ണുതയ്ക്ക് മറ്റൊരു ഉദാഹരണമാണ് 1834 ൽ മെക്കാളെ പ്രഭു നടത്തിയ കുപ്രസിദ്ധമായ പരാമർശം. ഇന്ത്യയുടെ സംസ്കാരവും ശാസ്ത്രവും സാഹിത്യവും സമ്പൂർണമായെടുത്ത് വച്ചാൽ പോലും പാശ്ചാത്യലോകത്തെ ഒരു സ്വീകരണമുറിയിലെ ചെറിയൊരു ഷെൽഫിൽ പോലും തികയില്ലെന്നും പരമ്പരാഗത ഇന്ത്യൻ ഭൂമിശാസ്ത്രം വായിച്ചാൽ ഇംഗ്ലണ്ടിലെ സ്കൂൾ വിദ്യാർഥിനികൾ പോലും ചിരിച്ചുപോകുമെന്നുമായിരുന്നു പ്രഭുവിന്റെ വാചകങ്ങൾ. ഇന്ത്യൻ വിദ്യാഭ്യാസ നവീകരണത്തിന്റെയും നിയമനിർമാണത്തിന്റെയും ചുമതലക്കാരനായിരുന്നു മെക്കാളെ എന്നുകൂടി ഓർക്കുക.

മലയാളത്തനിമയും സ്വത്വവും

പാശ്ചാത്യ ഭരണാധികാരികളുടെയും മിഷനറിമാരുടെയും—ആക്രമണകാരികളുടെയും കൊള്ളക്കാരുടെയും കാര്യം പറയാനില്ല—ഈ വിധമുള്ള അഹങ്കാരവും താൻപ്രമാണിത്തവും നിറഞ്ഞ മനോഭാവത്തിന്റെ പശ്ചാത്തലത്തിൽ ഡോ. ഗുണ്ടർട്ട് തികച്ചും വ്യത്യസ്തവും ജാജ്വല്യമാനവുമായ ഒരു മാതൃകയാകുന്നു. അദ്ദേഹത്തെപ്പറ്റി ലഭ്യമായ ചുരുക്കം വിവരങ്ങളിൽനിന്നും അദ്ദേഹത്തിന്റെ രചനകൾ നൽകുന്ന വെളിച്ചത്തിൽ നിന്നുമൊക്കെ മനസിലാകുന്നത് സാധാരണ മിഷനറിമാരിൽനിന്ന് തുലോം വ്യത്യസ്തനായിരുന്നു ഡോ. ഗുണ്ടർട്ട് എന്നതാണ്. 17-ാം നൂറ്റാണ്ടിലെ മധുരയിലെ ഫാദർ റോബർട്ടോ ഡി നൊബിലിയുടെ വ്യത്യസ്തമായ ഗണത്തിൽപ്പെട്ട മിഷനറിയായിരുന്നു ഗുണ്ടർട്ടെന്ന സൂചനകൾ സ്ഥിരീകരിക്കുന്നതാണ് ഡോ. ആൽബർട്ട് ഫ്രെൻസും പ്രൊഫ. സ്കറിയ സക്കറിയയും ശേഖരിച്ച വിവരങ്ങളും ഇവർ തയ്യാറാക്കിയ ഗുണ്ടർട്ട് ജീവചിത്രവും നൽകുന്ന പുതിയ വസ്തുതകൾ.

തന്റെ മുൻഗാമിയായ നൊബിലിയുടെ എല്ലാ വീക്ഷണങ്ങളും വിശ്വാസങ്ങളും ഗുണ്ടർട്ട് പങ്കിട്ടു എന്നല്ല വിവക്ഷിക്കുന്നത്. തീർച്ചയായും ക്രിസ്തീയമതത്തിന്റെ സത്യത്തെയും ദൗത്യത്തെയുംപറ്റി ബോധമുണ്ടായിരുന്ന ധർമനിഷ്ഠനായൊരു ക്രിസ്ത്യാനിയായിരുന്നു ഗുണ്ടർട്ട്. അതേസമയം മറ്റ് സംസ്കാരങ്ങളെയും വിശ്വാസങ്ങളെയും ആദരിക്കാനും മനസിലാക്കാനും കഴിയുന്ന സംസ്കാരവും വിവേകവും അദ്ദേഹത്തിനുണ്ടായിരുന്നു. ഇന്ത്യയിൽ എത്തിയ കാലം മുതൽ തന്നെ ഇന്ത്യൻ സംസ്കാരം മനസിലാക്കാനുള്ള മനോഭാവവും തദനുസൃതമായ മാറ്റങ്ങൾ ഉൾക്കൊള്ളേണ്ടത് ഇവിടത്തെ മിഷനറി പ്രവർത്തനത്തിന്റെ വിജയത്തിന് അത്യന്താപേക്ഷിതമാണെന്ന തിരിച്ചറിവും അദ്ദേഹത്തിന് ഉണ്ടായിരുന്നു. ബാസൽ കേന്ദ്രവും മിഷൻ ഇൻസ്പെക്ടർ വിൽഹെം ഹോഫ്മാനുമായും ഗുണ്ടർട്ട് ഏർപ്പെട്ട വിവാദങ്ങളെക്കുറിച്ച് ഫ്രെൻസും സക്കറിയയും നൽകുന്ന വിവരണങ്ങളിൽനിന്ന് ഇക്കാര്യം വ്യക്തമാകുന്നുണ്ട് (അധ്യായം 14 കാണുക). നാട്ടുകാരുമായുള്ള (ബ്രിട്ടീഷുകാർ അൽപ്പം പുച്ഛത്തോടെ 'നേറ്റീവ്സ്' എന്ന് വിളിച്ചിരുന്നവർ) ഇടപാടുകളിൽ ഒരിക്കലും ഒരു വരേണ്യസ്വഭാവം ഗുണ്ടർട്ട് പ്രകടിപ്പിച്ചിരുന്നേയില്ല. അദ്ദേഹം നാട്ടുകാരുടെ കടുത്ത വിമർശനങ്ങളും അഭിപ്രായങ്ങളും സശ്രദ്ധം കേൾക്കുകയും അവ രേഖപ്പെടുത്തി സ്വയം വിമർശനപരമായി ചിന്താവിഷയമാക്കുകയും ചെയ്തിരുന്നു.

പുരോഹിതൻ എന്നതിനെക്കാൾ അധ്യാപകനായി അറിയപ്പെടാനാണ് അദ്ദേഹം കൂടുതൽ ഇഷ്ടപ്പെട്ടതെന്ന് ഗുണ്ടർട്ടിന്റെ വാചകങ്ങൾ ഉദ്ധരിച്ചു കൊണ്ട് ജീവചരിത്രകാരന്മാർ ചൂണ്ടിക്കാട്ടുന്നു (10-ാം അധ്യായം). പുരോഹിതന്റെ തൊഴിലിന് അധ്യാപകന്റേതിനെക്കാൾ മാന്യത കുറവാണെന്ന ചെറിയൊരു ധാരണ പോലും അദ്ദേഹത്തിന് ഉണ്ടായിരിക്കാൻ സാധ്യതയില്ല. പക്ഷേ, ആരോഗ്യകരവും മതനിരപേക്ഷവുമാ

യൊരു സമീപനത്തിന്റെ പ്രതിഫലനമാണത്. സ്കൂൾ പാഠപുസ്തകങ്ങൾ എങ്ങനെയായിരിക്കണമെന്നതിനെക്കുറിച്ചുള്ള ഗുണ്ടർട്ടിന്റെ അഭിപ്രായങ്ങൾ ഇത് കൂടുതൽ വ്യക്തമാക്കുന്നു. മതപരവും സദാചാരപരവുമായ സങ്കൽപ്പങ്ങളെ പാഠപുസ്തകത്തിൽ കലർത്തുന്നതിൽ മി. പോപ്പിനെ അദ്ദേഹം വിമർശിച്ചിരുന്നു (15-ാം അധ്യായം).

മതം മാറി ക്രിസ്തീയപുരോഹിതനായ മലയാളി റവറന്റ് യാക്കോബ് രാമവർമയുമായുള്ള ഗുണ്ടർട്ടിന്റെ ബന്ധങ്ങളിൽനിന്നും വർമയോട് അദ്ദേഹത്തിനുണ്ടായിരുന്ന അകമഴിഞ്ഞ ആദരവ് വെളിപ്പെടുത്തുന്നതും ബംഗാളിൽ റവറന്റ് ലാൽ ബിഹാരി ദേയ്ക്കുണ്ടായ അനുഭവത്തിൽ നിന്ന് തികച്ചും ഭിന്നമായൊരു അവസ്ഥയാണ്.

സ്വഭാവത്തിലെയും സംസ്കാരത്തിലെയും ഈ വ്യത്യാസം വിട്ടുവീഴ്ചയില്ലാത്ത സമത്വഭാവത്തിനും ജനാധിപത്യബോധത്തിനും സാക്ഷ്യം വഹിക്കുന്നു. അത് ഗുണ്ടർട്ടിന്റെ അടിസ്ഥാന മൂല്യവ്യവസ്ഥയുടെ പ്രതിഫലനമാണ്. ഭാഷയോടുള്ള അദ്ദേഹത്തിന്റെ സമീപനം മറ്റൊരുദാഹരണം. തീർച്ചയായും പരമ്പരാഗത ഭാഷാപണ്ഡിതന്മാരുടെയും ശാസ്ത്രഗ്രന്ഥങ്ങളുടെയും സഹായം അദ്ദേഹം തേടിയിരിക്കാം. എങ്കിലും സാധാരണക്കാരുടെ മാത്രമല്ല, ഏറ്റവും അധഃസ്ഥിതരുടെ പോലും ഗ്രാമ്യവും സംസാരത്തിന് ഉപയോഗിക്കുന്നതുമായ ഭാഷയ്ക്ക് അദ്ദേഹം വലിയ പ്രാധാന്യം കൽപ്പിച്ചു. മീൻപിടുത്തക്കാരുടെയും വഞ്ചിക്കാരുടെയും വിറകുവെട്ടുകാരുടെയും ഭാഷ മനസിലാക്കാൻ അദ്ദേഹം അവരോടൊപ്പം സമയം ചെലവഴിച്ചു. തെക്കൻ മലയാളത്തെക്കാൾ താഴെയാണ് വടക്കൻ മലയാളത്തിന്റെ നിലവാരമെന്ന് കൽപ്പിച്ചവർക്ക് ഗുണ്ടർട്ട് നൽകിയ മറുപടി ഇതിനു തെളിവാണ്. ഭാഷയുടെ മാനദണ്ഡം വിലയിരുത്തുന്നതിന് അഭ്യൂഹിക സമ്പ്രദായങ്ങളല്ല, ആഗമിക രീതിയാണ് സ്വീകരിക്കേണ്ടതെന്ന വരേണ്യവിരുദ്ധതത്വം കേരളത്തിന്റെ അക്കാദമിക വൃത്തങ്ങൾ അംഗീകരിച്ചത്, രാജരാജവർമ ആഗമികരീതി അടിസ്ഥാനമാക്കി *കേരളപാണിനീയ*ത്തിന്റെ രണ്ടാമത്തെ പരിഷ്കരിച്ച പതിപ്പ് ഇറക്കിയശേഷം—1917 ൽ—മാത്രമാണെന്നോർക്കണം. മഹാവയ്യാകരണനായിരുന്ന രാജരാജവർമ ആഗമികസമ്പ്രദായത്തെ പ്രജാധിപത്യപരമെന്നും അഭ്യൂഹിക രീതിയെ രാജാധിപത്യപരമെന്നും വിശേഷിപ്പിച്ചത് ശ്രദ്ധേയമാണ്. ഏതെങ്കിലും പൗരാണികനോ ആധുനികനോ ആയ പണ്ഡിതൻ നിർദേശിക്കുന്നതല്ല ആധികാരികവും ശരിയുമായ ഭാഷ. മറിച്ച്, ജനസാമാന്യം സംസാരിക്കുന്ന ഭാഷയാണ് ശരിയും ആധികാരികവും എന്ന് ഗുണ്ടർട്ട് കണ്ടത് ആുനിക ഭാഷാസിദ്ധാന്തവുമായി പൊരുത്തപ്പെടുന്നു.

രാജരാജവർമ ഇതു പറയുന്നതിന് എത്രയോ മുമ്പ് ഇക്കാര്യം ഗുണ്ടർട്ട് അംഗീകരിച്ചിരുന്നു എന്നതിന് അദ്ദേഹത്തിന്റെ നിഘണ്ടു തെളിവേകുന്നു. മലയാളം വാക്കുകൾക്ക് സമാനമായ ഇംഗ്ലീഷിലെയോ സംസ്കൃതത്തിലെയോ പദങ്ങൾ തിരയുന്നതിനു പകരം സാമാന്യജനതയുടെ സംഭാഷണങ്ങളിലും പ്രയോഗങ്ങളിലും അവയ്ക്കുള്ള അർഥകൽപ്പനകൾ ഗുണ്ടർട്ട് തേടിപ്പിടിച്ചു.

ഉദാഹരണത്തിന്, മലയാളത്തിലെ 'പെങ്ങൾ', 'ആങ്ങള' എന്നീ പദങ്ങൾ എടുക്കാം. ആധികാരികമായ *ശബ്ദതാരാവലി*യുടെ (1922) രചയിതാവടക്കം പല മലയാളം ശബ്ദകോശകാരന്മാരും ഈ പദങ്ങൾക്കുള്ള അർഥം സഹോദരി, സഹോദരൻ എന്നാണ് നൽകിയിട്ടുള്ളത്. പക്ഷേ, ഈ അർഥങ്ങൾ ശരിയല്ലല്ലോ. മാധവിയും ഇന്ദിരയും സഹോദരിമാരായിരിക്കാം. പക്ഷേ, അവർ പരസ്പരം പെങ്ങളെന്ന് വിളിക്കില്ല. മാധവിയുടെയോ ഇന്ദിരയുടെയോ സഹോദരൻ മാത്രമേ അവരിലോരോരുത്തരെയും പെങ്ങളെന്നു വിളിക്കൂ. അതുപോലെ സഹോദരി സഹോദരനെ മാത്രമേ ആങ്ങള എന്നു വിളിക്കുകയുള്ളൂ. സഹോദരൻ സഹോദരനെ അങ്ങനെ വിളിക്കില്ല. ഈ സവിശേഷമായ അർഥഭിന്നത മനസിലാക്കി ഗുണ്ടർട്ട് വിശദീകരിച്ചിരുന്നു. എന്നാൽ പ്രഗത്ഭരായ പണ്ഡിതരടക്കം പിൽക്കാലത്തു വന്ന ശബ്ദകോശകാരന്മാർ ഇക്കാര്യം ശ്രദ്ധിച്ചില്ല. അതോ, മലയാളത്തിന്റെ സവിശേഷമായ ഈഷൽപദങ്ങൾ ഒരു വിദേശിയായതുകൊണ്ട് ഗുണ്ടർട്ടിന്റെ ശ്രദ്ധയിൽപ്പെട്ടതും മലയാള പണ്ഡിതർ ശ്രദ്ധിക്കാതെ പോയതും ആണോ ഇതിനു കാരണം? എന്തായാലും ഗുണ്ടർട്ടിന് മലയാള ഭാഷയിലും അതിന്റെ സംസ്കാരത്തിലും ഉണ്ടായിരുന്ന ഗ്രാഹ്യം അദ്ദേഹത്തിന്റെ മരണശേഷം ഒരു നൂറ്റാണ്ട് കഴിഞ്ഞിട്ടും ഏതാണ്ട് അതുല്യമായിരുന്നു എന്നതിന് തർക്കമില്ല. ഗ്രന്ഥങ്ങളിൽനിന്നും വരേണ്യരിൽ നിന്നുമുള്ളതിനെക്കാൾ ഏറെ അദ്ദേഹം സാധാരണജനങ്ങളിൽ നിന്നും പഠിച്ചു.

നാരായണഗുരുവും ഗുണ്ടർട്ടും

ഈ സ്വഭാവവിശേഷങ്ങളും പാണ്ഡിത്യവും മൂല്യബോധവും ഒക്കെയാണ് ഡോക്ടർ ഹെർമൻ ഗുണ്ടർട്ടിനെ കേരളത്തിന്റെ നവോത്ഥാനത്തിന്റെ അഗ്രഗാമികളിലൊരാളായി കണക്കാക്കപ്പെടാൻ സർവഥാ യോഗ്യനാക്കുന്നത്. ഇത്തരുണത്തിൽ ഈ നവോത്ഥാനത്തിന്റെ ചില പ്രത്യേകതകളെക്കുറിച്ച് നാം ഓർക്കേണ്ടതുണ്ട്.

താരതമ്യേന വൈകിയെത്തിയ ഒന്നാണ് കേരളത്തിന്റെ നവോത്ഥാനമെന്നതാണ് ആദ്യം ശ്രദ്ധിക്കേണ്ട വസ്തുത. ബംഗാളിൽ തുടക്കം കുറിച്ച ഇന്ത്യൻ നവോത്ഥാനത്തിന്റെ സുപ്രസിദ്ധനായ നായകൻ രാജാറാം മോഹൻ റായ് (1772-1833) ആണല്ലോ. കേരള നവോത്ഥാന നായകനായ ശ്രീനാരായണഗുരു (1856-1928) റായിയുടെ മരണശേഷം കാൽനൂറ്റാണ്ടോളം കഴിഞ്ഞാണ് ജനിക്കുന്നതുതന്നെ. ഗുരുവിന്റെ ജനനം നടക്കുന്ന കാലത്തിനകം ഗുണ്ടർട്ട് സേവനനിരതമായ വർഷങ്ങൾ പലതും കേരളത്തിൽ പിന്നിട്ടുകഴിഞ്ഞിരുന്നു. ഗുരുവിന്റെ ദൗത്യത്തിന്റെ തുടക്കകാലത്താണ് ഗുണ്ടർട്ടിന്റെ ശേഷിച്ച വർഷങ്ങൾ കഴിഞ്ഞത്.

മറ്റൊരു ഘടകമെടുക്കാം. എല്ലാ നവോത്ഥാനത്തിന്റെയും അവിഭാജ്യഘടകങ്ങളിലൊന്നാണ് ഗദ്യഭാഷയ്ക്കും സാമാന്യജനതയുടെ സംസാരഭാഷയ്ക്കും ആദരവ് ലഭിക്കുന്നതിനൊപ്പം നടക്കുന്ന ഭാഷയുടെ ആധുനികീകരണം. ഇറ്റലിയിൽ, ദാന്തെ അലിഗേറിയിൽ തുടങ്ങി പിന്തു

ടർന്ന നൂറ്റാണ്ടുകളിലാണ് യൂറോപ്യൻ രാജ്യങ്ങളിലൊക്കെ കവിതയിലും ഗദ്യത്തിലും നാട്ടുഭാഷകൾ മേധാവിത്തം നേടുന്നത്. ആശയവിനിമയത്തിന്റെയും പ്രബോധനത്തിന്റെയും പ്രചാരത്തിലേറി വലിയ തോതിൽ സഹായകമായത് അച്ചടിയന്ത്രവും വൃത്താന്തപത്രങ്ങളും മാസികകളുമാണ്. ഇവയുടെ അസാന്നിധ്യത്തിൽ ആധുനികീകരണമോ ജനാധിപത്യമുന്നേറ്റമോ അസംഭവ്യം തന്നെയായിരുന്നു.

ഇന്ത്യയിലെ ഒന്നാമത്തെ വർത്തമാനപത്രമായ *ബംഗാൾ ഗസറ്റ്* എന്ന ഇംഗ്ലീഷ് പ്രസിദ്ധീകരണം കൽക്കത്തയിൽ നിന്ന് ഒരു യൂറോപ്യൻ (ജെയിംസ് അഗസ്റ്റ് ഹിക്കി) അച്ചടിച്ച് ഇറക്കിയത് 1780-ലാണ്. ഗുണ്ടർട്ട് മലയാളത്തിലെ പ്രഥമ വാർത്താ മാധ്യമങ്ങളായ *രാജ്യസമാചാര*വും *പശ്ചിമോദയ*വും 1847 ൽ തലശ്ശേരിയിൽനിന്ന് നമുക്ക് എത്തിക്കുമ്പോൾ ബംഗാളിനും മറ്റു ചില സംസ്ഥാനങ്ങൾക്കും ഇംഗ്ലീഷിലും ഇന്ത്യൻ ഭാഷകളിലുമുള്ള പ്രക്ഷോഭകരമായ പത്രപ്രവർത്തനത്തിന്റെ അരനൂറ്റാണ്ടിലേറെ കാലത്തിന്റെ പാരമ്പര്യം അവകാശപ്പെടാനുണ്ടായിരുന്നു. അവിടെയൊക്കെ പത്രസ്വാതന്ത്ര്യത്തിന് കൂച്ചുവിലങ്ങിടാൻ ചട്ടങ്ങളും നിയമങ്ങളും കൊണ്ടുവന്നിരുന്നു. പ്രതിഷേധത്തിന്റെയും ചെറുത്തുനിൽപ്പിന്റെയും ധീരമായ സംഭവങ്ങൾ ഒട്ടും വൈകിയില്ല.

മലയാളത്തിലെ ആദ്യത്തെ ലക്ഷണമൊത്ത സമ്പൂർണ നോവൽ

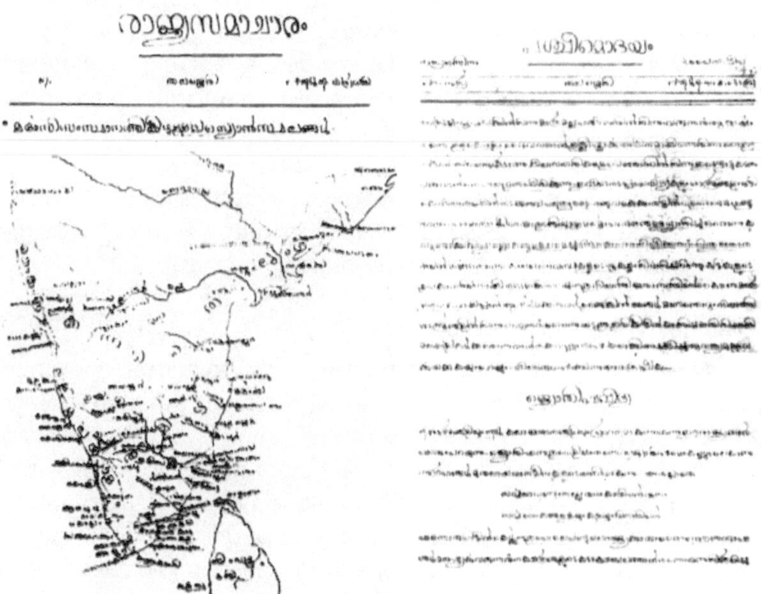

രാജ്യസമാചാരം പശ്ചിമോദയം എന്നിവയുടെ പുറംചട്ട

ആയ ഒ ചന്തുമേനോന്റെ *ഇന്ദുലേഖ* പ്രസിദ്ധീകരിച്ചത് 1889-ലാണ്. ആ കാലത്ത് മഹാനായ ബംഗാളി നോവലിസ്റ്റ് ബങ്കിം ചന്ദ്ര ചാറ്റർജി ഒട്ടേറെ വിഖ്യാത രചനകളുടെ സൃഷ്ടിയിലൂടെ പുകൾ നേടിയശേഷം വാർധക്യം മൂലം സാഹിത്യരംഗത്തുനിന്ന് വിരമിക്കാൻ തുടങ്ങുകയായിരുന്നു. ആധുനിക വിദ്യാഭ്യാസത്തിന്റെ കാര്യത്തിലും കഥ വ്യത്യസ്തമല്ല. പിന്നീട് കേരളം മറ്റെല്ലാ സംസ്ഥാനങ്ങളുടെയും മുന്നിലെത്തി, നൂറുശതമാനം സാക്ഷരത കൈവരിച്ച ആദ്യ സംസ്ഥാനമായിത്തീർന്നത് ശരിയാണെങ്കിലും തുടക്കവും വികാസവും ബംഗാളിന്റെ വളരെ പിന്നിലായിരുന്നു.

കേരളത്തിലെയും ബംഗാളിലെയും നവോത്ഥാനങ്ങൾ തമ്മിലുള്ള രണ്ടാമത്തെ വ്യത്യാസം നോക്കാം. കേരളത്തിൽ നവോത്ഥാനം വൈകിയാണെത്തിയതെങ്കിലും കൂടുതൽ ആഴമേറിയ വേരുകളും സ്വാധീനവും ഉള്ളതായിരുന്നു. ബംഗാളടക്കം ഉത്തരഭാരതത്തിലെ നവോത്ഥാനം സമൂഹത്തിന്റെ ഉന്നതശ്രേണിയിൽ—ഉന്നതജാതിക്കാരിൽ—ഒതുങ്ങിനിന്നു. പക്ഷേ, കേരളത്തിൽ പിന്നോക്ക ജാതിക്കാരിൽ നിന്നായിരുന്നു നവോത്ഥാനത്തിന്റെ പിറവി. രാജാറാം മോഹൻ റായ്, കേശബ്ചന്ദ്ര സെൻ, ദയാനന്ദ് സരസ്വതി തുടങ്ങി ഉത്തരഭാരത നവോത്ഥാനത്തിന്റെ പ്രഗത്ഭ നായകരെല്ലാം ഒന്നൊഴിയാതെ ബ്രാഹ്മണരായിരുന്നുവെങ്കിൽ കേരളത്തിലെ നാരായണഗുരു അസ്പൃശ്യനായ ഈഴവനായിരുന്നു. ഒരുപക്ഷേ ഡോ. ബി ആർ അംബദ്കറുടെ ആത്മീയഗുരുവായ മഹാരാഷ്ട്രയിലെ മഹാത്മാ ജ്യോതിബ ഫൂലേ ഒഴിച്ചാൽ കാൽനൂറ്റാണ്ടിൽ ഇന്ത്യയിൽ നാരായണഗുരുവിനെപ്പോലെയൊരു അധഃസ്ഥിത നായകൻ ഉണ്ടായിരുന്നിട്ടില്ല. കേരളത്തിന്റെ നവോത്ഥാനത്തിന് ഈയൊരു സവിശേഷത നൽകിയത് നാരായണഗുരു ആണോ, അതോ കേരളത്തിന്റെ സവിശേഷമായ നവോത്ഥാനത്തിന്റെ സൃഷ്ടിയാണോ ഗുരു എന്നത് സാംസ്കാരിക ചരിത്രകാരന്മാർ ചർച്ച ചെയ്യേണ്ട കാര്യം ആണ്.

ഗുണ്ടർട്ടിന്റെ കാലവും പ്രവർത്തനവും മുഖ്യമായും നാരായണഗുരുവിന്റെ പ്രവർത്തന കാലത്തിന് മുമ്പായിരുന്നു എങ്കിലും ഇരുവരുടേയും പ്രവർത്തനങ്ങൾ പരസ്പര പൂരകങ്ങളായിരുന്നു.

ഭാഷയും നവോത്ഥാനവും

മലയാളഭാഷയുടെ നവീകരണത്തിലും വർത്തമാനകാല വെല്ലുവിളികളെ നേരിടാൻ അതിന് കരുത്ത് നൽകിയതിലും സംഭാവന നല്കിയ ഏക യൂറോപ്യൻ മിഷനറിയാണ് ഗുണ്ടർട്ട് എന്നു പറയുന്നത് അതിരുകടന്ന വാദമാണ്. ആർണോസ് പാതിരി, ഫ്രാൻസിസ്, ബെയ്ലി, ക്ലമന്റ്, ഗാർക് വെയ്റ്റ് തുടങ്ങി പ്രതിഭാധനരായ ഒട്ടേറെ മിഷനറിമാർ വഹിച്ച പങ്കിനെ കുറച്ചുകാണാൻ കഴിയില്ല. പക്ഷേ, മേൽപ്പറഞ്ഞവരോട് ഏറ്റവും അനുഭാവം പ്രകടിപ്പിക്കുന്ന ചരിത്രകാരന്മാർക്കു പോലും ഡോ. ഹെർമൻ ഗുണ്ടർട്ടിന് ലഭിക്കേണ്ട പ്രത്യേക സ്ഥാനത്തെപ്പറ്റി സംശയമുണ്ടാകില്ല. പാണ്ഡിത്യം, ആത്മാർഥത, അർപ്പണബുദ്ധി, ശാസ്ത്രീയ സമീപനം,

താൻ ഒപ്പം പ്രവർത്തിച്ച ജനതയോടുള്ള ഹൃദയംഗമമായ വേഴ്ച എന്നീ കാര്യങ്ങളിലൊക്കെ ഗുണ്ടർട്ട് മറ്റുള്ളവരെക്കാൾ ഉയർന്നുനിൽക്കുന്നു. അന്യഥാ അർപ്പണബുദ്ധിയും പ്രതിഭയും ഉള്ള ഒട്ടേറെ മിഷനറിമാരുടെ ഗർവും താൻപ്രമാണിത്തവും തൊട്ടുതീണ്ടാതിരുന്നതിനാലാണ് ഗുണ്ടർട്ടിന് ഈ നാടിന്റെ സംസ്കാരത്തെ ബഹുമാനിക്കാൻ കഴിഞ്ഞത്.

കേരളത്തിന്റെ പൗരാണികമായ ജ്ഞാനത്തെക്കുറിച്ച് ഗുണ്ടർട്ടിന്റെ ആയുഷ്കാലം മുഴുവൻ നീണ്ടുനിന്നതും അഗാധസ്പർശിയുമായ ഗവേഷണം അതിന്റെ ചരിത്രം പുനഃസ്ഥാപിക്കാനുള്ള അദ്ദേഹത്തിന്റെ ശ്രമങ്ങൾ, ശബ്ദകോശം, വ്യാകരണം എന്നിവയിലുള്ള അടിസ്ഥാന പഠനങ്ങൾ എന്നിവയൊക്കെ മതപ്രചാരണമെന്ന അടിയന്തര ലക്ഷ്യത്തിനപ്പുറത്തേക്ക് വ്യാപിച്ച ഗുണ്ടർട്ടിന്റെ താൽപ്പര്യത്തിന്റെ സൂചനകളാണ്. "ദൈവത്തിന്റെ പിതൃത്വവും മനുഷ്യന്റെ ഭ്രാതൃത്വവും" എന്ന മഹത്തായ ക്രിസ്തീയ ആശയം മനുഷ്യസമത്വത്തിനും സ്വാതന്ത്ര്യത്തിനും വേണ്ടിയുള്ള ആശയമായാണ് അദ്ദേഹം സ്വീകരിച്ചത്.

പലരും ഇക്കാര്യങ്ങളൊക്കെ സമ്മതിക്കുമെങ്കിലും ഒരു ചോദ്യം ഉന്നയിക്കും. ഭാഷാപരിഷ്കാരമെന്ന പരിമിതമായ പ്രവൃത്തിയെങ്ങനെ സമഗ്രമായ മനുഷ്യചിന്ത, പ്രവർത്തനം, ജീവിതം എന്നിവയൊക്കെ ഉൾക്കൊള്ളുന്ന നവോത്ഥാനമെന്ന പ്രതിഭാസത്തിനുള്ള മഹത്തായ സംഭാവനയായി കാണാൻ കഴിയും?

സമൂഹത്തിൽ ആശയവിനിമയത്തിനും അതിനുള്ള ഉപകരണമായ ഭാഷയ്ക്കും ഉള്ള പങ്കിനെക്കുറിച്ചുള്ള വ്യാപകമായ തെറ്റിദ്ധാരണയും അവയുടെ പ്രാധാന്യത്തെക്കുറിച്ച് അർഹമായ രീതിയിൽ മനസ്സിലാക്കാത്തതും മൂലമാണ് ഈ ചോദ്യം. അതിപ്രഗത്ഭനായ ബ്രിട്ടീഷ് ദാർശനികനും സാംസ്കാരിക ചരിത്രകാരനുമായ റെയ്മണ്ട് വില്യംസ് പറയുന്നതു നോക്കുക:

> രാഷ്ട്രീയമെന്നാൽ മറ്റുള്ളവരുടെമേൽ ഭരണം നടത്താനുള്ള അധികാരം മാത്രമാണെന്നും രാഷ്ട്രീയത്തിന്റെ യാഥാർഥ്യവും സന്ദർഭവും അത് മാത്രമാണെന്നും ഉള്ള ധാരണയാണ് സർവസാധാരണമായ രാഷ്ട്രീയാബദ്ധം. ഉൽപ്പാദനവും വ്യാപാരവും മാത്രമാണ് പ്രായോഗിക പ്രവർത്തനങ്ങളെന്നും അവയ്ക്ക് മറ്റു മാനുഷിക ന്യായീകരണങ്ങളോ പരിശോധനയോ ആവശ്യമില്ലെന്നുമുള്ള ധാരണയാണ് നമ്മുടെ സാമ്പത്തികരംഗത്തെ സർവസാധാരണമായ അബദ്ധം.
>
> എന്നാൽ ഈ ലക്ഷ്യങ്ങളിൽ മാത്രം ബന്ധിതമല്ല മനുഷ്യജീവിതവും സമൂഹത്തിന്റെ പ്രവർത്തനങ്ങളുമെന്ന കാര്യം അനുഭവത്തിൽ നിന്നും നമുക്ക് പലർക്കും അറിയാം. അറിയാനും വിവരിക്കാനും മനസിലാക്കാനും പഠിപ്പിക്കാനുമുള്ള യത്നങ്ങൾ മനുഷ്യർക്ക് സുപ്രധാനവും ഒഴിവാക്കാൻ വയ്യാത്തതുമായ കാര്യങ്ങളാണ്. യാഥാർഥ്യം സംഭവിച്ചുകഴിഞ്ഞശേഷം നടക്കുന്ന രണ്ടാംഘട്ട പ്രവർത്തനങ്ങളല്ല, യാഥാർഥ്യത്തെ നിരന്തരമായി രൂപീകരി

> ക്കുന്നതും മാറ്റിത്തീർക്കുന്നതുമായ പ്രധാന മാർഗങ്ങളിൽ ഒന്ന് തന്നെയാണ് ഈ യത്നങ്ങൾ. രാഷ്ട്രീയവും സാമ്പത്തികവുമായ ചില സംവിധാനങ്ങളുടെ ശൃംഖല മാത്രമല്ല, പഠനത്തിന്റെയും ആശയവിനിമയത്തിന്റെയും പ്രക്രിയകളും സമൂഹമെന്ന വിവക്ഷയിൽ ഉൾപ്പെടുന്നു. (പുറം 11, *കമ്യൂണിക്കേഷൻ*, ലണ്ടൻ, 1979)

അതുകൊണ്ട് വിവരിക്കാനും മനസിലാക്കാനും പഠിപ്പിക്കാനും ഉള്ള യത്നങ്ങളിലെ പ്രധാന ആയുധമാണ് ഭാഷ. ബിംബങ്ങളിലൂടെയുള്ള ആശയവിനിമയത്തിന്റേതായ ഈ കാലഘട്ടത്തിലും ഭാഷയുടെ സർവപ്രധാനമായ പങ്ക് കുറച്ചുകാണാൻ കഴിയില്ല. സമൂഹത്തെയും അതിന്റെ ചിന്തകളെയും മൂല്യങ്ങളെയും രൂപപ്പെടുത്തുകയും മാറ്റിമറിക്കുകയും ചെയ്യുന്ന നിരന്തര പ്രക്രിയയാണ് നവോത്ഥാനം. കൊടിയ ഉച്ചനീചത്വങ്ങളുള്ള ജാതിഘടന നിലവിലിരുന്നതായിരുന്നു 19-ാം നൂറ്റാണ്ടിലെ കേരള സമൂഹമെന്ന യാഥാർഥ്യം. ആ സമൂഹത്തിൽ ഭൂരിപക്ഷം വന്ന അധഃസ്ഥിത ജാതിക്കാർക്ക് അവരുടെ അധ്വാനത്തിന്റെ ഫലം മാത്രമല്ല, സംസ്കാരത്തിന്റെ അനുഗ്രഹങ്ങൾ പോലും നിഷേധിക്കപ്പെട്ടിരുന്നു. ജാതികളിലെ ഉച്ചനീചത്വങ്ങൾ ഇന്ത്യ മുഴുവൻ നിലവിലിരുന്ന പ്രതിഭാസമായിരുന്നത് ശരി തന്നെ. പക്ഷേ, അതിന്റെ ഭീകരത കേരളത്തിലായിരുന്നു ഏറ്റവും കടുപ്പമേറിയത് എന്നതിന് "കേരളം ഒരു ഭ്രാന്താലയമാണെ"ന്ന സ്വാമി വിവേകാനന്ദന്റെ പരാമർശം തെളിവാകുന്നു.

ഈ തിന്മകളിൽനിന്ന് സമൂഹത്തെ വിമോചിപ്പിക്കാനാണ് ശ്രീനാരായണഗുരുവും അദ്ദേഹത്തിന്റെ സമകാലിക പരിഷ്കർത്താക്കളും ശ്രമിച്ചത്. മനുഷ്യരുടെ പ്രവർത്തനങ്ങളെയും പരസ്പര ബന്ധത്തെയും മെച്ചപ്പെടുത്തുന്നതിനും പൊതുജീവിതത്തിന്റെയും സമാന്യജനതയുടെ അഭിപ്രായങ്ങളുടെയും വളർച്ചയ്ക്കുവേണ്ടിയുള്ള നവോത്ഥാന പ്രസ്ഥാന യത്നങ്ങളിൽ ഗുണ്ടർട്ടിന്റെയും മറ്റു ഭാഷാപരിഷ്കർത്താക്കളുടെയും സേവനം വലിയൊരു പങ്കു വഹിച്ചു. ഭാഷ പരിഷ്കരിക്കാനുള്ള മിഷനറിമാരുടെ പ്രവർത്തനത്തിന്റെ പ്രാഥമിക ലക്ഷ്യം ക്രിസ്തീയ മതസന്ദേശ പ്രചാരണമായിരുന്നെങ്കിലും അതിന്റെ ആത്യന്തികഫലം ഭാഷയെ മതനിരപേക്ഷമാക്കുകയും ജനാധിപത്യവൽക്കരിക്കുകയും ആയിരുന്നു. മനുഷ്യരുടെ പരസ്പര വിനിമയത്തിന്റെയും സംവാദത്തിന്റെയും ഏറ്റവും പ്രധാന മാർഗങ്ങളിലൊന്ന് മതനിരപേക്ഷവും ജനാധിപത്യവൽക്കൃതവുമായ ഭാഷ തന്നെയാണല്ലോ.

പ്രചോദന സ്രോതസ്

ഈ പ്രബന്ധം സമാപിക്കുന്നതിനുമുമ്പ് ഒരു കാര്യം കൂടി ചർച്ച ചെയ്യേണ്ടതുണ്ട്. എങ്ങനെയാണ്, എവിടെനിന്നാണ് ഹെർമൻ ഗുണ്ടർട്ടിന് അക്കാലത്തെ മതപ്രചാരകർക്കും ഭാഷാ പരിഷ്കർത്താക്കൾക്കും ഇല്ലാതിരുന്ന ഈ ഉൾക്കാഴ്ചകൾ ലഭിച്ചത്? ആധുനികവും ജനായത്തവും എന്നു വിശേഷിപ്പിക്കാവുന്ന ഈ ചിന്താഗതികൾ എങ്ങനെ ഗുണ്ടർട്ടിന്റെ വിശ്വാസ സംഹിതയിലും മൂല്യബോധത്തിലും വന്നുചേർന്നു? ഡോ.

ആൽബർട്ട് ഫ്രെൻസും പ്രൊഫസർ സ്കറിയ സഖറിയയും ഈ പ്രശ്ന ങ്ങളിലേക്ക് ഈ വിധത്തിൽ പ്രവേശിക്കുന്നില്ലെങ്കിലും അവർ തരുന്ന ജീവചരിത്രവിവരങ്ങളിൽ നിന്ന് നമുക്ക് ധാരാളം സൂചനകൾ ലഭിക്കുന്നു.

16-ാം നൂറ്റാണ്ടിൽ ജർമൻകാരനായ മാർട്ടിൻ ലൂഥറുടെ നേതൃത്വത്തിൽ നടന്ന മതനവീകരണ (പ്രോട്ടസ്റ്റന്റ്) കലാപം 18-ാം നൂറ്റാണ്ടായതോടെ പല രൂപഭേദങ്ങൾക്കും വ്യത്യസ്ത പ്രസ്ഥാനങ്ങൾക്കും വഴിയൊരുക്കി. ഫ്രഞ്ചുവിപ്ലവം തുടങ്ങിയ രാഷ്ട്രീയ പരിവർത്തന പ്രക്രിയയിൽ നിന്ന് മത നവീകരണത്തെ ഒഴിച്ചുനിറുത്തുവാൻ ആഗ്രഹിച്ചവർ ലൂഥർ സിദ്ധാന്തങ്ങൾക്ക് യാഥാസ്ഥിതിക വ്യാഖ്യാനം നൽകാൻ ശ്രമിച്ചു. അങ്ങനെയുള്ള ഒരു വ്യതിയാനമാണ് മലയാളത്തിൽ "ഭക്തിപ്രസ്ഥാന"മെന്ന് വിവർത്തനം ചെയ്യാവുന്ന "പയറ്റിസ്റ്റ്" (Pietist) പ്രവണത. ബെംഗൽ, ഓട്ടിംഗർ തുടങ്ങിയവർ രൂപം നൽകിയ ഭക്തിപ്രസ്ഥാനത്തിന്റെ ആരാധകരും പ്രചാരകരുമായിരുന്നു ഹെർമൻ ഗുണ്ടർട്ടിന്റെ പിതാവായ ലുഡ്‌വിഗ് ഗുണ്ടർട്ടും കുടുംബമാകെയും. ഫ്രെൻസും സഖറിയയും എഴുതുന്നു:

> ഹെർമന്റെ വിദ്യാലയജീവിതകാലത്ത് വിപ്ലവ ചിന്തകൾ വ്യാപകമായ പ്രചാരം നേടുകയായിരുന്നു. തൊട്ടടുത്ത ഗ്രാമമായ ഫയിഹിംഗനിൽ നിന്ന് *ഗ്രെൻസ് ബോട്ടൻ* (*അതിർത്തി ദൂതൻ*) എന്നൊരു ആനുകാലിക പ്രസിദ്ധീകരണം തുടങ്ങിയപ്പോൾ അതിൽ ആദ്യം മുതൽ ഹെർമൻ ഗുണ്ടർട്ട് രാഷ്ട്രീയ ലേഖനങ്ങൾ എഴുതിയിരുന്നു. ഇത് പിതാവിന് ഇഷ്ടമായിരുന്നില്ല. 1831 ജനുവരിൽ ആരംഭിച്ച പ്രസിദ്ധീകരണം ഏതാനും മാസത്തിനുള്ളിൽ നിരോധിച്ചു. പ്രസ് കണ്ടുകെട്ടുകയും ചെയ്തു. (പുറം 48, *ഡോ.ഹെർമൻ ഗുണ്ടർട്ട്: പറുദീസയിലെ ഭാഷാ പണ്ഡിതൻ, ആൽബർട്ട് ഫ്രെൻസ്, സ്കറിയ സക്കറിയ, കോട്ടയം, 1991)*

അങ്ങനെ ചെറുപ്പം തൊട്ടേ സ്വതന്ത്രചിന്തയും സമത്വബോധവും എതിർപ്പിനുള്ള വാസനയും ഈശ്വരഭക്തനായ ഈ യുവാവിൽ പ്രകടമായി. ഗതാനുഗതികത്വത്തെക്കാൾ സ്വതന്ത്രമായ പാത വെട്ടിയെടുക്കുന്നതിലായിരുന്നു അദ്ദേഹത്തിന് താൽപ്പര്യവും വാസനയും. അദ്ദേഹത്തിന്റെ ജീവചരിത്ര രചയിതാക്കൾ തുടരുന്നു:

> ചെറുപ്പം മുതൽ ഈശ്വരാശ്രയ ബുദ്ധിയായിരുന്ന ഗുണ്ടർട്ട് സ്വാതന്ത്ര്യബോധവും ഭക്തിപ്രസ്ഥാനവും പൊരുത്തപ്പെടുത്തിക്കൊണ്ടു പോകാൻ നന്നേ ക്ലേശിച്ചു. മൗൾ ബ്രോണിലെ വിദ്യാഭ്യാസം കാര്യക്ഷമമായിരുന്നെങ്കിലും അവിടത്തെ കർക്കശമായ അച്ചടക്കം അസഹ്യമായി ഗുണ്ടർട്ടിനു തോന്നി. അനുവാദം കൂടാതെ പുറത്തിറങ്ങിയിരുന്ന് ആകാശത്തേക്കു നോക്കി നക്ഷത്രം കണ്ടു രസിച്ചതിന് ശിക്ഷ സഹിക്കേണ്ടിവന്നു എന്നു പറയുമ്പോൾ അവിടത്തെ ചട്ടവട്ടങ്ങൾ ഊഹിക്കാമല്ലോ. സ്റ്റൂട്ഗാർട്ടിലേക്ക് മടങ്ങിപ്പോകാൻ ഹെർമൻ ആഗ്രഹിച്ചു. മാതാപിതാക്കൾക്ക് അത് സമ്മതമായില്ല. അങ്ങനെയിരിക്കെ ഡേവിഡ് ഫ്രെഡറിക് സ്ട്രൗസ് (1808-

> 1874) ആ വിദ്യാലയത്തിൽ അധ്യാപകനായി വന്നു. ക്രൈസ്തവ വേദ വിജ്ഞാനീയം തുറന്ന മനസോടെ വായിക്കാനും പഠിക്കാനും പഠിപ്പിക്കാനും ശ്രമിച്ച ഈ ഗുരുഭൂതൻ അവിടെയും ട്യൂബിംഗൻ സർവകലാശാലയിലും ഗുണ്ടർട്ടിന് ഏറ്റവും പ്രിയങ്കരനായിരുന്നതു (പുറം 48, ടി പുസ്തകം)

ഈ കാലയളവിൽ ജർമൻ മേഖലയിലാകെ ചിന്താരംഗത്തും അതിനനുബന്ധമായി മത-രാഷ്ട്രീയരംഗത്തും കോളിളക്കം സൃഷ്ടിച്ചുകൊണ്ടിരുന്ന യുഗപ്രഭാവ ദാർശനികനാണ് ഗ്യോർഗ് വിൽഹെം ഹെഗൽ (1770–1831). ഹെഗലിന്റെ നിര്യാണത്തിനുശേഷം അദ്ദേഹത്തിന്റെ അനുയായികൾ രണ്ടുവിഭാഗമായി തിരിഞ്ഞു. യാഥാസ്ഥിതികരും പുരോഗമനവാദികളും. പുരോഗമനവാദികൾ "യുവ ഹെഗലിയർ" എന്ന പേരിലാണ് അറിയപ്പെട്ടിരുന്നത്. മാർക്സും എംഗൽസും ഫൊയർബാഹും ഉൾപ്പെടെ പിൽക്കാലത്ത് യൂറോപ്യൻ ചിന്തയിലും ജീവിതത്തിലും വലിയ ചലനങ്ങൾ സൃഷ്ടിച്ച പലരും "യുവ ഹെഗേലിയർ" എന്ന രീതിയിലാണ് രംഗപ്രവേശം നടത്തിയത്. മേൽപ്പറഞ്ഞ സ്ട്രൗസ് യുവ ഹെഗേലിയന്മാരിൽ പ്രമുഖനായിരുന്നു. അദ്ദേഹത്തിന്റെ *യേശുവിന്റെ ജീവിതം* (*ലെബെൻ ജേശു*) എന്ന ഗ്രന്ഥം തൊടുത്തുവിട്ട തീപ്പൊരികൾ സൃഷ്ടിച്ച കലാപങ്ങൾക്ക് അതിരില്ല. (*ദി യംഗ് ഹെഗേലിയൻസ് ആന്റ് കാൾ മാർക്സ്*, ലണ്ടൻ, 1969)

എല്ലാ രംഗങ്ങളിലും പരിവർത്തനം, സ്വതന്ത്രചിന്ത, ശാസ്ത്രബോധം, ജനാധിപത്യം എന്നതൊക്കെയായിരുന്നു യുവ ഹെഗേലിയരുടെ ലക്ഷ്യം.

ഹെർമൻ ഗുണ്ടർട്ടിന്റെ "ഇഷ്ട ദേവത"യും ആരാധനാപാത്രവുമായി സ്ട്രൗസ്. മകൻ സ്ട്രൗസിന്റെയും യുവ ഹെഗേലിയന്മാരുടെയും ചിന്തകൾക്കടിപ്പെട്ട് വഴിതെറ്റിപ്പോകുന്നു എന്നു വിമർശിക്കുന്ന പിതാവ് ലുഡ്‌വിഗിന്റെ കത്ത് ഒരെണ്ണം അദ്ദേഹത്തിന്റെ ജീവചരിത്ര രചയിതാക്കൾ ഉദ്ധരിക്കുന്നുണ്ട്.

1830 കളിൽ ജർമനിയെ പൊതുവെയും ജർമൻ സർവകലാശാലകളെ പ്രത്യേകിച്ചും ഇളക്കിമറിച്ച ഈ ചിന്താഗതികൾ മനുഷ്യസ്നേഹിയും സ്വതന്ത്രബുദ്ധിയും ജനായത്ത ചിന്തകനും പരമതസഹിഷ്ണുവും ആയ ഗുണ്ടർട്ട് എന്ന പണ്ഡിതനെ സൃഷ്ടിച്ചു എന്നു പറയാം. ഗുണ്ടർട്ടിന്റെ ജീവിതത്തെയും ചിന്തയെയും സംബന്ധിച്ച പല ദുരൂഹസമസ്യകൾക്കും ഇങ്ങനെ ഉത്തരം കണ്ടെത്താം.

ഇരുപത്തിയൊന്നാം നൂറ്റാണ്ടിന്റെ ഈ ആദ്യ പാദത്തിൽ മതമൗലികതാവാദവും വംശീയഭ്രാന്തുകളും സാംസ്കാരിക ജീർണതയും മറ്റും നമ്മുടെ അന്തരീക്ഷം ഇന്ത്യയിലും ലോകത്തിന്റെ മറ്റുപല ഭാഗങ്ങളിലും കലുഷിതമാക്കുന്നത് നാം വേദനയോടെ കാണുന്നു. ഈ കറുത്ത ശക്തികളെ നിർമാർജനം ചെയ്യാനുള്ള ജനകീയ യത്നത്തിൽ ഗുണ്ടർട്ടിന്റെ ജീവിതവും പ്രചോദന സ്രോതസുകളും മാതൃകയും ഉത്തേജകവും ആകട്ടെ.

3 ആറാട്ടുപുഴ വേലായുധപ്പണിക്കർ
ഗുരുദേവന്റെ മുൻഗാമി
നവോത്ഥാനത്തിന്റെ രക്തസാക്ഷി

കേരളത്തിലെ നവോത്ഥാനത്തിന്റെ പിതാവ് എന്നോ രാജശിൽപി എന്നോ ഉള്ള വിശേഷണത്തിന് അർഹൻ ശ്രീനാരായണ ഗുരുദേവൻ ആണെന്നതിനെക്കുറിച്ച് രണ്ടുപക്ഷമില്ല. എന്നാൽ ലോകചരിത്രത്തിൽ യുഗസ്രഷ്ടാക്കളായ മഹാന്മാരൊന്നും നിനച്ചിരിയാതെ ഭൂമിയിൽ നിന്ന് മുളച്ചുവന്നവരോ മാനത്തുനിന്ന് പൊട്ടിവീണവരോ അല്ല. അവരെല്ലാം ഒരു പുതുയുഗത്തിന്റെ സ്രഷ്ടാക്കളായത് ഒരു സവിശേഷ കാലത്തിന്റെ സന്തതികൾ കൂടിയായതുകൊണ്ടാണ്. അതുകൊണ്ട് ബുദ്ധനായാലും ക്രിസ്തുയാലും മുഹമ്മദായാലും മാർക്സ്യാലും അവർക്കെല്ലാം വഴിയൊരുക്കിയ മുൻഗാമികൾ എന്നപോലെ അവരുടെ സന്ദേശവുമായി മുന്നോട്ടുപോയ പിൻഗാമികളും ഉണ്ട്. ശ്രീനാരായണനും ഈ പൊതുനിയമത്തിന് അപവാദമായിരുന്നില്ല. അദ്ദേഹത്തിന്റെ സർവാംഗീണവും സമഗ്രവുമായ സാമൂഹ്യ പരിവർത്തനത്തിനും വിചാരവിപ്ലവത്തിനും വഴിയൊരുക്കിയ മഹാമതികളിൽ തെക്കൻ കേരളത്തിലെ അയ്യാ വൈകുണ്ഠസ്വാമികളും മധ്യതിരുവിതാംകൂറിലെ ആറാട്ടുപുഴ വേലായുധപ്പണിക്കരും (1825–1874) സവിശേഷ പ്രാധാന്യം അർഹിക്കുന്നു.

അയ്യാ വൈകുണ്ഠരെക്കുറിച്ച് ഇംഗ്ലീഷിലും മലയാളത്തിലും തമിഴിലും ഈ ലേഖകൻ ഉൾപ്പെടെ ചിലരുടെ ലേഖനങ്ങളും പഠനങ്ങളും ഉണ്ടാ

യിട്ടുണ്ടെങ്കിലും ആറാട്ടുപുഴ വേലായുധപ്പണിക്കർ ഇപ്പോഴും അത്ര തന്നെ നവോത്ഥാന-ചരിത്രകാരന്മാരുടെ ശ്രദ്ധയിൽപ്പെട്ടിട്ടില്ല. എസ് എൻ ഡി പിയുടെ പ്ലാറ്റിനം ജൂബിലി പ്രസിദ്ധീകരണം തുടങ്ങിയ ചുരുക്കം ചില പുസ്തകങ്ങളിൽ ചില വിവരങ്ങൾ ശേഖരിക്കാം എന്നു മാത്രമേയുള്ളൂ. എന്നാൽ മധ്യതിരുവിതാംകൂറിലെ ആലപ്പുഴ, കൊല്ലം, പത്തനംതിട്ട തുടങ്ങിയ ജില്ലകളിൽ വേലായുധപ്പണിക്കർ ഒരുജ്ജ്വല സ്മരണയായി പഴഞ്ചൊല്ലുകളിലും പഴങ്കഥകളിലും ഇപ്പോഴും ജീവിക്കുന്നു. അടുത്ത കാലത്തായി അഡ്വ. ടി ഡി കവിരാജ് തുടങ്ങി ഏതാനും പരിശ്രമശാലികളുടെ ഫലമായി വേലായുധപ്പണിക്കരുടെ സ്മരണ നിലനിർത്താൻ പൊതുയോഗങ്ങൾ സംഘടിപ്പിക്കുകയും സ്മരണികകൾ പ്രസിദ്ധീകരിക്കുകയും ഗവേഷണപഠനങ്ങൾക്കായി ഒരു ഫൗണ്ടേഷൻ സ്ഥാപിക്കുകയും മറ്റും ചെയ്തതിനാൽ നവോത്ഥാന ചരിത്രത്തിലെ ഇരുളടഞ്ഞ ഈ ഏടുകളിൽ വളരെയേറെ വെളിച്ചം വീശിയിട്ടുണ്ട്. എങ്കിലും കൃത്യമായ കാലാനുക്രമണികയോടെ രേഖകൾ സമാഹരിച്ചുള്ള ഒരു ജീവചരിത്രം പ്രാതസ്മരണീയനായ വേലായുധപ്പണിക്കർക്ക് ഇനിയും ഉണ്ടാകേണ്ടിയിരിക്കുന്നു. അദ്ദേഹത്തിന്റെ ജീവിതത്തിലെ കുറെ സംഭവങ്ങളും ആ വീരചരിതത്തിലെ ചില നടപടികളും മാത്രമേ ഈ ലേഖനത്തിൽ വിവരിക്കാൻ കഴിയൂ.

പ്രതാപം മുറ്റിനിന്ന തറവാട്

ആലപ്പുഴ ജില്ലയിലെ കാർത്തികപ്പള്ളി താലൂക്കിലെ ആറാട്ടുപുഴ എന്ന തീരദേശ ഗ്രാമത്തിൽ 1825 ൽ സമ്പത്തും പ്രശസ്തിയും കൊണ്ട് അനുഗൃഹീതമായ ഒരു ഈഴവകുടുംബത്തിലാണ് പിൽക്കാലത്ത് കലാപകാരിയും ജനനേതാവുമായി വളർന്ന ആറാട്ടുപുഴ വേലായുധപ്പണിക്കർ ജനിച്ചത്. സവർണാധിപത്യത്തിനും മറ്റനീതികൾക്കുമെതിരെ അനുചരന്മാരെ കൂട്ടി ധീരമായി പോരാടിയ പണിക്കർക്ക് ആയിരക്കണക്കിന് ആരാധകരും അനുയായികളും ഉണ്ടായിരുന്നതോടൊപ്പം ഏതാനും ശത്രുക്കളും കൂടി ഉണ്ടായത് സ്വാഭാവികം. അവരിൽ ചിലർ നടത്തിയ

കല്ലശ്ശേരി ഭവനം

ഗൂഢാലോചനയുടെ ഫലമായി കർമശേഷിയും ആദർശവീര്യവും ജ്വലിച്ചുനിന്ന 49-ാം വയസിൽ ആ വിപ്ലവകാരി ചതിയിൽ വധിക്കപ്പെട്ടു. അങ്ങനെ നാടുവാഴിത്തത്തിനും ജാതി മേധാവിത്വത്തിനും എതിരെ പോരാടിയ പണിക്കർ നവോത്ഥാനത്തിന്റെ പ്രഥമ രക്തസാക്ഷിയായി. അന്ന് കേരള നവോത്ഥാനത്തിന്റെ രാജശിൽപിയായ ശ്രീനാരായണന് വയസ് 18.

വേലായുധപ്പണിക്കരുടെ വീട്ടുപേര് ആറാട്ടുപുഴ കല്ലശ്ശേരി. കൊച്ചു വേലായുധൻ ജനിച്ച് 13-ാം ദിവസം അമ്മ മരിച്ചു. തുടർന്ന് കുട്ടിയെ വളർത്തിയത് ആറാട്ടുപുഴ വലിയകടവിൽ താമസിച്ചിരുന്ന അമ്മൂമ്മയും അപ്പൂപ്പനും ആയിരുന്നു. കാവിന് താഴത്തതിൽ പെരുമാൾ ചേകവൻ എന്നും വലിയകടവിൽ പെരുമാളച്ഛനെന്നും അറിയപ്പെട്ടിരുന്ന അപ്പൂപ്പൻ കയറ്റുമതി വ്യാപാരവും പായ്ക്കപ്പലുകളും (പടവുകൾ) മറ്റും ഉണ്ടായിരുന്ന കർമകുശലനായ ധനാഢ്യനായിരുന്നു. വർണശ്രേണിയിൽ സവർണരെക്കാൾ താഴെയാണ് പെരുമാളച്ഛന്റെയും കുടുബക്കാരുടെയും സ്ഥാനമെങ്കിലും പണവും പ്രതാപവും മുറ്റിനിന്ന അവരെ സവർണ പ്രമാണിമാർ ആദരിക്കുക മാത്രമല്ല പല കാര്യങ്ങൾക്കും ആശ്രയിക്കുകയും ചെയ്തുവന്നു. കല്ലിങ്കൽ മൂപ്പൻ, വാമല മൂപ്പൻ, വാടയിൽ മൂപ്പൻ തുടങ്ങി ഈ വകുപ്പിൽ പെടുത്താവുന്ന മറ്റേതാനും വ്യാപാരപ്രമുഖർ കൂടി ആറാട്ടുപുഴ കേന്ദ്രമായി പ്രവർത്തിച്ചിരുന്നു എങ്കിലും പെരുമാളച്ഛനായിരുന്നു അവരുടെയെല്ലാം തലവൻ. അനേകം ആണ്ടുകളായി ആറാട്ടുപുഴയ്ക്കുണ്ടായിരുന്ന കടൽവ്യാപാര പ്രാധാന്യം വലിയ ദിവാൻജി രാജാ കേശവദാസൻ ആലപ്പുഴ തുറമുഖം സ്ഥാപിച്ച് വികസിപ്പിച്ചതോടെ അധോഗതിയിലേക്ക് നീങ്ങിത്തുടങ്ങിയിരുന്നു എങ്കിലും നമ്മുടെ കഥാനായകന്റെ കാലത്ത് അത് തീരെ അസ്തമിച്ചിരുന്നില്ല.

അങ്ങനെ ജാതികൃതമായ വിവേചനങ്ങളും അവശതകളും തന്റെ സമുദായത്തിലെ ബഹുഭൂരിപക്ഷം അനുഭവിക്കുമ്പോഴും അവയൊന്നും അത്രയധികം ബാധിക്കാതെ സമൃദ്ധിയുടെയും പ്രതാപത്തിന്റെയും മടിത്തട്ടിൽ ആജാനുബാഹുവും യുവകോമളനുമായി വേലായുധൻ വളർന്നു. സമർഥരായ ആശാന്മാരെ വീട്ടിൽ നിയമിച്ച് സംസ്കൃതവും മലയാളവും തമിഴും അന്നത്തെ സമ്പ്രദായമനുസരിച്ച് അൽപ്പം ആയുർവേദവും ജ്യോതിഷവുമെല്ലാം പഠിച്ചതിനു പുറമെ കുടുംബവ്യാപാരത്തിന്റെ നൂലാമാലകളും വശമാക്കി. ഇവയ്ക്കു പുറമെ കുതിരസവാരിയും വാൾപ്പയറ്റും മറ്റു കായികാഭ്യാസങ്ങളും കൂടിയായപ്പോൾ ഒരു മാടമ്പിയോ രാജകുമാരനോ ആകാനുള്ള ഉപസ്ഥിതിയായി. പണിക്കരോടൊപ്പം ഈ കായികാഭ്യാസങ്ങളിൽ പരിശീലനം നേടിയ ഒരു അനുചരസംഘം പിൽക്കാലത്ത് അദ്ദേഹത്തിന്റെ ജീവിതായോധനത്തിലെ സഹകാരികളാകുകയും ചെയ്തു. കാർത്തികപ്പള്ളി താലൂക്കിലെ പുതുപ്പള്ളിയിലുള്ള പേരുകേട്ട തറവാടായ വാരണപ്പിള്ളിയിലെ വെളുമ്പി എന്ന സുശീലയും സുഭഗയുമായ യുവതിയെ വേലായുധപ്പണിക്കർ 20-ാം വയസിൽ വിവാഹം

കഴിച്ചു. സന്താനസൗഭാഗ്യവും പരസ്പരപ്രേമവും കൊണ്ട് സംതൃപ്തമായിരുന്നു പണിക്കരുടെ കുടുംബജീവിതം. ശ്രീനാരായണഗുരു പിൽക്കാലത്ത് വിദ്യാഭ്യാസാർഥം അതിഥിയായി കുറെക്കാലം താമസിച്ചിരുന്ന വാരണപ്പിള്ളി തറവാട് ഇപ്പോഴും ശ്രേയസോടെ പുലരുന്നു. വേലായുധൻ-വെളുമ്പി ദമ്പതികൾക്ക് ഏഴു മക്കളുണ്ടായിരുന്നു.

ആദ്യത്തെ അവർണ ശിവപ്രതിഷ്ഠ

ഈ സമ്പത്തിന്റെയും പ്രതാപത്തിന്റെയും ശീതളഛായയിൽ അലസവും ആനന്ദകരവുമായ ജീവിതം നയിക്കാനല്ല പണിക്കർ ആഗ്രഹിച്ചത്. ഈ സമ്പത്തും പ്രതാപവും ആരോഗ്യവുമെല്ലാം സമുദായാംഗങ്ങളും അതിലും താഴെയായി പരിഗണിക്കപ്പെട്ടുവന്ന കുറവർ, പുലയർ, പറയർ ആദി നിർഭാഗ്യ ജീവികളും അനുഭവിക്കുന്ന അസമത്വങ്ങളും അവഗണനകളും അപമാനങ്ങളും പരിഹരിക്കാനായി പ്രയോജനപ്പെടുത്തണമെന്ന വിചാരം ആ യുവാവിനെ സമരത്തിന്റെയും സംഘർഷത്തിന്റെയും ജീവിതസരണി തെരഞ്ഞെടുക്കാൻ പ്രേരിപ്പിച്ചു. തന്റെ അനുചരവൃന്ദത്തോടും സഹകാരികളോടും അദ്ദേഹം ആ കാര്യം പലപ്പോഴും വ്യക്തമാക്കുകയും അവരുടെ സഹായസഹകരണങ്ങൾ നേടുകയും ചെയ്തു. ഈ അസമത്വങ്ങളുടെയും അപമാനങ്ങളുടെയും പ്രത്യക്ഷലക്ഷ്യമായി അന്ന് പണിക്കരുൾപ്പെടെ പലർക്കും തോന്നിയിരുന്നത് അയിത്തജാതിക്കാർക്ക് ക്ഷേത്രാരാധനാവകാശം നിഷേധിച്ചിരുന്നതാണ്. ആയിടയ്ക്ക് ബ്രിട്ടീഷ് പരമാധികാര പ്രതിനിധി (റസിഡന്റ്) ആയിരുന്ന മൺട്രോ സായിപ്പ് അധോഗതിയിലായിരുന്ന സവർണക്ഷേത്രങ്ങളൊക്കെ ഏറ്റെടുത്ത് സർക്കാരിന്റെ അധീനതയിലാക്കി കാര്യക്ഷമമായ ഭരണം ഏർപ്പെടുത്തിയത് അവയ്ക്കൊരനുഗ്രഹമായി. എന്നാൽ അധഃകൃത വിഭാഗങ്ങൾക്ക് അനഭിഗമ്യമായിരുന്ന ആ ക്ഷേത്രങ്ങളുടെ പരിഷ്കാരം അവർക്കൊരു ഗുണവും ചെയ്തില്ല. ബ്രഹ്മാ-വിഷ്ണു-മഹേശ്വരന്മാരും ലക്ഷ്മി-സരസ്വതി-പാർവതിമാരും ഉൾപ്പെട്ട "ഉത്തമ ദേവത"കൾ സവർണർക്കും കാളി, കൂളി, മറുത, മാരിയമ്മൻ തുടങ്ങിയ "പ്രാകൃത ദേവത"കൾ അയിത്തക്കാർക്കും എന്ന അവസ്ഥ അധഃകൃത വിഭാഗങ്ങളിലെ അഭിജാതകർക്ക് അസഹ്യമായി അനുഭവപ്പെട്ടു. ആധുനിക നരവംശശാസ്ത്രത്തിന്റെയും സാമൂഹ്യവിജ്ഞാനീയത്തിന്റെയും മറ്റും അടിസ്ഥാനത്തിൽ സവർണരുടെ ദൈവങ്ങളെ "ഉത്തമകോടി"യിലും അവർണരുടെ ദൈവങ്ങളെ "അധമകോടി"യിലും ഉൾപ്പെടുത്തുന്നത് യുക്തിസഹമാണോ എന്നും സസ്യഭുക്കുകളായ ദേവതകൾ മാംസഭുക്കുകളെക്കാൾ മേന്മയേറിയവരാണോ എന്നും മറ്റുമുള്ള ദാർശനിക പ്രശ്നങ്ങളിലേക്ക് ഇവിടെ പ്രവേശിക്കേണ്ടതില്ല. നമ്മുടെ നവോത്ഥാനത്തിന്റെ ആദ്യഘട്ടത്തിൽ ഇങ്ങനെയൊരു നിലപാടെടുത്താണ് സവർണാധിപത്യത്തിന്റെ നേരെ തങ്ങളുടെ ആദ്യശരങ്ങൾ തൊടുത്തത് എന്നു മാത്രമേ ഈ പ്രകൃതത്തിൽ ഓർക്കേണ്ടതുള്ളൂ.

മംഗലം ശിവക്ഷേത്രം

ഈയൊരു പശ്ചാത്തലത്തിലാണ് 1888 ൽ ശ്രീനാരായണഗുരുദേവൻ അരുവിപ്പുറത്ത് ശിവപ്രതിഷ്ഠ നടത്തുന്നതിനു 36 വർഷം മുമ്പും ജനിക്കുന്നതിന് നാലുവർഷം മുമ്പും 1852 ൽ വേലായുധപ്പണിക്കരുടെ നേതൃത്വത്തിൽ കല്ലശ്ശേരി തറവാട്ടിൽനിന്ന് ഒന്നൊന്നര കിലോമീറ്റർ അകലെ മംഗലത്ത് കേരളീയ ശൈലിയിൽ ഒരു ക്ഷേത്രം നിർമിച്ച് ശിവപ്രതിഷ്ഠ നടത്തിയത്. മാവേലിക്കര കണ്ടിയൂർ മറ്റത്തിൽ വിശ്വനാഥൻ ഗുരുക്കൾ എന്ന തന്ത്രിയാണ് പ്രതിഷ്ഠ നിർവഹിച്ചത്. എല്ലാ ജാതിമതസ്ഥർക്കും അവിടെ പ്രവേശനമുണ്ടായിരുന്നു എന്ന് പ്രത്യേകം പറയേണ്ടതില്ലല്ലോ. സ്വാഭാവികമായി അയിത്തജാതിക്കാരന്റെ ഈ ധിക്കാരം സവർണ പ്രമാണിമാരെ പ്രകോപിപ്പിച്ചു എങ്കിലും വേലായുധപ്പണിക്കരുടെ പ്രതാപവും ആൾബലവും മൂലം അവർക്ക് അമർഷം കടിച്ചിറക്കി കഴിയേണ്ടിവന്നു. പണിക്കരുടെ മാതൃക ചേർത്തല താലൂക്കിലെ തണ്ണീർമുക്കം ചെറുവാരണംകരയിൽ ആവർത്തിക്കപ്പെട്ടു. അവിടെ രണ്ടാമത്തെ അവർണ ശിവക്ഷേത്രം സ്ഥാപിച്ച് പ്രതിഷ്ഠ നടത്തിയത് 1853-ലാണ്. 1888 ലെ അരുവിപ്പുറം പ്രതിഷ്ഠയ്ക്ക് മറ്റു പല സവിശേഷതകൾകൂടി അവകാശപ്പെടാമെങ്കിലും കൃത്യമായ കാലഗണനപ്രകാരം അത് മൂന്നാമത്തെ അവർണ ശിവക്ഷേത്രമാണെന്നു പറയാം.

മംഗലത്തിന്റെ മുന്നൊരുക്കം

മംഗലം ക്ഷേത്രസ്ഥാപനം വേലായുധപ്പണിക്കർ നിർവഹിച്ചത് പെട്ടെന്നൊരു ഉൾവിളിയുടെ ഫലമായിട്ടല്ല. അതിനുമുമ്പ് ധാരാളം ആലോചനയും പഠനവും അദ്ദേഹം നടത്തി സുചിന്തിതമായ തീരുമാനത്തിൽ എത്തിയശേഷമാണ് അത് നിർവഹിച്ചത്. വിശ്വസ്തരായ ഏതാനും അനുചരന്മാരോടുകൂടി ഗോകർണത്തിലെ പ്രസിദ്ധ ശിവക്ഷേത്രമുൾപ്പെടെ കർണാടകത്തിലും തമിഴ്നാട്ടിലും ഉള്ള പല ശിവക്ഷേത്രങ്ങൾ സന്ദർശിച്ച് അവിടങ്ങളിലെ ആചാരാനുഷ്ഠാനങ്ങൾ അന്വേഷിച്ചും കണ്ടും പഠിക്കുകയും തന്ത്രിമാരും ക്ഷേത്രഭാരവാഹികളുമായി സംസാരിച്ച് കാര്യ

ങ്ങൾ ഗ്രഹിക്കുകയും ചെയ്തശേഷമാണ് അദ്ദേഹം പദ്ധതി ആസൂത്രണം ചെയ്തത്.

ഈ പഠനസഞ്ചാരങ്ങൾ സമാപിച്ച് വടക്കുനിന്ന് ആറാട്ടുപുഴയ്ക്ക് വള്ളം വഴി മടങ്ങുന്നതിനിടയിൽ പണിക്കർ കേരളത്തിലെ ഏറ്റവും വലിയ ശിവക്ഷേത്രങ്ങളിലൊന്നായ വൈക്കം ക്ഷേത്രം സന്ദർശിച്ചതിനെക്കുറിച്ച് രസകരമായ ഒരു സംഭവകഥയുണ്ട്. പണിക്കരും കൂട്ടുകാരും വൈക്കത്ത് കരയ്ക്കിറങ്ങി വിധിയാംവണ്ണം ക്ഷേത്രക്കുളത്തിൽ കുളിച്ച് ക്ഷേത്രത്തിൽ പ്രവേശിച്ച് പ്രദക്ഷിണം വച്ച് തൊഴുത് വഴിപാടുകഴിച്ച് തിരികെ പോന്നു. എഴുപത്തിയഞ്ചു വർഷത്തിനുശേഷം അവർണർക്ക് ക്ഷേത്രപ്രവേശനം ലഭിക്കുക എന്നതിനെക്കാൾ എത്രയോ കുറഞ്ഞ ആവശ്യമായ ക്ഷേത്രവളപ്പിനു പുറത്തെ വഴിയിൽക്കൂടി നടക്കാനുള്ള അവകാശത്തിനുവേണ്ടി നടന്ന ചരിത്രപ്രസിദ്ധ സത്യഗ്രഹ സ്ഥാനമാണല്ലോ വൈക്കം ക്ഷേത്രം. അവിടെ അവർണർ ക്ഷേത്രത്തിനകത്ത് കയറി ആരാധന നടത്തുക എന്നതിൽപ്പരം എന്തു "ധിക്കാര"വും "നിയമലംഘന"വുമാണ് സംഭവിക്കാനുള്ളത്? എന്നാൽ വെളുത്തുചുവന്ന് ആജാനുബാഹുവും സുന്ദര കളേബരനുമായ പണിക്കരുടെ ആകാരവടിവും അതിലേറെ കൂസലില്ലാത്ത തന്റേടത്തോടെയുള്ള നടത്തവും പെരുമാറ്റവും ആഢ്യന്മാരിൽ "അവർണ"ശങ്കയൊന്നും ഉളവാക്കിയില്ല. അങ്ങനെതന്നെയാണല്ലോ കർണാടകത്തിലും തമിഴ്നാട്ടിലുമുള്ള ക്ഷേത്രങ്ങൾ സന്ദർശിക്കാനും അദ്ദേഹത്തിനു കഴിഞ്ഞത് എന്ന കാര്യത്തെപ്പറ്റി ആരും പറഞ്ഞുകേട്ടിട്ടില്ല. എങ്കിലും ആയിരിക്കാമെന്ന് ഊഹിക്കാം.

ഏതായാലും വൈക്കത്ത് വരുന്നതു വരട്ടെ, എന്തു വന്നാലും നേരിടാം എന്നു കരുതി പണിക്കർ ആരാധനകളെല്ലാം കഴിഞ്ഞ് പുറത്തിറങ്ങിയശേഷം ക്ഷേത്രാധികാരികളെ കണ്ട് തന്റെ "അവർണപദവി" അറിയിച്ചു. എന്തു ചെയ്യേണ്ടു എന്നറിയാതെ അന്ധാളിച്ചുപോയ അധികാരികൾ മിഴിച്ചുനിൽക്കുമ്പോൾ പുണ്യാഹത്തിനും മറ്റു പ്രായശ്ചിത്തങ്ങൾക്കും ആവശ്യമായ പണവും അൽപ്പം സംഭാവനയും നൽകി പണിക്കർ വിജയശ്രീലാളിതനായി വള്ളം കയറി ആറാട്ടുപുഴയ്ക്ക് തിരിച്ചു എന്നാണ് ഐതിഹ്യം.

വേലായുധപ്പണിക്കരുടെ പ്രതാപവും ആറാട്ടുപുഴയിലും കാർത്തികപ്പള്ളി താലൂക്കിൽ പൊതുവെയും ഈഴവപ്രമാണിമാർക്കുണ്ടായിരുന്ന സ്വാധീനവും മൂലം മംഗലം ക്ഷേത്രപ്രതിഷ്ഠയെക്കുറിച്ചുള്ള സവർണരോഷം കരഞ്ഞുതീർക്കാനേ കഴിഞ്ഞുള്ളൂ എന്നു പറഞ്ഞുവല്ലോ. എന്നാൽ ഈ "അവർണ ധിക്കാരം" ചേർത്തലയിലെ തണ്ണീർമുക്കത്തേക്കുകൂടി വ്യാപിച്ചപ്പോൾ ഇതങ്ങനെ വിട്ടുകൊടുത്തുകൂടാ എന്ന് യാഥാസ്ഥിതികർ നിശ്ചയിച്ചു. അവർ ദിവാൻജിക്കുതന്നെ പരാതി നൽകി. ദിവാൻജി എല്ലാ കക്ഷികളെയും വിളിച്ചു വിചാരണ ചെയ്തപ്പോൾ മംഗലത്ത് പണിക്കർ സ്ഥാപിച്ച ശിവക്ഷേത്രത്തെ ഒരു കീഴ്വഴക്കമായി അവർണർ ചൂണ്ടിക്കാട്ടിയത് ദിവാൻജി തണ്ണീർമുക്കം ക്ഷേത്രത്തിനനുകൂലമായി വിധിച്ച് താൽക്കാലികമായി തർക്കം തീർത്തു.

കഥകളി വിപ്ലവം

കായികാഭ്യാസിയും കലാപകാരിയുമായിരുന്ന പണിക്കർ ഒരു കലാരസികൻ കൂടിയായിരുന്നു. കഥകളി അദ്ദേഹത്തെ സവിശേഷമായി ആകർഷിച്ച ഒരു കലാരൂപമായിരുന്നു. എന്നാൽ വല്ലപ്പോഴും ജന്മിതറവാടുകളിലോ വെളിമ്പറമ്പിലോ കഥകളി നടക്കുമ്പോൾ ഒളിച്ചും പാത്തും കാണാനല്ലാതെ കഥകളി പരിശീലിക്കാനോ ആടാനോ അവർണർക്ക് അവകാശമുണ്ടായിരുന്നില്ല. ചക്കശ്ശേരി പണിക്കർ എന്ന മറ്റൊരു ഈഴവ പ്രമാണി അവർണരെക്കൂടി കഥകളി പരിശീലിപ്പിച്ച് ഒരു കഥകളിയോഗം സ്ഥാപിക്കാൻ ശ്രമിച്ചത് സവർണരുടെ എതിർപ്പുമൂലം ഉപേക്ഷിക്കേണ്ടിവന്ന സംഭവം വേലായുധപ്പണിക്കർ കേട്ടറിഞ്ഞിട്ടുണ്ട്.

ഈ എതിർപ്പിനെ മറികടക്കാൻ പണിക്കർ ഒരു ഉപായം കണ്ടെത്തി. കഥകളി മുഖ്യമായും ഒരു ക്ഷേത്രകലയാണ്. തന്റെ വക മംഗലം ക്ഷേത്രത്തിന്റെ ആഭിമുഖ്യത്തിൽ ഒരു കഥകളി യോഗം പരിശീലിപ്പിച്ച് സംഘടിപ്പിച്ചാൽ ആർക്കെതിർക്കാനാവും? തന്റെ സുഹൃത്തും പ്രസിദ്ധ കഥകളി വിദഗ്ധനുമായ അമ്പലപ്പുഴ മാധവക്കുറുപ്പിന്റെ സഹായത്തോടെ മംഗലത്തും ചുറ്റുപാടുമുള്ള കുറെ ഈഴവ യുവാക്കളെ കഥകളി പരിശീലിപ്പിച്ച് പണിക്കർ ഒരു കഥകളി യോഗം സ്ഥാപിച്ച് അരങ്ങേറ്റം നടത്തി. പണിക്കരുടെ നാലുമക്കളും പഠിച്ച് ചുട്ടികുത്തിയവരിൽപ്പെടും. സവർണ പ്രമാണിമാർ അസ്വസ്ഥരായെങ്കിലും പണിക്കരുടെ ശക്തികേന്ദ്രത്തിൽ കയറി എന്തെങ്കിലും പ്രവർത്തിക്കാൻ അവർ ധൈര്യപ്പെട്ടില്ല. അതുകൊണ്ടവർ ദിവാൻജിസമക്ഷം പരാതി ബോധിപ്പിച്ചു. അവരുടെ പരാതി ഹർജി ഇന്ന് വായിക്കുന്നത് രസകരമെന്നതുപോലെ സാമൂഹ്യ ചരിത്രവിജ്ഞാനത്തിനും ഉപകരിക്കും എന്നതിനാൽ അൽപ്പം ഉദ്ധരിക്കാം:

> ഞങ്ങൾ ശൂദ്രരാണ്, ജാതി ഹിന്ദുക്കളാണ്. ഈഴവർ ചോവന്മാരാണ്. താണവരാണ്. തീണ്ടൽ ജാതിക്കാരാണ്. ഞങ്ങളുടെ 16 അടി അകലെ അവർ നിൽക്കണം. ബ്രാഹ്മണരുടെ 32 അടി അകലെയും. ആ തീണ്ടൽപ്പാട് ലംഘിച്ച് കൂടുതൽ അടുത്താൽ കുറ്റകരമാണ്. ബ്രാഹ്മണനെ തീണ്ടുന്നവനെ വാളുകൊണ്ട് ഉടനെ വെട്ടിവീഴ്ത്താൻ ശൂദ്രന് അധികാരമുണ്ടായിരുന്നു. ഇപ്പോഴും ശിക്ഷിക്കാം.... കഥകളിയിലെ കഥകൾ രാമായണം, ഭാരതം, ഭാഗവതം എന്നീ പുരാണങ്ങളിൽ നിന്ന് എടുത്തിട്ടുള്ളതാണ്. അവയിലെ കഥാപാത്രങ്ങൾ പുരാണപ്രസിദ്ധിയുള്ള ദേവന്മാരും ബ്രാഹ്മണരും രാജാക്കന്മാരും അസുരന്മാരും മറ്റുമാണ്. മുഖത്ത് പച്ചതേച്ച്, ചുട്ടികുത്തി, തലയിൽ രാജപ്രൗഢിക്കു ചേരുന്ന കിരീടം വച്ചാണ് ദേവന്മാരുടെയും രാജാക്കന്മാരിൽ ഉന്നതകുലജാതന്മാരായുള്ളവരുടെയും വേഷം കെട്ടി ആടുന്നത്. ആ വേഷം വിനോദത്തിനാണെങ്കിൽപ്പോലും അയിത്തജാതിക്കാരായ ഈഴവർ കെട്ടുന്നതും കളിക്കുന്നതും ധർമനീതിക്കെതിരാണ്. പാപമാണ്. കളിക്കുന്നവർക്കും

> കളികാണുന്നവർക്കും ദൈവവിരോധമുണ്ടാകും. ആ പാപകർമ്മം ചെയ്യുന്നതിൽനിന്നും അവരെ ബഹുമാനപ്പെട്ട ദിവാൻസ്വാമി തടയണം. അവർ ദേവന്മാരുടെയും ബ്രാഹ്മണരുടെയും രാജാക്കന്മാരുടെയും വേഷം കെട്ടുന്നത് സവർണർക്ക് ആക്ഷേപവുമാണ്. മാനഹാനിയാണ്. ജാതിഹിന്ദുക്കൾ അത് സഹിക്കയില്ല. സമാധാനലംഘനമുണ്ടാകാനിടയുണ്ട്.

ദിവാൻജി ഇരുകക്ഷികളെയും വരുത്തി വാദങ്ങളും പ്രതിവാദങ്ങളും വിശദമായി കേട്ടു. അവർണഭാഗം യുക്തിയുക്തമായി വാദിച്ചത് പണിക്കർ തന്നെയായിരുന്നു. പുരാണങ്ങളും ഇതിഹാസങ്ങളുമെല്ലാം ഉദ്ധരിച്ച് പണിക്കർ നിരത്തിയ വാദങ്ങളെ ഖണ്ഡിക്കാൻ സവർണവിഭാഗത്തിനോ തിരസ്കരിക്കാൻ ദിവാൻജിക്കോ കഴിഞ്ഞില്ല. എന്നാൽ അവർണവാദങ്ങൾ അംഗീകരിച്ച് വിധി പ്രസ്താവിക്കാൻ ദിവാൻജിക്ക് ധൈര്യവുമുണ്ടായില്ല. പലതവണ വിചാരണ നടത്തുകയും മാറ്റിവയ്ക്കുകയും ചെയ്തു. ഇരുഭാഗത്തും പ്രമാണിമാർ അണിനിരന്നു. അക്കാലത്ത് വർത്തമാനപ്പത്രങ്ങളൊന്നും ഇന്നത്തെപ്പോലെ ഇല്ലായിരുന്നു എങ്കിലും വിചാരണ വലിയ വാർത്തയാകുകയും വിചാരണ നടന്ന കൊല്ലത്തും പരിസരത്തും വാദകോലാഹലങ്ങൾ ദിവാൻകച്ചേരിക്ക് പുറത്തേക്ക് കരകവിഞ്ഞൊഴുകുകയും ചെയ്തു. ഒടുവിൽ അവർണർക്കും കഥകളി നടത്താനുള്ള അനുവാദം നൽകിക്കൊണ്ട് ദിവാൻ വിധി പ്രസ്താവിച്ചു.

പലയിടത്തും അവർണർക്ക് മുഖ്യപങ്കാളിത്തമുള്ള കഥകളിയോഗങ്ങൾ ഉയർന്നുവന്നു. ഈഴവർക്കു പുറമെ പുലയർ മുതലായി മറ്റ് അവർണരും കഥകളി പഠിച്ച് ആടാൻ ആരംഭിച്ചു. എങ്കിലും സവർണരുടെ എതിർപ്പ് പൂർണമായി ശമിക്കാൻ പിന്നെയും കാലമെടുത്തു. കൊല്ലത്തും പരിസരത്തും അവർണ കഥകളി യോഗങ്ങൾക്ക് നേരിട്ട എതിർപ്പുകളിൽ നിന്ന് രക്ഷനേടാൻ ബ്രിട്ടീഷുകാർ നേരിട്ടു ഭരിച്ചിരുന്ന അഞ്ചുതെങ്ങിൽ പോയി കഥകളി അരങ്ങേറേണ്ടിവന്ന സംഭവങ്ങളും ഉണ്ടായിട്ടുണ്ട്. ഏതായാലും വേലായുധപ്പണിക്കരുടെ പോരാട്ടം കാലക്രമേണ പൂർണ വിജയത്തിലെത്തുകയും മൂലൂർ എസ് പത്മനാഭപ്പണിക്കർ, വെളുത്തേരി കേശവൻ വൈദ്യർ തുടങ്ങിയവർ സ്വന്തമായി ആട്ടക്കഥകൾ എഴുതുകയും അവർണരുടെ കഥകളി യോഗങ്ങളും അവർണരും സവർണരും ചേർന്നുള്ള യോഗങ്ങളും ആട്ടങ്ങളും വ്യാപകമാവുകയും ചെയ്തു.

അച്ചിപ്പുടവയ്ക്കായി പണിമുടക്കം

ഇന്നെന്നപോലെ അന്നും കൈത്തറി നെയ്ത്തുകാരിൽ വലിയ പങ്കും ഈഴവരായിരുന്നു. മേൽജാതിക്കാർക്കെന്നപോലെ പ്രഭുക്കൾക്കും രാജകുടുംബങ്ങൾക്കും വരെ മനോഹരമായ വസ്ത്രങ്ങൾ നെയ്തുകൊടുക്കുന്നവർ അവരാണെങ്കിലും അത്തരം വിലയേറിയ ഭംഗിയുള്ള വസ്ത്രങ്ങൾ ധരിക്കാൻ അവർക്ക് അവകാശമില്ലായിരുന്നു. സവർണർ

ധരിക്കുന്ന തരത്തിലുള്ള വസ്ത്രങ്ങൾ ആക്ഷേപകരമാംവിധം അനുകരിക്കുന്ന വിധത്തിൽ അവർണർ അവ ധരിച്ചുകൂടെന്നു വിധിക്കുന്ന 1859 ലെ ഒരു ഉത്തരവിന്റെ പിൻബലത്തിൽ സവർണർക്ക് മേൽത്തരം വസ്ത്രങ്ങൾ കണങ്കാൽ വരെ താഴ്ത്തി ധരിക്കാമെങ്കിലും അവർണ സ്ത്രീ-പുരുഷന്മാർ മുട്ടിന് കീഴോട്ട് വസ്ത്രം താഴ്ത്തി ധരിക്കുന്നത് ധിക്കാരവും നിയമലംഘനവുമായി പരിഗണിക്കപ്പെട്ടിരുന്നു.

ഇത്തരം വസ്ത്രങ്ങളിലൊന്നാണ് സവർണ സ്ത്രീകൾ ധരിക്കുന്ന കണങ്കാൽ വരെ എത്തുന്ന ഇരട്ടത്തുണി. അതിന് അച്ചിപ്പുടവ എന്ന് പേർ. കായംകുളത്തിനടുത്ത് പന്നിയൂർ പ്രദേശത്ത് ഒരു ഈഴവ യുവതി അച്ചിപ്പുടവ താഴ്ത്തിയുടുത്ത് വയൽവരമ്പിൽക്കൂടി നടന്നുപോകുന്നതു കണ്ട് രോഷാകുലരായ മേൽജാതിക്കാർ അവളുടെ പുടവ വലിച്ചുകീറി ചളിയിലെറിഞ്ഞ് അവളെ അപമാനിച്ച വാർത്ത കാട്ടുതീ പോലെ പടർന്ന് പണിക്കരുടെ ചെവിയിലും എത്തി. ഒട്ടും താമസിച്ചില്ല, പണിക്കർ പടയുമായി പന്നിയൂരെത്തി സവർണരെ വെല്ലുവിളിച്ചുകൊണ്ട് ഏതാനും യുവതികളെ അച്ചിപ്പുടവ ഉടുപ്പിച്ച് വയൽ വരമ്പിലൂടെ "പരേഡ്" നടത്തിച്ചു. പേടിച്ചരണ്ട പ്രമാണിമാർ മാളങ്ങളിലേക്ക് വലിഞ്ഞതോടെ പന്നിയൂരെ അച്ചിപ്പുടവ പ്രശ്നം പരിഹരിച്ചു.

പക്ഷേ, അതുകൊണ്ടായില്ലല്ലോ. അടുത്ത ഗ്രാമങ്ങളിലോ? ചില പ്രമാണിമാരുമായി പണിക്കർ കൂടിയാലോചിക്കാൻ ശ്രമിച്ചെങ്കിലും അവരൊന്നും വഴങ്ങുന്ന മട്ടു കണ്ടില്ല. തുടർന്നാണ് പണിക്കർ "ബ്രഹ്മാസ്ത്രം" പ്രയോഗിച്ചത്—പണിമുടക്കം. ആ വാക്കൊന്നും അക്കാലത്ത് പരിചിതമായിരുന്നില്ല. പാടത്തും പറമ്പിലുമുള്ള കൃഷിപ്പണി, കന്നുകാലി നോട്ടം, തെങ്ങുകയറ്റം എന്നിങ്ങനെയുള്ള സവർണ പ്രമാണിമാരുടെ എല്ലാ പണികളിൽനിന്നും വിട്ടുനിൽക്കാൻ ഈഴവരോടും മറ്റു കീഴാളരോടും പണിക്കർ കൽപ്പിച്ചു. പലരും പണിക്കരെ മാനിച്ചും ചിലർ പണിക്കരെ പേടിച്ചും കൽപ്പനയ്ക്കു വഴങ്ങി. ആഴ്ചകൾ പിന്നിട്ടു. പണിയില്ലാതെ കഷ്ടപ്പെടുന്നവർക്ക് അത്യാവശ്യം അരിയും സാമാനങ്ങളും പണിക്കർ സ്വന്തമായും സ്വന്തക്കാരിൽനിന്നു ശേഖരിച്ചും എത്തിച്ചുകൊടുത്തു തുടങ്ങിയതോടെ കാര്യം പന്തിയല്ലെന്നു ബോധ്യമായ സവർണർ സന്ധിക്ക് വഴിപ്പെട്ടു. അങ്ങനെ ആ പ്രദേശങ്ങളിലാകെ സർക്കാരിന്റെ ഉടുമുണ്ടുത്തരവ് ജലരേഖയും പണിക്കരുടെ അച്ചിപ്പുടവ കൽപ്പന കരിങ്കല്ലിലെ കൊത്തുപണിയാവുകയും ചെയ്തു.

പന്തളത്തെ മൂക്കുത്തിച്ചന്ത

അച്ചിപ്പുടവ നിരോധനം പോലുള്ള മറ്റൊരു വിവേചനമാണ് അവർണർ സ്വർണാഭരണങ്ങൾ വാങ്ങാൻ കഴിവുണ്ടെങ്കിലും ധരിച്ചുകൂടെന്നുള്ള നിബന്ധന. ഈ വിവേചനത്തിനെതിരെ പോരാടാൻ പണിക്കർക്ക് അവസരം ഉണ്ടാക്കിക്കൊടുത്തത് പന്തളത്തെ ചന്തയിൽ നടന്ന ഒരു സംഭവമാണ്.

ഒരു അവർണ യുവതി ഒരു പൊന്നിൻ മൂക്കുത്തിയും ധരിച്ച് പന്തളം ചന്തയിലെത്തിയതു കണ്ട സവർണ പ്രമാണിമാർക്ക് ഹാലിളകി. അവർ ആ യുവതിയുടെ മൂക്കുത്തി വലിച്ചുപറിച്ചെടുത്തപ്പോൾ അതോടൊപ്പം മൂക്കിന്റെ ആ ഭാഗമാകെ കീറിപ്പോന്നു. പാവം ചോരയൊലിപ്പിച്ച് കരഞ്ഞുകൊണ്ട് ഓടിപ്പോയി. ഇത് കേട്ടറിഞ്ഞ വേലായുധപ്പണിക്കർ അടുത്ത ചന്തദിവസം ഒരു വട്ടി നിറയെ പൊന്നിൻമൂക്കുത്തികളുമായി അനുചരന്മാരോടൊപ്പം കുതിരപ്പുറത്തു കയറി പന്തളത്തെത്തി. അവർണ യുവതികളെ വിളിച്ചുകൂട്ടി അവരുടെ മൂക്കിലെ ആഭരണത്തുളകളിൽനിന്ന് ഈർക്കിൽ കഷണങ്ങളും ഓലച്ചീന്തുകളും പിച്ചളക്കമ്പികളുമെല്ലാം ഊരിക്കളഞ്ഞ് താൻ കൊണ്ടുവന്ന പൊൻമൂക്കുത്തികൾ ഭംഗിയായി ധരിപ്പിച്ച് ധൈര്യമുള്ളവരുണ്ടെങ്കിൽ വന്ന് അവ പറിച്ചെടുക്കാൻ വെല്ലുവിളിച്ച് വാളുയർത്തി കുതിരപ്പുറത്തുകയറി അവിടമെല്ലാം ചുറ്റിയടിച്ചു. ആരും ധൈര്യപ്പെട്ടില്ലെന്നു മാത്രമല്ല, നേരത്തെ കൃത്യം ചെയ്തവർ ജീവനും കൊണ്ട് തടി രക്ഷപ്പെട്ടുവെന്നുമാണ് കേട്ടുകേൾവി.

ഇങ്ങനെയുള്ള സംഭവങ്ങൾ പലതും നടന്നു. ഇവയെല്ലാം കൂട്ടത്തോടെയുള്ള തിരിച്ചടികൾ. കൂടാതെ വ്യക്തിപരമായി നടക്കുന്ന സംഘർഷങ്ങൾക്കും ഭിന്നതകൾക്കും ന്യായപ്രകാരം തീർപ്പുകൽപ്പിക്കാൻ പലരും പണിക്കരെ സമീപിക്കുകയായിരുന്നു. ഒരു സഞ്ചരിക്കുന്ന ന്യായപീഠവും നീതിപാലകസംഘവും പോലെ പണിക്കർ പ്രവർത്തിച്ചുവന്നു.

ഒരിക്കൽ തിരുവിതാംകൂർ മഹാരാജാവ് തന്നെ ഒരു പരാതി പരിഹാരത്തിനായി പണിക്കരെ സമീപിച്ചതായി കഥയുണ്ട്. വടക്കുനിന്ന് തിരുവനന്തപുരം പത്മനാഭസ്വാമി ക്ഷേത്രത്തിലേക്ക് മുറജപത്തിനായി പോവുകയായിരുന്ന തരണനല്ലൂർ തമ്പ്രാക്കളുടെ കൈവശമുണ്ടായിരുന്ന വിലയേറിയ “സാളഗ്രാമം” കായകുളം കായലിൽവെച്ച് ചില കൊള്ളക്കാർ പിടിച്ചുപറിച്ചു കടന്നുകളഞ്ഞു. അക്കാലത്ത് കായംകുളം കൊച്ചുണ്ണിയെപ്പോലെ നിയമബാഹ്യരായ കൊള്ളക്കാരുടെ വിഹാരരംഗമായിരുന്നു കായംകുളം കായൽ. പഠിച്ച പണി പലതും പയറ്റിയിട്ടും പൊലീസുകാർക്ക് കൊള്ളക്കാരെ കണ്ടുപിടിക്കാനോ സാളഗ്രാമം വീണ്ടെടുക്കാനോ കഴിയാതെ വന്നപ്പോഴാണ് കൊട്ടാരത്തിൽനിന്ന് സഹായാഭ്യർഥനയുമായി ദൂതന്മാർ പണിക്കരെ സമീപിച്ചത്. പണിക്കർ കള്ളന്മാരെ കണ്ടുപിടിച്ച് സാളഗ്രാമം വീണ്ടെടുത്ത് കൊട്ടാരത്തിലെത്തിച്ചതിന് രാജാവ് പണിക്കരെ വീരശൃംഖല അണിയിച്ച് അനുമോദിക്കുകയുണ്ടായി.

ഇങ്ങനെ പ്രശസ്തിയുടെയും കർമശേഷിയുടെയും മൂർധന്യത്തിൽ നിൽക്കുമ്പോഴാണ് 1874 ൽ 49 വയസായിരുന്ന ആറാട്ടുപുഴ വേലായുധപ്പണിക്കരെ കശ്മലന്മാർ പതിയിരുന്ന് വധിച്ച് ദുഷ്കർമികളുടെ പേടിസ്വപ്നത്തിന് അന്ത്യംകുറിച്ചത്. യോഹന്നാൻ സ്നാപകൻ യേശുക്രിസ്തുവിന്റെ വരവിന് വഴിയൊരുക്കി രക്തസാക്ഷിത്വം വരിച്ചതിനെ ഓർമിപ്പിക്കുന്ന ഒരു വീരകഥയാണ് ആറാട്ടുപുഴ വേലായുധപ്പണിക്കരുടേത്. പണിക്കർ യുഗപ്രഭാവനായ ഗുരുദേവന് വഴിയൊരുക്കി.

4 അയ്യത്താൻ ഗോപാലനും ബ്രഹ്മസമാജവും

കേരളത്തിലെ നവോത്ഥാനത്തിന്റെ പ്രേരകശക്തികൾ പലതായിരുന്നു. ഭാരതീയ പാരമ്പര്യത്തിൽ അന്തർലീനവും അനേകനൂറ്റാണ്ടുകൾക്കുമുമ്പ് ഭക്തിപ്രസ്ഥാനത്തിലൂടെയും മറ്റും പ്രകടമാവുകയും ചെയ്ത സമത്വാദർശങ്ങളുടെ പുനർജ്ജനനം നിർണായകമായ ഒരു സ്വാധീനമായിരുന്നു. ശ്രീനാരായണഗുരു, ചട്ടമ്പിസ്വാമികൾ, ബ്രഹ്മാനന്ദ ശിവയോഗി തുടങ്ങിയ നവോത്ഥാന നായകരുടെ ഉപദേശങ്ങളിൽ നമുക്ക് അവ കണ്ടെത്താം. മറ്റൊരു സ്വാധീനശക്തി പാശ്ചാത്യശൈലിയിലുള്ള വിദ്യാഭ്യാസത്തിലൂടെ പകർന്നുകിട്ടിയ ശാസ്ത്രീയ ചിന്ത, യുക്തിവാദം, ബൂർഷ്വാ ജനാധിപത്യ സിദ്ധാന്തങ്ങൾ, ഒരു പടികൂടെ കടന്ന് സോഷ്യലിസം മുതലായ സമാദർശങ്ങൾ എന്നിവയും നമ്മുടെ നവോത്ഥാനവികാസത്തെ ത്വരിതപ്പെടുത്തിയിട്ടുണ്ട്. ഇന്ത്യയുടെ മറ്റുഭാഗങ്ങളിൽ വളർന്നുവന്ന നവോത്ഥാനപ്രസ്ഥാനങ്ങളുടെ ആശയഗതികളും അവയ്ക്ക് നേതൃത്വം നൽകിയ പ്രതിഭാശാലികളുടെ വ്യക്തിപ്രഭാവങ്ങളും മറ്റൊരു സ്വാധീനധാരയായി. അങ്ങനെ രാജാറാം മോഹൻ റോയിയുടെ (ബംഗാൾ) ബ്രഹ്മസമാജം, ദയനാന്ദ സരസ്വതിയുടെ (പഞ്ചാബ്) ആര്യസമാജം, ഇ വി രാമസ്വാമിനായ്ക്കരുടെ (തമിഴ്നാട്) ദ്രാവിഡകഴകം, വിവേകാനന്ദ സ്വാമികളുടെ(ബംഗാൾ) രാമകൃഷ്ണമിഷൻ, ആനിബസന്റിന്റെ

(ചെന്നൈ) തിയോസഫിക്കൽ സൊസൈറ്റി, ജ്യോതിബാ ഫൂലെയുടെ (മഹാരാഷ്ട്ര) സത്യശോധക് പ്രസ്ഥാനം മുതലായവ ഏറിയും കുറഞ്ഞും കേരളത്തിലെ പഴയ സാമൂഹ്യ പരിഷ്കർത്താക്കളെയും സ്വാധീനിച്ചിരുന്നു. ആ വഴിക്കുള്ള പ്രവർത്തനങ്ങളും സംഘടനാ സ്ഥാപനങ്ങളും പലയിടത്തും നടന്നുവന്നിട്ടുണ്ട്.

അവയിൽ രാജാറാം മോഹൻറോയി സ്ഥാപിച്ച ബ്രഹ്മസമാജത്തെയും കേരളത്തിൽ അതിന്റെ പ്രമുഖപ്രചാരകനായിരുന്ന ഡോ: അയ്യത്താൻ ഗോപാലന്റെയും (1861-1948)പ്രവർത്തനങ്ങൾ ചുരുക്കമായി വിവരിക്കാനാണ് ഇവിടെ ശ്രമിക്കുന്നത്. അയ്യത്താൻ ഗോപാലൻ കോൺഗ്രസ് നേതാവും എം എൽ എയും ഗ്രന്ഥശാലാപ്രവർത്തകനും ആയിരുന്ന ജി ബാലഗോപാലന്റെ അച്ഛനും മുൻ കോൺഗ്രസ് എം എൽ എ ആയ എ സുജനപാലിന്റെ മുത്തച്ഛനും ആയിരുന്നു.

തലശ്ശേരിയിൽ അയ്യത്താൻ ചന്തന്റെയും കല്ലാട്ട് ചിരുതമ്മാളിന്റെയും രണ്ടാമത്തെ മകനായി 1861 മാർച്ച് 3-ന് ഗോപാലൻ ജനിച്ചു. സ്ഥലത്തെ പ്രാഥമിക വിദ്യാലയത്തിലും തുടർന്ന് ബ്രണ്ണൻ സ്കൂളിലും മിഷൻ ഹൈസ്കൂളിലും പഠനം പൂർത്തിയാക്കിയശേഷം മദിരാശിയിൽ (ചെന്നൈ) മെഡിക്കൽ സ്കൂളിൽ ചേർന്ന് അലോപ്പതി ഡോക്ടറായി തിരിച്ചുവന്നു.

ചെറുപ്പത്തിൽത്തന്നെ അനാചാരങ്ങളോടും അന്ധവിശ്വാസങ്ങളോടും ഗോപാലനുള്ള വെറുപ്പ് പ്രകടമായിത്തുടങ്ങി. ജാതിവ്യത്യാസങ്ങളോ ആചാരങ്ങളോ പാലിക്കുന്നതിൽ അദ്ദേഹം വിമുഖനായിരുന്നു. സുഹൃത്തായ ഒരു മുക്കുവന്റെ വീട്ടിൽ വിവാഹത്തിനുപോയി വിരുന്നിൽ പങ്കുചേർന്നത് കുടുംബത്തിലെ കാരണവന്മാരെ ക്ഷോഭിപ്പിച്ചു. അക്കാലത്ത് കുടുമ വളർത്തുകയും കെട്ടിവയ്ക്കുകയും ചെയ്യുക എന്നത് ആചാരത്തിന്റെയും ജാത്യാഭിമാനത്തിന്റെയും ലക്ഷണമായിരുന്നു. കാരണവരുടെ അനുവാദം കൂടാതെ ഗോപാലൻ കുടുമ മുറിച്ചുകളഞ്ഞതും അദ്ദേഹത്തിന്റെ രോഷത്തിന് കാരണമായി. ഇത്തരം ആചാരലംഘനങ്ങളിൽ കുപിതനായ കാരണവർ മാതൃഗൃഹമായ കല്ലാട്ടുനിന്നും ഗോപാലനെ പുറത്താക്കി. തുടർന്ന് ഗോപാലൻ താമസിച്ചുപോന്നത് അഞ്ചരക്കണ്ടിയിലുള്ള പിതൃഗൃഹത്തിലായിരുന്നു. പിതാവ് അയ്യത്താൻ ചന്തൻ ഒരു വെള്ളക്കാരന്റെ തോട്ടത്തിൽ ഉദ്യോഗസ്ഥനായി കഴിഞ്ഞുവരികയായിരുന്നു.

മെഡിക്കൽ വിദ്യാഭ്യാസം പൂർത്തിയാക്കിയ ഗോപാലൻ 1888-ൽ സർക്കാർ സർവീസിൽ പ്രവേശിക്കുകയും മലബാർ ഉൾപ്പെടെ മദിരാശി പ്രവിശ്യയിൽ പലയിടത്തും ആതുരശുശ്രൂഷ നിർവഹിക്കുകയും ചെയ്തുപോന്നു. 1924 വരെ സർക്കാർ ഡോക്ടറായി പണിയെടുത്തിരുന്ന ഗോപാലന്റെ ചികിത്സാ സാമർഥ്യവും സൗമനസ്യവും സേവന സന്നദ്ധതയും രോഗികളുടെയും നാട്ടുകാരുടെയും മേലധികാരികളുടെയും പ്രശംസ പിടിച്ചുപറ്റി.

രാജാറാം മോഹൻറായി

പഠിത്തകാലത്തുതന്നെ ഗോപാലനിൽ കണ്ടുതുടങ്ങിയ ആചാര്യപരിഷ്കാര താൽപ്പര്യവും ജനസേവനതൃഷ്ണയും സർക്കാർ സർവീസിൽ പ്രവേശിച്ചശേഷം കുറെക്കൂടി ശക്തമായതേയുള്ളൂ. പല സാമൂഹ്യപരിഷ്കാര പ്രസ്ഥാനങ്ങളെയും കുറിച്ച് കേട്ടറിഞ്ഞും വായിച്ചും പഠിച്ചും മനസ്സിലാക്കിയ ഡോക്ടർ അവയെ കേരളത്തിൽ പ്രാവർത്തികമാക്കാനുള്ള ശ്രമം ആരംഭിച്ചു. അദ്ദേഹത്തെ അക്കാലത്ത് ഏറ്റവും കൂടുതൽ ആകർഷിച്ചത് 1828-ൽ രാജാറാം മോഹൻ റോയി (1772-1833) ബംഗാളിൽ സ്ഥാപിച്ചതും അധികം താമസിയാതെ പല സംസ്ഥാനങ്ങളിലേക്കും വ്യാപിച്ചതും ഭാരതീയ നവോത്ഥാനപ്രസ്ഥാനത്തിൽ വലിയൊരു പങ്കുവഹിച്ചതും ആയ ബ്രഹ്മസമാജമാണ്. ഡോ: ഗോപാലൻ ഉദ്യോഗത്തിൽ പ്രവേശിച്ച 1888 ന് കേരളത്തിന്റെ നവോത്ഥാന ചരിത്രത്തിലുള്ള സവിശേഷ പ്രാധാന്യം അന്യത്ര വിവരിച്ചിട്ടുണ്ട് (അരുവിപ്പുറത്തെ ശിവപ്രതിഷ്ഠയും തിരുവിതാംകൂറിലെ പ്രഥമ നിയമനിർമാണസഭയുടെ രൂപീകരണവും മലയാളി മെമ്മോറിയൽ പ്രക്ഷോഭത്തിന്റെ തുടക്കവും മറ്റും).

1889-ൽ മലയാളത്തിലെ ലക്ഷണമൊത്ത ആദ്യത്തെ ഗദ്യസാഹിത്യ കൃതിയായ ഒയ്യാരത്ത് ചന്തുമേനോന്റെ *ഇന്ദുലേഖ* പ്രസിദ്ധീകരിക്കപ്പെട്ടു. *ഇന്ദുലേഖ*യുടെ പതിനെട്ടാം അധ്യായത്തിൽ കഥാനായകനായ മാധവൻ കൊൽക്കത്തയിൽവച്ച് കുറെ സുഹൃത്തുക്കളുമായി നടത്തിയ പൊതുകാര്യ ചർച്ചകളിൽ ബ്രഹ്മസമാജവും അതിന്റെ അന്നത്തെ നേതാവായ കേശബ് ചന്ദ്രസെന്നും ഇന്ത്യൻ നാഷണൽ കോൺഗ്രസും (ഭാരത മഹാജന സഭ) വിശദമായി പരാമർശിക്കപ്പെടുകയുണ്ടായി. അതിനർഥം, ഡോ: ഗോപാലൻ പ്രായപൂർത്തിയിലേക്ക് എത്തുമ്പോഴേക്കും ബ്രഹ്മസമാജം അഭ്യസ്ഥവിദ്യരായ കേരളീയർക്കിടയിലെങ്കിലും അറിയപ്പെട്ടുതുടങ്ങി എന്നാണ്.

അതേക്കുറിച്ച് കിട്ടാവുന്ന പുസ്തങ്ങളിൽ നിന്നും എഴുത്തുകുത്തുകളിൽനിന്നും മനസ്സിലാക്കിയ ഡോക്ടർ 1897-ൽ മലബാറിലേക്ക് സ്ഥലം മാറി വന്നതിനെത്തുടർന്ന് കോഴിക്കോട്ട് ചിത്തരോഗാശുപത്രിയിൽ ഡോക്ടറായി നിയമിതനായി.

ഇതിന് മൂന്നുകൊല്ലം മുമ്പുതന്നെ, 1894 ൽ (ഡിസംബർ 30) തന്റെ അമ്മാവൻ രാമുണ്ണിയുടെ മകളായ കൗസല്യയെ വിവാഹം ചെയ്തു. മദിരാശിയിൽ വച്ച് നടന്ന വിവാഹം പൂർണമായും ബ്രഹ്മസമാജമുറ പ്രകാരം ആയിരുന്നു നടന്നത്. പ്രമുഖ പണ്ഡിതനും സമുദായപരിഷ്കർത്താവും ആയിരുന്ന ഡോ: രാമകൃഷ്ണ ഭണ്ഡാർക്കരുടെ കാർമി

കത്വത്തിലാണ് വിവാഹം നടന്നത്. മദിരാശി സംസ്ഥാനത്തു തന്നെ ആദ്യത്തെ ബ്രഹ്മവിവാഹം ആയിരുന്നു അത്.

ചിത്തരോഗാശുപത്രിയിൽ എത്തിയശേഷം അദ്ദേഹം ബ്രഹ്മസമാജത്തിന്റെ ഒരു ശാഖ കോഴിക്കോട്ട് ആരംഭിക്കുന്നതിനുവേണ്ടിയും അനീതികൾക്കെതിരെ ശബ്ദിക്കുന്നതിനും കൂടുതൽ സമയം കണ്ടെത്തി. ഇതേക്കുറിച്ച് അയ്യത്താൻ ഗോപാലന്റെ ആത്മസുഹൃത്തും സഹപ്രവർത്തകനും ആയിരുന്ന എ സി ഗോവിന്ദൻ അനുസ്മരിക്കുന്നു.

അനീതികളോടും അസമത്വങ്ങളോടും ഇടതടവില്ലാതെ പൊരുതിയ ഒരാളായിരുന്നു ഡോക്ടർ ഗോപാലൻ. അനീതി എവിടെ കണ്ടാലും അതിന്റെ നേരെ വാളെടുക്കുക അദ്ദേഹത്തിന്റെ സ്വഭാവമായിരുന്നു. ഈ സ്വഭാവം നിമിത്തം അദ്ദേഹത്തിനു നിരവധി ബുദ്ധിമുട്ടുകളും യാതനകളും അനുഭവിക്കേണ്ടിവന്നിട്ടുണ്ട്. പക്ഷേ, അതുകൊണ്ടൊന്നും ആ ആദർശശാലി ലവലേശവും കുലുങ്ങിയിരുന്നില്ല.

> ഡോക്ടർ ഗോപാലൻ ചിത്തരോഗാശുപത്രി ഡോക്ടറായിരുന്നകാലത്ത് പുതിയറ ഓട്ടുകമ്പനിയുടെ മുൻഭാഗത്തുള്ള നിരത്തിന്മേൽക്കൂടി അയിത്ത ജാതിക്കാർക്ക് നടക്കുവാൻ അനുവാദമുണ്ടായിരുന്നില്ല. ഡോക്ടർ ഗോപാലന്റെയും അദ്ദേഹത്തിന്റെ സ്നേഹിതന്മാരായ കനോത്ത് ചന്തൻ മജിസ്ട്രേട്ടിന്റെയും മദുമൽ രാമനുണ്ണി ഹേഡിന്റെയും ഒത്തൊരുമിച്ചുള്ള ശ്രമംകൊണ്ടു മാത്രമാണ് ആ നിരത്തിന്മേൽക്കൂടി പറയർക്കും മറ്റും സ്വച്ഛന്ദം സഞ്ചരിക്കുവാൻ ഇടയായത്. അതുപോലെത്തന്നെ സ്കൂളുകളിലേക്ക് പോയിരുന്ന പെൺകുട്ടികളെ പരിഹസിക്കുകയും ഉപദ്രവിക്കുകയും ചെയ്തിരുന്ന തെമ്മാടികളെ അമർത്തുന്നതിനും അക്കാലത്തു മുൻകയ്യെടുത്തു പ്രവർത്തിച്ചതു ഡോക്ടർ ഗോപാലനും അദ്ദേഹത്തിന്റെ മുൻപറഞ്ഞ സ്നേഹിതന്മാരുമായിരുന്നു. ഡോക്ടറുടെ ഈ ദൃശ്യപ്രവർത്തനങ്ങളെപ്പറ്റി ശ്രീ കേളപ്പൻ പലപ്പോഴും പറഞ്ഞു കേട്ടിട്ടുണ്ട്.

1898 ജനുവരി 14 ന് ആണ് കോഴിക്കോട്ടെ ബ്രഹ്മസമാജം ശാഖയുടെ സ്ഥാപനം. 1900-ൽ രാരിച്ചൻ മൂപ്പൻ എന്ന ഒരു സുഹൃത്തിൽനിന്ന് സംഭാവനയായി ലഭിച്ച സ്ഥലത്ത് ബ്രഹ്മസമാജത്തിന്റെ കാര്യാലയം പണിയിക്കുകയും പിൽക്കാലത്ത് സാമൂതിരിപ്പാടായിത്തീർന്ന വിക്രമൻ ഏട്ടൻ തമ്പുരാനെക്കൊണ്ട് അത് ഉൽഘാടനം ചെയ്യിക്കുകയും ചെയ്തു.

വിഗ്രഹാരാധനയെ എതിർക്കുക, സ്ത്രീവിദ്യാഭ്യാസം വ്യാപകമാക്കുക, സ്ത്രീ-പുരുഷ സമത്വം പാലിക്കുക, അയിത്തവും ജാതിവ്യത്യാസവുമെല്ലാം നിർമാർജനം ചെയ്യുക, കൂട്ടപ്രാർഥനകളും കൂട്ടായ്മ സംവാദങ്ങളും നടത്തുക മുതലായ ബ്രഹ്മസമാജ പരിപാടികൾ ഡോ: ഗോപാലനും അദ്ദേഹത്തിന്റെ സുബ്ബറാവു മുതലായ സഹകാരികളും ഊർജിതമായി നടത്തിവന്നു.

ചുരുങ്ങിയ കാലത്തിനിടയിൽ ബ്രഹ്മസമാജത്തിന്റെ പ്രവർത്തനം മലബാറിൽ മാത്രമല്ല, തിരുവിതാംകൂർ മുതലായ മറ്റ് പ്രദേശങ്ങളിലേക്കും വ്യാപിച്ചു. 1924-ൽ സ്ഥാപിക്കപ്പെട്ട ആലപ്പുഴയിലെ ബ്രഹ്മസമാജ ശാഖാ പ്രവർത്തനങ്ങളിലും ഗോപാലന് പങ്കുണ്ടായിരുന്നു.

ഡോ: ഗോപാലനും ബ്രഹ്മസമാജവും മുൻകൈ എടുത്ത് കോഴിക്കോടും സമീപപ്രദേശങ്ങളിലും പല മിശ്രവിവാഹങ്ങളും നടത്തുകയുണ്ടായി. തന്റെ ആദർശങ്ങൾക്കനുസരിച്ച് ജീവിക്കുക എന്നത് അയ്യത്താന്റെ ദൃഢ വ്രതങ്ങളിൽ ഒന്നായിരുന്നു. അദ്ദേഹത്തിന്റെ മൂത്തമകൻ ചന്ദ്രമോഹനും ഏകപുത്രി സരോജബായിയും മിശ്രവിവാഹിതരായിരുന്നു. ബ്രഹ്മസമാജം പ്രസിഡന്റ് എന്ന നിലയിൽ അദ്ദേഹം തന്നെയായിരുന്നു മിക്ക മിശ്രവിവാഹങ്ങൾക്കും കാർമികത്വം വഹിച്ചിരുന്നത്. മിശ്രവിവാഹങ്ങൾ കൂടാതെ മിശ്രഭോജനവും ബ്രഹ്മസമാജം പ്രവർത്തനത്തിന്റെ പ്രധാനഘടകമായിരുന്നു. ആഴ്ചതോറും സമാജത്തിന്റെ നേതൃത്വത്തിൽ കൂട്ടപ്രാർത്ഥനകൾ അദ്ദേഹത്തിന്റെ സാന്നിദ്ധ്യത്തിൽ നടക്കുമായിരുന്നു. ആ പ്രാർത്ഥനകൾക്ക് ആവശ്യമായ കീർത്തനങ്ങൾ ഡോക്ടർ തന്നെ രചിച്ചിരുന്നു. അദ്ദേഹത്തിന്റെ കലാസാഹിത്യപ്രവർത്തനങ്ങളെ കുറിച്ച് കെ പി കേശവമേനോൻ ഇപ്രകാരം എഴുതുന്നു:

> ഡോക്ടർ ഗോപാലൻ ബ്രഹ്മസമാജപ്രവർത്തകനും സേവനതല്പരനായ ദീനബന്ധുവും മാത്രമായിരുന്നില്ല. നല്ലൊരു സാഹിത്യകാരനും കലാപ്രേമിയും കൂടിയായിരുന്നു. കീർത്തനങ്ങൾക്കു പുറമേ ബ്രഹ്മസമാജത്തെപ്പറ്റി പല ലേഖനങ്ങളും ചെറുപുസ്തകങ്ങളും അദ്ദേഹം പ്രസിദ്ധപ്പെടുത്തിയിട്ടുണ്ട്. *സാരഞ്ജിനീപരിണയം* എന്ന സംഗീതനാടകത്തിന്റെ കർത്താവുമാണദ്ദേഹം. *സുശീലാദുഃഖം* എന്ന മറ്റൊരു നാടകവും അദ്ദേഹം എഴുതിയിട്ടുണ്ട്. *സാരഞ്ജിനീപരിണയം* കോട്ടയ്ക്കൽ പി എസ് വാരിയരുടെ നാടകസംഘം പലപ്രാവശ്യവും കളിക്കുകയുണ്ടായിട്ടുണ്ട്. ഇതു കൂടാതെ രോഗം ഏതാണ്ടുമാറിയ ചിത്തരോഗാശുപത്രിയിലെ അന്തേവാസികളേയും സുഗുണവർദ്ധിനി സംഘടനയുടെ അംഗങ്ങളേയും ചേർത്ത് ബെഡ്നൂർറാണി, ഹൈദ്രാലി എന്നീ നാടകങ്ങളും അദ്ദേഹം അരങ്ങേറുകയുണ്ടായി. നാടകമെഴുതുന്നതിലെന്നപോലെ സംവിധാനം ചെയ്യുന്നതിലും അദ്ദേഹം തന്റെ കലാപാടവം പ്രകടമാക്കിയിരുന്നു. കോഴിക്കോട് ടൗൺഹാളിൽ ഒരു നിറഞ്ഞ സദസ്സിനുമുൻപിൽ ആ നാടകം അരങ്ങേറിയപ്പോൾ അതു കാണുവാനായി ഞാനും അവിടെ പോയിരുന്നു. (*സമകാലീനരായ ചില കേരളീയർ*, കോട്ടയം, 1974)

ബ്രഹ്മസമാജത്തിന്റെ *ബൈബിൾ* എന്നറിയപ്പെടുന്നത് 1849 ൽ കൽക്കത്തയിൽ നിന്ന് പ്രസിദ്ധീകരിക്കപ്പെട്ട ദേവേന്ദ്രനാഥ് ടാഗോറിന്റെ *ബ്രഹ്മധർമ* എന്ന കൃതിയാണ്. അത് 62 വർഷങ്ങൾക്കുശേഷം സംസ്കൃ

തത്തിൽ നിന്ന് 1911 ൽ മലയാളത്തിലേക്ക് തർജമ ചെയ്തത് അയ്യത്താൻ ഗോപാലൻ ആയിരുന്നു.

അദ്ദേഹത്തിന്റെ ഭാര്യ കൗസല്യയും അദ്ദേഹത്തോടൊപ്പം ബ്രഹ്മസമാജപ്രവർത്തനങ്ങളിൽ സജീവമായി പങ്കെടുത്തിരുന്നു. അവരുടെ നേതൃത്വത്തിലാണ് വിദ്യാർഥികളെയും ബാലന്മാരെയും ബ്രഹ്മസമാജത്തിന്റെ ആദർശങ്ങളിലേക്ക് ആകർഷിക്കാൻ സുഗുണവർധിനി എന്ന സംഘടന രൂപീകരിച്ചത്.

അദ്ദേഹത്തിന്റെ സാമൂഹ്യപരിഷ്കരണ പ്രവർത്തനങ്ങളെ മുൻനിറുത്തി 1917 ൽ അദ്ദേഹത്തിന് ബ്രിട്ടീഷ് സർക്കാർ റാവു സാഹേബ് 'പട്ടം' നൽകി ആദരിച്ചു.

1928-ൽ ബ്രഹ്മസമാജ സ്ഥാപനത്തിന്റെ ശതവാർഷികാഘോഷങ്ങളോടനുബന്ധിച്ച് ആലപ്പുഴയിൽ നിർമിച്ച ബ്രഹ്മസമാജം കാര്യാലയത്തിന്റെ പ്രവർത്തനങ്ങൾക്ക് ഗോപാലൻ നൽകിയ സേവനവും സഹകരണവും പ്രസ്താവ്യമാണ്. 1920-ൽ മഹാത്മാഗാന്ധിയുടെ രാഷ്ട്രീയരംഗപ്രവേശനവും ഇന്ത്യൻ നാഷണൽ കോൺഗ്രസിന്റെ നിസ്സഹകരണ പ്രസ്ഥാനവും ഗാന്ധിജിയുടെ ഹരിജനോദ്ധാരണം, ഖാദി, ഗ്രാമീണവ്യവസായം തുടങ്ങിയ പ്രവർത്തനങ്ങളും ഊർജിതമായതോടെ ആനിബസന്റിന്റെ തിയോസഫി പ്രവർത്തനവും ബ്രഹ്മസമാജം പ്രവർത്തനവും മറ്റും പിൻനിരയിലേക്ക് തള്ളപ്പെട്ടു. എങ്കിലും ഡോ: ഗോപാലൻ അദ്ദേഹത്തിന്റെ പ്രവർത്തനങ്ങൾ ഊർജിതമായിത്തന്നെ തുടർന്നു. ബ്രഹ്മസമാജം പ്രവർത്തകരിൽ അയ്യത്താന്റെ സഹകാരികളായിരുന്ന സുബ്ബറാവുവും വി കുഞ്ഞിക്കണ്ണൻ ഗുരിക്കൾ, ബാലിഗാ ബ്രഹ്മവാദി പി കുഞ്ഞിരാമൻ, സാധു ശിവപ്രസാദ്, കെ പത്മനാഭപ്പണിക്കർ എന്നിവരുടെ പേരുകൾ ഈ ധാരയിൽപ്പെട്ട നവോത്ഥാന ചരിത്രത്തിൽ സ്മരിക്കേണ്ടതുണ്ട്. 1948 മെയ് 2-ാം തീയതി 87-ാം വയസ്സിൽ കുറെക്കാലമായി ശയ്യാവലംബമായിരുന്ന ഡോ: അയ്യത്താൻ ഗോപാലൻ നിര്യാതനായി. സാധാരണ ജനസാമാന്യത്തിന്റെ ഇടയിൽ അത്രവലിയ ചലനമൊന്നും ഉണ്ടാക്കാൻ പര്യാപ്തമായിരുന്നില്ലെങ്കിലും അഭ്യസ്തവിദ്യരുടെയും ഇടത്തരക്കാരുടെയും ഇടയിൽ ബ്രഹ്മസമാജം ഉണർത്തിവിട്ട അലകൾ നിസ്സാരമായിരുന്നില്ല. ബഹുധാരാവാഹിയായ നവോത്ഥാന പ്രസ്ഥാനത്തിൽ ബ്രഹ്മസമാജവും അയ്യത്താൻ ഗോപാലനും ശ്രദ്ധേയമായ പങ്കുവഹിച്ചു.

5 ഡോ: ടി പൽപ്പു

ഗുരുപ്രഭാവത്തിന്റെ പിന്നിലെ കർമയോഗി

കേരളത്തിന്റെ നവോത്ഥാന ചരിത്രത്തിൽ അതുല്യമായ സ്ഥാനമാണ് ഡോക്ടർ ടി പൽപ്പുവിന് (1863–1950) ഉള്ളത്. കേരള നവോത്ഥാനത്തിന്റെ പിതാവായി ചരിത്രകാരന്മാർ വാഴ്ത്തുന്ന ശ്രീ നാരായണഗുരുവിന്റെ വലംകൈയായി ശ്രീ നാരായണ ധർമ പരിപാലന യോഗത്തിന് രൂപം നൽകിയ ദീർഘദൃഷ്ടിയും കർമധീരനും ആയിരുന്നു ഡോ: പൽപ്പു. ശ്രീരാമകൃഷ്ണപരമഹംസന് വിവേകാനന്ദസ്വാമികൾ എന്ന പോലെ കുറേക്കൂടി പുറകോട്ട് കണ്ണയച്ചാൽ യേശുക്രിസ്തുവിന് പത്രോസും മുഹമ്മദ് നബിക്ക് അബുബേക്കറും പോലെ എന്നും താരതമ്യപ്പെടുത്താം.

ഡോ: പൽപ്പുവിനെ വിവേകാനന്ദനുമായി ഘടിപ്പിക്കുന്നത് ഈ താരതമ്യ പരാമർശത്തിനുവേണ്ടി മാത്രമല്ല. കേരളത്തിലെ പ്രാകൃതമായ ജാതിവ്യവസ്ഥയ്ക്കും സവർണാധിപത്യത്തിനും എതിരെ പൽപ്പു സംഘടിതയത്നം നടത്താനുള്ള ആലോചനകളിൽ ഏർപ്പെട്ടിരുന്ന കാലത്ത് അദ്ദേഹം വൈദ്യവൃത്തി നടത്തിയിരുന്ന മൈസൂർ സന്ദർശിച്ച വിവേകാനന്ദനുമായി സവിസ്തരം സംഭാഷണം നടത്തുകയും ഉപദേശ നിർദ്ദേശങ്ങൾ ആരായുകയും ചെയ്തിരുന്നു. ഇന്ത്യയിലെ സവിശേഷമായ സാംസ്കാരിക അന്തരീക്ഷത്തിൽ ഡോ: പൽപ്പു വിഭാവനം ചെയ്യുന്ന മഹാപ്രസ്ഥാനത്തിന് ഒരു അവശ്യ ഉപാധി ജനപ്രീതി നേടിയ ഒരു യോഗി

ശ്വരന്റെയോ സന്യാസി ശ്രേഷ്ഠന്റെയോ നേതൃത്വമാണെന്ന് വിവേകാന ന്ദൻ ഉപദേശിച്ചതായും അങ്ങനെയാണ് പൽപ്പു മാർഗദർശനത്തിനായി ശ്രീനാരായണന്റെ പാദങ്ങളെ ആശ്രയിച്ചതെന്നും പല ചരിത്രകാരന്മാരും രേഖപ്പെടുത്തിയിട്ടുണ്ട്.

1916 ൽ ശ്രീ നാരായണൻ എസ് എൻ ഡി പി യോഗത്തിന്റെ ചില പ്രവർത്തനങ്ങളിലും ചില പ്രവൃത്തികളിലും അസംതൃപ്തനായി യോഗ വുമായുള്ള ബന്ധം അവസാനിപ്പിക്കാൻ തീരുമാനിച്ചപ്പോൾ അക്കാര്യം ഒരെഴുത്ത് മുഖേന പൽപ്പുവിനെയാണ് അറിയിച്ചതെന്ന വസ്തുത യോഗവും ഡോ: പൽപ്പുവുമായുള്ള ബന്ധത്തെ മാത്രമല്ല ഗുരുവും പൽപ്പു വുമായുള്ള ബന്ധത്തേയും വ്യക്തമാക്കുന്നു.

1888 ൽ നീണ്ട സഞ്ചാരങ്ങൾക്കും പഠനങ്ങൾക്കും തപസ്യക്കും ശേഷം അരുവിപ്പുറത്ത് ഒരു ശിവപ്രതിഷ്ഠയോടെ എളിയരീതിയിൽ തന്റെ പൊതുജീവിതവും ചരിത്ര ദൗത്യവും ആരംഭിച്ച ശ്രീനാരായണ ഗുരു വിന്റെ ആദർശങ്ങളും പ്രസ്ഥാനവും ഒരു കൊടുങ്കാറ്റുപോലെ ആഞ്ഞ ടിച്ച് കേരളത്തെ ഇളക്കിമറിച്ചതിന്റെ പുറകിൽ ഡോ: പൽപ്പുവിന്റെ നിശ്ച യദാർഢ്യവും ദീർഘദൃഷ്ടിയും കർമശേഷിയും ഉണ്ടായിരുന്നു എന്നത് അനിഷേധ്യമാണ്.

കുടുംബം

ഡോക്ടർ പൽപ്പുവിനെപോലെ ക്രാന്തദർശിയും സംസ്കൃത ചിത്ത നുമായ ഒരാൾക്ക് അനാചാരങ്ങൾക്കും അന്ധവിശ്വാസങ്ങൾക്കും എതിരെ സമത്വാധിഷ്ഠിത സമൂഹത്തിനുവേണ്ടി സമരം ചെയ്യാൻ സ്വാനുഭവങ്ങൾ

കുടുംബഗൃഹം

ഉണ്ടായിക്കൊള്ളണമെന്ന് നിർബന്ധമില്ല. എങ്കിലും ഡോക്ടർ പൽപ്പുവിന് തന്റെ അച്ഛന്റേയും സഹോദരങ്ങളുടേയും ജാതികൃതമായ കയ്പ്പേറിയ അനുഭവങ്ങൾ ജീവിതദൗത്യം ഏറ്റെടുക്കുന്നതിന് പ്രേരകമായി എന്നത് ഒരു വസ്തുതയാണ്.

തിരുവനന്തപുരം നഗരത്തിൽ പേട്ടയിൽ തച്ചക്കുടി വീട്ടിൽ ഭഗവതി പത്മനാഭന്റെയും മാതപ്പെരുമാളുടേയും മൂന്നാമത്തെ കുട്ടിയായിട്ടാണ് പൽപ്പു ജനിച്ചത്. പേര് അച്ഛന്റെ തന്നെ ആയിരുന്നു എങ്കിലും പപ്പനെന്നും പൽപ്പു എന്നും മറ്റും മാറിമാറി വിളിച്ചുവന്ന കുട്ടിയെ സ്കൂളിൽ ചേർത്തത് പൽപ്പു എന്ന പേരിലാണ്. ഭഗവതി പത്മനാഭൻ മാതപെരുമാൾ ദമ്പതികൾക്ക് അഞ്ച് ആൺകുട്ടികളും രണ്ട് പെൺകുട്ടികളും ആണ് ഉണ്ടായിരുന്നത്. പത്മനാഭൻ ചില മിഷൻവക സ്കൂളുകളുടെ സഹായത്തോടെ അന്നത്തെ നിലയ്ക്ക് നല്ല നിലയിൽ ഇംഗ്ലീഷും മലയാളവും അഭ്യസിച്ചിരുന്നു. തിരുവിതാംകൂറിലെ നീതിന്യായവ്യവസ്ഥ ആധുനികീകരിക്കുന്നതിൽ കാര്യമായ സംഭാവന ചെയ്ത സർ ടി മാധവറാവു ആയിരുന്നു അന്നത്തെ ദിവാൻ. പുതുതായി രൂപംകൊണ്ട കോടതികളിൽ വക്കീലന്മാരായി പരിശീലനം നടത്താൻ അപേക്ഷകൾ ക്ഷണിച്ചപ്പോൾ നിശ്ചിത യോഗ്യതകൾ എല്ലാം ഉണ്ടായിരുന്ന പത്മനാഭൻ അയിത്തജാതിക്കാരൻ ആയിരുന്നതിനാൽ അദ്ദേഹത്തിന്റെ അപേക്ഷ കൈയോടെ തള്ളികളയുകയാണ് ഉണ്ടായത്.

സാമ്പത്തികമായി പല കയറ്റിറക്കങ്ങൾക്കും വിധേയമായ ഒരു കുടുംബം ആയിരുന്നു തച്ചക്കുടി. സർക്കാരിന്റെ വിവേചനം ഏൽപ്പിച്ച ഹൃദയവ്യഥയോടുകൂടി പത്മനാഭൻ കരാർ പണികളും മറ്റും ഏറ്റെടുത്ത് ഒരു വിധം കഴിഞ്ഞു കൂടി. എന്നാൽ തന്റെ അനുഭവം തന്റെ മക്കൾക്ക് ഉണ്ടാകരുത് എന്ന ദൃഢനിശ്ചയത്തോടെ അവരിൽ പലരേയും തിരുവിതാംകൂറിന് അകത്തും പുറത്തുമായി ഉയർന്ന രീതിയിൽ പഠിപ്പിച്ച് മെച്ചപ്പെട്ട ലാവണങ്ങളിൽ പ്രതിഷ്ഠിക്കാൻ പത്മനാഭന് കഴിഞ്ഞു. പക്ഷേ, അപ്പോഴും തിരുവിതാംകൂറിലെ സവർണാധിപത്യത്തിന്റെ കൂരമ്പുകൾ പലതും സഹിക്കേണ്ടിവരികയും ചെയ്തു.

ഉദാഹരണത്തിന് ഏറ്റവും മൂത്തമകനായ വേലായുധനെ ചെന്നൈയിൽ അയച്ച് ബി എ ബിരുദം എടുപ്പിച്ചു എങ്കിലും തിരുവിതാംകൂറിൽ ബി എക്കാർ അന്ന് ഏറെ വിരളമായിരുന്നിട്ടും ജോലി നൽകിയില്ല. പിന്നീട് വേലായുധൻ ബ്രിട്ടീഷ് മലബാറിൽ പോവുകയും ബാസൽ ജർമൻ മിഷൻ സ്കൂളിൽ അധ്യാപകനായി പടിപടിയായി ഉയർന്ന് ജനങ്ങളുടേയും സർക്കാരിന്റേയും മതിപ്പ് നേടുകയും ചെയ്തു. ബ്രിട്ടീഷ് സർക്കാർ റാവു ബഹദൂർ സ്ഥാനം നൽകി അദ്ദേഹത്തെ ബഹുമാനിച്ചു.

അതുപോലെ മറ്റൊരുമകനായ പരമേശ്വരൻ ബിരുദമൊന്നും എടുത്തില്ലെങ്കിലും സാമാന്യം നന്നായി വിദ്യ അഭ്യസിക്കുകയും അരുവിപ്പുറം ക്ഷേത്രത്തിന്റെ വിചാരിപ്പുകാരനായി ഉയരുകയും ചെയ്തു. മറ്റൊരു മകനായ മാധവൻ ആയുർവേദത്തിലാണ് വൈദഗ്ധ്യം നേടിയത്. ഭേദപ്പെട്ട

ഒരു വൈദ്യശാല നടത്തിക്കൊണ്ടിരുന്ന അദ്ദേഹം കുമാരനാശാൻ പത്രാധിപരായിരുന്ന *വിവേകോദയ*ത്തിന്റെ മാനേജരായും സേവനം അനുഷ്ഠിച്ചിട്ടുണ്ട്. ഏറ്റവും ഇളയപുത്രനായ താണുവൻ മലബാർ ഇക്കണോമിക്ക് യൂണിയൻ മാനേജരായി പ്രവർത്തിച്ചു. സാങ്കേതികവിദ്യയിൽ തൽപ്പരനുമായിരുന്നു അദ്ദേഹം. രണ്ടു സഹോദരിമാരായ മീനാക്ഷിയും ഭവാനിയും നല്ലരീതിയിൽ വിവാഹം കഴിച്ച് സാമാന്യം നല്ല നിലയിൽ കഴിഞ്ഞു വന്നു.

വിദ്യാഭ്യാസത്തിന്റെ ദുർഘടവഴികൾ

അക്കാലത്ത് തിരുവനന്തപുരം പേട്ടയിൽ ചട്ടമ്പി സ്വാമികൾക്കും ശ്രീനാരായണഗുരുവിനും മറ്റും ഗുരുസ്ഥാനീയനായിരുന്ന പേട്ടയിൽ രാമൻപിള്ള ആശാൻ ഒരു കുടിപ്പള്ളിക്കൂടം നടത്തി വന്നു. അഞ്ചാമത്തെ വയസ്സിൽ പൽപ്പുവും ആശാന്റെ ശിഷ്യനായി കളരിയിൽ ചേർന്നു. 1875 ൽ പന്ത്രണ്ടാം വയസ്സ് പൂർത്തിയായതോടെ പൽപ്പുവിന്റെ കളരിവിദ്യാഭ്യാസവും പൂർത്തിയായി. തുടർന്ന് ഇംഗ്ലീഷ് പഠിക്കാൻ പൽപ്പു മോഹിച്ചെങ്കിലും അച്ഛൻ പത്മനാഭന്റെ സാമ്പത്തികനില അതിനു അനുകൂലമായിരുന്നില്ല. ചട്ടമ്പിസ്വാമിയേയും ശ്രീനാരായണ ഗുരുവിനേയും യോഗവിദ്യ പരിശീലിപ്പിച്ച തൈക്കാട് അയ്യാസ്വാമിയുടെ ആരാധകനായിരുന്ന ഫെർണാണ്ടസ് എന്ന ഒരു ഇംഗ്ലീഷുകാരൻ പേട്ടയിൽ ഒരു സ്വകാര്യ ഇംഗ്ലീഷ് വിദ്യാലയം നടത്തിയിരുന്നു. കേരളത്തോടും ഹിന്ദുമതത്തോടും പ്രത്യേകപ്രതിപത്തി ഉണ്ടായിരുന്ന ഫെർണാണ്ടസിന്റെ വിദ്യാലയത്തിൽ പ്രതിമാസം നാലുചക്രം ആയിരുന്നു ഫീസ്. ഇംഗ്ലീഷിൽ പരിജ്ഞാനം ഉണ്ടായിരുന്ന അച്ഛൻ പത്മനാഭന്റെ അന്നത്തെ സാമ്പത്തികസ്ഥിതി ഈ നാലു ചക്രം പോലും നൽകാൻ കഴിയുന്നത് ആയിരുന്നില്ല എങ്കിലും പൽപ്പുവിനെ എങ്ങനെയെങ്കിലും പഠിപ്പിക്കണം എന്ന് അദ്ദേഹം ആഗ്രഹിച്ചു. പൽപ്പുവിന്റെ മൂത്ത അമ്മാവൻ സാമ്പത്തികമായി വളരെ മെച്ചപ്പെട്ട നിലയിൽ ആയിരുന്നു. സഹായ അഭ്യർഥനയുമായി അമ്മാവനെ സമീപിച്ചെങ്കിലും ഫലം തൃപ്തികരം ആയിരുന്നില്ല. ഒടുവിൽ മരുമക്കത്തായ സമ്പ്രദായം നിലവിലിരുന്ന സാഹചര്യം ഉപയോഗിച്ച് പൽപ്പുവും അമ്മയും അമ്മാവന്റെ വീട്ടിൽ കയറി ചെന്ന് താമസം ഉറപ്പിച്ചു. ശല്യം സഹിക്ക വയ്യാതെയായപ്പോൾ അമ്മാവൻ മനസ്സില്ലാമനസ്സോടെ ഫീസ് കൊടുക്കാൻ തയ്യാറായി. പക്ഷേ അതും കൃത്യമായി കൊടുക്കാറില്ല. പൽപ്പുവിന്റെ പഠനത്തിലുള്ള താൽപ്പര്യവും ശേഷിയും സ്വഭാവഗുണവും കൊണ്ട് ആകൃഷ്ടനായ ഫെർണാണ്ടസ് ഫീസ് പലപ്പോഴും മുടങ്ങിയിട്ടും കുട്ടിയെ പറഞ്ഞുവിടാതെ ക്ലാസിൽ ഇരുത്തി പഠിപ്പിക്കുകയാണ് ചെയ്തത്. മൂന്ന് വർഷംകൊണ്ട് അവിടുത്തെ പഠനം പൂർത്തിയാക്കിയ ശേഷം 1878 ൽ തിരുവനന്തപുരം ഗവൺമെന്റ് ഹൈസ്കൂളിൽ ചേർന്ന് പൽപ്പു പഠിത്തം തുടർന്നു. മെട്രിക്കുലേഷൻ പരീക്ഷ പാസായ പൽപ്പു തിരുവനന്തപുരം മഹാരാജാസ് കോളേജിൽ (ഇന്നത്തെ യൂണിവേഴ്സിറ്റി കോളേജ്) ചേർന്നു.

എന്നാൽ പഠിത്ത ചെലവ് താങ്ങാൻ കഴിയാതെ അച്ഛൻ വിഷമിച്ചപ്പോൾ പൽപ്പു ഭേദപ്പെട്ട തറവാടുകളിൽ കുട്ടികളെ ട്യൂഷൻ പഠിപ്പിച്ച് ഫീസിനുള്ള വക കണ്ടെത്തി. ഈ കാലയളവിൽ 1884 ൽ ഇംഗ്ലീഷ് ചികിത്സാ സമ്പ്രദായം വ്യാപിച്ചുകൊണ്ടിരുന്നതിനാൽ അവിടെ ജോലി ചെയ്യാനായി അപ്പോത്തിക്കരിമാരെ (അലോപ്പതി ഡോക്ടർ) പഠിപ്പിച്ച് പരിശീലിപ്പിക്കാൻ അപേക്ഷ ക്ഷണിച്ചു. പരീക്ഷയിൽ ജയിച്ച പത്തുപേരിൽ രണ്ടാമനായിരുന്നു പൽപ്പു എങ്കിലും അയാളുടെ ജാതി മൂലം ഒമ്പതുപേരെയും എടുത്തിട്ടും പൽപ്പുവിനെ പ്രവേശിപ്പിച്ചില്ല. ചെറുപ്പം തൊട്ടേ പലതരം ജാതികൃതമായ അവഗണനകളും വിവേചനങ്ങളും സഹിക്കേണ്ടി വന്നിട്ടുണ്ടെങ്കിലും അതിനേക്കാൾ എല്ലാം പൽപ്പുവിന് കനത്ത പ്രഹരമായി തീർന്നത് ഈ സംഭവമാണ്.

പക്ഷേ, പൽപ്പു കീഴടങ്ങാൻ ഒരുക്കമായിരുന്നില്ല. മദിരാശിയിൽ പോയി അപ്പോത്തിക്കരി പഠനം നടത്താൻ മോഹിച്ചെങ്കിലും അതിന് പണമെവിടെ? അമ്മയോട് സങ്കടം പറഞ്ഞു. അമ്മ കഴുത്തിലും കാതിലുമുണ്ടായിരുന്ന ആഭരണങ്ങൾ എല്ലാം ഊരി കൊടുത്ത് അത് വിറ്റ് പഠിത്തം നടത്താൻ നിർദേശിച്ചു. മാത പെരുമാൾ എന്ന ഈ അമ്മയാണ് അരുവിപ്പുറം ക്ഷേത്രത്തിൽ നടന്ന പ്രഥമ മഹിളാസമ്മേളനത്തിൽ അധ്യക്ഷത വഹിച്ച് തങ്ങളുടെ സ്വർണാഭരണങ്ങൾ എല്ലാം വിറ്റ് കുട്ടികളെ പഠിപ്പിക്കാൻ ആഹ്വാനം ചെയ്തത് എന്നതും സ്മരണീയമാണ്. അങ്ങനെ 1885 ൽ മദിരാശിലെത്തിയ പൽപ്പു അവിടെ സർക്കാർ ഉദ്യോഗസ്ഥനായിരുന്ന ജ്യേഷ്ഠൻ വേലായുധന്റെ സഹായത്തോടെ എൽ എം എസ് (ലൈസൻസ് ഇൻ മെഡിക്കൽ സർവീസ്) കോഴ്സിനു ചേർന്നു. സാമ്പത്തികമായി വളരെയധികം ബുദ്ധിമുട്ടുകൾ സഹിച്ച് നാല് വർഷം കൊണ്ടു കോഴ്സ് പൂർത്തിയാക്കി.

പരീക്ഷയിൽ ജയിച്ച് യോഗ്യതനേടിയ പൽപ്പു തിരുവിതാംകൂർ മെഡിക്കൽ സർവീസിൽ ഉദ്യോഗത്തിന് അപേക്ഷിച്ചു എങ്കിലും മുമ്പ് ജ്യേഷ്ഠൻ വേലായുധന് ഉണ്ടായ ദുരനുഭവം തന്നെ പൽപ്പുവിനും സംഭവിച്ചു. പൽപ്പുവും തിരുവിതാംകൂറിന് പുറത്ത് ജോലി നോക്കാൻ നിർബന്ധിതനായി.

പേരെടുത്ത ഭിഷഗ്വരൻ

പരീക്ഷ പാസായതിനെ തുടർന്ന് പൽപ്പു ആദ്യം ഉദ്യോഗത്തിൽ പ്രവേശിച്ചത് മദ്രാസിലെ മസൂരി പ്രതിരോധ വാക്സിൻ നിർമിക്കുന്ന സ്ഥാപനത്തിലാണ് (1890). ബുദ്ധിശക്തിയും കഠിനാധ്വാനവും കൈമുതലായിരുന്ന പൽപ്പു അധികം താമസിയാതെ ഉദ്യോഗകയറ്റം നേടി സൂപ്രണ്ട് സ്ഥാനത്ത് എത്തി എങ്കിലും അപ്പോഴേക്കും സ്ഥാപനം നിറുത്തി പോയി. തുടർന്ന് 1891 ൽ ബാംഗ്ലൂരിലെ പാസ്ചർ ഇൻസ്റ്റിറ്റ്യൂട്ടിൽ അതേ ജോലിക്കു തന്നെ പ്രവേശിച്ചു. തുടർന്ന് ഒരു ഭിഷഗ്വരൻ എന്നനിലയിലും ഭരണാധികാരി എന്ന നിലയിലും ഡോ: പൽപ്പുവിന്റെ സേവനം

ഇന്ത്യക്ക് അകത്തും പുറത്തും ലഭിച്ചിട്ടുണ്ട്. ഒരു നവോത്ഥാന നായകൻ എന്ന നിലയിൽ പൽപ്പു ചരിത്രത്തിൽ സ്ഥാനം പിടിച്ചിരുന്നില്ല എങ്കിൽ ഒരു പൊതുജനാരോഗ്യ പരിപാലകനും പകർച്ചരോഗവിദഗ്ധനും എന്ന നിലയിൽ 19ാം നൂറ്റാണ്ടിന്റെ അവസാനവും 20ാം നൂറ്റാണ്ടിന്റെ ആദ്യ വും ആയി ഭാരതത്തിന്റെ ആരോഗ്യ പരിപാലന രംഗത്തെ പ്രമുഖൻ എന്ന നിലയിൽ പേരെടുത്തേനെ. ഈ രംഗത്തെ അദ്ദേഹത്തിന്റെ സേവനങ്ങളും ഉൾക്കാഴ്ചകളും ആദർശധീരതയും സ്വന്തം ജീവനെപ്പോലും അപകടപ്പെടുത്തുന്ന വിധത്തിലുള്ള പ്രവർത്തനങ്ങളേയും വിവരിക്കാൻ ഒരു പുസ്തകം തന്നെ വേണ്ടി വരും. ഈ പ്രബന്ധത്തിന്റെ പരിധിയിൽ അതൊതുങ്ങുകയില്ല. അതുകൊണ്ട് ചിലകാര്യങ്ങൾ മാത്രം വിവരിച്ച് ആ മഹാപ്രതിഭയിലേക്ക് അല്പം വെളിച്ചം പകരാൻ മാത്രമേ ശ്രമിക്കുന്നുള്ളു.

പൽപ്പു ബാംഗ്ലൂർ എത്തുമ്പോൾ ആ നഗരം മൈസൂർ നാട്ടുരാജ്യത്തിന്റെ ഭാഗമായിരുന്നു. ശേഷാദ്രി അയ്യർ എന്ന പ്രസിദ്ധനായ രാഷ്ട്രതന്ത്രജ്ഞനായിരുന്നു അവിടുത്തെ ദിവാൻ. മറ്റ് പല രംഗങ്ങളിലും എന്നപോലെ ആരോഗ്യപരിപാലന രംഗത്തും പല പരിഷ്കാരങ്ങൾ വരുത്തിയ ശേഷാദ്രി അയ്യരുടെ ഭരണക്കാലം നിർഭാഗ്യവശാൽ മസൂരി, പ്ലേഗ് തുടങ്ങിയ പകർച്ചവ്യാധികളുടെ ആക്രമണം മൂലം ഭരണാധികാരികൾക്ക് കടുത്ത വെല്ലുവിളികൾ ഉയർത്തിയിരുന്നു. ഈ വെല്ലുവിളികളെ നേരിടാൻ ശേഷാദ്രി അയ്യർ ഡോ: പൽപ്പുവിന്റെ സേവനങ്ങൾ വളരെയധികം പ്രയോജനപ്പെടുത്തുകയുണ്ടായി. പൽപ്പു ബാംഗ്ലൂരെ പാസ്ചർ ഇൻസ്റ്റിറ്റ്യൂട്ടിൽ മസൂരി വാക്സിൻ തയ്യാറാക്കുന്നതിലും കുറ്റമറ്റരീതിയിൽ അതിന്റെ ഗുണമേന്മയും ഫലപ്രാപ്തിയും വർദ്ധിപ്പിക്കുന്നതിലും നേടിയ വിജയങ്ങളെ മുൻനിറുത്തി ഉദ്യോഗതലത്തിൽ ഉയർന്നുകൊണ്ടിരുന്ന ഘട്ടത്തിലാണ് സംസ്ഥാനത്ത് പ്ലേഗ് ബാധ പെട്ടെന്നു പടർന്നുപിടിക്കാൻ തുടങ്ങിയത്. ഇതുകാരണം പൽപ്പുവിനെ കൂടുതൽ വിദഗ്ധമായ പഠനത്തിന് യൂറോപ്പിലേക്ക് അയയ്ക്കാനുള്ള ശേഷാദ്രി അയ്യരുടെ നിർദേശം നടക്കാതെ പോയി. പൽപ്പു കൈയും മെയ്യും മറന്ന് രോഗനിവാരണരംഗത്ത് വ്യാപൃതനായി. പ്ലേഗ് വ്യാധിയുടെ രൂക്ഷതയും അന്ധവിശ്വാസവും മറ്റും മൂലം സ്വന്തക്കാർ പോലും കൈയൊഴിഞ്ഞ രോഗികളെയാണ് പലപ്പോഴും പൽപ്പുവിന് ചികിത്സിക്കുകയും ശുശ്രൂഷിക്കുകയും മരണമടഞ്ഞവരെ സംസ്കരിക്കാൻ ഏർപ്പാട് ചെയ്യുകയും വേണ്ടിവന്നത്, അക്കാലത്തെ അദ്ദേഹത്തിന്റെ മനോഭാവത്തെയും പ്രവർത്തനരീതിയെയും മനസ്സിലാക്കാൻ സഹായിക്കുന്ന ഒരു കത്ത് അവശേഷിച്ച് കിട്ടിയിട്ടുണ്ട്. ഒരു സുഹൃത്തിന് അദ്ദേഹം എഴുതിയ ആ കത്തിൽ ഇപ്രകാരം കാണുന്നു.

> എന്റെ ക്യാമ്പിനുചുറ്റും ഉണ്ടാക്കിയിട്ടുള്ള എട്ടു ചുടലകളിലായി എട്ടു ശവങ്ങൾ ഇപ്പോൾ വെന്തുകൊണ്ടിരിക്കുന്നു. ഈ എട്ടു ശവങ്ങൾ വെന്തുകഴിഞ്ഞാൽ ഉടൻ ചിതയിൽ വയ്ക്കത്തക്കവണ്ണം നാല്പത്തിമൂന്നു ശവങ്ങൾ കഴുകി തയ്യാറാക്കി വച്ചിരിക്കുന്നു.

ആസന്നമരണന്മാരായ അൻപതിലധികം രോഗികൾ ഇവിടെ കിടക്കുന്നുണ്ട്. സംശയ സ്ഥിതിയിൽ കിടക്കുന്നവരായി അഞ്ഞൂറോളം രോഗികളുമുണ്ട്. രോഗം ബാധിച്ചവരെന്നു മുന്നൂറോളം ആളുകളെപ്പറ്റി ഇന്നു സംശയം ജനിച്ചിരിക്കുന്നു. ഇവരെയെല്ലാം അവരുടെ വീടുകളിൽനിന്ന്, അവർക്കു മനസ്സില്ലെങ്കിലും ഇവിടെ കൊണ്ടുവരുന്നതിന് ആളുകളെ അയച്ചുകഴിഞ്ഞിരിക്കുന്നു. ഇവരെ ഇന്നു വൈകുന്നതിനകം ഇവിടെ കൊണ്ടുവരും അങ്ങനെയുള്ള പരിതസ്ഥിതിയിൽ, കത്തിക്കൊണ്ടിരിക്കുന്ന ശവങ്ങളുടെ മധ്യേ, കാശിയിലെ ശ്മശാനത്തിൽ ദണ്ഡുമൂന്നി നിന്നിരുന്ന ഹരിശ്ചന്ദ്ര മഹാരാജാവിനെപ്പോലെ അധികാരദണ്ഡുമായി ഞാൻ നില്ക്കുന്നു. (പുറം 32–33 *ഡോ: പൽപ്പു,* സി കെ ഗംഗാധരൻ)

പ്ലേഗും മറ്റ് പകർച്ചവ്യാധികളും ശമിച്ചതോടെ വിദേശപഠനത്തിന് അയക്കാമെന്ന വാഗ്ദാനം സർക്കാർ ആവർത്തിച്ചു. അങ്ങനെ 1899 ൽ പാരീസിലെ പാസ്ചർ ഇൻസ്റ്റിറ്റ്യൂട്ടിലും ഇംഗ്ലണ്ടിലെ കേംബ്രിഡ്ജ് സർവകലാശാലയിലും ഉപരിപഠനത്തിനായി നിയോഗിക്കപ്പെട്ടു. ഈ അവസരം ഉപയോഗിച്ച് യൂറോപ്പിലെ ജനീവ തുടങ്ങിയ നഗരങ്ങളും അദ്ദേഹം സന്ദർശിച്ചു. വൈദ്യപഠനത്തോടൊപ്പം കൃഷിശാസ്ത്രപഠനത്തിനും അദ്ദേഹം സമയം കണ്ടെത്തി. അങ്ങനെ കൂടുതൽ അറിവും പരിശീലനവും നേടി തിരിച്ചെത്തിയ പൽപ്പുവിനെ മൈസൂറിലെ ഹെർത്ത് ഇൻസ്പെക്ടറായി നിയമിച്ചു. 1905 വരെ ആ സ്ഥാനത്ത് തുടർന്നു. അപ്പോഴാണ് ബറോഡ നാട്ടുരാജ്യത്തിൽ പൊതുജനാരോഗ്യപരിപാലനം മെച്ചപ്പെടുത്താനുള്ള പദ്ധതിയുടെ ഭാഗമായി പൽപ്പുവിന്റെ സേവനം ആവശ്യപ്പെട്ടത്. ബറോഡയിൽ സാനിറ്ററി ഉപദേഷ്ടാവായി 1200ക ശമ്പളത്തിൽ നിയമിക്കപ്പെട്ടു. അന്നത്തെ നിലയ്ക്ക് അതൊരുയർന്ന ഉദ്യോഗവും വളരെ മെച്ചപ്പെട്ട വേതനവും ആയിരുന്നു. രണ്ടു വർഷം കൊണ്ട് ദൗത്യം പൂർത്തിയാക്കി പ്രശംസയും പ്രസിദ്ധിയും നേടി മൈസൂർ സർവീസിലേക്കു തന്നെ പൽപ്പു തിരിച്ചെത്തി. മൈസൂറിലെ ജയിൽ സൂപ്രണ്ടായിട്ടാണ് സേവനം തുടർന്നത്. 1920 ൽ ഔദ്യോഗികപദവിയിൽ നിന്നും അടുത്തൂൺ പറ്റി പിരിഞ്ഞു.

പുത്തനുണർവ്

അവഗണിതനും അപമാനിതനുമായി വൈദ്യപഠനത്തിന് മാത്രമല്ല ഉദ്യോഗത്തിനും നാട് വിടേണ്ടിവന്ന ഡോക്ടർ പൽപ്പുവിന് താൻ ചെന്നിടത്തെല്ലാം പ്രശസ്തിയും പണവും ലഭിച്ചു എങ്കിലും തന്റെ ജന്മനാടായ തിരുവിതാംകൂറിനെയോ അവിടെ അവശതകൾ അനുഭവിച്ച് കഴിയുന്ന തന്റെ സഹോദരങ്ങളേയോ പൽപ്പു മറന്നില്ല. മദ്രാസിലും മൈസൂരിലും ബറോഡയിലും ഇന്ത്യക്ക് പുറത്തു തന്നെയും പേരും പെരുമയും നേടുമ്പോഴും അദ്ദേഹത്തിന്റെ വികാരവിചാരങ്ങൾ തന്റെ നാടിനെപ്പറ്റിയായി

രുന്നു. അതുകൊണ്ട് പുറം നാടുകളിൽ ജോലി നോക്കുമ്പോഴും നാട്ടിൽ ഒരു ജോലിക്കായി നിരന്തരം അപേക്ഷകൾ അയച്ചുകൊണ്ടിരുന്നു. അവയ്ക്ക് കിട്ടിയ നിഷേധാത്മകമായ മറുപടികൾക്കുശേഷം തന്റെ യോഗ്യതയ്ക്ക് ഇണങ്ങാത്ത താഴ്ന്ന ജോലികൾക്കുപോലും കുറഞ്ഞ വേതനത്തിൽ ജോലി ചെയ്യാനുള്ള സന്നദ്ധത സൂചിപ്പിക്കുന്ന അപേക്ഷകളും അയച്ചു. പക്ഷേ, അവയ്ക്കൊക്കെ കിട്ടിയ മറുപടി അദ്ദേഹത്തിന്റെ താഴ്ന്ന ജാതി പദവി മൂലം തിരസ്കരിക്കപ്പെട്ടതായിരുന്നു എന്ന് വ്യക്തമാണ്.

ഈ കാലത്ത് തിരുവിതാംകൂറിൽ പല മേഖലകളിലും ഒരു പുത്തനുണർവിന്റെ അലകൾ വീശി തുടങ്ങിയിരുന്നു. വർത്തമാനപത്രങ്ങളുടെ പ്രചാരവും പൊതുജനപ്രക്ഷോഭങ്ങളുടെ ആവിർഭാവവും മറ്റും ഈ കാലഘട്ടത്തിലാണ് തിരുവിതാംകൂറിൽ ശക്തിയാർജിച്ചത്. മാറ്റത്തിനുവേണ്ടിയുള്ള ഈ സംരംഭങ്ങളിൽ നടുനായകത്വം വഹിക്കുന്നത് 1888 ൽ ശ്രീനാരായണഗുരു തെക്കൻ തിരുവിതാംകൂറിലെ അരുവിപ്പുറത്ത് ഒരു ശിവപ്രതിഷ്ഠ നടത്തിയതോടുകൂടിയാണ് എന്ന് നേരത്തെ പറഞ്ഞുവല്ലോ. മറ്റൊരു പ്രധാനപ്പെട്ട സംഭവം 1891 ൽ ശ്രീമൂലം തിരുനാൾ രാജാവിന് സമർപ്പിക്കപ്പെട്ട *മലയാളിമെമ്മോറിയൽ* എന്ന നിവേദന പത്രികയും അതിലെ 10037 പേരുടെ ഒപ്പുശേഖരിക്കാനും പ്രചരണം നടത്താനും നടത്തിയ പ്രചാരണപ്രവർത്തനങ്ങളുമാണ്. മദിരാശിയിൽ അഭിഭാഷകനായിരുന്ന കെ പി ശങ്കരമേനോൻ, പിൽക്കാലത്ത് പ്രശസ്ത സാഹിത്യകാരനായി തീർന്ന സി വി രാമൻപിള്ള കേരളത്തിലെ ആദ്യത്തെ കോൺഗ്രസ് നേതാക്കളിൽ പ്രമുഖനും പത്രാധിപരും ആയിരുന്ന ബാരിസ്റ്റർ ജി പി പിള്ള തുടങ്ങിയവർ നേതൃത്വം നൽകിയ ഈ പ്രക്ഷോഭണപരിപാടിക്ക് അവരുമായി അടുത്തബന്ധം ഉണ്ടായിരുന്ന ഡോ: പൽപ്പു പിന്തുണ നൽകി. മലയാളി മെമ്മോറിയലിന്റെ മൂന്നാമത്തെ ഒപ്പുകാരനായ പൽപ്പു പ്രക്ഷോഭണ ചെലവിലേക്കായി 101 രൂപ സംഭാവനയും നൽകി.

അഭ്യസ്തവിദ്യരും യോഗ്യതയുള്ളവരും തിരുവിതാംകൂറിൽ തന്നെ ഉണ്ടായിരിക്കെ അവർക്കൊന്നും ഉയർന്ന സർക്കാർ ജോലികൾ നൽകാതെ തമിഴ്നാട്ടിൽ നിന്നും മഹാരാഷ്ട്രയിൽ നിന്നും മറ്റും ബ്രാഹ്മണപ്രമാണിമാരെ പ്രധാന ഉദ്യോഗങ്ങളിൽ നിയമിക്കുന്ന നടപടി നിറുത്തണമെന്നും തദ്ദേശീയർക്ക് ജോലി നൽകണമെന്നും ആയിരുന്നു നിവേദന പത്രികയുടെ സാരം. സ്വാഗതാർഹവും പുരോഗമനപരവും ആയ ഈ നിർദേശത്തെ ഡോ: പൽപ്പു അനുകൂലിച്ചെങ്കിലും ആ പ്രക്ഷോഭത്തിന് വലിയൊരു പരിമിതി ഉണ്ടായിരുന്നു. അന്നത്തെ നിലയിൽ ന്യായമെന്ന് തോന്നുന്ന ഈ ആവശ്യം ഫലത്തിൽ പ്രയോജനപ്പെടുക സവർണർക്കു മാത്രമായിരുന്നു. ഈ പരിമിതി ഡോ: പൽപ്പു മാത്രമല്ല ബാരിസ്റ്റർ ജി പി പിള്ളയെ പോലുള്ളവരും പിന്നീട് മനസ്സിലാക്കി പരിഹാരം കാണാൻ ശ്രമിച്ചു. ഡോ: പൽപ്പു ഒരു പ്രത്യേക നിവേദനം തയാറാക്കി 13176 ഈഴവരുടെ ഒപ്പു ശേഖരിച്ച് ശ്രീമൂലം തിരുനാൾ മഹാരാ

ജാവിന് സമർപ്പിച്ചത് ഗണ്യമായ ഒരു തെറ്റു തിരുത്തൽ നടപടി ആയിരുന്നു. 1896 സെപ്തംബർ 3 ന് സമർപ്പിക്കപ്പെട്ട ഈ ഭീമഹർജി *ഈഴവ മെമ്മോറിയൽ* എന്ന പേരിലാണ് അറിയപ്പെടുന്നത്. (ഈ പുസ്തകത്തിലെ 2-ാം അനുബന്ധമായി ഇത് ചേർത്തിട്ടുണ്ട്.)

ഈഴവമെമ്മോറിയൽ: പ്രതികരണങ്ങളും പ്രചാരണവ്യാപനവും

ഒരു വിധത്തിൽ മലയാളി മെമ്മോറിയലിന്റെ തെറ്റുതിരുത്തലും തുടർച്ചയുമായിരുന്നു ഈഴവ മെമ്മോറിയൽ എങ്കിലും അതിലെ ഉള്ളടക്കവും അതിനുവേണ്ടിയുള്ള പ്രവർത്തനങ്ങളും പലതരത്തിലും വ്യത്യസ്തങ്ങളായിരുന്നു. മലയാളി മെമ്മോറിയൽ ഒരു കൂട്ടായ്മയുടെ പ്രവർത്തനഫലമായിരുന്നു എങ്കിൽ ഈഴവമെമ്മോറിയൽ 1896 ൽ രൂപീകരിച്ച തിരുവിതാംകൂർ ഈഴവസഭയുടെ ആഭിമുഖ്യത്തിൽ ആണെങ്കിലും മിക്കവാറും പൽപ്പുവിന്റെ ഒരു ഒറ്റയാൻ സംരംഭം ആയിരുന്നു. കാൽനടയായും കാളവണ്ടിയിലും വള്ളങ്ങളിലും മറ്റുമായി സ്വന്തം ചെലവിൽ ഒറ്റയ്ക്ക് തിരുവിതാംകൂറിൽ ആകെ സഞ്ചരിച്ച് ആണ് ഡോ: പൽപ്പു 13176 പേരുടെ ഒപ്പ് ശേഖരിച്ചത്. ഈഴവർ മാത്രമേ അതിൽ ഒപ്പ് ഇട്ടിരുന്നുള്ളു. മറ്റാരെയും പൽപ്പു അതിനായി സമീപിച്ചതുമില്ല.

പൽപ്പുവിന്റെ കൈപ്പട

ഈ സംരംഭത്തിനു മുമ്പ് തന്നെ ഇന്ത്യൻ നാഷണൽ കോൺഗ്രസിന്റെ പിന്തുണ നേടാനായി മലയാളി മെമ്മോറിയൽ പ്രസ്ഥാനത്തിന്റെ അമരക്കാരനെങ്കിലും അതിൽ സംഭവിച്ചതായി ഡോ: പൽപ്പു കണ്ട പോരായ്മകൾ ആദ്യം തിരിച്ചറിഞ്ഞ നേതാവും ആയ ബാരിസ്റ്റർ ജി പി പിള്ളയെ ആണ് 1895 ഡിസംബർ 2 ന് പുണെയിൽ നടന്ന കോൺഗ്രസ് സമ്മേളനത്തിൽ ഈ പ്രശ്നങ്ങൾ അവതരിപ്പിക്കാൻ പൽപ്പു ഏർപ്പാട് ചെയ്തത്. ജി പി ആ ചുമതല ഭംഗിയായി നിർവഹിക്കുകയും പിന്നീട് തുടർന്നും ഡോ: പൽപ്പുവിന്റെ സഹകാരി ആയി ഇന്ത്യക്ക് അകത്തും പുറത്തും തിരുവിതാംകൂറിലെ ഈഴവർ അനുഭവിക്കുന്ന അവശതകൾ പരിഹരിക്കാൻ പരിശ്രമിക്കുകയുണ്ടായി.

മഹാരാജാവ് ഈ ഭീമഹർജി തീരുമാനമെടുക്കാനായി ദിവാന് അയച്ചുകൊടുത്തു. ദിവാനായ ശങ്കരസുബ്ബയ്യർ ഇപ്രകാരം രണ്ടും പ്രധാനവിഷയങ്ങളിൽ ഊന്നിയാണ് മറുപടി നൽകിയത്:

> **1. വിദ്യാഭ്യാസപരം**
> .....മഹാരാജാവ് തിരുമനസ്സിലെ കോളേജ്, ഹൈസ്കൂളുകൾ മുതലായ പല പ്രധാനപ്പെട്ട പാഠശാലകളിൽ മറ്റു ജാതിക്കാരോടൊപ്പം ഹർജിക്കാർക്ക് പ്രവേശനം അനുവദിച്ചിട്ടുണ്ടെന്നു തന്നെയല്ല, കഴിവുള്ളിടങ്ങളിലെല്ലാം ഇനിയും അധികം പള്ളിക്കൂടങ്ങളിൽ അവർക്ക് പ്രവേശനം അനുവദിക്കപ്പെടുന്നതുമാണ്... ഈഴവ പെൺകുട്ടികൾക്കുപോലും പ്രത്യേകം പള്ളിക്കൂടങ്ങളുണ്ട്. ഈ എല്ലാ അവസ്ഥകളെയും ആലോചിച്ചു നോക്കിയാൽ ഹർജിക്കാർക്ക് വാസ്തവമായ അസൗകര്യങ്ങൾ ഒന്നും തന്നെയില്ല.
>
> **2. ഔദ്യോഗികം**
> .....ഈ വിഷയത്തിൽ ഗവൺമെന്റ് ഹർജിക്കാർക്ക് അനുകൂലമായ ഒരു വ്യതിയാനം ചെയ്തിട്ടുണ്ടെന്ന് ബി എ പാസായ ഒരു ഈഴവന് എഞ്ചിനീയർ, സഞ്ചാനം മുതലായ വകുപ്പുകളിൽ ഉദ്യോഗത്തിനപേക്ഷിക്കാമെന്ന് ഈയിടെ കൊടുത്തിട്ടുള്ള ഇണ്ടാസ്മെന്റിൽ നിന്നും സ്പഷ്ടമാകുന്നതാണ്.....
>
> (പുറം 64, ടി പുസ്തകം)

ശങ്കര സുബ്ബയ്യരുടെ ന്യായവാദങ്ങൾ അടിസ്ഥാനരഹിതവും തെറ്റിധരിപ്പിക്കാൻ പോന്നതുമാണ്. എഞ്ചിനീയറിംഗ് വകുപ്പിൽ ഒരീഴവന് ജോലിയുണ്ടായിരുന്നു എന്ന പ്രസ്താവം രസാവഹമാണ്. എഞ്ചിനീയറിംഗ് ഓഫീസിൽ എഞ്ചിനീയർക്കുള്ള പങ്ക ഓഫീസിന് പുറത്തു നിന്നു വലിക്കലായിരുന്നു ജോലി. ഇതേക്കുറിച്ചെല്ലാം *തിരുവിതാംകോട്ടെ തീയൻ* എന്ന പേരിൽ *മദ്രാസ്മെയിലിൽ* ലേഖനങ്ങളും ഡോക്ടർ എഴുതിക്കൊണ്ടിരുന്നു.

ശങ്കരസുബ്ബയ്യരുടെ ഫലത്തിൽ നിഷേധാത്മകമായ മറുപടിയിൽ മനസ്സു തളരാതെ അക്കാലത്ത് ഇംഗ്ലീഷിലും മലയാളത്തിലുമായി വർധിച്ചുവന്ന മാധ്യമങ്ങളെ തന്റെ പ്രചാരവേലക്കായി പൽപ്പു ഉപയോഗിക്കാൻ തുടങ്ങി. മെമ്മോറിയലിനെ കുറിച്ചു വന്ന പത്ര ലേഖനങ്ങളും എഴുത്തുകുത്തുകളും താൻ സമർപ്പിച്ച നിവേദനങ്ങളും മറ്റ് എഴുത്തുകുത്തുകളും ചേർത്ത് പൽപ്പു *ട്രീറ്റ്മെന്റ് ഓഫ് തീയാസ് ഇൻ ട്രാവൻകൂർ* എന്ന പേരിൽ ഒരു പുസ്തകം പ്രസിദ്ധീകരിച്ച് തിരുവിതാംകൂറിന് പുറത്തും പ്രചരിപ്പിച്ചു (വൈസ്റോയ് കഴ്സൻ പ്രഭു മൈസൂർ സന്ദർശിച്ച സന്ദർഭത്തിൽ ഈ പുസ്തകത്തിന്റെ ഒരു പ്രതിയും ഒരു മെമ്മോറിയലും സമർപ്പിച്ചത് ചില കുഴപ്പങ്ങൾക്ക് വഴിവച്ചു. വൈസ്റോയ് ഈ ഹർജിയും രേഖകളും പരിശോധിച്ച് എല്ലാ ജനവിഭാഗങ്ങൾക്കും തുല്യ നീതി ഉറ

പ്പുവരുത്തണം എന്ന ഒരു സാമാന്യ നിർദേശത്തോടുകൂടി തിരുവിതാംകൂർ മഹാരാജാവിനെ ഉപദേശിച്ചു)

ഇതിനിടയിൽ മദിരാശി നിയമസഭയിൽ ഈഴവർ ഉൾപ്പെടെയുള്ള അയിത്ത ജാതിക്കാരോട് തിരുവിതാംകൂർ ഭരണകൂടം കാട്ടുന്ന വിവേചനത്തെക്കുറിച്ചുള്ള പ്രശ്നങ്ങൾ ചില സുഹൃത്തുക്കളുടെ സഹായത്തോടെ ഡോ: പൽപ്പു ഉന്നയിച്ചു. എന്നാൽ തിരുവിതാംകൂറിലെ ആഭ്യന്തര കാര്യങ്ങൾ മദിരാശി പ്രവിശ്യ സർക്കാരിന്റെ അധികാരപരിധിയിൽപ്പെടുന്നില്ലെന്ന മറുപടിയാണ് ലഭിച്ചത്. ഇതേ തുടർന്ന് പൽപ്പു മദിരാശി ഗവർണറുടെ മുമ്പിൽ ഈ പരാതികൾ ഉന്നയിച്ചുകൊണ്ട് നിവേദനം സമർപ്പിച്ചു. ഈ നിവേദന പത്രിക ഗവർണർ തിരുവിതാംകൂറിലെ ബ്രിട്ടീഷ് റസിഡന്റ് മുഖേന തിരുവിതാംകൂർ സർക്കാരിന് അയച്ചുകൊടുത്തു. ഇത് തിരുവിതാംകൂർ ദിവാൻ ശങ്കരസുബ്ബയ്യരെ നീരസപ്പെടുത്തുകയും അദ്ദേഹം മൈസൂർ ദിവാൻ കൃഷ്ണമൂർത്തിയെ സന്ദർശിച്ച് പൽപ്പുവിന്റെ അനധികൃത നടപടിയെ സംബന്ധിച്ച് ധരിപ്പിച്ചു. മൈസൂർ സർക്കാർ സർവീസിൽ അംഗമായ പൽപ്പു ആ സ്ഥാനം ദുരുപയോഗപ്പെടുത്തിയാണ് ഈ വക കാര്യങ്ങളിൽ ഇടപെടുന്നത് എന്നായിരുന്നു ശങ്കരസുബ്ബയ്യരുടെ വാദം. ആ വാദം സ്വീകരിച്ചുകൊണ്ട് മൈസൂർ സർക്കാർ പൽപ്പുവിനെ സർവീസിൽ നിന്ന് പിരിച്ചുവിട്ടു. പിന്നീട് പല എഴുത്തുകുത്തുകൾക്കും വിശദീകരണങ്ങൾക്കും ശേഷമാണ് ഉത്തരവ് റദ്ദാക്കി അദ്ദേഹത്തെ വീണ്ടും മൈസൂർ സർവീസിൽ പ്രവേശിപ്പിച്ചത്.

ഈ വേട്ടയാടലോ പീഡനങ്ങളോ പൽപ്പുവിനെ തന്റെ കർത്തവ്യപദത്തിൽ നിന്ന് ഒട്ടും വ്യതിചലിപ്പിച്ചില്ല. കൂടുതൽ ഊർജസ്വലമായി തന്റെ കർമപരിപാടിയുമായി മുന്നോട്ടു പോകാനുള്ള നിശ്ചയത്തെ ദൃഢപ്പെടുത്താൻ മാത്രമേ ശങ്കരസുബ്ബയ്യാദികളുടെ പിന്നിൽ നിന്നുള്ള കുത്ത് സഹായിച്ചുള്ളു. പൽപ്പുവിന്റെ അടുത്ത പദ്ധതി തിരുവിതാംകൂറിലെ ഈഴവരുടെ ദുരവസ്ഥ ബ്രിട്ടീഷ് ജനതയുടേയും പാർലമെന്റിന്റേയും ശ്രദ്ധയിൽപെടുത്തുക എന്നതായിരുന്നു. അതിനായി പുണെ കോൺഗ്രസിൽ ഈഴവരുടെ പ്രശ്നം പൽപ്പുവിന്റെ ഉപദേശപ്രകാരം സമർഥമായി ഉന്നയിച്ച് ബാരിസ്റ്റർ ജി പി പിള്ളയുടെ സേവനം ഉപയോഗപ്പെടുത്തുക എന്നതായിരുന്നു. ഇതിനകം പത്രാധിപർ എന്ന നിലയിലും ദേശീയവാദി എന്ന നിലയിലും പ്രഗത്ഭ വാഗ്മി എന്ന നിലയിലും പ്രശസ്തനായി കഴിഞ്ഞിരുന്ന ജി പിയും പൽപ്പുവും തുടക്കം തൊട്ടേ ഉറ്റ ചങ്ങാതിമാരായിരുന്നു. ജി പി യെ ആണ് ബ്രിട്ടൺ സന്ദർശിച്ച് ഈ പ്രശ്നത്തെ കുറിച്ച് പ്രഭാഷണപര്യടനം നടത്താനും പാർലമെന്റിൽ ഉന്നയിക്കത്തക്കവിധം ബന്ധപ്പെട്ടവരെ സമീപിക്കാനും പൽപ്പു നിയോഗിച്ചത്. ജി പിയുടെ ബ്രിട്ടൺ സന്ദർശനത്തിന് ആവശ്യമായ ചെലവിലേക്ക് 1500 രൂപ പൽപ്പു സംഭാവനയും നൽകി. ഈ തുക അനുഭാവികളിൽ നിന്ന് പിരിച്ചെടുക്കാൻ ശ്രമിച്ചെങ്കിലും 300 രൂപ മാത്രമേ പിരിഞ്ഞ് കിട്ടിയുള്ളു. ബാക്കി 1200 രൂപയും സ്വന്തം കൈയിൽ നിന്ന് എടുത്തുകൊടുക്കുകയാണ് പൽപ്പു ചെയ്തത്.

അക്കാലത്തെ സമ്പ്രദായം അനുസരിച്ച് പ്രഭാഷണങ്ങളിൽ നിന്നും മറ്റു സംഘാടകരിൽ നിന്നും ലഭിക്കാറുള്ള പ്രതിഫലവും കൂടി ചേർത്ത് ജി പി തന്റെ ദൗത്യവും വിജയകരമായി നിർവഹിച്ചു. 1897 ജൂലായ് 19ാം തീയതി ബ്രിട്ടീഷ് സഭയിൽ ബാരിസ്റ്റർ ജി പി നൽകിയ വിവരങ്ങളുടെ അടിസ്ഥാനത്തിൽ ഈഴവരുടെ അവശതകളെ കുറിച്ച് പാർലമെന്റംഗമായ ഹെർബർട്ട് റോബർട്ട്സ് ഇപ്രകാരം ചോദ്യം ഉന്നയിച്ചു.

> രാജ്യത്തിലെ മൊത്തം ജനസംഖ്യയിൽ 16 ശതമാനമുള്ളവരും സംസ്ഥാനത്തിന്റെ റവന്യൂ വരുമാനത്തിൽ വലിയൊരു ഭാഗം നൽകുന്നവരും ആണെങ്കിലും കൂടി, താഴ്ന്ന ജാതിക്കാരാണെന്ന കാര്യം പറഞ്ഞ് തിരുവിതാംകൂർ സംസ്ഥാനത്തെ സർക്കാർ സർവീസിൽ നിന്നും ഈഴവർ എന്നറിയപ്പെടുന്ന വർഗക്കാരെ ഒഴിച്ചുനിർത്തിയിരിക്കുകയാണോ? സംസ്ഥാനത്തെ ഒട്ടേറെ ഗവൺമെന്റ് സ്കൂളുകളിൽ അവർക്ക് പ്രവേശനം നിഷേധിച്ചിട്ടുണ്ടോ? സ്വന്തം സംസ്ഥാനത്തിൽ സ്ഥാനം നിഷേധിച്ചതുകൊണ്ട്, മദ്രാസ് യൂണിവേഴ്സിറ്റി ബിരുദധാരികളായ ഈ വർഗത്തിലെ രണ്ടുപേർ, മദ്രാസും മൈസൂറും സർക്കാർ സർവീസുകളിൽ ഈ അടുത്തകാലത്ത് ഉദ്യോഗം തേടാൻ നിർബന്ധിതരായിട്ടുണ്ടോ? തിരുവിതാംകൂറിലെ ഈ ഏർപ്പാടുകൾ അവസാനിപ്പിക്കാൻ പൊളിറ്റിക്കൽ ഏജന്റ് മുഖാന്തരം മദ്രാസ്ഗവൺമെന്റ് എന്തു നടപടികൾ എടുത്തിട്ടുണ്ട്? (പുറം 68, ടി പുസ്തകം)

അന്നത്തെ ഇന്ത്യൻ കാര്യങ്ങൾക്കുള്ള സെക്രട്ടറി (മന്ത്രിസഭാംഗം) ജോർജ് ഹാമിൽട്ടൺ ആണ് മറുപടി പറഞ്ഞ്. ഈ പ്രശ്നങ്ങൾ മദിരാശി സർക്കാരിന്റെ ശ്രദ്ധയിൽപ്പെടുത്തി കഴിവുള്ളത് ചെയ്യാൻ നിർദ്ദേശിക്കാമെന്നും ഹാമിൽട്ടൺ വാഗ്ദാനം ചെയ്തു. അങ്ങനെ ചരിത്രത്തിലാദ്യമായി ഈഴവരുടെ ശബ്ദം ബ്രിട്ടീഷ് പാർലമെന്റിൽ മുഴങ്ങി കേട്ടതും ഔപചാരികമായിട്ട് എങ്കിലും ഗവർണർ അതേക്കുറിച്ച് പരിഗണിക്കുമെന്ന വാർത്തയും ഡോ: പൽപ്പുവിന്റെ ദൗത്യത്തിന് ദേശീയതലത്തിൽ പിന്തുണ ലഭിക്കാൻ സഹായകരമായി.

നവോത്ഥാനത്തിന്റെ പ്രഥമസംഘടന

അധികാരി വർഗത്തിന്റേയും ജാതിമേലാളന്മാരുടേയും സൗജന്യബുദ്ധിയിലൂടെ അയിത്തജാതിക്കാരുടേയും വിശിഷ്യാ ഈഴവരുടേയും അവശതകൾ പരിഹരിക്കാൻ ആവുകയില്ല എന്ന് ഇക്കാലമത്രയും നടത്തിയ നിരന്തര പരിശ്രമം ഡോ: പൽപ്പുവിനെ ബോധ്യപ്പെടുത്തി. നിവേദനവും പ്രചാരണവും എല്ലാം പ്രയോജനകരം തന്നെ പക്ഷേ, സംഘടിച്ച് ശക്തരായി അവകാശങ്ങൾ പിടിച്ചുപറ്റാനുള്ള ഊർജവും സന്നദ്ധ

തയും ഉണ്ടായാൽ മാത്രമേ ഫലപ്രദമായ നേട്ടങ്ങൾ കൈവരിക്കാൻ ആവൂ. 1890 കളിൽ തന്നെ ഇങ്ങനെ സംഘടിപ്പിച്ച് ശക്തരാകാനുള്ള ശ്രമം പൽപ്പു ആരംഭിച്ചതാണ്. ഈഴവമഹാസഭ എന്നൊരു സംഘടന യായിരുന്നു അദ്ദേഹത്തിന്റെ ഉദ്ദേശ്യം. പക്ഷേ അത് വിജയകരമായില്ല. ഈ പശ്ചാത്തലത്തിലാണ് ഈ പ്രബന്ധത്തിന്റെ തുടക്കത്തിൽ പറഞ്ഞ വിധം ഒരു ആത്മീയ ആചാര്യന്റെ നേതൃത്വം ഇന്ത്യൻ സാഹചര്യങ്ങ ളിൽ ഒരു പരിഷ്കരണ യത്നത്തിന് അനിവാര്യമാണെന്ന വിവേകാന ന്ദന്റെ ഉപദേശം പ്രാവർത്തികമാക്കാൻ പൽപ്പു പദ്ധതിയിട്ടത്. അതിനായി അതിനകം തന്നെ തിരുവിതാംകൂറിൽ ഭക്ത്യാദരങ്ങൾ നേടി കഴിഞ്ഞി രുന്ന ശ്രീനാരായണഗുരുവിനെ സന്ദർശിച്ച് തന്റെ ഉദ്ദേശ്യലക്ഷ്യങ്ങൾ തൃപ്പാദങ്ങളിൽ ഉണർത്തിക്കാൻ പൽപ്പു തയ്യാറായി. 1888 ൽ 'ജാതിഭേ ദം, മതദ്വേഷം ഏതുമില്ലാതെ സർവരും' സോദരത്വേന വാഴുന്ന മാതൃ കാസ്ഥാനമായി അരുവിപ്പുറത്ത് ശിവപ്രതിഷ്ഠ നടത്തി കേരള ചരിത്ര ത്തിൽ ഒരു പുതിയ അധ്യായം വിരചിച്ച് ശ്രീനാരായണഗുരു കേരള അടി സ്ഥാനത്തിൽ ഒരു സംഘടന സ്ഥാപിക്കുന്നകാര്യം ഗൗരവമായി ആലോ ചിക്കുകയും പലരുമായി ചർച്ച നടത്തുകയും ചെയ്തിരുന്നു. ഈ ശ്രമ ത്തിന്റെ ആദ്യ ഫലമാണ് 1899 ൽ രൂപം കൊണ്ട 'അരുവിപ്പുറം ക്ഷേത്ര യോഗം.' അക്കാലത്ത് കൽക്കത്തയിൽ ഉപരിപഠനത്തിന് ഗുരുവിന്റെ സഹായത്തോടുകൂടി പോയിരുന്ന കുമാരനാശാൻ ഇരുപതാം നൂറ്റാണ്ട് പിറന്നതോടെ തിരിച്ചെത്തിയിരുന്നു. ആശാനും പൽപ്പുവും ഗുരുവും ചേർന്ന് ചർച്ചചെയ്ത് തീരുമാനിച്ചപ്രകാരം 1903 മെയ് 15 ന് മറ്റേതാനും പ്രമുഖരുടെ പങ്കാളിത്തത്തോടുകൂടി ശ്രീ നാരായണ ധർമപരിപാലന യോഗം രൂപീകരിക്കപ്പെട്ടു. കമ്പനിനിയമപ്രകാരം രജിസ്റ്റർ ചെയ്ത ആ സംഘടനയുടെ അധ്യക്ഷൻ നാരായണഗുരുവും ഉപാധ്യക്ഷൻ പൽപ്പുവും ജനറൽ സെക്രട്ടി കുമാരനാശാനും ആയിരുന്നു. ഇതിന് മുമ്പും ചില സംഘടനകൾ മലയാളി സഭയിലും മറ്റും പോലെ കേരളത്തിൽ ഉണ്ടാ യിട്ടുണ്ട്, എങ്കിലും എസ് എൻ ഡി പി യോഗമാണ് സുനിശ്ചിതമായ ഭര ണഘടനയും പ്രവർത്തിപദ്ധതിയും കാലാകാലങ്ങളിൽ തിരഞ്ഞെടുപ്പ് സമ്പ്രദായങ്ങളും ഉള്ള ആദ്യത്തെ ജനകീയ സംഘടന. കേരളനവോ ത്ഥാനപ്രസ്ഥാനത്തിന്റെ പ്രഥമ സംഘടനയായ എസ് എൻ ഡി പി യോഗം ഒരു നൂറ്റാണ്ട് പിന്നിട്ടിട്ടും തുടരുന്നു-രൂപത്തിലും ഭാവത്തിലും ലക്ഷ്യത്തിലും പലമാറ്റങ്ങളോടുകൂടി.

1904 ൽ ചേർന്ന ഒന്നാം വാർഷികസമ്മേളനത്തിൽ വച്ച് യോഗ ത്തിന്റെ അനുബന്ധം ആയി രൂപീകരിക്കപ്പെട്ട സ്ത്രീ സമാജത്തിന്റെ അധ്യക്ഷ ഡോ: പൽപ്പുവിന്റെ അമ്മ മാതപ്പെരുമാൾ ആയിരുന്നു. ഡോക്ടറുടെ ഭാര്യയാണ് അന്ന് ആശംസാപ്രസംഗം നടത്തിയത്. 1904 ൽ തന്നെ എസ് എൻ ഡി പി യോഗത്തിന്റെ മുഖപത്രമായ *വിവേകോ ദയം* തുടങ്ങുന്നതിൽ പൽപ്പു നിർണായക പങ്ക് വഹിച്ചു.

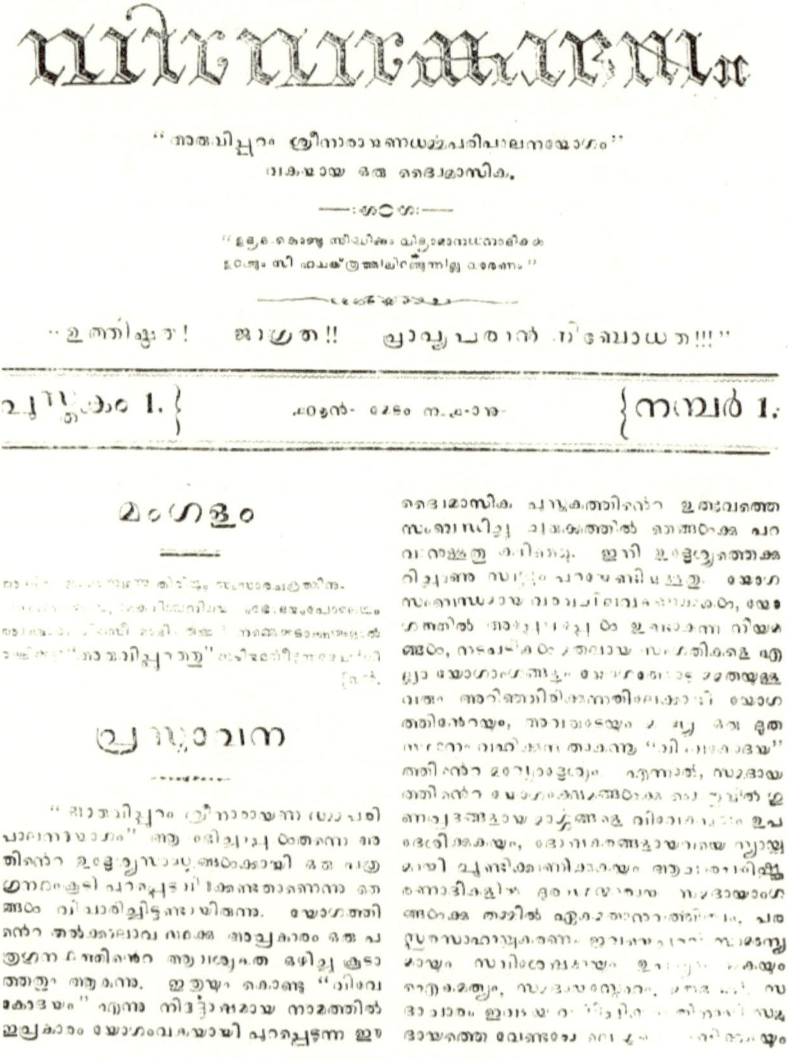

വിവേകോദയം ഒന്നാംലക്കത്തിന്റെ പുറംചട്ട

യോഗവും പൽപ്പുവും അകലുന്നു

എസ് എൻ ഡി പി യോഗത്തിന്റെ ത്രിമൂർത്തിനേതൃത്വം എന്ന് വിശേഷിപ്പിക്കാവുന്ന ശ്രീനാരായണഗുരുവും കുമാരനാശാനും ഡോ: പൽപ്പുവും തങ്ങളുടെ ദീർഘവീക്ഷണവും ആദർശനിഷ്ഠയും പ്രതിഭാവിലാസവും യോഗത്തിന്റെ വികാസത്തിനായി സമർപ്പിച്ചത് ആ സംഘടനയുടെ അതിവേഗതയിലുള്ള വളർച്ചയ്ക്ക് സഹായകമായി. യോഗത്തിന്റെ വളർച്ചയും വ്യാപകമായ സ്വാധീനവും പല പ്രമാണിമാരെയും സ്ഥാപിത താൽപ്പര്യക്കാരെയും അതിലേക്ക് ആകർഷിച്ചതിൽ അത്ഭുതമില്ല. ഈ പോക്കിൽ ശ്രീനാരായണ ഗുരു തന്നെ അസംതൃപ്തനായി യോഗത്തിൽ നിന്ന് 1916 ൽ വിരമിക്കുകയുണ്ടായി. അതിനുള്ള കാരണങ്ങൾ ഡോ: പൽപ്പുവിന് അദ്ദേഹം എഴുതിയ ഹ്രസ്വമായ കത്തിൽ ഇങ്ങനെ വിവരിക്കുന്നു.

അദ്വൈതാശ്രമം
1916 മെയ് 22

> ഡോ: പൽപ്പു എൽ എം എസ് ഡി പി എച്ച് അവർകൾക്ക്,
> യോഗത്തിന്റെ നിശ്ചയങ്ങൾ നാം അറിയാതെ പാസാക്കുന്നതുകൊണ്ടും യോഗത്തിന്റെ ആനുകൂല്യം ഒന്നും നമ്മെ സംബന്ധിക്കുന്ന കാര്യങ്ങളിൽ ഇല്ലാത്തതുകൊണ്ടും യോഗത്തിനു ജാത്യാഭിമാനം വർദ്ധിച്ചുവരുന്നതുകൊണ്ടും മുമ്പൊക്കെ മനസ്സിൽ നിന്നു വിട്ടിരുന്നതുപോലെ ഇപ്പോൾ വാക്കിൽ നിന്നും യോഗത്തെ വിട്ടിരിക്കുന്നു.

എന്ന്,
നാരായണഗുരു(ഒപ്പ്) (പുറം 143 ടി പുസ്തകം)

1908 ഓടുകൂടിതന്നെ യോഗത്തിന്റെ ചില അപഥസഞ്ചാരങ്ങളിൽ ദു:ഖിതനായി ഡോ: പൽപ്പു അതിൽ നിന്ന് അകലാൻ തുടങ്ങി. അതേകുറിച്ച് അദ്ദേഹത്തിന്റെ ജീവചരിത്രകാരനായ ഗംഗാധരൻ എഴുതുന്നു:

> (നാലാം വാർഷികത്തെ) തുടർന്നു നടന്ന വാർഷികങ്ങളിൽ പ്രദർശനം ഉണ്ടായില്ലെന്നു മാത്രമല്ല, വേണ്ടത്ര ശുഷ്കാന്തിയോടെ അദ്ദേഹം പ്രവർത്തിച്ചതുമില്ല. (ഇതിനപവാദം ഒരു സംഭവം മാത്രം: 9-ാം വാർഷികവും ശാരദാപ്രതിഷ്ഠയും സ്വാമി പ്രത്യേകം ആവശ്യപ്പെട്ടതനുസരിച്ച് ഡോക്ടർ കൈമെയ് മറന്നു പ്രവർത്തിച്ചു.) "പ്രദർശനം വേണ്ടേ?"എന്നു ചോദിച്ചവരോട് അദ്ദേഹം നിഷേധാർഥത്തിൽ പ്രത്യുത്തരം നൽകിയതായി കേട്ടിട്ടുണ്ട്. ഇത് യോഗത്തോടുള്ള എതിർപ്പുകൊണ്ടായിരുന്നോ? അതോ, യോഗം കൈയാളുന്നവരോടുള്ള വിരോധമോ? അതുമല്ലെങ്കിൽ, സാരഥികളെ 'വണ്ടിക്കു പിറകിൽ' നിർത്തിയതിലുള്ള ധർമ്മരോഷമോ? എന്തുമാകട്ടെ, ഡോക്ടറുടെ മനോഭാവത്തിൽ അനുക്രമമായ ഒരു മാറ്റം ദൃശ്യമാണ്. യോഗത്തിന്റെ ശൈശവം മാറുന്നതിനുമുമ്പ് അതിന്റെ

വളർത്തച്ഛന്മാരിലൊരാളായ, അഥവാ ശരിക്കും പിതാവു തന്നെയായ താൻ, പൂർണമായി അകന്നുപോകുന്നത് ക്ഷന്തവ്യമല്ലല്ലോ എന്ന വിചാരം കൊണ്ടാകാം ഇടയ്ക്കും തലയ്ക്കും വാർഷികങ്ങളിൽ പങ്കെടുക്കാനും 'രണ്ടു വാക്ക്' പറയാനും ഡോക്ടർ മിനക്കെട്ടിരുന്നത്. തിരുവനന്തപുരം വി ജെ ടി ഹാളിൽ ചേർന്ന 5-ാം വാർഷികത്തിൽ (1908 ഏപ്രിൽ) അദ്ദേഹം ആശംസാപ്രസംഗകനായി വേഷമിടേണ്ടി വന്നു. ദിവാൻ പി രാജഗോപാലാചാരി, കേരളവർമ്മ വലിയകോയിത്തമ്പുരാൻ തുടങ്ങിയവരും അന്നു സംസാരിച്ചു. ഒയിറ്റി കൃഷ്ണൻ ബി എ ബി എൽ-ന്റെ അദ്ധ്യക്ഷതയിൽ എറണാകുളത്തു ചേർന്ന 6-ാം വാർഷികത്തിൽ ഡോക്ടർ സ്വാഗതപ്രസംഗകൻ. മയ്യഴിയിൽ ചേർന്ന 7-ാം വാർഷികത്തിൽ യാതൊരു നടപടിയിലും ഡോക്ടർ പങ്കെടുത്തതായിക്കാണുന്നില്ല. (പുറം 86-87 ടി പുസ്തകം)

കുമാരനാശാൻ

ഗുരുവിനെ തുടർന്ന് രണ്ട് മൂന്ന് വർഷത്തിനകം സാഹിത്യരംഗത്ത് കൂടുതൽ ശ്രദ്ധ ചെലുത്താനും ഭാനുമതി അമ്മയെ വിവാഹം ചെയ്തതിനെ തുടർന്ന് എതിരാളികൾ നടത്തിയ ആക്ഷേപങ്ങളിൽ മനം നൊന്തും കുമാരനാശാൻ യോഗം സെക്രട്ടറി സ്ഥാനത്തു നിന്നും വിരമിച്ചു. ഈ കാലത്തെല്ലാം മുൻകാലത്തെ ഊർജസ്വലതയോടുകൂടി അല്ലെങ്കിലും ഡോക്ടർ പൽപ്പു യോഗപ്രവർത്തനങ്ങളിൽ ഇടവിട്ട് സഹകരിക്കാറുണ്ടായിരുന്നു. എന്നാൽ 1923 ആയപ്പോഴേക്കും അദ്ദേഹത്തിന്റെ ക്ഷമ കെട്ടത് കൊണ്ടാകാം പൂർണമായി തന്നെ യോഗത്തിൽ നിന്ന് വിരമിച്ചത്. അതു സംബന്ധിച്ച് യോഗം സെക്രട്ടറിക്ക് അദ്ദേഹം എഴുതിയ കത്ത് മൂർച്ചയേറിയ വിമർശനങ്ങൾ കൊണ്ട് പരുഷമാണ്.

> മാ രാ രാ ശ്രീ എസ് എൻ ഡി പി യോഗം സെക്രട്ടറിക്ക്,
> സ്വാമിയുമായി ആലോചിക്കാതെ പല തോന്നിയവാസങ്ങൾ നടത്താൻ തുടങ്ങിയിട്ട് കാലങ്ങൾ പലതായി. ഇത്തരം പെരുച്ചാഴി യോഗങ്ങൾക്ക് ഞാൻ ഇനിമേലിൽ പണം ചെലവാക്കാൻ ഉദ്ദേശിക്കുന്നില്ല. അതുകൊണ്ട് ഞാൻ എന്റേതായിട്ടുള്ള പ്രവൃത്തികൾ ഇവിടെ ചെയ്തുവരികയാണ്.അതു നിങ്ങൾ മനസ്സിലാക്കണം. (പുറം 106, ടി പുസ്തകം)

അന്ത്യനാളുകൾ

ഡോക്ടർ പൽപ്പു തന്റെ സൃഷ്ടിയായ എസ് എൻ ഡി പി യോഗത്തിൽ നിന്ന് അകലുന്നതിന് പല കാരണങ്ങൾ ഉണ്ടായിരുന്നെങ്കിലും

മഹാകവി കുമാരനാശാനുമായുള്ള ചില തർക്കങ്ങളും അതിന് പ്രേരകമായിട്ടുണ്ട്. എങ്കിലും മഹാകവിയുടെ മഹത്വം മനസ്സിലാക്കാനുള്ള സംസ്കാരവും സഹൃദയത്വവും ഉണ്ടായിരുന്ന പൽപ്പുവിനെ 1924 ൽ ആശാൻ റെഡീമർ ബോട്ടപകടത്തിൽ അകാലനിര്യാണം പ്രാപിച്ചു എന്ന വാർത്ത വളരെ വ്യസനിപ്പിച്ചതായി തെളിവുകൾ ഉണ്ട്. 1928 ൽ ശ്രീനാരായണഗുരുകൂടി സമാധി ആയതോടെ യോഗം സ്ഥാപകരായ ത്രിമൂർത്തികളിൽ പൽപ്പു മാത്രമേ അവശേഷിക്കുന്നുള്ളൂ എന്ന അവസ്ഥ വന്നുചേർന്നു. പല കാരണങ്ങളാൽ താൻ മുൻകൈ എടുത്ത് ഗുരുവിന്റെ അനുഗ്രഹത്തോടെ സ്ഥാപിച്ച യോഗവുമായുള്ള വേർപാട് പൽപ്പുവിനെ അഗാധമായി സ്പർശിച്ചിരിക്കണം. അത്തരം മാനസിക വിക്ഷോഭങ്ങളും കർമനിരതമായ ജീവിതത്തിലെ അത്യധ്വാനങ്ങളും കാരണമായിരിക്കാം അവസാനവർഷങ്ങളിൽ പഠനവും വായനയുമായി കഴിഞ്ഞിരുന്ന കാലത്ത് ചിത്തഭ്രമത്തിന്റെ ചില ലക്ഷണങ്ങളും അദ്ദേഹത്തിൽ കണ്ടുതുടങ്ങിയത്.

അവസാനകാലത്ത് അദ്ദേഹം തിരുവനന്തപുരത്ത് നന്തൻകോട്ടാണ് ഒരു വീടുവച്ച് താമസിച്ചിരുന്നത്. 1891 ൽ ഇരുപത്തിയെട്ടാമത്തെ വയസ്സിൽ സഹൃദയനും കവിയും ആയിരുന്ന പെരുനെല്ലി കൃഷ്ണൻ വൈദ്യരുടെ സഹോദരി പി കെ ഭഗവതിയെയാണ് വിവാഹം കഴിച്ചത്. അവർക്ക് മൂന്ന് ആൺ മക്കളും രണ്ട് പെൺമക്കളും ഉണ്ടായി. ആൺമക്കളിൽ രണ്ടാമത്തെ ഡോ: പി നടരാജനാണ് പിൽക്കാലത്ത് നടരാജഗുരു എന്ന പേരിൽ പ്രശസ്തനായത്. വിവിധ ഭാഷാപണ്ഡിതനും ദാർശനികനും ആയിരുന്ന നടരാജഗുരു പല ഗ്രന്ഥങ്ങളുടേയും കർത്താവാണ്. അദ്ദേഹം ആണ് ശ്രീനാരായണ ശിഷ്യന്മാരിൽ പ്രഥമ ഗണനീയൻ എന്ന് പലരും കരുതുന്നു.

ഡോ. പൽപ്പുവിന്റെ അന്ത്യകാലത്തെ അനുഭവങ്ങളും എസ് എൻ ഡി പി യോഗത്തിൽ നിന്നുള്ള അകൽച്ചയും രോഗാവസ്ഥയും നിശബ്ദമായ വേർപാടും ഒരു ശോകാന്ത നാടകത്തിന്റെ പ്രതീതി ഉളവാക്കുന്നു. എങ്കിലും ഒരു ഭിഷഗ്വരൻ ഭരണാധികാരിയും സർവോപരി കേരള നവോത്ഥാനത്തിന്റെ കർമകുശലനായ നേതാവ് എന്ന നിലയിലും കേരളത്തിന്റെ ചരിത്രത്തിൽ അദ്ദേഹം എക്കാലത്തും സ്നേഹാദരങ്ങളോടെ സ്മരിക്കപ്പെടും.

1950 ജനുവരി 25-ാം തീയതി ഡോക്ടർ പൽപ്പു ചരമം പ്രാപിച്ചു.

6 ബാരിസ്റ്റർ ജി പി പിള്ള

പ്രഥമബഹുജനപ്രക്ഷോഭകൻ

ഇവിടെ പറയുന്നത് പത്തൊമ്പതാം നൂറ്റാണ്ടിലെ കഥയാണ്. 1864-ൽ ജനിച്ച് മുപ്പത്തൊമ്പതാമത്തെ പിറന്നാൾ ഉണ്ട് മൂന്നുമാസം തികയുംമുമ്പ് 1903-ൽ നിര്യാതനായ ബാരിസ്റ്റർ ജി പരമേശ്വരൻപിള്ളയുടെ കഥ. അന്നത്തെ ഇരുണ്ട ഭാരത രാഷ്ട്രീയ ചക്രവാളത്തിൽ ഒരു ഓണം കേറാമൂലയായിരുന്ന തെക്കൻ തിരുവിതാംകൂറിൽനിന്നും ഒരു മിന്നൽപ്പിണർപോലെ ഉയർന്നുപൊങ്ങി പൊലിഞ്ഞുപോയ ജി പിയുടെ കഥ.

കേരളത്തിലെ പ്രഥമ ബഹുജന പ്രക്ഷോഭകനായിരുന്നു അദ്ദേഹമെന്ന് തലവാചകത്തിൽത്തന്നെ സൂചിപ്പിച്ചല്ലോ. പക്ഷേ, അദ്ദേഹത്തിന്റെ പ്രഥമസ്ഥാനം ആ ഒരു ഒറ്റരംഗത്തിൽ മാത്രമായിരുന്നില്ല. ജി പിയുടെ ചരമാനന്തരം നാൽപ്പത്തഞ്ച് വർഷം കഴിഞ്ഞ് ഇന്ത്യക്ക് സ്വാതന്ത്ര്യവും തിരുവിതാംകൂറിന് ഉത്തരവാദഭരണവും ലഭിച്ചതിനെത്തുടർന്ന് *മലയാള മനോരമ* ദിനപത്രം ഈ സംഭവവികാസങ്ങളിലേക്ക് നയിച്ച ജി പിയുടെ പ്രവർത്തനങ്ങളെക്കുറിച്ച് ആവേശപൂർവം വിവരിക്കുന്നത് വായിക്കൂ:

> ജി പി പിള്ള മരിച്ചിട്ട് ഇപ്പോൾ നാൽപ്പത്തിയഞ്ചു വർഷമായി. അതുകൊണ്ട് ഇന്നത്തെ യുവജനങ്ങൾക്ക് അദ്ദേഹം അപരിചിതനാണ്. എന്നല്ല ആധുനിക ജനപരമ്പരയുടെ സ്മൃതിമണ്ഡലത്തിൽ വല്ലപ്പോഴും നിഴലാടുന്ന ഒരു നിലപോലും അദ്ദേഹത്തിൽ

നഷ്ടപ്പെട്ടിരിക്കുന്നതുപോലെ തോന്നുന്നു. അത് വളരെ കഷ്ടമാണ്. എന്തെന്നാൽ, തിരുവിതാംകൂറിന്റെ നവീന രാഷ്ട്രീയപ്രക്ഷോഭത്തിന്റെ ജനകസ്ഥാനമാണ് അദ്ദേഹം പരമാർഥത്തിൽ വഹിക്കുന്നത്. പത്രാധിപർ രാമകൃഷ്ണപിള്ള, ദിവാൻ സർ പി രാജഗോപാലാചാരിയുടെ ദുർഭരണത്തിനെതിരായ പത്രപ്രക്ഷോഭത്താൽ ശ്രീമൂലം തിരുനാൾ തിരുമനസ്സിലെ കാലത്ത് നാടുകടത്തപ്പെട്ട ആളാണെങ്കിൽ ജി പി പിള്ള, ദിവാൻ രാമയ്യങ്കാരുടെ ദുർഭരണത്തിനെതിരായി പത്രത്തിനെഴുതിയതിനാൽ ശ്രീ വിശാഖം തിരുനാൾ തിരുമനസിലെ കാലത്ത് കോളേജിൽനിന്ന് ബഹിഷ്കൃതനായി നാടുവിട്ടു പോകുവാൻ നിർബന്ധിതനായ പതിനെട്ട് വയസ് പ്രായമുള്ള ഒരു വിദ്യാർഥിയായിരുന്നു. സ്വരാജ്യത്തുനിന്നും നിഷ്കാസിതനായതിനുശേഷം പത്രാധിപർ രാമകൃഷ്ണപിള്ളയുടെ അനന്തര ജീവിതം അസ്തശക്തവും ദുഃഖപര്യവസായിയും ആയി കലാശിക്കുകയാണുണ്ടായത്. എന്നാൽ ജി പി പിള്ളയാകട്ടെ, വിദേശീയ ദിവാൻജിമാരുടേതായ ദുർഭരണത്തിനും രാജസേവകന്മാരുടെ വിക്രിയകൾക്കും എതിരായി അതിശക്തമായ ഒരു പ്രക്ഷോഭം ആയുരന്തം വരെ നടത്തി വിജയിച്ച് ഒരു പ്രമുഖ ഭാരത പൗരനായി വിഖ്യാതി നേടിയ അൽപ്പായുഷ്മാനാണ്. തിരുവിതാംകൂറിനെ സംബന്ധിച്ചിടത്തോളം പലതിലും പ്രഥമസ്ഥാനം ഇദ്ദേഹത്തിനുണ്ട്. ഗവൺമെന്റിനെതിരായി പത്രത്തിലെഴുതിയതുമൂലം വിദ്യാലയത്തിൽനിന്ന് ബഹിഷ്കൃതനായ ഒന്നാമത്തെ തിരുവിതാംകൂർകാരൻ, തിരുവിതാംകൂറിലെ ഒന്നാമത്തെ ബാരിസ്റ്റർ, തിരുവിതാംകൂറിൽനിന്ന് ഒന്നാമതായി ഇംഗ്ലണ്ടിൽ പോയ രാഷ്ട്രീയ പ്രവർത്തകൻ, മദ്രാസിലെ ഒന്നാമത്തെ ഗണനീയനായ മലയാളി പത്രാധിപർ, ഇന്ത്യയിലെ കോൺഗ്രസ് പ്രക്ഷോഭങ്ങളിൽ പ്രമുഖ സ്ഥാനം വഹിച്ച പ്രമുഖ തിരുവിതാംകൂറുകാരൻ, അന്ന് ദക്ഷിണാഫ്രിക്കയിലായിരുന്ന മഹാത്മാഗാന്ധിയുടെ പ്രക്ഷോഭത്തിന് വലിയ ആനുകൂല്യം ചെയ്തതായി മഹാത്മജി പലപ്പോഴും കൃതജ്ഞതാപുരസരം അനുസ്മരിച്ചിട്ടുള്ള ഏക തിരുവിതാംകൂറുകാരൻ—ഇങ്ങനെ പല രൂപത്തിൽ തിരുവിതാംകൂറിന് എന്നത്തേക്കും അവിസ്മരണീയനാണ് ബാരിസ്റ്റർ ജി പി പിള്ള (1948 മാർച്ച് 10).

കേരളം പ്രത്യേക സംസ്ഥാനമായി നിലവിലില്ലാതിരുന്ന അന്ന് തിരുവിതാംകൂറിന് അപ്പുറം ഭാവനയും ആലോചനയും ചെന്നെത്താതിരുന്ന *മനോരമ* ലേഖകൻ ജി പിയെ തിരുവിതാംകൂറിൽ ഒതുക്കി നിർത്തിയെങ്കിലും അപ്പറഞ്ഞതെല്ലാം കേരളത്തിനാകെ ബാധകമാണ്. ചില കാര്യങ്ങളെല്ലാം ഭാരതത്തിനാകെയും ബാധകമാണ്.

തന്റെ പ്രശസ്തിയുടെ മൂർധന്യത്തിൽ ജി പി അകാലചരമം പ്രാപിച്ച

1903-ാം വർഷത്തിലേക്ക് ഒന്നു തിരിഞ്ഞുനോക്കുക. ഇക്കാലവും അക്കാലവും തമ്മിലുള്ള അന്തരം വിഭാവനം ചെയ്യാൻതന്നെ വിഷമമാണ്.

ഒന്നാം ലോകമഹായുദ്ധം തുടങ്ങാൻ പിന്നെയും 11 വർഷം തികയണം. യുവാവായ കുമാരനാശാൻ കൽക്കത്തയിൽനിന്ന് തിരിച്ചുവന്ന് എസ് എൻ ഡി പിയുടെ സെക്രട്ടറി സ്ഥാനം ഏറ്റെടുത്തിട്ട് ഒരു വർഷമേ ആയുള്ളൂ. മലയാള സാഹിത്യത്തിലെ നവോത്ഥാനം കുറിച്ച *വീണപൂവ്* വിരിയാൻ പിന്നെയും അഞ്ചുകൊല്ലം കഴിയണം. 1910-ൽ നാടുകടത്തപ്പെട്ട സ്വദേശാഭിമാനി രാമകൃഷ്ണപിള്ളയുടെ പ്രക്ഷോഭകരമായ പത്രപ്രവർത്തനങ്ങൾ ആരംഭിക്കുന്നതേയുള്ളൂ.

സഹ്യാദ്രിക്കപ്പുറത്തോ? തെക്കേ ആഫ്രിക്കയിൽ ഇന്ത്യക്കാരുടെയും കറുത്തവരുടെയും അവകാശങ്ങൾക്കുവേണ്ടി പൊരുതി പേരെടുത്തുതുടങ്ങിയ ഗാന്ധിജി തിരിച്ചുവന്ന് ഇന്ത്യൻ രാഷ്ട്രീയരംഗത്ത് ചലനം സൃഷ്ടിക്കാൻ പിന്നെയും ഒന്നരദശകം കഴിയണം. ഇന്ത്യൻ നാഷണൽ

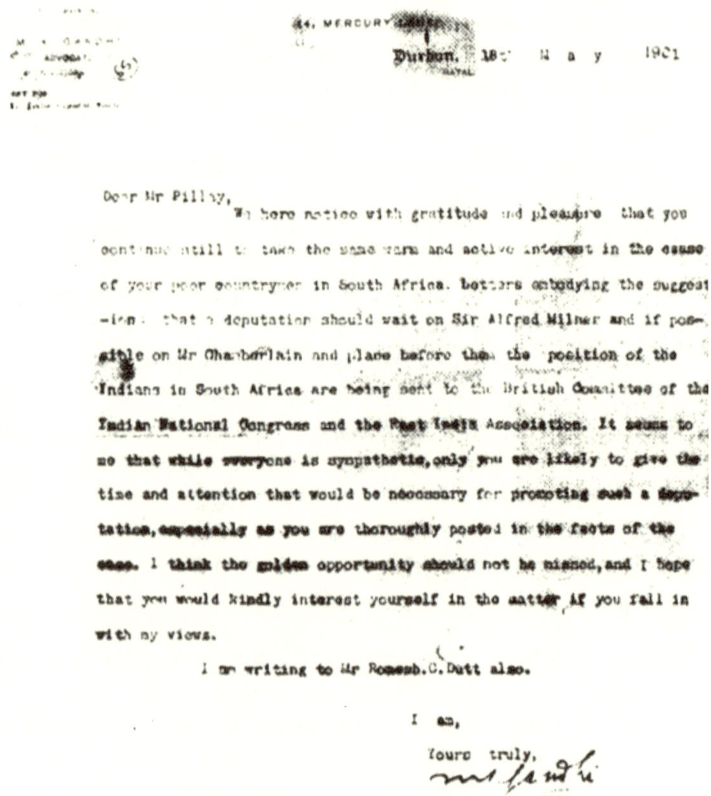

44, MERCURY LANE, Durban, NATAL, 18th May 1901

Dear Mr Pillay,

We here notice with gratitude and pleasure that you continue still to take the same warm and active interest in the cause of your poor countrymen in South Africa. Letters embodying the suggestions that a deputation should wait on Sir Alfred Milner and if possible on Mr Chamberlain and place before them the position of the Indians in South Africa are being sent to the British Committee of the Indian National Congress and the East India Association. It seems to me that while everyone is sympathetic, only you are likely to give the time and attention that would be necessary for promoting such a deputation, especially as you are thoroughly posted in the facts of the case. I think the golden opportunity should not be missed, and I hope that you would kindly interest yourself in the matter if you fall in with my views.

I am writing to Mr Romesh.C.Dutt also.

I am,

Yours truly,

M. K. Gandhi

മഹാത്മാഗാന്ധി ജി പിക്ക് അയച്ച കത്ത്

കോൺഗ്രസിന് വെറും 19 വയസേ ആയിട്ടുള്ളൂ. പത്തൊമ്പതാം നൂറ്റാണ്ടിന്റെ അവസാനവും ഇരുപതാം നൂറ്റാണ്ടിന്റെ ആദ്യവും. ഇന്ത്യൻ രാഷ്ട്രീയരംഗത്തെ ഇളക്കിമറിച്ച മഹാരഥന്മാരായ ദാദാഭായി നവറോജിയും റാഷ്ബിഹാരിബോസും സുരേന്ദ്രനാഥബാനർജിയും ജി പിയുടെ സഹപ്രവർത്തകരും സഖാക്കളുമായിരുന്നു. അന്നത്രയും അറിയപ്പെട്ടിട്ടില്ലാത്ത തെക്കേ ആഫ്രിക്കയിലെ ഇന്ത്യൻ ബാരിസ്റ്റർ എം കെ ഗാന്ധിയുടെ പരിചയവും ബഹുമാനവും ജി പി നേടിക്കഴിഞ്ഞിരുന്നു. തന്റെ ആത്മകഥയിൽ ജി പിയെപ്പറ്റി ഏറ്റവും ഹൃദയസ്പൃക്കായ പരാമർശങ്ങളാണ് ഗാന്ധിജി നടത്തിയിട്ടുള്ളത്. ആദ്യം വിക്ടോറിയ മഹാറാണിയുടെ കിരീടധാരണ ജൂബിലിക്കും പിന്നീട് ബാരിസ്റ്റർ പരീക്ഷാപഠനത്തിനും ആയി ഇംഗ്ലണ്ടിൽ പോയി ജി പി ഇംഗ്ലീഷ് പ്രധാനമന്ത്രി വില്യം ഗ്ലാഡ്സ്റ്റൺ ഉൾപ്പെടെ അനവധി പ്രമുഖരുടെ സൗഹാർദം സമ്പാദിച്ചു. ജി പിയുടെ ലേഖനങ്ങൾ ബ്രിട്ടീഷ്പത്രങ്ങളിൽ തുരുതുരെ പ്രത്യക്ഷപ്പെട്ടുകൊണ്ടിരുന്നു. അദ്ദേഹത്തിന്റെ ഗ്രന്ഥങ്ങൾ ബ്രിട്ടീഷ് പ്രസാധകന്മാർ പുറത്തുകൊണ്ടുവന്നു. വൈവിധ്യവും വൈപുല്യവുമാർന്ന തന്റെ സുഹൃത്‌വലയത്തിൽ ഇന്ത്യൻ ക്രിക്കറ്റ് രാജൻ എന്നറിയപ്പെട്ടിരുന്ന രഞ്ജിത് സിങ്ജിയും ഉണ്ടായിരുന്നു.

തിരുവനന്തപുരത്തിന് പത്തുനാഴിക വടക്ക് പള്ളിപ്പുറം എന്ന സ്ഥലത്താണ് 1864-ൽ നമ്മുടെ കഥാപുരുഷൻ ജനിച്ചത്. ചെറുപ്പത്തിലേ മാതാപിതാക്കന്മാർ നഷ്ടപ്പെട്ട അദ്ദേഹത്തിന് ഒരു മാതൃസഹോദരി മാത്രമായിരുന്നു ആലംബം. പതറാത്ത ലക്ഷ്യബോധവും കഠിനാധ്വാനശീലവും ദേശാഭിമാനപ്രചോദിതമായ സേവനതൽപ്പരതയും അനൽപ്പമായ ബുദ്ധിവൈഭവവും കൊണ്ടാണ് അനാഥനും നിർധനനുമായിരുന്ന പരമേശ്വരൻപിള്ള പടിപടിയായി രാജകീയശാലയിലും (ഇന്നത്തെ യൂണിവേഴ്സിറ്റി കോളേജ്) വിദ്യാർഥി നേതൃത്വത്തിലും എത്തിയത്. പഠനത്തിൽ മുൻപന്തിയിലായിരുന്ന ജി പി ഉജ്ജ്വലനായ പ്രസംഗകനെന്ന നിലയിലും ഒന്നാംകിട ഫുട്ബാൾ കളിക്കാരനെന്ന നിലയിലും സതീർഥ്യരുടെയും അധ്യാപകവൃന്ദത്തിന്റെയും ആരാധനാപാത്രമായി. യൂണിവേഴ്സിറ്റി കോളേജിലെ ഒന്നാമത്തെ ക്രിക്കറ്റ് അസോസിയേഷനും ടെന്നീസ് അസോസിയേഷനും സംഘടിപ്പിച്ചത് ജി പി ആയിരുന്നു. ഈ ബഹുമുഖ താൽപ്പര്യങ്ങളൊക്കെ ഉണ്ടായിരുന്നെങ്കിലും ജി പിയുടെ മുഖ്യ വാസനയും താൽപ്പര്യവും രാഷ്ട്രീയ പ്രക്ഷോഭത്തിലും പത്രപ്രവർത്തനത്തിലുമായിരുന്നു.

അക്കാലത്ത് പശ്ചിമതീരത്തിലൊക്കെ പേരുകേട്ട പ്രമുഖ പത്രങ്ങളായിരുന്നു *കൊച്ചിൻ ആർഗസും വെസ്റ്റേൺ സ്റ്റാറും*. ഒരു ലിബറൽ ചിന്താഗതിക്കാരനായിരുന്ന വെള്ളക്കാരൻ ഹാൾ മെൽവിൻ വാക്കറുടെ പത്രാധിപത്യത്തിൽ ബ്രിട്ടീഷ് കൊച്ചിയിൽനിന്ന് പുറത്തുവന്നുകൊണ്ടിരുന്ന *വെസ്റ്റേൺ സ്റ്റാർ* കേരളക്കരയിൽ പല ചലനങ്ങളും അക്കാലത്ത്

സൃഷ്ടിച്ചിട്ടുണ്ട്. ഇവ രണ്ടുമാണ് 18 തികയാത്ത ഈ ബി എ വിദ്യാർഥി തന്റെ രാഷ്ട്രീയ പത്രപ്രവർത്തന പരിശീലനത്തിന് തിരഞ്ഞെടുത്തത്.

ഇപ്പോഴും യൂണിവേഴ്സിറ്റി കോളേജിന്റെ അങ്കണത്തിൽ ഉയർന്നു നിൽക്കുന്ന കിഴവൻ ചൂതവൃക്ഷത്തിന്റെ ചുവട്ടിൽ അന്നത്തെ തിരുവിതാംകൂർ ഗവൺമെന്റിനും ദുർഭരണാധികാരി വെമ്പാകം രാമയ്യങ്കാർക്കും എതിരായി ഗൂഢാലോചന നടത്താൻ നമ്മുടെ കഥാനായകനും രണ്ടു സതീർഥ്യരും ഒത്തുചേരും. മറ്റു രണ്ടുപേർ പരമേശ്വരൻപിള്ളയെപ്പോലെ നിസ്സഹായരോ നിർധനരോ ആയിരുന്നില്ല. ദിവാൻ നാണുപിള്ളയുടെ മകൻ എൻ രാമൻപിള്ളയും ദിവാൻപേഷ്കാർ രങ്കനാഥറാവുവിന്റെ മകൻ രങ്കരായരുമായിരുന്നു അവർ. ഇവർ മൂവരും ആലോചിച്ചു ചർച്ച ചെയ്ത പ്രക്ഷോഭജനകമായ ലേഖനങ്ങൾ തൂലികാനാമം ഉപയോഗിച്ച് ആദ്യം *ആർഗസി*ലും പിന്നീട് *വെസ്റ്റേൺ സ്റ്റാറി*ലും എഴുതിത്തുടങ്ങി. ജി പിയായിരുന്നു ഈ മൂവർസംഘത്തിന്റെ നായകൻ. അന്നുതന്നെ ഓജസും യുക്തിയുക്തതയും തെളിഞ്ഞുതുടങ്ങിയ ശൈലിയിൽ ജി പി തന്നെ ലേഖനങ്ങളും എഴുതി.

ലേഖനങ്ങൾ കുറെയായപ്പോഴേക്കും അവയുടെ പ്രത്യാഘാതങ്ങൾ പ്രകടമായിത്തുടങ്ങി. കൂരമ്പുകൾ കൊള്ളേണ്ടിടത്തു കൊണ്ടു. ആരാണ് ഈ ലേഖകൻ, അഥവാ ലേഖകർ എന്നു തിരുതകൃതിയിൽ അന്വേഷണമായി. അനുനയംകൊണ്ടും ഭീഷണികൊണ്ടും പത്രാധിപർ വശപ്പെടുന്നില്ലെന്നു കണ്ടപ്പോൾ ദിവാൻ ചാരന്മാരെ നിയോഗിച്ചുതുടങ്ങി. അന്ന് കേരളത്തിലും പുറത്തുമുള്ള പല പ്രമുഖരുടെയുംമേൽ സംശയത്തിന്റെ കരിനിഴൽ വീണു. അനാഗത ശ്മശ്രുക്കളായ ഈ കോളേജ് കുമാരന്മാർ ഇത്ര പ്രക്ഷോഭകരവും ഫലപ്രദവുമായ ലേഖനവൃത്തിക്ക് പോരുന്നവരാണെന്ന് അന്നത്തെക്കാലത്ത് ആരും കരുതിയില്ല. പക്ഷേ, അവസാനം ഒരു സംസ്ഥാന സർക്കാരിന്റെ സകല അന്വേഷണയന്ത്രങ്ങളും നീങ്ങിയപ്പോൾ ഈ യുവരാജദ്രോഹികളും അവരുടെ നായകനും കണ്ടുപിടിക്കപ്പെട്ടു.

അവരെ ഉടനെ കോളേജിൽനിന്ന് ബഹിഷ്കരിക്കണമെന്ന് ക്രുദ്ധനായ ദിവാൻ, പ്രിൻസിപ്പൽ ജോൺ റോസിനോട് ആവശ്യപ്പെട്ടു. പ്രസിദ്ധ ഗണിതശാസ്ത്രജ്ഞനായ പ്രൊഫസർ റോസ് വിട്ടുകൊടുത്തില്ല. സി വി രാമൻപിള്ള ഉൾപ്പെടെ അക്കാലത്തെ പല പ്രതിഭാശാലികളുടെയും സ്നേഹാദരങ്ങൾ നേടിയ ഈ ഗുരുവരനും സഹപ്രവർത്തകനായ ഡോ. ഹാർവിയും തങ്ങളുടെ പ്രതിഭാശാലിയായ പ്രിയശിഷ്യനെയും സഖാക്കളെയും ഉപേക്ഷിക്കാൻ തയ്യാറായില്ല. വെള്ളക്കാരായിരുന്നതിനാൽ അവർക്കങ്ങനെ അയ്യങ്കാർക്ക് കീഴടങ്ങേണ്ട കാര്യവുമില്ലായിരുന്നു. എന്നാൽ ധിക്കാരസ്വരത്തിൽ രാഷ്ട്രീയ ലേഖനങ്ങളെഴുതി രാജാവിനും ദിവാനും ഭരണകൂടത്തിനും എതിരായി വിദ്വേഷം ഇളക്കിവിടുന്നവരെ വെറുതെവിടാൻ ദിവാനും മനസില്ലായിരുന്നു. ഒടുവിൽ ഈ മൂന്നുപേരെയും കോളേജിൽനിന്ന് ബഹിഷ്കരിച്ചുകൊണ്ട് അഭൂത

പൂർവവും അനാവർത്തിതവുമായ ഒരു കൽപ്പന മഹാരാജാവിന്റെ ഗവൺമെന്റുതന്നെ പുറപ്പെടുവിച്ചു. പ്രൊഫ. റോസും ഹാർവിയും നിസ്സഹായരായി. അങ്ങനെ യൂണിവേഴ്സിറ്റി കോളേജിൽനിന്ന് ആദ്യമായി രാഷ്ട്രീയകാരണങ്ങളാൽ മൂന്ന് വിദ്യാർഥികൾ ബഹിഷ്കൃതരായി.

ദക്ഷിണേന്ത്യയിലെ പല പത്രങ്ങളും ഈ നടപടിയെ കഠിനമായി അധിക്ഷേപിച്ചു. *വെസ്റ്റേൺ സ്റ്റാറിൽ* ഒരു ലേഖകൻ ഇങ്ങനെ എഴുതി:

> റഷ്യയിലെ ഏകാധിപത്യ സ്വേച്ഛാഭരണത്തിൽ ഈ മാതിരി സംഭവങ്ങൾ അസാധാരണമല്ല. അവിടെ കോളേജുകളിലും സ്കൂളുകളിലും വിദ്യാഭ്യാസത്തിലേർപ്പെട്ടിരിക്കുന്ന വിദ്യാർഥികളെ, അവർ ഗവൺമെന്റിന്റെ നയത്തിനു വിപരീതമായി എന്തെങ്കിലും പറയുന്നപക്ഷം, അറസ്റ്റ് ചെയ്ത് സൈബീരിയയിലെ ഖനികളിൽ പ്രവൃത്തിയെടുക്കാൻ അയയ്ക്കുന്ന പതിവുള്ളതായി നാം വായിച്ചിട്ടുണ്ട്. പക്ഷേ, അങ്ങനെ ഒരു സ്ഥിതി നിയന്ത്രിത രാജാധികാരം മാത്രമുള്ള ഒരു സ്വതന്ത്ര നാട്ടുരാജ്യത്തിൽ ഉണ്ടാകുന്നത് ഒരു പുതിയ യുഗാരംഭത്തെയാണ് കുറിക്കുന്നത്.

റഷ്യയിലെ ഒക്ടോബർ സോഷ്യലിസ്റ്റ് വിപ്ലവത്തിന് ഏതാണ്ട് കാൽ നൂറ്റാണ്ടു മുമ്പത്തെ സംഭവവും വിമർശനവും ആണിത്. സ്വാതന്ത്ര്യപ്രാപ്തിക്കുശേഷം കാൽനൂറ്റാണ്ടു കഴിഞ്ഞിട്ടും വിദ്യാർഥികളുടെ അഭിപ്രായസ്വാതന്ത്ര്യം ഇതിലേറെ വികസിച്ചിട്ടുണ്ടോ എന്ന് ആലോചിച്ചു നോക്കുന്നത് രസാവഹമാണ്.

ഈ ബഹിഷ്കരണംകൊണ്ടും അധികാരികൾ സംതൃപ്തരായില്ല. എന്തെങ്കിലും ഒരു കള്ളക്കേസിൽ ഉൾപ്പെടുത്തി ജി പിയെ അറസ്റ്റ് ചെയ്യാൻ ദിവാൻ ശ്രമം തുടങ്ങി. അക്കാലത്ത് 'ഈ ദിവാൻ തന്റെ ദുർ

മദ്രാസ് സോഷ്യൽ റിഫോം അസോസിയേഷൻ ജി പി (വലത്തെ അറ്റം)

നയങ്ങൾ തിരുത്താത്തപക്ഷം അയാളുടെ തലയിലൂടെ വെടിയുണ്ട പായു' മെന്ന് കാണിച്ചുകൊണ്ടുള്ള ചുവർ പരസ്യങ്ങൾ തിരുവനന്തപുരത്ത് പ്രത്യക്ഷപ്പെട്ടു. അതുസംബന്ധിച്ച് ഒരു സുബ്ബറാവു അറസ്റ്റ് ചെയ്യപ്പെട്ടു. ഈ കേസുമായി ബന്ധപ്പെടുത്തി ജി പിക്കും രാമൻപിള്ളയ്ക്കും രങ്കരായർക്കും എതിരായി, അറസ്റ്റിനുള്ള നീക്കങ്ങൾ ആരംഭിച്ചു. പക്ഷേ, രാമൻപിള്ളയും രങ്കരായരും മദിരാശിക്കു പോയിക്കഴിഞ്ഞിരുന്നു. ദിവാന്റെ എതിരാളികളിൽ ജി പി മാത്രമായി ശേഷിച്ചു. ഒടുവിൽ പൊടുന്നനവെ തന്നെ നിരന്തരം വലവച്ചു നടന്നിരുന്ന പോലീസ്ചാരന്മാരെ വെട്ടിച്ച് ജി പിയും മദിരാശിക്കു കടന്നുകളഞ്ഞു. ജി പി തിരുവനന്തപുരം വിട്ട വിവരം കേട്ടപ്പോൾ ദിവാൻ വിഷണ്ണനായി. വഴിയിൽവച്ച് ജി പിയെ പിടികൂടാൻ കൊല്ലത്തും ആലപ്പുഴയിലും വൈക്കത്തുമുള്ള പോലീസ് മേധാവികൾക്ക് രായ്ക്കുരാമാനം ദിവാൻ ഉത്തരവയച്ചു. പക്ഷേ, വൈകിപ്പോയി. ഒടുവിൽ തിരുവിതാംകൂർ പോലീസുകാർ കൊച്ചിയിലുമെത്തി. പക്ഷേ, വളരെ വൈകിപ്പോയി. ജി പി രക്ഷപ്പെട്ട് മദിരാശിയിലെത്തി.

അവിടെയും ഈ യുവകലാപകാരിയെ പിടികൂടാൻ ദിവാൻ വല വീശി. മദിരാശിയിൽ പഠനം തുടരാൻ ശ്രമിച്ച ജി പി സതീർഥ്യരോടൊപ്പം പ്രസിഡൻസി കോളേജ് ഹോസ്റ്റലിൽ കഴിയുകയായിരുന്നു. ഒരു ദിവസം പ്രസിഡൻസി കോളേജിന്റെ മുൻവശം ഒരു തിരുവിതാംകൂർ പോലീസ് ഇൻസ്പെക്ടറും മദിരാശി പോലീസ് സാർജന്റും കുതിരവണ്ടിയിൽ ചെന്നിറങ്ങി. സാർജന്റ് വണ്ടിയിൽനിന്നിറങ്ങി ഭക്ഷണശാലയിലും മറ്റും ജി പരമേശ്വരൻപിള്ള എന്നൊരു യുവാവിനെ തിരക്കിത്തുടങ്ങി. എക്സ്ട്രഡീഷൻ വാറണ്ടുമായി തന്നെ പിടികൂടാൻ തിരുവിതാംകൂറിൽ നിന്ന് പോലീസ് വന്നിരിക്കുന്നു എന്നു മനസിലായ ജി പി കൗശലത്തിൽ പിൻവാതിലിലൂടെ കടന്നുകളഞ്ഞു.

പിന്നീട് അദ്ദേഹം ഒരാഴ്ചക്കാലം ഒളിവിലായിരുന്നു. അരനൂറ്റാണ്ടിനുശേഷം പി കൃഷ്ണപിള്ളയും ഇ എം എസും എ കെ ജിയും മറ്റും സർവസാധാരണമാക്കി മാറ്റിയ നിയമബാഹ്യമായ 'അണ്ടർഗ്രൗണ്ട്' രാഷ്ട്രീയപ്രവർത്തനവും ആദ്യമായി തുടങ്ങിവച്ച കേരളീയൻ അങ്ങനെ ജി പിയായിരുന്നു എന്നുവേണമെങ്കിൽ പറയാം. അങ്ങനെ പല ഒന്നാം സ്ഥാനങ്ങളുടെയും അധിപതിയായ ജി പി ചില ഹൈക്കോടതി വക്കീലന്മാരുടെ സഹായത്തോടെ അന്നത്തെ മദിരാശി ഗവർണർ ഗ്രാൻഡ് ഡഫിനും തിരുവിതാംകൂർ റസിഡന്റ് ഹനിംഗ്ടനും ഹർജികൾ സമർപ്പിച്ചു. തന്നെ തിരുവിതാംകൂർ ഗവൺമെന്റ് അന്യായമായി വേട്ടയാടുന്നുവെന്നും താനെന്തെങ്കിലും തെറ്റു ചെയ്തിട്ടുണ്ടെങ്കിൽ ആയതിന് തിരുവിതാംകൂറിനപ്പുറത്തുള്ള ഏതെങ്കിലും കോടതിയിൽ വിസ്തരിക്കണമെന്നും പ്രതികാരവ്യഗ്രരായ തിരുവിതാംകൂർ പോലീസിന്റെ കൈയിലേക്ക് തന്നെ വിട്ടുകൊടുക്കരുതെന്നും മറ്റുമായിരുന്നു ഹർജിയുടെ സാരം. പിൽക്കാലത്ത് പ്രസിദ്ധമായിത്തീർന്ന തന്റെ യുക്തിയുക്തമായ വാക്സാമർഥ്യവും രാഷ്ട്രീയ തന്ത്രപടുതയുംകൊണ്ട് ജി പി തന്റെ ഹർജി മേലധികാരികളെക്കൊണ്ട് അംഗീകരിപ്പിച്ചു. അവസാനം

മേലധികാരികളുടെ ഇടപെടൽ കാരണം രാമയ്യങ്കാർദിവാൻ വാറണ്ട് പിൻവലിച്ചു. ജി പിക്കെതിരായ അന്യായം റദ്ദായി.

പിന്നീടങ്ങോട്ടുള്ള ജി പിയുടെ പ്രക്ഷുബ്ധമായ ജീവിതസമരത്തിന്റെ ഒരു കേളികൊട്ടുമാത്രമായിരുന്നു ഈ സംഭവം.

പ്രസിഡൻസി കോളേജിൽനിന്നും ബി എ ബിരുദം നേടിയശേഷം അൽപ്പകാലം ഉപജീവനമാർഗമായും മദ്രാസ് ഹൈക്കോടതിയിലെ പരിഭാഷകജോലി ജി പി സമ്പാദിച്ചു. എങ്കിലും രാഷ്ട്രീയ പ്രക്ഷോഭത്തിലും പത്രപ്രവർത്തനത്തിലും ഉള്ള അഭിനിവേശം ഒട്ടും കുറച്ചില്ല. തിരുവിതാംകൂറിൽ ജി പിയെ വേട്ടയാടി പുറത്താക്കിയ രാമയ്യങ്കാർ ഉദ്യോഗമൊഴിഞ്ഞ് ടി രാമറാവു എന്നൊരാൾ ഉദ്യോഗമേറ്റു. കഴിവുകെട്ട രാമറാവു വിമർശനത്തിനു വിധേയനായി. 'ഒരു രാജ്യസ്നേഹി' എന്ന തൂലികാനാമം ഉപയോഗിച്ച് മദിരാശിയിലെ പ്രമുഖ പത്രങ്ങളിൽ ജി പി രാഷ്ട്രീയ വിമർശന ലേഖനങ്ങളെഴുതാൻ തുടങ്ങി. വളരെയേറെ ശ്രദ്ധ ആകർഷിക്കപ്പെട്ട ഈ ലേഖനങ്ങൾ തിരുവിതാംകൂർ ഭരണാധികാരികളെ അസ്വസ്ഥരാക്കി. 1887-ൽ മദ്രാസ് ഗവർണർ കോണിമാറാ തിരുവിതാംകൂർ സന്ദർശിച്ചപ്പോൾ അവിടത്തെ ഭരണത്തെ നിശിതമായി വിമർശിച്ചുകൊണ്ട് ജി പി ഒരു തുറന്ന കത്തെഴുതി പ്രസിദ്ധീകരിച്ചു. രണ്ടു വർഷംകൂടി കഴിഞ്ഞപ്പോൾ "തിരുവിതാംകൂർ തിരുവിതാംകൂറുകാർക്ക്" എന്ന പേരിൽ ഒരു ലഘുലേഖ ജി പി ഇറക്കി. പിൽക്കാലത്ത് ചരിത്രപ്രസിദ്ധമായിത്തീർന്ന മലയാളി മെമ്മോറിയൽ പ്രക്ഷോഭത്തിന്റെ മൂലരേഖ ഇതായിരുന്നു എന്നുപറയാം. ഈ ലേഖയിൽ ഇങ്ങനെ പറയുന്നു:

> തിരുവിതാംകൂറിലെ ജനങ്ങൾ എന്നും വിദേശികളായ ഒരു സംഘം ഉദ്യോഗസ്ഥന്മാരുടെ ദാസ്യവൃത്തിക്കാരായിരിക്കണമോ? ഈ ലോകം മുഴുവനും തിരഞ്ഞാലും ഇങ്ങനെ തങ്ങളുടെ രാജ്യത്തിന്റെ ഭരണത്തിൽ ഒരു പ്രധാന പങ്കിൽനിന്ന് പുറംതള്ളപ്പെട്ട്, തങ്ങളുടെ ജന്മാവകാശങ്ങൾ നഷ്ടപ്പെട്ട് ഒരു വിദേശീയവർഗത്തിന് അടിപ്പെട്ടുകഴിയുന്ന ഒരു ജനതയോ രാഷ്ട്രമോ ദേശമോ മറ്റെങ്ങും കാണുമെന്ന് തോന്നുന്നില്ല.
>
> ഈ വിദേശീയ വർഗക്കാരാകട്ടെ, തങ്ങളുടെ കരബലംകൊണ്ട് അവരെ കീഴടക്കിയിട്ടില്ല; തോക്കിന്റെ മുമ്പിൽ അനുസരിപ്പിച്ചിട്ടല്ല; മാനസികമായോ കായികമായോ അവരെക്കാളും മെച്ചമൊന്നുമുള്ളവരുമല്ല.... ഇതാണ് ഹതഭാഗ്യയായ വഞ്ചിനാടിന്റെ സ്ഥിതി.
>
> ഇത് സ്വാതന്ത്ര്യസമരാഹ്വാനമൊന്നുമല്ല. തിരുവിതാംകൂറിലെ ഉദ്യോഗമണ്ഡലത്തിലെ ഉന്നതശ്രേണികളെല്ലാം പുറംനാട്ടുകാർ കൈയടക്കിയിരുന്ന ദുരവസ്ഥയെയാണ് ഇവിടെ സൂചിപ്പിക്കുന്നത്. ഇതിനെതിരായിട്ടാണ് പേരുകേട്ട മലയാളി മെമ്മോറിയൽ പ്രക്ഷോഭം ഉടലെടുത്തത്.

1891-ൽ തിരുവിതാംകൂർ മഹാരാജാവിനു സമർപ്പിക്കപ്പെട്ട 'തിരുവിതാംകൂർ മെമ്മോറിയൽ' അഥവാ 'മലയാളി മെമ്മോറിയൽ' കേരള ചരിത്രത്തിലെ ഒരു പ്രധാന സംഭവമാണ്. സർക്കാർ സർവീസിൽ പുറം നാട്ടുകാരായ അയ്യർമാർക്കും അയ്യങ്കാർമാർക്കും രായർമാർക്കുമുള്ള അമിതപ്രാതിനിധ്യത്തെ എതിർത്ത് തിരുവിതാംകൂറുകാരെയും ബ്രാഹ്മണേതരരെയും കൂടുതൽ നിയമിക്കണമെന്നായിരുന്നു പതിനായിരത്തിലധികംപേർ ഒപ്പിട്ട ഈ ഭീമഹർജിയുടെ താൽപ്പര്യം. ചരിത്രത്തിൽ ഇതിനുള്ള പ്രാധാന്യം ഈ ആവശ്യത്തിന്റെ ന്യായയുക്തതയല്ല; കേരളത്തിലെ പ്രത്യേകിച്ച് ദക്ഷിണ കേരളത്തിലെ, ആദ്യത്തെ ബഹുജന പ്രക്ഷോഭമായിരുന്നു അത്. ഇതിനായി ചേർന്ന പൊതുയോഗങ്ങളും എഴുതപ്പെട്ട പത്രലേഖനങ്ങളും പ്രചരിപ്പിക്കപ്പെട്ട ലഘുലേഖകളും പാസ്സാക്കപ്പെട്ട പ്രമേയങ്ങളും പുതിയ തരത്തിലുള്ള ബഹുജനപ്രക്ഷോഭ സമ്പ്രദായവും പൊതുജനാഭിപ്രായ രൂപീകരണശൈലിയും കേരളത്തിൽ ആദ്യമായി അവതരിപ്പിച്ചു. ഈ സംരംഭത്തിന്റെ ജീവാത്മാവും പരമാത്മാവുമായിരുന്ന ജി പിയാണ് കേരളത്തിലെ ആധുനിക ശൈലിയിലുള്ള ബഹുജനപ്രസ്ഥാനത്തിന് അടിത്തറയിട്ടത് എന്നുപറഞ്ഞാൽ അതിശയോക്തിയാവില്ല.

കെ പി ശങ്കരമേനോൻ, സി വി രാമൻപിള്ള, കാവാലം നീലകണ്ഠപിള്ള മുതലായ പ്രമാണിമാരെ അരങ്ങത്തുകൊണ്ടുവരാൻ ഈ പ്രക്ഷോഭത്തിനു സാധിച്ചു. പരവൂർ പള്ളിവികാരിയായിരുന്ന റവറന്റ് ഫാദർ ടി സി ഹിലേറിയൻ, കോട്ടയം സിറിയൻ മെത്രാപ്പൊലീത്ത മാർ അതനേഷ്യസ് മുതലായി പലരും പ്രക്ഷോഭത്തിൽ പങ്കുചേർന്നു.

സർക്കാർ സർവീസിൽ മാത്രമല്ല, വിദ്യാഭ്യാസവിഷയത്തിലും ഗവൺമെന്റ് കാണിച്ചുവരുന്ന പക്ഷപാതപരമായ നടപടികളെ 'മെമ്മോറിയൽ' എതിർത്തു. താഴ്ന്നസമുദായക്കാർക്ക് പാഠശാലകളിൽ പ്രവേശനം നിഷേധിച്ചിരുന്നതിനെ 'മെമ്മോറിയൽ' എതിർത്തു. ഈഴവരെക്കുറിച്ച് താഴെപ്പറയുന്ന ഖണ്ഡിക ഭീമഹർജിയിൽ ചേർത്തിരുന്നു:

> ഇതിനെ എല്ലാറ്റിനെക്കാൾ കഷ്ടതരമായിട്ടുള്ളത്, മാസം അഞ്ചു രൂപയോ അതിനു മേലോ ശമ്പളമുള്ള ഒരു ഈഴവനെങ്കിലും തിരുവിതാംകൂർ ഗവൺമെന്റ് സർവീസിൽ ഇല്ലാത്തതാകുന്നു. ബുദ്ധിമാന്മാരും വിദ്യാഭ്യാസം ചെയ്തിട്ടുള്ളവരുമായ ആളുകൾ അവരിൽ ഇല്ലാഞ്ഞിട്ടല്ല. മലബാറിൽ ഇന്ത്യക്കാർക്ക് പ്രവേശിക്കാവുന്ന സിവിൽ സർവീസിൽ ഏറ്റവും ഉയർന്ന ഉദ്യോഗങ്ങളിൽ ഇവരുടെ ജാതിക്കാരിൽ പലരും ഇരിക്കുന്നുണ്ട്. **(മലയാളി മെമോറിയലിന്റെ പൂർണരൂപം 1-ാം അനുബന്ധമായി ചേർത്തിട്ടുള്ളത് ശ്രദ്ധിക്കുക)**

കേരളത്തിനകത്തും പുറത്തും ഉദ്ബുദ്ധമായ പൊതുജനാഭിപ്രായം 'മെമ്മോറിയലി'നെ പിന്താങ്ങി. *മദ്രാസ് മെയിൽ*, *മദ്രാസ് ടൈംസ്*, കൽക്ക

ട്ടയിലെ *സ്റ്റേറ്റ്സ്മാൻ* മുതലായവയ്ക്ക് പുറമെ, ജി പിയുടെ പത്രാധിപത്യത്തിൽ നടന്നുവന്ന *മദ്രാസ് സ്റ്റാൻഡേർഡ്* കരുത്തുറ്റ ഭാഷയിൽ 'മെമ്മോറിയലി'നെ അനുകൂലിച്ചു. ഉദ്യോഗത്തിലെ കുത്തകക്കാരും സർക്കാർ മച്ചമ്പികളും ചേർന്ന് ഇതിനെതിരായി മറ്റൊരു മെമ്മോറിയൽ സമർപ്പിച്ചു. ഉടനടി മലയാളി മെമ്മോറിയൽ വിജയംവരിച്ചില്ലെങ്കിലും അതിന്റെ പ്രത്യാഘാതം ആത്യന്തികമായി വിജയകരവും ദൂരവ്യാപകവുമായിരുന്നു.

1885-ൽ രൂപംകൊണ്ട ഇന്ത്യൻ നാഷണൽ കോൺഗ്രസുമായി ആദ്യം ബന്ധപ്പെട്ട മലയാളി ജി പിയായിരുന്നു. 1889-ൽ ബോംബെയിൽ വച്ച് സർ വില്യം വെഡർബേഡിന്റെ അധ്യക്ഷതയിൽ ചേർന്ന അഞ്ചാം ഇന്ത്യൻ നാഷണൽ കോൺഗ്രസ് സമ്മേളനത്തിൽ അന്ന് വെറും ഇരുപത്തഞ്ചുകാരനായിരുന്ന ജി പി പങ്കെടുക്കുന്നതോടെയാണ്, കേരളം അഖിലേന്ത്യാ രാഷ്ട്രീയജീവിതത്തിൽ പ്രവേശിക്കുന്നത്. 1894-ൽ ചേർന്ന മദ്രാസ് കോൺഗ്രസിൽ ജി പി ഒരു പ്രമുഖ പങ്കുവഹിച്ചു. ആ സംഘടനയുടെ സെക്രട്ടറിമാരിൽ ഒരാളായി തിരഞ്ഞെടുക്കപ്പെടുകയും ചെയ്തു. പിന്നീട് നടന്ന എല്ലാ അഖിലേന്ത്യാ കോൺഗ്രസ് യോഗങ്ങളിലും ജി പി പങ്കെടുത്തു.

1892-ൽ *മദ്രാസ് സ്റ്റാൻഡേർഡ്* പത്രത്തിന്റെ ആധിപത്യം ജി പി ഏറ്റെടുത്തതോടെ, അത് അദ്ദേഹത്തിന്റെ പ്രമുഖ സമരായുധമായി മാറി; ഇന്ത്യൻ ദേശീയ പ്രസ്ഥാനത്തിന്റെയും.

ജി പിയുടെ നിയമപഠന സാഹചര്യം രസകരമാണ്. *മദ്രാസ് സ്റ്റാൻഡേർഡ്* പത്രാധിപരായിരിക്കെ വി ഭാഷ്യമയ്യങ്കാർ എന്ന ഒരു പ്രമുഖനായ വക്കീൽ ജി പിക്കെതിരെ മാനനഷ്ടക്കേസ് കൊടുത്തു. ജി പി ആ കേസിൽ തോറ്റ് ശിക്ഷിക്കപ്പെട്ടു. ജി പിയുടെ നിശിതമായ തൂലികയുടെ മൂർച്ച അനുഭവിച്ച എതിരാളികൾ തുള്ളിച്ചാടി. താൻ തെറ്റായാണ് ശിക്ഷിക്കപ്പെട്ടത് എന്ന വിശ്വാസം ജി പിയെ വേദനിപ്പിച്ചു. 'ഇനി ഈ നിയമം തന്നെ ഒന്നു പഠിച്ചിട്ട് മറ്റുകാര്യം' എന്ന് ദൃഢനിശ്ചയം ചെയ്ത് ബാരിസ്റ്റർ പരീക്ഷാ പഠനത്തിനായി 1899-ൽ അദ്ദേഹം ഇംഗ്ലണ്ടിലേക്കു തിരിച്ചു. ഇതിനുമുമ്പും ഒരിക്കൽ അദ്ദേഹം ഇംഗ്ലണ്ടിൽ പോയിരുന്നു—1895-ൽ വിക്ടോറിയാ ജൂബിലി ആഘോഷത്തിന്. അന്നുതന്നെ ജനകീയ പ്രക്ഷോഭത്തിലും സ്വാതന്ത്ര്യസമരത്തിലും ജി പി വലിയതോതിൽ ഇടപെട്ടുതുടങ്ങിയിരുന്നു. എങ്കിലും അക്കാലത്തെ സാധാരണ രാജഭക്തനേതാക്കന്മാരെപ്പോലെ ജി പിയും അത്ഭുതസ്നേഹാദരങ്ങളോടെയാണ് ബ്രിട്ടീഷ് സിംഹാസനത്തെ കണ്ടിരുന്നത്. അവരുടെ ന്യായദീക്ഷയിലും ജി പിക്ക് ആദ്യകാല കോൺഗ്രസ് നേതാക്കന്മാരെപ്പോലെ വിശ്വാസമുണ്ടായിരുന്നു. എന്നാൽ രണ്ടാമത് ഇംഗ്ലണ്ടിലേക്കു തിരിക്കുന്നതിനുമുമ്പുതന്നെ അദ്ദേഹം കൂടുതൽ ഉറച്ച ബ്രിട്ടീഷ് വിരോധിയായിക്കഴിഞ്ഞിരുന്നു. ഇന്ത്യയിലെ പ്രഗത്ഭനായ പത്രപ്രവർത്തകൻ എന്ന നിലയിലും ഇന്ത്യൻ നാഷണൽ കോൺഗ്രസിന്റെ യുവനേതാ

ക്കളിൽ പ്രമുഖൻ എന്ന നിലയിലും ജി പിയുടെ പ്രശസ്തി ഇംഗ്ലണ്ടിലും വ്യാപിച്ചിരുന്നു. ഇംഗ്ലണ്ടിൽ ലേഖനങ്ങളെഴുതിയും പുസ്തകങ്ങൾ പ്രസിദ്ധീകരിച്ചും പ്രസംഗങ്ങൾ ചെയ്തും പഠിത്തച്ചെലവിന് പണമുണ്ടാക്കാൻ അദ്ദേഹത്തിന് വിഷമമുണ്ടായില്ല. ഈ പ്രവർത്തനങ്ങൾകൊണ്ട് ചെലവുനടത്തുന്നതിനും പുറമെ ഇന്ത്യൻ നാഷണൽ കോൺഗ്രസിന്റെ പ്രചാരണവും അദ്ദേഹം നിർവഹിച്ചു. വിശ്രമരഹിതമായ ഒരു ജീവിതമാണ് അദ്ദേഹമവിടെ നയിച്ചത്.

1902-ൽ ബാരിസ്റ്റർ ബിരുദം നേടി ജി പി നാട്ടിൽ തിരിച്ചെത്തി. പക്ഷേ, അദ്ദേഹത്തിന്റെ ആരോഗ്യം കഠിനാധ്വാനവും വിദേശവാസവും മൂലം മിക്കവാറും തകർന്നിരുന്നു. തിരുവിതാംകൂർ ഗവൺമെന്റ് ഉയർന്ന ഉദ്യോഗത്തിൽ അദ്ദേഹത്തെ സ്വീകരിക്കാൻ തയ്യാറായി. പക്ഷേ സർക്കാർ ഉദ്യോഗത്തിൽ ബന്ധിതനായി ജനസേവനത്തിനുള്ള അവസരം ഉപേക്ഷിക്കാൻ അദ്ദേഹം തയ്യാറല്ലായിരുന്നു. പൊതുപ്രവർത്തനം മിക്കവാറും പെൻഷൻ ഉദ്യോഗസ്ഥന്മാരുടെ വിഹാരരംഗമായിരുന്ന അക്കാലത്ത് ജി പിയുടെ ഈ തീരുമാനം പലരെയും വിസ്മരിപ്പിച്ചു. ഉദ്യോഗത്തിൽനിന്ന് ലഭിക്കുന്ന ജീവിതസുരക്ഷിതത്വത്തെ ഉപേക്ഷിച്ച് ജനസേവനത്തിന്റെ അരക്ഷിതാവസ്ഥയെ ആലിംഗനം ചെയ്ത ജി പിയെ ബഹുജനങ്ങൾ ആവേശാദരപൂർവം വരവേറ്റു. ആയിരക്കണക്കിനാളുകൾ തടിച്ചുകൂടിയ ഒരു പൊതുയോഗം നടത്തി കൊല്ലംനഗരം അദ്ദേഹത്തെ സ്വീകരിച്ചു.

അൽപ്പമാസങ്ങൾക്കുള്ളിൽത്തന്നെ അഭിഭാഷകവൃത്തിയിൽ ഉന്നത സോപാനത്തിലെത്തിയ ജി പിയെ രോഗം ചതിച്ചു. 1903 മെയ് മാസം 21-ന് ആ മിന്നൽപ്പിണർ പൊലിഞ്ഞുപോയി.

7 വൈദ്യരത്നം പി എസ് വാര്യർ
പഴമയും പുത്തനുണർവും

കോട്ടയ്ക്കൽ ആര്യവൈദ്യശാലയുടേയും അനുബന്ധസ്ഥാപനങ്ങളുടേയും സ്ഥാപകൻ എന്ന നിലയിൽ കേരളത്തിന്റെ നവോത്ഥാന ചരിത്രത്തിൽ ചിരപ്രതിഷ്ഠ നേടിയ പന്നീമ്പള്ളി ശങ്കുണ്ണിവാര്യർ എന്ന വൈദ്യരത്നം പി എസ് വാര്യർ(1869-1944) ഇന്നത്തെ മലപ്പുറം ജില്ലയിൽ കോട്ടയ്ക്കലിൽ മങ്കുളങ്ങര രാമവാര്യരുടേയും കുഞ്ഞിക്കുട്ടി വാരസ്യാരുടേയും മകനായി 1869 മാർച്ച് 16-നു ജനിച്ചു. കുലത്തൊഴിലായ അമ്പലത്തിലെ കഴകം തുടങ്ങിയ പ്രവൃത്തികൾക്ക് പുറമേ പന്നീമ്പള്ളിയിലെ കാരണവന്മാർ ആയുർവേദത്തിലും ചികിത്സയിലും വ്യാപരിച്ചിരുന്നു. കൂടാതെ കഥകളി തുടങ്ങിയ പാരമ്പര്യകലകളിലും ഈ തറവാട്ടുകാർ അതീവതൽപരരായിരുന്നു. പി എസ് വാര്യരുടെ സ്വഭാവത്തേയും താൽപ്പര്യങ്ങളേയും പ്രവർത്തനങ്ങളേയും രൂപപ്പെടുത്തുന്നതിൽ ഈ കുടുംബപശ്ചാത്തലത്തിന് വലിയൊരു പങ്കുണ്ട്.

ബാല്യവും വിദ്യാഭ്യാസവും

ശങ്കുണ്ണിക്ക് മൂന്ന് വയസ്സായപ്പോൾ ആചാരപ്രകാരം അമ്മാവനായ കുട്ടികൃഷ്ണവാര്യർ എഴുത്തിനിരുത്തി. അദ്ദേഹം തന്നെ പ്രാഥമികപാഠങ്ങൾ മേഴത്തൂരുള്ള വാരിയത്ത് വെച്ച് ശങ്കുണ്ണിക്ക് പകർന്നു നൽകി. ആറാം വയസ്സു മുതൽ കിള്ളിമംഗലത്ത് കൃഷ്ണവാര്യർ ആയിരുന്നു ഗുരു. കോട്ടയ്ക്കൽ ക്ഷേത്രത്തിലെ പത്തായപ്പുരയിലും കോവിലകത്തും

വച്ചായിരുന്നു അദ്ദേഹം ശിക്ഷണം നൽകിയിരുന്നത്. അദ്ദേഹത്തിന്റെ അനുജൻ അനന്തനാരായണ അയ്യരുടെ കീഴിൽ ഈ കാലയളവിൽ ശങ്കുണ്ണി ജ്യോത്സ്യവും പഠിച്ചു. കൃഷ്ണവാര്യർക്ക് കോട്ടയ്ക്കൽ വിട്ടു പോകേണ്ടി വന്നതിനാൽ ശങ്കുണ്ണിയുടെ പിന്നീടുള്ള അഭ്യസനം ഒരു ബന്ധുവായ കുഞ്ഞികൃഷ്ണവാര്യരുടെ കീഴിലായിരുന്നു. സംസ്കൃത പഠനം ആ കാലയളവിലാണ് ശങ്കുണ്ണി നടത്തിയത്. ഈ കാലയളവിൽ തർക്കശാസ്ത്രവും വ്യാകരണവും അഭ്യസിച്ചു. പതിനാറാമത്തെ വയസ്സിൽ കോട്ടയ്ക്കൽ കോവിലകത്തെ വൈദ്യൻ ആയിരുന്ന കോണത്ത് അച്യുതവാര്യരുടെ കീഴിൽ വൈദ്യം അഭ്യസിച്ചു തുടങ്ങി. ആദ്യപാഠങ്ങളായ യോഗം, ചികിത്സാക്രമം എന്നിവ അദ്ദേഹത്തിൽ നിന്ന് വശത്താക്കി. പിന്നീട് കൂടുതൽ പഠനത്തിനായി പ്രസിദ്ധ അഷ്ടവൈദ്യനായിരുന്ന കുട്ടഞ്ചേരി മൂസിന്റെ അടുക്കൽ എത്തി. കുട്ടഞ്ചേരി മൂസിന്റെ കീഴിലെ ശങ്കുണ്ണിയുടെ പഠനത്തെകുറിച്ച് കെ പി കേശവമേനോൻ എഴുതുന്നു:

> കുട്ടഞ്ചേരി മൂസിന്റെ കീഴിൽ പഠിച്ചിരുന്ന കാലം വളരെ ക്ലേശകരമായിരുന്നുവെന്ന് പിന്നീട് പി എസ് വാര്യർ പറയുകയുണ്ടായിട്ടുണ്ട്. ഏതാണ്ട് ഒരു ഗുരുകുലത്തിന്റെ നിബന്ധനകളും ചിട്ടകളും ആ യുവാവിന് അനുസരിക്കേണ്ടിവന്നു. ഒരു തികഞ്ഞ ബ്രഹ്മചാരിയുടെ ജീവിതമായിരുന്നുതാനും അത്. ഉച്ചതിരിഞ്ഞതിനുശേഷമേ ഭക്ഷണം കിട്ടുകയുള്ളൂ. ഇല്ലത്തുള്ളവരുടെ തേവാരവും ഭക്ഷണവും കഴിയുമ്പോഴേക്കു നേരം കുറെയാകും. ഈ വിഷമങ്ങളെല്ലാം സഹിച്ചാണ് വിദ്യാഭ്യാസം തുടർന്നത്. ഗുരുനാഥൻ രോഗികളെ നോക്കുവാനായി ദൂരദിക്കുകളിലേക്ക് പോകുമ്പോൾ ഒന്നോ രണ്ടോ ശിഷ്യന്മാർ ഒന്നിച്ചുപോകുകയും അന്നു പതിവാണ്. ഗുരുനാഥൻ മഞ്ചലിലോ കാളവണ്ടിയിലോ ആയിരിക്കും പോകുക. ശിഷ്യന്മാർ കാൽനടയായി പിന്നാലെ പോകും. ഇതായിരുന്നു പതിവ്. ഗുരുശുശ്രൂഷ വിദ്യാഭ്യാസത്തിന്റെ ഒരു ഭാഗമായാണ് അന്ന് കരുതിയിരുന്നത്. വളരെ ക്ലേശകരമായ ഒരു ജോലിയായിരുന്നുതാനും അത്. പുലർച്ചെ മൂന്നുമണി മുതൽ രാത്രി ഒമ്പതുമണി വരെ അത് തുടരും. അതിനിടയ്ക്കാണ് പഠിപ്പ്. ഭക്തിയോടെ ഗുരുവിനെ ശുശ്രൂഷിക്കലും ഉത്സാഹപൂർവം പഠിപ്പിൽ ശ്രദ്ധിക്കലും കൊണ്ട് ശങ്കുണ്ണി ഗുരുനാഥന്റെ പ്രിയപ്പെട്ട ശിഷ്യനായി തീർന്നു. താൻ ഒരു കാലത്തു വൈദ്യനായി തീർന്നാൽ ഇത്ര വളരെ ക്ലേശം കൂടാതെ ചെറുപ്പക്കാർക്കു വൈദ്യം പഠിക്കുവാനുള്ള സൗകര്യങ്ങൾ ഏർപ്പെടുത്തും എന്ന് മനസ്സുകൊണ്ട് ഉറച്ചു. ആ നിശ്ചയമാണ് പിന്നീട് ആര്യവൈദ്യപാഠശാല സ്ഥാപിക്കുന്നതിനു വഴിവച്ചത്.
>
> ഏകദേശം നാലുകൊല്ലത്തോളം കുട്ടഞ്ചേരി മൂസിന്റെ ശിഷ്യനായി ശങ്കുണ്ണി വൈദ്യപഠനം തുടർന്നു. ഈ കാലത്തിനുള്ളിൽ

വൈദ്യ സംബന്ധമായ മിക്ക വിഷയങ്ങളും അദ്ദേഹം പഠിച്ചു. (പുറം 229, *സമകാലീനരായ ചില കേരളീയർ*, കോട്ടയം, 1974)

ഉൽക്കർഷേച്ഛയും ഉൽപ്പതിഷ്ണുത്വവും ചെറുപ്പത്തിലേ തന്നെ പ്രകടമാക്കിയ ശങ്കുണ്ണിവാര്യർക്ക് അക്കാലത്ത് വളരെ വേഗം പ്രചരിച്ചുവന്ന ഇംഗ്ലീഷ് ഭാഷാ ജ്ഞാനത്തിലും അഭിനിവേശം ജനിച്ചു. പക്ഷേ, അപ്പോഴേക്കും 22 വയസ്സ് കഴിഞ്ഞിരുന്ന ശങ്കുണ്ണിക്ക് വിദ്യാലയങ്ങളിൽ പോയി തന്റെ ഇളമുറക്കാരോടൊപ്പം ഇരിക്കാൻ മനശ്ചാഞ്ചല്യം ഉണ്ടായിരുന്നു. അതുകൊണ്ട് കോട്ടയ്ക്കൽ കോവിലകത്ത് വന്ന് കുട്ടികളെ ഇംഗ്ലീഷ് പഠിപ്പിച്ചിരുന്ന ഒരധ്യാപകന്റെ കീഴിൽ പഠനം തുടങ്ങി.

ഈ കാലയളവിൽ ശങ്കുണ്ണിക്ക് കണ്ണുദീനം പിടിപെട്ടതിനാൽ പഠിത്തം മുടങ്ങി. അക്കാലത്ത് പരക്കെ ഉണ്ടായിരുന്ന കണ്ണുദീനം ചികിത്സയ്ക്ക് പേരുകേട്ട അലോപ്പതി ഡോക്ടർ ആയിരുന്നു മഞ്ചേരിയിലെ വി വർഗീസ്. ശങ്കുണ്ണിവാര്യർ മഞ്ചേരിയിൽ പോയി ഡോ. വർഗീസിന്റെ ചികിത്സകൊണ്ട് സുഖം പ്രാപിച്ചു. ഡോ. വർഗീസിന്റെ ചിട്ടയായ ചികിത്സാസമ്പ്രദായങ്ങളും പെരുമാറ്റരീതിയും തൊഴിലിനോടുള്ള അർപ്പണ മനോഭാവവും വാര്യരെ ആകർഷിച്ചു. യുവാവായ ശങ്കുണ്ണിയുടെ പ്രകൃതവും ബുദ്ധിസാമർഥ്യവും നാട്ടുചികിത്സാ സമ്പ്രദായത്തിലുള്ള അറിവും വർഗീസിനേയും ആകർഷിച്ചു. ചികിത്സ പൂർത്തിയായശേഷം നാട്ടുചികിത്സാസമ്പ്രദായത്തോടൊപ്പം ഇംഗ്ലീഷ് ചികിത്സാ സമ്പ്രദായങ്ങളും മനസ്സിലാക്കിയിരിക്കുന്നത് ഗുണപ്രദം ആയിരിക്കുമെന്ന് അഭിപ്രായപ്പെട്ടുകൊണ്ട് ശങ്കുണ്ണിക്ക് താൽപ്പര്യം ഉണ്ടെങ്കിൽ തന്റെ കൂടെ കുറച്ചുകാലം പഠിച്ച് പരിശീലനം നടത്താമെന്ന് വർഗീസ് സ്നേഹപൂർവം നിർദ്ദേശിച്ചു. വർഗീസിന്റെ കീഴിൽ ശങ്കുണ്ണിവാര്യർ കഴിഞ്ഞ മൂന്നുവർഷത്തെ അനുഭവങ്ങൾ കേശവമേനോൻ ഇപ്രകാരം വിവരിക്കുന്നു:

പി എസ് വാര്യരുടെ തറവാട്

> ദിവസേന കാലത്തു ഡോക്ടറൊന്നിച്ച് വാര്യർ ആശുപത്രിയിലേക്കു പോകും. ഡോക്ടർ പരിശോധിക്കുന്ന രോഗികളുടെ രോഗസ്ഥിതി അദ്ദേഹം വാര്യർക്കു പറഞ്ഞുകൊടുക്കും. ഓപ്പറേഷൻ ചെയ്യുമ്പോൾ അത് അടുത്തുനിന്നു കണ്ടു മനസ്സിലാക്കുന്നതിനുള്ള സൗകര്യവും ഉണ്ടാക്കികൊടുത്തു. ആശുപത്രിയിൽനിന്നു മടങ്ങിയാൽ ചില രോഗികളെ കാണുവാൻ ഡോക്ടർ വർഗീസ് പോകുമ്പോൾ അദ്ദേഹത്തിന്റെ കൂടെ വാരിയരും പോകും. ഉച്ചയ്ക്കു രണ്ടു മണിക്കൂർ നേരം ഇംഗ്ലീഷിലുള്ള ചില വൈദ്യപുസ്തകങ്ങൾ വായിച്ച് ഡോക്ടർ വർഗീസ് അതിലെ കാര്യങ്ങൾ വാര്യർക്കു വിശദമായി പറഞ്ഞു മനസ്സിലാക്കും. ഡോക്ടർ മൃതദേഹങ്ങൾ കീറി പരിശോധന നടത്തുമ്പോൾ കൂടെ വാര്യരുമുണ്ടായിരിക്കും. ഇതു ശരീരത്തിലെ അവയവങ്ങളുടെ സ്ഥിതിയും ആകൃതിയും സൂക്ഷ്മമായി മനസ്സിലാക്കുന്നതിന് വാരിയർക്ക് അവസരമുണ്ടാക്കി. (പുറം 230-31, ടി പുസ്തകം)

ദൗത്യത്തിന്റെ ആരംഭം

ഡോക്ടർ വർഗീസിന് വടകരയ്ക്ക് സ്ഥലംമാറ്റം ലഭിച്ചപ്പോൾ ശങ്കുണ്ണിവാര്യരും അദ്ദേഹത്തെ അനുഗമിച്ചു. എന്നാൽ വടകരയിൽ നിന്ന് മദിരാശി പ്രവിശ്യയിലെ തെലുങ്ക് പ്രദേശമായ കഡപ്പയിലേക്ക് അദ്ദേഹത്തിന് സ്ഥലംമാറ്റം കിട്ടിയപ്പോൾ വാര്യർക്ക് കൂടെപോകാൻ കഴിഞ്ഞില്ല. അങ്ങനെ പി എസ് വാര്യരുടെ വൈദ്യ അഭ്യസനത്തിൽ അലോപ്പതി ചികിത്സയുടെ സിദ്ധികൾ കൂടി സമന്വയിച്ച് അദ്ദേഹത്തിന്റെ വീക്ഷണത്തിനും ദർശനത്തിനും കൂടുതൽ ആഴം നൽകിയ ആ ഗുരുശിഷ്യബന്ധം അവസാനിച്ചു.

ഇനിയെന്ത് എന്നചോദ്യം വാരിയരെ അലട്ടിയില്ല. വേണമെങ്കിൽ വർഗീസിന്റെ കീഴിലുള്ള അനൗപചാരിക വിദ്യാഭ്യാസം ഔപചാരികമായി വികസിപ്പിക്കാൻ ചെന്നൈയിലെ അലോപ്പതി വിദ്യാലയങ്ങളിൽ ചേർന്ന് അന്ന് പ്രചാരത്തിൽ ഇരുന്ന എൽ എം എസ് (ലൈസൻഷിയേറ്റ് ഇൻ മെഡിക്കൽ സയൻസ്) തുടങ്ങിയ യോഗ്യതാപത്രങ്ങൾ സമ്പാദിച്ച് അലോപ്പതി ചികിത്സ ആരംഭിക്കാം. അക്കാലത്ത് ബ്രിട്ടീഷ് സർക്കാരിന്റെ പ്രോത്സാഹനത്തോടുകൂടി വളരെ ജനപ്രീതി നേടി വന്ന അലോപ്പതിയുടെ ഒരു ഡോക്ടർ എന്ന ഒരു പദവി സമൂഹത്തിൽ അന്തസ്സുള്ളതും നാട്ടുവൈദ്യന്മാരെ അപേക്ഷിച്ച് വളരെ വരുമാനം ലഭിക്കുന്നതും ആയിരുന്നു. അലോപ്പതിയുടെ കഴിവുകളിലും സമ്പ്രദായങ്ങളിലും അറിവ് എന്നതുപോലെ മതിപ്പും ഉണ്ടായിരുന്നെങ്കിലും തന്റെ ജീവിതദൗത്യ നിർവഹണം ആ വഴിക്ക് അല്ല എന്ന ബോധ്യം അതിനകം തന്നെ ശങ്കുണ്ണിയിൽ വേരുറച്ചിരുന്നു. അലോപ്പതിയുടെ സിദ്ധികളും സമ്പ്രദായങ്ങളും ആവശ്യത്തിന് ഉപയോഗിക്കാം എന്നല്ലാതെ അതൊരിക്കലും താൻ ജീവിതദൗത്യമായി അംഗീകരിച്ചിരിക്കുന്ന ആര്യവൈദ്യത്തിന്റെ അഥവാ

ആയുർവേദത്തിന്റെ നവോത്ഥാനത്തിന് പ്രയോജനപ്പെടുകയില്ല എന്ന് അദ്ദേഹത്തിന് തികഞ്ഞ ബോധ്യം ഉണ്ടായിരുന്നു. അതുകൊണ്ട് ഈ മഹത്തായ ദൗത്യനിർവഹണത്തിന്റെ പ്രാരംഭമായി 1902 ൽ കോട്ടയ്ക്കലെ ആര്യവൈദ്യശാല വാരിയർ ആരംഭിച്ചു. ഇതിനു മുമ്പ് തന്നെ രോഗികളെ പരിശോധിക്കുകയും ചികിത്സ നിശ്ചയിക്കുകയും ചെയ്ത് തുടങ്ങിയിരുന്ന വാര്യരുടെ പ്രശസ്തി പടിപടിയായി ഉയരുന്ന സന്ദർഭം ആയിരുന്നു ഇത്. അന്നത്തെ നാട്ടുചികിത്സാ സമ്പ്രദായത്തിൽ അനുഭവപ്പെട്ടിരുന്ന വലിയൊരു ദൗർബല്യം രോഗികൾക്ക് കുറിച്ചുകൊടുക്കുന്ന കഷായം,കുഴമ്പ് മുതലായ ഔഷധങ്ങൾ അവർതന്നെ ഉണ്ടാക്കണം എന്നതായിരുന്നു. വളരെ സമ്പന്നന്മാർക്ക് അല്ലാതെ ഈ കൃത്യം തെറ്റുകൂടാതെ നിർവഹിക്കാൻ ആകാത്തതിനാൽ സാധാരണക്കാരായ രോഗികൾക്ക് നല്ല മരുന്ന് ഉണ്ടാക്കി കഴിക്കാൻ ആവുകയില്ല. ചിലപ്പോൾ ചില ഗുളികകൾമാത്രമാണ് പ്രസിദ്ധമായ വൈദ്യർ പോലും രോഗികൾക്ക് നേരിട്ടുണ്ടാക്കി നൽകുന്നത്. ഇവയെല്ലാം ആയുർവേദ ചികിത്സാസമ്പ്രദായത്തിന് പേരുദോഷം ഉണ്ടാക്കി. നേരേ മറിച്ചാണല്ലോ മരുന്നുകളെല്ലാം തയ്യാറാക്കി നൽകുന്ന അലോപ്പതി സമ്പ്രദായം. വാരിയർ ഈ മാതൃക ആയുർവേദത്തിൽ നടപ്പിലാക്കാൻ വിജയകരമായി ശ്രമിച്ച ആദ്യപഥികനാണ്. ഇതുൾപ്പെടെ തന്റെ ആയുർവേദ പരിഷ്കരണത്തിന്റേയും പുനരുദ്ധാരണത്തിന്റേയും പദ്ധതികൾ വിവരിക്കുന്ന ഒരു വിജ്ഞാപനവും അദ്ദേഹം ആര്യവൈദ്യശാല സ്ഥാപനത്തോടനുബന്ധിച്ച് പ്രസിദ്ധീകരിക്കുകയുണ്ടായി. ആയുർവേദ പുനരുദ്ധാരണത്തിനും പരിഷ്കരണത്തിനും ആവശ്യമായ സൈദ്ധാന്തികവും പ്രായോഗികവും ആയ നിർദ്ദേശങ്ങളും വാഗ്ദാനങ്ങളും അടങ്ങുന്ന ആ ചരിത്രപ്രധാനരേഖ ഈ പുസ്തകത്തിൽ അനുബന്ധമായി (മൂന്ന്) ചേർത്തിരിക്കുന്നത് ശ്രദ്ധിക്കുമല്ലോ.

പ്രഥമ വെല്ലുവിളി

ആര്യവൈദ്യശാലയുടെ സ്ഥാപനത്തിനുശേഷം ആറുമാസത്തിനകം കോട്ടയ്ക്കലും പരിസരപ്രദേശങ്ങളിലും പടർന്നുപിടിച്ച കോളറ അഥവാ വിഷൂചിക എന്ന മഹാമാരി ആയുർവേദശാസ്ത്രത്തിന് എന്നപോലെ പി സ് വാര്യർക്കും ഒരു വെല്ലുവിളിയായിത്തീർന്നു. ഛർദ്ദിയും വയറിളക്കവും മേലാകെ വേദനയും ആണ് ഈ പകർച്ചവ്യാധിയുടെ ലക്ഷണങ്ങൾ. ചില ഇംഗ്ലീഷ് മരുന്നുകൾ കൊടുക്കാറുണ്ടെങ്കിലും അവയൊന്നും വേണ്ടത്ര ഫലപ്രദം ആകാറില്ല എന്നു മാത്രമല്ല അലോപ്പതി ഡോക്ടർമാരുടെ അഭാവവും ആശ്വാസനടപടികളുടെ അവ്യവസ്ഥിതിയും കാരണം പകർച്ചവ്യാധിക്കാലത്ത് രോഗികൾ അനാഥരായി കിടക്കുകയേ നിർവാഹം ഉണ്ടായിരുന്നുള്ളു. രോഗത്തിന്റെ രൂക്ഷതയും പകരാനുള്ള സാധ്യതയും മൂലം ബന്ധുജനങ്ങൾ പോലും രോഗികളെ ആരെയെങ്കിലും ഏൽപ്പിച്ച് സ്ഥലം വിടുകയാണ് പതിവ്. നാട്ടിലെങ്ങും ഭീതി പരത്തിയ ഈ പകർച്ചവ്യാധിയെ ധീരമായി നേരിടാൻ തന്നെ പി എസ് വാര്യർ ഒരുങ്ങി. ദേവീ

കോപം കൊണ്ടോ ഭൂതബാധകൊണ്ടോ ആണ് ഈ രോഗം പകരുന്നത് എന്ന അന്ധവിശ്വാസത്തിന് അടിപ്പെട്ട് വഴിപാടുകളേയും മന്ത്രവാദങ്ങളേയും മറ്റും ആശ്രയിക്കുകയാണ് പലരും ചെയ്തിരുന്നത്.

വാര്യർ ഓരോ വീട്ടിലും പകർച്ചവ്യാധിയെ ഭയപ്പെടാതെ ഒരു സന്നദ്ധഭടനെപ്പോലെ കയറിചെല്ലുകയും രോഗികളെ ശുശ്രൂഷിക്കുകയും ആയുർവേദത്തിൽ അത്ര അധികം അറിയപ്പെടാതെ കിടന്നിരുന്ന ചില ഔഷധകൂട്ടുകൾ ഉപയോഗിച്ച് "വിഷൂചികാഹാരി" എന്ന ഗുളിക നിർമിച്ച് രോഗികൾക്ക് നൽകുകയും ചെയ്തു. വിഷൂചിക പകരാൻ സഹായിക്കുന്ന മലിനജലം ഉപയോഗിക്കുന്നതിനെതിരെ താക്കീത് നൽകി. എല്ലാം സ്വാഭാവികമായി രക്ഷപ്പെടുത്താൻ കഴിഞ്ഞില്ലെങ്കിലും ഏതാനും ആഴ്ചകൾക്കകം അനേകം ജീവനുകൾ രക്ഷിക്കാനും ജനങ്ങളെ ഭീതിയിൽ നിന്നും അന്ധവിശ്വാസത്തിൽ നിന്നും മോചിപ്പിക്കാനും വാര്യർക്ക് കഴിഞ്ഞു.

കോട്ടയ്ക്കലും ചുറ്റുപാടും ഉള്ളവർക്ക് ഇതോടുകൂടി ആയുർവേദത്തിലും പി എസ് വാര്യരുടെ ത്യാഗോജ്ജ്വല സേവനസന്നദ്ധതയിലും വിശ്വാസവും മതിപ്പും വർധിപ്പിച്ചു. വിഷൂചിക വരാതെ തടയാനും വന്നാൽ ചികിത്സിക്കാനും സഹായിക്കുന്ന ഒരു ലഘുലേഖ അദ്ദേഹം അച്ചടിച്ച് പ്രസിദ്ധീകരിക്കുകയും ചെയ്തു.

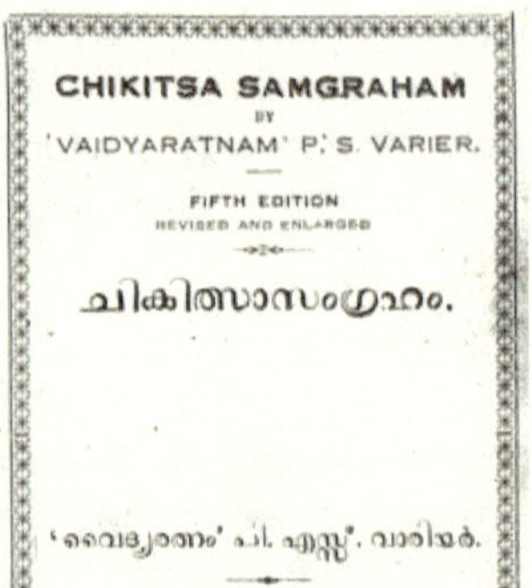
CHIKITSA SAMGRAHAM
BY
'VAIDYARATNAM' P. S. VARIER.
FIFTH EDITION
REVISED AND ENLARGED
ചികിത്സാസംഗ്രഹം.
'വൈദ്യരത്നം' പി. എസ്സ്. വാരിയർ.
[All Rights Reserved.]
Price Rs. 2.] 1952.

ചികിത്സാസംഗ്രഹത്തിന്റെ പുറംചട്ട

പൊതുജനാരോഗ്യ സംരക്ഷണം രോഗം ബാധിക്കുമ്പോൾ ചികിത്സിക്കാൻ എത്തുന്ന വൈദ്യന്മാരെ കൊണ്ട് മാത്രം നടക്കുകയില്ലെന്നും പൊതുജനങ്ങളെ ശുചിത്വം, രോഗലക്ഷണം, ചികിത്സ തുടങ്ങിയ കാര്യങ്ങളിൽ ഉൽബുദ്ധരാക്കേണ്ടതുണ്ടെന്നും വിശ്വസിച്ച വാര്യരുടെ പ്രധാനപ്പെട്ട പരിപാടികളിൽ ഒന്നായിരുന്നു സംസ്കൃതഗ്രന്ഥങ്ങളിലും വൈദ്യവിശാരദന്മാരുടെ മസ്തിഷ്കങ്ങളിലും മറഞ്ഞുകിടക്കുന്ന വിവരങ്ങൾ സാധാരണക്കാരുടെ ഭാഷയിൽ ജനങ്ങളെ എഴുതിയും പ്രസംഗിച്ചും ബോധ്യപ്പെടുത്തുക എന്നത്. ഇതിനായി 1903 ൽ തന്നെ വിവിധ ആയുർവേദ ഔഷധങ്ങളുടെ പ്രയോജനവും ഉപയോഗവും വിവരവും ചേർത്ത് ഒരു ഔഷധവിവരപട്ടിക വാര്യർ അച്ചടിച്ച് പ്രസിദ്ധപ്പെടുത്തി. തുടർന്ന് ആയുർവേദ ചികിത്സാസമ്പ്രദായവും രോഗലക്ഷണനിർണയരീതിയും പത്ഥ്യാനുഷ്ഠാനക്രമങ്ങളും അടങ്ങുന്ന *ചികിൽത്സാ സംഗ്രഹം* (1907) എന്നൊരു പുസ്തകവും പ്രസിദ്ധീകരിച്ചു.

ആര്യവൈദ്യസമാജം

പി എസ് വാര്യരുടെ ഈ ബോധവൽക്കരണപരിപാടിയുടെ ലക്ഷ്യം സാധാരണ രോഗികളും ജനങ്ങളും മാത്രമായിരുന്നില്ല. ആയുർവേദ വൈദ്യന്മാരേയും പുതിയ പരിഷ്കരണ പ്രസ്ഥാനത്തെ കുറിച്ച് ഉദ്ബുദ്ധരാക്കേണ്ടതുണ്ട്. അയോഗ്യന്മാരേയും മുറിവൈദ്യന്മാരേയും കഴിവുള്ളത്ര ശരിയായ അഭ്യസനം നൽകി വളർത്തുക എന്നതും വാര്യരുടെ ലക്ഷ്യമായിരുന്നു. അതിനായി അദ്ദേഹം മുൻകൈ എടുത്ത് 1903 ൽ സ്ഥാപിച്ച സംഘടനയാണ് 'ആര്യവൈദ്യസമാജം'. സമാജത്തിന്റെ സ്ഥാപനയോഗത്തിൽ കേരളത്തിന്റെ പല ഭാഗങ്ങളിൽ നിന്നും എത്തിച്ചേർന്ന ആയുർവേദ വൈദ്യന്മാരോട് തന്റെ പരിഷ്കരണ പ്രയത്നങ്ങൾ അധ്യക്ഷപ്രസംഗത്തിൽ വിവരിച്ചുകൊടുത്തു. അതിലെ സൗഹൃദങ്ങളും സംഭാഷണങ്ങളും ഉത്ബോധനങ്ങളും ആയുർവേദവൈദ്യന്മാരുടെ ഭാവനകൾക്ക് ചിറക് നൽകുകയും പലരും ഈ പുതിയ ഔഷധനിർമാണപദ്ധതി ഉൾപ്പെടെയുള്ള മാർഗങ്ങൾ സ്വീകരിക്കുകയും ചെയ്തു. സമാജത്തിന്റെ വീക്ഷണവും ആദർശവും ആയുർവേദ ചികിത്സാപ്രശ്നങ്ങളും ചർച്ച ചെയ്യാൻ വാര്യർ പത്രാധിപരായി *ധന്വന്തരി* എന്ന പേരിൽ ഒരു മാസിക ആരംഭിച്ചു.

ആയുർവേദത്തെ പുനരുദ്ധരിച്ച് പരിഷ്കരിക്കുന്നതിനും ആധുനിക യുഗത്തിന് യോജിച്ചവിധം പ്രയോജനപ്പെടുത്തുന്നതിനും ഉള്ള പി എസ് വാര്യരുടെ പദ്ധതിയിൽ വളരെ പ്രധാനപ്പെട്ട സ്ഥാനമാണ് ആയുർവേദ വിദ്യാഭ്യാസം. കുടുംബപാരമ്പര്യങ്ങൾക്കും ജാതി നിബന്ധനകൾക്കും വിധേയമാകാതെ സാർവത്രികവും ശാസ്ത്രീയവും ആക്കുക എന്നതാണ് ഇതിന്റെ ലക്ഷ്യം. ആര്യവൈദ്യസമാജം രൂപീകരിച്ചപ്പോൾ അതിന്റെ ലക്ഷ്യത്തിൽ ഒന്നായിരുന്നു ഇത് എങ്കിലും സമാജത്തിലെ മറ്റ് അംഗങ്ങളുടെ സഹകരണം പ്രതീക്ഷിച്ചത് അനന്തമായ വിളമ്പത്തിന് കാരണമായി. ഒടുവിൽ ആ കർത്തവ്യം സ്വയം നിർവഹിക്കാൻ വാര്യർ തീരുമാനിക്കുകയും 1917 ൽ ആര്യവൈദ്യപാഠശാല കോഴിക്കോട് ആരംഭിക്കുകയും ചെയ്തു. കോഴിക്കോട് കല്ലായി റോഡിൽ 1916 ഒക്ടോബറിൽ ആരംഭിച്ച കോട്ടയ്ക്കൽ ആര്യവൈദ്യശാലയുടെ ശാഖയോട് അനുബന്ധിച്ചാണ് ഈ പാഠശാല പ്രവർത്തിച്ച് വന്നത്.

ആധുനിക രീതിയിലുള്ള കേരളത്തിലെ ആദ്യത്തെ ആയുർവേദ പാഠശാല പി എസ് വാര്യരുടേതായിരുന്നു എന്നുപറയുന്നത് ശരിയായിരിക്കില്ല. അഷ്ടവൈദ്യന്മാരിൽ ഒരാളായിരുന്ന പരമേശ്വരൻ മൂസദിന്റെ ഉടമസ്ഥതയിൽ തിരുവനന്തപുരത്ത് 1886 ൽ ഒരു ആയുർവേദ പാഠശാല സ്ഥാപിച്ച് പ്രവർത്തിച്ചു വന്നിരുന്നു. 1889 ൽ സർക്കാർ അത് ഏറ്റെടുത്ത് ആയുർവേദ കോളേജായി വികസിപ്പിച്ചു. ഇന്ത്യയിലെ ആദ്യത്തെ ആയുർവേദകോളേജുകളിൽ ഒന്നെന്ന നിലയിൽ ഇപ്പോഴും അത് പ്രശസ്തിയോടെ നിലനിൽക്കുന്നു. പക്ഷേ, വാര്യരുടെ കോട്ടയ്ക്കൽ ആര്യവൈദ്യപാഠശാലയുടെ ജനകീയസ്വഭാവം സ്വഭാവികമായും സർക്കാർ

സ്ഥാപനത്തിൽ കൈവന്നില്ല എന്നതിൽ അത്ഭുതമില്ല. വിദ്യാർത്ഥികൾക്ക് ചികിത്സാപരിചയത്തിന് അലോപ്പതി ആശുപത്രികളിലെ പോലെ രോഗികളെ കിടത്തി ചികിത്സിക്കാൻ കൂടുതൽ സൗകര്യം ഉണ്ടായിരുന്നത് കോട്ടയ്ക്കൽ തന്നെയായിരുന്നതുകൊണ്ട് പാഠശാല കോഴിക്കോട് നിന്നും കോട്ടയ്ക്കലേക്ക് 1924 ൽ മാറ്റി സ്ഥാപിച്ചു. 1979 ൽ കാലിക്കറ്റ് സർവകലാശാലയുടെ കീഴിലുള്ള ഒരു അഫിലിയേറ്റഡ് സ്ഥാപനമായി അത് വളർന്നു. ഇപ്പോൾ കേരളത്തിലെ വിവിധ സർവകലാശാലകളുടെ കീഴിൽ പ്രവർത്തിക്കുന്ന പന്ത്രണ്ടിലധികം ആയുർവേദകോളേജുകൾക്ക് മാതൃകയാണ് കോട്ടയ്ക്കൽ പി എസ് വാര്യർ ആയുർവേദ കോളേജ്.

മതനിരപേക്ഷതയുടെ വിജയം

പി എസ് വാര്യരുടെ മതനിരപേക്ഷതാ നിലപാടും ജനസ്വാധീനവും വലിയൊരു പരീക്ഷണത്തെ നേരിട്ട ഘട്ടമാണ് 1921 ലെ മലബാർ കലാപം. തുടക്കം തൊട്ടേ ജാതിമത ഭേദം കൂടാതെ ആര്യവൈദ്യശാലയുടെ സേവനവും ആര്യവൈദ്യപാഠശാലയിലെ പ്രവേശനവും എല്ലാവർക്കും പ്രത്യേകിച്ച് ദുർബല വിഭാഗങ്ങൾക്ക് അനായാസം ലഭ്യമാവത്തക്ക വിധത്തിൽ ആയിരുന്നു അദ്ദേഹത്തിന്റെ പ്രവർത്തന ശൈലി. അവിടുത്തെ ജീവനക്കാരിലും വിവിധ ജാതിമതസ്ഥർ, പ്രത്യേകിച്ച് അവിടുത്തെ ഭൂരിപക്ഷക്കാരായ മുസ്ലീങ്ങൾ ധാരാളം ഉണ്ടായിരുന്നു. ഒന്നാം ലോകമഹായുദ്ധം അവസാനിച്ചതിനുശേഷം ഉണ്ടായ രൂക്ഷമായ സാമ്പത്തിക ഞെരുക്കം മുസ്ലിങ്ങളെ വളരെ ബാധിക്കുകയുണ്ടായി. 1921 ൽ ആരംഭിച്ച മലബാർ ലഹളയ്ക്ക് ജന്മിത്വം, ബ്രിട്ടീഷ് തേർവാഴ്ച തുടങ്ങിയ പ്രേരക ശക്തികളോടൊപ്പം ഈ യുദ്ധാനന്തര ദുരിതങ്ങളും കാരണമായിട്ടുണ്ട്. ഇതിനകം സാധാരണക്കാർക്ക് സൗജന്യമായി ചികിത്സ നൽകാൻ വാര്യർ സ്ഥാപിച്ചിരുന്ന ധർമാശുപത്രിയിലും പച്ചമരുന്ന് തോട്ടങ്ങളിലും തൊഴിൽ ഇല്ലാതെ അലയുന്ന മുസ്ലിങ്ങൾക്ക് പ്രത്യേക പരിഗണന നൽകി ജോലി നൽകാൻ അദ്ദേഹം ശ്രദ്ധിച്ചിരുന്നു.

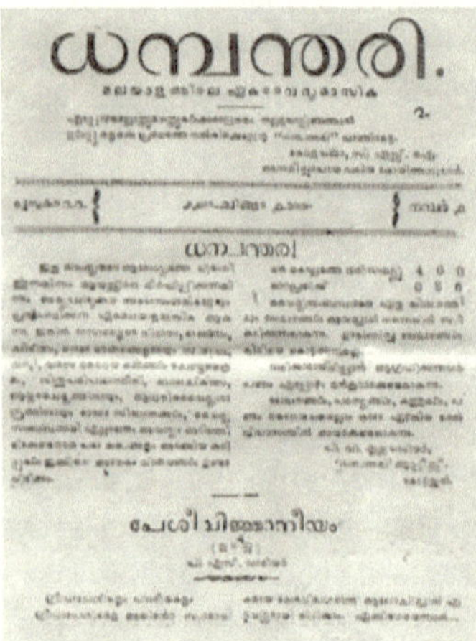
ധന്വന്തരി.

പേശീവിജ്ഞാനീയം

ധന്വന്തരി മാസികയുടെ പുറംചട്ട

പക്ഷേ, ഈ അന്തരീക്ഷത്തെ ഒക്കെ തകിടം മറിക്കുന്ന തോതിലാണ് മലബാർ ലഹള പൊട്ടിപ്പുറപ്പെട്ട് അതിവേഗം കോട്ടയ്ക്കൽ ഉൾപ്പെടെയുള്ള പ്രദേശങ്ങളിൽ പടർന്നു പിടിച്ചത്. ലഹളയുടെ മുഖ്യകേന്ദ്രങ്ങളിൽ ഒന്നായ തിരൂരങ്ങാടി കോട്ടയ്ക്കലിന് സമീപം ആണ്. അധികം

താമസിയാതെ ലഹളക്കാർ കോട്ടയ്ക്കൽ വളയുമെന്നും കോട്ടയ്ക്കലുള്ള കോവിലകങ്ങൾ ആക്രമിച്ച് കൊള്ള നടത്തുമെന്നും ശ്രുതി പരന്നു. സാധാരണ ജനങ്ങളെ പോലെ നാട്ടുപ്രമാണിമാരും ഭയചകിതരായി. അപകടസാധ്യത ഉണ്ടെന്ന് വാര്യർക്കും ബോധ്യമായി. എങ്കിലും എല്ലാവരും ഭയന്നുവിറച്ച് നാട്ടിൽ നിന്ന് അഭയാർഥികളായി ഓടിപോവുക എന്ന മാർഗം വാര്യർ അംഗീകരിക്കുകയോ മറ്റുള്ളവരെ ഉപദേശിക്കുകയോ ചെയ്തില്ല. സ്വതസിദ്ധമായ ആത്മവിശ്വാസവും വിപദിധൈര്യവും കൈമുതലായുണ്ടായിരുന്ന വാര്യർ ലഹളക്കാർ കൂട്ടമായി കോട്ടയ്ക്കലേക്ക് നീങ്ങുന്നു എന്ന് കേട്ടപ്പോൾ അവരുടെ നേതാക്കളിൽ ചിലരെ കണ്ട് സംസാരിക്കാൻ ആഗ്രഹിക്കുന്നു എന്ന് അറിയിച്ചു. മൂന്ന് നാല് തലവന്മാരോടൊപ്പം ഒരു വലിയസംഘം ലഹളക്കാരും വൈദ്യശാലയിലേക്ക് നീങ്ങിയപ്പോൾ തന്റെ തന്ത്രം അല്പം പാളിപ്പോയല്ലോ എന്ന് വാര്യർ ആശങ്കപ്പെടാതിരുന്നില്ല. പക്ഷേ, പ്രത്യുൽപ്പന്നമതിത്വം വാര്യരെ കൈവിട്ടില്ല. ലഹളക്കാർ വൈദ്യ ശാലയ്ക്ക് പുറത്ത് എന്തിനും തയ്യാറായി നിലകൊണ്ടപ്പോൾ മൂന്ന് നാല് നേതാക്കൻമാർ മുന്നോട്ട് വന്ന് സംസാരിച്ച രംഗം അദ്ദേഹത്തിന്റെ ശിഷ്യനും കോയമ്പത്തൂർ ആര്യവൈദ്യഫാർമസിയുടെ സ്ഥാപകനും ഇടതുപക്ഷ ദേശീയവാദിയും ആയിരുന്ന പി വി രാമവാര്യർ ഇപ്രകാരം വിവരിക്കുന്നു:

> ഞാൻ ലക്ഷ്മീസഹായം പ്രസ്സിന്റെ (ഇത് വൈദ്യശാലയുടെ മുൻവശത്തായിരുന്നു) പടിക്കൽ നില്ക്കുകയാണ്. സുമാർ അമ്പത് അറുപതിനായിരത്തിലധികം മാപ്പിളമാരുണ്ടായിരുന്നുവത്രേ. മുൻവരിയിലുണ്ടായിരുന്നവരുടെ കയ്യിലെല്ലാം പോലീസുകാരുടെ ഗദകളുമുണ്ടായിരുന്നു. അവർ ആര്യവൈദ്യശാലയുടെ മുമ്പിൽവന്നു നിന്നതോടെ തികച്ചും നിശ്ശബ്ദരായി. നാലഞ്ചുപേർ വൈദ്യശാലയിലേക്കു വന്ന് വാര്യരച്ചനെ കണ്ടാൽ കൊള്ളാമെന്ന് അപേക്ഷിക്കുന്നതിനു മുമ്പായിത്തന്നെ ഗുരുനാഥൻ (പി എസ് വാര്യർ) അവർക്കു മുമ്പിൽ പ്രത്യക്ഷനായി. പരക്കെ പരിഭ്രമവും ഭയവുമാണ്, ഗുരുനാഥന് യാതൊരുഭാവഭേദവുമില്ല. വ്യസനേചാർത്ഥ കൃച്ഛ്രേവാഭയേവാ ജീവിതാന്തകേ വിമൃശൻ വാ സ്വയം ബുദ്ധ്യ ധൃതിമാൻ നാ വസീദതി . സുഖമായി ചിരിച്ചുകൊണ്ട് താനൊന്നുമറിയാത്ത മട്ടിൽ അവരോട് കുശലമന്വേഷിച്ചു. ഖിലാഫത്ത് രാജ്യം സ്ഥാപിക്കുകയാണെന്നും വാര്യരച്ചൻ അതിലേക്കു വേണ്ടുന്ന എല്ലാ സഹായങ്ങളും ചെയ്തുതരണമെന്നും അങ്ങേ അറ്റത്തെ വിനയത്തോടുകൂടി അവരഭ്യർത്ഥിച്ചു. വാര്യരച്ചന്റെ അനുഗ്രഹം വാങ്ങി കോവിലകം ഭാഗത്തേക്കു പ്രവേശിക്കാനാണുദ്ദേശമെന്നും അവർ അസന്ദിഗ്ധമായി പറഞ്ഞു. അദ്ദേഹം അവർക്ക് ചായ കുടിക്കേണ്ടതിലേക്ക് 500ക സംഭാവന ചെയ്തു. എല്ലാം ആലോചിച്ചു പ്രവർത്തിക്കണമെന്നും ബ്രിട്ടീഷ് ഗവൺ

മെന്റിനോട് പട വെട്ടുക അത്ര എളുപ്പമല്ലെന്നും ഇതരുതെന്നാണ് തന്റെ അഭിപ്രായമെന്നും പറഞ്ഞു. സാമൂതിരി രാജവംശമാണ് മാപ്പിളമാർ കേരളത്തിൽ വരുവാൻ കാരണമെന്നും ഇന്നും സാമൂതിരിപ്പാട്ടിലെ അരിയിട്ടുവാഴ്ചയിൽ മാപ്പിളസമുദായത്തിന് ചില അവകാശങ്ങൾ ഉണ്ടെന്നും മാപ്പിളമാർ എന്നും രാജവംശത്തോട് കടപ്പെട്ടവരാണെന്നും മറ്റും എത്രയും ഭംഗിയായും ശക്തിയായും ഗുരുനാഥൻ അവരെ പറഞ്ഞു മനസ്സിലാക്കി. കോവിലകത്തേക്കും മറ്റും പ്രവേശിക്കരുതെന്ന് അഭ്യർഥിക്കുകയും ഗുരുനാഥൻ കോവിലകത്തേക്ക് ആളെ അയച്ച് അവിടെനിന്ന് പണം വരുത്തിക്കൊടുക്കുകയും ചെയ്തു. ഗുരുനാഥന്റെ വാക്കിനെ മാനിച്ച് മാപ്പിളമാർ തിരിച്ചുപോയി. പോവുന്നതിനു മുമ്പായി വാര്യരച്ചൻ ഞമ്മന്റെ പള്ളിപ്പണിക്ക് പണം സഹായിച്ചിട്ടുണ്ടെന്നും വാര്യരച്ചൻ ഞമ്മന്റെ ആളാണെന്നും വാര്യരച്ചനോ ആര്യവൈദ്യശാലക്കോ യാതൊരുവിധ ഉപദ്രവങ്ങളും മാപ്പിളമാരാരും ചെയ്യരുതെന്നും വാര്യരച്ചന് എല്ലാവിധ സഹായങ്ങളും എന്നും മാപ്പിളമാർ ചെയ്യുന്നതാണെന്നും ഉച്ചൈസ്തരം ഘോഷിക്കുകയും ചെയ്തു. സുമാർ ഒരു കൊല്ലക്കാലത്തോളം നീണ്ടുനിന്ന ആ മാപ്പിളലഹളക്കാലം മുഴുവൻ ഈ വാക്കുകൾ തികച്ചും പാലിക്കപ്പെട്ടുവെന്നത് പരസ്യമാണ്. (പുറം 136-137, *വൈദ്യരത്നം പി എസ് വാര്യർ*, തിരു: 1990)

നവോത്ഥാന വ്യക്തിത്വം

ആയുർവേദ ചികിത്സാ രംഗത്തിന്റെ ഉന്നമനം ആയിരുന്നു വാര്യരുടെ മുഖ്യലക്ഷ്യം. ആയുർവേദത്തിന്റെ പുനരുദ്ധാരണവും ആധുനികീകരണവും എങ്ങനെയാണ് കേരളത്തിന്റെയും ഇന്ത്യയുടെയും അവിഭാജ്യ ഘടകമായത് എന്ന വിഷയം അല്പം വിശദമായി പരിശോധിക്കുന്നതിന് മുമ്പ് നവോത്ഥാനത്തിന്റെ തന്നെ മറ്റൊരു സുപ്രധാനധാരയായ പ്രാചീനവും അർവാചീനവും ആയ കലകൾ വികസിപ്പിക്കുന്നതിലും അവയെ സവർണരുടേയും ക്ഷേത്രസങ്കേതങ്ങളുടേയും മതിൽക്കെട്ടുകൾക്കു പുറത്തേക്ക് കൊണ്ടുവരാൻ പി എസ് വാര്യർ നൽകിയ ആദ്യപഥിക സേവനങ്ങൾ ചുരുക്കമായി പരിശോധിക്കാം. ക്ലാസിക്കൽ എന്നും പരമ്പരാഗതം എന്നും വിശേഷിപ്പിക്കപ്പെടുന്ന കേരളീയരംഗകലകൾ ആയ കഥകളി, കൂടിയാട്ടം, മോഹിനിയാട്ടം തുടങ്ങിയവ നേരിട്ടുകൊണ്ടിരുന്ന അപചയത്തിൽ നിന്ന് അവയെ രക്ഷിക്കാൻ പിൽക്കാലത്ത് മഹാകവി വള്ളത്തോൾ നാരായണമേനോൻ ചെറുതുരുത്തിയിൽ പ്രസിദ്ധമായ കലാമണ്ഡലം 1927-ൽ രജിസ്റ്റർ ചെയ്ത കാലയളവിൽ തന്നെ വാര്യർ ഈ രംഗത്ത് പ്രവർത്തനം ആരംഭിച്ചു. പരമ്പരാഗതമായി വാര്യരുടെ തറവാട് കൃഷ്ണനാട്ടം, കഥകളി തുടങ്ങിയ കലകളിൽ പ്രാവീണ്യം

ഉള്ളവരുടെ കേന്ദ്രമായിരുന്നു. അതുപോലെ തന്നെ സംഗീതവാസനയും ആ കുടുംബത്തിന്റെ പ്രത്യേകതയായിരുന്നു. മുൻതലമുറകളിൽ നിന്ന് പകർന്നുകിട്ടിയ വാസനയും വൈദഗ്ധ്യവും സഹൃദയത്വവും തിരക്കേറിയ വൈദ്യശാസ്ത്ര പ്രവർത്തനങ്ങളുടെ ഇടയിലും അദ്ദേഹത്തെ കൈവിട്ടിരുന്നില്ല.

1909 ൽ 'പരമശിവവിലാസം നാടകകമ്പനി' വാര്യരുടെ നേതൃത്വത്തിൽ ആരംഭിച്ചു. പുതിയ രീതിയിലുള്ള നാടകങ്ങളും അവതരണങ്ങളും ആരംഭിക്കുന്നതിന് മുമ്പ് തമിഴ് സംഗീത നൃത്ത നാടകങ്ങളുടെ ചട്ടക്കൂടിലാണ് ഈ നാടകങ്ങളും അവതരിപ്പിക്കപ്പെട്ടത്. 1940 ഡിസംബറിൽ 'പി എസ് വി നാട്യസംഘം' എന്ന പേരിൽ വാര്യർ കഥകളി സംഘവും സ്ഥാപിച്ചു.

1933 ൽ ആയുർവേദ പുനരുദ്ധാരണത്തിന് വാര്യർ നൽകിയ ബഹുമുഖ സംഭാവനകളെ മുൻനിറുത്തി ഇന്ത്യാസർക്കാർ 'വൈദ്യരത്നം' ബഹുമതി നൽകി ആദരിച്ചു. അപ്പോഴേക്കും അദ്ദേഹത്തിന്റെ വൈദ്യശാലയും പാഠശാലയും ധർമാശുപത്രിയും ഔഷധനിർമാണ വിതരണവും മറ്റും ഉറച്ച അടിത്തറയിൽ ഉത്തരോത്തരം വളർന്നുകൊണ്ടിരുന്നു. പി എസ് വാര്യർ തുടങ്ങിയ ഈ നവോത്ഥാനപ്രക്രിയ കോട്ടയ്ക്കൽ എന്ന പോലെ കേരളത്തിനകത്തും പുറത്തും അദ്ദേഹത്തിന്റെ പിൻമുറക്കാർ ആ മാതൃക പിന്തുടർന്നുവരുന്നു. ഇപ്പോൾ കോട്ടയ്ക്കൽ സ്ഥാപനങ്ങളുടെ അമരക്കാരൻ ഇന്ത്യൻ സർക്കാരിന്റെ പത്മശ്രീ ബഹുമതി ലഭിച്ച പ്രഗത്ഭ ഭിഷഗ്വരൻ പി കെ വാര്യർ ആണ്. അവസാനവർഷങ്ങളിലും വാര്യർ താൻ വളർത്തി എടുത്ത മഹാസ്ഥാപനങ്ങളുടെ മേൽനോട്ടം തുടർന്നു, എങ്കിലും അദ്ദേഹം കൂടുതൽ ശ്രദ്ധ പതിപ്പിച്ചിരുന്നത് കലകളുടെ പോഷണത്തിലും ഗ്രന്ഥരചനയിലും ആണ്. അങ്ങനെയിരിക്കെ 1944 ജനുവരി 30-ാം തീയതി വാർദ്ധക്യസഹജമായ കാരണങ്ങളാൽ അദ്ദേഹം അന്തരിച്ചു.

വൈദ്യരത്നം പി എസ് വാര്യരുടെ ബഹുമുഖമായ സംഭാവനകളും അനന്യസാധാരണമായ ധിഷണാവൈഭവവും ഇനി വിസ്തരിക്കാതെ അദ്ദേഹത്തിന്റെ ജീവചരിത്രകാരൻ സി എ വാര്യർ നൽകുന്ന സംഗ്രഹം താഴെ ചേർക്കാം:

> ഏതെല്ലാം നിലകളിലാണ് അദ്ദേഹം വ്യക്തിമുദ്ര പതിച്ച് ചിരപ്രതിഷ്ഠ നേടിയത്?
>
> -ആയുർവേദത്തിന്റെ നവോത്ഥാനത്തിന് വഴികാട്ടിയ ചൈതന്യമെന്ന നിലയിൽ.
>
> -നിപുണനായൊരു ആയുർവേദ ഭിഷഗ്വരനെന്ന നിലയിൽ.
>
> -കോട്ടയ്ക്കൽ ആര്യവൈദ്യശാലയുടെ സ്ഥാപകനെന്ന നിലയിൽ.
>
> -ആര്യവൈദ്യസമാജത്തിന്റെ സംഘാടകനെന്ന നിലയിൽ.
>
> -കോട്ടയ്ക്കൽ ആയുർവേദ പാഠശാലയുടെ (ഇന്നത്തെ

ആയുർവേദ കോളേജ്) സ്ഥാപകനെന്ന നിലയിൽ.

-ആയുർവേദ ചികിത്സാശാലയുടെ (ധർമാശുപത്രി) സ്ഥാപക നെന്ന നിലയിൽ.

- *ധന്വന്തരി* മാസികയുടെ പത്രാധിപരെന്ന നിലയിൽ.

-പ്രഗല്ഭനായൊരു ഗ്രന്ഥകാരനെന്ന നിലയിൽ.

-മലയാള നാടകവേദിയുടെ സമുദ്ധാരകനെന്ന നിലയിൽ.

-പി എസ് വി നാട്യസംഘത്തിന്റെ സ്ഥാപകനെന്ന നിലയിൽ.

-ധർമതൽപ്പരനും മനുഷ്യസ്നേഹിയുമായ ഒരാതുര സേവകനെ ന്നനിലയിൽ.
(പുറം 4, ടി പുസ്തകം)

പാരമ്പര്യവും നവോത്ഥാനവും

ഇനി നമുക്ക് പരിശോധിക്കാനുള്ളത് എങ്ങനെയാണ് പരമ്പരാഗത മായ ഒരു ചികിത്സാ സമ്പ്രദായത്തെ അപചയത്തിൽ നിന്ന് കരകയറ്റി നവോത്ഥാനമാകുന്ന പേരിന് അർഹമാകുന്നത് എന്നാണ്. പെട്ടെന്ന് നോക്കുമ്പോൾ നവോത്ഥാനത്തിന് വിപരീതം ആയ റിവൈവലിസം അഥവാ പുനരുജ്ജീവനം മാത്രമല്ലേ അത് എന്ന് തോന്നാം. പാരമ്പര്യ ത്തെ വിലമതിക്കാത്ത ഒരു സമൂഹത്തിനും പുരോഗതി ഉണ്ടാവില്ല. പാര മ്പര്യത്തിന്റെ അടിത്തറയിൽ കാൽ ഉറപ്പിച്ചുകൊണ്ടല്ലാതെ നവീനതയി ലേക്കുള്ള നീക്കം സാധ്യമല്ല. പക്ഷേ, പാരമ്പര്യത്തെ കണ്ണടച്ച് അംഗീ കരിക്കുകയല്ല വേണ്ടത്. പാരമ്പര്യം ചലനാത്മകമാണ്. പാരമ്പര്യത്തെ ഓരോ കാലഘട്ടവും അതിന്റെ വീക്ഷണവും ആവശ്യവും അനുസരിച്ച് മാറ്റിതീർക്കേണ്ടതുണ്ട്. എങ്ങനെയാണ് പരമ്പരാഗത വിജ്ഞാനം വിവിധ സംസ്കാരങ്ങളിലേക്ക് പകരുന്നത് എന്നും സമന്വയിക്കുന്നത് എന്നും മനസ്സിലാക്കിയാൽ മാത്രമേ പാരമ്പര്യത്തിലെ മൃതാംശങ്ങൾ ചെത്തി ക്കളഞ്ഞ് ജീവാംശങ്ങളെ വികസിപ്പിച്ച് പുതിയ കാലത്തിന് അനുസര ണമായി മാറ്റിയെടുക്കാൻ കഴിയൂ. ഭാരതീയ നവോത്ഥാനത്തിന്റെയും സാമ്രാജ്യവിരുദ്ധ സമരത്തിന്റെയും പാതയിൽ ഈ പരമ്പരാഗത വിജ്ഞാ നത്തേയും പ്രയോഗത്തേയും അധിനിവേശശക്തികളുടെ ആക്രമണ ത്തിൽ നിന്ന് വീണ്ടെടുക്കാനുള്ള പ്രയത്നം ആരംഭിച്ചു. സ്വാതന്ത്ര്യ സമ രത്തിന്റെയും നവോത്ഥാനത്തിന്റെയും അവിഭാജ്യ ഘടകമായിരുന്നു ബ്രിട്ടീഷ് ആധിപത്യം നിർമാർജനം ചെയ്യാൻ ശ്രമിച്ച ആയുർവേദം, യുനാ നി, സിദ്ധ, നാടോടി വൈദ്യസമ്പ്രദായങ്ങളുടെ വീണ്ടെടുപ്പ്. ഇതേ സംബ ന്ധിച്ച് ഡോ: കെ എൻ പണിക്കർ പറയുന്നു:

> അലോപ്പതി ഡിഗ്രിയുണ്ടെങ്കിൽ മാത്രമേ അന്ന് രജിസ്റ്റർ ചെയ്യാൻ സമ്മതിക്കുമായിരുന്നുള്ളൂ. അതിനെതിരായി ഒരു പ്രസ്ഥാനം

തന്നെ ആര്യവൈദ്യന്മാരുടെ ഇടയിൽ നിന്ന് ഇന്ത്യയിൽ ഉണ്ടായി. പക്ഷേ, മദിരാശി സംസ്ഥാനത്തിലുള്ള എല്ലാ ഡിസ്പെൻസറികളുടേയും എണ്ണവും അവയുടെ ചരിത്രവും ഞാൻ പരിശോധിച്ചപ്പോൾ എനിക്ക് കാണാൻ കഴിഞ്ഞത് ഏറ്റവുമധികം രോഗികൾ പോയിരുന്നത് ആയുർവേദ ഡിസ്പെൻസറികളിൽ ആയിരുന്നു എന്നതാണ്. എങ്കിലും രക്ഷാകർത്തൃത്വം ലഭിക്കാത്ത ഒരു വൈദ്യസമ്പ്രദായമായി അതുമാറുകയും ഇന്ത്യയിൽ എല്ലായിടത്തും ഈ അവഗണനക്കെതിരായി ഒരു പ്രസ്ഥാനം തന്നെ ആരംഭിക്കുകയും ചെയ്തു. ആയുർവേദത്തിന്റെ പുനർജീവനത്തിനുവേണ്ടി പ്രവർത്തിച്ച ഏറ്റവും പ്രധാനപ്പെട്ട, ആധുനിക കാലത്തുണ്ടായ പ്രധാനപ്പെട്ട പ്രസ്ഥാനം ഇതായിരുന്നു. ബംഗാളിൽ ഗൺനാഥ് സെന്നിന്റെയും മഹാരാഷ്ട്രയിൽ ലക്ഷ്മിപഥയുടെയും നേതൃത്വത്തിൽ-കേരളത്തിൽ പി എസ് വാര്യരുടെയും മറ്റ് പലരുടെയും നേതൃത്വത്തിൽ ഉണ്ടായ ഈ പ്രസ്ഥാനം ആയുർവേദത്തെ വീണ്ടെടുക്കാൻ-പരമ്പരാഗതമായ നമ്മുടെ വൈദ്യസമ്പ്രദായത്തെ വീണ്ടെടുക്കാനുള്ള വളരെ വലിയ ശ്രമമായിരുന്നു. പക്ഷേ, ആ വീണ്ടെടുക്കാനുള്ള ശ്രമം ഒരു പുനർജീവനമായിരുന്നില്ല. റിവൈവലിസം ആയിരുന്നില്ല, അന്ന് ആയുർവേദത്തെക്കുറിച്ച് എഴുതപ്പെട്ട ലേഖനങ്ങളും ഗ്രന്ഥങ്ങളും നിങ്ങൾ നോക്കുകയാണെങ്കിൽ-ക്രിയാത്മകമായി, യുക്തിഭദ്രമായി ആയുർവേദത്തിന്റെ കുറവുകളെയും ശക്തികളെയും കുറിച്ച് ചിന്തിക്കാനുള്ള കഴിവ് ഇവർക്കെല്ലാവർക്കും ഉണ്ടായിരുന്നു. അതുകൊണ്ടാണ് പുതിയതരത്തിൽ രണ്ട് ആശയങ്ങൾ ആയുർവേദത്തിന്റെ പ്രവർത്തനമേഖലയിലേക്ക് കടന്നുവന്നത്. അതിനെക്കുറിച്ച് വ്യത്യസ്തമായ അഭിപ്രായങ്ങൾ ഉണ്ടായേക്കാം. എങ്കിലും പ്രധാനപ്പെട്ട ഈ രണ്ട് വശങ്ങളെക്കുറിച്ച് അന്ന് അവർ ചിന്തിക്കുകയുണ്ടായി. ഒന്ന്, ആയുർവേദ മരുന്നുകളുടെ ക്രമീകരണം-സ്റ്റാന്റഡൈസേഷൻ എന്നുപറയുന്നത്. അതുപോലെ പ്രൊഫഷണലൈസേഷൻ എന്ന് പൊതുവിൽ വിളിക്കാവുന്ന മറ്റൊരു പ്രവണത. ഇതിന്റെ ഭാഗമായി ആയുർവേദത്തിന് ഒരു പുതിയ ജീവൻ ലഭിച്ചു എന്നത് തീർച്ചയായും ഒരു സംശയവുമില്ല. (പുറം 5960, *സെക്കുലർ പാഠങ്ങൾ: പ്രമേയം, പ്രത്യയശാസ്ത്രം*, തിരു: 2007)

ക്രിസ്തുവർഷാരംഭത്തിലോ അതിന് തൊട്ടുമുമ്പോ ജീവിച്ചിരുന്ന ചരകന്റേയും ശുശ്രുതന്റേയും സംഭാവനകളിലൂടെ രൂപം കൊണ്ട് നാഗാർജ്ജുനൻ തുടങ്ങിയവരുടെ പരിലാളനകളേറ്റ് വളർന്നു വികസിച്ച ആയുർവേദം ആണ് ഇന്ത്യയുടെ തനതായ ചികിത്സാ സമ്പ്രദായങ്ങളിൽ ഏറ്റവും ജനപ്രീതി നേടിയിട്ടുള്ളത്. എങ്കിലും മുഖ്യമായും മുസ്ലിം സംഭാവനയായ യുനാനിയും ദക്ഷിണേന്ത്യയുടെ സിദ്ധവൈദ്യവും ഇന്ത്യയിൽ

എല്ലായിടത്തും വ്യാപിച്ചിരുന്ന നിരവധി നാടോടി സമ്പ്രദായങ്ങളും ഗിരിജനങ്ങളുടെ അത്യപൂർവ സിദ്ധിയുള്ള ലളിതമായ ചികിത്സാസമ്പ്രദായങ്ങളും പരസ്പരം ഇടകലർന്നും പോഷിപ്പിച്ചും ഇപ്പോഴും തുടർന്നു വരുന്നു. യുനാനി വൈദ്യം അറബിപാരമ്പര്യത്തിന്റെയും പെർഷ്യൻ സംസ്കാരത്തിന്റെയും സമന്വയം ആണെങ്കിലും അത് ആയുർവേദത്തിൽ നിന്നും മറ്റും പലതും സ്വാംശീകരിച്ചിട്ടുണ്ട്. ആയുർവേദവും യുനാനിയിൽ നിന്ന് പല ഔഷധക്കൂട്ടുകളും സ്വീകരിച്ചിട്ടുണ്ട് എന്ന് ഇരു സമ്പ്രദായങ്ങളുടെയും വിദഗ്ധന്മാർ സാക്ഷ്യപ്പെടുത്തുന്നു.

ഇംഗ്ലീഷ് വിദ്യാഭ്യാസത്തിന്റെയും കൊളോണിയൽ ഭരണ നയങ്ങളുടേയും സ്വാധീനം എല്ലാം ഉണ്ടായിട്ടും ഇന്ത്യയിലെ ബഹുഭൂരിപക്ഷം

ചരകൻ

ശുശ്രുതൻ

ഇബ്നു സീന

ജനങ്ങൾ നാടൻ വൈദ്യസമ്പ്രദായങ്ങളെയാണ് ആശ്രയിച്ചു പോന്നത്. ഇത് പടിഞ്ഞാറൻ മരുന്ന് നിർമാതാക്കളെ കുറച്ചൊന്നുമല്ല അലോസരപ്പെടുത്തിയത്. കൊളോണിയൽ വ്യവസ്ഥയുടെ ഏറ്റവും പ്രധാനപ്പെട്ട ഉദ്ദേശ്യം തന്നെ കോളനികളിൽ നിന്ന് വിലകുറഞ്ഞ അസംസ്കൃത സാധനങ്ങൾ വാങ്ങികൊണ്ടുപോയി വിലകൂടിയ വ്യാവസായിക ഉൽപ്പന്നങ്ങൾ ഇവിടെ കൊണ്ടുവന്നു വിറ്റഴിച്ച് ലാഭം ഉണ്ടാക്കുക എന്നതാണല്ലോ. നാടൻ ചികിത്സാ സമ്പ്രദായങ്ങളുടെ അപചയങ്ങൾക്ക് ഇടയിലും അവയുടെ സ്വാധീനവും ജനപ്രീതിയും തുടരുന്നത് ബ്രിട്ടീഷ് കുത്തക മുതലാളിത്തത്തിന് സഹിക്കാൻ കഴിയുന്നത് ആയിരുന്നില്ല. ഇതിന് പരിഹാരമായിട്ടാണ് ഇന്ത്യയിലെ ചികിത്സാസമ്പ്രദായങ്ങളിൽ അലോപ്പതിക്ക് മേൽകൈ നൽകാനും മറ്റ് ചികിത്സാ സമ്പ്രദായങ്ങളെ അനധികൃതവും അപരിഷ്കൃതവും അപകടകരവും ആണ് എന്ന് വരുത്താനും അവർ ശ്രമിച്ചത്. തീർച്ചയായും അലോപ്പതിയുടെ ചില നേട്ടങ്ങളും കഴിവുകളും പ്രചരിപ്പിക്കുന്നതിൽ തെറ്റില്ലെങ്കിലും നൂറ്റാണ്ടുകളായി ഇന്ത്യയുടെ കാലാവസ്ഥയ്ക്കും ഇന്ത്യാക്കാരുടെ ജീവിത രീതിക്കും ഉതകി വന്ന നാടൻ സമ്പ്രദായങ്ങൾ തരം താഴ്ത്തപ്പെടുന്നതും തിരസ്കരിക്കപ്പെടുന്നതും പൊതുജനാരോഗ്യത്തിന് ഹാനികരമാണ്.

നേരത്തെ പ്രസ്താവിച്ചതുപോലെ 1880 കളോടെ ദേശീയപ്രസ്ഥാനം (ഇന്ത്യൻ നാഷണൽ കോൺഗ്രസ് 1885 ൽ ജന്മം കൊണ്ടു) ശക്തിയാർജി ച്ചതോടെ നാടൻ ചികിത്സാ സമ്പ്രദായങ്ങൾ പുനരുദ്ധരിക്കാൻ ജനകീ യതലത്തിൽ ശ്രമം ആരംഭിച്ചു. മെഡിക്കൽ സർട്ടിഫിക്കേറ്റ് നൽകാനും ജീവനക്കാർക്ക് മെഡിക്കൽ ലീവും ആനുകൂല്യങ്ങളും അനുവദിക്കാനും പാരമ്പര്യമുറ അനുസരിച്ച് നാട്ടുവൈദ്യന്മാർ തുടങ്ങിയതോടെ അത് നിരോധിച്ചില്ലെങ്കിൽ അധിനിവേശ താൽപ്പര്യങ്ങൾക്ക് ഹാനികരമാണെന്ന് പല ബ്രിട്ടീഷ് പ്രവിശ്യകളിൽ നിന്നും പരാതി ഉയർന്നു. ഇതേ തുടർന്ന് വൈദ്യന്മാർ ചികിത്സനടത്തുന്നതും മറ്റ് ഔദ്യോഗിക കൃത്യങ്ങൾ നിർവ ഹിക്കുന്നതും തടയാനായി പല പ്രവിശ്യകളിലും മെഡിക്കൽ പ്രാക്ടീ ഷിനേഴ്സിന് ലൈസൻസ് കൊടുക്കാനും മറ്റ് നിയന്ത്രണങ്ങൾ ഏർപ്പെ ടുത്താനും നിയമം കൊണ്ടുവന്നു. ഏറ്റവും സമഗ്രമായ ആദ്യത്തെ മെഡി ക്കൽ പ്രാക്ടീഷണേഴ്സ് നിയമം ബോംബെ പ്രസിഡൻസിയിലാണ് നില വിൽ വന്നത് (ബോംബെ മെഡിക്കൽ രജിസ്ട്രേഷൻ ആക്ട്-1912). അതിൻ പ്രകാരം നാട്ടുവൈദ്യന്മാർക്കുള്ള പദവി നിഷേധിക്കപ്പെട്ടു. അലോപ്പതി ചികിത്സകർക്കു മാത്രമേ മെഡിക്കൽ സർട്ടിഫിക്കേറ്റ് കൊടു ക്കാൻ അനുവാദമുള്ളൂ എന്ന നില വന്നു. അധികം താമസിയാതെ ഈ നിയമത്തിന്റെ ചുവടുപിടിച്ച് മറ്റ് പ്രവിശ്യകളിലും ചില നാട്ടുരാജ്യങ്ങ ളിലും ഇതേ നിയമം ചില ഭേദഗതികളോടെ നടപ്പിലാക്കി. നാട്ടുവൈദ്യ ത്തിന് കൊളോണിയൽ ഭരണാധികാരികൾ നൽകിയ കനത്ത പ്രഹര മായിരുന്നു ഇത്.

ചില പ്രായോഗിക ബുദ്ധികളും ഭാരതീയ പാരമ്പര്യത്തെ മനസ്സി ലാക്കാൻ ശ്രമിച്ചവരും ആയ ബ്രിട്ടീഷ് അധികാരികൾ ആദ്യകാലത്ത് നാടൻ സമ്പ്രദായങ്ങൾക്കും പടിഞ്ഞാറൻ സമ്പ്രദായത്തിനും തുല്യപ്രാ ധാന്യം നൽകി ആരോഗ്യപരിപാലനവും വൈദ്യഅഭ്യസനവും നടത്താൻ ശ്രമിച്ചിരുന്നു. ഉദാഹരണത്തിന് കൽക്കത്തയിൽ ഈ രണ്ട് ധാരകളേയും പരസ്പരം സഹകരിച്ച് കൊണ്ടുപോകാനുള്ള പാഠ്യപദ്ധതിയോടുകൂടിയ ഒരു വൈദ്യപഠനകേന്ദ്രം കൊളോണിയൽ അധികൃതർ ആരംഭിച്ചതാണ് (1822). പിന്നീട് മുംബൈയിലും ചെന്നൈയിലും ചില സ്ഥാപനങ്ങൾ നില വിൽ വന്നു. 1835 ഓടുകൂടി മെക്കാളെ പ്രഭുവിന്റെ കുപ്രസിദ്ധമായ വിദ്യാ ഭ്യാസ പരിഷ്കാരത്തിന്റെ രേഖ നിലവിൽ വരികയും ആ രേഖയിൽ ഇന്ത്യൻ പാരമ്പര്യത്തേയും ശാസ്ത്രങ്ങളേയും അബദ്ധങ്ങളും അന്ധ വിശ്വാസങ്ങളുമായി അധിക്ഷേപിക്കുകയും വിദ്യാഭ്യാസത്തെ മുഴുവൻ ഇംഗ്ലീഷ് രീതിക്ക് അടിമപ്പെടുത്തുകയും ചെയ്തതോടെ ആയുർവേദ ത്തിന്റെ കഷ്ടകാലവും ആരംഭിച്ചു. മാത്രമല്ല പത്തൊമ്പതാം നൂറ്റാ ണ്ടിന്റെ ഉത്തരാർദ്ധത്തോടെ ബ്രിട്ടീഷ് ഔഷധനിർമാണ കുത്തകകൾ ശക്തിയാർജിക്കുകയും കൊളോണിയൽ ഭരണാധികാരികളെ സ്വാധീ നിക്കാൻ ശ്രമിക്കുകയും ചെയ്തു. നേരത്തെ പറഞ്ഞതുപോലെ ഈ ഘട്ടത്തിലാണ് നവോത്ഥാനത്തിന്റെയും സ്വാതന്ത്ര്യസമരത്തിന്റെയും ഭാഗ

മായി നാട്ടുവൈദ്യശാസ്ത്രത്തെ പുനരുദ്ധരിക്കാനുള്ള ശ്രമങ്ങൾ ജന കീയതലത്തിൽ ആരംഭിച്ചത്. ആചാര്യ പ്രഫുല്ലചന്ദ്ര റായിയുടെ *ഹിന്ദു രസതന്ത്രത്തിന്റെ ചരിത്രം* ഔഷധനിർമാണത്തിലും ചികിത്സാ സമ്പ്ര ദായങ്ങളിലും ഭാരതീയ പാരമ്പര്യം പടിഞ്ഞാറൻ വൈദ്യപ്രയോഗങ്ങളേ ക്കാൾ എത്രമേൽ മെച്ചപ്പെട്ടതാണെന്ന് പാശ്ചാത്യ ശാസ്ത്രത്തിന്റെ സങ്കൽപ്പങ്ങൾ വച്ചു തന്നെ സ്ഥാപിക്കുകയുണ്ടായി. ഈ പരിശ്രമങ്ങ ളോട് ശത്രുതയോടെയാണ് ബ്രിട്ടീഷ് ഭരണാധികാരികൾ പെരുമാറിയ ത്. മെഡിക്കൽ പ്രാക്ടീഷണേഴ്സ് നിയമം അത്തരം നീക്കങ്ങളിൽ ഒന്നു മാത്രമാണ്.

ചിലപ്പോൾ പുതുതായി ആരംഭിച്ചുവന്നിരുന്ന ആയുർവേദം, യുനാനി മുതലായവയുടെ ചികിത്സാലയങ്ങളുടേയും വിദ്യാലയങ്ങളുടെയും ഉദ്ഘാ ടനസന്ദർഭങ്ങളിൽ ഔപചാരികമായി പങ്കെടുക്കാൻ നിർബന്ധിതരാകു മ്പോൾ പോലും വൈസ്റോയിമാരും ഗവർണർമാരും മറ്റും നാടൻ ചികി ത്സാസമ്പ്രദായങ്ങളെ തള്ളിപറയാറുണ്ട്. ഉദാഹരണത്തിന് ദില്ലിയിലെ യുനാനി ആയുർവേദ തിബിയ കോളേജിന് തറക്കല്ലിടുന്ന ചടങ്ങിൽ പങ്കെ ടുത്ത വൈസ്റോയി ഹാർഡിഞ്ച് പ്രഭു ഇംഗ്ലീഷ് വൈദ്യസമ്പ്രദായത്തിന് അല്ലാതെ സർക്കാരിന്റെ ധനസഹായം ലഭിക്കില്ല എന്ന് വെട്ടിത്തുറന്ന് പറഞ്ഞു. നാട്ടുവൈദ്യന്മാർക്ക് ശരീരശാസ്ത്രമോ രോഗനിർണയമാതൃ കകളോ അറിയില്ലെന്നും അവരുടെ ഔഷധങ്ങൾ നിലവാരം കുറഞ്ഞ താണെന്നും അധിക്ഷേപിക്കാനും അദ്ദേഹം മറന്നില്ല.

നാട്ടുചികിത്സാസമ്പ്രദായങ്ങളെ അധിക്ഷേപിച്ച് ഇംഗ്ലീഷ് സമ്പ്രദാ യത്തെ ശാസ്ത്രീയവും കുറ്റമറ്റതും ആയി പ്രഖ്യാപിക്കുന്ന ഹാർഡിഞ്ച് പ്രഭുവിന് രണ്ട് ഗുരുതരമായ തെറ്റുകൾ സംഭവിച്ചു അഥവാ ഇംഗ്ലീഷ് വൈദ്യസമ്പ്രദായത്തെ കുറിച്ചുള്ള അതിരുകവിഞ്ഞ പ്രശംസ കൊളോ ണിയൽ അധികൃതരുടെ രണ്ട് പരാജയങ്ങളെ മനഃപൂർവം മറച്ചുവ യ്ക്കാൻ ശ്രമിച്ചു.

ഒന്നാമത്തെ പ്രമാദം: പത്തൊമ്പതാം നൂറ്റാണ്ട് വരെ ഇന്ത്യയിലേയും മറ്റ് പൂർവരാഷ്ട്രങ്ങളിലേയും വൈദ്യസമ്പ്രദായങ്ങളെ അങ്ങേയറ്റത്തെ ആദരവോടുകൂടിയാണ് പടിഞ്ഞാറൻ പണ്ഡിതന്മാർ കരുതി പോന്നത്. ഉദാഹരണത്തിന് റോയൽ ഏഷ്യാറ്റിക് സൊസൈറ്റിയുടെ (ഇപ്പോൾ ഏഷ്യാ റ്റിക് സൊസൈറ്റി) സ്ഥാപകനും ബഹുഭാഷാ പണ്ഡിതനും ന്യായാധി പനും ആയിരുന്ന വില്യം ജോൺസ് പറയുന്നത് ശ്രദ്ധിക്കുക.

> What their old books contain on the subject we ought to discover, and without loss of time; lest the venerable but abstruse language in which they are composed, should cease to be perfectly intelligible even to the best educated natives, through want of a powerful invitation to study it. Bernier .....mentions approved books in Sanscrit[sic], and cite us a few aphorisms which appear judicious and rational; but we can expect something so important from the works of Hindu or Musselman phy-

sicians as the knowledge, which experience must give them, of simple medicines...

I myself met with curious frigments of that primeval work [the Ayurveda]; and, in the veda itself, I found with astonishment an entire upanishad on the internal parts of the human body.....On the whole we cannot expect to require many valuable truths from an examination of eastern books on the science of medicine; but examine them we must, if we wish to complete the history of universal philosophy and to supply the scholars of Europe with authentic materials for an account of the opinions anciently formed on this head by the philosophers of Asia. (പുറം 57-58, ഹെൽത്ത് മെഡിസിൻ ആന്റ് എംപയർ: ന്യൂ പേഴ്സ്പെക്ടീവ്സ് ഓൺ കൊളോണിയൽ ഇന്ത്യ, ഹൈദരാബാദ്, 2007)

പാശ്ചാത്യസാമ്രാജ്യത്വം ഏഷ്യയിലും ആഫ്രിക്കയിലും ലാറ്റിൻ അമേരിക്കയിലും കുത്തക മുതലാളിത്തത്തിന്റെയും ബഹുരാഷ്ട്ര കുത്തകകളുടേയും ഉപാധി ആകുന്നതിന് മുമ്പ് അവർ എത്രമാത്രം മൂന്നാം ലോകരാഷ്ട്രങ്ങളിലെ പരമ്പരാഗത ചികിത്സാസമ്പ്രദായങ്ങളെ ആശ്രയിച്ചുപോന്നു എന്ന് *ഇംപീരിയൽ മെഡിസിൻ ആന്റ് ഇണ്ടിജിനസ് സൊസൈറ്റീസ്* (ഓക്സ്ഫോർഡ്, 1988) എന്ന പുസ്തകം വ്യക്തമാക്കി തരുന്നു:

Before 1800 (in striking contrast with the late nineteenth century) Europeans commonly sought the help of local physicians, partly because so few of their own were available, partly from a conviction that they were likely to be better acquainted with the diseases (and the remedies) of the place. The spanish in the Americas, despite their general disregard for the indigenous cultures, adopted a number of local medicines, including the use of cinchona('peruvian bark') as a febrifuge, and, until the Inquisition intervened, the portuguese in western india used Brahmin 'panditos', practitioners of Hindu Ayurvedic medicine, as their physicians. The English East India Company encouraged its servants to rely on local rather than expensively imported medicines, arguing in 1622 that 'the indies hath drugs in far greater plenty and perfection than here'. In an age when folk medicine still thrived in Europe, white settlers overseas often devised their own medicines making use of locally available plants and animal. (പുറം-12-13)

ദാർശനികരും ഭിഷഗ്വരന്മാരും ആയിരുന്ന അറബി മനീഷികളായ ഇബന് സീന(ബാഗ്ദാദ്) അൽ റഷ്ദ് (കൊർദോവ) മുതലായവരുടെ കൃതികളിൽനിന്ന് യുനാനി ചികിത്സാപദ്ധതിയിലെ പല ആശയങ്ങളും നവോത്ഥാനകാലത്തെ യൂറോപ്യന്മാർ കടംകൊണ്ടിട്ടുണ്ട്. യുനാനിയും ആയുർവേദവും പരസ്പരം കടം എടുക്കുകയും കടം കൊടുക്കുകയും ചെയ്തിട്ടുണ്ട് എന്നത് ആധുനിക ശാസ്ത്രകാരന്മാർ സമ്മതിക്കുന്ന കാര്യമാണ്. 1498 ൽ പോർത്തുഗീസുകാർ ഇന്ത്യയിൽ വന്നതിനെ തുടർന്ന് അവരും ഫ്രഞ്ചുകാരും ഡച്ചുകാരും പിന്നീട് ഇംഗ്ലീഷുകാരും ഇന്ത്യൻ ചികിത്സാ സമ്പ്രദായങ്ങളിൽ നിന്ന് പലതും സ്വീകരിച്ചതായി തെളിവുണ്ട്. 19-ാം നൂറ്റാണ്ടിന്റെ ആദ്യപാദത്തിൽ പോലും ഈ സ്വീകരണപ്രക്രിയ നടന്നുകൊണ്ടിരുന്നു എന്നതിന്റെ തെളിവാണ് നേരത്തെ പരാമർശിച്ച 1922 ൽ കൽക്കത്തയിലും മറ്റും കൊളോണിയൽ അധികൃതർ സ്ഥാപിച്ച ആയുർവേദ അലോപ്പതി സംയുക്ത പാഠ്യപദ്ധതിയോടുകൂടിയ വൈദ്യ വിദ്യാലയങ്ങൾ. ഈ നിലയ്ക്ക് ഒരു മാറ്റം 1835 മുതൽ വന്ന കാര്യം നേരത്തെ സൂചിപ്പിച്ചുവല്ലോ.

രണ്ടാമത്തെ പ്രമാദം: നാട്ടുചികിത്സാ സമ്പ്രദായങ്ങളെ തിരസ്കരിച്ച് കൂടുതൽ ശാസ്ത്രീയം എന്ന് അവകാശപ്പെടുന്ന അലോപ്പതിക്ക് ധനസഹായവും നിയമപ്രാബല്യവും നൽകിയ കൊളോണിയൽ ഭരണത്തിന്റെ കീഴിൽ പൊതുജനാരോഗ്യം ഗുരുതരമായി അവഗണിക്കപ്പെട്ടിരുന്നു എന്ന വസ്തുത ഇപ്പോൾ ഗവേഷകർ കണ്ടെത്തിയിട്ടുണ്ട്. ഹാർഡിഞ്ചിന്റെ നയ പ്രഖ്യാപനത്തിലെ പൊള്ളത്തരം വ്യക്തമാക്കാൻ മറ്റു വസ്തുതകൾ ആവശ്യമില്ല:

> Nobel prize-winning malariologist, Sir Ronald Ross, had boasted in 1923 that the British had introduced into India “honesty, law, justice, order, roads, posts, railways, irrigation, hospitals..... and what was necessary for civilisation, a final superior authority”, the Indian Marxist R. Palme Dutt contended in 1940 that “provision for the most elementary needs of public hygiene, sanitation or health is so low, in respect of the working masses in the towns or in the villages to be practically non-existent”. Both these views have proved to be markably enduring. In his 1954 work on local self-government in India, Hugh Tinker attributed almost all sanitary progress to British officials, arguing that Indian representatives on municipal and provincial bodies had little interest in matters of public health. “Only in Bengal”, he claimed , “was there any real demand for [sanitory] services and some willingness to pay for them. Elsewhere public health services developed only because officials fostered them”. Conversely, in her 1982 pamphlet, *Public Health and Medical Research in India,* Radhika Ramasubban claimed

> that the British had "lost the historic opportunity for initiating sanitary reform" and had scuttled all initiatives put forward by the Indians themselves. Instead, she argues, the British developed a distinctly colonial mode of health care, characterised by residential segregation and neglect of the civilian indigenous population. The tendency to concentrate medical and sanitary expenditure in colonial enclaves has also been remarked upon by David Arnold, who has criticised the Government of India for devolving much of the responsibility for health to poorly-funded and inexperienced local authorities.
> (ടി പുസ്തകം)

ആയുർവേദത്തിന്റെയും മറ്റ് നാട്ട് ചികിത്സാസമ്പ്രദായങ്ങളുടെയും പുനരുദ്ധാരണം എപ്രകാരം ആണ് കൊളോണിയൽ വിരുദ്ധ സ്വാതന്ത്ര്യ സമരത്തിന്റെയും നവോത്ഥാനത്തിന്റെയും അവിഭാജ്യഘടകമായിരുന്നത് എന്ന് ഈ വിവരണങ്ങളിൽ നിന്ന് വ്യക്തമാകുമല്ലോ. ബംഗാളിലെ ഗൺനാഥ് സെന്നും പി സി റായിയും മഹാരാഷ്ട്രയിലെ ലക്ഷ്മി പഥെയും കേരളത്തിലെ വൈദ്യരത്നം പി എസ് വാര്യരും പരമ്പരാഗത വൈദ്യശാസ്ത്രങ്ങളുടെ പുനരുദ്ധാരണത്തിലൂടെയും പരിഷ്കരണത്തിലൂടെയും സ്വാതന്ത്ര്യത്തിനും പുത്തുണർവിനും വേണ്ടി പ്രവർത്തിച്ച ആദ്യ പഥികരാണ്.

1930 കൾക്കുശേഷം നാട്ടുചികിത്സാ സമ്പ്രദായങ്ങളോടുള്ള ഭരണാധികാരികളുടെ നിലപാടിൽ സ്വാഗതാർഹമായ മാറ്റം കാണാൻ തുടങ്ങി. 1947 ലെ സ്വാതന്ത്ര്യപ്രാപ്തിക്കുശേഷം ഈ മാറ്റംകൂടുതൽ പ്രകടമാവുകയും സർക്കാരിന്റെ പൊതുജനാരോഗ്യ സംരക്ഷണനയത്തിലും ധനസഹായ വിതരണത്തിലും നാട്ടു ചികിത്സാസമ്പ്രദായങ്ങൾക്ക് പ്രാധാന്യം വർധിക്കുകയും ചെയ്തു. പാശ്ചാത്യചികിത്സാസമ്പ്രദായത്തോടൊപ്പം നാട്ടുചികിത്സാ സമ്പ്രദായങ്ങൾക്കും നിയമപ്രാബല്യം നൽകാൻ ഇൻഡിജിനസ് മെഡിക്കൽ കൗൺസിൽ രൂപീകരിക്കുകയും മെഡിക്കൽ പ്രാക്ടീഷണേഴ്സിനുള്ള നിയമദത്തമായ അംഗീകാരം നാട്ടുചികിത്സാ വിദഗ്ധർക്കും നൽകി. സർവകലാശാലകളിൽ എല്ലാം ഇപ്പോൾ നാട്ടുചികിത്സാവകുപ്പുകളും പാഠ്യപദ്ധതികളും ബിരുദങ്ങളും ഉണ്ട്.

ഇതൊക്കെ ആണെങ്കിലും ഇപ്പോഴും സോഷ്യലിസ്റ്റ് ചൈനയിലും മറ്റും നൽകുന്ന പദവിയും പ്രോത്സാഹനവും ഇന്ത്യയിൽ ലഭിക്കുന്നില്ല. ഇന്ത്യയിലെ ഭരണാധികാരികളായ കുത്തകമുതലാളിത്ത വർഗവും ബഹുരാഷ്ട്ര കുത്തകകളും തമ്മിലുള്ള വേഴ്ചയും പൊതുവേ പാശ്ചാത്യസംസ്കാരത്തിന് സ്വാതന്ത്ര്യാനന്തരകാലത്തും തുടരുന്ന മേൽക്കോയ്മയും മറ്റുമാണ് അതിന് കാരണം. അലോപ്പതിയെ എന്ന പോലെ നാട്ടുചികിത്സാസമ്പ്രദായങ്ങളെയും പ്രോത്സാഹിപ്പിക്കുകയും പ്രയോജനപ്പെടുത്തുകയും ചെയ്യാതെ ഇന്ത്യയുടെ പൊതുജനാരോഗ്യസംരക്ഷണം ഫലപ്രദം ആവുകയില്ല. വൈദ്യരത്നം പി എസ് വാര്യർ ഈ വഴിക്ക് തെളിച്ച രാജപാത പരിഷ്കർത്താക്കൾക്ക് വഴികാട്ടി ആകട്ടെ.

8 കുറുമ്പൻ ദൈവത്താൻ
ദളിതനവോത്ഥാനത്തിന്റെ വിസ്മൃതനായകൻ

കേരളത്തിന്റെ എന്നല്ല ഇന്ത്യാ മഹാരാജ്യത്തിൽ തന്നെ നവോത്ഥാനത്തിന് പ്രതിഭാശാലികളായ ദളിത സമരനായകർ നൽകിയിട്ടുള്ള സംഭാവന ചരിത്രത്തിന്റെ ഏടുകളിൽ പലപ്പോഴും കണ്ടെത്താൻ കഴിയില്ല. ചിലപ്പോൾ ആ പേരുകൾ സന്ദർഭവശാൽ പരാമർശിക്കപ്പെടുകയോ അടിക്കുറിപ്പിലോ മറ്റോ ഒതുക്കി കളയുകയോ ആണ് പതിവ്. എങ്കിലും കേരള നവോത്ഥാനത്തിൽ ദളിതരുടെ (പ്രത്യേകിച്ച് പുലയരുടെ) അധ്യക്ഷ്യ നേതാവായിരുന്ന അയ്യങ്കാളി അടുത്തകാലത്തായി പൂർവാധികം സ്മരിക്കപ്പെടുകയും ആദരിക്കപ്പെടുകയും ചെയ്യുന്നുണ്ട്. എന്നാൽ അയ്യങ്കാളിയുടെ മഹാ പ്രസ്ഥാനത്തിലെ രണ്ടാമൻ എന്ന് വിശേഷിപ്പിക്കപ്പെടാവുന്ന കുറുമ്പൻ ദൈവത്താൻ (1880-1927) അർഹിക്കുന്ന അളവിൽ ചരിത്രകാരന്മാരുടെ പരിഗണനയ്ക്ക് വിധേയനായിട്ടില്ല. ഈ അടുത്തയിടെയാണ് പത്രപ്രവർത്തകനും ദൈവത്താന്റെ നാട്ടുകാരനും ആയ ബാബു തോമസ് ഈ നവോത്ഥാന നായകന്റെ ഹ്രസ്വമെങ്കിലും സമഗ്രമായ പ്രഥമ ജീവചരിത്രം എഴുതി പ്രസിദ്ധീകരിച്ചത്- *നവോത്ഥാനത്തിന്റെ സൂര്യതേജസ്സ്*, (2005)

മധ്യതിരുവിതാംകൂറിലെ പേരുകേട്ട ആറന്മുള പാർത്ഥസാരഥി ക്ഷേത്രത്തിന്റെ പരിസരത്ത് ഇടയാറന്മുളയിൽ ആണ് കുരവയ്ക്കൽ

ചക്കോളയിൽ കുറുമ്പന്റെയും തെക്കേതിൽ പറമ്പിൽ നാണിയുടേയും മകനായി 1880 ൽ (മലയാള വർഷം 1055 മകരം 12) കുറുമ്പൻ ദൈവത്താൻ ജനിച്ചത്. ദൈവത്താന്റെ വഴികാട്ടിയും നേതാവുമായിരുന്ന അയ്യങ്കാളിയേക്കാൾ 17 വയസ്സ് ഇളപ്പമായിരുന്നു കുറുമ്പന്. അക്കാലത്ത് വലിയ നാട്ടുപ്രമാണിമാരും ജന്മിമാരും ആയിരുന്ന തലാപ്പിൽ കുടുംബം വക പുരയിടത്തിലാണ് അടിയാളരായിരുന്ന കുറുമ്പനും കുടുംബവും കുടിൽ കെട്ടി പാർത്തിരുന്നത്. കുറുമ്പൻ താളി ദമ്പതികളുടെ ആറു മക്കളിൽ രണ്ടാമത്തെ ആളായിരുന്നു ദൈവത്താൻ. ആയതിനാൽ അദ്ദേഹം 'നടുവത്തമ്മൻ' എന്ന ഓമനപ്പേരിലാണ് വീട്ടിൽ അറിയപ്പെട്ടിരുന്നത്.

1855ൽ ഔപചാരികമായി തിരുവിതാംകൂറിൽ അടിമത്തം നിരോധിക്കപ്പെട്ടിരുന്നുവെങ്കിലും കാളച്ചന്തയിലും മത്സ്യച്ചന്തയിലും വിൽപ്പന നടക്കുന്നതു പോലെ കമ്പോളങ്ങളിൽ അടിമകളെ വിൽക്കലും വാങ്ങലും നടക്കാറില്ല എന്ന മാറ്റമേ വന്നിരുന്നുള്ളു. അടിമകളെ സ്വകാര്യമായി വിൽക്കലും വാങ്ങലും കുറേയേറെക്കാലത്തേക്ക് തുടർന്നു വന്നു. കൂടാതെ നിലവും പുരയിടവും വിൽക്കുമ്പോൾ അവിടെ പണിയെടുക്കുകയും കുടിൽ കെട്ടി പാർക്കുകയും ചെയ്യുന്ന അടിയാളരായ ദളിതർക്കുകൂടി വില നിശ്ചയിച്ച് ഭൂമിയോടൊപ്പം ദളിതരേയും പുതിയ ഉടമയ്ക്ക് കൈമാറുന്ന സമ്പ്രദായം ഇരുപതാം നൂറ്റാണ്ടിന്റെ ആദ്യ ദശകങ്ങളിൽ വരെ നടന്നിരുന്നതായി പഴയ തീറാധാരങ്ങൾ തെളിയിക്കുന്നു.

വളരെ ചെറുപ്പം തൊട്ടേ ആടുമാടുകളെ പോലെ വിൽപ്പനയ്ക്കും കഠിനാധ്വാനത്തിനും ശാരീരിക പീഡനങ്ങൾക്കും വിധേയരായിരുന്ന തന്റെ സഹജീവികളെക്കുറിച്ച് കുറുമ്പൻ ദൈവത്താൻ വേദനിക്കുകയും രോഷം കൊള്ളുകയും ചെയ്തിരുന്നു എന്ന് പിൽക്കാലത്ത് അദ്ദേഹം പ്രസ്താവിച്ചിട്ടുണ്ട്. എങ്കിലും കുറുമ്പൻ ദൈവത്താന്റെ കുടുംബം സാധാരണ പുലയരുടേതിനേക്കാൾ സമ്പന്നമായിരുന്നു. ദൈവത്താന്റെ അച്ഛൻ ഉഴവുമാട് കച്ചവടം, പാട്ടകൃഷി തുടങ്ങിയ സ്വതന്ത്രമായ തൊഴിലുകളിൽ ഏർപ്പെട്ട് സ്വന്തമായി പുരയിടം വാങ്ങുകയും പുരവയ്ക്കുകയും ചെയ്തിരുന്നു. അക്കാലത്ത് പുരവച്ചാൽ അതിന് പേരിടാൻ മേൽ ജാതിക്കാർക്കും ജന്മിമാർക്കും മാത്രമേ അവകാശം ഉണ്ടായിരുന്നുള്ളു. ഈ സമ്പ്രദായത്തെ വകവയ്ക്കാതെ വീടിന് കുറുമ്പൻ 'കിടാരത്തിൽ' എന്ന പേരു നൽകി.

വിദ്യനേടാനുള്ള അഭ്യാസങ്ങൾ

അക്കാലത്ത് സർക്കാർ വിദ്യാലയങ്ങളും ചിട്ടപ്പടിയായുള്ള പാഠ്യപദ്ധതിയോടുകൂടിയ പഠന സമ്പ്രദായങ്ങളും അതീവ ദുർലഭം ആയിരുന്നു. പ്രാഥമിക വിദ്യാഭ്യാസം കുടിപ്പള്ളിക്കൂടങ്ങളിൽ കളരി ആശാന്മാരാണ് നൽകി വന്നത്. മണലിൽ വിരൽ കൊണ്ടും ഓലയിൽ നാരായം കൊണ്ടും ആയിരുന്നു എഴുത്ത്. ഇത്തരം ദുർലഭമായ ഒരു കുടിപ്പള്ളിക്കൂടം ആറന്മുളയിൽ ദൈവത്താൻ ജനിക്കുന്നതിന് മുമ്പ് തന്നെ

ആരംഭിച്ച് പ്രവർത്തിച്ചിരുന്നു. എങ്കിലും തീണ്ടൽക്കാരായ പുലയർക്ക് മാത്രമല്ല അൽപ്പം ഉയർന്നവർ എന്ന് കരുതപ്പെടുന്ന ഈഴവർ തുടങ്ങിയ അയിത്തക്കാർക്കും അവിടെ പ്രവേശനം ഉണ്ടായിരുന്നില്ല. 'ശൂദ്രം അക്ഷരസംയുക്തം ദൂരത: പരിവർഗയേത്' എന്ന മനുസ്മൃതി വാക്യം ലംഘിക്കാൻ അയിത്ത ജാതിയിൽപ്പെട്ട വിദ്യാർഥികൾക്ക് എന്നല്ല ആശാന്മാർക്ക് പോലും ധൈര്യം ഉണ്ടായിരുന്നില്ല. അങ്ങനെ ലംഘിച്ചാൽ മേൽ ജാതിക്കാരായ കുട്ടികൾ കളരി ബഹിഷ്കരിച്ച് വിട്ടുപോവുക മാത്രമല്ല ആചാര ലംഘനം നടത്താൻ ധൈര്യപ്പെടുന്ന കുട്ടികളേയും ആശാനേയും ശാരീരികമായി കടന്നാക്രമിക്കുകയും കളരിക്ക് തീവയ്ക്കുകയും ചെയ്തേക്കും.

ആറന്മുള കച്ചേരിപ്പടിക്കൽ ഉണ്ടായിരുന്ന ഈ കുടിപ്പള്ളിക്കൂടത്തിൽ നിന്നും ഏതാനും നാഴിക ദൂരെ ഇടയാറന്മുളയിൽ കൊച്ചുകുഞ്ഞാശാൻ എന്ന പേരുകേട്ട ഒരു പണ്ഡിതന്റെ നേതൃത്വത്തിൽ ഒരു കളരി പ്രവർത്തിച്ചു വന്നിരുന്നു. കൊച്ചുകുഞ്ഞാശാൻ ക്രിസ്ത്യാനി ആയിരുന്നെങ്കിലും സംസ്കൃതവും ആയുർവേദവും ജ്യോതിഷവും മറ്റും അദ്ദേഹത്തിന് ഹൃദിസ്ഥമായിരുന്നു. സ്വന്തം നിലയിൽ അയിത്തക്കാരെ പഠിപ്പിക്കുന്നതിന് സമ്മതമായിരുന്നു എങ്കിലും സവർണരുടെ ആക്രമണത്തെ ഭയന്ന് അദ്ദേഹം അത്തരം വിദ്യാർഥികളെ പഠിപ്പിക്കുന്നതിൽ നിന്നും ഒഴിഞ്ഞു നിന്നു. അൽപ്പം പ്രമാണിത്തം അവകാശപ്പെടാമായിരുന്ന കൊച്ചുകുഞ്ഞാശാൻ ഭീഷണി ഉണ്ടായില്ലെങ്കിലും അദ്ദേഹത്തിന്റെ കളരിയിൽ നിന്ന് അഭിജാതരായ ഹൈന്ദവ-ക്രൈസ്തവ വിദ്യാർഥികൾ ഒഴിഞ്ഞു പോകുമെന്ന ഭയപ്പാടും അയിത്തക്കാരെ സ്ഥാപനത്തിൽ നിന്നും ഒഴിച്ചു നിറുത്താൻ അദ്ദേഹത്തെ പ്രേരിപ്പിച്ചു. എന്നാൽ കുറുമ്പൻ ദൈവത്താനേയും കുടുംബത്തേയും അറിയാമായിരുന്ന കൊച്ചുകുഞ്ഞാശാൻ ഈ ബാലന്റെ ബുദ്ധി സാമർഥ്യവും വിദ്യാഭ്യാസത്തോടുള്ള അടങ്ങാത്ത ആഭിമുഖ്യവും ബോധ്യപ്പെട്ട് ഒടുവിൽ ഒരു സൗകര്യം ഏർപ്പെടുത്തി കൊടുത്തു. മറ്റെല്ലാ വിദ്യാർഥികളും പഠിത്തം കഴിഞ്ഞ് വീടുകളിലേക്ക് പോയ ശേഷം സന്ധ്യ കഴിഞ്ഞ് എട്ടു മണിയോടുകൂടി കുറുമ്പനോട് പഠിക്കാൻ വരാൻ നിർദേശിക്കുകയാണ് ചെയ്തത്.

അങ്ങനെ ഒളിവിൽ നടന്ന ഈ പഠന സപര്യ ഒടുവിൽ സവർണർ കണ്ടുപിടിച്ചു. അവർ കൂട്ടം കൂടി കുറുമ്പൻ ദൈവത്താനെ കൈയേറ്റം ചെയ്തു. പിന്നീട് കുറുമ്പനും കുടുംബവും ആ നാടുവിടുകയും അവിടെ നിന്നും കുറേ അകലെയുള്ള എരുമക്കാട് പുലിക്കുന്നു മലയിൽ നേരത്തെ സൂചിപ്പിച്ച 'കിടാര'ത്തിൽ ഭവനത്തിലേക്ക് മാറി താമസിക്കുകയും ചെയ്തു. എങ്കിലും പഠിത്തം നിറുത്താൻ കുറുമ്പനോ ശിഷ്യനെ ഒഴിവാക്കാൻ കൊച്ചുകുഞ്ഞാശാനോ തയ്യാറായില്ല. തുടർന്നുള്ള കളരി യാത്രയെ കുറിച്ചും പഠനത്തെ കുറിച്ചും ബാബു തോമസ് എഴുതുന്നു:

ഇതോടെ കൗമാര പ്രായക്കാരനായ ദൈവത്താന് ഗുരുവിന്റെ അടുത്തെത്തണമെങ്കിൽ രണ്ടു കിലോമീറ്ററോളം നടക്കുകയും 18 മീറ്ററിലധികം വീതിയുള്ള തോട് നീന്തി കടക്കുകയും വേണമായിരുന്നു. ഊടുവഴികളിലൂടെയും പാടവരമ്പത്തുകൂടിയും നടന്ന് കോഴിത്തോട് നീന്തിയാണ് സവർണ അക്രമികളുടെ കണ്ണിൽപ്പെടാതെ ദൈവത്താൻ കളരിയിൽ എത്തിയിരുന്നത്.

ഗ്രന്ഥങ്ങളുടെ പഠനം പോലെ തന്നെ കൃഷിയിലും കന്നുകാലി വളർത്തലിലും പഠിപ്പിലും ബാലനായ ദൈവത്താൻ ശ്രദ്ധിച്ചിരുന്നു. അതാണ് പഠനത്തോടൊപ്പം മികച്ച കർഷകനും കാളക്കച്ചവടക്കാരനും ആയി മാറാൻ ദൈവത്താന് കഴിഞ്ഞത്.

മുകളിൽ പറഞ്ഞതുപോലെ പ്രതിസന്ധികളുടെയും ആക്രമണങ്ങളുടേതുമായ ചുറ്റുപാടുകൾക്കിടയിലും രാമായണം, ഭാഗവതം, സീതാദുഃഖം, സന്താനഗോപാലം, മാർക്കണ്ഡേയപുരാണം, എഴുത്തച്ഛന്റെ ഹരിനാമ കീർത്തനം തുടങ്ങിയ കൃതികൾ ദൈവത്താൻ പഠിച്ചു കഴിഞ്ഞതായി പൗത്രൻ മുൻ ഡെപ്യൂട്ടി തഹസിൽദാർ ദിവാകരൻ കടവന്ത്ര പറയുന്നു. നൂറ്റാണ്ടുകളായി പുലയ സമുദായത്തിന്റെ തനതു കലാരൂപമായിരുന്ന കോലടി (കമ്പുകളി) യിൽ ദൈവത്താൻ നിപുണനായിരുന്നു. ഇതിനു വേണ്ടി കുചേലവൃത്തം, കിരാതം, സുന്ദരീ സ്വയംവരം തുടങ്ങി അന്നു പ്രചാരത്തിലിരുന്ന പല കാവ്യങ്ങളും ദൈവത്താൻ ഹൃദിസ്തമാക്കി. (*നവോത്ഥാനത്തിന്റെ സൂര്യതേജസ്സ്*)

വിവാഹവും കുടുംബജീവിതവും

അന്നത്തെ നിലവാരമനുസരിച്ച് സാമാന്യം മെച്ചപ്പെട്ട വിദ്യാഭ്യാസവും പരമ്പരാഗതമായി താരതമ്യേന ഭേദപ്പെട്ട കുടുംബസ്ഥിതിയും കൈമുതലായിയുയുണ്ടായിരുന്ന കുറുമ്പൻ ദൈവത്താൻ തന്റെ സമുദായത്തിൽപ്പെട്ട ബഹുഭൂരിപക്ഷക്കാരെപ്പോലെ കൂലിവേലക്കോ അടിയാളപ്പണിക്കോ പോയില്ല. പിതാവിൽ നിന്നും പരിശീലനം ലഭിച്ച കാളക്കച്ചവടവും പാട്ടക്കൃഷിയും സ്വന്തം കൃഷിയും നടത്തി ഉപജീവനം തേടുകയാണ് അദ്ദേഹം ചെയ്തത്. അതിനിടയിൽ വിവാഹവും കഴിച്ചു.

ഇടയാറന്മുളയിൽ മേലേപ്പറമ്പിൽ ചാത്തന്റെ മൂത്ത മകൾ ദൈവത്താളായിരുന്നു വധു. ദൈവത്താൾ സംസ്കാരവും സ്നേഹവായ്പ്പും കൊണ്ട് ദൈവത്താന്റെ ഉയർച്ചയും താഴ്ച്ചയും ദുഃഖവും സുഖവും നിറഞ്ഞ ജീവിതത്തിലുടനീളം ഒരു ശക്തി സ്തംഭമായിരുന്നു. ഒരിക്കൽ സഹോദരനുമായി പിണങ്ങി ദൈവത്താനും ദൈവത്താളും സ്വന്തം വസ്ത്രമൊഴിച്ച് മറ്റൊന്നും എടുക്കാതെ എന്നെന്നേക്കുമായി കിടാരംവീട് വിട്ടിറങ്ങിയപ്പോഴും ദൈവത്താൾ മുഖം ചുളിക്കുകയോ തന്റെ ഭർത്താവിനെ വേദനിപ്പിക്കും വിധം എന്തെങ്കിലും വ്യസനം പ്രകടിപ്പിക്കുകയോ ചെയ്

തില്ല. പിന്നീട് ഒരിക്കലും തന്റെ പിതൃഗൃഹത്തിലേക്ക് തിരിച്ചു പോകാത്ത ദൈവത്താൻ തനിക്ക് നിയമപ്രകാരം അർഹതപ്പെട്ട പിതൃസ്വത്തിന്റെ പങ്കുപോലും ആവശ്യപ്പെടുകയോ വാങ്ങുകയോ ചെയ്തിരുന്നില്ല. ദൈവത്താൻ–ദൈവത്താൾ ദമ്പതികൾക്ക് നാല് കുട്ടികളുണ്ടായി. രണ്ടു കുട്ടികൾ അകാലചരമമടഞ്ഞു. മറ്റൊരു മകളായ ജാനകിക്ക് സർക്കാർ സർവീസിൽ തുടരാൻ കഴിഞ്ഞില്ല. സ്വന്തം സഹോദരി അഴകിയാൾ പ്രസവത്തോടെ മരിച്ചതിനാൽ കുഞ്ഞിനെ നോക്കേണ്ട ഉത്തരവാദിത്വം ജാനകിക്ക് ഏറ്റെടുക്കേണ്ടി വന്നതിനാലുമായിരുന്നു ജോലിയിൽ നിന്ന് വിരമിക്കേണ്ടി വന്നത്.

ഉപജീവന മാർഗങ്ങൾ

പിതാവിൽ നിന്നും പഠിച്ച കാളക്കച്ചവടവും പാട്ടക്കൃഷിയും കൊണ്ടുമാത്രം ഉപജീവനം നിർവഹിക്കാനോ മക്കളെ പഠിപ്പിക്കൽ മുതലായ ചെലവേറിയ പരിപാടികൾക്കോ കഴിയുമായിരുന്നില്ല. അതു കൊണ്ട് ദൈവത്താൻ മറ്റു ചില തൊഴിലുകൾ പരീക്ഷിച്ചു നോക്കി. അവയിൽ ഏറ്റവും പ്രധാനം കിഴക്കൻ മലകളിലുള്ള വെള്ളക്കാരുടേയും നാട്ടുകാരുടേയും കാപ്പി തേയില റബ്ബർ മുതലായ തോട്ടങ്ങളിൽ ആവശ്യമായ പണിക്കാരെ ഉൾനാടുകളിൽ നിന്ന് ശേഖരിച്ച് നൽകുകയായിരുന്നു. 'കങ്കാണികൾ' എന്ന പേരിലാണ് ഈ ഇടനില തൊഴിൽക്കാരെ വിശേഷിപ്പിച്ചു വരുന്നത്. എന്നാൽ നേരത്തെ സൂചിപ്പിച്ചതുപോലെ ചെറുപ്പം തൊട്ടേ തന്റെ സഹോദരങ്ങളായ ദളിതർ അനുഭവിച്ച് വരുന്ന കടുത്ത ചൂഷണവും പീഡനവും അറിഞ്ഞ് അവയ്ക്ക് പരിഹാരം കാണാൻകൂടി ശ്രമിച്ചു വന്ന ദൈവത്തൻ ഒരിക്കലും സാധാരണ കങ്കാണികളെപ്പോലെ തൊഴിലാളികളെ ദ്രോഹിക്കാറില്ല. അവരുടെ കൂലിയിൽ നിന്ന് പങ്കു പറ്റാറുമില്ല. തോട്ടം ഉടമകളുമായുള്ള ധാരണ അനുസരിച്ച് അവരിൽ നിന്ന് വ്യവസ്ഥ പ്രകാരം ലഭിക്കുന്ന പ്രതിഫലം മാത്രമേ സ്വീകരിക്കാറുള്ളു. താൻ ഏർപ്പാട് ചെയ്ത് പണിക്കായി ഏൽപ്പിക്കുന്ന കൂലിക്കാരുടെ രക്ഷകനും നേതാവുമായി അവരെ സഹായിക്കുക കൂടി തന്റെ കടമയാണെന്ന് ദൈവത്താൻ വിശ്വസിക്കുകയും അപ്രകാരം പ്രവർത്തിക്കുകയും ചെയ്തു വന്നു. ഈ മനോഭാവം കാരണം ആയിരിക്കാം ദൈവത്താന് കൂലിക്കാരെ ശേഖരിച്ച് ഏർപ്പാട് ചെയ്യാൻ മറ്റുപലർക്കും നേരിടുന്ന വൈഷമ്യങ്ങൾ ഒന്നും അനുഭവപ്പെടാതിരുന്നത്.

കുറുമ്പൻ ദൈവത്താനെ, ഈ ജോലിയിൽ പ്രവേശിക്കുന്നതിന് സഹായിച്ചത് തോട്ടം ഉടമകളുമായി അടുത്ത ബന്ധം ഉണ്ടായിരുന്ന ജോൺ കോൺട്രാക്ടർ എന്നൊരു ബിസിനസുകാരനായിരുന്നു. ജോൺ പൊതുമരാമത്ത് പണികൾ കരാറെടുത്ത് നടത്തുന്നതിന് പുറമെ തോട്ടം ഉടമകൾക്ക് ആവശ്യമുള്ള സേവനങ്ങളും ലാഭത്തെ ലക്ഷ്യമാക്കി നടത്തികൊടുക്കാറുണ്ട്. തോട്ടത്തിലെ ലായങ്ങളിൽ (നിരനിരയായി നിർമിക്കപ്പെടുന്ന വീടുകൾ) താമസിച്ച് പണിയെടുത്ത് വരുന്ന കൂലിക്കാർക്ക്

ആവശ്യമായ അരിയും പലവ്യഞ്ജനങ്ങളും മറ്റും വിതരണം ചെയ്യാറുണ്ടായിരുന്നു. ചില തോട്ടങ്ങളിൽ കടകളും നടത്തി വന്നു. കങ്കാണി പണിക്ക് പുറമേ ജോൺ കോൺട്രാക്ടറുടെ വിവിധ പ്രവർത്തനങ്ങളിൽ വിശ്വസ്തനായ സഹായി എന്ന നിലയിൽ കണക്കെഴുത്തും മേൽനോട്ടവും വഹിക്കുന്നതിലൂടെയും ദൈവത്താൻ കൂടുതൽ വരുമാനം ഉണ്ടാക്കി. സത്യസന്ധതയും കൃത്യനിഷ്ഠതയും മുഖമുദ്ര ആയിരുന്ന ദൈവത്താന്റെ സേവനങ്ങൾ ജോണിനും അനുഗ്രഹമായി. ഈ നിലകളിൽ ലഭിച്ച വരുമാനം അക്കാലത്തെ നിലയ്ക്ക് അത്ര മോശമായിരുന്നില്ല. അതുകൊണ്ട് നേരത്തെ പരാമർശിച്ചതു പോലെ സഹോദരനുമായി തെറ്റിപ്പിരിഞ്ഞ് തറവാട്ടിൽ നിന്ന് ഭാര്യ ദൈവത്താളുമായി കൈയും പിടിച്ചിറങ്ങി പുറപ്പെട്ടതിനു ശേഷം സത്യസന്ധമായ അധ്വാനം കൊണ്ട് അൽപ്പം ഭൂമിയും കൃഷിയിടവും വാങ്ങി വീടുവച്ച് താമസിക്കാനും ദൈവത്താന് കഴിഞ്ഞു.

സാമുദായിക പ്രവർത്തനം

ഇപ്രകാരം ഉപജീവന മാർഗങ്ങൾ സുഗമമാവുകയും വരുമാനം വർധിക്കുകയും ചെയ്തെങ്കിലും ചെറുപ്പത്തിലേ തന്റെ സഹോദരങ്ങൾ സഹിക്കുന്ന പീഡനങ്ങളെ കുറിച്ചുള്ള വ്യഥയും അവ പരിഹരിക്കുന്നതിനുള്ള ആവേശവും ദൈവത്താനിൽ കെട്ടടങ്ങിയിരുന്നില്ല. ദൈവത്താന്റെ ജന്മനാടും പ്രവർത്തന മേഖലയും ആയിരുന്ന മധ്യതിരുവിതാംകൂറിൽ ദളിതരോടുള്ള വിവേചനവും അയിത്താചാരങ്ങളും രൂക്ഷമായി തുടർന്നിരുന്നു. 1855 ൽ രാജകീയ വിളംബരം മുഖേന അടിമത്തം ഔപചാരികമായി നിരോധിക്കപ്പെട്ടിരുന്നു, എങ്കിലും അനുഭവത്തിൽ ഭൂമിയിലെ മറ്റ് സ്ഥാവര ദേഹണ്ണങ്ങളോടൊപ്പം ജംഗമവസ്തുക്കളായി ദളിത വേലക്കാരെയും വില നിർണയിച്ച് തീറാധാരങ്ങളിലൂടെ കൈമാറ്റം ചെയ്യാറുണ്ടെന്ന് നേരത്തെ സൂചിപ്പിച്ചിരുന്നല്ലോ. 1936 ലെ ക്ഷേത്രപ്രവേശന വിളംബരവും 1947 ലെ ഇന്ത്യൻ സ്വാതന്ത്ര്യ പ്രാപ്തിക്കുശേഷം അയിത്താചാരം കുറ്റകൃത്യമാക്കിയതും മറ്റും മധ്യതിരുവിതാംകൂറിൽ 1950 കളിൽപ്പോലും ഫലപ്രദമായില്ല എന്ന് തെളിയിക്കുന്ന സംഭവങ്ങളും കേസുകളും രേഖപ്പെടുത്തപ്പെട്ടിട്ടുണ്ട്. 1950 കളിൽ സാധാരണ ക്ഷൗരക്കടയിലോ കാപ്പിക്കടയിലോ പുലയരാദി ദളിതർക്ക് പ്രവേശനം ലഭിച്ചിരുന്നില്ല. ആ കീഴ്വഴക്കത്തെ ലംഘിക്കുന്നവർക്ക് മേൽജാതിക്കാരുടെ പീഡനം നിത്യാനുഭവമായിരുന്നു. ഈ വിവേചനത്തിൽ നിന്നും പീഡനങ്ങളിൽ നിന്നും രക്ഷനൽകാം എന്ന വാഗ്ദാനം നൽകി ക്രിസ്ത്യൻ മിഷനറിമാർ മുഖേന മതപരിവർത്തനം ചെയ്ത ദളിതരുടേയും അനുഭവം മറിച്ചായിരുന്നില്ല എന്ന് പൊയ്കയിൽ യോഹന്നാന്റെ പ്രത്യക്ഷ രക്ഷാ ദൈവസഭയുടേയും പാമ്പാടി ജോൺ ജോസഫിന്റെ ചേരമർ സംഘത്തിന്റെയും പ്രക്ഷോഭങ്ങൾ തെളിയിക്കുന്നു.

സാമൂഹിക ആചാരങ്ങളിലുള്ള ഈ അന്യായങ്ങളേക്കാൾ കടുത്തതായിരുന്നു സാമ്പത്തിക ബന്ധങ്ങളിലെ ചൂഷണം. കൂലി നിശ്ചയി

ക്കുന്നത് ഭൂ ഉടമകളും കർഷക പ്രമാണിമാരും ആയിരുന്നു. അതിനെതിരെ ശബ്ദമുയർത്തിയാൽ പിന്നെ പണി കിട്ടില്ലെന്ന് മാത്രമല്ല ശാരീരിക പീഡനം അനുഭവിക്കുകയും വേണം. പല കൊയ്ത്ത് പാട്ടുകളിലും മറ്റ് നാടോടി ഗാനങ്ങളിലും ഈ ചൂഷണത്തിന്റെ രൂക്ഷതയും ക്രൂരതയും അലയടിക്കുന്നു:

നേരമ്പോയ നേരത്തും
കൊല്ലാകൊല കൊല്ലണിയേ
അരമുറി കരിക്കും തന്ന്
കൊല്ലാകൊല കൊല്ലണിയേ
യേനിവിടെ വന്നേപ്പിനെ
വെട്ടാക്കുളം വെട്ടിച്ചേ
യേനിവിടെ വന്നേപ്പിന്നെ
കെട്ടാപ്പുര കെട്ടിച്ചേ
അരതൊണ്ട് കള്ളും തന്ന്
നേരം പോയ നേരത്തും
കൊല്ലാകൊല കൊല്ലണിയേ

എന്നിങ്ങനെയുള്ള രോദനങ്ങളും പ്രതിഷേധങ്ങളും അധഃസ്ഥിതരുടെ നാടോടി പാട്ടുകളുടെ സ്ഥിരം പ്രമേയവും പല്ലവിയും ആണ്.

താരതമ്യേന മെച്ചപ്പെട്ട വിദ്യാഭ്യാസവും സാമ്പത്തിക സ്ഥിതിയും ഉള്ള തന്റെ ജീവിതം സുഖകരമാക്കാനല്ല സഹജീവികളുടെ ദുഃഖത്തിൽ പങ്കുചേർന്ന് അവരുടെ അവശതകൾ പരിഹരിക്കാനാണ് കുറുമ്പൻ ദൈവത്താന്റെ മനസ്സാക്ഷി അദ്ദേഹത്തോട് ആവശ്യപ്പെട്ടത്. കുറുമ്പൻ ദൈവത്താൻ ഇപ്രകാരം പ്രായപൂർത്തി എത്തി തൊഴിലുകളിൽ പ്രവേശിക്കുമ്പോഴേക്കും പ്രതിഷേധത്തിന്റെയും പോരാട്ടത്തിന്റെയും കാഹളം തെക്കു നിന്നും പുറപ്പെട്ട് മധ്യതിരുവിതാംകൂറിനേയും ഇളക്കി മറിച്ചുകൊണ്ടിരുന്നു. ശ്രീനാരായണ ധർമ പരിപാലന യോഗത്തിന്റെ മാതൃകയിൽ 1907ൽ മഹാനായ അയ്യങ്കാളി സ്ഥാപിച്ച സാധുജന പരിപാലന സംഘമാണ് ഈ ചലനങ്ങളുടെ പ്രചോദനബിന്ദു. മധ്യതിരുവിതാംകൂറിൽ ഈ പ്രസ്ഥാനത്തിന് നേതൃത്വം കൊടുത്തത് വെള്ളിക്കര ചോതി എന്ന സമർഥനായ ഒരു സംഘാടകനായിരുന്നു. സ്വാഭാവികമായും തന്റെ ആശയങ്ങളും അഭിലാഷങ്ങളുമായി പൊരുത്തപ്പെടുന്ന സാധുജന പരിപാലന സംഘത്തിന്റെ പ്രവർത്തനങ്ങളിൽ ദൈവത്താൻ ആകൃഷ്ടനാവുകയും അതിന്റെ പ്രവർത്തനങ്ങളിൽ മുഴുകുകയും ചെയ്തു. അക്കാലത്ത് ഉപജീവനത്തിനുള്ള തൊഴിലിൽ നിന്ന് പൂർണമായും വിമുക്തനാകാതെ പടിപടിയായി പിന്മാറാൻ തുടങ്ങിയിരുന്നു. ഇന്നത്തെ സമ്പ്രദായത്തിലുള്ള ചുവരെഴുത്തുകൾ അന്ന് നിലവിൽ വന്നിരുന്നില്ലെങ്കിലും ദൈവത്താൻ ജന്മി പുരയിടങ്ങളുടെ മൺഭിത്തികളിൽ ചില മുദ്രാവാക്യങ്ങൾ ചുണ്ണാമ്പും കുമ്മായവും ഉപയോഗിച്ച് എഴുതി പ്രചരിപ്പിക്കാറുണ്ടായിരുന്നു. അത്തരം മുദ്രാവാക്യങ്ങളിൽ ഒന്ന് ഇതാണ്:

തമ്പ്രാന്മാർക്ക് വേലയെടുത്താൽ
കൂലിതരത്തില്ല
അഞ്ഞാഴി തന്നാൽ മുന്നാഴി കാണും
വേല മുടക്കീടും

ഇന്നത്തെ രീതിയിലുള്ള ചുവരെഴുത്ത് മാത്രമല്ല കർഷക തൊഴിലാളി പ്രസ്ഥാനവും നിലവിൽ വന്നിട്ടില്ലാത്ത അക്കാലത്ത് ദൈവത്താന്റെ ഈ മുദ്രാവാക്യങ്ങൾ കാലത്തിന് മുമ്പേ പറന്ന പക്ഷികളുടെ മുൻകൂർ പ്രഖ്യാപനങ്ങളായി പരിണമിച്ചു. ഈ പ്രഖ്യാപനം സ്വാഭാവികമായും സവർണരെയും പ്രമാണിമാരെയും പ്രകോപിപ്പിച്ചു. അവരുടെ ആക്രമണത്തിൽ നിന്നും രക്ഷനേടാൻ അദ്ദേഹത്തിന് ചിലപ്പോൾ ഒളിവിൽ കഴിയേണ്ടതായും വന്നിട്ടുണ്ട്.

അയ്യങ്കാളി

ഇത്രയും ഒക്കെ ആയപ്പോൾ ദളിത നവോത്ഥാന നായകനായ അയ്യങ്കാളിയെ തിരുവനന്തപുരത്ത് പോയി നേരിൽ കണ്ട് ഉപദേശം തേടാൻ ദൈവത്താൻ തയ്യാറായത് അവർ തമ്മിലുള്ള അടുപ്പത്തിന്റെ ആദ്യത്തെ ചുവടുവയ്പ്പായിരുന്നു. അക്ഷരാഭ്യാസവും ആധുനിക വിദ്യാഭ്യാസത്തിന്റെ സിദ്ധികളും ഇല്ലാതിരുന്ന അയ്യങ്കാളിക്ക് എഴുത്തിലും വായനയിലും പ്രസംഗത്തിലും എല്ലാം കഴിവ് തെളിയിച്ച ദൈവത്താനെ തന്റെ മുഖ്യ അനുയായി ആയി ലഭിച്ചതിൽ ചാരിതാർഥ്യം കുറച്ചൊന്നുമായിരുന്നില്ല. തന്റെ സഹചാരിയും സംഘടനാ കാര്യങ്ങളും കണക്കുകളും രേഖകളും ഒക്കെ തയ്യാറാക്കുന്നതിൽ സഹായിയുമായി - ജീവചരിത്രകാരന്മാർ പറയുന്നത് 'മാനേജരായി' - ദൈവത്താനെ നിയമിച്ചു. പക്ഷേ, സ്ഥിരം തിരുവനന്തപുരത്ത് താമസമാക്കാതെ തന്റെ തട്ടകമായ മധ്യതിരുവിതാംകൂറിലേക്ക് കൂടെക്കൂടെ പോകേണ്ട ബാധ്യതയും ദൈവത്താന് ഉണ്ടായി. അങ്ങനെയുള്ള പല സന്ദർഭങ്ങളിലും തന്റെ നേതാവായ അയ്യങ്കാളിയേയും കൂട്ടിക്കൊണ്ട് പോകാറുണ്ടായിരുന്നു. പൊതു യോഗങ്ങളിലും പ്രവർത്തക യോഗങ്ങളിലും ഇരുവരും മറ്റ് പ്രാദേശിക നേതാക്കളോടൊപ്പം പ്രസംഗിക്കാറുണ്ടായിരുന്നു.

ദൈവത്താന്റെ ഗുരുതുല്യനായ സഹായി ആയിരുന്നു പ്രശസ്ത കവിയും നവോത്ഥാന നായകനും പണ്ഡിതനും ആയിരുന്ന മൂലൂർ എസ് പത്മനാഭ പണിക്കർ. മൂലൂർ ഈഴവ സമുദായ അംഗമായിരുന്നെങ്കിലും ആ സമുദായത്തിന്റെ അവകാശങ്ങൾക്ക് വേണ്ടി മാത്രം പൊരുതിയ ഒരു ജാതി മനസ്കനായിരുന്നില്ല. എല്ലാവിധ അനാചാരങ്ങളേയും ഉച്ചനീചത്വ അടിസ്ഥാനത്തിലുള്ള ജാതി വ്യവസ്ഥയേയും കവിതയിലൂടെയും പ്രഭാഷണത്തിലൂടെയും ശ്രീനാരായണ പ്രസ്ഥാനത്തിലൂടെയും എതിർത്ത

മൂലൂരിന്റെ ഭവനം ഇന്നത്തെ പത്തനംതിട്ട ജില്ലയിൽ ആറന്മുളയ്ക്ക് അടുത്തുള്ള ഇളവന്തിട്ടയിലായിരുന്നു. വളരെ നേരത്തെ തന്നെ കുറുമ്പൻ ദൈവത്താനുമായി പരിചയപ്പെട്ട മൂലൂർ ദൈവത്താനെ തന്റെ ആദർശങ്ങളുടെ വക്താവും പ്രയോക്താവുമായി കണ്ടു. പ്രധാനപ്പെട്ട സാമൂഹ്യ പരിഷ്കരണ പ്രശ്നങ്ങൾ മൂലൂരുമായി ചർച്ച ചെയ്താണ് ദൈവത്താൻ തീരുമാനങ്ങൾ കൈക്കൊണ്ടിരുന്നത്. ചുരുങ്ങിയ കാലം കൊണ്ട് ദൈവത്താൻ ദളിതരുടെ ഇടയിൽ മാത്രമല്ല മറ്റ് വിഭാഗം ജനങ്ങളുടെ ഇടയിലും പ്രശസ്തി നേടി. മധ്യതിരുവിതാംകൂറിൽ തിരുവല്ല, ചെങ്ങന്നൂർ, മെഴുവേലി, കോഴഞ്ചേരി, കിടങ്ങന്നൂർ, ആറന്മുള തുടങ്ങിയ പല പ്രദേശങ്ങളിലും ദൈവത്താന്റെ ഊർജിതമായ പ്രവർത്തനം സാധുജന പരിപാലന സംഘത്തിന്റെ വേരുറപ്പിച്ചു. ഉച്ചഭാഷിണിയും ഗതാഗത സൗകര്യങ്ങളും മറ്റും ഇല്ലാതിരുന്ന അക്കാലത്ത് ആയിരക്കണക്കിനാളുകൾ ദൈവത്താന്റെ പ്രഭാഷണങ്ങൾ കേൾക്കാൻ തടിച്ചുകൂടാറുണ്ടായിരുന്നു എന്നത് പ്രസ്ഥാനത്തിന് കൈവന്ന വ്യാപ്തിക്ക് തെളിവാണ്.

നിർഭാഗ്യവശാൽ ഈ വളർച്ചയോടൊപ്പം തന്നെ തന്റെ നേതാവായ അയ്യങ്കാളിയുമായി ചില പ്രശ്നങ്ങളെച്ചൊല്ലി ദൈവത്താൻ അകലാൻ തുടങ്ങി. തർക്ക വിഷയങ്ങൾ ഏതെല്ലാം ആണെന്ന് വ്യക്തമല്ല. ജാതിയെ മുൻനിറുത്തിയുള്ള ഉച്ചനീചത്വങ്ങൾ പരിഹരിക്കാൻ മതപരിവർത്തനം കൊണ്ട് കഴിയില്ലെന്ന് അയ്യങ്കാളിയെപ്പോലെ ദൈവത്താനും വിശ്വസിച്ചിരുന്നു. അയ്യങ്കാളി മതപരിവർത്തനത്തിന് അനുകൂലി ആയിരുന്നില്ലെങ്കിലും മതപരിവർത്തനം ചെയ്ത ദളിതരോട് അനുഭാവപൂർവം പെരുമാറുകയും അവരുടെ ആവശ്യങ്ങൾ കൂടി തന്റെ പരിഷ്കരണ പദ്ധതിയിൽ ഉൾപ്പെടുത്തുകയും ചെയ്തിരുന്നു. സാധുജനപരിപാലന സംഘത്തിന്റെ സ്ഥാപക നേതാക്കളിൽ ഒരാളായിരുന്ന അയ്യങ്കാളിയുടെ സുഹൃത്തായിരുന്നു തോമസ് വാധ്യാർ. സ്വന്തം സമുദായക്കാരനും അഭ്യസ്തവിദ്യനും പിൽക്കാലത്ത് തന്റെ മകളുടെ ഭർത്താവുമായ ടി ടി കേശവൻ ശാസ്ത്രിയെ അവഗണിച്ചു കൊണ്ട് മതപരിവർത്തനം ചെയ്ത ചേരമർ സംഘത്തിന്റെ നേതാവായ പാമ്പാടി ജോൺ ജോസഫിനെ ശ്രീമൂലം പ്രജാ സഭയിലേക്ക് അയ്യങ്കാളി ശുപാർശ ചെയ്തതും ഈ മതനിരപേക്ഷ സ്വഭാവത്തിന് തെളിവാണ്. ഒരു പക്ഷേ, അത്രമാത്രം സഹിഷ്ണുത ദൈവത്താന് ഉണ്ടായിരുന്നിരിക്കില്ല എന്ന് ചിലർ ഊഹിക്കുന്നു. അയ്യങ്കാളിയുമായി തെറ്റിപ്പിരിഞ്ഞ് ദൈവത്താൻ 1917 ൽ സ്ഥാപിച്ച 'ഹിന്ദു പുലയ സമാജം' എന്ന പേരുതന്നെ ഈ വീക്ഷണ വ്യത്യാസത്തിലേക്ക് വിരൽ ചൂണ്ടുന്നു. അയ്യങ്കാളിയും ദൈവത്താനും തമ്മിലുള്ള അഭിപ്രായ വ്യത്യാസത്തെക്കുറിച്ച് ജീവചരിത്രകാരൻ ബാബു തോമസ് ഇപ്രകാരം എഴുതുന്നു:

> 1916 മാർച്ച് 17 (1091 മീനം 4ന്) നും 1916 ഒക്ടോബർ 4 (1092 കന്നി 19) നും ഇടയിലാണ് അയ്യങ്കാളിയും ദൈവത്താനും വഴിപിരിയുന്നത്. സംഘടനാ പ്രവർത്തനവുമായി ബന്ധപ്പെട്ട് ഇരുവരും തമ്മിൽ

ഉടലെടുത്ത അഭിപ്രായ വ്യത്യാസങ്ങളാണ് തർക്കത്തിലും വേർപിരിയലിലും കലാശിച്ചത്. 1914 മാർച്ച് 17ന് ഇലവന്തിട്ട ചന്തയിൽ ചേർന്ന പുലയ യോഗത്തിൽ അയ്യങ്കാളിയും ദൈവത്താനും പങ്കെടുത്തിരുന്നു. ഈ യോഗത്തിൽ മൂലൂർ എസ് പത്മനാഭ പണിക്കരായിരുന്നു മുഖ്യ പ്രഭാഷണം നടത്തിയതെന്ന് മൂലൂരിന്റെ ഡയറിക്കുറിപ്പിൽ നിന്നും വ്യക്തമാകുന്നു.

ഈ യോഗം നടന്ന് രണ്ട് ദിവസം കഴിഞ്ഞപ്പോൾ മാർച്ച് 19 ന് (മീനം 6) ആറന്മുള ഗ്രാമപഞ്ചായത്തിലെ കിടങ്ങന്നൂർ ചന്തയിലും (കാഞ്ഞിരത്തിനാൽ ചന്ത) സാധുജനപരിപാലന സംഘത്തിന്റെ യോഗം നടന്നിരുന്നു. അയ്യങ്കാളിയും മൂലൂരും പങ്കെടുത്ത യോഗത്തിന്റെ പ്രധാന സംഘാടകൻ കുറുമ്പൻ ദൈവത്താനായിരുന്നു. ഈ യോഗത്തിൽ ആയിരം പേർ പങ്കെടുത്തിരുന്നു എന്നാണ് രേഖകളിൽ നിന്നും മനസ്സിലാകുന്നത്.

എന്നാൽ സാധുജന പരിപാലന സംഘത്തിന്റെ നേതാവായിരുന്ന കുറുമ്പൻ ദൈവത്താൻ 1916 ഒക്ടോബർ 4 (1092 കന്നി 19) ന് എത്തുമ്പോൾ തിരുവല്ല, ആറന്മുള ഹിന്ദു പുലയ കാര്യദർശി കിടാരത്തിൽ കുറുമ്പൻ ദൈവത്താൻ എന്ന പേരിലാണ് അറിയപ്പെട്ടത്. മൂലൂർ രചിച്ച *ശ്രീമൂലഭൂപാല വഞ്ചീശം മംഗളം* എന്ന കവിതയുടെ പ്രസിദ്ധീകരണത്തോട് അനുബന്ധിച്ചുള്ള പ്രസാധക കുറിപ്പിലാണ് ഇങ്ങനെ രേഖപ്പെടുത്തിയിട്ടുള്ളത്.

അങ്ങനെ വരുമ്പോൾ ദൈവത്താനും അയ്യങ്കാളിയും തെറ്റിപ്പിരിഞ്ഞതോടെ ആറന്മുള തിരുവല്ല പ്രദേശങ്ങൾ കേന്ദ്രീകരിച്ചുകൊണ്ട് 'ഹിന്ദു പുലയ സമാജം' എന്ന സംഘടനയ്ക്ക് ദൈവത്താനും സുഹൃത്തുക്കളും രൂപം കൊടുത്തു എന്നാണ് മനസ്സിലാക്കേണ്ടത്. 1917 (1093) ൽ എത്തിയതോടെ തിരുവല്ല, ആറന്മുള ഹിന്ദു പുലയ സമാജത്തിന് വീണ്ടും രൂപമാറ്റം സംഭവിച്ചു. മധ്യതിരുവിതാംകൂർ ഹിന്ദു പുലയ സമാജം എന്ന പേരിൽ ഒരു സംഘടന ഇതിനകം രൂപപ്പെട്ടുകഴിഞ്ഞിരുന്നു. തിരുവല്ല ആറന്മുള പ്രദേശങ്ങളിലെ പരിമിതികളിൽ നിന്നും കുറേക്കൂടി വിശാലമായ കാൻവാസിലേക്കുള്ള വളർച്ചയായിരുന്നു മധ്യതിരുവിതാംകൂർ ഹിന്ദു പുലയ സമാജം. ഈ സംഘടനയ്ക്ക് മാത്രമല്ല ദൈവത്താൻ ഉയർത്തിയ ആശയങ്ങൾക്കും ഈ പ്രദേശങ്ങളിൽ വേരോട്ടവും പ്രചാരകരും ഉണ്ടായിരുന്നു എന്നതിന്റെ ഫലമായിരുന്നു ഇത്. (ടി പുസ്തകം, പുറം 64 –66)

സാധുജന പരിപാലന സംഘം എന്ന അയ്യങ്കാളിയുടെ ജാതി-മത നിരപേക്ഷമായ സംഘടനയുടെ സ്ഥാനത്ത് ഹൈന്ദവരായ പുലയരെ മാത്രം ഉൾപ്പെടുത്തുന്ന ഹിന്ദു പുലയ സമാജം മാത്രമാക്കി ചുരുക്കിയത് പ്രസ്ഥാനത്തിന് വ്യാപ്തി വർധിച്ചതായുള്ള സൂചന വിവാദ വിഷയമാണ്.

എങ്കിലും തന്റെ ആവേശവും ആദർശവും പ്രതിബന്ധങ്ങളോ ഭിന്നതകളോ കൂടാത്ത അന്തരീക്ഷത്തിൽ നടപ്പിലാക്കാൻ കുറുമ്പൻ ദൈവത്താന് കഴിഞ്ഞത് തീർച്ചയായും കുറേ കാലത്തേക്കെങ്കിലും പ്രസ്ഥാനത്തിന് ഊർജസ്വലത നൽകാൻ കഴിഞ്ഞിരിക്കാം എന്ന് കരുതുന്നതിൽ തെറ്റില്ല.

പ്രജാസഭാ മെമ്പർ

വ്യാപകമായ ഈ സംഘടനാ പ്രവർത്തനങ്ങളും മൂലൂരിനെപ്പോലുള്ള മഹാന്മാരുടെ സൗഹൃദസഹകരണങ്ങളും അധികാര കേന്ദ്രങ്ങളിലും ചലനങ്ങൾ സൃഷ്ടിച്ചു എന്നതിന്റെ തെളിവാണ് 1915 ൽ ദൈവത്താനെ ശ്രീമൂലം പ്രജാസഭയിൽ ഒരംഗമായി നിയോഗിക്കാൻ പ്രേരകമായത്. പ്രജാസഭയിലെ ദൈവത്താന്റെ കന്നിപ്രസംഗം തന്നെ പ്രഭാഷണ ചാതുരിയും ഭാഷാ നൈപുണ്യവും കൊണ്ട് അത്യന്തം ശ്രദ്ധേയമായിരുന്നു എന്ന് മഹാകവി ഉള്ളൂർ എസ് പരമേശ്വര അയ്യർ സാക്ഷ്യപ്പെടുത്തിയിട്ടുണ്ട്. ദൈവത്താന്റെ പരിഷ്കരണ നിർദേശങ്ങളിൽ സാംസ്കാരികമായ അഭ്യുന്നതിക്ക് ഉതകുന്നവ മുതൽ വീടും കൃഷിയും പുരയിടവും അധഃസ്ഥിതർക്ക് ലഭിക്കാനുതകുന്ന ഭൗതിക കാര്യങ്ങളും വരെ അടങ്ങിയിരുന്നു. ഈ സ്ഥാനത്ത് പത്ത് വർഷക്കാലം ഫലപ്രദമായി പ്രവർത്തിക്കാൻ ദൈവത്താന് കഴിഞ്ഞിരുന്നു. പിൽക്കാലത്ത് ദളിത ജീവിത മേൽഗതിക്ക് ഉപയുക്തമായി പ്രചാരത്തിൽ വന്ന ഹരിജൻ അഥവാ ദളിത് കോളനികൾ എന്ന ആശയം ആദ്യമായി മുന്നോട്ട് വച്ചത് ദൈവത്താനായിരുന്നു. 1918 ഫെബ്രുവരി 19ന് ദൈവത്താൻ ദളിത് കോളനി ഉണ്ടാക്കുന്നതിനെപ്പറ്റി ചെയ്ത പ്രസംഗം ഇങ്ങനെ:

> ഒന്നിച്ചുള്ള അൻപതോ നൂറോ ഏക്കർ സ്ഥലം ഏതെങ്കിലും ഒരിടത്ത് പുലയരുടെ പേരിൽ നീക്കിവെക്കാനായാൽ അതവർക്ക് ഒന്നിച്ചു ജീവിക്കാൻ സൗകര്യമുണ്ടാകുമെന്ന് മെമ്പർ നിരീക്ഷിച്ചു. തങ്ങൾക്ക് അനുവദിച്ച ഭൂമികളിൽ ലാഭകരമായി കൃഷിയിറക്കാനും അത്തരം പ്രദേശങ്ങളിൽ സ്കൂളുകൾ സ്ഥാപിച്ച് തങ്ങളുടെ കുട്ടികളെ വിദ്യയഭ്യസിപ്പിക്കാനും കഴിയുമവർക്ക് . മറ്റ് രാജ്യങ്ങളിലും അതാണ് അനുഭവം. തുടർന്ന് റാന്നി, തോന്നല്ലൂർ, കൊട്ടാരക്കര, ഏഴുകോൺ, അഞ്ചൽ, പുനലൂർ, കിഴക്കേ കല്ലട, വെളിയം, പകുതികളിൽ ദളിത് കോളനികൾക്ക് നീക്കിവെക്കാൻ കഴിയുന്ന ഭൂമികളെ സർവെ നമ്പർ സഹിതം മെമ്പർ ചൂണ്ടിക്കാട്ടി. (*ശ്രീമൂലം പ്രജാസഭാ രേഖകൾ*, 14-ാം സെഷൻ)

കുറുമ്പൻ ദൈവത്താന്റെ കുടുംബം പോലെ വളരെ ചുരുക്കം ദളിതർക്കേ സ്വന്തമായോ പാട്ടവ്യവസ്ഥയിലോ അൽപ്പം നിലവും പുരയിടവും മറ്റും ഉണ്ടായിരുന്നുള്ളു. എന്നാൽ സാധാരണ ബഹുഭൂരിപക്ഷം പുലയർക്കും സ്വന്തമായി പാട്ടത്തോടുകൂടിയ ഭൂമി വാങ്ങാൻ അനുവാദം

ഇല്ലാതിരുന്ന ഒരു കാലമായിരുന്നു അത്. തമ്പ്രാക്കന്മാരുടെ ഭൂമിയിൽ അടിയാനായി കുടിൽ കെട്ടി പാർത്ത് തമ്പ്രാന്മാർക്ക് നിസ്സാരകൂലിക്കോ കഞ്ഞിക്കോ വേണ്ടി പണിയെടുത്തു കൊടുക്കാൻ മാത്രമേ അവർക്ക് അവകാശം ഉണ്ടായിരുന്നുള്ളു. ഈ പശ്ചാത്തലത്തിൽ കൈമാറ്റ അവകാശത്തോടുകൂടി പട്ടയം തീർത്ത കരം കൊടുത്ത 'പണ്ടാരവക ഭൂമി' ഈ കോളനികളിൽ ദളിതർക്ക് നൽകണമെന്ന ദൈവത്താന്റെ ആശയം വിപ്ലവകരം എന്നുപോലും വിശേഷിപ്പിക്കാൻ കഴിയുന്നത്ര പ്രാധാന്യം ഉള്ളതാണ്. ദളിതരുടെ അന്നത്തെ അവസ്ഥയെപ്പറ്റി ദൈവത്താൻ പ്രജാസഭയിൽ 1912 ഫെബ്രുവരി 12 ന് ഇപ്രകാരം പ്രസംഗിച്ചു.

> കൃഷിയിറക്കാൻ കുറച്ച് കാശ് വായ്പ്പയായെങ്കിലും തരണമെന്ന് അദ്ദേഹം അപേക്ഷിച്ചു. അത്തരം ഇളവുകൾ മൈസൂരിൽ അധഃസ്ഥിതർക്ക് നൽകുന്നുണ്ടെന്നാണ് അദ്ദേഹം മനസ്സിലാക്കുന്നത്. ഒരു കുടിൽ വച്ചുകെട്ടാൻ വേണ്ട ഭൂമി കണ്ടെത്തുന്നതിൽ ഹിന്ദു പുലയർ വലിയ കഷ്ടപ്പാടുകൾ സഹിക്കുന്നുണ്ടെന്നും മറ്റുള്ളവരുടെ ഭൂമിയിലാണ് തങ്ങൾ കഴിയുന്നതെന്നും അവരുടെ തോന്നലനുസരിച്ച് കൂടെക്കൂടെ തങ്ങളെ ഓടിക്കയാണെന്നും അദ്ദേഹം പറഞ്ഞു. നിലവിലുള്ള തറവിലയുടെ പകുതി ഈടാക്കി പുലയരുടെ പേരിൽ ഭൂമി പതിച്ചു നൽകാൻ സർക്കാർ കനിയണമെന്നും അതു സാധ്യമല്ലെങ്കിൽ ഏക്കറിന് 5 രൂപ എന്ന മിനിമം തറവില 5 വർഷ ഗഡുക്കളായി അടയ്ക്കാൻ അനുവദിക്കണം എന്നും മെമ്പർ ആവശ്യപ്പെട്ടു. (ശ്രീമൂലം പ്രജാസഭാ രേഖകൾ, 13-ാം സെഷൻ)

അങ്ങനെ പൊതുജന നേതാവും ശ്രീമൂലം പ്രജാസഭാ അംഗവും ആയതിനു ശേഷം പോലും അയിത്തത്തിന്റെ അപമാനം പലപ്പോഴും ദൈവത്താനും അദ്ദേഹത്തെ പോലുള്ളവർക്കും സഹിക്കേണ്ടി വന്നിട്ടുണ്ട് എന്നതിന്റെ ഒരുദാഹരണമാണ് കൊച്ചിയിൽ തൃപ്പൂണ്ണിത്തുറയിൽ വച്ച് ചേർന്ന ഒരു പുലയ മഹാ സമ്മേളനത്തിൽ പങ്കെടുക്കാൻ പോകുന്ന വഴി ഉണ്ടായ ദുരനുഭവം. അന്ന് മധ്യതിരുവിതാംകൂറിൽ നിന്നും കൊച്ചിക്ക് പോകുന്നത് ചെങ്ങന്നൂരിൽ നിന്ന് പമ്പയാറിലൂടെ വേമ്പനാട്ട് കായലിൽ എത്തി വടക്കോട്ട് കെട്ടുവള്ളം മുഖേനയായിരുന്നു. സ്വാതന്ത്ര്യാനന്തര കാലത്ത് തിരു-കൊച്ചി നിയമസഭയിൽ ഡെപ്യൂട്ടി സ്പീക്കറായിരുന്ന ടി ടി കേശവൻ ശാസ്ത്രിയും ദൈവത്താനും ഒരുമിച്ചാണ് യാത്രയ്ക്കായി ചെങ്ങന്നൂരിൽ വള്ളത്തിൽ കയറിയത്. എന്നാൽ വള്ളക്കാർ ഇരുവരേയും തീണ്ടൽക്കാരായി തിരിച്ചറിഞ്ഞ് വള്ളത്തിൽ നിന്നും ഇറക്കി വിടുകയുണ്ടായി. അഞ്ചുവർഷത്തെ ശ്രീമൂലം പ്രജാസഭാംഗത്വം ഉണ്ടായിരുന്നപ്പോഴാണ് ഈ സംഭവം ഉണ്ടായത് എന്നത് അക്കാലത്തെ പ്രാകൃതമായ അയിത്ത സമ്പ്രദായത്തിന്റെ രൂക്ഷത വ്യക്തമാക്കുന്നു.

വിദ്യാഭ്യാസ പ്രവർത്തനം

ശ്രീനാരായണ പ്രസ്ഥാനത്തിന്റെയും അതിലും വിശേഷിച്ച് അയ്യങ്കാളിയുടേയും പ്രക്ഷോഭങ്ങളുടെ ഫലമായി തിരുവിതാംകൂറിൽ 1907, 1914 എന്നീ വർഷങ്ങളിൽ അയിത്ത ജാതിക്കാർക്കും വിദ്യാലയ പ്രവേശനം അനുവദിക്കണമെന്ന് രാജകീയ വിളംബരം ഉണ്ടായിട്ടുണ്ട്. വീണ്ടും വീണ്ടും ഒരേ കാര്യത്തെക്കുറിച്ച് എന്തിന് വിളംബരം പുറപ്പെടുവിച്ചു! രാജകീയ വിളംബരം ഉണ്ടായിട്ടും രാജ്യത്തിന്റെ പല മേഖലകളിലും സവർണരുടെ എതിർപ്പും ആക്രമണവും മൂലം വിളംബരം നടപ്പിലാക്കാത്തതുമൂലമാണ് വീണ്ടും വീണ്ടും ഓരോ കാര്യത്തെപ്പറ്റി വിളംബരം ഇറക്കേണ്ടി വന്നത്. 1914 ലെ വിളംബരം വന്നതിന്റെ അടുത്ത വർഷമാണ് ദൈവത്താൻ പ്രജാസഭയിൽ അംഗമായത്. അപ്പോഴും വിളംബരപ്രകാരം ദളിതർക്ക് പ്രവേശനം നൽകാത്ത വിദ്യാലയങ്ങൾ മധ്യതിരുവിതാംകൂറിൽ ഉണ്ടായിരുന്നു എന്നതിന് ദൈവത്താന്റെ പ്രജാസഭാ പ്രസംഗങ്ങളും ആറന്മുളയിലെ പ്രസിദ്ധമായ വിദ്യാലയ പ്രവേശന പോരാട്ടവും തെളിയിക്കുന്നു. ആ പോരാട്ടത്തെക്കുറിച്ച് ജീവചരിത്രകാരൻ ഇപ്രകാരം വിവരിക്കുന്നു.

> ദൈവത്താന്റെ അക്ഷീണമായ പ്രവർത്തന ഫലമായിട്ടാണ് തന്റെ ചുറ്റുമുള്ള പന്ത്രണ്ടോളം വരുന്ന പുലയ കുട്ടികളെ സ്കൂളിൽ ചേർക്കാൻ രക്ഷാകർത്താക്കൾ സമ്മതിച്ചതു തന്നെ. ഈ കുട്ടികളുമായി ദൈവത്താൻ കൊട്ടാരം സ്കൂളിലേക്ക് വരുന്ന വിവരം കാട്ടുതീ പോലെ നാട്ടിൽ പരന്നു. ഈ വിവരം അറിഞ്ഞ നാട്ടുപ്രമാണിമാർ തങ്ങളുടെ കിങ്കരന്മാരേയും ചേർത്ത് ആയുധങ്ങളുമായി സ്കൂൾ പരിസരത്ത് നിരന്നു നിന്നു. തിരിച്ചു പോയില്ലെങ്കിൽ കൊന്നു കളയുമെന്നായി പ്രമാണിമാർ. ഈ ആക്രോശങ്ങൾക്ക് മറുപടി പറയാതെ ആദ്യ ദിവസം പുഞ്ചിരിച്ചുകൊണ്ട് ദൈവത്താൻ കുട്ടികളുമായി തിരിച്ചു പോന്നു. അന്നു വൈകിട്ട് എരുമക്കാട്, മലമുറ്റം, ഇടയാറന്മുള, പരുത്തപ്പാറ തുടങ്ങിയ പ്രദേശങ്ങളിലെ പുലയ ഭവനങ്ങളിലെത്തിയ ദൈവത്താൻ കുട്ടികളുമായി സ്കൂളുകളിൽ ചെന്നപ്പോഴുള്ള അനുഭവം വിവരിച്ചു. അടുത്ത ദിവസം സംഘമായി പോകണമെന്ന് ആവശ്യപ്പെട്ടു. ആദ്യമൊന്നും ഈ നിർദേശം അംഗീകരിക്കാൻ ഇവർ തയ്യാറായില്ല. ചർച്ചകൾക്കൊടുവിൽ ദൈവത്താന്റെ നിർബന്ധത്തെ തുടർന്ന് ഒരു സംഘം ചെറുപ്പക്കാർ ദൈവത്താനോടൊപ്പം ചെല്ലാമെന്നേറ്റു.
>
> പിറ്റേദിവസം, തലേദിവസം കൂട്ടിക്കൊണ്ടു പോയ കുട്ടികളുമായി ദൈവത്താൻ സ്കൂളിലേക്ക് നീങ്ങി. ഇവർക്ക് തൊട്ടു പിന്നിലായി

ആരോഗദൃഢഗാത്രരായ ഒരു സംഘം ചെറുപ്പക്കാർ വിവിധ ആയുധങ്ങളുമായി അനുഗമിച്ചിരുന്നു. ഏതൊരു ആക്രമണത്തേയും നേരിടാനുള്ള തയ്യാറെടുപ്പോടെയാണ് സംഘം നീങ്ങിയത്. തലേ ദിവസത്തെപ്പോലെ തന്നെ ദൈവത്താനെയും കുട്ടികളേയും തടയാൻ സവർണർ സ്കൂൾ പരിസരത്ത് സംഘടിച്ചു നിന്നെങ്കിലും ദൈവത്താന്റെയും സംഘത്തിന്റെയും വരവു കണ്ടതോടെ പതറിപ്പോവുകയാണ് ഉണ്ടായത്. ഇതോടെ ആരോഗ്യത്തിന് ഹാനികരമാകുമെന്ന് കരുതി പ്രമാണിമാർ പിൻവാങ്ങി. തുടർന്ന് താൻ കൂട്ടിക്കൊണ്ടുവന്ന മുഴുവൻ കുട്ടികളേയും സ്കൂളിൽ ചേർത്തശേഷമാണ് ദൈവത്താൻ മടങ്ങിയത്. പിറ്റേ ദിവസം മുതൽ ദൈവത്താനും സുഹൃത്തുക്കളും ആഴ്ചകളോളം കുട്ടികൾക്ക് കാവലിന് എന്നവണ്ണം സ്കൂളിൽ എത്തുക പതിവായിരുന്നു (ടി പുസ്തകം, പുറം 82– 83)

ഇംഗ്ലീഷ് മലയാളം സംസ്കൃതം സ്കൂളുകളിൽ ദളിത വിദ്യാർഥികൾക്ക് സൗജന്യ വിദ്യാഭ്യാസം സ്കൂൾ ഫൈനൽ പരീക്ഷയിലെ ഫീസ് ഒഴിവാക്കൽ, നിർധനരായ പുലയ വിദ്യാർത്ഥികൾക്ക് പഠനത്തിന് സ്കോളർഷിപ്പ് മുതലായ സൗജന്യങ്ങൾ ദൈവത്താന്റെ പ്രജാസഭാ പ്രസംഗങ്ങളും നിവേദനങ്ങളും മൂലം നടപ്പിലായതാണ്.

ദൈവത്താനെ സംബന്ധിച്ചിടത്തോളം വിദ്യാഭ്യാസം എന്നത് എഴുതാനും വായിക്കാനും കണക്കു കൂട്ടാനും മാത്രം ഉതകുന്ന ഒരു സിദ്ധിയല്ലായിരുന്നു. സമൂഹത്തിലെ ഉച്ചനീചത്വങ്ങൾ പരിഹരിക്കുന്നതിനും വിദ്യാഭ്യാസം ഉതകുമെന്ന് സ്വന്തം അനുഭവം കൊണ്ടും ഉൾക്കാഴ്ച്ച കൊണ്ടും അദ്ദേഹം മനസ്സിലാക്കിയിരുന്നു. ഈ ഉൾക്കാഴ്ച്ചയാണ് സ്വന്തം മക്കളെ പഠിപ്പിക്കുന്ന കാര്യത്തിലും ദൈവത്താൻ പ്രകടിപ്പിച്ചത്. മക്കളെ പ്രാഥമിക വിദ്യാഭ്യാസത്തിന് ശേഷം കായംകുളത്ത് ഇംഗ്ലീഷ് സ്കൂളിൽ അയച്ചു പഠിപ്പിച്ച ശേഷം 'സൂതികർമിണി' (പ്രസവശുശ്രൂഷ നടത്തുന്ന വ്യക്തി) തൊഴിൽ അഭ്യസിക്കാനാണ് നിയോഗിച്ചത്. അപ്പോൾ ദൈവത്താന്റെ മനസ്സിൽ ആ തൊഴിൽ അവസരവും അതിൽ നിന്നുള്ള വരുമാനവും മാത്രമല്ല ഉണ്ടായിരുന്നത്. അഭ്യസ്തവിദ്യയായ സൂതികർമിണിയുടെ സേവനം ജാതി പരിഗണനകൾ മാറ്റിവച്ച് മേൽജാതിക്കാർ പോലും ഉപയോഗപ്പെടുത്തുമ്പോൾ അയിത്തത്തിന്റെ ഭിത്തികൾ അവിടെ തകർന്നു വീഴുമെന്ന് ദൈവത്താൻ കണ്ടിരുന്നു. അതുപോലെ അഭ്യസ്തവിദ്യരായ അയിത്തക്കാരുടെ സേവനങ്ങൾ മറ്റു രംഗങ്ങളിലും മേൽജാതിക്കാർക്ക് ആവശ്യമായി വരുമ്പോൾ ഉച്ചനീചത്വങ്ങളുടെ രൂക്ഷത കുറയും. അഭ്യസ്ത വിദ്യരായ ദളിതർക്ക് അപകർഷതാബോധം ഒഴിഞ്ഞു പോവുകയും ആത്മവിശ്വാസവും സമത്വ ബോധവും വളരുകയും ചെയ്യുമെന്നും ദൈവത്താൻ വാദിച്ചിരുന്നു.

ക്ഷേത്രപ്രവേശന വിളംബരത്തിന് മുമ്പൊരു ക്ഷേത്ര പ്രവേശനം

1936 ലാണ് ചരിത്ര പ്രസിദ്ധമായ ക്ഷേത്ര പ്രവേശന വിളംബരം തിരുവിതാംകൂർ മഹാരാജാവ് പുറപ്പെടുവിച്ചത്. അതിന് വഴിയൊരുക്കിയ വൈക്കം സത്യഗ്രഹം 1924ലും ഗുരുവായൂർ സത്യഗ്രഹം 1931 ലുമാണ് നടന്നത്. ഈ സത്യഗ്രഹ സമരങ്ങൾ പോലെയോ ചില കാര്യങ്ങളിൽ അവയേക്കാൾ വിജയകരമോ ആയിരുന്നു 1924 ൽ ചെങ്ങന്നൂർ മഹാദേവ ക്ഷേത്രത്തിൽ പ്രവേശിച്ച് ആരാധന നടത്താൻ കുറുമ്പൻ ദൈവത്താന്റെ നേതൃത്വത്തിൽ ദളിതർ നടത്തിയ വിജയകരമായ പോരാട്ടം. ഇതേക്കുറിച്ച് പ്രശസ്ത ദളിത ചരിത്രകാരനായ ടി എച്ച് പി ചെന്താരശ്ശേരി ഒരു കത്തിൽ ഇങ്ങനെ വിവരിക്കുന്നു:

> കുറുമ്പൻ ദൈവത്താന്റെ ആത്മസുഹൃത്തായിരുന്ന കല്ലൂർ നാരായണ പിള്ള ചെങ്ങന്നൂർ മഹാദേവ ക്ഷേത്രത്തിന്റെ നായകനായിരുന്നു. നാട്ടുകാർക്ക് അദ്ദേഹത്തെ ധിക്കരിക്കാനാവില്ല. ഈ ആത്മവിശ്വാസത്തെ മുറുകെ പിടിച്ചു കൊണ്ട് ബലമായി തന്നെ അയിത്ത വർഗക്കാരെ ക്ഷേത്രത്തിൽ കയറ്റുവാൻ അദ്ദേഹം തീരുമാനിച്ചു. ദൈവത്താൻ എന്തിനും തയ്യാറായി മുൻപന്തിയിൽ. ചെങ്ങന്നൂർ പോലീസ് സബ് ഇൻസ്പെക്ടർ ആയിരുന്ന വി ആർ നാരായണനെ കല്ലൂർ നാരായണ പിള്ള വിശേഷങ്ങൾ ധരിപ്പിച്ചു. ഹെഡ് കോൺസ്റ്റബിൾമാരായ രണ്ട് നായർ യുവാക്കളും അവരുടെ പദ്ധതിയോട് യോജിച്ചു. അങ്ങനെ പോലീസിന്റെ ഭാഗത്ത് നിന്നും തടസ്സങ്ങളോ എതിർപ്പുകളോ ഉണ്ടാവുകയില്ലെന്ന് ഉറപ്പായി.
>
> ചെങ്ങന്നൂർ ക്ഷേത്രത്തിലെ ഉത്സവത്തിന്റെ സമാപന ദിനമായ 28-ാം ദിവസം ഉച്ചയ്ക്കു ശേഷം കെട്ടുകാളകൾ, കെട്ടുകുതിരകൾ, വാണിയ കോലങ്ങൾ, കമ്പടി, കോലടി, വാദ്യഘോഷങ്ങൾ മുതലായവയുമായി ക്ഷേത്രത്തിന്റെ കിഴക്കേ നടയിലെത്തണമെന്നായിരുന്നു നാരായണപിള്ള യുടെ നിർദേശം. ഘോഷയാത്രയിൽ പങ്കെടുക്കുന്നവർ കുളിച്ച് കുറി തൊട്ട് വൃത്തിയുള്ള വസ്ത്രങ്ങൾ ധരിച്ച് വേണം വരേണ്ടത് എന്നുംകൂടി നിർദേശിച്ചു.
>
> ഇടയാറന്മുള, തോട്ടപ്പുഴശ്ശേരി, മാലക്കര, പുത്തൻകാവ് മുതലായ സ്ഥലങ്ങളിലെ അയിത്ത വർഗക്കാർ ആവേശത്തോടെ ഘോഷയാത്രയിൽ പങ്കെടുത്തു. എങ്ങോട്ടു പോകുന്നുവെന്നു മാത്രം വ്യക്തമായി പറഞ്ഞിരുന്നില്ല. ചെങ്ങന്നൂർ ക്ഷേത്രത്തിൽ ഉത്സവം കാണാൻ പോകുന്നു എന്നു മാത്രം പറഞ്ഞിരുന്നു. കുറുമ്പൻ ദൈവത്താൻ പറയുന്നത് അവർക്ക് വേദവാക്യം ആയിരുന്നു.
>
> ഘോഷയാത്ര ക്ഷേത്ര നടവരെ നിർബാധം എത്തി. അയിത്ത വർഗക്കാർക്ക് സഞ്ചാര സ്വാതന്ത്ര്യം നേടി എടുക്കുക എന്നതും

ഘോഷയാത്രയുടെ ലക്ഷ്യമായിരുന്നു. ഉത്സവത്തിൽ പങ്കെടുക്കാൻ ക്ഷേത്രത്തിലെത്തിയിരുന്ന തമ്പുരാട്ടിമാർ അവർണരെക്കണ്ട് അങ്കലാപ്പിലായി. കറുത്തവരുടെ ആകസ്മികവും അപ്രതീക്ഷിതവുമായ വരവ് കണ്ട് അവർ ഭയന്ന് നിലവിളിച്ചുകൊണ്ടോടി. ഘോഷയാത്രക്കാരെ തടയുന്നതിനുള്ള തയ്യാറെടുപ്പിന് സമയം ലഭിക്കാതെ ക്ഷേത്രം ജീവനക്കാർ വിഷമിച്ചു.

ആ അനിശ്ചിതാവസ്ഥയിൽ ഘോഷയാത്രക്കാർ ക്ഷേത്രകവാടം തള്ളിത്തുറന്ന് അകത്തു കടന്നു. അവർക്ക് ധൈര്യം പകർന്നുകൊണ്ട് ദൈവത്താൻ മുന്നിൽ തന്നെയുണ്ടായിരുന്നു. അതേ സമയം അതിക്രമിച്ചു കയറിയവർ രക്ഷപ്പെടാതിരിക്കാൻ ക്ഷേത്രം ജീവനക്കാർ ക്ഷേത്രകവാടങ്ങൾ അടച്ചു പൂട്ടി.

നിശ്ചിത സമയത്തിന് തന്നെ കല്ലൂർ നാരായണപിള്ളയും കൂട്ടരും സംഭവസ്ഥലത്തെത്തി. അവിടെ തടിച്ചു കൂടിയിരുന്ന രോഷാകുലരായ സവർണരെ നാരായണ പിള്ള സംബോധന ചെയ്ത് സംസാരിച്ചു. അതിവാചാലവും യുക്തിയുക്തവുമായ ആ പ്രഭാഷണം സവർണരെ ചിന്താമഗ്നരാക്കി. ഘോഷയാത്രക്കാരോട് പ്രതികാരം ചെയ്യാതിരിക്കാനും അദ്ദേഹം ഉപദേശിച്ചു. സന്ധ്യക്ക് മുമ്പു തന്നെ അവരെ അദ്ദേഹം ക്ഷേത്രത്തിന് പുറത്ത് കൊണ്ടുവിട്ടു.

അയിത്ത ജാതിക്കാർ ചെങ്ങന്നൂർ ക്ഷേത്രത്തിൽ പ്രവേശിച്ചത് 1099 (1924) വൃശ്ചികം 9-ാം തീയതി പകൽ 5 മണിക്കായിരുന്നു

ചെങ്ങന്നൂർ ശിവക്ഷേത്രം

എന്നാണ് ദൈവത്താന്റെ ഡയറിക്കുറിപ്പിൽ രേഖപ്പെടുത്തിയിരിക്കുന്നത്. അന്ന് ക്ഷേത്രത്തിൽ പ്രവേശിച്ച പുലയരുടെ സംഖ്യ അയ്യായിരത്തിൽപ്പരമായിരുന്നെന്നും ഡയറിക്കുറിപ്പിൽ രേഖപ്പെടുത്തിയിരിക്കുന്നു.

മൂലൂരും ദൈവത്താനും

സരസകവി മൂലൂർ

സരസകവി മൂലൂർ എസ് പത്മനാഭപ്പണിക്കരും കുറുമ്പൻ ദൈവത്താനും തമ്മിലുള്ള ഉറ്റ സൗഹൃദം പലപ്പോഴും ഗുരുശിഷ്യ ബന്ധത്തെക്കൂടി ഓർമിപ്പിക്കുന്നു. ഇരുവരും ഇന്നത്തെ പത്തനംതിട്ട താലൂക്കിൽ പമ്പാനദിയുടെ തീരത്ത് ഇലവന്തിട്ടയിലും ആറന്മുളയിലും ആണ് ജനിച്ചു വളർന്നത് എന്നത് അവരുടെ ബന്ധത്തിന് പരഭാഗശോഭ നൽകി. മൂലൂർ ആണ് കുറുമ്പന് ബൗദ്ധികവും രാഷ്ട്രീയവും സാമൂഹികവും ആയ പ്രശ്നങ്ങൾ സംബന്ധിച്ച ഉപദേശങ്ങൾ നൽകി ഗുരുസ്ഥാനീയൻ ആയതെങ്കിലും മൂലൂർ കുറുമ്പന്റെ ആരാധകനായി പലപ്പോഴും പ്രത്യക്ഷപ്പെടാറുണ്ട്. ദൈവത്താനെ സംബന്ധിച്ചു തന്നെ ആരാധനാ മനോഭാവത്തോടെ മൂലൂർ കവിതകളും രചിച്ചിട്ടുണ്ട്. രാജാക്കന്മാർക്കും പ്രഭുക്കന്മാർക്കും ദൈവങ്ങൾക്കും മാത്രം സങ്കീർത്തനങ്ങൾ എഴുതി പോന്ന കാലത്ത് ഒരു ദളിത നായകനെ പ്രകീർത്തിച്ചു കൊണ്ട് കവിത എഴുതാൻ മൂലൂർ തുനിഞ്ഞത് തന്നെ അവർ തമ്മിലുള്ള പ്രത്യയശാസ്ത്രപരവും വ്യക്തിപരവും ആയ അടുപ്പത്തിന്റെ തെളിവാണ്. മൂലൂരും ദൈവത്താനും തമ്മിലുള്ള ബന്ധത്തെ കുറിച്ച് മൂലൂർ സ്മാരക സമിതി പ്രസിദ്ധീകരിച്ച *പുലവൃത്തം* എന്ന കവിതാ സമാഹാരത്തിന് പ്രശസ്ത സാഹിത്യകാരനായിരുന്ന എൻ കെ ദാമോദരൻ എഴുതിയ അവതാരികയിൽ ഇപ്രകാരം പറയുന്നു:

> സരസകവിയുടെ അധഃകൃതോദ്ധാരണ ശ്രമങ്ങളിൽ അധികവും നടന്നിട്ടുള്ളത് തന്റെ വത്സലശിഷ്യനായ കുറുമ്പൻ ദൈവത്താൻ മുഖേനയാണ്. ഇന്നു പുലയ നേതാക്കന്മാരിൽ അഗ്രഗണ്യനായി സ്മരിക്കപ്പെടുന്നതും വാഴ്ത്തപ്പെടുന്നതും അയ്യങ്കാളിയെയാണെങ്കിലും മധ്യതിരുവിതാംകൂറിലെ പുലയരുടെ സർവതോമുഖമായ ഉൽക്കർഷത്തിന് കാരണഭൂതനായ നേതാവ് കുറുമ്പൻ ദൈവത്താനായിരുന്നു എന്ന വസ്തുത വിസ്മരിച്ചുകൂട. ഹരിജനങ്ങൾ എഴുത്തു പഠിക്കുന്നത് മേലാളരുടെ ദൃഷ്ടിയിൽ കുറ്റകരമായിരുന്ന

ഒരു കാലത്താണ് ദൈവത്താൻ നിശീഥിനികളുടെ മധ്യത്തിൽ രഹസ്യമായി അക്ഷരാഭ്യാസം ചെയ്തും ഒരു വാചകം എഴുതാമെന്നായപ്പോൾ വീട്ടിനടുത്ത് അടിച്ചൊതുക്കി മെഴുകിയ ഒരു കയ്യാലപ്പുറത്ത് '....ലെ മേലാരു വേല ചെയ്താൽ കൂലിത രത്തില്ല, അഞ്ഞാഴി തന്നാൽ മൂന്നാഴി കാണും ' എന്ന വിപ്ലവാത്മ കവാക്യം എഴുതി കുറേനാൾ 'മേലാരെ' ഭയന്ന് ഒളിവിൽ പോയ തും സരസകവി ദൈവത്താനിൽ തനിക്കഭിമതനായ അധഃകൃത നേതാവിനെ പ്രഥമദർശനത്തിൽ തന്നെ കണ്ടു എന്നുവേണം വിചാരിക്കാൻ. അദ്ദേഹം എഴുതിക്കൊടുത്ത

'കേളിയേറും മലയാളം നാട്ടിൽ നാളിൽ കൃഷി ചെയ്തു
ലാളനം ചെയ്യുവോർ നമ്മളല്ലയോ - പണ്ടേ
തോളുയർത്തിനിന്നതും നാമല്ലയോ ? '

എന്ന് തുടങ്ങുന്ന ഗാനം പാടിക്കൊണ്ടാണ് ശിഷ്യൻ സ്വജനങ്ങളെ അഭിസംബോധന ചെയ്തതും സംഘടിച്ചു ശക്തരാകാൻ ഉദ്ബോ ധിപ്പിച്ചതും. ദൈവത്താൻ സംഘടിപ്പിക്കുന്ന സഭകളിൽ സരസ കവി സംബന്ധിക്കുകയും ഉപദേശങ്ങൾ നൽകുകയും പതിവാ യിരുന്നു. സവർണ ഹിന്ദുക്കളുടെയും മറ്റും തടസ്സങ്ങളുണ്ടാകാതെ പുലയരുടെ സാമുദായിക പ്രവർത്തനം മുന്നോട്ടുകൊണ്ടു പോകുന്നതിനു സരസകവി ചെയ്തുകൊടുത്തിട്ടുള്ള സഹായ ങ്ങൾ വളരെ വലുതാണ്. അദ്ദേഹം ദിവാൻജിയുടെ അടുക്കൽ ചെയ്ത ശുപാർശയുടെ ഫലമായി 1091 ൽ ദൈവത്താൻ തിരുവിതാംകൂർ പ്രജാസഭയിൽ അംഗമായി നോമിനേറ്റ് ചെയ്യ പ്പെട്ടു. പന്ത്രണ്ടു വർഷം ആ സ്ഥാനത്ത് തുടരുകയും ചെയ്തു. സരസകവി എഴുതിക്കൊടുത്ത് പഠിപ്പിച്ചു വിടുന്ന പ്രസംഗ ങ്ങളാണ് ദൈവത്താൻ നിവേദനരൂപത്തിൽ പ്രജാസഭയിൽ അവതരിപ്പിച്ചു പോന്നത്. ഭൂമി പതിച്ചു കിട്ടുന്നതിന്, പള്ളി ക്കൂടത്തിൽ പ്രവേശനം ലഭിക്കുന്നതിന്, ഫീസിളവ് കിട്ടുന്നതിന് - ഇങ്ങനെ ഓരോ ആവശ്യങ്ങൾക്കു വേണ്ടിയായിരുന്നു നിവേദ നങ്ങൾ. അവ അനുവദിപ്പിക്കുന്നതിന് സരസകവി തന്റെ സ്വാധീന ശക്തി നിർലോഭം വിനിയോഗിച്ചിരുന്നു. അദ്ദേഹത്തിന്റെയും കൂടി അഭിമതം അനുസരിച്ച് എല്ലാ കൊല്ലവും പ്രജാസഭയുടെ സമാപന സമ്മേളനം എന്ന പോലെ ജൂബിലി ടൗൺഹാളിൽ വച്ച് ദിവാൻ ജിയുടെ അധ്യക്ഷതയിൽ ഒരു അധഃകൃത സമ്മേളനം കൂടുന്ന പതിവുണ്ടായി. ആ സമ്മേളനത്തിന് കൊഴുപ്പു കൂട്ടുന്നതിന് സര സകവി രചിച്ചു കൊടുത്ത് പുലയ ബാലികാബാലന്മാരെക്കൊണ്ട് പാടിക്കുന്ന പുലവൃത്ത ഗാനങ്ങളും അവയെ തുടർന്ന് ദൈവ ത്താൻ സന്ദർഭോചിതമായി ചെയ്യുന്ന പ്രഭാഷണങ്ങളുമായിരുന്നു. ശ്രോതാക്കളുടെ അനുകമ്പ പിടിച്ചുപറ്റാൻ പോന്നവിധം കരുണ

രസത്തിൽ ആലപിക്കപ്പെടുന്ന ആ ഗാനങ്ങൾ കേട്ട് നിഷ്പന്ദ മായിത്തീരുന്ന സദസ്സിൽ അധ്യക്ഷപീഠം അലങ്കരിക്കുന്ന ദിവാൻ സരസകവിയേയും കുറുമ്പൻ ദൈവത്താനേയും മാറി മാറി നോക്കുന്നത് കൗതുകകരമായ ഒരു കാഴ്ചയായിരുന്നു. ദൈവ ത്താന്റെ ഈ ഗാനങ്ങളും നിവേദനങ്ങളും കൊണ്ട് പുലയ സമുദാ യത്തിന് നേടിയെടുക്കാൻ കഴിഞ്ഞ ആനുകൂല്യങ്ങൾ നിസ്സാരമല്ല. (പുറം 3 - 4)

അന്നത്തെ നിയമസഭാംഗങ്ങളെ പോലെ കോട്ടും തലപ്പാവും അണിഞ്ഞ് തലയെടുപ്പും ആത്മവിശ്വാസം സ്ഫുരിക്കുന്ന മുഖഭാവവും ആയി കുറുമ്പൻ ദൈവത്താൻ നമുക്കു നേരെ നടന്നു വരുന്ന പ്രതീതി ജനിപ്പിക്കുന്ന ഒരു കവിത മൂലൂർ എഴുതിയിട്ടുണ്ട്.

ഷർട്ടും കോട്ടും തലപ്പാവപിച പുളിയില
പ്പൊട്ടുമാരമ്യമാം റൈറ
ക്കെട്ടും വൈമല്യമേറും തുടലൊടുഘടിതം വാച്ചിനുള്ളാപ്പകിട്ടും
ഒട്ടും കൂസാത്ത മട്ടും, കുടയുമൊരു പുതു
ത്തോൽ ചെരുപ്പും ധരിച്ചാ
ശിഷ്ട ശ്രീ ദൈവത്താൻ സുമതി പുലയനാർ
കാൺക നേരെ വരുന്നു

അകാല ചരമം

നിർഭാഗ്യവശാൽ മഹാകവി കുമാരനാശാന്റെ വാക്കുകളിൽ 'ഗുണികളൂഴിയിൽ നീണ്ടുവാഴാ' എന്ന ചൊല്ല് കുറുമ്പൻ ദൈവത്താനും അനുഭവപ്പെട്ടു. ശാരീരികമായും മാനസികമായും കഠിനാധ്വാന പ്രകൃതിയായിരുന്നു ദൈവത്താൻ. സമുദായ നേതാവും പ്രജാസഭാംഗവും ആയതിനുശേഷം പോലും തന്റെ വീട്ടുപറമ്പിൽ മറ്റ് പണിക്കാരോടൊപ്പം പണിയെടുക്കുക അദ്ദേഹത്തിന്റെ ശീലമായിരുന്നു. അതോടൊപ്പം രാജ്യകാര്യങ്ങൾ സംബന്ധിച്ച പഠനങ്ങൾക്കും എഴുത്തുകുത്തുകൾക്കും വേണ്ടി രാവേറെ ചെല്ലും വരെ ഉണർന്നിരിക്കുകയും അദ്ദേഹത്തിന്റെ പതിവായിരുന്നു. ഇതെല്ലാം കൊണ്ടായിരിക്കാം നാൽപ്പത്തിയേഴാമത്തെ വയസ്സിൽ പിടിപെട്ട ഒരു പനിയെ തുടർന്ന് 1927 ഏപ്രിൽ 15ന് അദ്ദേഹം നിര്യാതനായത്. സഹോദരനുമായുള്ള അഭിപ്രായ വ്യത്യാസങ്ങളെ തുടർന്ന് വീട്ടിൽ നിന്ന് ഭാര്യയേയും കൂട്ടി ഇറങ്ങി പോന്ന കാര്യം നേരത്തെ പറഞ്ഞുവല്ലോ. അതിനുശേഷം ഇടയാറന്മുളയിലുള്ള ഭാര്യ വീട്ടിലാണ് ജീവിതാന്ത്യം വരെ അദ്ദേഹം കഴിച്ചുകൂട്ടിയത്. മരണാനന്തരം ബന്ധുക്കളും സ്നേഹിതരും അനുയായികളും ചേർന്ന് മൃതദേഹം തറവാടായ കിടാരത്തിൽ വീട് സ്ഥിതി ചെയ്യുന്ന എരുമക്കാട്ടെ പുരയിട ത്തിൽ സംസ്കരിച്ചു.

കുറുമ്പൻ ദൈവത്താന്റെ അകാല ചരമം അദ്ദേഹത്തിന്റെ അനുയായികളെ മാത്രമല്ല തിരുവിതാംകൂർ പൊതുജീവിതത്തിലെ പല പ്രമാണിമാരെയും വ്യസനത്തിലാഴ്ത്തി. ദൈവത്താന്റെ സമര പരിപാടികളിൽ സഹായികളായിരുന്ന അഡ്വ. കല്ലൂർ നാരായണപിള്ള മൂലൂർ തുടങ്ങി പലരും മരണാനന്തര ചടങ്ങുകളിൽ സംബന്ധിച്ചിരുന്നു. കുറുമ്പനെ നേരിട്ട് പരിചയപ്പെടാനും പ്രജാസഭയിലും മറ്റും അദ്ദേഹത്തിന്റെ സ്തുത്യർഹമായ പ്രവർത്തനങ്ങൾ ട്രഷറി ബഞ്ചുകളിലിരുന്ന് കണ്ടറിയാനും കഴിഞ്ഞിരുന്ന മഹാകവി ഉള്ളൂർ എസ് പരമേശ്വര അയ്യർ ഇപ്രകാരമാണ് അനുശോചനം രേഖപ്പെടുത്തിയത്:

> തിരുവിതാംകൂർ രാജ്യം പോലും ഏതോ ഒരുമാതിരി അപൂർണതയാൽ ഗ്രസ്തമായി നിഷ്പ്രഭമായി ചമഞ്ഞിരിക്കുന്നു. കുറുമ്പൻ ദൈവത്താൻ എന്ന അഛവർണനായ തുഷാരശീകരം ഭൂമിയിൽ ജീവിച്ചിരുന്നിടത്തോളം കാലം സ്വസമുദായമാകുന്ന പനിനീർ പൂവിന് വജ്രാഭരണമായി തന്നെ പരിശോഭിക്കുന്നു.

തന്റെ വാത്സല്യപാത്രവും സുഹൃത്തും ആയിരുന്ന മൂലൂർ തന്റെ ദുഃഖം ഒരു വിലാപകവിതയിലൂടെ പ്രകടിപ്പിച്ചു:

> അലസതയകലെക്കളഞ്ഞു ഹിന്ദു
> പ്പുലയ സമാജ സമസ്ത കാര്യദർശി
> വിലസണമിളയിങ്കൽ ദൈവത്താൻ
> പുലയർ കുലത്തിന് ചിമ്മിനി പ്രദീപം

9 ദേശാഭിമാനി ടി കെ മാധവൻ നവോത്ഥാനചരിത്രത്തിലെ മേഘജ്യോതിസ്

കഴിഞ്ഞ ഒന്നേകാൽ നൂറ്റാണ്ട് കാലത്തെ കേരള ചരിത്രത്തിലെ മുഖ്യധാരാവാഹിയായ നവോത്ഥാന പ്രസ്ഥാനത്തിന്റെ രാജശിൽപ്പി ശ്രീ നാരായണഗുരുദേവനാണ്. ബഹുമുഖമായ ആ പ്രതിഭാപ്രസരം വിശ്വാസങ്ങളിലും വാസനകളിലും വൈവിധ്യം ഏറിയ അതികായരായ ചരിത്രപുരുഷന്മാരെ കേരളത്തിന് സമ്മാനിച്ചു. ഡോക്ടർ ടി പൽപ്പു, മഹാകവി കുമാരനാശാൻ, സഹോദരൻ അയ്യപ്പൻ, സി വി കുഞ്ഞുരാമൻ, സ്വതന്ത്രസമുദായം മാധവൻ, സി കേശവൻ എന്നിങ്ങനെ പോകുന്നു ആ പ്രഗത്ഭമതികളുടെ നിര. ഈ പ്രഗത്ഭമതികളുടെ നിരയിൽ അനന്യസാധാരണനായ ഒരു അതികായനായിരുന്നു വെറും നാൽപ്പത്തിയഞ്ച് വയസ്സുകൊണ്ട് പല പുരുഷായുസ്സുകളുടെ സേവനം നിർവ്വഹിച്ച താന്നിയം കുന്നേൽ ഉമ്മിണിയമ്മയുടേയും ആലുംമൂട്ടിൽ കേശവൻ ചാന്നാരുടേയും മകനായി പിറന്ന ദേശാഭിമാനി ടി കെ മാധവൻ (1884-1930).

ശ്രീനാരായണഗുരുവിന്റെ നേതൃത്വത്തിൽ 1903-ൽ എസ് എൻ ഡി പി യോഗം രൂപംകൊള്ളുന്നതിന് മുമ്പ് പ്രായപൂർത്തി പോലും എത്താത്ത അനാഗത സ്മശ്രുവമായ ടി കെ മാധവൻ മാവേലിക്കര, കാർത്തികപള്ളി താലൂക്കുകളിൽ അധഃസ്ഥിത വിഭാഗങ്ങളുടെ പൗരസമത്വ

സ്ഥാപനത്തിനായി "ഈഴവ സമാജം"എന്നൊരു സംഘടന രൂപീകരിച്ച് പ്രവർത്തനം തുടങ്ങിയിരുന്നു. യോഗം രൂപംകൊണ്ടതോടെ സമാജത്തിന്റെ പ്രവർത്തനം അതിൽ ലയിപ്പിക്കുകയും അന്നുതൊട്ട് അന്ത്യം വരെ ശ്രീനാരായണ പ്രസ്ഥാനത്തിന്റെ കരുത്തുറ്റ പതാകാവാഹകനായി പടപൊരുതുകയും ചെയ്തു.

പഠനവും പോരാട്ടവും

പ്രാഥമിക പഠനം അക്കാലത്ത് എല്ലാ ഗ്രാമങ്ങളിലും ഉണ്ടായിരുന്ന കുടിപ്പള്ളിക്കൂടത്തിൽ വെച്ച് ഓലയുടേയും നാരായത്തിന്റേയും സഹായത്തോടെ ആയിരുന്നു. അതിനുശേഷം മാവേലിക്കരയിലും തിരുവനന്തപുരത്തും കൊല്ലത്തുമായി ഇംഗ്ലീഷ് സ്കൂളുകളിൽ പഠനം തുടർന്നു. ബുദ്ധിസാമർഥ്യത്തിലും പഠനത്തിലും ഒട്ടും പിന്നോക്കമല്ലായിരുന്നു എങ്കിലും രണ്ട് കാര്യങ്ങൾ അദ്ദേഹത്തിന്റെ വിദ്യാഭ്യാസത്തിന് തടസ്സമായി. ചെറുപ്പം തൊട്ട് അവസാനം വരെ അദ്ദേഹത്തെ വേട്ടയാടിയ കാസ രോഗമായിരുന്നു അതിലൊന്ന്. പൊതുവേ വിദ്യാഭ്യാസത്തേക്കാൾ കൂടുതൽ പൊതുപ്രവർത്തനത്തിനുള്ള കമ്പം ചെറുപ്പത്തിലേ മാധവനെ പിടികൂടുകയായിരുന്നു. പല അധ്യാപകരുടേയും മുൻവിധികളും അല്പജ്ഞതയും ആ ബാലനെ കുറച്ചൊന്നുമല്ല അലട്ടിയത്.

കുടിപ്പള്ളിക്കൂടത്തിലെ നായർ സമുദായക്കാരനായ ആശാൻ കഠിനമായ ശിക്ഷനൽകുന്നതിന് പുറമേ, അയിത്ത പിശാച് ബാധിച്ച അദ്ദേഹം കീഴ്ജാതിക്കാരായ വിദ്യാർഥികളെ തൊട്ട് അശുദ്ധമാകാതിരിക്കാൻ ചൂരൽ വടികൊണ്ട് എറിഞ്ഞടിക്കുകയാണ് പതിവ് എന്ന് മാധവൻ രോഷത്തോടുകൂടി പിൽക്കാലത്ത് രേഖപ്പെടുത്തിയിട്ടുണ്ട്.

അക്കാലത്ത് ധനസ്ഥിതികൊണ്ടും പ്രതാപംകൊണ്ടും വളരെ പ്രശസ്തിയാർജ്ജിച്ചിരുന്ന ആലുംമൂട്ടിൽ ചാന്നാരുടെ സന്തതി ആയിരുന്നു എങ്കിലും അയിത്തത്തിന്റെ അപമാനങ്ങളും അവശതകളും തെരുവിലും പൊതുനിരത്തുകളിലും മാത്രമല്ല വിദ്യാലയങ്ങളിൽ പോലും മാധവന് അനുഭവിക്കേണ്ടി വന്നിട്ടുണ്ട്. മേൽജാതിക്കാരുടെ അയിത്തപ്രചരണ നിബന്ധനകൾക്ക് വഴങ്ങിക്കൊടുക്കുക എന്നത് ഈഴവരുടെ തന്നെ തറവാട്ട് മഹിമയുടെ തെളിവായി കണക്കാക്കിയവരും ഉണ്ടായിരുന്നു. തുടക്കത്തിൽ മാധവനും ഈ മിഥ്യാധാരണയ്ക്ക് വശപ്പെട്ടിരുന്നതായി മാധവന്റെ ജീവചരിത്രകാരൻ സി ആർ കേശവൻ വൈദ്യർ രേഖപ്പെടുത്തുന്നുണ്ട്. ഈ മിഥ്യാധാരണയ്ക്ക് വശപ്പെട്ട് വളരെ ഭവ്യതയോടും ഒതുക്കത്തോടും കൂടി ബാലനായിരുന്ന മാധവൻ മേൽജാതിക്കാർക്ക് വഴിമാറി കൊടുക്കുമ്പോൾ അവർ അയാളെ തറവാടിത്തം ഉള്ള ഈഴവക്കുട്ടി എന്ന് പറഞ്ഞ് പ്രശംസിക്കാറും ഉണ്ടായിരുന്നത്രെ. എന്നാൽ ഈ മിഥ്യാധാരണ അധികകാലം നീണ്ടുനിന്നില്ല. കർക്കശമ്മാരായ മേൽജാതി ആശാന്മാരുടെ മേൽപ്പറഞ്ഞമാതിരി നിഷ്ഠൂരമായി വടി എറിഞ്ഞ് പ്രഹരിക്കുന്ന

സമ്പ്രദായം അനുഭവിക്കേണ്ടി വന്നതോടുകൂടി അഭിമാനിയായ ആ ബാലന്റെ മനസിൽ അയിത്തത്തിന്റെ പ്രാകൃതവും ക്രൂരവുമായ വശങ്ങളെകുറിച്ച് ബോധം വളരാൻ തുടങ്ങി. 1897-ൽ നടന്ന ഒരു സംഭവം സി ആർ കേശവൻ വൈദ്യർ വിവരിക്കുന്നത് നോക്കുക.

> സ്ഥലം: മുട്ടത്തു പള്ളിക്കൂടത്തിന്റെ മുൻവശത്തുള്ള നിരത്ത്. കറുത്തുകൊഴുത്ത രണ്ടു വൻകാളകളെ പൂട്ടിയ ഒരു വണ്ടി ആ വഴി വരുന്നു. കാളകളുടെ കഴുത്തിൽ ചാർത്തിയ വലിയമണികളുടെ കിലുകില ശബ്ദം അകലെ നിന്നുകേൾക്കാം. പീനസ്കന്ധനായ ഒരു മുണ്ടൻ നായർ ഹോയി എന്ന് അത്യുച്ചത്തിൽ ശബ്ദമുണ്ടാക്കികൊണ്ട് മുമ്പേ നടക്കുന്നുണ്ട്. ഈഴവരാദി അയിത്തജാതിക്കാരോട് വഴിമാറാൻ ആജ്ഞാപിക്കുന്നതാണീ ശബ്ദം. അനന്തപുരത്ത് രാജരാജവർമ്മ മൂത്തകോയിത്തമ്പുരാന്റെ എഴുന്നള്ളത്താണ്. വൈകുന്നേരം 4 മണിക്ക് മാവേലിക്കരയിലെ കെട്ടിലമ്മയുടെ വീട്ടിലേക്കും പിറ്റേന്ന് കാലത്ത് എട്ടുമണിക്ക് തിരിച്ച് ഹരിപ്പാടുള്ള കൊട്ടാരത്തിലേക്കും തമ്പുരാൻ നിത്യേന ആ വഴിക്കു യാത്രചെയ്യുക പതിവായിരുന്നു. ഒരു ദിവസം കാലത്ത് എഴുന്നെള്ളത്ത് സ്കൂളിന്റെ പടിക്കലെത്തി. നായർ ഉറക്കെ ഹോയി എന്നു വിളിച്ചു. തൽക്ഷണം അതിനെക്കാൾ ഉച്ചത്തിൽ ഒരു ബാലൻ ഹോയി എന്നൊരാട്ടു വെച്ചുകൊടുത്തു. വിശേഷ വിധിയായി ഒന്നും സംഭവിച്ചില്ല. കോയിത്തമ്പുരാന്റെ യാത്ര തുടർന്നു. എന്നാൽ പിറ്റേദിവസം തമ്പുരാന്റെ ഒരു ദൂതൻ സ്കൂളിൽ വന്നു. അന്വേഷണമായി. ബാലൻ മുന്നോട്ട് വന്നു താനാണ് ആട്ടിയതെന്ന് ഏറ്റുപറഞ്ഞു. ആശാൻ ചെറുവിരൽ വണ്ണമുള്ള നല്ല പഴുത്ത ചൂരൽ എടുത്ത് ബാലന്റെ ചന്തിക്കു ശക്തിയായി ഏഴെട്ട് അടി കൊടുത്തു-രാജകിങ്കരന്റെ സാന്നിധ്യത്തിൽത്തന്നെ. ബാലൻ വേദന കൊണ്ടുപുളഞ്ഞു. പക്ഷേ ഒട്ടും പശ്ചാത്താപം തോന്നിയില്ല.
>
> പിന്നീട് കേരളത്തിലെ അയിത്തോച്ചാടന പ്രസ്ഥാനത്തിന്റെ അനിഷേധ്യ നേതാവായി ഉയർന്ന ടി കെ മാധവനായിരുന്നു ആ ബാലൻ. അന്ന് മാധവന് പതിനൊന്നുവയസായിരുന്നു. മുട്ടത്തു സ്കൂളിൽ മൂന്നാം ക്ലാസ്സിൽ പഠിക്കുന്നു. അയിത്താചാരത്തോടുള്ള ആദ്യത്തെ പ്രതിഷേധ പ്രകടനമായിരുന്നു മേൽവിവരിച്ച സംഭവം. (*ശ്രീനാരായണഗുരുവും* ടി *കെ മാധവനും*, ഇരിങ്ങാലക്കുട, 1985)

ഇക്കാലത്തു തന്നെ പ്രായപൂർത്തി ആകുന്നതിനു മുമ്പ് മാധവൻ അവശസമൂഹങ്ങളുടെ അവകാശസംരക്ഷണത്തിന് വേണ്ടിയുള്ള സംഘടനാ യത്നങ്ങളിലും ഏർപ്പെട്ടു തുടങ്ങി. മാവേലിക്കര, ഹരിപ്പാട് തുടങ്ങിയ ചില കേന്ദ്രങ്ങളിൽ 'ഈഴവ സമാജം' എന്ന പേരിൽ സംഘടന കെട്ടിപ്പെടുക്കുകയുണ്ടായി എന്നു നേരത്തെ പറഞ്ഞുവല്ലോ.

മാധവന് 18 വയസ്സ് തികഞ്ഞ 1904-ൽ മറ്റൊരു അത്ഭുത കൃത്യം കൂടി നിർവ്വഹിച്ച് അദ്ദേഹം ചരിത്രം സൃഷ്ടിച്ചു. 1888-ൽ സ്ഥാപിക്കപ്പെട്ട തിരുവിതാംകൂർ നിയമസഭയെശ്രീമൂലം പ്രജാസഭയായി വികസിപ്പിച്ചപ്പോൾ അതിലെ ഈഴവപ്രതിനിധിയായി ടി കെ മാധവന്റെ അമ്മാവനായ കോമലേഴുത്ത് കുഞ്ഞുപിള്ള ചേകവനെ ആണ് നാമനിർദ്ദേശം ചെയ്തത്. എന്നാൽ അനാരോഗ്യം കാരണം അദ്ദേഹത്തിന് സഭയുടെ ആദ്യ സമ്മേളനത്തിൽ (1904, ഒക്ടോബർ 22) പങ്കെടുക്കാൻ കഴിയാതെ വരികയും അദ്ദേഹത്തിന്റെ ആൾപ്പേരായി ടി കെ മാധവൻ നിയോഗിക്കപ്പെടുകയും ചെയ്തു. അന്ന് ഇപ്പോഴത്തെ എട്ടാം തരമായ അന്നത്തെ നാലാം ഫാറത്തിൽ പഠിക്കുകയായിരുന്നു മാധവൻ. ഈഴവരാദി അധഃസ്ഥിതർ അനുഭവിച്ചുവന്ന അവശതകളെക്കുറിച്ച് എട്ടാം തരത്തിൽ പഠിച്ചിരുന്ന ഈ പതിനെട്ടുകാരൻ ഇംഗ്ലീഷിൽ ചെയ്ത പ്രൗഢമായ പ്രഭാഷണം മറ്റംഗങ്ങളുടേയും സർക്കാർ ഭാഗത്തിന്റേയും അത്ഭുതാദരങ്ങൾ സമ്പാദിച്ചു.

വിദ്യാഭ്യാസ പരിഷ്കാരവും നായരീഴവലഹളയും

1799-ൽ ടിപ്പുസുൽത്താൻ ബ്രിട്ടീഷ് സൈന്യത്തോട് ഏറ്റുമുട്ടി പരാജയപ്പെടുകയും മരിക്കുകയും ചെയ്തതോടെ ദക്ഷിണേന്ത്യയിൽ ബ്രിട്ടീഷ് ആധിപത്യം മിക്കവാറും പൂർണ്ണമായി സ്ഥാപിക്കപ്പെട്ടു. എങ്കിലും ബ്രിട്ടീഷ് ആധിപത്യത്തെ ജനങ്ങൾ സസന്തോഷം സ്വീകരിച്ചു എന്ന് പറയാനാകില്ല. പഴശ്ശിരാജ, വേലുത്തമ്പി, പാലിയത്തച്ഛൻ, തമിഴകത്തെ കട്ടബൊമ്മൻ, കർണ്ണാടകത്തിലെ കറ്റൂർ ചന്നമ്മ തുടങ്ങിയവരുടെ നേതൃത്വത്തിൽ പല കലാപങ്ങളും ബ്രിട്ടീഷുകാർക്കെതിരെ പൊട്ടിപ്പുറപ്പെട്ടു. 1805-ൽ പഴശ്ശിരാജാവും 1809-ൽ വേലുതത്തമ്പിയും വധിക്കപ്പെട്ടതോടെ ചെറുത്തുനിൽപ്പുകൾ താൽക്കാലികമായി അവസാനിച്ചെങ്കിലും ജനങ്ങളുടെ ഉള്ള് ബ്രിട്ടീഷ് ചൂഷണത്തിന്റെ ക്രൂരതയുടെ ആഘാതത്തിൽ നീറിപ്പുകയുകയായിരുന്നു. ഈ സാഹചര്യത്തിലാണ് 1498 നു ശേഷം പോർത്തുഗീസുകാർ ചെയ്തതുപോലെ പടിഞ്ഞാറൻ വിദ്യാഭ്യാസവും മതപരിവർത്തനവും ജനങ്ങളെ ആകർഷിക്കാനായി ബ്രിട്ടീഷുകാരും ആരംഭിച്ചത്. ബ്രിട്ടണിൽ ലണ്ടൻ മിഷൻ സൊസൈറ്റി, ക്രിസ്ത്യൻ മിഷൻ സൊസൈറ്റി, ലൂഥറൻ മിഷൻ കമ്മിറ്റി, ജർമൻകാരുടെ ബാസൽ മിഷൻ മുതലായവ മതപരിവർത്തന നയങ്ങളുമായി കേരളത്തിലേക്ക് എത്തുന്നതങ്ങനെയാണ്. ബ്രിട്ടീഷ് റസിഡന്റുമാരും ദിവാന്മാരുമായി പ്രവർത്തിച്ചിരുന്ന കേണൽ മൺറോ, കല്ലൻ തുടങ്ങിയവർ ഈ സംരംഭങ്ങൾക്ക് സർക്കാർ തലത്തിൽ പിന്തുണയും ധനസഹായങ്ങളും ചെയ്തുവന്നു.

അങ്ങനെ മേൽക്കോയ്മ നേടുകയും ദിവാൻ പദവി തുടങ്ങിയ നിർണായക സ്ഥാനങ്ങളിൽ കൊളോണിയൽ ഉദ്യോഗസ്ഥരെ തിരുകി

കയറ്റുകയും ചെയ്തതോടെ മിഷണറിമാരുടെ പ്രവർത്തനം വ്യാപകമായി. ഇംഗ്ലീഷ് മാതിരിയിൽ വിദ്യാഭ്യാസം നൽകാൻ സെമിനാരികളും കോളേജുകളും സ്കൂളുകളും ആരംഭിച്ചു. 1818ൽ നാഗർകോവിലിൽ എൽ എം എസുകാർ സ്ഥാപിച്ച സെമിനാരി ആയിരുന്നു ഇവയിൽ ഏറ്റവും പ്രധാനപ്പെട്ട ഒരു സ്ഥാപനം. ഇവരുടെ എല്ലാം വിദ്യാഭ്യാസത്തിന്റെ അവിഭാജ്യഭാഗം ആയിരുന്നു ക്രിസ്തുമതപഠനം. എന്നാൽ ഈ മതപരിവർത്തന യത്നങ്ങളേയും ഇംഗ്ലീഷ് വിദ്യാഭ്യാസത്തെ തന്നെയും ഹിന്ദുക്കളും മുസ്ലീങ്ങളും മാത്രമല്ല പരമ്പരാഗത കേരളീയ ക്രിസ്തീയ സമൂഹത്തിൽ പെട്ടവരും ആശങ്കകളോടെയാണ് വീക്ഷിച്ചത്. എങ്കിലും സവർണാധിപത്യത്തിന്റെ കാൽച്ചുവട്ടിൽ അയിത്തം തുടങ്ങിയ അനാചാരങ്ങളാൽ വഴിനടക്കുവാൻ പോലും അവകാശം ഇല്ലായിരുന്ന അധഃസ്ഥിതരിൽ ഒരു ഗണ്യമായ വിഭാഗത്തെ ആകർഷിക്കാനും മതപരിവർത്തനത്തിലൂടെ അവരെ സാമൂഹ്യവും രാഷ്ട്രീയവും ആയി വശംവദരാക്കാനും മിഷണറിമാർക്ക് സാധിച്ചു. എന്നാൽ മതപരിവർത്തനം കൊണ്ടു മാത്രം ജാതികളും ഉപജാതികളും കൊണ്ട് കലുഷമായ ഹിന്ദുമതത്തിലെ മർദ്ദനാനുഭവങ്ങളിൽ നിന്നും ക്രിസ്ത്യാനി ആകുമ്പോൾ മോചനം ലഭിക്കുകയില്ല എന്ന് പലരും കണ്ടറിയുകയും ക്രിസ്തീയ സവർണാധിപത്യത്തിനെതിരായി ചെറുത്തുനിൽപ്പ് സംഘടിപ്പിക്കുകയും ചെയ്തു. തെക്കൻ തിരുവിതാംകൂറിലെ വൈകുണ്ഠസ്വാമിയും പിൽക്കാലത്ത് ശ്രീനാരായണഗുരുവും ചട്ടമ്പിസ്വാമിയും മറ്റും മതപരിവർത്തനത്തിനെതിരെ ശബ്ദം ഉയർത്തുകയുണ്ടായി. മതമേതായാലും മനുഷ്യൻ നന്നായാൽ മതി എന്ന് വൈകുണ്ഠ സ്വാമികളുടെയും ശ്രീനാരായണഗുരുവിന്റെയും മറ്റും ഉപദേശം ഈ പശ്ചാത്തലത്തിലാണ് കാണേണ്ടത്. മതപരിവർത്തനം ചെയ്ത പൊയ്കയിൽ യോഹന്നാനേയും പാമ്പാടി ജോൺ ജോസഫിനെയും പോലെയുള്ളവർ ആദ്യം ക്രിസ്തുമതത്തിനകത്തു നിന്നും പിന്നീട് പുറത്തുനിന്നും ഈ ദുഷ്പ്രവണതയെ എതിർത്തതിനെക്കുറിച്ചെല്ലാം ഈ പഠന പരമ്പരയിൽ വിവരിച്ചിട്ടുണ്ട്.

1880കളോടെ സർക്കാരും, പ്രത്യേകിച്ച് തിരുവിതാംകൂർ സർക്കാരും മിഷണറി വിദ്യാഭ്യാസ പരിശ്രമങ്ങളിൽ ആശങ്ക പ്രകടിപ്പിക്കാൻ തുടങ്ങി. സവർണാധിപത്യത്തിന്റെ നെടുംതൂണായിരുന്ന രാജാധിപത്യത്തിന് സവർണർ മിഷണറിപ്രവർത്തനങ്ങൾക്കെതിരായി ഉയർത്തിയ പരാതികളെ അവഗണിക്കാൻ കഴിഞ്ഞില്ല. വിദ്യാലയങ്ങളിലെ പാഠ്യക്രമങ്ങളെ ചിട്ടപ്പെടുത്താനും മതപരിവർത്തന ശ്രമങ്ങളിൽ നിന്ന് പിന്തിരിപ്പിക്കാനും 1984-ൽ ശ്രീമൂലം തിരുനാൾ രാജാവിന്റെ കാലത്ത് വളരെ കർശനമായ ചില വിദ്യാഭ്യാസ പരിഷ്കാരങ്ങൾ ഏർപ്പെടുത്തുകയുണ്ടായി. ഇന്ന് യൂണിവേഴ്സിറ്റി കോളേജായി അറിയപ്പെടുന്ന അന്നത്തെ മഹാരാജാസ് കോളേജ് പ്രിൻസിപ്പൽ ആയിരുന്ന ഡോ.എ സി മിച്ചെൽ എന്ന വിദ്യാഭ്യാസ വിദഗ്ധന്റെ നേതൃത്വത്തിൽ വിദ്യാസവകുപ്പ് പുനഃസംഘടിപ്പിക്ക

പ്പെട്ടു. തിരുവിതാംകൂറിലെ വിദ്യാഭ്യാസപുരോഗതിക്ക് ഗണ്യമായ സംഭാവന ചെയ്ത മിച്ചെൽ ആംഗ്ലിക്കൻ സഭയിൽപെട്ട ഉറച്ച ക്രിസ്തുമത വിശ്വാസി ആയിരുന്നെങ്കിലും സ്ഥാപനങ്ങളും സർക്കാർ വിദ്യാലയങ്ങളും, സർക്കാരിൽ നിന്നും ധനസഹായം നേടുന്ന വിദ്യാലയങ്ങളും തികച്ചും മതനിരപേക്ഷമായി പ്രവർത്തിക്കണം എന്ന അഭിപ്രായക്കാരനായിരുന്നു. ഡോ. മിച്ചലിന്റെ കൈകാര്യകർതൃത്വത്തിൽ 1894-ൽ പുറപ്പെടുവിച്ച വിദ്യാഭ്യാസ നിയമാവലി (ട്രാവൻകൂർ എജ്യുക്കേഷൻ റൂൾസ് ഓഫ് 1894) തിരുവിതാംകൂറിലെ വിദ്യാഭ്യാസ പുരോഗതിയിലെ ഒരു നാഴികകല്ലാണ്. പല ഭേദഗതികളോടും കൂടി മിച്ചെലിന്റെ നിയമാവലി 1956ൽ ഐക്യ കേരളം രൂപീകരിക്കുന്നത് വരെ നിലനിന്നിരുന്നു. 1957-ൽ പ്രഥമകേരള മന്ത്രിസഭയിലെ വിദ്യാഭ്യാസ മന്ത്രി ജോസഫ് മുണ്ടശ്ശേരിയുടെ ചരിത്ര പ്രസിദ്ധമായ നിയമവും അതിന് അനുബന്ധമായി പുറപ്പെടുവിച്ച കേരള വിദ്യാഭ്യാസചട്ടങ്ങളും (കെ ഇ ആർ) ആണ് മറ്റൊരു നാഴികകല്ല് എന്ന് പറയാം.

വിദ്യാലയങ്ങളിലെ ശുചിത്വം, പഠനസമയം,പാഠ്യക്രമം, അധ്യാപക യോഗ്യത എന്നിവ ക്കൊക്കെ പുറമെ പഠനസമയത്ത് മതപഠനം നിരോധിക്കുകയും ചെയ്തിരുന്നു. ഈ ക്രമീകരണങ്ങളെ എല്ലാം മിഷണറി വിദ്യാലയങ്ങൾ ശക്തിയായി എതിർത്ത് ദിവാന് പരാതി നൽകുകയും മദിരാശി ഗവർണറെ സ്വാധീനിച്ച് ഇടപെടുവിക്കാൻ ശ്രമിക്കുകയും ചെയ്തു. ഈ എതിർപ്പുകളെ തുടർന്ന് തിരുവിതാംകൂർ സർക്കാർ ക്രിസ്ത്യാനികൾക്ക് എതിരാണെന്ന ധാരണ ഒഴിവാക്കാനായി മതപഠന നിരോധനം പിൻവലിച്ചു. അതുകൊണ്ടും മിഷണറിമാർ തൃപ്തിപ്പെട്ടില്ല. പല സ്കൂളുകളും അവർ അടച്ച് പൂട്ടി. 1895-96 കാലയളവിൽ 1265 എയ്ഡഡ് വിദ്യാലയങ്ങൾ ഉണ്ടായിരുന്നത് ഒരു വർഷം കൊണ്ട് 472 ആയി ചുരുങ്ങി എന്നത് കാണിക്കുന്നത് ഇന്നത്തെ പോലെ അന്നും ഈ സ്വകാര്യ വിദ്യാലയ നടത്തിപ്പുകാരുടെ കാര്യം വിദ്യാഭ്യാസ പ്രചരണം മാത്രമായിരുന്നില്ല എന്നാണ്. മതപ്രചരണത്തിന് പുറമെ കച്ചവട-ലാക്കുകൾകൂടി അവർക്കുണ്ടായിരുന്നു എന്ന് വ്യക്തം.

1894-ലെ വിദ്യാഭ്യാസ നിയമാവലിയിലെ മതപ്രചരണം മുതലായ ചില കാര്യങ്ങളിൽ ബ്രിട്ടീഷ് സർക്കാരിനെ ഭയന്ന് ചില മാറ്റങ്ങൾ വരുത്തേണ്ടി വന്നെങ്കിലും തിരുവിതാംകൂറിലെ ആകെ മാറിവന്ന അന്തരീക്ഷത്തിൽ മിഷണറിമാർക്കും ബ്രിട്ടീഷുകാർക്കും പൂർണമായി കീഴടങ്ങി കൊടുക്കാനും സർക്കാരിന് കഴിയുമായിരുന്നില്ല.1888 ലെ അരുവിപ്പുറം പ്രതിഷ്ഠ 1891 ലെ മലയാളി മെമ്മോറിയൽ 1896 ലെ ഈഴവ മെമ്മോറിയൽ തുടങ്ങിയ ഈഴവരുടെയും പുലയരാദി മറ്റ് അധഃസ്ഥിതരുടേയും ഇടയിൽ പ്രകടമാകാൻ തുടങ്ങിയ അവകാശബോധത്തിന്റെയും സംഘടനായത്നങ്ങളുടേയും അലകൾ അവഗണിക്കാൻ അധികാരികൾക്കും

കഴിയുമായിരുന്നില്ല. അതുകൊണ്ട് തുടർന്നുള്ള വർഷങ്ങളിൽ സർക്കാർ വീണ്ടും വീണ്ടും പരിഷ്കരണനടപടികൾ കൈക്കൊള്ളുകയും എയ്ഡഡ് സ്കൂളുകാർ അവയ്ക്ക് എതിരെ നിവേദനം നടത്തുകയും പലപ്പോഴും അവയെ അവഗണിച്ചുകൊണ്ട് പ്രവർത്തിക്കുകയും വീണ്ടും സർക്കാർ അതേ നിയമങ്ങൾ ആവർത്തിച്ച് പ്രഖ്യാപിക്കുകയും മറ്റുമായിരുന്നു സുമാർ 1910 വരെ ചെയ്തു വന്നത്. ഇക്കാലത്തെ തിരുവിതാംകൂറിലെ മിഷണറി പ്രവർത്തനത്തെക്കുറിച്ച് ആധികാരികമായ ഒരു ഗവേഷണ ഗ്രന്ഥം രചിച്ച ഖോജി ക്വാഷിമ എന്ന ജപ്പാനീസ് പണ്ഡിതൻ ഈ സർക്കാർ നടപടികളുടെ പ്രധാന കുന്തമുന മിഷണറിമാരുടെ വിദ്യാഭ്യാസ കച്ചവടശ്രമങ്ങൾക്കെതിരായിരുന്നുവെന്ന് തെളിവുകൾ സഹിതം സ്ഥാപിക്കുന്നു. (*മിഷണറീസ് ആന്റ് എ ഹിന്ദു സ്റ്റേറ്റ്: ട്രാവൻകൂർ* 1858–1936)

ഈ പരിഷ്കരണങ്ങൾ മിഷണറി വിദ്യാലയങ്ങൾക്ക് കടിഞ്ഞാണിടുവാൻ മാത്രമായിരുന്നില്ല, ഈഴവർ, പുലയർ തുടങ്ങിയ പിന്നോക്ക വിഭാഗങ്ങൾക്ക് വിദ്യാഭ്യാസ സൗകര്യവും സൗജന്യവും വർധിപ്പിക്കാനും നടപടികൾ എടുക്കുകയുണ്ടായി. ഈഴവർക്കും പുലയർക്കും അവരിൽപ്പെട്ട പെൺകുട്ടികൾക്കും പ്രത്യേക വിദ്യാലയങ്ങൾ തുറക്കുകയും ഫീസ് മുതലായ കാര്യങ്ങളിൽ സൗജന്യം അനുവദിക്കുകയും ചെയ്തിരുന്നു. എന്നാൽ അയിത്തത്തിനും വിഭാഗീയതയ്ക്കുമെതിരെ 1903 ൽ രജിസ്റ്റർ ചെയ്ത എസ് എൻ ഡി പി യോഗം തുടങ്ങിയ നവോത്ഥാന സംഘടനകളുടെ സമ്മർദ്ദഫലമായി സർക്കാർ വിദ്യാലയങ്ങളിൽ തന്നെ അയിത്തക്കാർ എന്ന് പറയപ്പെടുന്നവർക്ക് പ്രവേശനം നൽകാൻ ഉത്തരവുകൾ ഉണ്ടായി. എന്നാൽ ഒരു വശത്ത് നിന്ന് മിഷണറിമാർ സർക്കാർ വിദ്യാഭ്യാസ നയങ്ങളെ എതിർത്തതുപോലെ മറ്റൊരു വശത്തുനിന്നും സവർണപ്രമാണിമാരും വിദ്യാഭ്യാസ നയത്തെ ചെറുക്കുകയുണ്ടായി. അയിത്തജാതിക്കാരെ സർക്കാർ ഉത്തരവനുസരിച്ച് വിദ്യാലയങ്ങളിൽ പ്രവേശിപ്പിക്കുന്നതിനെ ലഹളയും മറ്റും കൊണ്ട് തടയാൻ ശ്രമിച്ചു. പല സർക്കാർ വിദ്യാലയങ്ങളിലും അയിത്തക്കാർക്കു പ്രവേശനം ലഭിച്ചിരുന്നില്ല.

ഈ ചരിത്രപശ്ചാത്തലത്തിലാണ് അധഃസ്ഥിതർക്ക് വിദ്യാലയ പ്രവേശനം ലഭിക്കാനുള്ള മാധവന്റെ പ്രഥമശ്രമം നടന്നത്. അന്ന് 19 വയസായിരുന്ന മാധവൻ ഇന്നത്തെ കണക്കിൽ എട്ടാം ക്ലാസ്സിൽ പഠിക്കുകയായിരുന്നു. മാധവന്റെ ഈ ശ്രമത്തെയും അനന്തര സംഭവങ്ങളേയും കുറിച്ച് ജീവചരിത്രകാരനായ പി കെ മാധവൻ ഇപ്രകാരം എഴുതുന്നു.

> അധഃകൃതവർഗ്ഗക്കാരുടെ ഉന്നമനത്തിനായി മാധവൻ ആദ്യമായി ചെയ്ത പ്രവൃത്തി അതുവരെ ഈഴവർക്കു പ്രവേശനം അനുവദി

ച്ചിട്ടില്ലായിരുന്ന ഹരിപ്പാട്ട് ഗവൺമെന്റ് ഇംഗ്ലീഷ് സ്കൂളിൽ പ്രവേശനം സമ്പാദിക്കാൻ ശ്രമിച്ചതായിരുന്നു. അന്ന് മാധവൻ 4-ാം ഫാറത്തിൽ പഠിക്കുകയായിരുന്നു. സ്കൂളിൽ പ്രവേശനം നൽകുന്ന കാര്യത്തിൽ യാഥാസ്ഥിതികരായ സവർണഹിന്ദുക്കൾ വലുതായ പ്രതിബന്ധങ്ങളും വിപരീതാഭിപ്രായങ്ങളും പുറപ്പെടുവിച്ചിരുന്നു. ആദ്യമായി പ്രവേശനത്തിന് അപേക്ഷിച്ചത് ആലുംമൂട്ടിൽ ശ്രീ. എ കെ കൃഷ്ണചാന്നാരവർകളും, ആലുംമൂട്ടിൽ പടീറ്റതിൽ ഡോക്ടർ പൽപ്പുവും ആയിരുന്നു. വിദ്യാർഥിയായിരുന്ന മാധവൻ ഇവരെ രണ്ടുപേരെയും സ്കൂളിൽകൊണ്ടുചെന്ന് ഇവർക്കു പ്രവേശനം കൊടുക്കണമെന്ന് അന്നത്തെ ഹെഡ്മാസ്റ്റർ പത്മനാഭയ്യർ അവർകളോട് ആവശ്യപ്പെടുകയും, ഹെഡ്മാസ്റ്ററോടും സംഭാഷണം കേട്ടുവന്ന സഹാധ്യാപകരോടും തങ്ങളുടെ അപേക്ഷയുടെ ന്യായത്തെ പുരസ്കരിച്ചു ശക്തിയായി യുക്തിവാദം ചെയ്യുകയും ചെയ്തു. മാധവന്റെ ന്യായവാദങ്ങൾക്ക് അവർ അന്നു ശരിയായ സമാധാനം പറയുകയോ, പ്രവേശനം നിരസിച്ചിരിക്കുന്നതായി രേഖപ്പെടുത്തിത്തരണമെന്ന് മാധവൻ ന്യായമായി ചെയ്ത അപേക്ഷ സ്വീകരിക്കുകയോ ചെയ്തിട്ടില്ല.
എന്നാൽ, ഇതുകൊണ്ടൊന്നും ഭഗ്നാശനാകാതെ ന്യായാനുസൃതമായി മാധവൻ ചെയ്ത എഴുത്തുകളുടെയും പരിശ്രമത്തിന്റെയും ഫലമായും, അന്നു സ്കൂൾ ഇൻസ്പെക്ടറായിരുന്ന എം രാജരാജവർമ്മ തമ്പുരാൻ അവർകളുടെ ഹൃദയവിശാലതയും ധീരതയും നിമിത്തവും ഒടുവിൽ ഈഴവർക്കു സ്കൂളിൽ പ്രവേശനം ലഭിച്ചു. ഇതുനിമിത്തം സവർണഹിന്ദുക്കളുടെ മനസിൽ ഉണ്ടായ ക്ഷോഭമാണ് പ്രസിദ്ധമായ 1080ലെ നായരീഴവലഹളയ്ക്കു കാരണമായിത്തീർന്നത്. ഈ ലഹളയിൽ ഹരിപ്പാട് വെച്ച് ഈഴവവിദ്യാർഥികളെ മർദ്ദിച്ചതും ,അതിനെതുടർന്ന്, ഈഴവരുടെ ഏകപത്രമായിരുന്ന സുജനാനന്ദിനി ആഫീസിനു പരവൂരിലെ യാഥാസ്ഥിതികന്മാർ തീ വെച്ചതും സുപ്രസിദ്ധ സംഭവങ്ങളാണല്ലോ. ഈ ലഹള ശമിപ്പിക്കുന്നതിനും സങ്കടകക്ഷികൾക്ക് ന്യായമായ പരിഹാരം സമ്പാദിക്കുന്നതിനും മാധവൻ വളരെ ബുദ്ധിമുട്ടി വേല ചെയ്തിട്ടുണ്ട്. ഈഴവർക്ക് പ്രയോജനം നൽകിയതു നിമിത്തം ക്ഷുഭിതരായ സവർണഹിന്ദുയാഥാസ്ഥിതികന്മാർ തങ്ങളുടെ കുട്ടികളെ ഗവൺമെന്റു സ്കൂളിൽ നിന്നും പിൻവലിച്ച് ഈഴവർക്ക് പ്രവേശനമില്ലാത്ത ഹരിപ്പാട് പടിഞ്ഞാറേ നടയിൽ ഷൺമുഖവിലാസം എന്ന പേരിൽ ഒരു സ്കൂൾ സ്ഥാപിച്ചു നടത്തിവന്നിരുന്നു എന്നുള്ള വസ്തുതയുംകൂടി ആലോചിക്കുമ്പോൾ ഈ സ്കൂൾ പ്രവേശനവാദത്തിന്റെ ഗൗരവവും പ്രവേശനം സമ്പാദിക്കാനുണ്ടായിരുന്ന പ്രയാസവും ഏറെക്കുറെ ഊഹിക്കാവുന്നതാണ്. (*ടി കെ മാധവന്റെ ജീവചരിത്രം*, കോട്ടയം, 1986)

ഈ നായരീഴവ ലഹള ഹരിപ്പാട് മാത്രമായി ഒതുങ്ങി നിന്നില്ല. കാർത്തികപ്പള്ളി-കൊല്ലം തുടങ്ങിയ പ്രദേശങ്ങളിലും ലഹള പടർന്നു പിടിക്കുകയുണ്ടായി. 1905 ജനുവരിയോടുകൂടി ലഹള അതിന്റെ പാരമ്യ ത്തിലെത്തി. പലയിടത്തും അടിപിടിയും തീവെയ്പ്പും നടക്കുകയും നിയമ സമാധാനപാലനം തന്നെ അപകടത്തിലാവുകയും ചെയ്തു. ഈഴവ സമു ദായത്തിന്റെ അനൗദ്യോഗിക ജിഹ്വയായി പ്രവർത്തിച്ചിരുന്ന പരവൂർ കേശവനാശാന്റെ പത്രമാഫീസും അത് അച്ചടിച്ചിരുന്ന അച്ചുകൂടവും ക്ഷുഭിതരായ നായന്മാർ ആക്രമിച്ച് തീവെച്ചു. ടി കെ മാധവനും ഡോ. ടി പൽപ്പുവും മറ്റും പരാതിപ്പെട്ടതിനെ തുടർന്ന് ലഹള ശമിപ്പിക്കാൻ ദിവാൻ വി പി മാധവറാവു മുൻകൈ എടുത്തു. കൊല്ലത്ത് വെച്ച് മാർച്ച് 19ന് ചേർന്ന അനുരഞ്ജന സമ്മേളനത്തിൽ ഇരുകൂട്ടരും തമ്മിൽ സന്ധി യായി. സർക്കാർ ഉത്തരവനുസരിച്ച് ഈഴവരെ പൊതുവിദ്യാലയങ്ങ ളിൽ ചേർക്കാൻ തീരുമാനിക്കുകയും ചെയ്തു.

സ്വാതന്ത്ര്യപ്രേമം

അനാരോഗ്യം, അശ്രദ്ധ, പൊതുപ്രവർത്തന താൽപ്പര്യം കുടുംബ ത്തിലെ ചില വേർപാടുകൾ തുടങ്ങിയ ചില കാരണങ്ങളാൽ വിദ്യാഭ്യാസ കാര്യങ്ങളിൽ മാധവന് പല തിരിച്ചടികളും നേരിട്ട കാര്യം സൂചിപ്പിച്ചിരു ന്നുവല്ലോ. ഈ തകരാറുകൾക്കിടയിലും പൊതുവിജ്ഞാനം, രാഷ്ട്രമീ മാംസ, സാമൂഹ്യവിജ്ഞാനീയം തുടങ്ങിയ മേഖലകളിൽ വളരെ അവഗാഹം നേടാനും ഇംഗ്ലീഷിലും മലയാളത്തിലും ബിരുദം നേടിയ വർക്കുപോലും അസൂയ തോന്നും വിധം എഴുതാനും പ്രസംഗിക്കാനും അദ്ദേഹത്തിന് കഴിഞ്ഞിരുന്നു. നാലാം ഫോറത്തിൽ പഠിച്ചിരുന്ന കാലത്ത് (1904) പ്രജാസഭാ മെമ്പറായിരുന്ന അമ്മാവന് പകരക്കാരനായി പ്രത്യേക അനുവാദം വാങ്ങി സഭയിൽ നടത്തിയ ഉജ്ജ്വല ഇംഗ്ലീഷ് പ്രഭാഷണ ത്തെക്കുറിച്ച് പരാമർശിച്ചല്ലോ. തട്ടിയും തടഞ്ഞുമുള്ള ആ വിദ്യാഭ്യാസ ത്തിന്റെ ചുരുക്കം ഇതാണ്. 1903 ൽ അച്ഛൻ മരിച്ചതിനുശേഷം വീട്ടിലു ണ്ടായ പ്രശ്നങ്ങളെ തുടർന്ന് തിരുവനന്തപുരം വിടേണ്ടി വന്നു. 1905 ൽ മാവേലിക്കരയിലേക്കു പോയി. അവിടെ മാവേലിക്കര സർക്കാർ സ്കൂളിൽ അഞ്ചാം ഫോറത്തിൽ ചേർന്ന് പഠിച്ചെങ്കിലും ജയിക്കാൻ കഴി ഞ്ഞില്ല. പിന്നീട് കൊല്ലം സെന്റ് അലോഷ്യസ് ഇംഗ്ലീഷ്സ്കൂളിൽ അഞ്ചാം ഫോറത്തിൽ പഠിക്കാൻ ചേർന്നു. അഞ്ചാം ഫോറം അവിടെ നിന്ന് പാസായി എങ്കിലും ആറാം ഫോറത്തിൽ ഏതാനും ദിവസങ്ങൾ മാത്രം പഠിച്ച മാധവൻ വിദ്യാഭ്യാസം അവസാനിപ്പിച്ചു. ഇക്കാലത്ത് മാധവന്റെ പഠനത്തിലും ചിന്തയിലും അഭിപ്രായങ്ങളിലും ഉണ്ടായ വൈപുല്യം തെളി യിക്കുന്ന ഒരു സംഭവം അദ്ദേഹത്തിന്റെ ജീവചരിത്രകാരൻ വിവരിക്കു ന്നുണ്ട്:

ടി.കെ. അഞ്ചാം ഫാറത്തിൽ പഠിച്ചുകൊണ്ടിരുന്നപ്പോൾ ആ ക്ലാസിൽ ശർമ്മ അവർകളായിരുന്നു ചരിത്രം പഠിപ്പിച്ചുകൊണ്ടിരുന്നത്. ഒരിക്കൽ ഇദ്ദേഹം ക്ലാസിൽ ചരിത്രവിഷയമായി പ്രസംഗിച്ചുകൊണ്ടിരുന്നപ്പോൾ ബ്രിട്ടീഷുകാർ ഇന്ത്യക്കു ചെയ്തിട്ടുള്ള നിരവധി ഗുണങ്ങളെ ആകർഷണീയമാംവിധം പ്രതിപാദിക്കുവാൻ ഇടയായി. അപ്പോൾ പ്രസംഗം ശ്രദ്ധിച്ചുകൊണ്ടിരുന്ന ടി കെ ക്ലാസിൽ എഴുന്നേറ്റുനിന്നു. ഗുരുവും ശിഷ്യനും തമ്മിൽ താഴെ പറയുന്ന സംഭാഷണം നടന്നു.

ടി കെ: ഇംഗ്ലീഷുകാരല്ലാതെ മറ്റേതെങ്കിലും യൂറോപ്യൻ രാജ്യക്കാർ ഫ്രഞ്ചുകാരോ, ജർമൻകാരോ ഇന്ത്യ കീഴടക്കി ഭരിച്ചിരുന്നെങ്കിൽ ഇന്ത്യക്ക് ഇപ്രകാരമുള്ള ഗുണങ്ങൾ സിദ്ധിക്കുമായിരുന്നോ?

ശർമ്മ: അതെ സിദ്ധിക്കുമായിരുന്നു.

ടി കെ: അപ്പോൾ ഇന്നു നാം ഇംഗ്ലീഷുകാരെ സ്തുതിക്കുന്നതുപോലെ,അവരെയും സ്തുതിക്കുമായിരുന്നില്ലേ?

ശർമ്മ:അതെ

ടി കെ: ജപ്പാൻ ഇന്നു മുന്നണിയിൽ നിൽക്കുന്ന ഒരു രാഷ്ട്രമല്ലേ?

ശർമ്മ:അതെ

ടി കെ: ജപ്പാൻകാർ അന്യരാജ്യക്കാരുടെ സഹായം കൂടാതെയല്ലേ അഭിവൃദ്ധിപ്രാപിച്ചത്?

ശർമ്മ: അതെ

ടി.കെ: അപ്പോൾ ഇംഗ്ലീഷുകാർ ഇന്ത്യയെ കീഴടക്കി ഭരിക്കാതെ, സ്വേച്ഛപോലെ വളരുന്നതിന് ഇന്ത്യക്ക് സ്വാതന്ത്ര്യം അനുവദിച്ചിരുന്നെങ്കിൽ, ഇന്ത്യയും ജപ്പാനെപോലെ അഭിവൃദ്ധിയെ പ്രാപിക്കുകയില്ലായിരുന്നോ?

ശർമ്മ:അതെ

ടി കെ: എന്നാൽപ്പിന്നെ എന്തിനാണു ബ്രിട്ടീഷുകാരെ ഇങ്ങനെ സ്തുതിക്കുന്നത്?

ശർമ്മ: എന്റെ ഇപ്പോഴത്തെ പരിതഃസ്ഥിതിക്ക് ബ്രിട്ടീഷുകാരെ സ്തുതിക്കാതിരിക്കാൻ നിവർത്തിയില്ല.

ദേശാഭിമാനി

പിൽക്കാലത്ത് അഭിമാനകരമായ ഒരു ബിരുദം പോലെ ടി കെ മാധവന്റെ പേരിനോടുകൂടി ചേർത്ത് വന്ന ദേശാഭിമാനി എന്ന പദം ടി കെ മാധവന്റെ ദൗത്യനിർവ്വഹണത്തിൽ വലിയ പങ്ക് വഹിച്ചിരുന്ന *ദേശാഭി*

മാനി പത്രത്തിൽ നിന്ന് ലഭിച്ചതാണ്. ഒരു പത്രം നടത്തുക എന്ന ആശയവും അതു വഴി പ്രചരിപ്പിക്കേണ്ട നയപരിപാടികളും മാധവന്റേത് ആയിരുന്നു. എങ്കിലും 1915 ൽ അതാരംഭിക്കുമ്പോൾ അതിന്റെ പത്രാധിപരായി നിയോഗിക്കപ്പെട്ടത് ടി കെ നാരായണനായിരുന്നു. പ്രസാധകനും മാനേജരുമായി പ്രവർത്തിച്ചത് മാധവന്റെ ഭാര്യാസഹോദരനായിരുന്ന കെ.പി. കയ്യാലയ്ക്കൽ പത്മനാഭൻ ചാന്നാർ ആയിരുന്നു. കെ പി കയ്യാലയ്ക്കൽ എന്ന പേരിൽ പിൽക്കാലത്ത് പ്രസിദ്ധനായ സമുദായസ്നേഹിയും സേവകനുമായിരുന്നു അദ്ദേഹം.

പത്രത്തിന്റെ പേരിനെകുറിച്ച് പല നിർദ്ദേശങ്ങളും സുഹൃത്തുക്കളിൽ നിന്നും സഹപ്രവർത്തകരിൽ നിന്നും വന്നിരുന്നു എങ്കിലും അഴിമതിക്കും സ്വേച്ഛാധിപത്യത്തിനും എതിരെ പോരാടി നാടുകടത്തപ്പെട്ട കെ രാമകൃഷ്ണപ്പിള്ളയുടെയും വക്കം അബ്ദുൾഖാദർ മൗലവിയുടെയും പത്രമായിരുന്ന *സ്വദേശാഭിമാനി* ആണ് അവർക്ക് അവസാനം വഴികാട്ടി ആയി തീർന്നത്. പത്രാധിപർ നാടുകടത്തപ്പെടുകയും പത്രം നിരോധിക്കപ്പെടുകയും അച്ചുകൂടം കണ്ടുകെട്ടപ്പെടുകയും ചെയ്തതിനെ സ്വദേശാഭിമാനിയുടെ മാതൃക സ്വീകരിക്കുക അന്നും അപകടകരമായ ഒരഭ്യാസം ആയിരുന്നു. എങ്കിലും സമുദായസ്നേഹത്തോടൊപ്പം സ്വാതന്ത്ര്യപ്രേമവും ഇഴുകിചേർന്ന മാധവന്റെ നിർദേശപ്രകാരം ആണ് അൽപ്പം വ്യത്യാസത്തോടുകൂടി ദേശാഭിമാനി എന്ന പേര് സ്വീകരിക്കപ്പെട്ടത്. 1924-ലെ വൈക്കം സത്യാഗ്രഹ പന്തലിൽ വച്ച് യുവാവായിരുന്ന പി കൃഷ്ണപ്പിള്ള, മാധവന്റെ ആരാധകനായി തീർന്നതും 1943-ൽ കമ്യൂണിസ്റ്റ് പാർട്ടി ഒരു പത്രം ആരംഭിച്ചപ്പോൾ അതിന് *ദേശാഭിമാനി* എന്ന പേര് നിർദ്ദേശിക്കാൻ പി കൃഷ്ണപിള്ളയ്ക്ക് പ്രേരകമായതും ഈ യൗവനകാല ആരാധനയായിരുന്നു എന്ന് അദ്ദേഹം തന്നെ പറഞ്ഞുകേട്ടിട്ടുണ്ട്.ജാതിവ്യവസ്ഥയ്ക്കും അനാചാരങ്ങൾക്കും എതിരെ ഉള്ള പോരാട്ടവും സ്വാതന്ത്ര്യസമരവും പരസ്പരപൂരകങ്ങൾ ആണെന്ന മാധവന്റെ കാഴ്ചപ്പാടിനോട് ഇ എം എസിനും എം എസ് ദേവദാസിനും മറ്റുമുണ്ടായിരുന്ന ആഭിമുഖ്യം കൃഷ്ണപിള്ളയുടെ നിർദേശം സ്വീകരിക്കാൻ സഹായവുമായി.

അക്കാലത്തെ മലയാളപത്രങ്ങൾ എല്ലാം വാരികകളോ ദ്വൈവാരികളോ മാസികകളോ ആയിരുന്നു. പത്രവായനക്കാരുടെ കുറവും സാക്ഷരതയുടെ പ്രചാരലുപ്തയും പരസ്യക്കാരുടെ അഭാവവും മറ്റും മൂലം ശൈശവ മരണങ്ങൾ അക്കാലത്തെ പത്രലോകത്ത് സാധാരണയായിരുന്നു. ഈഴവരുടെ താൽപ്പര്യ സംരക്ഷണത്തിനായി ആരംഭിക്കപ്പെട്ട പരവൂർ കേശവനാശാന്റെ *സുജനാനന്ദിനി*യും സി വി കുഞ്ഞിരാമന്റെ *കേരളകൗമുദി*യും മറ്റും ഇപ്രകാരം മുടന്തിയും മുടങ്ങിയുമാണ് നടന്നിരുന്നത്. ആ അനുഭവം വരരുത് എന്ന് വാശിയോടെ ആണ് *ദേശാഭിമാനി* സ്ഥാപിക്കപ്പെട്ടത്. *ദേശാഭിമാനി*യുടെ പ്രഥമ ലക്കത്തിൽ ഇക്കാര്യത്തെക്കുറിച്ച് നടത്തിയ പ്രഖ്യാപനം വായിക്കുക.

REGISTERED No. M. 1186

ദേശാഭിമാനി

THE DESABHIMANI Published every Saturday

ദേശാഭിമാനി.

ആയുരാരോഗ്യവും ദ്രവ്യവും

THE DESABHIMANI.
An Anglo Malayalam News paper
Published every Saturday.

Rates of Subscription.

Yearly	Rs. 4
Half yearly	„ 2
Quarterly	„ 1

Single copy 2 as.

Rates of advertisement.

1st 4 insertions 2 as. per line, subsequent insertions for periods of 3 months } 1 a. 6. ℔ line. For standing advertisements special rates can be had on application to the Manager
Desabhimani, Quilon.

സൂതികാമൃതം

ഭാഷാസഹായി

ക്ഷീരബലാ തൈലം

വാതാമയാന്തകതൈലം

HARMONIUMS & CYCLES.

Bowden & Victor,
Merchants & Agents
Quilon

ദേശാഭിമാനി പത്രത്തിന്റെ പുറംതാൾ

> പത്രപ്രവർത്തകന്മാരുടെ ജാതിയെയല്ലാതെ പത്രപ്രവർത്തനത്തെ നോക്കിയല്ലല്ലോ ഒരു പത്രം പൊതുജനപ്രാതിനിധ്യത്തെ വഹിക്കുന്നതോ അതല്ല ഒരു പ്രത്യേക ജാതിയുടെ പ്രാതിനിധ്യത്തെ വഹിക്കുന്നതോ എന്നു ജനങ്ങൾ സാമാന്യേന വിധിച്ചുപോരുന്നത്. ഇതു പൊതുജനപ്രാതിനിധ്യം വഹിക്കണമെന്നു താൽപര്യമുള്ള പത്രപ്രവർത്തകന്മാരെക്കൂടി അപരാധികളാക്കുന്ന വ്യസനകരമായ ഒരവസ്ഥ തന്നെ. ഈ അവസ്ഥയിൽ മലയാളിരാജ്യത്തു സംഖ്യകൊണ്ടു മുന്നണിയിൽ നിൽക്കുന്നവരെങ്കിലും മറ്റവസ്ഥകളിൽ മുന്നണിയിലേക്കു വരുവാൻ പ്രബലങ്ങളായ പ്രതിബന്ധശക്തികളെ കൂടി ജയിക്കേണ്ട ആവശ്യകത നേരിട്ടിരിക്കുന്ന ഈഴവസമുദായത്തിന്റെ പ്രാതിനിധ്യം വഹിക്കാൻ ഒരു പ്രതിവാര പത്രമെങ്കിലും ഉണ്ടായിരിക്കേണ്ടിതിന്റെ ആവശ്യകതയെ ആർക്കും വിസമ്മതിക്കാൻ നിവൃത്തിയുള്ളതല്ല.
> ഈഴവസമുദായത്തിന്റെ പ്രാതിനിധ്യം വഹിക്കുകയെന്നുള്ള സ്പഷ്ടമായ ഉദ്ദേശത്തോടുകൂടി *സുജനാനന്ദിനി*, *കേരളകൗമുദി* മുതലായ ചില പത്രങ്ങൾ ഇതിനുമുമ്പു തന്നെ ഉദിക്കുകയും അസ്തമിക്കുകയും ചെയ്തുകഴിഞ്ഞിരിക്കുന്ന സ്ഥിതിക്കു *ദേശാഭിമാനി*യുടെ ശിരോലിഖിതം എന്തായിരിക്കുമെന്ന് ചിന്താകുലന്മാരായിരിത്തീരുന്നവർ ഉണ്ടായേക്കാം. വർത്തമാനപത്രങ്ങൾ ബ്രഹ്മസൃഷ്ടികളല്ലാത്തതുകൊണ്ട് അലംഘനീയമായ കമലാസനാജ്ഞ അവയ്ക്കുണ്ടായിരിക്കുന്നതല്ലല്ലോ. യാതൊരു ചിന്താകുലതയ്ക്കും അവകാശം കൊടുക്കാത്ത നിലയിൽ ഒരു പ്രതിവാര പത്രത്തിനു സ്ഥിരപ്രതിഷ്ഠവരുത്തുവാൻ മനുഷ്യപ്രയ്തനത്തിനു കഴിയുമെങ്കിൽ ആ വക പ്രയ്തനം ചെയ്‌വാൻ തക്ക ശക്തി ഈഴവസമുദായത്തിന് ഇനിയും ഉണ്ടായിട്ടില്ലെന്നു ഞങ്ങൾക്കു വിശ്വാസമില്ല. ഈ വിശ്വാസത്തിലുള്ള ദൃഢതയാണു ഞങ്ങളെ ഇതിലേക്ക് പ്രേരിപ്പിച്ചത്. മറ്റ് പത്രങ്ങളുടെ അസ്തമയം കണ്ടു ഖേദിച്ച് ഞങ്ങൾ അതിനുള്ള ഹേതുക്കൾ ദേശാഭിമാനിയെ ബന്ധിക്കാതിരിക്കാൻ വേണ്ട നിവാരണോപായങ്ങൾ കരുതിയിട്ടുമുണ്ട്. (ടി പുസ്തകം)

ഈ മുൻകരുതലുകളും ഒരുക്കങ്ങളും എല്ലാം ഉണ്ടായിട്ടും യുദ്ധകാല പരിതഃസ്ഥിതി സൃഷ്ടിച്ച ദൗർലഭ്യങ്ങളും, *ദേശാഭിമാനി കൂട്ടായ്മ*യിൽ പ്രകടമായ അഭിപ്രായഭിന്നതകളും മറ്റും മൂലം പ്രസിദ്ധീകരണം നിലച്ചുപോയി. ഈ ഘട്ടത്തിലാണ് തന്റെ മറ്റ് കർത്തവ്യങ്ങൾക്കിടയിൽ പത്രാധിപത്യം കൂടി എറ്റെടുത്ത് പ്രസിദ്ധീകരിക്കണം തുടരാൻ മാധവൻ ഉദ്യുക്തനായത്. 1917 ൽ വീണ്ടും മാധവന്റെ പത്രാധിപത്യത്തിൽ പ്രസിദ്ധീകരിച്ചു തുടങ്ങിയ *ദേശാഭിമാനി*യുടെ മാനേജർ കയ്യാലയ്ക്കലായിരുന്നു. കേരളത്തിലെ പൊതുജീവിതത്തിൽ രണ്ടാംലോക മഹായുദ്ധാനന്തരം ഉണ്ടായ

പുതിയ ഉണർവ്വുകൾക്ക് ഊർജ്ജം പകരാനും 1920-കളിലെ ഗാന്ധിയൻ സമരപരിപാടികൾക്ക് കേരളത്തിൽ പ്രചാരം നൽകാനും വൈക്കം സത്യാഗ്രഹം, മദ്യവർജ്ജനം, സ്വദേശിപ്രസ്ഥാനം പൗരസമത്വവാദം, തുടങ്ങിയ വയ്ക്ക് ദിശാബോധം നൽകാനും മാധവന്റെ *ദേശാഭിമാനി* നിർവഹിച്ച പങ്ക് അവിസ്മരണീയമാണ്.

ദേശീയതലത്തിലേക്ക്

പിന്നീടങ്ങോട്ടുള്ള പതിനഞ്ച് വർഷത്തോളം ജീവിതകാലം പീഡനങ്ങളും കഠിനാധ്വാനവും ജയിൽവാസവും രോഗവും എല്ലാംകൊണ്ട് സംഘർഷ നിർഭരമായിരുന്നു. ഇക്കാലത്ത് (1916) ഡോ. പൽപ്പുവിന് എഴുതിയ ഒരു കത്തിലൂടെ ശ്രീനാരായണഗുരു ഔപചാരികമായി എസ് എൻ ഡി പി യോഗത്തിന്റെ അധ്യക്ഷസ്ഥാനത്ത് നിന്ന് വിരമിക്കുകയും അക്കാലത്തുതന്നെ യോഗത്തിന്റെ സ്ഥാപക സെക്രട്ടറി ആയിരുന്ന മഹാകവി കുമാരനാശാൻ രാജിവെയ്ക്കുകയും ചെയ്തിരുന്നു. ആശാൻ സെക്രട്ടറി ആയിരുന്ന കാലത്തുതന്നെ മാധവനെ സഹകാര്യദർശിയാക്കാൻ ഒരു നിർദേശം വന്നുവെങ്കിലും അതു നടപ്പായില്ല. എങ്കിലും ഔപചാരിക സ്ഥാനങ്ങളിൽ നിന്ന് വിരമിച്ച ഗുരുവിന്റെയും ആശാന്റെയും സ്ഥാനം അനൗപചാരികമായിട്ടാണെങ്കിലും വന്നു ചേർന്നത് മാധവന്റെ ചുമലിലാണ്. ഇതിനിടെ പൊതുജന നേതാവായും ഈഴവസമുദായത്തിന്റെ പ്രതിനിധി ആയും പരക്കെ അംഗീകരിക്കപ്പെട്ട മാധവനെ ശ്രീമൂലം പ്രജാസഭയിലേക്ക് 1918 ൽ തെരഞ്ഞെടുക്കുകയും ചെയ്തു.

അക്കാലത്തെ ഈ ഉയർന്ന പദവിയിലേക്ക് നിയോഗിക്കപ്പെടാൻ മാധവനെ അർഹനാക്കിയത് 1917-ൽ കോട്ടയത്ത് തിരുനക്കര മൈതാനത്തിൽ വച്ച് ചേർന്ന പൗരസമത്വ യോഗത്തിൽ മാധവൻ വഹിച്ച നേതൃത്വപരമായ പങ്കും അദ്ദേഹത്തിന്റെ ഉജ്ജ്വല പ്രഭാഷണവുമാണ്. പൗരസമത്വ യോഗത്തിൽ ഹൈന്ദവസമൂഹത്തിലെ അധഃസ്ഥിതർക്ക് പുറമെ ക്രിസ്ത്യാനികൾ മുസ്ലീംങ്ങൾ തുടങ്ങിയ ന്യൂനപക്ഷങ്ങളും പങ്കെടുത്തിരുന്നു. ക്രിസ്തീയ നേതാവായ ഇ ജെ ജോൺ ആയിരുന്നു അധ്യക്ഷൻ. ഈ സമ്മേളനത്തിന്റെ പ്രമേയ പ്രകാരമാണ് ദേവസ്വത്തെ റവന്യൂവകുപ്പിൽ നിന്ന് വേർപ്പെടുത്തിയതും അങ്ങനെ റവന്യൂവകുപ്പിൽ സവർണേതരർക്ക് പ്രവേശനം ലഭിച്ചതും.

ഈ സാമുദായിക പ്രവർത്തനങ്ങൾക്ക് പുറമെ ദേശീയ സ്വാതന്ത്ര്യ സമരത്തിലും മാധവൻ കൂടുതൽ ശ്രദ്ധിക്കാൻ തുടങ്ങി. ബ്രിട്ടീഷ് മേൽക്കോയ്മയ്ക്കും സവർണാധിപത്യത്തിനും എതിരെ ഉള്ള രണ്ട് സമരധാരകളും സമന്വയിപ്പിക്കണം എന്നതായിരുന്നു സ്വാതന്ത്ര്യത്തിന്റെ സമഗ്രതയെക്കുറിച്ചുള്ള ഉൾക്കാഴ്ചയിലൂടെ മാധവൻ ചെന്നെത്തിയ നിഗമനം.

സാമുദായികമായ അവശതകൾക്ക് എതിരെയുള്ള പോരാട്ടത്തിൽ ഏർപ്പെട്ടിരുന്നവർ സ്വാതന്ത്ര്യസമരത്തെ അവഗണിക്കുന്നതും സ്വാത

ന്ത്ര്യം ലഭിച്ചുകഴിഞ്ഞ് മറ്റ് സമത്വങ്ങൾക്ക് വേണ്ടി ശ്രമിക്കാം എന്നു കരുതിയ സ്വാതന്ത്ര്യ സമരസേനാനികൾ സവർണാധിപത്യത്തിൽ അടിയുറച്ച ഉച്ചനീചത്വങ്ങളെ അവഗണിക്കുന്നതും മാധവൻ അംഗീകരിച്ചില്ല. നേരത്തെ തന്നെ സ്വാതന്ത്ര്യസമര പ്രശ്നങ്ങളിലേക്ക് ആകർഷിക്കപ്പെട്ട അദ്ദേഹം 1922 -ൽ മഹാത്മഗാന്ധിയെ തിരുനെൽവേലിയിൽ സന്ദർശിച്ച് സംഭാഷണം നടത്തിയതോടെ ഈ നിലപാട് കൂടുതൽ ശക്തമായി. മാധവനെ ഗാന്ധി സ്വാധീനിക്കുക മാത്രമല്ല ഗാന്ധിയെപോലുള്ള ഒരു മഹാപുരുഷനെ മാധവനും സ്വാധീനിച്ചതായിട്ടാണ് കാണുന്നത്. സ്വാതന്ത്ര്യ സമരം സമഗ്രവും ഫലപ്രദവും ആകണമെങ്കിൽ അധഃസ്ഥിതരുടെ അവകാശവാദങ്ങൾ സ്വാതന്ത്ര്യസമരത്തിന്റെ അജണ്ടയിൽ ഉൾപ്പെടുത്തിയേ തീരു എന്ന് മാധവൻ മഹാത്മാവിന്റെ ശ്രദ്ധയിൽപ്പെടുത്തി. പിന്നീട് ശ്രീനാരായണഗുരുവിനെ 1925-ൽ ശിവഗിരിയിൽ വെച്ച് കണ്ടു-മുട്ടി സംവാദം നടത്തിയതോടെ ആണ് മാധവൻ തുടങ്ങിവെച്ച കാര്യം മഹാത്മാവിന് പൂർണമായി ബോധ്യമായതും ഹരിജനോദ്ധാരണം എന്നത് സ്വാതന്ത്ര്യസമരത്തിന്റെ അജണ്ടയിൽ പെടുത്തിയേ തീരു എന്നദ്ദേഹം തീരുമാനിച്ചതും. തന്റെ മുഖ്യപത്രമായ *യങ് ഇന്ത്യ*യുടെ പേര് മാറ്റി *ഹരിജൻ* എന്നാക്കിയതും ക്ഷേത്രപ്രവേശനാദി അയിത്തോച്ചാടന നടപടികൾക്ക് പൂർവ്വാധികം പ്രാധാന്യം കൽപ്പിക്കാൻ തുടങ്ങിയതും ഗാന്ധിയുടെ ശിവഗിരി തീർത്ഥാടനത്തിന് ശേഷമാണ്.

വൈക്കം സത്യഗ്രഹം അരങ്ങൊരുക്കം

കോട്ടയത്ത് തിരുനക്കര മൈതാനത്ത് വച്ച് ചേർന്ന പൗരസമത്വയോഗത്തിൽ മാധവൻ വഹിച്ച പങ്കിനെകുറിച്ച് വിവരിച്ചിരുന്നല്ലോ. ഈ പൗരസമത്വ സമ്മേളനമാണ് 1930 കളിൽ സംയുക്ത രാഷ്ട്രീയ സഭയ്ക്കും നിവർത്തന പ്രക്ഷോഭണത്തിനും തുടർന്ന് സ്റ്റേറ്റ് കോൺഗ്രസിനും ബീജാവാപം ചെയ്തത്. 1919 ലെ ജാലിയൻ വാലാബാഗ് കൂട്ടക്കൊലയും 1920 ൽ മഹാത്മാഗാന്ധി കോൺഗ്രസിന്റെ നേതൃത്വം ഏറ്റെടുത്ത് നിസ്സഹകരണ സത്യഗ്രഹ സമരങ്ങൾ ആരംഭിച്ചതും തിരുവിതാംകൂറിലും ചലനങ്ങൾ സൃഷ്ടിച്ചു. എന്നാൽ നാട്ടുരാജ്യങ്ങളുടെ ആഭ്യന്തര കാര്യങ്ങളിൽ പ്രവേശിക്കാതെ സ്വാതന്ത്ര്യ സമരയത്നങ്ങൾ ബ്രിട്ടീഷുകാർ നേരിട്ട് ഭരിക്കുന്ന പ്രദേശങ്ങളിൽ മതിയെന്നതായിരുന്നു കോൺഗ്രസിന്റെ നിലപാട്. അതുകൊണ്ട് സ്വാതന്ത്ര്യസമരത്തിൽ പങ്കെടുക്കുവാൻ ആഗ്രഹിച്ച തിരുവിതാംകൂർകാരും കൊച്ചീക്കാരും മലബാറിൽ പോയി ആണ് സമരം ചെയ്തതും അറസ്റ്റ് വരിച്ചതും മറ്റും. മലബാറിൽ തന്നെ കോൺഗ്രസ് സമരത്തിന്റെ ഭാഗമായി രൂപംകൊണ്ട ഖിലാഫത്ത് പ്രസ്ഥാനത്തിന്റെ തുടർച്ചയെന്നോണം പൊട്ടിപ്പുറപ്പെട്ട മലബാർ ലഹള ഒരു വിഭാഗം സ്വാതന്ത്ര്യസമരസേനാനികളെ ആശങ്കാകുലരാക്കി. ഈ പശ്ചാത്തലത്തിലാണ് ദേശീയ സ്വാതന്ത്ര്യസമരത്തിന്റെ

മേൽവിലാസം കൂടാതെ സാമൂഹ്യ പരിഷ്കാരയത്നങ്ങളിൽ മാധവനെ പോലുള്ളവർ കൂടുതൽ ശ്രദ്ധ ചെലുത്തിയത്. അയിത്തോച്ചാടനം, ക്ഷേത്ര പ്രവേശനം തുടങ്ങിയ പ്രശ്നങ്ങളെ മുൻനിറുത്തിയുള്ള പോരാട്ടങ്ങൾ ദേശീയ സ്വാതന്ത്ര്യസമരവും ഇന്ത്യൻ നാഷണൽ കോൺഗ്രസും ആയി വിളക്കിച്ചേർത്തില്ലെങ്കിൽ അത് വിഭാഗീയവും വികലവും ആയി തീരാൻ ഇടയുണ്ടെന്ന് മാധവൻ കരുതി. പിൽക്കാലത്ത് ക്ഷേത്രപ്രവേശന പ്രക്ഷോഭത്തിന്റെ വ്യാപകമായ സാമൂഹ്യവും രാഷ്ട്രീയവുമായ തലങ്ങളെ മാധവൻ ഓച്ചിറവച്ച് ചെയ്ത (1105 വൃശ്ചികം 6) ഒരു പ്രസംഗത്തിൽ വിവരിച്ചിരുന്നത് അദ്ദേഹത്തിന്റെ വീക്ഷണത്തെ വ്യക്തമാക്കുന്നു:

> ക്ഷേത്രപ്രവേശനവാദം അവർണഹിന്ദുക്കളെന്നു പറയപ്പെടുന്നവർക്കു പൊതുക്ഷേത്രങ്ങളിൽ പ്രവേശിച്ച് ഈശ്വരാരാധന ചെയ്യുന്നതിനുള്ള അവകാശം സാമ്പാദിക്കാൻ മാത്രമുള്ള ഒരു അവകാശവാദമായിട്ടാണ് പലരും ധരിച്ചിട്ടുള്ളതെന്നു തോന്നുന്നു. ആ അവകാശം സമ്പാദിക്കുന്നതും ക്ഷേത്രപ്രവേശനവാദത്തിന്റെ ഉദ്ദേശത്തിൽ ഉൾപ്പെടും. എന്നാൽ, അതു മാത്രമല്ല, ക്ഷേത്രപ്രവേശനവാദത്തിന്റെ ഉദ്ദേശ്യം. ക്ഷേത്രപ്രവേശന വാദം ധാർമികമായ ഒരു അവകാശവാദമാകുന്നു.അതിനു മതപരമായും സമുദായപരമായും രാഷ്ട്രീയമായും ഓരോ വശമുണ്ട്. ഹിന്ദുമതപരിഷ്കരണവും ഹിന്ദുസമുദായപരിഷ്കരണവും പൗരാവകാശസമത്വസ്ഥാപനവും അതിന്റെ ഉദ്ദേശ്യങ്ങളിൽ ഉൾപ്പെടും.... ശ്രീമാൻ പി കെ നാരായണപിള്ള അവർകളുടെ അധ്യക്ഷതയിൽ അമ്പലപ്പുഴ വച്ചു നടന്ന നായർ സമാജത്തിൽ ക്ഷേത്രപ്രവേശനത്തെപ്പറ്റി പാസ്സാക്കീട്ടുള്ള നിശ്ചയത്തിൽ പൂജകാധികാരം തുടങ്ങിയുള്ള എല്ലാ അവകാശങ്ങളോടുകൂടി ജാതിഭേദം കൂടാതെ എല്ലാ ഹിന്ദുക്കൾക്കും ക്ഷേത്രപ്രവേശനത്തിനുള്ള അവകാശം അനുവദിച്ചു കൊടുക്കേണ്ടതാകുന്നു എന്നാണ് അഭിപ്രായപ്പെട്ടിട്ടുള്ളത്. ഈ നിശ്ചയം ക്ഷേത്രപ്രവേശനവാദത്തിൻെറ ആദർശത്തെ കുറച്ചുകൂടി വ്യക്തമാക്കുന്നുണ്ട്. ക്ഷേത്രപ്രവേശനത്തെപ്പറ്റി ശ്രീമാൻ പി കെ നാരായണപിള്ള ചെയ്ത ഒരു പ്രസംഗത്തിൽ, തിരുവനന്തപുരത്തുവെച്ചു കൂടിയ നായർ സമാജത്തിൽവച്ചാണെന്നാണ് എന്റെ ഓർമ്മ, അദ്ദേഹം സഹജമായ സ്വാരസ്യത്തോടും ചാതുര്യത്തോടുംകൂടി പാചകനു പൂജകനാകാമെങ്കിൽ പണ്ഡിതനെന്തുകൊണ്ട് പൂജകനായിക്കൂടാ? ഏതാണ്ടിങ്ങനെ ചോദിച്ചിരുന്നു. (ടി പുസ്തകം പുറം 79)

തിരുവിതാംകൂറിലെ ക്ഷേത്രപ്രവേശനവിളംബരം കഴിഞ്ഞിട്ട് 75 വർഷവും സ്വാതന്ത്ര്യം ലഭിച്ചിട്ട് 61 വർഷവും പിന്നിട്ടിട്ടും മാധവനും പി

കെ നാരായണപിള്ളയും പറഞ്ഞ പല കാര്യങ്ങളും ഇപ്പോഴും നടന്നിട്ടില്ല എന്നത് മറ്റൊരു കാര്യം.

ഏതായാലും ഈ വ്യാപകമായ അർഥത്തിലുള്ള പൗരസമത്വത്തിനു വേണ്ടിയുള്ള പോരാട്ടത്തിന് മാധവനും സഹപ്രവർത്തകരും തിരഞ്ഞെടുത്ത ആദ്യ പരീക്ഷണകേന്ദ്രം വൈക്കത്തെ മഹാദേവർ ക്ഷേത്രത്തിനു ചുറ്റുമുള്ള പൊതുനിരത്തുകളായിരുന്നു.

പട്ടിക്കും പൂച്ചയ്ക്കും മാത്രമല്ല ഹൈന്ദവേതര മതങ്ങളിൽപെട്ടവർക്കുപോലും നടക്കാനവകാശം ഉണ്ടായിരുന്ന വഴിയിൽ ഹിന്ദുമത

ജോർജ്ജ് ജോസഫ്

കെ പി കേശവമേനോൻ

പി കൃഷ്ണപിള്ള

ത്തിലെ അധ:കൃതർക്ക് മാത്രം നടക്കാൻ പാടില്ലെന്ന വ്യവസ്ഥ എത്ര മാത്രം വലിയ ഒരു അനീതിയാണെന്നു പറയേണ്ടതില്ലല്ലോ. ഈ പരാധീനതയ്ക്ക് വിധേയരായവരുടെ മാത്രം സമരമായി വൈക്കം സത്യഗ്രഹത്തെ ചുരുക്കിക്കൂടെന്ന് മാധവന്റെ ദേശീയ ബോധം അനുസ്മരിപ്പിച്ചു. 1923ൽ കാക്കിനാഡയിൽ വച്ച് പ്രസിദ്ധനായ മൗലാന മുഹമ്മദ് അലിയുടെ അധ്യക്ഷതയിലും ഗാന്ധി-നെഹ്റു-പട്ടേൽ-രാജാജി തുടങ്ങിയവരുടെ സാന്നിധ്യത്തിലും നടന്ന കോൺഗ്രസ് സമ്മേളനത്തിൽ കെ പി കേശവമേനോൻ തുടങ്ങിയവരോടൊപ്പം വൈക്കം സത്യഗ്രഹത്തിന്റെ ആവശ്യകതയെ അനുകൂലിച്ചുകൊണ്ട് മാധവൻ അവതരിപ്പിച്ച പ്രമേയം മാധവന്റെ ഉജ്ജ്വലമായ പ്രഭാഷണത്തോടുകൂടി അംഗീകരിക്കപ്പെട്ടപ്പോൾ വൈക്കം സത്യഗ്രഹത്തിന് ഇന്ത്യൻ രാഷ്ട്രീയ ഭൂപടത്തിൽ സ്ഥാനം ലഭിച്ചു. തമിഴ്നാട്ടിൽ നിന്ന് പെരിയോർ ഇ വി രാമസ്വാമി നായ്ക്കരും തിരുവിതാംകൂർകാരനാണെങ്കിലും തമിഴകത്ത് പ്രവർത്തിച്ചിരുന്ന ജോർജ് ജോസഫും കേരള പ്രദേശ് കോൺഗ്രസ് കമ്മിറ്റിയുടെ നേതാക്കളായിരുന്ന കെ പി കേശവമേനോനും കെ കേളപ്പനുമെല്ലാം സമരത്തിന്റെ മുൻപന്തിയിൽ ആയിരുന്നു. പിൽക്കാലത്ത് കേരളത്തിലെ കമ്യൂണിസ്റ്റ് പ്രസ്ഥാനത്തിന്റെ സ്ഥാപകസെക്രട്ടറിയായി ഉയർന്ന വൈക്കത്തുകാരൻ പി കൃഷ്ണപിള്ള ഒരു സന്നദ്ധഭടൻ എന്ന നിലയിൽ വൈക്കം സത്യഗ്ര

ഹത്തിന്റെ ഉത്സാഹികളിൽ ഒരാളായിരുന്നു.

കാക്കിനാഡ സമ്മേളനത്തിന്റെ തീരുമാനം നടപ്പിലാക്കുന്നതിനു വേണ്ടി എറണാകുളത്ത് 1924 ൽ യോഗം ചേർന്ന കേരള പ്രദേശ് കോൺഗ്രസ് കമ്മിറ്റി ഒരു അയിത്തോച്ചാടനസമിതിയെ നിയോഗിച്ചു. ടി കെ മാധവൻ, കുറൂർ നീലകണ്ഠൻ നമ്പൂതിരിപ്പാട്, ടി കെ കൃഷ്ണ- സ്വാമി അയ്യർ, കണ്ണന്തോടത്ത് വേലായുധമേനോൻ എന്നിവർ അംഗ ങ്ങളും കെ കേളപ്പൻ കൺവീനറുമായിരുന്നു. ഇപ്രകാരം അരങ്ങൊരു ക്കങ്ങൾ എല്ലാം ചിട്ടപ്പടി പുരോഗമിച്ചുവെങ്കിലും അതോടൊപ്പം എതിർപ്പും വ്യാപകമാവുകയായിരുന്നു. എതിർത്തവരിൽ സവർണ പ്രമാ ണിമാർക്കു പുറമെ ഈ പ്രക്ഷോഭത്തിന്റെ ഗുണഭോക്താക്കളായ ഈഴ വർ കൂടി ഉണ്ടായിരുന്നു എന്നത് ചരിത്രത്തിലെ രസകരമായ ഒരു മറി മായമാണ്. പൊതുനിരത്തുകൾ ജാതിമതഭേദമെന്യേ എല്ലാ പൗര ന്മാർക്കും സഞ്ചരിക്കാൻ തുറന്നുകൊടുക്കണം എന്ന പ്രമേയം ശ്രീമൂലം പ്രജാസഭയിൽ വന്നപ്പോൾ അതിനെ പരാജയപ്പെടുത്താൻ സഹായിച്ചത് തച്ചക്കുടി പരമേശ്വരൻ എന്ന ഒരു ഈഴവ പ്രതിനിധിയുടെ വോട്ടായി രുന്നു എന്നത് ഈ പരമ്പരയിൽ മുമ്പ് വിശദീകരിച്ചിട്ടുണ്ട്. അതുപോലെ തന്നെ മഹാകവി കുമാരനാശാനും ഈ പ്രക്ഷോഭണത്തിന്റെ സാധുത യേയും സാധ്യതയേയും കുറിച്ച് ശങ്കാലുവായിരുന്നു. സത്യഗ്രഹം ആരം ഭിക്കുന്നതിന് മുമ്പ് മഹാകവി ബോട്ടപകടത്തിൽ നിര്യാതനായതുമൂലം പിൽക്കാലത്ത് അദ്ദേഹം എന്തുനിലപാട് ആയിരിക്കും സ്വീകരിക്കുക എന്നത് ഊഹിച്ചറിയാൻ കഴിയില്ല. *കേരളകൗമുദി* പത്ര സ്ഥാപകനും ശ്രീനാരായണ ഗുരുവിന്റെ ആരാധകവൃന്ദത്തിൽ പ്രമുഖനും സാഹിത്യ കാരനും ആയിരുന്ന സി വി കുഞ്ഞിരാമനെ പോലെ ഈ സംരംഭത്തെ അനുകൂലിക്കാതിരുന്നവർ പലരും ഉണ്ടായിരുന്നു. അതുകൊണ്ട് സർക്കാ രിനും സവർണ പ്രമാണിമാർക്കും എതിരെയും മാത്രമല്ല ചില ഈഴവ പ്രമാണിമാർക്ക് എതിരെയും തന്നെ മാധവനും സഹപ്രവർത്തകർക്കും പോരാടേണ്ടി വന്നു. വ്യാപകമായ പ്രചരണപരിപാടികൾക്കു ശേഷം (1924 കുംഭം 16) അയിത്തോച്ചാടനസമിതി വൈക്കത്തെത്തി. തുടർന്നു നടന്ന സംഭവങ്ങളെ കുറിച്ച് സി ആർ കേശവൻ വൈദ്യർ ഇപ്രകാരം വിവരി ക്കുന്നു.

നിവേദകസംഘം 1099 കുംഭം 16-ാം തീയതി വൈക്കത്തെത്തി, കലർപ്പില്ലാത്ത യാഥാസ്ഥിതികത്വത്തിന്റെയും സവർണമേധാവിത്വ ത്തിന്റേയും ഉരുക്കുകോട്ടയായിരുന്നു വൈക്കം. കെ പി കേശവമേനോൻ *ബന്ധനത്തിൽ നിന്ന്* എന്ന കൃതിയിൽ ഇങ്ങനെ വിവരിക്കുന്നു..

> അന്നു വൈകുന്നേരം വൈക്കത്തുവെച്ചുണ്ടായ മഹാസഭയിൽ വളരെ സവർണഹിന്ദുക്കളും അവർണഹിന്ദുക്കളിൽപ്പെട്ട ഈഴ വർ, പുലയർ തുടങ്ങിയവരും ഹാജരുണ്ടായിരുന്നു. അയിത്തത്തെ

> പ്പറ്റി പ്രസ്താവിച്ച കൂട്ടത്തിൽ വൈക്കത്ത് അപ്പോൾ നിലനിന്നുവരുന്ന അനീതിയെ മാറ്റി ക്ഷേത്രറോഡിന്മേൽകൂടി നടക്കുവാൻ തീണ്ടൽ ജാതിക്കാരെ അനുവദിക്കുവാനായി സവർണഹിന്ദുക്കളോടപേക്ഷിക്കുകയും അതു പ്രവർത്തിയിൽ കൊണ്ടുവരുവാനായി പിറ്റെ ദിവസം രാവിലെ 4 മണിക്ക് നിരോധിക്കപ്പെട്ടിരിക്കുന്ന റോഡിൽ കൂടി തീണ്ടൽ ജാതിക്കാരും അവർണഹിന്ദുക്കളും ചേർന്നതായ ഒരു ഘോഷയാത്ര പോകുന്നതാണെന്ന് അറിയിക്കുകയും അതിനു വന്നുചേരുവാനായി അവരെയെല്ലാം പ്രത്യേകം ക്ഷണിക്കുകയും ചെയ്തു. അയിത്തത്തെ അകറ്റേണ്ടുന്ന ആവശ്യകതയെപ്പറ്റി പറഞ്ഞപ്പോൾ ഹസ്തതാഡനം ചെയ്തിരുന്ന പലരും ഈ ഘോഷയാത്രയെക്കുറിച്ച് കേട്ടപ്പോൾ ഒന്നു പരിഭ്രമിച്ചു. ചിലർ മുഖം ചുളിച്ചു: ചിലർ തലകുലുക്കി; ചിലർ പിറുപിറുത്തു. സമ്മേളനത്തിനുശേഷം നിവേദകസംഘം താമസിക്കുന്ന മുസാവരി ബംഗ്ലാവിലേയ്ക്ക് ചില സുഹൃത്തുക്കൾ ചെന്നു. തഹസീൽദാർ മജിസ്ട്രേറ്റും, ഘോഷയാത്രയ്ക്കുള്ള ഒരുക്കങ്ങൾ ചെയ്തുകൊണ്ടിരിക്കെ വൈക്കം ക്ഷേത്രത്തിനു ചുറ്റുമുള്ള റോഡുകളിൽ തീണ്ടൽ ജാതിക്കാർ പ്രവേശിക്കുന്നതിനെ നിരോധിച്ചുകൊണ്ട് ഡിസ്ട്രിക്ട് മജിസ്ട്രേറ്റു് കൽപന പുറപ്പെടുവിച്ചു. ഒരു ദിവസത്തെ ഘോഷയാത്രയല്ല നീണ്ടുനല്ക്കുന്ന സത്യഗ്രഹം തന്നെ വൈക്കത്തു വേണ്ടിവരുമെന്ന് അയിത്തോച്ചാടനക്കമ്മിറ്റി മനസിലാക്കി. അവർ ഗാന്ധിജിക്കു ആശീർവാദത്തിനും മാർഗദർശനത്തിനും വേണ്ടി എഴുതി. രോഗശയ്യയിൽ കിടന്നുകൊണ്ട് മഹാത്മജി അനുമതിയും അനുഗ്രഹവും നല്കി. *(ശ്രീ നാരായണ ഗുരുദേവനും ടി കെ മാധവനും പുറം 26-27)*

ഇപ്രകാരം 1924 മാർച്ച് 30 മുതൽ സത്യഗ്രഹ പരിപാടികൾ ആരംഭിക്കാൻ തീരുമാനമായി. സമരനേതാക്കൾ എല്ലാവരും തലേന്നാൾ തന്നെ വൈക്കത്തെത്തിയിരുന്നു. അന്നത്തെ അവിടുത്തെ സ്ഥിതിഗതികളെക്കുറിച്ച് കെ കേളപ്പൻ ഇപ്രകാരം വിവരിക്കുന്നു:

> സവർണരെല്ലാം എതിര്. പിറ്റേന്ന് കാലത്ത് 7 മണിക്ക് സത്യഗ്രഹം അനുഷ്ഠിക്കുവാനുള്ള വളണ്ടിയർമാർ എവിടെ എന്നു കൂടിയും നിശ്ചയമില്ല. ഈഴവരുടെ സഹകരണവും ഇല്ലാതെ പോയാൽ പിന്നത്തെ നില എന്തായിരിക്കുമെന്ന് പലരും ക്ഷീണമനസ്കരായെങ്കിൽ അതിൽ ആശ്ചര്യമില്ലല്ലോ. മിസ്റ്റർ ടി കെ മാധവൻ ക്യാമ്പിൽ തന്നെയുണ്ട്. ഈഴവപ്രമാണികളുടെ യോഗത്തിൽ പങ്കുകൊള്ളാൻ അദ്ദേഹം പോയിരുന്നില്ല. അവരുടെ തീരുമാനം എന്തായിരിക്കുമെന്ന് അദ്ദേഹത്തിന്നറിയാമായിരുന്നു. അദ്ദേഹം മാത്രമായിരുന്നു അവിടെ കൂടിയിരുന്ന കോൺഗ്രസുകാരിൽ സ്വസ്ഥനായി

> കാണപ്പെട്ടത്. രാത്രി 12 മണി കഴിഞ്ഞു. മിസ്റ്റർ സി വി കുഞ്ഞുരാമനാണെന്നു തോന്നുന്നു ഈഴവ നേതാക്കളുടെ അഭിപ്രായം ഞങ്ങളെ അറിയിച്ചത്. അപ്പോൾ സത്യഗ്രഹം ആരംഭിക്കുന്നത് യുക്തമല്ലെന്നും ജാതിപരമായ അവരുടെ അവശതകൾ പരിഹരിക്കാനുള്ള പരിശ്രമങ്ങളെ അത് പിന്നോക്കം തള്ളുമെന്ന് അവർ ഭയപ്പെടുന്നു എന്നുമായിരുന്നു അവരുടെ തീരുമാനം. എന്തുചെയ്യേണ്ടു എന്നറിയാതെ എല്ലാവരും പരുങ്ങി. അപ്പോൾ മാത്രമായിരുന്നു മാധവൻ സംസാരിച്ചത്. ......തിരുവിതാംകൂറിലെ ഈഴവരുടെ നില അദ്ദേഹത്തിനു നല്ല നിശ്ചയമുണ്ടെന്നും സത്യഗ്രഹത്തിന്നു വേണ്ട പണവും ആളും എല്ലാമുണ്ടാക്കുവാൻ താൻ ഏറ്റെന്നും യാതൊരുവവിധ സംശയത്തിന്നും അവകാശമില്ലാത്ത വിധം അദ്ദേഹം ഉറപ്പുനൽകിയപ്പോൾ എല്ലാവർക്കും വലിയ ആശ്വാസമായി. കാലത്തുതന്നെ സത്യാഗ്രഹം ആരംഭിക്കുവാൻ തീരുമാനിച്ചു.(ടി പുസ്തകം പുറം 28-29)

സമരാരംഭം

ടി കെ മാധവന്റെ ധീരമായ ഉറപ്പ് സംശയാലുക്കളെ ആത്മവിശ്വാസത്തോടെ കർമരംഗത്തേക്ക് നയിച്ചു എങ്കിലും പല ഈഴവ പ്രമാണിമാരും അവസാനനിമിഷംവരെ മാധവനെ ഇതിൽ നിന്ന് പിന്തിരിപ്പിക്കാൻ ശ്രമിച്ചു എന്ന് അദ്ദേഹത്തിന്റെ ജീവചരിത്രകാരൻ രേഖപ്പെടുത്തുന്നു. പക്ഷെ അത്തരത്തിലുള്ള ശ്രമങ്ങളിൽ കാൽപതറുന്നയാളായിരുന്നില്ല മാധവൻ. 1924 മാർച്ച് 30 ന് സമരം ആരംഭിച്ചു. അതേക്കുറിച്ച് സമരത്തിന്റെ നായകനായിരുന്ന കെ പി കേശവമേനോൻ ഇപ്രകാരം വിവരിക്കുന്നു:

> 1099 മീനം 17-ാം തീയതി നേരം പുലർന്നു. കുളിയും കുറിയും കഴിഞ്ഞ് എല്ലാവരും തയ്യാറായിരിക്കുന്നു. ഒരു വിശേഷദിവസമാണ് അതെന്ന് ആരുടെ മുഖത്തു നോക്കിയാലും അറിയാം. വൈക്കത്തെ കോൺഗ്രസ് ക്യാമ്പിൽ എവിടെ നോക്കിയാലും ശ്രമവും ഉത്സാഹവും കാണുന്നുണ്ടായിരുന്നു. 7 മണി ആകുമ്പോഴേക്കു ക്ഷേത്രറോഡിലേക്കു പുറപ്പെടുവാൻ ഒരുക്കമായി. കുഞ്ഞപ്പി എന്നു പേരായ ഒരു പുലയനും ബാഹുലേയൻ എന്ന ഒരു ഈഴവയുവാവും ഗോവിന്ദപ്പണിക്കർ എന്ന നായരും ആയിരുന്നു ആദ്യമായി സത്യഗ്രഹത്തിനു പുറപ്പെട്ടത്. ക്യാമ്പിൽനിന്നു പുറപ്പെട്ടതിനു മുമ്പായി മഹാത്മജിയുടെ സന്ദേശം വായിച്ചു കേൾപ്പിച്ചു. ഓരോ വരിയിൽ ഈരണ്ടാളുകളായി യാത്രപുറപ്പെട്ടു. ക്യാമ്പിന്റെ പുറത്തു കാത്തുനിന്നിരുന്ന വളരെ ആളുകൾ അവ

രുടെ പിന്നാലെ നടന്നു. ഞങ്ങൾ താമസിച്ചിരുന്ന സ്ഥലത്തുനിന്നു ക്ഷേത്രറോഡിലേക്ക് ഏകദേശം ഒരു നാഴികയിൽ അധികം വഴിയുണ്ട്. ആറുമണിക്കു മുമ്പായിത്തന്നെ ക്ഷേത്രത്തിന്റെ പടിഞ്ഞാറെ നടയിൽ പോലീസുകാരും കാഴ്ചക്കാരും വന്നു നിറഞ്ഞിരുന്നു. നിരത്തിന്റെ ഇരുവശത്തും പല തരക്കാരായ ജനങ്ങൾ വന്നു നിൽക്കുന്നുണ്ടായിരുന്നു. ബോർഡുവച്ചിരുന്ന സ്ഥലത്തുനിന്ന് ഏകദേശം കാൽ ഫർലോങ് അകലെ എത്തിയപ്പോൾ ഞങ്ങൾ എല്ലാവരും അവിടെ നിന്നു. അന്നു സത്യഗ്രഹത്തിനു പുറപ്പെട്ടിരുന്ന മൂന്നുപേരും മുന്നോട്ടുവന്നു. അവരെ മാല അണിയിച്ചു. മനുഷ്യസ്വാതന്ത്ര്യത്തെ സ്ഥാപിക്കുവാനായി അവർ മുന്നോട്ടു പുറപ്പെട്ടു. ഇനി എന്താണ് ഉണ്ടാകുവാൻ പോകുന്നത് എന്നറിയുവാനായി അത്യുത്കണ്ഠയോടുകൂടി കാൽവിരലിന്മേൽ ഏന്തി, കഴുത്തുയർത്തി എല്ലാവരും അവരെത്തന്നെ നോക്കി നിൽക്കുകയുണ്ടായി. ബോർഡിന്റെ നേരെ അണിയായി എട്ടു പത്തു പോലീസുകാർ നിൽക്കുന്നുണ്ടായിരുന്നു. പോലീസ് സൂപ്രണ്ട്, ഇൻസ്പെക്ടർമാർ, ഹെഡ്കോൺസ്റ്റബിൾമാർ എല്ലാവരും അവിടെ ഉണ്ടായിരുന്നു. ജനങ്ങളുടെ തിരക്ക് ഒതുക്കുവാനും മറ്റും അവർ കഴിയുന്ന പരിശ്രമം ചെയ്തിരുന്നു. തടഞ്ഞിരുന്ന സ്ഥലത്ത് എത്തിയപ്പോൾ വാളന്റിയർമാർ അവിടെ നിന്നു. നിങ്ങളുടെ ഓരോരുത്തരുടേയും ജാതി എന്ത്? എന്നു പോലീസുകാർ ചോദിച്ചു. ഞാൻ പുലയനാണ് , ഞാൻ ഈഴവനാണ്. ഞാൻ നായർ ആണ് എന്നു വളന്റിയർമാർ സമാധാനം പറഞ്ഞു. നായർക്കു കടന്നുപോകാം; മറ്റവർക്ക് ഇതിലെ കടന്നുപോകാൻ പാടില്ല എന്നു പോലീസുകാർ പറഞ്ഞു. മറ്റുള്ളവരെ കൊണ്ടു പോകുവാനാണ് ഞാൻ വന്നിരിക്കുന്നത് ; അവരും ഒരുമിച്ചേ ഞാൻ പോകുന്നുള്ളു എന്നായി നായർ. പോലീസുകാർ വഴിതടുത്തുനിന്നു. വാളന്റിയർമാർ കൈകെട്ടിനിന്നു. അരമണിക്കൂർ കഴിഞ്ഞു. പോലീസുകാർ അവിടെനിന്ന് ഇളകുവാൻ ഭാവമില്ല. ഇതു കണ്ടപ്പോൾ വാളന്റിയർമാർ അവിടെ ഇരുന്നു. ഒന്നുകിൽ ഈ വഴിയെ പോകാൻ ഞങ്ങളെ അനുവദിക്കണം അല്ലെങ്കിൽ അതിനുശ്രമിച്ചതിനു ഞങ്ങളെ അറസ്റ്റുചെയ്യണം. അല്ലാതെ ഞങ്ങൾ മടങ്ങുവാൻ ഭാവമില്ല എന്ന നിലയിൽ മൂന്നു സത്യഗ്രഹികളും അവിടെ ഇരുന്നു. എന്താണു വേണ്ടതെന്ന് ഉദ്യോഗസ്ഥന്മാർ ആലോചനയായി. ഡിസ്ട്രിക്ട് മജിസ്ട്രേട്ട്, സ്റ്റേഷനറി മജിസ്ട്രേട്ട്, തഹസിൽദാർ മുതലായ ഉദ്യോഗസ്ഥന്മാർ അവിടെ എത്തി കൂടിയാലോചന നടത്തി വാളന്റിയർമാരെ അറസ്റ്റുചെയ്യുവാൻ തീർച്ചപ്പെടുത്തി. അവരെ അറസ്റ്റുചെയ്തു കൊണ്ടുപോയതിനുശേഷം ഞങ്ങളെല്ലാവരും ക്യാമ്പിലേക്കു മടങ്ങി. അടുത്ത ദിവസം അവ

> രുടെ കേസ് വിചാരണയ്ക്കെടുത്തു. ജാമ്യം കൊടുക്കുവാനായി കോടതി കൽപിച്ച പ്രകാരം അവർ ഒരുക്കമില്ലാഞ്ഞതിനാൽ അവരെ ആറുമാസം വെറും തടവിനു വിധിച്ചു. പിറ്റേന്നും ഇതുപോലെതന്നെ മൂന്നുപേർ പുറപ്പെട്ടു. അവരെയും അറസ്റ്റുചെയ്തു. വൈക്കത്തു സത്യഗ്രഹം ആരംഭിച്ചതും രണ്ടു ദിവസം ഉണ്ടായ വിജയവും നാടെങ്ങും പരന്നു. പല സ്ഥലങ്ങളിൽ നിന്നും ഈ സംഭവം കാണുവാനായി ജനങ്ങൾ വന്നു തുടങ്ങി. *(ബന്ധനത്തിൽ നിന്ന്)*

സത്യഗ്രഹ വിരോധികളുടെ നിലപാട് കൂടുതൽ കർക്കശമായതല്ലാതെ അയയുന്ന മട്ടൊന്നും കണ്ടില്ല. ഈഴവരും നായന്മാരും തമ്മിൽ സംഘട്ടനം ഉണ്ടാകുമെന്ന വാർത്തപോലും പരന്നു. ഈ സാഹചര്യത്തിൽ ചില മധ്യസ്ഥന്മാർ നിർദേശിച്ചതനുസരിച്ച് രണ്ടു ദിവസത്തെ സത്യഗ്രഹത്തിനുശേഷം സമരം മറ്റൊരു രണ്ടു ദിവസത്തേയ്ക്ക് നിറുത്തിവയ്ക്കാനും ബന്ധപ്പെട്ടവരുമായി കൂടിയാലോചിക്കാനും തീരുമാനിച്ചു. പക്ഷെ കാര്യമായ ഫലം ഉണ്ടായില്ല. ഈ സാഹചര്യത്തിൽ സമരനേതാക്കളും അടവൊന്ന് മാറ്റി. സാധാരണ സന്നദ്ധഭടന്മാരെ സമരരംഗത്തേക്ക് അയക്കുന്നതിന് പകരം നേതാക്കന്മാർ തന്നെ ആ കൃത്യം നിർവഹിക്കാൻ തീരുമാനിച്ചു. അങ്ങനെ ഏപ്രിൽ 7-ാം തിയതി സത്യഗ്രഹം പുനരാരംഭിച്ചപ്പോൾ നിയമം ലംഘിച്ചു സത്യഗ്രഹം അനുഷ്ഠിക്കാൻ കെ പി കേശവമേനോനും ടി കെ മാധവനും നിയോഗിക്കപ്പെട്ടു. അവരെ അറസ്റ്റു ചെയ്തു വിചാരണയ്ക്ക് വിധേയരാക്കുകയും 500 രൂപ വീതം പിഴയൊടുക്കാൻ ശിക്ഷിക്കപ്പെടുകയും ചെയ്തു. അതിനവർ തയ്യാറല്ലാതിരുന്നതിനാൽ 6 മാസത്തെ വെറും തടവിനു ശിക്ഷിക്കപ്പെട്ടു. ഈ ശിക്ഷയും തടവിലേക്ക് പോകുന്നതിന് മുമ്പ് മാധവൻ പത്രങ്ങൾക്ക് നൽകിയ ആവേശജനകമായ സന്ദേശവും ഈഴവർ ഉൾപ്പെടെയുള്ള ജനങ്ങൾക്കിടയിൽ വിദ്യുത് തരംഗം തന്നെ സൃഷ്ടിച്ചു. ഉറങ്ങിക്കിടന്നവരും ഉറക്കം നടിച്ചിരുന്നവരും ഒരുപോലെ ഉണർന്ന് സമരരംഗത്തേക്ക് പ്രവേശിക്കുകയും സംസ്ഥാനാടിസ്ഥാനത്തിൽ പ്രചരണ പ്രവർത്തനങ്ങളിലും പണപിരിവിലും മറ്റും ഏർപ്പെടുകയും ചെയ്തു. തുടക്കം തൊട്ടുതന്നെ മാധവന്റെ സംരംഭത്തോട് അനുഭാവം പ്രകടിപ്പിച്ചിരുന്ന ശ്രീനാരായണ ഗുരു വൈക്കത്തെത്തുകയും സത്യഗ്രഹ പന്തൽ സന്ദർശിക്കുകയും സത്യഗ്രഹ ചിലവുകളിലേക്കായി 1000 രൂപ സംഭാവന നൽകുകയും ചെയ്തത് സമരത്തെ പുതിയൊരു തലത്തിലേക്ക് ഉയർത്തുകയും എതിർപ്പുകാരെ തളർത്തുകയും ചെയ്തു. നേരത്തെ തന്നെ വേലൂരുള്ള തന്റെ ആശ്രമം സത്യഗ്രഹ പ്രവർത്തനങ്ങൾക്കായി അദ്ദേഹം വിട്ടുകൊടുത്തിരുന്നു. തന്റെ പ്രിയ ശിഷ്യൻ ടി കെ മാധവനോടുള്ള വിശ്വാസത്തിന്റെയും വാൽസല്യത്തിന്റെയും ലക്ഷണമായി ഗുരുദേവൻ

കുറേക്കാലം ഖദർ അണിഞ്ഞിരുന്നതായും പറയപ്പെടുന്നു. ചിത്തിരതിരുനാൾ ബാലരാമവർമയുടെ കിരീടധാരണവും പ്രായപൂർത്തിയാകാത്ത രാജാവിനുവേണ്ടി റീജന്റായി ഭരണം സേതുലക്ഷ്മി ഭായി ഏറ്റെടുത്തത് പ്രമാണിച്ചും തിരുവിതാംകൂറിലെ മുഴുവൻ രാഷ്ട്രീയ തടവുകാരേയും മോചിപ്പിക്കുകയുണ്ടായി. മോചിതരായ നേതാക്കൾ വീണ്ടും ഊർജസ്വലരായി സമരരംഗത്തേക്ക് നീങ്ങി. അവർണരുടെ അവകാശങ്ങൾക്കുവേണ്ടിയുള്ള പോരാട്ടത്തിന് സവർണരുടെ പിന്തുണകൂടി തേടണം എന്ന മഹാത്മാ ഗാന്ധിയുടെ ഉപദേശ പ്രകാരം സത്യഗ്രഹത്തെ അനുകൂലിച്ചുകൊണ്ടും പൗരസമത്വം ആവശ്യപ്പെട്ടുകൊണ്ടും രണ്ട് സവർണജാഥകൾ സംഘടിപ്പിക്കപ്പെട്ടു. അവയിൽ ഒന്ന് 1924 നവംമ്പർ 1 ന് വൈക്കത്ത് നിന്ന് മന്നത്ത് പത്മനാഭന്റെ നേതൃത്വത്തിലും മറ്റേത് ഇന്നത്തെ കന്യാകുമാരി ജില്ലയിലെ കോട്ടാറിൽ നിന്നും ഡോക്ടർ എം പെരുമാൾ നായിഡുവിന്റെ നേതൃത്വത്തിലും ആയിരുന്നു. ഈ രണ്ടു ജാഥകളും നഗരങ്ങളും നാട്ടിൻപുറങ്ങളും തട്ടിയുണർത്തി സ്വീകരണങ്ങൾ ഏറ്റുവാങ്ങി തിരുവനന്തപുരത്ത് എത്തി റീജന്റ് മഹാറാണിയെ കണ്ട് ഒരു നിവേദന പത്രിക സമർപ്പിച്ചു. രണ്ടു ജാഥകളുടേയും നേതൃത്വം ഏറ്റെടുത്ത ചങ്ങനാശ്ശേരി പരമേശ്വരൻപിള്ളയാണ് നിവേദനപത്രിക റാണിക്ക് സമർപ്പിച്ചത്. ഈ ജാഥകൾക്ക് വേണ്ടി സംഭാവനകൾ പിരിച്ചതും അവയുടെ സഞ്ചാരപഥം തീരുമാനിച്ച് നൽകിയതും ടി കെ മാധവനായിരുന്നു. ഈ ജാഥകൾ രാജ്യത്തിലുടനീളം ഉളവാക്കിയ ഉന്മേഷം വൈക്കം സത്യഗ്രഹത്തിന് പുത്തൻ കരുത്തേകി.

വൈക്കം സത്യഗ്രഹത്തിന്റെ അഖിലേന്ത്യാ പ്രശസ്തി അനുദിനം വർധിച്ചു വരികയായിരുന്നു. തമിഴ്നാട്ടിൽനിന്ന് ദ്രാവിഡകഴകം നേതാവ് പെരിയോർ ഇ വി രാമസ്വാമി നായ്ക്കരും സി. രാജഗോപാലാചാരിയും പഞ്ചാബിൽ നിന്ന് സിഖ് പരിവർത്തനവാദികളുടെ അകാലിദൾ പ്രതിനിധികളും മറ്റും വൈക്കത്തെത്തി സമരത്തിന് പിന്തുണ നൽകി. മഹാത്മാഗാന്ധിയും ടി.കെ. മാധവന്റെ അഭ്യർഥന പ്രകാരം വൈക്കത്തെത്തി. 1925 ൽ ഗാന്ധി എത്തുമ്പോഴേക്കും സത്യഗ്രഹസമരം ഒരു വർഷം പിന്നിട്ടിരുന്നു. വൈക്കത്ത് ഗാന്ധി സമരത്തിന്റെ എതിരാളികൾക്ക് നേതൃത്വം

ഗാന്ധിജി

ഇ വി ആർ

മന്നം

ചങ്ങനാശ്ശേരി പരമേശ്വരൻപിള്ള

നൽകിയിരുന്ന യാഥാസ്ഥിതികപ്രമാണി ഇണ്ടൻതുരുത്തി നമ്പൂതിരിയുമായി ദീർഘസംഭാഷണം നടത്തിയെങ്കിലും ഫലമുണ്ടായില്ല. ഗാന്ധിയുടെ വരവും ആശീർവാദവും സമരത്തിന് ഒരുവശത്തുകൂടി പുതുജീവൻ പകർന്നെങ്കിലും മറ്റൊരുവശത്ത് സമരത്തിന്റെ വ്യാപ്തി ചുരുക്കികളഞ്ഞു. ഇത് ഹിന്ദുസമുദായത്തിനകത്തുള്ള അനാചാരങ്ങൾക്കെതിരായ സമരമാകയാൽ അഹിന്ദുക്കൾ അതിൽനിന്ന് ഒഴിഞ്ഞുനിൽക്കണം എന്ന ഗാന്ധിയുടെ നിർദേശം ബാരിസ്റ്റർ ജോർജ് ജോസഫിനെ പോലുള്ള ഉന്നതരായ കോൺഗ്രസ് നേതാക്കളുടെ സേവനം സമരത്തിന് നഷ്ടമാക്കുകയും അവരെ നിരാശപ്പെടുത്തുകയും ചെയ്തു. തമിഴ്നാട്ടിലും കേരളത്തിലും മാത്രമല്ല ഉത്തർപ്രദേശ് ഉൾപ്പെടെ മറ്റു പല സംസ്ഥാനങ്ങളിൽ കോൺഗ്രസ് പ്രവർത്തനം നടത്തുകയും ജവഹർലാൽ നെഹ്റുവും ഒന്നിച്ച് തടവിൽ കഴിയുകയും ചെയ്ത ഊർജസ്വലനായ ജോർജ് ജോസഫ് പിൽക്കാലത്ത് കോൺഗ്രസിൽ നിന്ന് വിട്ടുപോകാൻ തന്നെ ഗാന്ധിയുടെ നിർദേശം പ്രേരകമായി ഭവിച്ചു.

ഇപ്രകാരം സമരത്തിന്റെ വ്യാപ്തിക്ക് ഹാനിസംഭവിച്ചു എങ്കിലും അതിന്റെ ഊർജസ്വലതയ്ക്ക് ക്ഷീണം സംഭവിച്ചില്ല. മർദ്ദനം അതിരൂക്ഷമായിരുന്നു. പോലീസുകാരുടെ വകയും അവരുടെ കൺമുമ്പിൽ വച്ച് സവർണതെമ്മാടികളുടെ വകയും. ഈ ഭീകരതയുടെ ഒരംശം പി കെ മാധവൻ ഇപ്രകാരം രേഖപ്പെടുത്തുന്നു.

> ഗവണ്മെന്റ് നിരോധനാജ്ഞാ പ്രളയംകൊണ്ടും പ്രകൃതി ഭയങ്കരമായ ജല പ്രളയം കൊണ്ടും സത്യഗ്രഹവിരോധികൾ മൃഗീയമായ മർദനംകൊണ്ടും സത്യഗ്രഹികളുടെ ദൃഢനിശ്ചയത്തെ കഠിനമായി പരീക്ഷിച്ചുനോക്കി. നിരോധനാജ്ഞ ലംഘിച്ചു പ്രസംഗിച്ചവരെ ഗവണ്മെന്റ് അറസ്റ്റ് ചെയ്തു ജയിലിൽ അടച്ചു; ഭയങ്കരവും അസാധാരണവുമായ പേമാരി ഏറ്റും, വെള്ളപ്പൊക്കത്തിൽ നെഞ്ചറ്റം വെള്ളത്തിൽ നിന്ന് വിഷജന്തുക്കളുടെ ദംശനം സഹിച്ചും സത്യഗ്രഹം അനുഷ്ഠിക്കേണ്ടിവന്നു. ഗാന്ധിദാസ് മുത്തുസ്വാമിയുടെ ചെള്ള കുത്തിക്കീറി ആ ധർമഭടനെ കഴുത്തിനു പിടിച്ചു ഞെക്കിയും പ്രഹരിച്ചും ഉപദ്രവിച്ചു; വാളന്റിയർ ക്യാപ്റ്റൻ ശിവശൈലത്തിനെ ഇഷ്ടികകൊണ്ട് ഇടിച്ചു; നാരായണപ്പണിക്കരെ മരത്തോടുചേർത്തിടിക്കുകയും നാഭിക്കു ചവുട്ടുകയും ചെയ്തു; കെ പി കേശവപിള്ളയെ ഇടിച്ചു ചോര ഛർദ്ദിപ്പിച്ചു: കെ ജി കുഞ്ഞികൃഷ്ണപിള്ള, കൃഷ്ണൻ നമ്പൂതിരിപ്പാട് മുതലായ പ്രമാണികളെ ലഹളക്കാർ പോലീസിന്റെ മുമ്പിൽ വെച്ച് അടികലശൽ ചെയ്കയും, കുഞ്ഞി കൃഷ്ണപിള്ളയുടെ കണ്ണാടി അടിച്ചുടയ്ക്കുകയും ചെയ്തു; ചിറ്റേടത്തു ശങ്കുപിള്ളയെ നിർദയമായി മർദിച്ചു മരണത്തിന് ഇരയാക്കിത്തീർത്തു; എം മാർത്താണ്ഡൻ, എം ജി

> കുമാരപിള്ള ഇവരെ പലവുരു മർദിക്കുകയും, പേനാക്കത്തിയുടെ ഇരുമ്പുകട്ടകൊണ്ടു നെഞ്ചത്ത് ഇടിച്ചു കഠിനമായി പരുക്കേല്പി ക്കുകയും ചെയ്തു; ശ്രീമാൻ രാമനിളയതിന്റെ രണ്ടു കണ്ണിലും പച്ചച്ചുണ്ണാമ്പ് എഴുതി; സത്യഗ്രഹികളുടെ ചർക്കകൾ പിടിച്ചെടു ത്തു; അവരുടെ വഴികളിൽ ഞെരിഞ്ഞിൽമുള്ളു വിതറി; അവരിൽ ചിലരുടെ വൃഷ്ണങ്ങൾ ഞെക്കിപ്പൊട്ടിച്ചു; ഇങ്ങനെ നിരവധി ദുരി തങ്ങളും ക്ലേശങ്ങളും സഹിക്കേണ്ടിവന്നു എങ്കിലും, സത്യഗ്രഹി കൾ അവരുടെ ആത്മീയമായ ഘോരതപസ്സിൽനിന്നും അണു പോലും വ്യതിചലിച്ചില്ല. ക്രൂരമായ മർദനംമൂലം സത്യഗ്രഹ ത്തിന്റെ പ്രചാരവും ശക്തിയും ദിനംപ്രതി വർദ്ധിച്ചുവന്നതേയുള ളു.*(ടി കെ മാധവന്റെ ജീവചരിത്രം, പുറം 198)*

ഇപ്രകാരം കടുത്ത മർദ്ദനവും മറ്റ് വൈഷമ്യങ്ങളും ഉണ്ടായിരുന്നു എങ്കിലും സമരം തുടർന്നു. മഹാത്മാഗാന്ധിയുടെ പതിവ് രീതി പ്രകാരം ഇനി ഈ സമരം എങ്ങനെയെങ്കിലും അവസാനിപ്പിക്കണം എന്ന അഭി പ്രായത്തിലേക്കദ്ദേഹം നീങ്ങി തുടങ്ങിയിരുന്നു. അധികൃതരുമായി പല എഴുത്തുകുത്തുകളും ദൂതന്മാർ മുഖേന കൂടിയാലോചനകളും അദ്ദേഹം നടത്തി വന്നു. ഇതിന്റെയെല്ലാം ഫലമായി കിഴക്കേനട ഒഴിച്ചുള്ള മറ്റ് മൂന്ന് നടകളിലേയും റോഡുകളിൽ അധഃകൃതർക്ക് പ്രവേശനം അനുവ ദിച്ചു. പിന്നീട് കിഴക്കേ നടയിൽ മാത്രം നടത്തിയ സത്യഗ്രഹം ഗാന്ധി യുടെ നിർദേശപ്രകാരം പിൻവലിച്ച് സത്യഗ്രഹം അവസാനിപ്പിച്ചു.

ഒരു വർഷത്തിലേറെ അതിഭീകരമായ മർദ്ദനത്തെ കൂസാതെ നടന്ന സത്യഗ്രഹം ഒടുവിൽ മഹാത്മാഗാന്ധിയുടെ ഉപദേശപ്രകാരം താത്കാ ലികമായി പ്രകടമായ നേട്ടങ്ങൾ ഒന്നും ഇല്ലാതെ തന്നെ പിൻവലിക്കേ ണ്ടിവന്നു. എങ്കിലും അത് ശുചീന്ദ്രം, കൽപ്പാത്തി (പാലക്കാട്) മുതലായ അയിത്തോച്ചാടന സമരങ്ങൾക്ക് പ്രചോദനം നൽകുകയും അവയുടെ എല്ലാം ഉച്ചകോടിയായി 1931 ലെ ഗുരുവായൂർ സത്യഗ്രഹത്തിനു മാതൃ കയാവുകയും ചെയ്തു. 1930 കളിൽ തിരുവിതാംകൂറിൽ ശക്തി യാർജ്ജിച്ച സംയുക്ത രാഷ്ട്രീയ സഭയ്ക്കും നിവർത്തന പ്രക്ഷോഭ ത്തിനും 1936 ൽ ക്ഷേത്രപ്രവേശന വിളംബരത്തിനും എല്ലാം വഴികാട്ടി യായി മാറിയതും വഴിമരുന്നിട്ടതും വൈക്കം സത്യഗ്രഹമാണെന്നോർക്കു മ്പോൾ നവകേരള സൃഷ്ടിയിൽ ദേശാഭിമാനി ടി കെ മാധവനുള്ള അനന്യസാധാരണമായ പങ്ക് ആർക്കും ബോധ്യപ്പെടും.

സംഘടനാരംഗത്തെ സവ്യസാചി

മേൽ വിവരിച്ച വൈക്കം സത്യഗ്രഹപ്രവർത്തനങ്ങളിൽ ജനങ്ങളെ അണിനിരത്താൻ മാധവന് കഴിഞ്ഞത് അദ്ദേഹത്തിന് കോൺഗ്രസ് സംഘടനയും എസ് എൻ ഡി പി യോഗവുമായിട്ടുണ്ടായിരുന്ന ബന്ധ

മാണ്. 1903 ൽ എസ് എൻ ഡി പി യോഗം ഔപചാരികമായി ശ്രീനാരായണ ഗുരുവിന്റെ നേതൃത്വത്തിൽ രൂപംകൊള്ളുന്നതിന് മുമ്പ് തന്നെ അനാഗത ശ്മശ്രുയായ ഒരു വിദ്യാർഥി എന്ന നിലയിൽ മാധവൻ സമുദായ സംഘടനാരംഗത്ത് പ്രവർത്തിച്ച് തുടങ്ങിയതിനെകുറിച്ചും ശ്രീമൂലം പ്രജാസഭയിൽ നടത്തിയ പ്രസംഗത്തെ കുറിച്ചും *ദേശാഭിമാനി* പത്രസ്ഥാപനത്തെ കുറിച്ചും വിവരിച്ചിരുന്നുവല്ലോ. 1918 ൽ പ്രജാസഭാംഗം എന്ന നിലയിൽ മാധവൻ കുറേക്കൂടി ശ്രദ്ധേയനായതിനെ തുടർന്നാണ് കോൺഗ്രസിലും അദ്ദേഹം പ്രവർത്തിച്ചു തുടങ്ങിയത്. ഇക്കാലത്തൊക്കെ എസ് എൻ ഡി പി യോഗ പ്രവർത്തനം അദ്ദേഹത്തിന്റെ കർത്തവ്യങ്ങളിൽ പ്രധാനപ്പെട്ടതായിരുന്നു എങ്കിലും വൈക്കം സത്യഗ്രഹത്തിനുശേഷം 1927 ലാണ് യോഗത്തിലെ ഏറ്റവും ഉത്തരവാദപ്പെട്ട ഒരു സ്ഥാനം അദ്ദേഹം ഏറ്റെടുക്കുന്നത്. ആ വർഷം ആലപ്പുഴയിൽ ചേർന്ന യോഗം വിശേഷാൽ സമ്മേളനം മാധവനെ അതിന്റെ സംഘടനാ സെക്രട്ടറിയായി തിരഞ്ഞെടുത്തു. അതേ തുടർന്ന് മാധവന്റെ കൈകാര്യകർതൃത്വത്തിലാണ് യോഗത്തിന് രജിസ്റ്റർ ചെയ്ത ശാഖകളും താലൂക്ക് യൂണിയനുകളും മറ്റും ഉണ്ടായത്. എസ് എൻ ഡി പി യോഗത്തെ നേതാക്കന്മാരുടേയും പ്രവർത്തകരുടേയും ഒരു കൂട്ടായ്മ എന്ന നിലയിൽ നിന്ന് ബഹുജനപങ്കാളിത്തം ഉള്ള ഒരു ജനാധിപത്യസംഘടനയായി വ്യാപിപ്പിച്ചത് മാധവനാണ്.

ഇതിനായി ഒരു ധർമഭടസംഘം അദ്ദേഹം രൂപീകരിച്ചു. വിദ്യാസമ്പന്നരും സംഘടനാശേഷി തെളിയിച്ചവരുമായിരുന്നു സംഘാംഗങ്ങൾ. അവർ ഓരോ സ്ഥലങ്ങളിൽ താമസിച്ച് സംഘടന കെട്ടിപ്പടുക്കുകയും നിരന്തരമായ യോഗങ്ങൾ ചിട്ടപ്പടി നടത്തുകയും കണക്കും മിനിട്സും സൂക്ഷിക്കുകയും മറ്റും ചെയ്തു വന്നു. കുട്ടനാട്ടിലാണ് എസ് എൻ ഡി പി യോഗത്തിന്റെ ചിട്ടപ്പടിയായുള്ള പ്രഥമ ശാഖ മാധവൻ രൂപീകരിച്ചത്. ഇപ്പോഴും അതു തന്നെയാണ് എസ് എൻ ഡി പി യോഗത്തിന്റെ നമ്പർ വൺ ശാഖ. മാധവനെ സംഘടനാ സെക്രട്ടറിയായി തിരഞ്ഞെടുത്ത സമയത്ത് യോഗത്തിൽ ആകെ 3878 അംഗങ്ങൾ മാത്രമേ ഉണ്ടായിരുന്നുള്ളു. ഒരു വർഷംകൊണ്ട് അത് 50,684 ആയി വർധിച്ചു. ടി. കെ. മാധവന്റെ പ്രവർത്തനങ്ങൾ ഒന്നു രണ്ടു വർഷങ്ങൾ കൊണ്ട് തന്നെ യോഗത്തിന്റെ രൂപത്തിലും ഭാവത്തിലും വരുത്തിയ വമ്പിച്ച മാറ്റങ്ങളെ കുറിച്ച് കോഴിക്കോട് വച്ച് 1930 ൽ നടന്ന 27-ാം വാർഷിക സമ്മേളനത്തിൽ യോഗം ജനറൽ സെക്രട്ടറി സി വി കുഞ്ഞുരാമൻ അവതരിപ്പിച്ച റിപ്പോർട്ടിൽ ഇങ്ങനെ പറയുന്നു.

> 1927 വരെ എസ് എൻ ഡി പി യോഗകാര്യങ്ങളും സമുദായത്തിന്റെ രാഷ്ട്രീയവും സാമുദായികവും മതസംബന്ധവുമായ പ്രക്ഷോഭങ്ങളുമെല്ലാം സമുദായത്തിന്റെ മേലേ നിരപ്പിൽ നിൽക്കുന്ന നാഗ

> രികന്മാരുടെ ഇടയിൽ ആഴമില്ലാത്ത വെള്ളത്തിലെ ഓളം പോലെ ചില ചലനങ്ങളെ ഉണ്ടാക്കിക്കൊണ്ടിരുന്നതല്ലാതെ, സമുദായത്തിന്റെ അടിത്തട്ടിനെ സ്പർശിക്കുകപോലും ചെയ്തിരുന്നില്ല. സംഘടനാ പ്രവർത്തനം നടന്ന പ്രദേശങ്ങളിലുള്ള നിരക്ഷരകുക്ഷികൾ പോലും ഇപ്പോൾ നമ്മുടെ സകല അവശതകളേയും മനസിലാക്കി, സ്വാതന്ത്ര്യം, സമത്വം, സാഹോദര്യമെന്നുള്ള നാഗരികന്മാരുടെ പടവിളി ആരംഭിച്ചിട്ടുണ്ട്. സമുദായത്തിന്റെ ഈ അടിത്തട്ടിനെ കുത്തിയിളക്കി പ്രബുദ്ധമാക്കിത്തീർക്കുന്നതിന് മിസ്റ്റർ മാധവൻ ചെയ്തിട്ടുള്ള പ്രവൃത്തിയുടെ ഫലം സംഘടന നടന്ന പ്രദേശങ്ങളിൽ അതിനുമുമ്പും പിമ്പും സഞ്ചരിച്ചു നോക്കിയിട്ടുള്ളവർക്കു മാത്രമേ മനസിലാക്കാൻ സാധിക്കുകയുള്ളു.

ടി കെ മാധവൻ സംഘടനാ സെക്രട്ടറി എന്ന നിലയിൽ ചുമതല ഏറ്റശേഷം സുമാർ ഒരു വർഷത്തിനകം ശ്രീനാരായണ ഗുരു സമാധിയായി (1928) . ഔപചാരികമായി ഗുരുദേവൻ യോഗത്തിൽ നിന്നും ഒരു വ്യാഴവട്ടം മുമ്പ് രാജിവച്ച് പിരിഞ്ഞിരുന്നു എങ്കിലും അദ്ദേഹത്തിന്റെ സാന്നിധ്യവും ഉപദേശങ്ങളും ആണ് വൈക്കം സത്യഗ്രഹകാലത്ത് എന്നപോലെ ഇക്കാലമെല്ലാം യോഗത്തിന് ഊർജവും ഉൻമേഷവും നൽകിപോന്നത്. ഗുരുദേവന്റെ സമാധി മാധവനെ കുറച്ചൊന്നുമല്ല വ്യസനിപ്പിച്ചത്. എങ്കിലും മാധവൻ തന്റെ പ്രവർത്തനം തുടർന്നു. പക്ഷെ അദ്ദേഹത്തെ ബാല്യം മുതലേ പീഡിപ്പിച്ചിരുന്ന കാസം മുതലായ രോഗങ്ങൾ കൂടുതൽ രൂക്ഷമായി. 1930 ഏപ്രിൽ 27 ന് ടി കെ മാധവൻ 46-ാം വയസിൽ നിര്യാതനായി.

ന്യൂനപക്ഷങ്ങൾക്കും പിന്നോക്കവിഭാഗങ്ങൾക്കും നിയമസഭകളിലും ഉദ്യോഗ നിയമനങ്ങളിലും അർഹമായ പ്രാതിനിധ്യത്തിന് വ്യവസ്ഥ ചെയ്യുകയും ഒരു പബ്ളിക് സർവീസ് കമ്മീഷനെ നിയമിക്കുകയും എല്ലാത്തിനുമുപരി ക്ഷേത്രപ്രവേശനവിളംബരം വരികയും ചെയ്തതോടെ തിരുവിതാംകൂർ രാഷ്ട്രീയം പുതിയൊരു ഘട്ടത്തിലേക്ക് പ്രവേശിച്ചു. ക്ഷേത്രപ്രവേശന വിളംബരം നീണ്ടകാലത്തെ അയിത്തോച്ചാടനസമരത്തിന്റെ പരിണത ഫലവും സ്വാഗതാർഹവും ആയിരുന്നു എങ്കിലും അതിന്റെ പുറകിൽ ന്യൂനപക്ഷമതക്കാരും ഹൈന്ദവ സമൂഹത്തിലെ അധഃസ്ഥിതരും തമ്മിൽ വളർന്നുകൊണ്ടിരുന്ന ഐക്യത്തെ തകർക്കുക എന്ന ഒരു ലക്ഷ്യവും ആദ്യം ചിത്തിരതിരുന്നാൾ ബാലരാമവർമയുടെ അധ്യാപകനും പിന്നീട് ഉപദേഷ്ടാവും ദിവാനും മറ്റുമായി തീർന്ന സർ. സി പി രാമസ്വാമി അയ്യർക്ക് ഉണ്ടായിരുന്നു എന്നത് ഇന്ന് പരക്കെ അംഗീകരിക്കപ്പെടുന്ന വസ്തുതയാണ്. എന്നാൽ ഇന്ത്യയിലെയും കേരളത്തിലെയും പുതിയ രാഷ്ട്രീയ മാറ്റങ്ങളുടെ പശ്ചാത്തലത്തിൽ സംയുക്ത രാഷ്ട്രീയസഭയുടെ നേതാക്കൾ തന്നെ മുൻകൈ എടുത്ത് സ്ഥാപിച്ച

താണ് തിരുവിതാംകൂർ സ്റ്റേറ്റ് കോൺഗ്രസ്. തിരുവിതാംകൂർ നാട്ടുരാജ്യപ്രജാസമരത്തേയും ദേശീയ രാഷ്ട്രീയ ധാരയേയും കൂട്ടിയിണക്കിയ സംഭവമായിരുന്നു1938 ലെ സ്റ്റേറ്റ് കോൺഗ്രസ് രൂപീകരണവും തുടർന്നുള്ള ഗംഭീര സമരങ്ങളും.

ഇതെല്ലാം വെച്ചു നോക്കുമ്പോഴാണ് ദേശാഭിമാനി ടി കെ മാധവന്റെ സാമൂഹ്യ രാഷ്ട്രീയ പ്രത്യയശാസ്ത്രത്തിന്റെ സാധുതയും ദീർഘവീക്ഷണവും വ്യക്തമാവുക. അദ്ദേഹം അടിത്തറപാകിയ സാമൂഹ്യ രാഷ്ട്രീയ പ്രസ്ഥാനമാണ് പിന്നീട് തിരുവിതാംകൂറിലും കേരളത്തിൽ ആകെയും ജനാധിപത്യ പുരോഗതിക്ക് വഴിവെച്ചത്. നിർഭാഗ്യവശാൽ താൻ അടിത്തറപാകിയ പ്രസ്ഥാനത്തിന്റെ പൂർണവളർച്ചയ്ക്ക് സാക്ഷ്യം വഹിക്കാൻ അദ്ദേഹം ജീവിച്ചിരുന്നില്ല. എങ്കിലും കേരളം നിലനിൽക്കുവോളം കാലം അതിന്റെ ശില്പികളിലൊരാളായി ദേശാഭിമാനി ടി കെ മാധവൻ എക്കാലവും സ്മരിക്കപ്പെടും. ടി കെ മാധവന്റെ ഹ്രസ്വ ജീവിതത്തെ കുറിച്ച് ഓർക്കുമ്പോൾ മഹാകവി കുമാരനാശാന്റെ പ്രസിദ്ധമായ ഈ ശ്ലോകം അന്വർഥമായി തീരുന്നു. മഹാകവിയുടെ എന്ന പോലെ ദേശാഭിമാനി ടി കെ യുടെ ചരിത്രത്തിലും.

> സാധിച്ചു വേഗമഥവാ നിജ ജന്മകൃത്യം
> സാധിഷ്ഠർ പോട്ടു - ഇഹ സദാ നിശി പാന്ഥപാദം
> ബാധിച്ചു രൂക്ഷശില വാഴ്വതിൽനിന്നു മേഘ-
> ജ്യോതിസ്സുതൻ ക്ഷണികജീവിതമല്ലീ കാമ്യം?

10 ചേരമരുടെ വിമോചനവും പാമ്പാടി ജോൺ ജോസഫും

ഇരുപതാം നൂറ്റാണ്ടിലെ കേരളത്തിലെയും വിശിഷ്യാ തിരുവിതാംകൂർ നാട്ടുരാജ്യത്തിലെയും ദളിത വിമോചന പ്രസ്ഥാനത്തിന്റെ ചരിത്രത്തിൽ അതീവശ്രദ്ധേയനായ ഒരു നേതാവാണ് പാമ്പാടി ജോൺ ജോസഫ് (1887-1940). പാമ്പാടി ജോൺ ജോസഫ് എന്ന പേരിലാണ് അറിയപ്പെടുന്നത് എങ്കിലും അദ്ദേഹത്തിന്റെ യഥാർത്ഥ ജന്മസ്ഥലം തിരുവല്ലായ്ക്കടുത്താണ്. രണ്ടുതലമുറ മുമ്പ് മതംമാറി ക്രിസ്തുമതം സ്വീകരിച്ച ഒരു ദളിത കുടുംബത്തിലാണ് ഔസേപ്പ് എന്ന മാമോദിസാ നാമധേയത്തിൽ അറിയപ്പെട്ടിരുന്ന ജോൺ ജോസഫ് ജനിച്ചത്. ചില ക്രിസ്ത്യൻ മിഷൻ സ്കൂളുകളിൽ പഠിച്ച് ഏഴാം ക്ലാസ് പൂർത്തിയാക്കിയശേഷം ആദ്യം അധ്യാപക ജോലി സ്വീകരിച്ചത് കോട്ടയത്തെ പ്രാന്തപ്രദേശത്തുള്ള പാമ്പാടിയിൽ ആണ്. അങ്ങനെയാണ് പാമ്പാടി ജോൺ ജോസഫ് എന്നും പാമ്പാടി സർ എന്നും പിൽക്കാലത്ത് അദ്ദേഹം അറിയപ്പെടാൻ തുടങ്ങിയത്.

അന്നത്തെ നിസ്സാര ശമ്പളം കൊണ്ട് ജീവിക്കാൻ പ്രയാസമായിരുന്നതിനാൽ കുറേക്കൂടി മെച്ചപ്പെട്ട ശമ്പളം കിട്ടുന്ന ചങ്ങനാശ്ശേരിയിലെ ആലപ്രയിലെ മറ്റൊരു സ്കൂളിലും ജോലിനോക്കി. ഏഴാം ക്ലാസുവരെ മാത്രമേ പഠിച്ചുള്ളു എങ്കിലും പരിശ്രമശീലവും വായനയും കൊണ്ട്

ഇംഗ്ലീഷും മലയാളവും വളരെ ഭംഗിയായി കൈകാര്യം ചെയ്യുവാൻ ജോൺ ജോസഫിന് കഴിയുമായിരുന്നു. നല്ല ഉയരമുള്ള അരോഗദൃഢഗാത്രനുമായിരുന്നു ജോസഫ്. 1914 ൽ ഒന്നാം ലോകമഹായുദ്ധം പൊട്ടിപുറപ്പെടുകയും ഇന്ത്യയിൽ വിപുലമായി പട്ടാളത്തിലേക്ക് ആളെ എടുക്കുകയും ചെയ്ത സന്ദർഭം ഉപയോഗിച്ച് ജോസഫ് പട്ടാളത്തിൽ ചേർന്നു. ഇന്ത്യക്ക് അകത്തും പുറത്തും പട്ടാള സേവനത്തിനായി സൈനിക വിഭാഗങ്ങളോടൊപ്പം യാത്ര ചെയ്യാനും പട്ടാള ക്യാമ്പുകളിൽ ആണെങ്കിലും താമസിക്കാനും കിട്ടിയ സന്ദർഭം ജോസഫിന്റെ വീക്ഷണത്തിന്റെയും അറിവിന്റെയും ചക്രവാളം വികസിപ്പിക്കാൻ കുറച്ചൊന്നുമല്ല ഉതകിയത്. എന്നുമാത്രമല്ല വിദേശികളുമായിട്ടും പരിചയപ്പെടാൻ ഇക്കാലത്ത് അദ്ദേഹത്തിന് സാധിച്ചു. ഇംഗ്ലീഷിൽ ഉള്ള വാഗ് വൈഭവം മൂലം പല സൗഹൃദങ്ങളും ഇക്കാലത്ത് രൂപപ്പെട്ടത് പിൽക്കാല ജീവിതത്തിൽ അദ്ദേഹത്തിന് പല പ്രകാരത്തിൽ ഉപകാരപ്പെട്ടു നാട്ടിൽ തിരിച്ചുവരുന്നതിനിടയിൽ സ്വദേശത്തിന് അടുത്തുള്ള ബഥേൽ ബോർഡിങ് സ്കൂളിൽ ചിലപ്പോൾ അദ്ദേഹം പോകാറുണ്ടായിരുന്നു. അവിടെ വച്ച് പരിചയപ്പെട്ട സാറാ എന്ന ഒരു പെൺകുട്ടിയെ ജോൺ ജോസഫ് വിവാഹം ചെയ്തു. വെണ്ണിക്കുളത്ത് നാരകത്താനം അഞ്ചാനിയിൽ ഐസക് ആശാന്റെ മകളായിരുന്നു സാറാ.

1916 ൽ ജോസഫ് - സാറാ ദമ്പതികൾക്ക് ഒരു പെൺകുട്ടി പിറന്നു വീണു. കുട്ടിക്ക് കുഞ്ഞിപ്പായി എന്ന പേര് നൽകി. ഈ കുഞ്ഞ് പിറന്നതിനുശേഷം ഇപ്പോഴും ദുരൂഹമായി അവശേഷിക്കുന്ന ഒരു സംഭവം ഉണ്ടായി. ഒരു നാൾ പെട്ടെന്ന് ജോൺ ജോസഫ് സാറയേയും മറ്റു കുടുംബാംഗങ്ങളേയും ഉപേക്ഷിച്ച് അപ്രത്യക്ഷനായി. ഇതേകുറിച്ച് ജോസഫിന്റെ ജീവചരിത്രകാരനായ ടി എച്ച് പി ചെന്താരസ്ശ്ശേരി പോലും പല മഹാന്മാരുടെയും സംഭവങ്ങളെ താരതമ്യപെടുത്തുകയല്ലാതെ ഈ അജ്ഞാതവാസത്തിന്റെ ചുരുളുകൾ നിവർത്താൻ തുനിയുന്നില്ല. ഏതായാലും അപ്രത്യക്ഷമായത് പോലെ തന്നെ അപ്രതീക്ഷിതമായി അഞ്ചുവർഷത്തിനുശേഷം പൊടുന്നനെ ജോൺ ജോസഫ് ഭാര്യയേയും കുഞ്ഞിനേയും കാണാൻ തിരിച്ചെത്തി. ജോൺ ജോസഫ് എങ്ങനെയോ മരിച്ചുപോയി എന്ന് കരുതിയ കുടുംബാംഗങ്ങളുടെ നിർബന്ധപൂർവമായ സമ്മർദം ഉണ്ടായിട്ടും രണ്ടാം വിവാഹത്തിന് മുതിരാതെ തന്റെ ഭർത്താവ് തിരിച്ചുവരുമെന്ന് ഉറച്ച് വിശ്വസിച്ച് കണ്ണീരുംകൈയുമായി കഴിഞ്ഞിരുന്ന സാറയുടെ പ്രതീക്ഷകൾ സാക്ഷാത്കരിക്കപ്പെട്ടു. തുടർന്നുള്ള ജീവിതം ജോൺ ജോസഫിന്റെ ഉയർച്ചയുടെയും പ്രശസ്തിയുടേയും നാളുകളായിരുന്നു. സാറ ഭർത്താവിന്റെസകല പരിശ്രമങ്ങൾക്കും താങ്ങും തണലുമായി വർത്തിച്ചു . അവർക്ക് രണ്ട് കുട്ടികൾ കൂടി പിറന്നു.

ദൗത്യാരംഭം

1907 ൽ മഹാനായ അയ്യങ്കാളിയുടെ നേതൃത്വത്തിൽ സ്ഥാപിക്കപ്പെട്ട സാധുജന പരിപാലന സംഘത്തിന്റെ ഊർജസ്വലമായ പ്രവർത്തനം ദളി

തരുടെ ഇടയിൽ പുതിയ ചലനങ്ങൾ സൃഷ്ടിച്ചുകൊണ്ടിരുന്ന കാലമായിരുന്നു അത്. ജോസഫിനെ ഈ ചലനങ്ങൾ യൗവനാരംഭം തൊട്ടുതന്നെ ആവേശം കൊള്ളിച്ചിരുന്നു. എന്നാൽ ദളിതരുടെ ഇടയിൽ തന്നെയുള്ള രണ്ട് വിഭാഗങ്ങളിൽ ഒന്നിൽ ആയിരുന്നു ജോസഫിന്റെ ജനനം. ഹിന്ദുമതാനുയായികൾ എന്ന് വിളിക്കപ്പെടുന്ന പരമ്പരാഗത ദളിതരും ഹിന്ദുമതത്തിലെ ക്രൂരമായ ജാതിവ്യവസ്ഥയോടും അയിത്താചരണങ്ങളോടും പ്രതിഷേധിച്ച് ക്രിസ്തുമതത്തിൽ ചേർന്നവരും ആണ് ഈ രണ്ട് വിഭാഗങ്ങൾ. സമത്വത്തിലും സാഹോദര്യത്തിലും വിശ്വസിക്കുന്നു എന്നവകാശപ്പെട്ട ക്രിസ്തുമതത്തിലും സവർണരും സവർണാധിപത്യവും ഉണ്ടെന്ന കയ്പേറിയ അനുഭവം കുമാരഗുരുദേവൻ എന്ന പേരിൽ ഇപ്പോൾ അറിയപ്പെടുന്ന പൊയ്കയിൽ യോഹന്നാനെ എന്ന പോലെ ജോൺ ജോസഫിനേയും വ്യസനിപ്പിക്കുകയും രോഷാകുലനാക്കുകയും ചെയ്തിരുന്നു. പിൽക്കാലത്ത് ശ്രീമൂലം പ്രജാസഭാംഗവും സാമൂഹ്യ പരിഷ്കർത്താവും എന്ന നിലയിൽ പ്രശസ്തിയാർജിച്ച ശേഷം 1935 ൽ ജോൺ ജോസഫ് തിരുവിതാംകൂർ മഹാരാജാവ് മുഖേന ബ്രിട്ടീഷ് പാർലമെന്റിലേക്ക് അയച്ച ഒരു നിവേദനത്തിൽ ഇപ്രകാരം പറയുന്നു:

> ഞാൻ ചില പ്രശ്നങ്ങൾ അവതരിപ്പിക്കുവാൻ ശ്രമിക്കുകയാണ്. തിരുവിതാംകൂറിലെ എല്ലാ വിഭാഗങ്ങളിലുംപെട്ട ക്രിസ്ത്യാനികൾ പതിനാറുലക്ഷമുണ്ട്. ഇതിൽ കത്തോലിക്ക, മാർത്തോമ്മാ, യാക്കോബാ, ആംഗ്ലിക്കൻ മുതലായ സുറിയാനീ വിഭാഗത്തിൽപ്പെട്ടവർ എട്ടുലക്ഷവും ഇതര സുറിയാനികൾ ഒന്നരലക്ഷവുമുണ്ട്. അധഃസ്ഥിതവർഗ ക്രിസ്ത്യാനികളുടെ സംഖ്യയാകട്ടെ, ആറരലക്ഷമാണ്. സുറിയാനി ക്രിസ്ത്യാനികൾ സഭകളിൽ തങ്ങൾ സമുന്നതരാണെന്നും ഉന്നതകുലജാതരാണെന്നും ഭാവിക്കുന്നു. സവർണഹിന്ദുക്കളിൽനിന്നും വർഷങ്ങൾക്കുമുമ്പ് മതപരിവർത്തനം ചെയ്തവരാണ് തങ്ങൾ എന്ന് അവർ വീമ്പിളക്കുകയും ചെയ്യുന്നുണ്ട്. അവർ പെരുമാറ്റത്തിലും സ്വഭാവത്തിലും ജാതീയമായ അസമത്വങ്ങളും അനാചാരങ്ങളും വച്ചുപുലർത്തുന്ന സവർണ ഹിന്ദുക്കളിൽ നിന്നും വ്യത്യസ്തരല്ല. അവർണ ക്രിസ്ത്യാനികളുമായി പന്തിഭോജനം നടത്തുകയോ വിവാഹം ചെയ്യുകയോ ചെയ്യുന്നില്ല. തിരുവിതാംകൂറിലെ സി എം എസ് ഉം മറ്റു ചില സഭാവിഭാഗങ്ങളും സവർണക്രിസ്ത്യാനിക്കും അവർണ ക്രിസ്ത്യാനിക്കും പ്രത്യേകം പള്ളികൾ നിർമിച്ചിട്ടുണ്ട്. ഈ മെമ്മോറിയൽകാരനും അയാളുടെ വിഭാഗത്തിൽപ്പെട്ട ആറരലക്ഷം ജനങ്ങളും സവർണ ക്രിസ്ത്യാനികൾ എന്ന് വിശേഷിപ്പിക്കപ്പെടുന്നവർ ഉപയോഗിക്കുന്ന പള്ളികളുടെ അടുത്ത് ചെല്ലുന്നതിനു പോലും അനുവദിക്കപ്പെടുന്നില്ല. സവർണ ക്രിസ്ത്യാനികൾ ധനവാൻമാരും സ്വാധീനമുള്ളവരുമാണ്. പരമ കാരുണികനായ കർത്താവിന്റെ കൽപ്പനകൾ സമത്വത്തിലും സാഹോദര്യത്തിലും അധിഷ്ഠിതമാണെ

> ങ്കിലും ഈ സവർണ ക്രിസ്ത്യാനികൾ അവരുടെ ധനവും സ്വാധീന ശക്തിയും ഏഴകളായ അധഃസ്ഥിതവർഗ ക്രിസ്ത്യാനികളെ ഇല്ലായ്മക്കാരായും ചവിട്ടിമെതിക്കപ്പെട്ടവരായും അവശേഷിപ്പിക്കുന്നതിനാണ് ഉപയോഗപ്പെടുത്തിവരുന്നത്. അധഃസ്ഥിതവർഗ ക്രിസ്ത്യാനികൾ സമ്പത്തിന്റെയും വിദ്യാഭ്യാസത്തിന്റെയും സാമൂഹ്യനിലയുടേയും കാര്യങ്ങളിൽ തുലോം പിന്നണിയിലാണ്. അവർ പൊതു ഉദ്യോഗ രംഗങ്ങളിലും നിയമസഭകളിലും അൽപമാത്രമായിട്ടേ പ്രതിനിധീകരിക്കപ്പെടുന്നുള്ളു. നാമനിർദ്ദേശത്തിൽ കൂടിയല്ലാതെ അവർക്ക് നിയമസഭകളിൽ കടന്നുകൂടാൻ നിർവാഹമില്ല.
>
> സവർണ ക്രിസ്ത്യാനികളുടെ പദ്ധതി തന്നെ മഹാരാജാവിന്റെ സർക്കാരിൽ നിന്നും അവർക്കു വേണ്ടി കൂടുതൽ അവകാശങ്ങളും സൗകര്യങ്ങളും നേടിയെടുക്കുക എന്നുള്ളതാണ്.

ദളിതരുടെ പൊതുവേയും മതം മാറിയ ദളിതരുടെ പ്രത്യേകിച്ചും അവകാശങ്ങൾക്കുവേണ്ടി പോരാടിയ ജോൺ ജോസഫിന്റെ ആദ്യകാല പ്രവർത്തനം പൊയ്കയിൽ യോഹന്നാന്റെ എന്ന പോലെ സാധാരണ ക്രിസ്തീയ മത പ്രചാരണമായിരുന്നു. സൈനിക സേവന കാലത്ത് പരിചയപ്പെടാൻ ഇടയായ അമേരിക്കക്കാരും ജർമൻകാരുമായ ഏതാനും പാതിരിമാർ അക്കാലത്ത് നടത്തിവന്ന ഫ്ലൈസ്റ്റി മിഷനിലാണ് ജോസഫ് തന്റെ സംഘടനാ പാടവത്തിന്റെയും വാഗ്വിലാസത്തിന്റെയും പ്രഥമ പരീക്ഷണശാലയായി തിരഞ്ഞെടുത്തത്. അന്നത്തെ നിലയ്ക്ക് വലിയൊരു തുകയായിരുന്ന നൂറ് രൂപ, പ്രതിമാസം ശമ്പളമായി മിഷനിൽ നിന്ന് പറ്റിക്കൊണ്ട് ജോസഫ് പ്രവർത്തനം ആരംഭിച്ചു. യാത്രാചെലവും ഭക്ഷണ ചെലവും എല്ലാം മിഷൻ വഹിക്കുമായിരുന്നു. അതുകൊണ്ട് പ്രതിമാസ ശമ്പളം മിക്കവാറും മുഴുവനായി തന്നെ ബാങ്കിൽ സ്ഥിരനിക്ഷേപം ആയി ഇട്ടു പോന്നു. അതിവേഗം തന്നെ ജോസഫ് മിഷൻ അധികൃതരുടെ വിലപ്പെട്ട പ്രവർത്തകനും കണ്ണിലുണ്ണിയും ആയി തീർന്നു. എന്നാൽ സാർവദേശീയ രംഗത്ത് ബ്രിട്ടണും ജർമനിയും ആയി വർധിച്ചുവന്ന വൈരുധ്യം മൂലം ജർമൻ പൗരന്മാർക്ക് ഇന്ത്യ വിട്ടുപോകേണ്ടതായിട്ടുവന്നു. അവരുടെ ബാങ്ക് നിക്ഷേപങ്ങൾ ബ്രിട്ടീഷ് സർക്കാർ മരവിപ്പിച്ചതു മൂലം തിരിച്ചുപോകാൻ പണം പോലും ഇല്ലാതെ അവർ കുഴങ്ങിയപ്പോൾ ജോസഫ് ഉദാരമനസ്സോടെ പ്രത്യുപകാരം ചെയ്തു. തന്റെ സ്ഥിരനിക്ഷേപത്തിന്റെ ഗണ്യമായ ഒരു ഭാഗം അത് ശമ്പളമായി തന്നവർക്കുതന്നെ തിരിച്ചു നൽകി. തങ്ങൾ നാട്ടിൽ ചെന്നാൽ ഈ തുക പലിശ സഹിതം തിരിച്ചു നൽകാം എന്നും മറ്റും വിദേശ പാതിരിമാർ വാക്കുപറഞ്ഞെങ്കിലും അതൊന്നും പ്രതീക്ഷിച്ചല്ല പ്രത്യുപകാരം ചെയ്തത്. എങ്കിലും യുദ്ധാനന്തരം പതിവായി കുറേക്കാലത്തേക്ക് മിഷൻ അധികൃതർ ജോസഫിന് പ്രതിമാസം 1000 രൂപ വീതം അയച്ചുകൊടുത്തുകൊണ്ടിരുന്നു. ഈ വരുമാനങ്ങൾ എല്ലാം ചേർന്ന് സാമ്പത്തിക വിഷമങ്ങളിൽ നിന്ന് വിമുക്ത

നായ ജോസഫ് തുടർന്നുള്ള തന്റെ പ്രവർത്തനം സാമൂഹ്യസേവനത്തിനും സ്വജന പുരോഗതിക്കും വേണ്ടി സമർപ്പിക്കാൻ നിശ്ചയിച്ചു. അങ്ങനെ അദ്ദേഹം താമസം കോട്ടയത്ത് നിന്ന് കൊല്ലത്തേക്ക് മാറ്റി.

അയ്യങ്കാളിയും ജോഷ്വായും

എന്തുകൊണ്ടാണ് ജോസഫ് കൊല്ലത്തേക്ക് താമസം മാറിയത്? ഇന്നത്തെ കൊല്ലം ജില്ലയും ആലപ്പുഴ ജില്ലയും പത്തനംതിട്ട ജില്ലയും ഉൾപ്പെട്ട പ്രദേശങ്ങൾ അന്ന് കൊല്ലം ഡിവിഷൻ എന്ന പേരിലാണ് അറിയപ്പെട്ടിരുന്നത്. ഇന്നത്തെ കളക്ടർക്കുപകരം അന്ന് പേഷ്കാർ എന്ന പദവിയാണ് ഉണ്ടായിരുന്നത്. അക്കാലത്ത് കൊല്ലം ഡിവിഷണിൽ പല മേഖലകളിലും ദളിതരുടെ അവകാശ സമരങ്ങൾ ശക്തിയാർജിച്ചിരുന്നു. 1915 ൽ പെരിനാട് ലഹള എന്ന പേരിൽ അറിയപ്പെടുന്ന കല്ലുമല തിരസ്കാര സമരം ഡിവിഷണിലെ അധഃ സ്ഥിത വിഭാഗങ്ങളെ തട്ടിയുണർത്തിയിരുന്നു. ഗോപാലദാസ് എന്ന ഒരു ദളിതയുവാവും സഖാക്കളും ചേർന്ന് 1915 ഒക്ടോബർ 24 ന് പെരിനാട്ടിലെ ചെറുമൂട് എന്ന സ്ഥലത്ത് ചേർന്ന മഹായോഗത്തിൽ ദളിത സ്ത്രീകൾ കല്ലുമാല ഉപേക്ഷിച്ചത് കുന്നുകൂടി കിടന്നിരുന്നു. 1818 ലെ രാജകീയ വിളംബരപ്രകാരം ദളിത ജാതിക്കാർക്ക് സ്വർണം കൊണ്ടോ വെള്ളികൊണ്ടോ ഉള്ള ആഭരണങ്ങൾ ധരിക്കാൻ പാടില്ലായിരുന്നു. അവർ വിലക്കുറഞ്ഞ വർണക്കല്ലുകൾ കൊണ്ടുള്ള കല്ലുമാലകൾ മാത്രമേ ധരിച്ചുകൂടു. ഈ നിബന്ധനയെ ധിക്കരിച്ചുകൊണ്ടുള്ള കല്ലുമാല തിരസ്കാരം നായന്മാർ തുടങ്ങിയ സവർണരെ പ്രകോപിപ്പിക്കുകയും അവർ ദളിതരുടെ കുടിലുകൾ ആക്രമിച്ച് തീ വയ്ക്കുകയും ചെയ്തു. ദളിതരും അതേ നാണയത്തിൽ തിരിച്ചടിച്ചു. ഒടുവിൽ അയ്യങ്കാളിയും ചങ്ങനാശ്ശേരി പരമേശ്വരൻ പിള്ള തൊട്ടുള്ള പുരോഗമനവാദികളായ സവർണ നേതാക്കളും ഇടപെട്ട് ദളിതർക്കനുകൂലമായി പര്യവസാനിപ്പിച്ച സമരം വലിയ വിജയമായിരുന്നു. ഇതുകൂടാതെ സർക്കാർ ഉത്തരവനുസരിച്ച് വിദ്യാലയങ്ങളിൽ പ്രവേശിച്ച ഈഴവക്കുട്ടികളെ സവർണർ ബഹിഷ്കരിച്ചതിനെ തുടർന്ന് കരുനാഗപ്പള്ളി കാർത്തികപള്ളി താലൂക്കുകളിൽ നടന്ന നായരീഴവ ലഹളകളും കൊല്ലം ജില്ലയിൽ പുത്തുണർവിന്റെ അലകൾ സൃഷ്ടിച്ചു. ഇപ്രകാരം വളർന്നുവന്ന കൊല്ലം പ്രദേശത്തെ അന്തരീക്ഷമാണ് ജോൺ ജോസഫിന് കൊല്ലത്തേക്ക് ആസ്ഥാനം മാറ്റാൻ പ്രേരകമായത്.

എങ്കിലും ഒന്നാം ലോക മഹായുദ്ധാനന്തരം കേരളത്തിൽ സംഭവിച്ചുകൊണ്ടിരുന്ന പുതിയ മാറ്റങ്ങളുടേയും പ്രസ്ഥാനങ്ങളുടേയും പ്രഭവകേന്ദ്രം ആയിരുന്ന തലസ്ഥാന നഗരിയാണ് തന്റെ പദ്ധതികൾക്ക് കൂടുതൽ അനുയോജ്യം എന്നു കണ്ട ജോൺ ജോസഫ് തിരുവനന്തപുരത്തേക്ക് താമസം മാറ്റി. കുറവൻകോണത്ത് വിക്രമപുരം എന്ന സ്ഥലത്ത് വീടുവച്ച് താമസിക്കാനും കൃഷി ചെയ്യാനുമായി കുറേ സ്ഥലം വാങ്ങി. ബാങ്കുകളുടെ തകർച്ച അക്കാലത്ത് കൂടെ കൂടെ നടന്നുകൊണ്ടിരുന്നതി

നാൽ ബാങ്കുനിക്ഷേപം സുരക്ഷിതമല്ല എന്ന് കരുതിയായിരിക്കണം ജോസഫ് സ്ഥലം വാങ്ങാനും കൃഷി നടത്താനും തുനിഞ്ഞത്. പരമ്പരാഗതമായി കാർഷികവൃത്തിയിൽ ഏർപ്പെട്ടിരുന്ന പൂർവികരിൽ നിന്ന് ലഭിച്ച കൃഷിപ്രേമം അവസാനകാലം വരെ ജോൺ ജോസഫിനെ പിന്തുടർന്നിരുന്നു എന്നതിന് തെളിവുകൾ ഉണ്ട്. ഈ സ്വന്തം ജീവിതകാര്യങ്ങളോടൊപ്പം സാമൂഹ്യ പ്രവർത്തനത്തിനായി ഇറങ്ങുന്നതിന്റെ മുന്നോടി എന്ന നിലയിൽ അക്കാലത്ത് പൊതുജീവിതത്തിൽ തിളങ്ങി നിന്നിരുന്ന അയ്യങ്കാളിയെ പോയി സന്ദർശിക്കാനും അദ്ദേഹം ആഗ്രഹിച്ചു. സവർണാധിപത്യത്തെ പ്രതിരോധിക്കാൻ ഉള്ള ഉപായം എന്ന നിലയിൽ മതം മാറ്റത്തിന് ശ്രീനാരായണ ഗുരുവിനേയും കുമാരനാശാനേയും പോലെ അയ്യങ്കാളിയും എതിരായിരുന്നു. മതം മാറി കഴിഞ്ഞ ശേഷവും ക്രിസ്തുമതത്തിലെ സവർണ പ്രമാണിമാർ ദളിത ക്രിസ്ത്യാനികളോട് ഹൈന്ദവ സവർണരെ പോലെ വിവേചനാപൂർവം പെരുമാറുന്നത് പൊയ്കയിൽ യോഹന്നാന്റെയും ജോൺ ജോസഫിന്റെയും അനുഭവങ്ങളും തന്റെ നിലപാടിനെ ശരിവയ്ക്കുന്നതായി അയ്യങ്കാളി കരുതി. എങ്കിലും മതം മാറിയ ദളിതരുടെ അവകാശങ്ങൾക്കു വേണ്ടി പോരാടുന്നതിൽ അയ്യങ്കാളിയും അദ്ദേഹത്തിന്റെ സാധുജന പരിപാലനസംഘവും അലംഭാവം കാട്ടിയില്ല. സാധുജന പരിപാലന സംഘത്തിൽ ദളിതക്രിസ്ത്യാനികളും ചുരുക്കമായിട്ടെങ്കിലും അംഗങ്ങളായിരുന്നു. ഈ പശ്ചാത്തലത്തിൽ ജോൺ ജോസഫുമായിട്ടുള്ള അയ്യങ്കാളിയുടെ സംഭാഷണം അങ്ങേയറ്റം സൗഹൃദപരം ആയിരുന്നു. ജോൺ ജോസഫിന്റെ പരിശ്രമങ്ങളെ അയ്യങ്കാളി പ്രോത്സാഹിപ്പിച്ചു. ഈ പരസ്പര ബഹുമാനവും സ്നേഹവും ഇരുവരും ആജീവനാന്തം തുടരുകയും ചെയ്തു.

ഈ ഘട്ടത്തിലാണ് മറ്റൊരു ഗുരുകൽപ്പനായ സുഹൃത്തുമായി ജോൺ ജോസഫ് പരിചയപ്പെട്ടത്. ജോസഫിന്റെ വീക്ഷണത്തിലും ജീവിതത്തിലും വലിയ മാറ്റം വരുത്തിയ ആ ഗുരുവരന്റെ പേര് ജ്ഞാന ജോഷ എന്നായിരുന്നു. ഇന്നത്തെ അക്കൗണ്ടന്റ് ജനറലിന്റെ പദവിയുള്ള ചീഫ് അക്കൗണ്ട്സ് ഓഫീസർ ആയിരുന്നു മതം മാറിയ ഒരു ദളിതനായിരുന്ന നാഗർകോവിൽകാരൻ ജോഷ്വാ. ബ്രിട്ടീഷ് റസിഡന്റിന്റെ ശുപാർശ പ്രകാരം നിയമിതൻ ആകയാലും സ്വഭാവശുദ്ധിയും കാര്യശേഷിയും കൊണ്ട് വ്യക്തിമുദ്രപതിച്ച ആളാകയാലും അധികൃതർക്ക് അദ്ദേഹം പരിപൂർണ സമ്മതനായിരുന്നു. അയിത്ത ജാതിയിൽപ്പെട്ട ദളിതനായിരുന്നു ജോഷ്വാ എന്ന വിവരം അധികൃതവൃന്ദങ്ങളിലോ ജനങ്ങൾക്കിടയിലോ അറിഞ്ഞിരുന്നില്ലതാനും.

തന്റെ ഔദ്യോഗിക മേഖലയിലെ കാര്യശേഷിക്ക് പുറമെ ചരിത്രം സാഹിത്യം, ശാസ്ത്രം മുതലായ ഇതരവിഷയങ്ങളിലും ജോഷ്വാ തൽപ്പരനായിരുന്നു. പഴയ സർക്കാർ രേഖകളും പുരോലിഖിതങ്ങളും കാണാനും പഠിക്കാനും ശ്രമിച്ചിരുന്ന ജോഷ്വാ ചരിത്രത്തെ സംബന്ധിച്ച പരമ്പരാഗത ധാരണകളെ നിരസിക്കുകയും ഇരുളടഞ്ഞ പല ചരിത്രവസ്തു

തകളിലേക്കും വെളിച്ചം വീശികണ്ടെത്തുകയും ചെയ്തിരുന്നു. ജോസഫും ജോഷായും പരസ്പരം കണ്ടുമുട്ടി സൗഹൃദം ആരംഭിച്ചത് പതിവായി ഞായറാഴ്ചതോറും എൽ എം എസ് പള്ളിയിൽ പ്രാർഥനയ്ക്ക് പോകുമ്പോഴായിരുന്നു. അവർ തമ്മിലുള്ള സംഭാഷണങ്ങൾക്കിടയിൽ കേരളത്തിന്റെ പ്രാചീന ചരിത്രം സംബന്ധിച്ച ജോഷയുടെ പുത്തൻ കണ്ടെത്തലുകൾ ഉയർന്നുവരാറുണ്ടായിരുന്നു. ഈ കണ്ടെത്തലുകൾ ജോൺ ജോസഫിന്റെ മസ്തിഷ്കത്തിലും ഹൃദയത്തിലും കോളിളക്കങ്ങൾ സൃഷ്ടിക്കുകയും അദ്ദേഹത്തിന്റെ ഭാവി സാമൂഹ്യ പരിഷ്കരണ ശ്രമങ്ങൾക്ക് രൂപം നൽകുകയും ചെയ്തു.

ചേരനാടും ചേരമരും

ജോൺ ജോസഫിന്റെ ജീവചരിത്രകാരൻ റ്റി എച്ച് പി ചെന്താരശ്ശേരി ജ്ഞാന ജോഷായുടെ ആശയങ്ങളെയും അവ ജോസഫിൽ ഉണർത്തിയ വികാരങ്ങളെയും ഇങ്ങനെ സംഗ്രഹിക്കുന്നു:

> കേരളത്തിന്റെ പ്രാചീന ചരിത്രം ഒരു അധ്യാപകന്റെ രീതിയിൽ വിജ്ഞാനദാഹിയായ ഒരു സ്നേഹിതന് പകർന്നു കൊടുത്തതിൽ അപാകതയൊന്നുമില്ല. അദ്ദേഹം അരുതാത്തതൊന്നും ചെയ്തില്ല. ഇത്രമാത്രമാണ് അദ്ദേഹം ചെയ്തത്. കേരളത്തിന്റെ പണ്ടത്തെ പേര് ചേരനാട് എന്നായിരുന്നു. ചേരനാട്ടിലെ ആദിമ നിവാസികൾ ചേരമർ (ചെറുമർ - ചെറുമക്കൾ -ചേരമർ) എന്നൊരു വർഗമായിരുന്നു. നാടുവാഴികളും അവരിൽപ്പെട്ടവർതന്നെയായിരുന്നു. ഉദ: നെടുംചേരൻ ആതനെപ്പോലുള്ള നാടുവാഴികൾ. ഭൂഉടമകളും കർഷകരും ചേരമർ തന്നെയായിരുന്നു. വിദ്യാഭ്യാസത്തിലും അവർ മികച്ചു നിന്നു. അവരിൽ ധാരാളം കവികൾ ഉണ്ടായിരുന്നു. അങ്ങനെ ഈ മണ്ണിന്റെ യഥാർത്ഥ അവകാശികൾ ചേരമരാണ്. അവരെ തോൽപ്പിച്ച് അടിമകളാക്കിയിട്ട് വിദേശികൾ രാജ്യം കൈയടക്കി. അന്ന് അടിമകളായിരുന്നവരാണ് പുലയർ എന്ന് ഇന്ന് അറിയപ്പെടുന്നവർ. അവരെ കൂടുതൽ അടിച്ചമർത്തുന്നതിനും സ്വത്തുകളും ആരാധനാസ്ഥലങ്ങളും കൈവശപ്പെടുത്തുന്നതിനും അവർ പ്രയോഗിച്ച വിദ്യകളാണ് ജാതി വ്യവസ്ഥയും തീണ്ടലും അയിത്തവുമെല്ലാം. ആദി ചേരമർ അധഃസ്ഥിതരാക്കപ്പെട്ടതിനുശേഷം അവർക്ക് നൽകപ്പെട്ട പേരാണ് പുലയർ.

ഇങ്ങനെയെല്ലാമായിരുന്ന ജോൺ ജോസഫിന് ലഭിച്ച വിവരങ്ങൾ അവ അദ്ദേഹത്തിന്റെ വീക്ഷണഘോഷണത്തെ ആകെ മാറ്റി മറിച്ചു. താൻ ഇക്കാലമത്രയും ഈ ചരിത്ര വിജ്ഞാനമാണ് തേടി നടന്നത്. മണ്ണിന്റെ യഥാർഥ അവകാശികൾക്ക് തല ചായ്ക്കാൻ ഇടമില്ല! ഈ ദുഃസ്ഥിതി മാറണം എന്നായി അദ്ദേഹത്തിന്റെ ചിന്ത.

അയ്യങ്കാളിയുടെ കർമകുശലതയും ജ്ഞാന ജോഷ്വായുടെ ചരിത്ര ദർശനവും നൽകിയ പുതുവെളിച്ചത്തിൽ ജോൺ ജോസഫ് തന്റെ സ്വപ്നസാക്ഷാത്ക്കാരത്തിനുള്ള പുതിയ സംഘടനയ്ക്ക് 1921 ൽ രൂപം നൽകി. 'തിരുവിതാംകൂർ ചേരമർ മഹാജന സഭ' എന്നായിരുന്നു ആ സംഘടനയുടെ പേര്. 1921 ജനുവരി 14 ന് തിരുവല്ലയിൽ ഇരവിപേരൂരിനടുത്ത് പൊടിപ്പാറയിൽ പ്രഥമ ജനറൽ സെക്രട്ടറിയായി ജോൺ ജോസഫിനെ തിരഞ്ഞെടുത്തു.

ചേരമർ മഹാസഭയ്ക്കു പ്രതീക്ഷിച്ചതിലേറെ വിജയമാണ് കോട്ടയം ജില്ലയിലും ചുറ്റുപാടും ലഭിച്ചത്. അയ്യങ്കാളിയുടെ പ്രശസ്തി അതിന്റെ ഉച്ചകോടിയിലായിരുന്ന ഘട്ടമായിരുന്നു അതെങ്കിലും സാധുജന പരിപാലന സംഘത്തിന്റെ പല പ്രമാണിമാരും ചേരമർ സംഘത്തിൽ ചേരുകയോ സാധുജനപരിപാലന സംഘത്തിൽ തുടർന്നു കൊണ്ടു തന്നെ അതുമായി സഹകരിക്കുകയോ ചെയ്യാൻ മുന്നോട്ടു വന്നു. എം ഐ കുഞ്ഞാപ്പി, സേതു, എം റ്റി ആശിർവാദം ആശാൻ (തിരുവല്ല) പി ജെ ജോസഫ്, പി ഓ മാത്തു (കുറിച്ചി) റ്റി സി കുട്ടൻ (തിരുവാർപ്പ്) ജോഷ്വാ മേസ്തിരി (ആലപ്പുഴ) എന്നിവർ നിർവാഹക സമിതിയിലേക്ക് തിരഞ്ഞെടുക്കപ്പെട്ടു. ജോൺ ജോസഫിന്റെ ഉജ്ജ്വലമായ വാഗ്‌വിലാസവും അദ്ദേഹം അവതരിപ്പിച്ച പുത്തൻ ചരിത്രവീക്ഷണം നൽകിയ അഭിമാന ബോധവും ദലിത യുവാക്കളെ ഹരംപിടിപ്പിച്ചു.

ഇത്തരുണത്തിൽ പാമ്പാടി ജോൺ ജോസഫ് 1922 മാർച്ച് 10ന് ശ്രീമൂലം പ്രജാസഭയിൽ അവതരിപ്പിച്ച സമുദായ ഉന്നമനത്തിനായുള്ള നിർദേശങ്ങളിൽ ആദ്യത്തേത് ചുവടെ ചേർക്കുന്നു:

> സമുദായത്തിന്റെ പേര് 'പുലയ' എന്നതിനുപകരം 'ചേരമർ' എന്നാക്കണം. 'പുലയ' എന്നത് ഒരു അധിക്ഷേപ വാക്കായതിനാൽ സമുദായത്തിന് പൊതുജന ദൃഷ്ടിയിൽ അന്തസില്ലാതായി (*ശ്രീമൂലം പ്രജാസഭാ രേഖകൾ, 18-ാം സെഷൻ*)

എന്നാൽ പക്വമതികളായ ചിലർ ഇത്തരം പേരു മാറ്റത്തെയും ചരിത്രഗവേഷണാഭ്യാസങ്ങളേയും കഥയില്ലായ്മയായിട്ടാണ് കണ്ടത്. പ്രത്യേകിച്ചും ജോൺ ജോസഫിന്റെ ആശയങ്ങളോടും അഭിലാഷങ്ങളോടും അങ്ങേയറ്റത്തെ ആഭിമുഖ്യം പുലർത്തിയിരുന്ന പൊയ്കയിൽ യോഹന്നാൻ ജോൺ ജോസഫിന്റെ പേരുമാറ്റ പരിവർത്തനത്തെ പരിഹസിക്കുകകൂടി ചെയ്തു. പുലയനെ ചേരമൻ എന്ന് വിളിച്ചാലും ചേരമനെ പുലയൻ എന്നു വിളിച്ചാലും അതിലൊന്നും വലിയ കാര്യമുള്ളതായി സവർണ ക്രിസ്ത്യാനികളുടെ വിവേചനത്തിനെതിരായി ജോൺ ജോസഫിനേക്കാൾ മുൻപ് തന്നെ സമരമാരംഭിച്ചിരുന്ന പൊയ്കയിൽ യോഹന്നാന് തോന്നിയില്ല. ചേരമർ മഹാസഭയുടെ യോഗങ്ങളിൽ പങ്കെടുക്കുകയും ജോൺ ജോസഫുമായി ഉറച്ച സൗഹൃദ ബന്ധം ഉലയാതെ കാത്ത് സൂക്ഷിക്കുകയും ചെയ്തിരുന്ന യോഹന്നാൻ ഒരു പരിഹാസ *കവനം*

തന്നെ നിർമിച്ച് പല യോഗങ്ങളിലും സ്വത:സിദ്ധമായ സ്വരമാധുരിയോടു കൂടി പാടാറുണ്ടായിരുന്നു:

പുലയരെല്ലാംകൂടി ചേരമരായാലെന്നാ ദൈവമേ
പുലയന്റെ പുലതീരുമോ ഈ കേരളത്തിൽ ?
ഇതിനൊരു മാറ്റം വരുമോ ?
പറയരെല്ലാം കൂടി സാംബവരായാലെന്നാ ദൈവമേ
പറയന്റെ പഴി തീരുമോ ഈ കേരളത്തിൽ ?
ഇതിനൊരു ശുഭം വരുമോ ?

ഐക്കരനാടുവാഴിയും ശ്രീമൂലംതിരുന്നാളും

പരിഹാസങ്ങളേയും വിമർശനങ്ങളേയും അവഗണിച്ച് കൊണ്ടു ജ്ഞാന ജോഷ്വാ പഠിപ്പിച്ച ചരിത്ര വീക്ഷണത്തെ ജോൺ ജോസഫ് തെല്ലും കാലിടറാതെ പിൻതുടർന്നു. അങ്ങനെയിരിക്കെ ഇന്നത്തെ എറണാകുളം ജില്ലയിലെ (അന്നത്തെ ഉത്തര തിരുവിതാകൂറിൽപ്പെട്ട കോട്ടയം ജില്ലയിൽ) കുന്നത്തുനാട് താലൂക്കിൽ കോലഞ്ചേരിക്കടുത്ത് ഐക്കരനാടെന്ന പേരിൽ ഒരു സ്ഥലമുണ്ടെന്നും അവിടെ ചേരവംശത്തിലെ അവസാന നാടുവാഴിയുണ്ടെന്നും പിൻമുറക്കാർ വാഴ്ത്തുന്നുണ്ടെന്നും ആ കുടുംബത്തിലെ കാരണവരെ ഐക്കരകുറുപ്പ് എന്ന സ്ഥാനം നൽകി തിരുവിതാംകൂർ രാജാവ് ആദരിച്ചിട്ടുണ്ടെന്നും ഐക്കര കുറുപ്പന്മാർ തിരുവിതാംകൂർ രാജകുടുംബവുമായി എഴുത്തുകുത്തുകൾ നടത്തിയിട്ടുണ്ടെന്നും മറ്റും ജോൺ ജോസഫിന് വിവരം കിട്ടി. അദ്ദേഹം പരിവാരസമേതം ഐക്കരനാട് സന്ദർശിച്ചപ്പോൾ ഐക്കര കുറുപ്പന്മാർ കൊടുങ്ങല്ലൂരേക്ക് കുറേനാൾ മുമ്പ് താമസം മാറ്റിയതറിഞ്ഞ് അവിടെ പോയി അന്വേഷിച്ചു. അവിടെ അന്വേഷിച്ചപ്പോഴാണ് കൊച്ചി നാട്ടുരാജ്യത്തിലെ ദളിത നവോത്ഥാന പ്രസ്ഥാനത്തിന്റെ നേതാക്കളിലൊരാളായിരുന്ന കൃഷ്ണാദി ആശാനാണ് അപ്പോഴത്തെ ഐക്കര തറവാട്ട് കാരണവർ എന്ന് മനസ്സിലായി. പക്ഷേ, അപ്പോഴേക്കും കൃഷ്ണാദിയാശാൻ ക്രിസ്തുമതം സ്വീകരിച്ചുവെന്നും യോഹന്നാൻ (ജോൺ) എന്നാണ് പുതിയ പേരെന്നും മനസ്സിലായി. തന്റെ അന്വേഷണങ്ങൾ വിജയകോടിയിൽ എത്തിയതിൽ ജോൺ ജോസഫിനുണ്ടായ സംതൃപ്തിയും അഭിമാനവും കുറച്ചൊന്നുമായിരുന്നില്ല. തന്റെ ചരിത്രവിജ്ഞാനത്തിന്റെ ഉറവിടം ജ്ഞാന ജോഷ്വായുടെ കണ്ടെത്തലുകൾ സ്ഥിരീകരിക്കപ്പെട്ടതായി ജോസഫിന് ബോധ്യപ്പെട്ടു. ചേരമർ രാജവംശത്തിന്റെ ഒടുവിലത്തെ കണ്ണിയായ കൃഷ്ണാദിയാശാൻ എന്ന ഐക്കര യജമാനനെ ആഘോഷപൂർവം തിരുവിതാംകൂർ തലസ്ഥാനനഗരിയിൽ എഴുന്നള്ളിച്ച് ആദരിക്കുന്നത് തന്റെ വംശത്തിനും പ്രസ്ഥാനത്തിനും വലിയ പ്രോത്സാഹനമാകുമെന്ന് കണ്ട ജോൺ ജോസഫ് അതിനുള്ള ഒരുക്കങ്ങളാരംഭിച്ചു. തിരുവിതാംകൂറിന്റെ തലസ്ഥാന നഗരിയെന്നതിന് പുറമെ ചേര

മർ ചരിത്രവുമായി ബന്ധപ്പെട്ട പല സ്മരണകളും ഇരമ്പുന്ന നഗരവും കൂടിയാണ് തിരുവനന്തപുരം. പുലയനാർകോട്ട, കൊക്കൊതമംഗലം, പത്മനാഭസ്വാമി ക്ഷേത്രത്തിന്റെ ഐതീഹ്യങ്ങൾ ഘോഷിക്കുന്ന പെരുമാട്ട് നീലിയെന്ന ദളിത വനിതയുമായി ബന്ധപ്പെട്ട പുത്തരിക്കണ്ടം മുതലായവയുടെ പ്രാചീന കഥകൾ ജോഷ്വായിൽ നിന്ന് ജോസഫ് പഠിച്ചിരുന്നു. ഇക്കാരണങ്ങളും ഐക്കര തമ്പുരാനെ വരവേൽക്കാനുള്ള തിരുവനന്തപുരത്തിന്റെ അർഹത വ്യക്തമാക്കി.

1923 മാർച്ച് 9-ന് ഐക്കര യജമാനനെ സ്വീകരിക്കാനുള്ള വേദി ഗംഭീരമായി ഒരുങ്ങി. അത് പുത്തരിക്കണ്ടത്തിലായിരുന്നുവെന്നും അതല്ല പാളയത്ത് പബ്ലിക് ലൈബ്രറിക്ക് എതിരെയുള്ള മൈതാനത്തിലായിരുന്നുവെന്നും രണ്ടു പക്ഷം ഉണ്ട്. പുത്തരിക്കണ്ടം പ്രദേശത്ത് അയിത്ത ജാതിക്കാർക്ക് പ്രവേശിക്കാൻ വിലക്കുണ്ടായിരുന്നതിനാൽ പാളയത്തായിരിക്കണം വരവേൽപ്പ് നടന്നതെന്ന് പലരും കരുതുന്നു. ഐക്കര യജമാനനെ കാണാനുള്ള ഉത്സാഹ പ്രകർഷം കാരണം ആയിരക്കണക്കിന് ദളിതരും മേൽജാതിക്കാരും യോഗത്തിൽ തടിച്ചുകൂടി. എക്കാലത്തും ദളിതരുടെ സുഹൃത്തും ചരിത്ര പണ്ഡിതനും ഉന്നത സർക്കാർ ഉദ്യോഗസ്ഥനും ആയിരുന്ന മഹാകവി ഉള്ളൂർ എസ് പരമേശ്വര അയ്യരുടെ അധ്യക്ഷതയിലാണ് യോഗം ചേർന്നത്. ഉള്ളൂർ ഐക്കര നാടുവാഴിയെ കുറിച്ചുള്ള ഐതീഹ്യങ്ങൾ പൂർണമായി ഏറ്റുപറഞ്ഞില്ലെങ്കിലും നിഷേധിച്ചില്ല. ജോൺ ജോസഫ് ആകട്ടെ ജോഷ്വായിൽ നിന്ന് പഠിച്ച പാഠങ്ങളൊക്കെ തെളിവുകളും ഉദ്ധരണികളും ചേർത്ത് സമർഥിച്ചു കൊണ്ട് നടത്തിയ പ്രഭാഷണം കാണികളെ ഇളക്കി മറിച്ചു. പ്രഭാഷണത്തിന്റെ ഉപസംഹാരം ഐക്കര യജമാനനെ തങ്ങളുടെ പുത്തൻ നാടുവാഴിയായി പ്രഖ്യാപിച്ചു കൊണ്ടുള്ളതായിരുന്നു. ഹർഷാരവങ്ങൾക്കിടയിൽ കൃഷ്ണാദിയാശാൻ എന്ന യോഹന്നാൻ ഹ്രസ്വമെങ്കിലും സമുചിതമായി മറുപടി പറഞ്ഞു.

അങ്ങനെ ആഘോഷമെല്ലാം ശുഭമായി പര്യവസാനിച്ചുവെന്ന് ആശ്വസിച്ചിരിക്കുമ്പോഴാണ് മറ്റൊരു ദുർഘടം വന്നു കയറിയത്. ഐക്കര യജമാനന് നൽകിയ വരവൽപ്പിനേയും അതിൽ നടന്ന പ്രസംഗങ്ങളേയും കുറിച്ച് ദൂതൻമാർ വഴിയും പത്രവാർത്തകൾ മുഖേനയും അറിഞ്ഞ ശ്രീമൂലം തിരുന്നാൾ മഹാരാജാവും രാജ കിങ്കരന്മാരും ക്ഷുഭിതരായി. ഒരു നാടുവാഴി ഭരണം നടത്തുന്നതിനിടയിൽ മറ്റൊരു നാടുവാഴിയെ വാഴിക്കുകയോ! അയിത്തക്കാരായ ദളിതർക്കായി മറ്റൊരു രാജാവോ ! ആ രാജാവ് യഥാർത്ഥ രാജ കുടുംബവുമായി തുല്യ നിലയിൽ എഴുത്തുകുത്തുകൾ നടത്തിവന്നുവെന്നത് ശ്രീമൂലത്തിനോ രാജകിങ്കരന്മാരായ സവർണമേധാവികൾക്കോ സഹിക്കാവുന്നതായിരുന്നില്ല. ഇത്തരം അവകാശവാദങ്ങളും പ്രചാര വേലകളും ശ്രീമൂലം തിരുന്നാൾ നേരിട്ടു തന്നെ ജോസഫിനെ വിളിച്ചുവരുത്തി വിവരം ചോദിച്ചപ്പോൾ പരമ്പരാഗതമായി പറഞ്ഞു കേട്ടിട്ടുള്ള കാര്യങ്ങളാണ് താൻ പ്രസംഗിച്ചതെന്നും അറിയിച്ചു.

എവിടുന്നാണ് ഈ വിവരങ്ങളൊക്കെ കിട്ടിയതെന്ന കുത്തികുത്തിയുള്ള ചോദ്യത്തിന് കേട്ടറിവ് മാത്രമാണ് തനിക്കുള്ളതെന്ന് ജോസഫ് മറുപടി പറഞ്ഞു. സംതൃപ്തനായത് പോലെ ശ്രീമൂലം രാജമുദ്രയുള്ള ഒരു സഞ്ചിയിൽ കുറേ പണവും സമ്മാനിച്ചാണ് ജോസഫിനെ യാത്ര യാക്കിയത്. ജോസഫ് തിരികെ പോകുന്ന വഴി വെള്ളയമ്പലത്ത് എത്തിയപ്പോഴാണ് ചതി മനസ്സിലായത്. രണ്ടു കുതിര പട്ടാളക്കാർ ജോസഫിനെ തടഞ്ഞുനിറുത്തി പണക്കിഴി പിടിച്ചു പറിക്കുകയും രാജാധികാരത്തിന് അപമാനകരമായ കാര്യങ്ങൾ പ്രസംഗിച്ചു നടക്കുന്നോ എന്ന് ചോദിച്ചുകൊണ്ട് ജോസഫിനെ പെരുവഴിയിലിട്ട് കഠിനമായി മർദിക്കുകയും ചെയ്തു. അന്നത്തെ കാലസ്ഥിതിയിൽ കൂടുതൽ പ്രതിഷേധത്തിനും മറ്റും പോകുന്നത് അപകടകരമായിരിക്കുമെന്ന് കണ്ട ജോസഫ് അത് സംബന്ധിച്ച് കോലാഹലമൊന്നും കൂട്ടിയില്ല.

എന്നാൽ ജോസഫിന്റെ ഗുരുനാഥനായ ജ്ഞാന ജോഷ്വായുടെ അനുഭവം കൂടുതൽ വേദനാജനകമായിരുന്നു. സർക്കാർ നിലവാരത്തിൽ അന്വേഷണങ്ങൾ നടത്തി ഈ പുത്തൻ ചരിത്ര വിജ്ഞാനത്തിന്റെ ഉറവിടം സർക്കാർ ഉദ്യോഗസ്ഥനായിരുന്ന ജ്ഞാന ജോഷ്വായാണെന്ന് അധികൃതർ മനസ്സിലാക്കി. എന്നാൽ ജോഷ്വ ബ്രിട്ടീഷ് റെസിഡന്റുമായി അടുപ്പമുള്ള ആളായിരുന്നതിനാൽ അദ്ദേഹത്തെ ശിക്ഷിക്കാൻ സർക്കാരിന് ധൈര്യമുണ്ടയിരുന്നില്ല. മാത്രമല്ല വ്യക്തമായ കുറ്റാരോപണങ്ങളൊന്നും ഉന്നയിക്കാനുള്ള വകയുമില്ലായിരുന്നു. അധികം താമസിയാതെ ഒരു നാൾ വേളി കായലിൽ നടത്തിയ ഒരു വിനോദ ജലക്രീഡയിൽ (വള്ളം കളി) ജോഷ്വാ സഞ്ചരിച്ചിരുന്ന വള്ളം മാത്രം മുങ്ങുകയും അദ്ദേഹം രക്ഷപ്പെടാനാകാതെ മുങ്ങിമരിക്കുകയും ചെയ്തു. ഇത് രാജകിങ്കരന്മാർ ആസൂത്രണം ചെയ്ത ഒരു കൊലപാതക പരിപാടിയായിരുന്നുവെന്ന് പരക്കെ വിശ്വസിക്കപ്പെടുന്നു.

സഭയുടെ മുന്നേറ്റവും പിളർപ്പിന്റെ പ്രവണതകളും

ഐക്കര നാടുവാഴിക്ക് നൽകിയ മേൽപ്പറഞ്ഞ ഗംഭീര വരവേൽപ്പ് ദുരനുഭവങ്ങൾക്ക് വഴിവച്ചെങ്കിലും അവയൊന്നും പരക്കെ അറിയപ്പെടുകയോ ചേരമർ മഹാജനസഭയുടെ പ്രവർത്തനത്തേയും വ്യാപനത്തേയും ബാധിക്കുകയോ ചെയ്തില്ല. നേരത്തെ വിവരിച്ച പോലെ അയ്യങ്കാളിയുടെ സാധുജന പരിപാലന സംഘത്തിൽ നിന്നു പോലും ഹിന്ദുക്കളും ക്രിസ്ത്യാനികളുമായ ചേരമർ ജോൺ ജോസഫിന്റെ പിന്നിൽ അണിനിരക്കാൻ തയ്യാറായി. ജോൺ ജോസഫ് ചെല്ലുന്നിടത്തെല്ലാം വലിയ സ്വീകരണങ്ങളും ആദരവും നേടി. ഈ മുന്നേറ്റ വേളയിൽ പല പ്രമുഖരും രംഗത്ത് വന്നു. അവരിലൊരാൾ കത്തോലിക്ക സഭയിലേക്ക് മാർഗം കൂടിയ പി ജെ ജോസഫ് എന്ന അഭ്യസ്ഥവിദ്യനായ ദളിതനായിരുന്നു. മറ്റൊരാൾ വേദശാസ്ത്ര പണ്ഡിതനും പ്രഭാഷകനും കവിയുമായിരുന്ന ആശിർവാദം ആയിരുന്നു. സാധുജന പരിപാലന

സംഘത്തിലെ ഒരാളായ പി കെ ചോതി സംഘവുമായി ബന്ധം വിടർത്താതെ തന്നെ മഹാജന സഭയുടെ പ്രവർത്തകനായി. പി ജെ ജോസഫ് പത്രാധിപരായി നടന്നു വന്നിരുന്ന *സാധുജന ദൂതൻ* മാസിക *ചേരമർ ദൂതൻ* എന്ന പേരിൽ മഹാജന സഭയുടെ മുഖപത്രമായി. *സവർണ ക്രിസ്ത്യാനികളും അവർണ ക്രിസ്ത്യാനികളും* എന്ന പേരിൽ ജോൺ ജോസഫ് എഴുതി പ്രസിദ്ധീകരിച്ച ഒരു ഗ്രന്ഥം സവർണ ക്രിസ്ത്യാനികളെ രോഷാകുലരാക്കിയപ്പോൾ അവർണർക്ക് അതൊരു രണ്ടാം വേദപുസ്തകമായി.

ചേരമർ മഹാജനസഭ ഹൈന്ദവരായ ചേരമരേയും ക്രിസ്ത്യാനികളായ ചേരമരേയും സമദൃഷ്ടിയോടെ വീക്ഷിച്ച് അവരുടെ ഉന്നമനത്തിനായി പ്രവർത്തിക്കണമെന്ന് ജോൺ ജോസഫ് ആഗ്രഹിച്ചുവെങ്കിലും ഹൈന്ദവരായ ചേരമർ പ്രതീക്ഷിച്ചത്ര സഭയിൽ ചേരുന്നില്ല എന്ന് കണ്ടപ്പോൾ ഒരു 'ഹൈന്ദവ ചേരമർ മഹാജനസഭ'യും ജോൺ ജോസഫ് രൂപീകരിച്ച് പ്രവർത്തനം തുടങ്ങി.

ഇപ്രകാരം ചേരമർ ജനതയ്ക്കിടയിൽ വലിയ ഉണർവ് ഉണ്ടാവുകയും അവരുടെ യഥാർത്ഥ അവശതകൾ സർക്കാർ അധികൃതരേയും ക്രിസ്തീയ മതാധ്യക്ഷരേയും അറിയിക്കാൻ കഴിവതൊക്കെ ചെയ്തിട്ടും സവർണ ക്രിസ്ത്യാനികളുടെ ഇടയിൽ കാര്യമായ മാറ്റമൊന്നും കാണാതെ വന്നപ്പോൾ പൊയ്കയിൽ യോഹന്നാനെ പോലെ പുതിയൊരു ചേരമർ ക്രിസ്തീയ സഭ രൂപീകരിക്കാൻ ജോസഫും ഉദ്യുക്തനായി. സഭാ മേലധ്യക്ഷൻമാർക്കും അവർക്ക് ധനസഹായം നൽകുന്ന വിദേശ മിഷണറിമാർക്കും ഒരു പുതിയ ചേരമർ ക്രിസ്തീയ സഭ രൂപീകരിക്കേണ്ടതിന്റെ ആവശ്യകതയെ കുറിച്ച് ജോസഫ് നിവേദനം നടത്തിക്കൊണ്ടിരുന്നു. കൂടാതെ മഹാജനസഭ മുൻകൈ എടുത്ത് ചേരമർ ക്രിസ്ത്യാനികളുടെ ഒരു പ്രത്യേക സഭയും ഇടവകകളും ആശിർവാദം ആശാന്റെ നേതൃത്വത്തിൽ പ്രവർത്തനം തുടങ്ങി.

ഈ നീക്കം പി ജെ ജോസഫിനെ പോലുള്ള ചിലരെ ജോസഫിൽ നിന്നകറ്റി. പി ജെ ജോസഫ് 'ചേരമർ കത്തോലിക്ക മഹാജനസഭ' എന്ന പേരിൽ ഒരു പ്രത്യേക സംഘടന രൂപീകരിച്ചു. അങ്ങനെ മഹാജന സഭയുടെ മുന്നേറ്റത്തോടൊപ്പം പിളർപ്പിന്റെയും ഭിന്നസ്വരത്തിന്റെയും ആരംഭവും പ്രകടമായി. ജാതിയെ അടിസ്ഥാനപ്പെടുത്തിയുള്ള സംഘടനകളുടെ അടിസ്ഥാന ദൗർബല്യങ്ങൾ പ്രകടമാക്കുന്ന ഈ പ്രവണതകൾ ചേരമരെ മറ്റു ജാതിവിരുദ്ധമായ പ്രത്യയശാസ്ത്രങ്ങളിലേക്കും നയിക്കുക്കയുണ്ടായി എന്ന് അനുഭവം തെളിയിച്ചു. ജോൺ ജോസഫിന്റെ ജീവിതകാലത്തും അതിന് ശേഷവും അദ്ദേഹം രൂപം കൊടുത്ത സംഘടനകൾക്കും പ്രചരിപ്പിച്ച ചരിത്രപരവും മറ്റുമായ ആശയങ്ങൾക്കും ശൈഥില്യം സംഭവിച്ചുവെങ്കിലും അദ്ദേഹം അടിത്തറയിട്ട അധഃസ്ഥിതരുടെ സംഘടനയും പ്രസ്ഥാനവും എങ്ങനെ പിൽക്കാലത്ത് വർഗ വിപ്ലവ പ്രസ്ഥാനങ്ങൾക്ക് ജന്മം നൽകി എന്ന് ചെന്താരശ്ശേരി ചൂണ്ടിക്കാട്ടുന്നു:

ജോൺ ജോസഫിന്റെ ഓരോ വാക്കുകളും ദളിതരുടെ കാതുകളിൽ അമൃതധാര വർഷിക്കുന്നതായിരുന്നു. തന്റെ കാര്യകാരണ സഹിതമായ പ്രഭാഷണം മതവ്യത്യാസമെന്യേ അന്നാട്ടിലെ പുലയരെ മുഴുവൻ അദ്ദേഹത്തോടടുപ്പിക്കുവാൻ പര്യാപ്തമായി. തീപ്പിനിയിലെ ആ തീപ്പൊരി പ്രസംഗമാണ് അനന്തര കാലത്ത് പ്രസ്തുത കേന്ദ്രങ്ങളിൽ ചേരമരുടെ വിപ്ലവ പ്രസ്ഥാനങ്ങൾ ഉടലെടുക്കുന്നതിന് കാരണമായത്. അനാചാരങ്ങൾക്കെതിരെ സന്ധിയില്ലാത്ത സമരം പ്രഖ്യാപിച്ചുകൊണ്ട് തിരുവല്ല, ചങ്ങനാശ്ശേരി മുതലായ സ്ഥലങ്ങളിലെ യുവാക്കൾ കർമരംഗത്തിറങ്ങി. സാധുജ്ഞാന യോഗിയെപ്പോലെ ഉള്ള നിരവധി നിസ്വാർത്ഥസേവകർ അക്കാലത്ത് പ്രവർത്തനരംഗത്തുണ്ടായിരുന്നു. അതിനെ തുടർന്നാണ് 1948-49 കാലഘട്ടങ്ങളിൽ എം റ്റി ഗോപാലൻ, കവിയൂർ ഗോപി, കവിയൂർ മുരളി, ചാമയ്ക്കൽ രാജപ്പൻ, ഒതറ എം റ്റി കേശവൻ, കെ എം ജനാർദ്ദനൻ, കോഴിമല കെ എം രാജപ്പൻ, തൃക്കൊടിത്താനം രാമൻകുട്ടി മുതലായവരുടെ നേതൃത്വത്തിൽ ചേരമർ പ്രോഗ്രസീവ് പാർട്ടി, ചേരമർ യുവജന സമാജം എന്നിങ്ങനെയുള്ള വിപ്ലവ പ്രസ്ഥാനങ്ങൾ ജോൺ ജോസഫിന്റെ ആശയങ്ങളുടെ മൂർത്തീകരണങ്ങളായി രംഗത്തെത്തിയത്. ആ പ്രസ്ഥാനങ്ങളെല്ലാം അനന്തര കാലത്ത് മാർക്സിസ്റ്റ് ചിന്താഗതി ഉൾക്കൊണ്ടുകൊണ്ട് കർഷകത്തൊഴിലാളി പ്രസ്ഥാനങ്ങളായി രൂപം മാറുകയുണ്ടായി.

കോട്ടയത്ത് വൈക്കം സത്യഗ്രഹം

പൊതുയോഗങ്ങൾക്കും വരവേൽപ്പുകൾക്കും പുറമേ അവകാശസ്ഥാപനത്തിനും സഞ്ചാരസ്വാതന്ത്ര്യത്തിനും വേണ്ടിയുള്ള പോരാട്ടങ്ങൾക്കും ചേരമർ മഹാജനസഭ നേതൃത്വം നൽകേണ്ടിവന്നു. ഉദാഹരണത്തിന് കോട്ടയം നഗരത്തിൽ സഞ്ചാരസ്വാതന്ത്ര്യത്തിന് വേണ്ടി 1925 ഡിസംബർ മാസം നടന്ന ഒരു സമരയാത്ര മാത്രം വിവരിക്കാം. വൈക്കം ക്ഷേത്രമതിലിനു ചുറ്റുമുള്ള പൊതുനിരത്തിലൂടെ അവർണർക്ക് വഴിനടക്കാനുള്ള സ്വാതന്ത്ര്യത്തിന് വേണ്ടി കോൺഗ്രസിന്റെയും എസ് എൻ ഡി പി യോഗത്തിന്റേയും നേതൃത്വത്തിൽ 1924 ഏപ്രിൽ 1ന് ആരംഭിച്ച ചരിത്രപ്രസിദ്ധമായ വൈക്കം സത്യാഗ്രഹം പൊതുജനങ്ങളെ തട്ടിയുണർത്താൻ വളരെ സഹായിച്ചുവെങ്കിലും വിജയം വരിക്കാതെ മഹാത്മാ ഗാന്ധിയുടെ ഉപദേശപ്രകാരം 1925 നവംബർ 21 ന് പിൻവലിച്ച പശ്ചാത്തലത്തിലാണ് കോട്ടയത്തെ സഞ്ചാരസ്വാതന്ത്ര്യ പ്രകടനം നടന്നത്. 'കോട്ടയത്തെ വൈക്കം സത്യാഗ്രഹം' എന്ന തലവാചകം കൊടുത്തെങ്കിലും കോട്ടയത്ത് നടന്നത് ഒരു സത്യാഗ്രഹമായിരുന്നില്ല. ഒരു ദിവസത്തെ പ്രകടനം മാത്രം എങ്കിലും വൈക്കത്തെ പോലെ സഞ്ചാരസ്വാതന്ത്ര്യത്തിന്

വേണ്ടിയാകയാൽ ആ ഉപവാചകം ചേർത്തു എന്നുമാത്രം. അന്ന് വൈക്കത്തെ ക്ഷേത്ര മതിലിന് ചുറ്റുമുള്ള നിരത്തുകളിൽ അവർണർക്ക് പ്രവേശനമില്ല എന്ന് എഴുതിവച്ചിരുന്നത് പോലെ കോട്ടയത്തെ ചില റോഡുകളിൽ 'ചോവന്മാർക്ക് പ്രവേശനമില്ല' എന്നെഴുതിയ ഫലകങ്ങൾ സ്ഥാപിച്ചിരുന്നു. ചോവന്മാർ എന്ന ഈഴവർക്ക് പോലും സഞ്ചാരസ്വാതന്ത്ര്യം നിഷേധിച്ചിരുന്ന നിരത്തുകളിൽ ഈഴവരെക്കാൾ താണ പുലയരാദി ദളിതർക്ക് പ്രവേശനമില്ല എന്ന് പ്രത്യേകം പറയേണ്ടതില്ലല്ലോ. കോട്ടയത്ത് കീഴ്ക്കുന്നിൽ നിന്നും വലിയ ഒരു ഘോഷയാത്ര ചേരമർ മഹാജനസഭയുടെ ആഭിമുഖ്യത്തിൽ നക്കരകുന്നിലേക്ക് വാദ്യഘോഷങ്ങളോട് കൂടി നീങ്ങിക്കൊണ്ടിരുന്നപ്പോഴാണ് പോലീസ് സംഘം തടസപ്പെടുത്താനെത്തിയത്. ഘോഷയാത്രക്കാർ പിന്തിരിയാൻ കൂട്ടാക്കിയില്ല. ഒരു സംഘട്ടനം അനാവശ്യമായി എന്ന തോന്നലാണുണ്ടായത്. ഉടൻ തന്നെ ഭാരവാഹികളിൽ ചിലർ നഗരത്തിലെത്തി വിശ്രമിച്ചിരുന്ന ജോൺ ജോസഫിനെ കണ്ട് വിവരമറിയിച്ചു. സംഘട്ടനവും അടിപിടിയും ഒഴിവാക്കാനായി മറ്റൊരുവഴിയെതിരിഞ്ഞ് തിരുനക്കര മൈതാനത്തേക്ക് നീങ്ങാനാണ് ജോസഫ് സ്ഥലത്തെത്തി ഉപദേശിച്ചത്. സംഘട്ടനം കൂടാതെ തിരുനക്കര വമ്പിച്ച പൊതുയോഗത്തിൽ സഞ്ചാരനിഷേധ നടപടിക്കെതിരെ ജോൺ ജോസഫ് ഗർജ്ജന സ്വരത്തിൽ പ്രസംഗിച്ചു. അത് സംബന്ധിച്ച പ്രമേയങ്ങളും അംഗീകരിക്കപ്പെട്ടു. ഒരു പ്രകടനവും പൊതുയോഗവും മാത്രമായിരുന്നുവെങ്കിലും അതേതുടർന്ന് പല നിരത്തുകളിലും അവർണർക്കെതിരെയുള്ള നിരോധന ബോർഡുകൾ അധികൃതരോ നാട്ടുകാരോ എടുത്തുമാറ്റിയതായി കാണപ്പെട്ടു. പിന്നീട് അത്തരം നിരോധനങ്ങൾ അവിടെ നടന്നതായറിവില്ല.

പുതിയ കാലം പുതിയ കടമകൾ

1924 -25 ലെ വൈക്കം സത്യഗ്രഹവും 1932ലെ ഗുരുവായൂർ സത്യഗ്രഹവും ഉണർത്തിവിട്ട പുതിയ തരംഗങ്ങൾ കേരള ചരിത്രത്തിൽ 1930 കൾക്ക് സംക്രമകാല ശോഭ നൽകി. 1931 ലെ ഉപ്പുസത്യഗ്രഹവും കേരളത്തിൽ അലകൾ ഉയർത്തി. തിരുവിതാംകൂറിലാകട്ടെ രാജ്യഭരണത്തിലെ സവർണാധിപത്യത്തിനെതിരെ ന്യൂനപക്ഷങ്ങളായ ക്രിസ്ത്യാനികളും മുസ്ലീങ്ങളും അധഃസ്ഥിതരായ ഈഴവരാദി അയിത്തജാതിക്കാരും ഒത്തൊരുമിച്ച് സംയുക്ത രാഷ്ട്രീയ സഭ രൂപീകരിച്ച് അവകാശങ്ങൾക്കു വേണ്ടിയുള്ള പോരാട്ടം ആരംഭിച്ചിരുന്നു. 1931 ൽ പ്രായപൂർത്തിയെത്തിയ ശേഷം ശ്രീചിത്തിരതിരുനാൾ ബാലരാമവർമ്മ മഹാരാജാവായി കിരീടധാരണം നടത്തി അധികാരമേറ്റു. അദ്ദേഹത്തിന്റെ കിരീടധാരണം പ്രമാണിച്ച് തിരുവിതാംകൂർ നിയമസഭ വിപുലീകരിക്കുകയും ശ്രീമൂലം പ്രജാസഭയും ശ്രീചിത്രാ സ്റ്റേറ്റ് കൗൺസിലും നിലവിൽ വരികയും ചെയ്തു.

ഈ ഘട്ടത്തിൽ ശ്രീമൂലം പ്രജസഭയിലേക്ക് ചേരമരെ പ്രതിനിധീകരിച്ച് ഒരംഗമാകാൻ ജോൺ ജോസഫ് ആഗ്രഹിച്ചു. അന്ന് ദളിതരിൽ നിന്നും നിയമസഭയിലേക്ക് ആരെയാണ് നാമനിർദേശം ചെയ്യേണ്ടതെന്ന്

തീരുമാനിക്കാൻ ദിവാൻ അധഃസ്ഥിതരുടെ അജയ്യനായ നേതാവ് അയ്യങ്കാളിയോട് ഉപദേശം തേടാറുണ്ടായിരുന്നു. പിൽക്കാലത്ത് അയ്യങ്കാളിയുടെ ജാമാതാവായി തീർന്ന അഭ്യസ്ഥവിദ്യനും മഹത്വാകാംക്ഷിയുമായിരുന്ന ടി ടി കേശവൻ ശാസ്ത്രിയും ശ്രീമൂലം പ്രജാസഭയിൽ അംഗമാകാൻ ആഗ്രഹിച്ചിരുന്നു.

അയ്യങ്കാളിയോട് വളരെ അടുപ്പം ഉണ്ടായിരുന്ന ഒരു സാധുജന പരിപാലന സംഘം പ്രവർത്തകൻ മുഖേന ശാസ്ത്രി തന്റെ ആഗ്രഹം അയ്യങ്കാളിയെ അറിയിക്കുകയും ചെയ്തിരുന്നു. അതോടൊപ്പം ജോൺ ജോസഫ് നേരിട്ട് അയ്യങ്കാളിയെ കണ്ട് തന്റെ പേർ ശ്രീമൂലം പ്രജാസഭയിലേക്ക് ശുപാർശ ചെയ്യണം എന്നപേക്ഷിക്കുകയുണ്ടായി. ജോൺ ജോസഫ് ക്രിസ്ത്യാനിയാണെന്ന വിവേചനമൊന്നും അയ്യങ്കാളിക്ക് ഉണ്ടായിരുന്നില്ല. ഏത് മതത്തിൽപ്പെട്ട ആളാണെങ്കിലും അധഃസ്ഥിതർ എല്ലാം തന്റെ സേവനത്തിന് അർഹരാണെന്ന് കരുതിയ അയ്യങ്കാളി ജോൺ ജോസഫിന്റെ പേർ ശുപാർശ ചെയ്യുകയും ശുപാർശ ദിവാൻ അംഗീകരിക്കുകയും ചെയ്തു. അങ്ങനെ ജോൺ ജോസഫ് ശ്രീമൂലം പ്രജാസഭയിൽ അംഗമായി. ടി ടി കേശവൻ ശാസ്ത്രിക്ക് അയ്യങ്കാളിയും ജോൺ ജോസഫും ഒരുപോലെ അനഭിമതരായി തീർന്നു. പിന്നീട് അങ്ങോട്ടുള്ള ദളിത് പ്രസ്ഥാനങ്ങളുടെ ചരിത്രം ടി ടി കേശവൻ ശാസ്ത്രിയുടെ പേരും അദ്ദേഹത്തിന്റെ പിളർപ്പൻ പ്രവർത്തനങ്ങളുമായി ബന്ധപ്പെട്ടിരിക്കുന്നു. 1938 ൽ ദിവാൻ സർ സി പി രാമസ്വാമി അയ്യരുടെ ഒത്താശയോടുകൂടിയാണെന്ന് ചിലർ കരുതുന്ന ഒരു സംരംഭത്തിന് ടി ടി കേശവൻ ശാസ്ത്രി മുതിർന്നത് തന്റെ ശ്വശ്വരനും അധഃസ്ഥിതജനതയുടെ അനിഷേധ്യ നേതാവുമായിരുന്ന അയ്യങ്കാളിയുടെ ജീവിത സന്ധ്യയെ കഥനകലുഷിതമാക്കി. സാധുജനപരിപാലന സംഘത്തെ പിന്തള്ളാനായി ടി ടി കേശവൻ ശാസ്ത്രി രൂപം കൊടുത്ത 'പുലയ മഹാസഭ' യാണ് അയ്യങ്കാളിയെ മാനസികമായി വിഷമിപ്പിച്ചത്. സാധുജനപരിപാലന സംഘത്തിൽ ഏത് അധഃസ്ഥിതനും അംഗമാകാം. അങ്ങനെയുള്ള അംഗങ്ങൾ നേതൃത്വത്തിലും ഉണ്ടായിരുന്നു. അവരിൽ മതം മാറിയവർ പോലും അംഗങ്ങളായി ചേർന്നിരുന്നു. അതായത് സാധുജന പരിപാലനസംഘത്തിൽ വലിയ ഭൂരിപക്ഷം പുലയസമുദായത്തിൽപ്പെട്ടവർ ആയിരുന്നു. എങ്കിലും അതിന്റെ രൂപ കൽപ്പന മതേതരത്വത്തിന്റെയും ജാതിവിരുദ്ധതയുടേയും ആയിരുന്നു. കേശവൻ ശാസ്ത്രി ആ ജനാധിപത്യ സങ്കൽപ്പത്തിനെതിരെയാണ് വാളോങ്ങിയത്. പുലയർ എന്ന പേരിന്റെ സ്ഥാനത്ത് ആദിവാസികളായിരുന്ന എല്ലാ അധഃസ്ഥിതരേയും ജാതിമതഭേദമെന്യേ അണിചേർക്കുവാൻ ആശിച്ച ജോൺ ജോസഫിന്റെ ചേരമർ മഹാജനസഭയ്ക്കും കേശവൻ ശാസ്ത്രിയുടെ നടപടി ഭീഷണി ഉയർത്തി.

ശ്രീമൂലം പ്രജാസഭാംഗം എന്ന നിലയിൽ ജോൺ ജോസഫ് ചെയ്ത പ്രസംഗങ്ങളും പുതിയ പദവി നൽകിയ അംഗീകാരവും അദ്ദേഹത്തിന്റെ പ്രവർത്തനങ്ങൾക്ക് നൽകിയ ഊർജസ്വലതയും അത്യന്തം

ശ്രദ്ധേയമാണെങ്കിലും 1936 ലെ ക്ഷേത്രപ്രവേശന വിളമ്പരവും 1938 ലെ സ്റ്റേറ്റ് കോൺഗ്രസ് രൂപീകരണത്തെ തുടർന്ന് കൊടുങ്കാറ്റ് പോലെ വീശിയടിച്ച ഉത്തരവാദിത്വഭരണ പ്രക്ഷോഭവും അന്തരീക്ഷത്തെ ആകെ മാറ്റി തീർക്കുകയായിരുന്നു. ജോൺ ജോസഫിന്റെ ആരോഗ്യനിലയും വഷളായി. അതിനിടെ ഒരു പുത്രൻ സന്നിപാതജ്വരം പിടിച്ച് മരിച്ചുപോയത് അദ്ദേഹത്തിന്റെ മനസ്സിനെ ആകെ തകർക്കുകയും കുറച്ചു നാളത്തേക്ക് നിഷ്ക്രിയൻ ആക്കുകയും ചെയ്തു. ശ്രീമൂലം പ്രജാസഭാംഗം എന്ന നിലയിൽ ജോൺ ജോസഫ് ചെയ്ത പല പ്രവർത്തനങ്ങളിൽ ചരിത്രപ്രധാനമായ ഒന്നാണ് അദ്ദേഹം രാജാവ് മുഖേന ബ്രിട്ടീഷ് പാർലമെന്റിലേക്ക് അയച്ച ഒരു നിവേദനം. ആ നിവേദനത്തിന്റെ ഒരു ഭാഗം നേരത്തെ ഉദ്ധരിച്ചു ചേർത്തിരുന്നത് ഓർക്കുമല്ലോ. അന്നത്തെ സ്ഥിതിഗതികൾ ഒക്കെ സ്വാതന്ത്ര്യാനന്തര ഭാരതത്തിൽ ഗണ്യമായി മാറിയെങ്കിലും ഇനിയും അതിലെ ആക്ഷേപങ്ങളിൽ ചിലത് നിലനിൽക്കുന്നു. അതിലെ ചില ആവശ്യങ്ങൾ ഇനിയും നിറവേറ്റേണ്ടതായിട്ടിരിക്കുന്നു. ഭരണഘടനപ്രകാരം പട്ടികജാതിക്കാർക്കും പട്ടികവർഗക്കാർക്കും അതിന്റെ ചുവടുപിടിച്ച് നവബുദ്ധമതക്കാരും സിഖ്മതക്കാരും ആയ ദളിതർക്കും ആയി അനുവദിച്ചിട്ടുള്ള സംവരണം വിദ്യാഭ്യാസ ആനുകൂല്യങ്ങൾ തുടങ്ങിയ പരിരക്ഷകൾ ദളിത ക്രിസ്ത്യാനികൾക്കും ലഭിക്കേണ്ടതുണ്ട് . മതംമാറ്റം സവർണാധിപത്യത്തിനെതിരെയുള്ള ഫലപ്രദമായ ഒരു നടപടി അല്ല എന്ന് വൈകുണ്ഠസ്വാമിയും നാരായണഗുരുവും അയ്യങ്കാളിയും മറ്റും വാദിച്ചിരുന്നതിനെ ശരിവയ്ക്കുന്ന അവസ്ഥയിലാണ് ഇപ്പോഴും ദളിതക്രിസ്ത്യാനികൾ കഴിഞ്ഞുകൂടുന്നത്. ഈ അവസ്ഥ അനുഭവിച്ച് അതിനെതിരായി പോരാടിയും കേരള നവോത്ഥാനത്തിന്റെ ചരിത്രത്തിൽ നിസ്തുലമായ സ്ഥാനം നേടിയ ആളാണ് പൊയ്കയിൽ യോഹന്നാൻ എന്ന പ്രത്യക്ഷ രക്ഷാ ദൈവസഭ (പി ആർ ഡി എസ്) സ്ഥാപകൻ കുമാരഗുരുദേവനെ പോലെ ചേരമർ മഹാജനസഭയുടെ സ്ഥാപകൻ പാമ്പാടി ജോൺ ജോസഫും. ചേരമർ ക്രിസ്ത്യാനികൾക്കുവേണ്ടി പ്രത്യേകം സഭയും ഇടവകകളും സ്ഥാപിക്കണം എന്ന ജോൺ ജോസഫിന്റെ ആവശ്യം സവർണ ക്രിസ്തീയ സഭാ നേതൃത്വങ്ങൾ അംഗീകരിച്ചില്ല എന്നതിന്റെ ദുഃഖഭാരവും പേറിയാണ് അദ്ദേഹം 1940 ജൂലായിൽ മരണമടഞ്ഞത്.

11 സി കേശവൻ

കാലാതിവർത്തിയായ രാഷ്ട്രീയദർശനം

സാഹിത്യം, സാമൂഹ്യപരിഷ്കാരം, സ്വാതന്ത്ര്യസമരം, തൊഴിലാളി വർഗ പ്രസ്ഥാനം തുടങ്ങി ജീവിതത്തിന്റെ വിവിധ മേഖലകളിൽ അത്യുന്നത പ്രതിഭാശാലികളെയും അതികായരായ ജനനായകരെയും സംഭാവന ചെയ്ത ഒരു കാലഘട്ടമാണ് ഇരുപതാം നൂറ്റാണ്ടിലെ കേരളം. മഹാമതികളുടെ ഈ നിരയിൽ അനിതരസാധാരണനായ ഒരുജ്ജ്വല വ്യക്തിത്വം ആയിരുന്നു സി കേശവൻ (1891–1969). ചിട്ടവട്ടങ്ങളെയും ചട്ടക്കൂടുകളെയും ലംഘിക്കുന്നതിൽ ആജീവനാന്തം കൗതുകം പ്രകടിപ്പിച്ച കേശവന് പരമ്പരാഗതമായ വിദ്യാഭ്യാസ വ്യവസ്ഥ തന്നെ അരോചകമായിട്ടാണ് അനുഭവപ്പെട്ടത്. ആ പ്രകൃതം കൊണ്ടായിരിക്കാം സ്കൂൾ വിദ്യാഭ്യാസവും ബിരുദവും നിയമബിരുദവും എല്ലാം നേടിയെങ്കിലും അദ്ദേഹം വിദ്യാഭ്യാസത്തിൽ അത്ര വലിയ ഒരു നിലവാരം പുലർത്തുകയോ ഉയർന്ന സ്ഥാനങ്ങൾ തേടുകയോ ചെയ്യാതിരുന്നത്. ഈ നിലവാരക്കുറവിന് കാരണം ധൈഷണികമായ പോരായ്മകളൊന്നും ആയിരുന്നില്ല എന്ന് കേശവന്റെ വിദ്യാഭ്യാസകാലത്തെ മറ്റ് പ്രവർത്തനങ്ങളും സിദ്ധികളും പൊതുജീവിതത്തിൽ അദ്ദേഹം പ്രകടിപ്പിച്ച ഉൾക്കാഴ്ചയും ആധുനിക ചിന്താസരണികൾ സ്വാംശീകരിക്കാനുള്ള അദ്ദേഹത്തിന്റെ അസൂയാർഹമായ ആർത്തിയും സാക്ഷ്യപ്പെടുത്തുന്നു.

പഠിച്ചിരുന്ന കാലം മുതൽ പ്രസംഗപാടവം, അഭിനയ ചാതുരി, സംഗീത വാസന, നേതൃത്വസിദ്ധി, വാദപ്രതിവാദ വൈദഗ്ധ്യം തുടങ്ങിയവ കൊണ്ട് സതീർഥ്യരെയും അധ്യാപകരെയും അദ്ദേഹം തന്റെ ആരാധകരാക്കി മാറ്റിയിരുന്നു. അടങ്ങിയൊതുങ്ങി പാഠപുസ്തകങ്ങൾ ഹൃദിസ്ഥമാക്കുന്നതിനും കുത്തിയിരുന്ന് ഗൃഹപാഠങ്ങൾ കൃത്യമായി ചെയ്തു തീർക്കുന്നതിനും ആവശ്യമായ ക്ഷമാശീലം, അസ്വസ്ഥചിത്തരായിരുന്ന തന്റെ സഹപ്രവർത്തകരിൽനിന്ന് മുന്നോട്ടുപോകാനും അവരുടെ കാഴ്ചപ്പാടുകളുടെ പരിമിതികൾ അറുത്തുമുറിച്ച് അപ്പുറം കടക്കാനും ആയിരുന്നു കേശവന്റെ ഉദ്യേഗം. അദ്ദേഹത്തിന്റെ ചെറുപ്പകാലത്ത് കേരളമാകെ വെട്ടിത്തിളങ്ങിയിരുന്ന ചൈതന്യധാര ശ്രീനാരായണഗുരുവിന്റെ സന്ദേശങ്ങളും പ്രസ്ഥാനവും ആയിരുന്നു. ആ ധാരയിൽ ഇഴുകിച്ചേർന്ന് ജാതിവ്യവസ്ഥയ്ക്കും മതാന്ധതയ്ക്കും എതിരെ രംഗത്ത് ഇറങ്ങുമ്പോഴും ഗുരുദേവന്റെ ഭക്തിയുടെ ആധാരമായ വേദാന്തചിന്തയെക്കാൾ ഗുരുദേവന്റെ തന്നെ ശിഷ്യഗണത്തിൽപ്പെട്ട സഹോദരൻ അയ്യപ്പന്റെയും മറ്റും യുക്തിവാദവും നിരീശ്വരത്വവും മറ്റുമാണ് കേശവന് കൂടുതൽ അഭികാമ്യമായി തോന്നിയത്.

1920 കളിൽ എസ് എൻ ഡി പിയും ശ്രീനാരായണ പ്രസ്ഥാനവും പ്രധാന ശ്രദ്ധ കേന്ദ്രീകരിച്ചത് അയിത്തത്തിനെതിരായ പോരാട്ടത്തിലും ജാതിവിരുദ്ധ സമരത്തിലും ക്ഷേത്രപ്രവേശന വിളംബരത്തിലും മറ്റുമായിരുന്നു. ഈ സമരങ്ങളെ ജനാധിപത്യത്തിനും സ്വാതന്ത്ര്യത്തിനും വേണ്ടിയുള്ള ദേശീയ സമരവുമായി ലയിപ്പിക്കണം എന്ന് മുൻകൂട്ടി കണ്ട രണ്ട് മഹാശയന്മാർ ദേശാഭിമാനി മാധവനും സി കേശവനും ആയിരുന്നു. ഈ സമരങ്ങളിൽ ആകണ്ഠം മുഴുകിക്കൊണ്ടുതന്നെ മറ്റ് സഹപ്രവർത്തകരെക്കാൾ കുറെക്കൂടി കടന്ന് ചിന്തിക്കാൻ കേശവന് കഴിഞ്ഞു. അത് ജാതി വിവേചനത്തിനും സവർണ മേധാവിത്വത്തിനും അവയുടെ അധികാര ഘടനയായ സർക്കാരിനും എതിരെയുള്ള പോരാട്ടമായി. ക്ഷേത്രപ്രവേശന പ്രക്ഷോഭത്തെയും ജാതിവിരുദ്ധ യത്നങ്ങളെയും ഉയർത്താൻ കേശവൻ മുൻകൈയെടുത്തു. അതിന്റെ ഫലമായിരുന്നു സംയുക്ത രാഷ്ട്രീയസഭയും നിവർത്തന പ്രക്ഷോഭവും. ഉദ്യോഗ നിയമനങ്ങളിലും നിയമസഭയിലും അർഹമായ പ്രാതിനിധ്യം ലഭിക്കുന്നതിനു വേണ്ടി ഹൈന്ദവ സമൂഹത്തിലെ പിന്നോക്ക വിഭാഗക്കാരും മുസ്ലിം-ക്രിസ്ത്യൻ ന്യൂനപക്ഷക്കാരും ഒരുമിച്ചുനിന്ന് നടത്തിയ പോരാട്ടത്തിന്റെ സംഘടനയായിരുന്നു സംയുക്ത രാഷ്ട്രീയസഭ. നിയമസഭകളും തിരഞ്ഞെടുപ്പും ബഹിഷ്കരിക്കുക എന്ന സമരമാർഗത്തിന് നൽകിയ പേരായിരുന്നു നിവർത്തനം. ഈ പ്രസ്ഥാനത്തിൽ ആവേശപൂർവം പങ്കെടുക്കുകയും നേതൃത്വം നൽകുകയും ചെയ്ത ഭൂരിപക്ഷം ആളുകളും "അന്നദാതാവായ പൊന്നുതിരുമേനിയുടെ" ഭക്തന്മാർ ആയിരുന്നു എങ്കിൽ കേശവൻ രാജാധിപത്യത്തെത്തന്നെ വെല്ലുവിളിച്ചു. പിന്നോക്ക സമുദായക്കാർക്കും ന്യൂനപക്ഷങ്ങൾക്കും അർഹമായ ഉദ്യോഗ സംവര

ണവും നിയമസഭാ പ്രാതിനിധ്യവും വേണമെന്ന് വാദിച്ച് പോരാടുമ്പോഴും കേശവൻ മറ്റുള്ളവരെക്കാൾ ഒരടികൂടി മുന്നോട്ടുപോയി—ജനങ്ങൾക്കാകെയുള്ള ഉത്തരവാദിത്തഭരണം വേണമെന്ന് പറയാനും മടിച്ചില്ല. ഈ ഉത്തരവാദിത്തഭരണാവശ്യത്തിന്റെയും രാജാധിപത്യത്തോടുള്ള ഭക്തിരാഹിത്യത്തിന്റെയും അനുരണനങ്ങൾ രാജ്യദ്രോഹക്കുറ്റം ചുമത്തി കേശവനെ ജയിലിലടയ്ക്കാൻ കാരണമായ 1935ലെ സുപ്രസിദ്ധമായ കോഴഞ്ചേരി പ്രസംഗത്തിൽ നമുക്ക് കേൾക്കാം.

1932 ൽ പ്രഖ്യാപിക്കപ്പെട്ട തിരുവിതാംകൂർ നിയമസഭാ പരിഷ്കാരങ്ങൾ ഫലത്തിൽ സവർണ സമുദായങ്ങളുടെ കുത്തകാധിപത്യത്തിന്റെ

കോഴഞ്ചേരി പ്രസംഗത്തെ തുടർന്ന് ജയിലിലായശേഷം പുറത്തു വന്ന സി കേശവന് ലഭിച്ച സ്വീകരണം

ഉപകരണങ്ങളായിരുന്നതാണ് സംയുക്ത രാഷ്ട്രീയസഭാ സ്ഥാപനത്തിനും നിവർത്തന പ്രക്ഷോഭത്തിനും പ്രകോപനമായത്. 1936 ൽ സർ സി പി രാമസ്വാമി അയ്യരുടെ രംഗപ്രവേശത്തോടെ ഉദ്യോഗ നിയമനങ്ങൾക്ക് പബ്ലിക് സർവീസ് കമ്മീഷൻ സ്ഥാപിക്കപ്പെടുകയും പിന്നോക്ക സമുദായക്കാർക്കും ന്യൂനപക്ഷങ്ങൾക്കും മെച്ചപ്പെട്ട പ്രാതിനിധ്യം ലഭിക്കത്തക്കവിധം ശ്രീചിത്തിര സ്റ്റേറ്റ് കൗൺസിലും ശ്രീമൂലം പ്രജാസഭയും പുനഃസംഘടിപ്പിക്കപ്പെടുകയും ചെയ്തു. അതോടുകൂടി സംയുക്ത രാഷ്ട്രീയസഭയുടെ ലക്ഷ്യം നിറവേറിയതിനാൽ ആ സഭ അപ്രസക്തമായി. പിന്നെ അവശേഷിച്ച പ്രശ്നം സി കേശവനും അദ്ദേഹത്തിന്റെ ചിന്താഗതിക്കാരും സംയുക്ത രാഷ്ട്രീയസഭയ്ക്ക് അകത്തുതന്നെ ചർച്ച ചെയ്യാൻ തുടങ്ങിയിരുന്ന ഉത്തരവാദഭരണ പ്രക്ഷോഭണമാണ്. 1936 ൽ ക്ഷേത്രപ്രവേശന വിളംബരം വന്നതോടെ ഹിന്ദു സമൂഹത്തിലെ

പിന്നോക്ക വിഭാഗക്കാരെ സംതൃപ്തിപ്പെടുത്തി പ്രക്ഷോഭണ മാർഗ ത്തിൽനിന്ന് പിന്തിരിപ്പിക്കാൻ കഴിയുമെന്ന് അന്നത്തെ ദിവാൻ സർ സി പി രാമസ്വാമി അയ്യർ പ്രതീക്ഷിച്ചിരുന്നു.

ഇത്തരം വിട്ടുവീഴ്ചകൾ ഒക്കെ തന്റെ ഭരണോദ്ഘാടനത്തിന് തിളക്കം ചേർക്കാൻ ഉപകരിക്കും എന്ന് കരുതിയ സർ സി പി ജനങ്ങൾക്ക് ഭരണാധികാരത്തിൽ പങ്ക് നൽകുന്ന കാര്യത്തിൽ തീർത്തും വിമുഖനായിരുന്നു. വാസ്തവത്തിൽ, ഈ ഭാഗിക ആനുകൂല്യങ്ങൾ എല്ലാം നൽകിയതിന്റെ പുറകിൽ അദ്ദേഹത്തിന്റെ ഗൂഢലക്ഷ്യം സ്വേച്ഛാധികാരം ഉറപ്പിക്കുന്നതിന് ജനപിന്തുണ നേടുക എന്നതായിരുന്നു. ഇക്കാര്യം പല ജനനേതാക്കളും കണ്ടില്ല. അവർ സർ സി പി രാമസ്വാമി അയ്യരുടെ ആരാധകരും പ്രചാരകരും ആയി രംഗത്ത് വന്നപ്പോൾ യഥാർഥ സ്ഥിതി ഗതികൾ കണ്ടറിഞ്ഞ് അടുത്ത ചുവടുവയ്പ്പിന് തയ്യാറായവരിൽ പ്രമുഖൻ സി കേശവനായിരുന്നു. സംയുക്ത രാഷ്ട്രീയസഭയുടെയും നിവർത്തന പ്രക്ഷോഭണത്തിന്റെയും അത്യുന്നത നായകൻ ആയിരുന്നപ്പോഴും ആ പ്രസ്ഥാനത്തിന്റെ പോരായ്മയായ ജാതി-മത-സങ്കുചിതത്വം കണ്ടറിഞ്ഞ് പ്രഖ്യാപിക്കാൻ സി കേശവൻ മടിച്ചിരുന്നില്ല. അതുകൊണ്ട് സംയുക്ത രാഷ്ട്രീയസഭയും അതിന് പുറത്തുള്ള ദേശീയവാദികളും ഒത്തൊരുമിച്ച് തിരുവിതാംകൂർ സ്റ്റേറ്റ് കോൺഗ്രസ്സ് രൂപീകരിക്കാൻ പ്രചോദനം നൽകിയവരിൽ സി കേശവൻ ഒന്നാം സ്ഥാനത്താണ്.

അക്കാലത്ത് നാട്ടുരാജാക്കന്മാരെ മുഷിപ്പിക്കരുതെന്നും അതുകൊണ്ട് ഇന്ത്യൻ നാഷണൽ കോൺഗ്രസിന്റെ സമരപരിപാടികൾ നാട്ടുരാജ്യങ്ങളിൽ നടപ്പിലാക്കരുതെന്നും ആയിരുന്നു കോൺഗ്രസിലെ വലതുപക്ഷത്തിന്റെയും മഹാത്മാഗാന്ധിയുടെയും നിലപാട്. എന്നാൽ സുഭാഷ്ചന്ദ്ര ബോസും നെഹ്റുവും ഉൾപ്പെടെ കോൺഗ്രസിലെ ഇടതുപക്ഷക്കാർ നാട്ടുരാജ്യങ്ങളിലും ജനാധിപത്യപ്രസ്ഥാനം ശക്തിപ്പെടുത്തണമെന്ന് വാദിച്ചു. കമ്യൂണിസ്റ്റ് പാർട്ടിയും കോൺഗ്രസ് സോഷ്യലിസ്റ്റ് പാർട്ടിയും മറ്റും നാട്ടുരാജ്യങ്ങളിൽ ഉത്തരവാദഭരണത്തിനുവേണ്ടി സമരം ചെയ്യണമെന്നും നാട്ടുരാജ്യവ്യവസ്ഥ തന്നെ അവസാനിപ്പിച്ച് രാജാക്കന്മാരെ സ്ഥാനഭ്രഷ്ടരാക്കണമെന്നും ആണ് വാദിച്ചിരുന്നത് എന്നു പറയേണ്ടതില്ലല്ലോ. കോൺഗ്രസിലെ പുരോഗമന വിഭാഗത്തിന്റെയും ഇടതുപക്ഷത്തിന്റെയും പിന്തുണയോടെ ആണ് കൊച്ചി, മൈസൂർ, ഹൈദരാബാദ്, ജമ്മു-കാശ്മീർ തുടങ്ങിയ പല നാട്ടുരാജ്യങ്ങളിലും എന്നപോലെ തിരുവിതാംകൂറിലും ഉത്തരവാദഭരണത്തിനുവേണ്ടി സ്റ്റേറ്റ് കോൺഗ്രസ് സംഘടിപ്പിക്കപ്പെട്ടത്. 1938-ൽ സ്റ്റേറ്റ് കോൺഗ്രസിന്റെ നേതൃത്വത്തിൽ തിരുവിതാംകൂറിൽ നടന്ന വമ്പിച്ച ബഹുജനസമരം ചിലയിടങ്ങളിൽ അക്രമാസക്തമായെങ്കിലും പൊതുവെ ഗാന്ധിയൻ സമ്പ്രദായത്തിൽ അഹിംസാ മാർഗമാണ് അവലംബിച്ചത്. കോൺഗ്രസുകാരും കമ്യൂണിസ്റ്റുകാരും സോഷ്യലിസ്റ്റുകാരും ഉൾപ്പെടുന്ന ഒരു ഐക്യമുന്നണിയായിരുന്നു സ്റ്റേറ്റ് കോൺഗ്രസ്. ജവാഹർലാൽ നെഹ്റു പ്രസിഡ

ന്റായി രൂപീകരിച്ച സ്റ്റേറ്റ് കോൺഗ്രസുകളും മറ്റും ചേർന്ന് രൂപീകരിച്ച അഖിലേന്ത്യാ നാട്ടുരാജ്യ പ്രജാസഖ്യത്തിൽ തിരുവിതാംകൂർ സ്റ്റേറ്റ് കോൺഗ്രസും ചേരുകയുണ്ടായി.

തുടക്കം തൊട്ടേ സ്റ്റേറ്റ് കോൺഗ്രസിൽ പ്രസിഡന്റ് പട്ടം താണു പിള്ളയും മറ്റും ഉൾപ്പെട്ട ഒരു വലതുപക്ഷവും ഉണ്ടായിരുന്നു. ഇടതു പക്ഷങ്ങളും യൂത്ത് ലീഗും റാഡിക്കൽ എന്ന വിശേഷണത്തോടുകൂടി രൂപീകരിക്കപ്പെട്ട സമരോത്സുക വിഭാഗവും മറ്റും വലതുപക്ഷത്തിന്റെ മിതവാദത്തെ എക്കാലത്തും എതിർത്തുപോന്നു. പിൽക്കാലത്ത് കമ്യൂ ണിസ്റ്റ് നേതാക്കളായി അറിയപ്പെട്ട കെ സി ജോർജ്, പി ടി പുന്നൂസ്, എം എൻ ഗോവിന്ദൻനായർ, ടി വി തോമസ്, പിൽക്കാലത്ത് സോഷ്യലിസ്റ്റും കെ എസ് പിയും ആർ എസ് പിയും ഒക്കെ ആയി മാറിയ ശ്രീക ണ്ഠൻനായർ, കണ്ണന്തോടത്ത് ജനാർദനൻനായർ തുടങ്ങിയവർ ഇട തുപക്ഷത്ത് അണിനിരന്നപ്പോൾ സി കേശവൻ, കുമ്പളത്ത് ശങ്കുപ്പിള്ള തുടങ്ങിയവരായിരുന്നു മുഖ്യധാരാ കോൺഗ്രസുകാരിൽനിന്ന് സമരപ ക്ഷത്തേക്ക് നീങ്ങിയത്. സ്റ്റേറ്റ് കോൺഗ്രസിന്റെ അത്യുന്നത നേതാ ക്കളായി സാർവത്രികമായി അംഗീകരിക്കപ്പെട്ടവർ പ്രസിഡന്റ് പട്ടം താണുപിള്ളയും ടി എം വർഗീസും സി കേശവനും ആയിരുന്നു. പട്ടം പണ്ടേ മിതവാദിയും രാജഭക്തനും ആയിരുന്നു. ടി എം വർഗീസിന് വലിയ രാജഭക്തിയൊന്നും ഉണ്ടായിരുന്നില്ലെങ്കിലും പൊതുവെ ഒരു മിതവാ ദിയും വലതുപക്ഷത്തേക്ക് ചായ്വുള്ള ആളുമായിരുന്നു. ക്രിസ്തീയ സഭാ മേലധ്യക്ഷന്മാരുടെയും വൻകിട തോട്ടം മുതലാളിമാരുടെയും പിന്തുണ അദ്ദേഹത്തിന് ഉണ്ടായിരുന്നു എങ്കിലും നിവർത്തനപ്രക്ഷോ ഭകാലം തൊട്ട് സി കേശവനുമായി ഉണ്ടായിരുന്ന സ്നേഹാദരബന്ധ ങ്ങൾക്ക് ഊനം തട്ടിയിരുന്നില്ല. സി കേശവനാകട്ടെ സമര സന്നദ്ധത

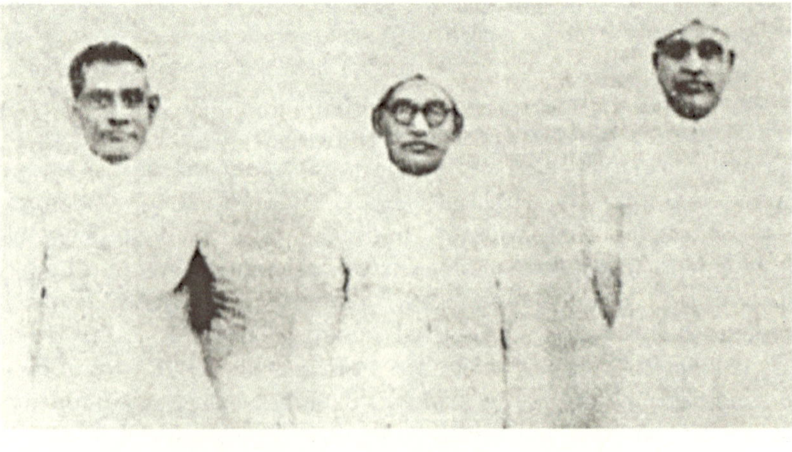

സി കേശവൻ, പട്ടം താണുപിള്ള, ടി എം വർഗീസ്

യിലും പുരോഗമന വീക്ഷണത്തിലും ഒരിക്കലും വിട്ടുവീഴ്ച കാണിച്ചിരുന്നുമില്ല. സ്റ്റേറ്റ് കോൺഗ്രസിന്റെ അംഗീകൃത ലക്ഷ്യമായി അതിന്റെ നിയമാവലിയിൽ എഴുതിച്ചേർത്തിരുന്ന "മഹാരാജാവ് തിരുമനസിലെ പരമാധികാരത്തിൻകീഴിലുള്ള ഉത്തരവാദഭരണം" എന്ന വ്യവസ്ഥയെ കേശവൻ പരസ്യമായി തള്ളിപ്പറഞ്ഞില്ലെങ്കിലും അദ്ദേഹത്തിന്റെ നിലപാട് രാജാധിപത്യത്തിന് എതിരായിരുന്നു. അക്കാലത്തെ സമരരംഗങ്ങളിൽ ഏറെ പ്രചാരമുള്ള മുദ്രാവാക്യശൈലിയിലുള്ള ഈരടിയായിരുന്നു ഇത്:

തിരുമേനി ഭരിച്ചോട്ടെ,
ഹിതംപോലെ ഭരിച്ചോട്ടെ,
പരദേശി ഭരിക്കേണ്ട,
ഭരിക്കവേണ്ട.

എതിർപ്പിന്റെ രൂക്ഷത ദിവാൻ സർ സി പി രാമസ്വാമി അയ്യർക്കെതിരായി തിരിക്കുകയും രാജഭക്തരായ ജനവിഭാഗങ്ങളെക്കൂടി സമരത്തിൽ അണിനിരത്തുകയും ആയിരുന്നു ഈ ഈരടികളുടെ ലക്ഷ്യം എങ്കിലും ഇടതുപക്ഷക്കാരെപ്പോലെ സി കേശവനും അത് അങ്ങേയറ്റം അരോചകമായിട്ടാണ് തോന്നിയത്. ഒരിക്കൽ, 1945-ാമാണ്ട് ഇടയ്ക്കാണെന്നു തോന്നുന്നു. സി കേശവനും കെ സി ജോർജും കമ്യൂണിസ്റ്റ് നേതൃത്വത്തിലുള്ള പൂഞ്ഞാറിലെ കർഷക സംഘം സമ്മേളനത്തിൽ പങ്കെടുക്കാൻ പോകുന്ന വഴി കോട്ടയം തിരുന്നക്കര മൈതാനത്തിനടുത്തുള്ള കമ്യൂണിസ്റ്റ് പാർട്ടി ഓഫീസിൽ വിശ്രമിക്കുകയായിരുന്നു. പൂഞ്ഞാർ കർഷക സംഘത്തിന്റെ നേതാവ് ജോസഫ് തെള്ളി ആയിരുന്നു. അഖിലേന്ത്യാ വിദ്യാർഥി ഫെഡറേഷന്റെ ഒരു കമ്മിറ്റിക്കായി അവിടെ എത്തിയിരുന്ന ഞങ്ങൾക്ക് സി കേശവനെ നേരിട്ടു കാണാൻ

ജയിൽ മോചിതനായ സി കേശവന് മയ്യനാട്ട് നൽകിയ സ്വീകരണം

കിട്ടിയ സന്ദർഭം ആവേശം മുറ്റിയതായിരുന്നു. അന്ന് അദ്ദേഹം ഞങ്ങളോട് അനൗപചാരികമായി സംസാരിച്ചുകൊണ്ടിരുന്ന സന്ദർഭത്തിൽ, “തിരുമേനി ഭരിച്ചോട്ടെ, ഹിതം പോലെ ഭരിച്ചോട്ടെ” എന്ന് ഞങ്ങൾ കൂട്ടംകൂടി ആപ്പീസിലേക്ക് കയറുന്ന സമയത്ത് വിളിച്ച മുദ്രാവാക്യത്തെ, അദ്ദേഹം നർമം കലർന്ന ഭാഷയിൽ പരിഹസിച്ചത് ഇപ്പോഴും എന്റെ ചെവിയിൽ മുഴങ്ങുന്നുണ്ട്.

ഉത്തരവാദിത്തഭരണ പ്രക്ഷോഭത്തെ അവതാളത്തിലാക്കാൻ ഉദ്ദേശിച്ചുകൊണ്ട് അക്കാലത്ത് സർ സി പി ഇറക്കിയ ഒരു അടവായിരുന്നല്ലോ “അമേരിക്കൻ മോഡൽ”. അമേരിക്കയിലെ പ്രസിഡന്റിനെ മാറ്റാൻ അതിവിപുലവും സങ്കീർണവും ആയ ഇംപീച്ച്മെന്റിലൂടെ (കുറ്റവിചാരണ) അല്ലാതെ പാർലമെന്റായ കോൺഗ്രസിന് അധികാരമില്ല. അത്തരം സന്ദർഭങ്ങൾ ഒരു നൂറ്റാണ്ടിലോ മറ്റോ വന്നെങ്കിലായി അത്രയേയുള്ളൂ. പാർലമെന്റിന്റെ തീരുമാനങ്ങളെയും നിർദേശങ്ങളെയും തിരസ്കരിക്കാനും പ്രസിഡന്റിന് അധികാരമില്ല. സെക്രട്ടറിമാർ എന്നു വിളിക്കപ്പെടുന്ന അമേരിക്കയിലെ മന്ത്രിമാർ പാർലമെന്റിലെ അംഗങ്ങളായിരിക്കില്ല. അവരുടെ ഉത്തരവാദിത്തം പാർലമെന്റിനോടല്ല, പ്രസിഡന്റിനോടാണ്. പാർലമെന്റിന്റെ ഏതെങ്കിലും കമ്മിറ്റികളിൽ മൊഴി കൊടുക്കാനോ തെളിവ് നൽകാനോ വിളിച്ചാൽ പോകാമെന്നല്ലാതെ ഈ സെക്രട്ടറിമാർ നേരിട്ട് പാർലമെന്റിൽ ഹാജരാവുകയോ അവരുടെ ചോദ്യങ്ങൾക്ക് ഉത്തരം നൽകുകയോ ചെയ്യാറില്ല. പ്രസിഡന്റ് തന്നെ ആണ്ടിലൊരിക്കൽ “സ്റ്റേറ്റ് ഓഫ് ദി യൂണിയൻ മെസേജ്” എന്ന പേരിൽ നിർദേശങ്ങളും പരിപാടികളും അടങ്ങിയ ഒരു നയനിർദേശ പ്രസംഗം ചെയ്യാൻ കോൺഗ്രസിന്റെ സെനറ്റും ജനപ്രതിനിധി സഭയും അടങ്ങിയ സംയുക്ത സമ്മേളനത്തിൽ പോകും എന്നല്ലാതെ മറ്റവസരങ്ങളിൽ അവിടെ മുഖം കാണിക്കാറില്ല. ഇപ്രകാരം അമേരിക്കൻ പ്രസിഡന്റ് പദവിയോട് സമാനമായ രീതിയിൽ മുഖ്യ ഭരണനിർവാഹകനായി (ചീഫ് എക്സിക്യൂട്ടീവ്) ദിവാൻ ഭരിക്കുകയും പ്രായപൂർത്തി വോട്ടവകാശത്തിന്റെ അടിസ്ഥാനത്തിൽ തിരഞ്ഞെടുക്കപ്പെട്ട നിയമസഭ ദിവാന്റെ സർവാധിപത്യത്തിൻകീഴിൽ പ്രവർത്തിക്കുകയും ചെയ്യുക എന്നതാണ് “അമേരിക്കൻ മോഡൽ”. ഇതിന് അമേരിക്കൻ മാതൃകയുമായി കാതലായ ഒരു വ്യത്യാസം മാത്രം. അമേരിക്കൻ പ്രസിഡന്റിനെ നന്നാല് വർഷത്തിലൊരിക്കൽ ജനങ്ങൾ തിരഞ്ഞെടുക്കുമ്പോൾ ദിവാനെ മഹാരാജാവ് തന്നിഷ്ടംപോലെ നിയമിക്കുന്നു.

ഈ നിർദേശം തങ്ങൾ ആവശ്യപ്പെട്ട ഉത്തരവാദിത്തഭരണസമ്പ്രദായത്തെക്കാൾ താഴ്ന്ന നിലവാരത്തിലുള്ളതാണെങ്കിലും ആദ്യത്തെ ചുവടുവയ്പ് എന്ന നിലയിൽ അംഗീകരിച്ച് പരീക്ഷിച്ചുനോക്കാം എന്നായിരുന്നു പട്ടം താണുപിള്ളയുടെയും വലതുപക്ഷത്തിന്റെയും അഭിപ്രായം. കോൺഗ്രസിനകത്ത് സമരോത്സുകരായ കോൺഗ്രസുകാരും ഇടതുപക്ഷക്കാരും അതിശക്തിയായി ഈ കീഴടക്കത്തെ എതിർത്ത

പ്പോൾ കോൺഗ്രസിൽ എതിർപ്പിന്റെ ചുക്കാൻ പിടിച്ചിരുന്നത് സി കേശവനായിരുന്നു.

1946 ലെ ഐതിഹാസികമായ പുന്നപ്ര-വയലാർ പോരാട്ടം ബ്രിട്ടീഷ് സാമ്രാജ്യത്വത്തിന് സർ സി പിയുടെ അമേരിക്കൻ മോഡൽ തന്ത്രത്തിന് എന്നപോലെ അമേരിക്കൻ മോഡലിന്റെ ഇന്ദ്രജാലത്തിൽ വ്യാമുഗ്ധരായ സ്റ്റേറ്റ് കോൺഗ്രസ് വലതുപക്ഷത്തിന് എതിരായ കനത്ത പ്രഹരമായിരുന്നു. സി കേശവനും കുമ്പളത്ത് ശങ്കുപ്പിള്ളയും ശ്രീകണ്ഠൻ നായർ തുടങ്ങിയവരും കമ്യൂണിസ്റ്റ് നേതാക്കളുമായി രഹസ്യമായി കൂടിയാലോചന നടത്തുകയും സമരത്തിന് പിന്തുണ വാഗ്ദാനം ചെയ്യുകയും ചെയ്തു. "അമേരിക്കൻ മോഡൽ അറബിക്കടലിൽ" എന്ന മുദ്രാവാക്യത്തോടുകൂടി നടന്ന സായുധസമരം പ്രത്യക്ഷത്തിൽ ഭീകരമായി അടിച്ചമർത്തപ്പെട്ടെങ്കിലും അതോടെ അമേരിക്കൻ മോഡൽ തിരോധാനം ചെയ്യുകയും ഒരു ദേശാഭിമാനിയുടെ വെട്ടേറ്റുണ്ടായ മുറിവോടുകൂടി രാമസ്വാമി അയ്യർ രായ്ക്കുരാമാനം നാടുവിടുകയും ചെയ്തു. ഇതിനൊക്കെ മുമ്പുതന്നെ കോൺഗ്രസിലെ വലതുപക്ഷക്കാർ അമേരിക്കൻ മോഡൽ തിരസ്കരിക്കാൻ നിർബന്ധിതരാവുകയും ചെയ്തു. അങ്ങനെ പുന്നപ്ര-വയലാർ സമരം താൽക്കാലികമായി അടിച്ചമർത്തപ്പെട്ടെങ്കിലും അന്തിമമായി വിജയിക്കുക തന്നെയാണ് ചെയ്തത്.

സർ സി പിയുടെ മറ്റൊരു തന്ത്രം "സ്വതന്ത്ര തിരുവിതാംകൂർ" വാദമായിരുന്നു. അതായത്, ബ്രിട്ടീഷ് പരമാധികാരം ഇന്ത്യയിൽനിന്ന് പിൻവാങ്ങുന്നതോടെ, എല്ലാ നാട്ടുരാജ്യങ്ങളും സ്വതന്ത്ര പരമാധികാര രാഷ്ട്രങ്ങളായിത്തീരുമെന്നും അവർക്ക് ഒന്നുകിൽ ഇന്ത്യൻ യൂണിയനിലോ അല്ലെങ്കിൽ പാക്കിസ്ഥാനോട് ലയിച്ചുചേരാമെന്നും അതുമല്ലെങ്കിൽ സ്വതന്ത്ര രാഷ്ട്രങ്ങളായിത്തന്നെ തുടരാമെന്നും ആയിരുന്നു ഇന്ത്യയെ പാകിസ്ഥാനും ഇന്ത്യൻ യൂണിയനുമായി വിഭജിച്ച് സ്വാതന്ത്ര്യം നൽകുക എന്ന വൈസ്രോയി മൗണ്ട് ബാറ്റൺ പ്രഭുവിന്റെ പദ്ധതിയിൽ അടങ്ങിയ അപകട വ്യവസ്ഥ. അതിൻപ്രകാരം തിരുവിതാംകൂറിനെ സ്വതന്ത്രമാക്കി മാറ്റുക എന്ന രാജ്യദ്രോഹ വിഘടനവാദത്തിന് മള്ളൂർ ഗോവിന്ദപ്പിള്ള, ആർ ശങ്കർ, എ എ റഹിം, വി കെ വേലായുധൻ തുടങ്ങിയവർ പിന്തുണ നൽകിയപ്പോൾ കോൺഗ്രസിനകത്തും ചിലർ അങ്ങോട്ട് ചായ്‌വ് കാണിക്കാൻ തുടങ്ങി. അവിടെയും അമേരിക്കൻ മോഡലിനെതിരെ എന്നപോലെ സ്വതന്ത്ര തിരുവിതാംകൂർ നയത്തിനെതിരെയും കോൺഗ്രസിനെയും ജനങ്ങളെയും അണിനിരത്താൻ ശ്രമിച്ചവരിൽ പ്രമുഖൻ സി കേശവൻ തന്നെയായിരുന്നു. സർ സി പിയുടെ ഈ സ്വതന്ത്ര തിരുവിതാംകൂർ ഭ്രാന്ത് മൂലം 1947 ആഗസ്റ്റ് 15 ന് ഇന്ത്യ സ്വതന്ത്രയായപ്പോൾ സ്വതന്ത്രരാഷ്ട്ര മരീചികയെ ലക്ഷ്യമാക്കി പോയവരിൽ ഹൈദരാബാദ് തുടങ്ങിയ ചില രാഷ്ട്രങ്ങളോടൊപ്പം തിരുവിതാംകൂറും ഉണ്ടായിരുന്നു. ഒടുവിൽ സ്വതന്ത്ര തിരുവിതാംകൂർ മരീചിക അപ്രത്യക്ഷപ്പെടുകയും സിപിക്ക് വെട്ടേൽക്കുകയും ചെയ്തതോടെ അമേരിക്കൻ മോഡലും

'സ്വതന്ത്ര തിരുവിതാംകൂറും' എല്ലാം ജനകീയ വേലിയേറ്റത്തിന് മുമ്പിൽ മണൽക്കൂന പോലെ ഒലിച്ചുപോയി.

1947–ൽ തിരുവിതാംകൂറിൽ പൊതുതിരഞ്ഞെടുപ്പ് നടക്കുകയും 1948–ൽ പ്രഥമ ജനകീയ മന്ത്രിസഭ അധികാരത്തിൽ എത്തുകയും ചെയ്തു. സ്വാഭാവികമായി സ്റ്റേറ്റ് കോൺഗ്രസ് നേതൃത്വത്തിലെ ത്രിമൂർത്തികൾ ചേർന്ന മന്ത്രിസഭ അധികാരത്തിൽ എത്തി. പട്ടം പ്രധാന മന്ത്രിയും (അന്ന് സംസ്ഥാനങ്ങളിലും പ്രധാനമന്ത്രിമാർ തന്നെയായിരുന്നു) ടി എം വർഗീസും സി കേശവനും മന്ത്രിസഭാംഗങ്ങളും. അധികാരത്തിലേറുന്നതിനുമുമ്പുതന്നെ പുന്നപ്ര-വയലാർ പ്രതികളെ നിരുപാധികം മോചിപ്പിക്കണമെന്ന് സി കേശവൻ പരസ്യമായി ആവശ്യപ്പെട്ടിരുന്നു. പക്ഷേ, പട്ടത്തിന്റെ എതിർപ്പും വർഗീസിന്റെ നിസംഗതയും കാരണം മന്ത്രിസഭയിൽ പ്രവേശിച്ചിട്ടും സി കേശവന് അത് നടപ്പാക്കാൻ കഴിഞ്ഞില്ല. മാസങ്ങൾ പിന്നിടുന്നതിനുമുമ്പ് കോൺഗ്രസിനുള്ളിലെ ആഭ്യന്തര കുഴപ്പങ്ങൾ മൂലം പട്ടം മന്ത്രിസഭ രാജിവയ്ക്കുകയും പറവൂർ ടി കെ നാരായണപിള്ളയുടെ നേതൃത്വത്തിൽ പുതിയ മന്ത്രിസഭ നിലവിൽവരികയും ചെയ്തു. കേശവൻ അതിൽ പങ്കെടുക്കാൻ വിസമ്മതിച്ചു. 1949–ൽ തിരു-കൊച്ചി സംയോജനം നടന്നതോടെ ടി കെ നാരായണപിള്ളയുടെ മന്ത്രിസഭ വിപുലീകരിച്ചു. അതിലും കേശവൻ അംഗമായില്ല. 1951–ൽ ടി കെ മന്ത്രിസഭ പരാജയപ്പെട്ടതിനെത്തുടർന്ന് ഗത്യന്തരമില്ലാതെ വന്നതിനാലാവാം സി കേശവൻ മുഖ്യമന്ത്രി പദം സ്വീകരിച്ച് പുതിയ മന്ത്രിസഭ രൂപീകരിച്ചത്. മുഖ്യമന്ത്രി എന്ന നിലയിൽ അധികാരമെല്ലാം ഉണ്ടായിരുന്നിട്ടും തൊട്ടടുത്ത് നടക്കാനിരിക്കുന്ന തിരഞ്ഞെടുപ്പിനെ മുൻനിർത്തി മൗലികമായ പരിഷ്കാരങ്ങൾക്കൊന്നും കേശവൻ മുതിർന്നില്ല. പക്ഷേ അധികാരത്തിൽ എത്തിയിട്ടും കേശവനിലെ വിപ്ലവകാരി അടങ്ങിയില്ല. അക്കാലത്തെ അദ്ദേഹത്തിന്റെ തുറന്നടിച്ച പ്രസ്താവനകളും കീഴ്വഴക്കം പാലിക്കാതെയുള്ള നടപടികളും അദ്ദേഹത്തിലെ ഇരുത്തംവന്ന ഭരണാധികാരിയെക്കാൾ അടക്കിയൊതുക്കാനാവാത്ത വിപ്ലവകാരിയെയാണ് പ്രത്യക്ഷപ്പെടുത്തിയത്. അക്കാലത്തെ പ്രക്ഷോഭജനകമായ ശബരിമല തീപിടുത്തത്തെക്കുറിച്ച് കേശവൻ ചെയ്ത പ്രസ്താവന ഒരു ഉദാഹരണം മാത്രം. "ഒരമ്പലം നശിച്ചാൽ അത്രയും അന്ധവിശ്വാസം അസ്തമിക്കും" എന്ന കേശവന്റെ പ്രസ്താവന സ്വന്തം പാർട്ടിയിൽ ഉള്ളവരുൾപ്പെടെ പലരെയും രോഷാകുലരാക്കി എങ്കിലും കേശവന് കുലുക്കമുണ്ടായില്ല. 1952 ൽ നടന്ന ആദ്യത്തെ റിപ്പബ്ലിക്കൻ പൊതുതിരഞ്ഞെടുപ്പിൽ കോൺഗ്രസ് ന്യൂനപക്ഷമായെങ്കിലും കേശവൻ വിജയിച്ചു. കോൺഗ്രസിൽനിന്ന് വിഘടിച്ചുപോയ തമിഴരുടെ സംഘടനയായ തിരുവിതാംകൂർ തമിഴ്നാട് കോൺഗ്രസിന്റെ പിന്തുണയോടെ ഒരു കൂട്ടുമന്ത്രിസഭ തല്ലിക്കൂട്ടിയുണ്ടാക്കി. എ ജെ ജോണിനെ മുഖ്യമന്ത്രിയാക്കുകയാണ് കോൺഗ്രസ് ചെയ്തത്. കമ്യൂണിസ്റ്റ് പാർട്ടിയുടെ നേതൃ

ത്വത്തിൽ രൂപീകരിക്കപ്പെട്ട ഐക്യമുന്നണിക്ക് സർക്കാർ രൂപീകരിക്കാനുള്ള അവകാശം നിരസിച്ചുകൊണ്ട് നടത്തിയ ഈ രാഷ്ട്രീയ ഉപജാപത്തിനെതിരെ പരസ്യമായി കേശവൻ ഒന്നും പറഞ്ഞില്ലെങ്കിലും അതിന് അദ്ദേഹം എതിരായിരുന്നു എന്ന് കരുതാൻ ന്യായങ്ങൾ ഉണ്ട്. 1954-ൽ എ ജെ ജോൺ മന്ത്രിസഭ തമിഴരുടെ പിന്മാറ്റം കാരണം പരാജയപ്പെട്ടപ്പോഴും കമ്യൂണിസ്റ്റ് പാർട്ടിയെയോ ഐക്യമുന്നണിയെയോ മന്ത്രിസഭ രൂപീകരിക്കാൻ ക്ഷണിച്ചില്ല. പട്ടം മന്ത്രിസഭയ്ക്കെതിരായി കോൺഗ്രസിനകത്തെ കോട്ടയം-പാലാ ഗ്രൂപ്പുകാർ കലാപം നടത്തിയതു മുതൽ കോൺഗ്രസ് രാഷ്ട്രീയത്തിൽ മനസ്സ് മടുത്ത കേശവന് റിപ്പബ്ലിക്കൻ തിരഞ്ഞെടുപ്പിന് ശേഷമുള്ള സംഭവങ്ങൾ കൂടിയായപ്പോൾ രാഷ്ട്രീയം തന്നെ വേണ്ടെന്നായി. കേശവന്റെ ഈ നിസംഗത കോൺഗ്രസിലെ യാഥാസ്ഥിതികർക്ക് അനുഗ്രഹമായി. പിന്നീടദ്ദേഹം പൊതുവെ വിശ്രമജീവിതത്തിലേക്കും മയ്യനാട്ടെ വീട്ടിലേക്കും പിന്മാറുകയാണ് ചെയ്തത്.

രണ്ടാം ലോകമഹായുദ്ധകാലത്ത് ജയിൽവാസത്തിനുശേഷം പുറത്തുവന്ന സി കേശവന് ചിറയിൻകീഴ് താലൂക്കിലെ വക്കത്തുവച്ച് നൽകിയ സ്വീകരണത്തിൽ ചെയ്ത മറുപടി പ്രസംഗത്തിൽ ഉയർന്നുകേട്ട 'ഭഗവാൻ കാൾ മാർക്സ്' പ്രയോഗം സുപ്രസിദ്ധമാണ്. പിന്നീട് പലപ്പോഴും അദ്ദേഹം ആവർത്തിച്ചിട്ടുള്ള ഈ പ്രയോഗവും തൊഴിലാളിവർഗ പ്രസ്ഥാനത്തോടും സോഷ്യലിസത്തോടും അദ്ദേഹത്തിനുണ്ടായിരുന്ന ആഭിമുഖ്യവും ആകസ്മികമായിരുന്നില്ല. ശ്രീനാരായണീയ പ്രസ്ഥാനത്തിന്റെ രാഷ്ട്രീയ പരിപാടിയായിരുന്ന നിവർത്തന പ്രക്ഷോഭണവും അതിൽനിന്ന് കോൺഗ്രസിലേക്കുള്ള വികാസവും കോൺഗ്രസിൽ തന്നെയുള്ള ഇടതുപക്ഷ സമരവിഭാഗത്തോടുള്ള ആഭിമുഖ്യവും എല്ലാം സോഷ്യലിസ്റ്റ് ചിന്തയിലേക്ക് സ്വാഭാവികമായി കേശവനെ നയിച്ചു. 1920-കളിൽ കേശവനെ ആവേശം കൊള്ളിച്ച സഹോദരൻ അയ്യപ്പന്റെ യുക്തിവാദവും ഒക്ടോബർ സോഷ്യലിസ്റ്റ് വിപ്ലവത്തോടുള്ള അഭിനിവേശവും കേശവന്റെ സോഷ്യലിസ്റ്റ് ചിന്തയ്ക്ക് അടിത്തറ പാകിയിരിക്കണം. എസ് എൻ ഡി പി യോഗത്തിന്റെ നേതാവെന്ന നിലയിൽ അദ്ദേഹം ചെയ്ത പല പ്രസംഗങ്ങളിലും ഈഴവസമുദായത്തിലെ ബഹുഭൂരിപക്ഷക്കാരായ ചെത്തുകാർ, നെയ്ത്തുകാർ, കർഷകർ, കർഷകത്തൊഴിലാളികൾ, കയറുപിരിക്കാർ മുതലായ അധ്വാനിക്കുന്ന ജനങ്ങളുടെ താൽപ്പര്യങ്ങൾ എടുത്തെടുത്ത് പറയുക സാധാരണയായിരുന്നു. ഈഴവ യുവജനങ്ങളെ അഭിസംബോധന ചെയ്തുകൊണ്ട് അദ്ദേഹം നടത്തിയ മറ്റൊരു പ്രസിദ്ധമായ പ്രസംഗമാണ് ചരിത്രത്തിൽ തന്നെ സ്ഥാനം പിടിച്ചിട്ടുള്ള 'ചേർത്തല പ്രസംഗം'. അതിൽ തൊഴിലാളി രാഷ്ട്രീയത്തെയും വർഗസമരങ്ങളെയും വിശദമായി ചർച്ച ചെയ്ത് അവയെ അദ്ദേഹം സമർഥിക്കുകയുണ്ടായി. അതുകൊണ്ട്, "ഭഗവാൻ കാൾ മാർക്സ്" എന്ന പ്രയോഗത്തിൽ വൈകാരികമായ ആരാധനാ

ഭാവം മുന്തി നിൽക്കുന്നുണ്ടെങ്കിലും മാർക്സിസവും സോഷ്യലിസവും സി കേശവനെ സംബന്ധിച്ചിടത്തോളം സുചിന്തിതമായ വിശ്വാസ പ്രമാണം തന്നെയായിരുന്നു എന്നതിൽ സംശയമില്ല.

1952 ൽ തിരഞ്ഞെടുക്കപ്പെട്ട തിരു-കൊച്ചി നിയമസഭയിലെ ഒരംഗമെന്ന നിലയിൽ കേശവനുമായി അടുത്തിടപഴകാൻ എനിക്ക് ധാരാളം സന്ദർഭങ്ങൾ ലഭിച്ചിട്ടുണ്ട്. അദ്ദേഹവുമായുള്ള സംഭാഷണങ്ങൾ ഉന്മേഷദായകമായ അനുഭവങ്ങൾ ആയിരുന്നു. പ്രായമേറെ ചെന്നിട്ടും പൊതുജീവിതത്തിൽ തന്റെ പഴയ സഹകാരികൾ അവഗണിച്ചിട്ടും ആ വിപ്ലവകാരിയുടെ ഹൃദയത്തിലെ ജ്വാലകൾ കെട്ടടങ്ങിയിരുന്നില്ലെന്ന് പലപ്പോഴും എനിക്ക് തോന്നിയിട്ടുണ്ട്. സ്വഭാവേന കെട്ടുപാടുകൾക്കും ചിട്ടവട്ടങ്ങൾക്കും എതിരായിരുന്ന അദ്ദേഹം ഒരു ഭരണാധികാരി എന്ന നിലയിൽ വിജയിക്കുമായിരുന്നോ എന്നെനിക്ക് സംശയമുണ്ട്. എതിർപ്പിന്റെയും തിരുത്തലിന്റെയും ഒരു ശക്തിയായിട്ട് മാത്രമേ ആ പ്രക്ഷോഭകാരി വിജയിക്കൂ എന്ന് പലപ്പോഴും തോന്നിപ്പോയിട്ടുണ്ട്. കേരളത്തിലെ നവോത്ഥാന പ്രസ്ഥാനത്തിലും സ്വാതന്ത്ര്യസമരത്തിലും അനന്യസാധാരണമായ ത്യാഗമനോഭാവവും ധീരതയും ഉൾക്കാഴ്ചയോടുകൂടിയ ദീർഘവീക്ഷണവും വിപ്ലവവീര്യവും പ്രകടിപ്പിച്ച സി കേശവന് തുല്യനായി സി കേശവനെ മാത്രമേ ചൂണ്ടിക്കാണിക്കാനുള്ളൂ.

12 ഡോ. വേലുക്കുട്ടി അരയൻ
അനന്യസാധാരണനായ നവോത്ഥാനപ്രതിഭ

പത്തൊമ്പതാം നൂറ്റാണ്ടിന്റെ ആദ്യപകുതിയിൽ തെക്കൻ തിരുവിതാംകൂറിൽ അയ്യാ വൈകുണ്ഠരുടെയും (1809–1851) മധ്യതിരുവിതാംകൂറിൽ ആറാട്ടുപുഴ വേലായുധപ്പണിക്കരുടെയും (1825–1874) സാമൂഹ്യ കലാപശ്രമങ്ങളിലൂടെ, ആരംഭിച്ച് 19-ാം നൂറ്റാണ്ടിന്റെ ഉത്തരാർധത്തിൽ ശ്രീനാരായണഗുരുവിന്റെ (1856–1928) നേതൃത്വത്തിൽ കേരളമാകെ പടർന്നു പന്തലിച്ച മഹാപ്രസ്ഥാനമാണ് കേരള നവോത്ഥാനം. ശ്രീനാരായണന്റെ പ്രഭാവലയത്തിൽ പ്രകാശിച്ച് സാമൂഹ്യപരിഷ്കരണത്തിലും വിചാരവിപ്ലവത്തിലും സ്വാതന്ത്ര്യസമരത്തിലും സാഹിത്യാദി കലകളിലും അവസാനമായി തൊഴിലാളിവർഗ സോഷ്യലിസ്റ്റ് പ്രസ്ഥാനങ്ങളിലും വ്യക്തിമുദ്ര പതിപ്പിച്ച അതികായരായ ജ്ഞാനയോഗികളുടെയും കർമയോഗികളുടെയും ദൗത്യമാണ് ഈ മഹാപ്രസ്ഥാനത്തിന് സഹസ്രാബ്ദങ്ങൾ നീണ്ട കേരളചരിത്രത്തിൽ വഴിത്തിരിവ് കുറിച്ചത്. മതാധിഷ്ഠാനത്തിൽ പറഞ്ഞാൽ, ഹൈന്ദവമത പരിഷ്കാരങ്ങളിലും അവർണരുടെ അവകാശ സമരങ്ങളിലും മാത്രമായി നവോത്ഥാനചരിത്രം പരിമിതപ്പെടുന്നില്ല. ക്രൈസ്തവ-മുസ്ലീം വിഭാഗങ്ങളിലും അവയുടെ അവാന്തര വിഭാഗങ്ങളിലും നവോത്ഥാനം പല പരിവർത്തനങ്ങൾക്കും വഴിവച്ചു.

ഇങ്ങനെയുള്ള പ്രസ്ഥാനത്തിന്റെ നേതാക്കളെക്കുറിച്ച് മഹാനായ

ഫ്രെഡറിക് എംഗൽസ് *പ്രകൃതിയുടെ വൈരുധ്യാത്മകത* (1873-1883) എന്ന കൃതിയിൽ ഇപ്രകാരം പ്രസ്താവിക്കുന്നു:

> മാനവരാശിയുടെ ഇതുവരെ കണ്ടിട്ടുള്ളതിൽവച്ച് ഏറ്റവും മഹത്തായ പുരോഗമന വിപ്ലവമായിരുന്നു അത്. അതികായന്മാരെ—ചിന്താശക്തിയിലും വികാരപരതയിലും സ്വഭാവബലത്തിലും സാർവത്രികതയിലും പാണ്ഡിത്യത്തിലും അതികായന്മാരായിട്ടുള്ളവരെ—ആവശ്യമായി വരികയും സൃഷ്ടിക്കുകയും ചെയ്ത ഒരു കാലമായിരുന്നു അത്. ബൂർഷ്വാസിയുടെ ആധുനിക വാഴ്ചയ്ക്ക് അടിത്തറയിട്ടവരെ ബൂർഷ്വാ പരിമിതികൾ തൊട്ടുതീണ്ടിയിരുന്നില്ല. നേരെമറിച്ച് ആ കാലത്തിന്റെ സാഹസിക സ്വഭാവം അവരെ വിവിധ തോതുകളിൽ ആവേശം കൊള്ളിക്കുകയാണ് ചെയ്തത്. വിപുലമായി സഞ്ചരിക്കുകയും നാലഞ്ചു ഭാഷകൾ സംസാരിക്കുകയും പല രംഗങ്ങളിലും ശോഭിക്കുകയും ചെയ്യാത്തവരായിട്ട് ആരും തന്നെ അന്ന് ജീവിച്ചിരുന്ന പ്രമുഖന്മാരുടെ കൂട്ടത്തിൽ ഉണ്ടായിരുന്നില്ലെന്നു പറയാം.

എംഗൽസ് യൂറോപ്യൻ നവോത്ഥാനത്തെ മുൻനിർത്തി പറഞ്ഞ ഈ സവിശേഷതകൾ നമ്മുടെ നവോത്ഥാന നായകരെ സംബന്ധിച്ച് ഏറിയും കുറഞ്ഞും ശരിയാണ്. അങ്ങനെയുള്ള മഹാമനീഷികളുടെയും കർമയോഗികളുടെയും വിപ്ലവകാരികളുടെയും നിരയിൽ ഒട്ടും അപ്രധാനിയല്ലെന്നു മാത്രമല്ല, പല കാര്യങ്ങളിലും അനന്യസാധാരണനുമായിരുന്നു ബഹുമുഖ പ്രതിഭാശാലിയായിരുന്ന ഡോ. വേലുക്കുട്ടി അരയൻ (1894-1969). ആധുനിക കേരള ചരിത്രത്തിന്റെ വിവിധ പരിവർത്തന ധാരകളെല്ലാം വേലിക്കുട്ടി അരയനെപ്പോലെ സ്വായത്തമാക്കുകയും ശാസ്ത്രം-സാഹിത്യം-സംഘടന-രാഷ്ട്രീയം-പത്രപ്രവർത്തനം-കല എന്നിവയിലെല്ലാം ഒരേപോലെ നിഷ്ണാതനായി ശോഭിക്കുകയും അറസ്റ്റ് വരിക്കുകയും ചെയ്ത മറ്റൊരാളെ അദ്ദേഹത്തോടൊപ്പം താരതമ്യത്തിന് ലഭിക്കുമോ എന്ന് സംശയമാണ്. 1908 ൽ പതിനാലാമത്തെ വയസിൽ തന്റെ ജന്മഗ്രാമമായ കരുനാഗപ്പള്ളിയിൽ ചെറിയഴീക്കൽ 'വിജ്ഞാനസന്ദായിനി' എന്ന ഗ്രന്ഥശാലയുടെ സ്ഥാപനത്തോടുകൂടി ആരംഭിച്ച കർമനിരതമായ ആ ജീവിതം 1969 ൽ 75-ാമത്തെ വയസിൽ അന്ത്യം കുറിക്കുന്നതുവരെയുള്ള സംഭവബഹുലമായ ചരിത്രം ഒരു ലേഖനത്തിന്റെ പരിധിയിൽ ഒതുങ്ങുന്നതല്ല. പല ലേഖനങ്ങളും പ്രബന്ധങ്ങളും ചില സ്മരണികകളും ആരാധകരും അനുയായികളും ചേർന്ന് പ്രസിദ്ധീകരിച്ചിട്ടുണ്ടെങ്കിലും ആ സംഭവബഹുലവും ത്യാഗോജ്ജ്വലവുമായ ജീവിതത്തോട് നീതി പുലർത്തുന്ന സമഗ്രമായ ഒരു ജീവചരിത്രം ഇനിയും ഉണ്ടായിട്ടില്ല എന്നത് മലയാള ജീവചരിത്ര സാഹിത്യത്തിലെ വലിയൊരു വിടവാണ്.

വിദ്യാഭ്യാസവും തൊഴിലും

1888 ലെ അരുവിപ്പുറം പ്രതിഷ്ഠയോടുകൂടി ശ്രീനാരായണഗുരുദേവൻ തന്റെ നവോത്ഥാന ദൗത്യം ആരംഭിച്ച് ആറുവർഷം പിന്നിട്ടപ്പോൾ കരുനാഗപ്പള്ളിയിൽ പണ്ഡിതനും ഭിഷഗ്വരനും ആയിരുന്ന ആലപ്പാട് വേലായുധൻ വൈദ്യരുടെയും പനമൂട്ടിൽ വെളുത്ത കുഞ്ഞമ്മയുടെയും രണ്ടു മക്കളിൽ ഒരാളായി 1894 മാർച്ച് 11 ന് വേലുക്കുട്ടി അരയൻ ജനിച്ചു. കുട്ടിക്കാലത്തുതന്നെ അമ്മ മരിച്ചുപോയതിനാൽ വേലുക്കുട്ടി, അമ്മാവനായ അയ്യൻ അരയന്റെയും അമ്മായി കാളിയമ്മയുടെയും സംരക്ഷണത്തിലാണ് വളർന്നത്. അക്കാലത്തെ സമ്പ്രദായമനുസരിച്ച് ആശാന്മാരും കളരിക്കാരും നടത്തിവന്ന കുടുംബവിദ്യാലയങ്ങളിലാണ് വേലുക്കുട്ടി പഠനം തുടങ്ങിയത്. ഓച്ചിറയ്ക്കടുത്ത് പ്രയാറിലുള്ള ഒരു നമ്പൂതിരി കുടുംബത്തിലാണ് വിദ്യാഭ്യാസം ആരംഭിച്ചത്. മലയാളവും സംസ്കൃതവും അൽപ്പം ഇംഗ്ലീഷും ആയൂർവേദവും ജ്യോതിഷവും എല്ലാം അക്കാലത്തെ പഠനപദ്ധതികളിൽ ഉൾപ്പെട്ടിരുന്നു. ആയൂർവേദത്തിലും സംസ്കൃതത്തിലും അവയിൽ വിദഗ്ധരായവരിൽനിന്നും മെച്ചപ്പെട്ട പരിശീലനം പതിനെട്ട് വയസിനു മുമ്പുതന്നെ നേടിയ വേലുക്കുട്ടി മദിരാശിയിൽ നിന്ന് അലോപ്പതിയിലും കൊൽക്കത്തയിൽ നിന്ന് ഹോമിയോപ്പതിയിലും മെച്ചപ്പെട്ട നിലയിൽ ബിരുദം നേടി നാട്ടിൽ തിരിച്ചെത്തി. ഇതിനിടെ ചെന്നൈയിൽവച്ച് നിയമവിദ്യാഭ്യാസവും മത്സ്യബന്ധനം സംബന്ധിച്ച ശാസ്ത്രീയ പരിശീലനവും നേടിയതായിട്ടാണ് കാണുന്നത്. ഇവയ്ക്കെല്ലാം പുറമെ വ്യാപകമായ വായനയിലൂടെ ഇംഗ്ലീഷ് സാഹിത്യത്തിലും മലയാള-സംസ്കൃത സാഹിത്യങ്ങളിലും നേടിയ അവഗാഹം പിൽക്കാലത്ത് വിവിധവിഷയസ്പർശിയായ അദ്ദേഹത്തിന്റെ സാഹിത്യരചനകളിലും പത്രപ്രവർത്തന യത്നങ്ങളിലും പ്രഭാഷണചാതുരിയിലും പ്രകടമായി.

ചെന്നൈയിൽ നിന്നും കൊൽക്കത്തയിൽ നിന്നും വിദ്യാഭ്യാസം പൂർത്തിയാക്കി നാട്ടിലെത്തി മൂന്നു പദ്ധതികൾ അനുസരിച്ചുള്ള ചികിത്സകൾ നടത്തി തൊഴിൽ ജീവിതം ആരംഭിച്ചു എങ്കിലും കൗമാരം തൊട്ടേ അദ്ദേഹത്തെ ആവേശം കൊള്ളിച്ചിരുന്ന സാമൂഹ്യ സേവന മേഖലകൾ അവഗണിക്കാൻ കഴിഞ്ഞിരുന്നുമില്ല. ഈ വക താൽപര്യങ്ങളുടെയും പ്രവർത്തനങ്ങളുടെയും ഫലമായി അക്കാലത്തെ പല തലമുതിർന്ന സാമൂഹ്യപ്രവർത്തകരുടെയും രാഷ്ട്രീയ നേതാക്കളുടെയും പരിചയം സമ്പാദിക്കുവാനും ആ യുവാവിന് കഴിഞ്ഞു. അത്തരം പരിചയങ്ങളിൽ പരവൂർ കേശവനാശാൻ, മയ്യനാട്ട് പാട്ടത്തിൽ വീട്ടിലെ സി കേശവൻ, സി കൃഷ്ണൻ വൈദ്യൻ തുടങ്ങിയവരുമായുള്ള അടുത്ത ബന്ധം വേലുക്കുട്ടി അരയന്റെ രാഷ്ട്രീയവും സാമൂഹ്യവുമായ വളർച്ചയ്ക്ക് സഹായകരമായി. ശ്രീനാരായണഗുരു, മഹാകവി കുമാരനാശാൻ, ദേശാഭിമാനി ടി കെ മാധവൻ, *മലയാള മനോരമ* പത്രാധിപർ മാമ്മൻ മാപ്പിള, മന്നത്തു പത്മനാഭപിള്ള, അയ്യൻകാളി, ചങ്ങനാശ്ശേരി പരമേശ്വരൻപിള്ള, എസ് സി സുബ്രഹ്മണ്യൻ പോറ്റി തുടങ്ങി അന്നത്തെ പൊതുജീവിതത്തിൽ

നിറഞ്ഞുനിന്നവരുമായി ചെറുപ്പം തൊട്ടേ വേലുക്കുട്ടി അരയൻ ബന്ധപ്പെട്ടിരുന്നു. ലോകത്തിന്റെ എന്നപോലെ കേരളം ഉൾപ്പെടെ ഇന്ത്യയുടെ സാമൂഹ്യ-രാഷ്ട്രീയ ചരിത്രത്തിൽ പല പുതിയ ചലനങ്ങൾക്കും വഴിവച്ച ഒന്നാം ലോകമഹായുദ്ധകാലത്ത് (1914–18) വേലുക്കുട്ടി അരയൻ പ്രായപൂർത്തിയിലേക്ക് പ്രവേശിക്കുകയായിരുന്നു. കൗമാരകാലത്തുതന്നെ സാമൂഹ്യസേവന തൃഷ്ണയും പരിവർത്തനൗത്സുക്യവും നവീന ചിന്താരീതികളും ആവേശിക്കാനും ആരംഭിച്ചിരുന്ന വേലുക്കുട്ടി അരയന്റെ വിശ്വാസങ്ങളിൽ, ഭാവിപരിപാടികളെപ്പറ്റിയുള്ള സങ്കൽപ്പങ്ങളിൽ രണ്ടാം ലോകമഹായുദ്ധം സൃഷ്ടിച്ച ചലനങ്ങൾ അലകൾ ഉയർത്തി.

പുതിയ ഇന്ത്യ, പുതിയ കേരളം

അഖിലേന്ത്യാതലത്തിൽ റൗലറ്റ് ആക്ടും ജാലിയൻ വാലാബാഗും (1919) മഹാത്മാഗാന്ധിയുടെ സ്വാതന്ത്ര്യസമര രംഗപ്രവേശവും കേരളത്തിൽ പ്രത്യേകിച്ച് തിരുവിതാംകൂറിൽ അന്ന് വലിയ ചലനങ്ങളൊന്നും സൃഷ്ടിച്ചില്ലെങ്കിലും ചെന്നൈയിലും കൊൽക്കത്തയിലും പഠിച്ചിരുന്ന വേലുക്കുട്ടി അരയന് അവയുടെ പ്രത്യാഘാതങ്ങൾ ശരാശരി തിരുവിതാംകൂർകാരനെക്കാൾ അനുഭവബോധ്യമായിരുന്നു. 1917 ലെ റഷ്യയിലെ ഒക്ടോബർ സോഷ്യലിസ്റ്റ് വിപ്ലവത്തിന്റെ അലയൊലികളും ദേശീയ സമരധ്വനികളും സഹോദരൻ അയ്യപ്പൻ തുടങ്ങിയവരുടെ യുക്തിവാദ സരണികളും സർവോപരി ശ്രീനാരായണപ്രസ്ഥാനത്തിന്റെ വേലിയേറ്റവും എല്ലാം ചേർന്നപ്പോൾ ഭാവിയിലെ സമഗ്രവിപ്ലവകാരി വേലുക്കുട്ടി അരയനിൽ രൂപം കൊള്ളുകയായിരുന്നു.

അധഃസ്ഥിതരുടെയും അവർണരുടെയും അവശതാ പരിഹാരത്തിനായി പടവെട്ടിയ പല സമകാലികരും ദേശീയ സ്വാതന്ത്ര്യസമരമെന്ന രാഷ്ട്രീയ കർമസരണിയിൽനിന്ന് പല കാരണങ്ങളാലും അകന്നു നിന്നിരുന്ന ഒരു ഘട്ടമായിരുന്നു അത്. സ്വാതന്ത്ര്യസമരത്തിന് നേതൃത്വം നൽകിയ കോൺഗ്രസിന്റെ നേതൃത്വത്തിൽ സവർണർക്ക് ഉണ്ടായിരുന്ന മേൽക്കോയ്മയും അധഃസ്ഥിത വിഭാഗങ്ങളോട് അവരിൽ പലരും പ്രകടിപ്പിച്ചുപോന്ന അലംഭാവവും മറ്റും ഈ അകൽച്ചയ്ക്കു കാരണമായിരുന്നിരിക്കാം. എന്നാൽ ദേശാഭിമാനി ടി കെ മാധവനെപ്പോലുള്ള ദീർഘദർശികളായ അധഃസ്ഥിത നായകർ അവർണരുടെ അവകാശസമരങ്ങളെയും അവർണർ ഉൾപ്പെടെയുള്ള സകലമാനജനങ്ങളുടെ ജനാധിപത്യ സ്വാതന്ത്ര്യസമരങ്ങളെയും സമന്വയിപ്പിച്ചുകൊണ്ട് പോകണമെന്ന അഭിപ്രായക്കാരായിരുന്നു. അങ്ങനെയുള്ള സമന്വയശ്രമങ്ങളുടെ വെന്നിക്കൊടിയായിരുന്നു 1924 ലെ പൗരസ്വാതന്ത്ര്യങ്ങൾക്കുവേണ്ടിയുള്ള വൈക്കം സത്യഗ്രഹം. അവർണനും അവർണ സമുദായങ്ങളുടെ അവകാശസമരങ്ങളുടെ നേതാവും ആയിരുന്ന വേലുക്കുട്ടി അരയനും ടി കെ മാധവനെപ്പോലെ വിമോചനസമരത്തിന്റെ ഈ രണ്ട് ധാരകളെയും സമന്വയിപ്പിക്കാൻ ശ്രമിച്ച പോരാളി ആയിരുന്നു. അങ്ങനെ തിരുവിതാംകൂർ ഭാ

ഗത്തെ ആദ്യ സ്വാതന്ത്ര്യസമരസേനാനികളിൽ വേലുക്കുട്ടി അരയൻ പെടുന്നു.

1908 ലെ വിജ്ഞാനസന്ദായിനി ഗ്രന്ഥശാല ഉദ്ഘാടനത്തിനുശേഷം അദ്ദേഹത്തിന്റെ അടുത്ത സംഘടനാ സംരംഭം 1916 ലെ ചെറിയഴീക്കൽ 'അരയവംശപരിപാലനയോഗ'മായിരുന്നു. 1919 ൽ അദ്ദേഹം ജനറൽ സെക്രട്ടറിയായി സംഘടിപ്പിക്കപ്പെട്ട 'സമസ്ത കേരളീയ അരയമഹാജനയോഗം' ഇതിന്റെ തുടർച്ചയും വികാസവുമായിരുന്നു.

വേലുക്കുട്ടി അരയന്റെ ജീവിതത്തിലുടനീളം അദ്ദേഹത്തെ ഹരം കൊള്ളിച്ചിരുന്ന പത്രപ്രവർത്തന മേഖലയിലായിരുന്നു ഈ സംരംഭങ്ങളുടെ തുടക്കം. 1917 ൽ *അരയൻ* എന്നൊരു മാസിക അദ്ദേഹം ആരംഭിക്കുകയും 1919 ൽ അതൊരു പ്രതിവാരപത്രമായി വികസിപ്പിക്കുകയും അതിനായി സ്വന്തമായൊരു അച്ചുക്കൂടം സ്ഥാപിക്കുകയും ചെയ്തു. മറ്റെല്ലാ പ്രമുഖ നവോത്ഥാന നായകരെയും പോലെ, ഒരുപക്ഷേ അവരെക്കാളെല്ലാം മുന്നിൽ, സ്ത്രീകളുടെ അവകാശങ്ങളെ സംരക്ഷിക്കുന്നതിൽ സവിശേഷ ശ്രദ്ധാലുവായിരുന്നു ഡോക്ടർ അരയൻ. അതുകൊണ്ട് *അരയൻ* വാരികയ്ക്കൊപ്പം 1922 ൽ *അരയ സ്ത്രീജനമാസിക* എന്നൊരു പ്രസിദ്ധീകരണം കൂടി അദ്ദേഹം ആരംഭിച്ചു.

ഇപ്രകാരം താനുൾപ്പെടുന്ന അവർണസമുദായങ്ങളുടെ സംഘടനയിലും അവർക്കുവേണ്ടിയുള്ള പത്രപ്രവർത്തനത്തിലും ആണ് ഡോ.

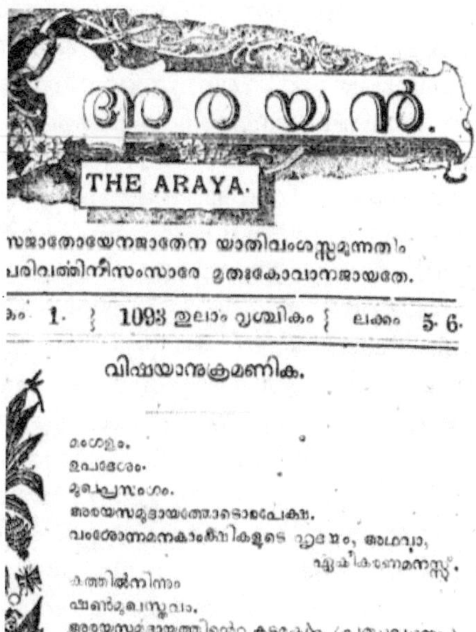
അരയൻ.

THE ARAYA.

സജാതോയേനജാതേന യാതിവംശസ്സമുന്നതിം
പരിവർത്തിനിസംസാരേ മൃതഃകോവാനജായതേ.

...ം 1. } 1093 ഇലാം വൃശ്ചികം { ലക്കം 5. 6.

വിഷയാനുക്രമണിക.

മംഗളം.
ഉപദേശം.
മുഖപ്രസംഗം.
അരയസമുദായത്തോടൊരപേക്ഷ.
വംശോന്നമനകാംക്ഷികളുടെ ... അഥവാ, ...
...ത്തിൽനിന്നും
ഷൺമുഖസ്തവം.
അരയസമുദായത്തിന്റെ കടമകൾ. (പ്രത്യാഖ്യാനം.)
ഞങ്ങളുടെ എഴുത്തുപെട്ടി.

അരയൻ പത്രത്തിന്റെ പുറംചട്ട

വേലുക്കുട്ടി അരയൻ ശ്രദ്ധ പതിപ്പിച്ചതെന്നും ഈ ശ്രദ്ധ ന്യായയുക്തവും അഭികാമ്യവും ആണെങ്കിലും അതിൽ ഒരു വിഭാഗീയതയുടെ ലാഞ്ഛന ഉണ്ടായിരുന്നില്ലേയെന്ന് ചില ആധുനികർക്ക് തോന്നിയേക്കാം. എന്നാൽ ഒന്നിലേറെ കാരണങ്ങളാൽ ആ തോന്നൽ ശരിയല്ല. കേരളത്തിലെ നവോത്ഥാന പ്രസ്ഥാനം ആകെ തന്നെ, ഓരോരോ ജാതികളിലും മതങ്ങളിലും നിലവിലിരുന്ന അനാചാരങ്ങളെ നിർമാർജനം ചെയ്യാനും സമൂഹത്തിൽ അതതു വിഭാഗക്കാർക്ക് അനുഭവപ്പെടുന്ന വിവേചനങ്ങളും അവശതകളും പരിഹരിക്കാനും അവരെ സമൂഹത്തിന്റെ പൊതുധാരയിലേക്ക് ആനയിക്കാനും ഉദ്ദേശിച്ചുകൊണ്ടുള്ളതായിരുന്നു നമ്പൂതിരിമാരുടെ യോഗക്ഷേമസഭ, നായന്മാരുടെ എൻ എസ് എസ്, അയ്യങ്കാളിയുടെ നേതൃത്വത്തിൽ ആരംഭിച്ച സാധുജനപരിപാലനയോഗം മുതലായവയ്ക്കെല്ലാം സങ്കുചിത വിഭാഗീയ താൽപ്പര്യങ്ങളെക്കാൾ ഉയർന്ന ലക്ഷ്യങ്ങൾ ഉണ്ടായിരുന്നു. ശ്രീനാരായണഗുരു സ്ഥാപിച്ച ശ്രീനാരായണ ധർമപരിപാലന (എസ് എൻ ഡി പി) യോഗം പിൽക്കാലത്ത് ചരിത്രപരമായ കാരണങ്ങളാൽ ഒരു പ്രത്യേക സമുദായത്തിന്റെ സംഘടനയായിട്ടാണ് അറിയപ്പെട്ടതെങ്കിലും അതിന്റെ സ്ഥാപനോദ്ദേശ്യം അതായിരുന്നില്ല. താൻ നിലവിലുള്ള ഏതെങ്കിലും മതത്തിലോ ജാതിയിലോ ഉൾപ്പെട്ടവനല്ല എന്ന ശ്രീനാരായണവചനവും എസ് എൻ ഡി പി യോഗത്തിന്റെ മാതൃക മറ്റു സാമൂഹ്യപരിഷ്കരണ സംഘടനകൾ കൈക്കൊണ്ടതുമെല്ലാം ഇക്കാര്യം തെളിയിക്കുന്നു. ഇങ്ങനെ സർവ ജാതി-മതസ്ഥരുടെയും നവോത്ഥാന പ്രസ്ഥാനത്തിലേക്ക് ഒഴുകിച്ചേരുന്ന ഒരു കൈവഴിയായിട്ടാണ് യുക്തിവാദിയും സ്വാതന്ത്ര്യസമര സേനാനിയും മറ്റുമായ വേലുക്കുട്ടി അരയൻ അരയമഹാജനയോഗം രൂപീകരിച്ചത്. താൻ ജനറൽ സെക്രട്ടറിയായ ആ യോഗത്തിന്റെ അധ്യക്ഷനായി ശ്രീനാരായണഗുരുവിന്റെ ശിഷ്യൻ സുഗുണാനന്ദഗിരി സ്വാമികളെ തിരഞ്ഞെടുത്തു.

ഹൈന്ദവസമൂഹത്തിന്റെ വിവിധ ജാതിക്കാരും അവർക്കിടയിൽ പല നിലകളിലുള്ള ഉച്ചനീചത്വങ്ങളും ഉള്ളതുപോലെ ഓരോ ജാതിക്കാർക്കിടയിലും ഉപവിഭാഗങ്ങൾ ഉണ്ട്. നായന്മാർക്കിടയിലെ കിരിയത്ത്, പള്ളിച്ചാൻ, മല്ലക്കാരൻ, വിളക്കിത്തല, ചെമ്പുകൊട്ടി, കർത്താവ്, കുഞ്ഞി എന്നിങ്ങനെ എത്രയെത്ര വിഭാഗങ്ങൾ. അരയരും ഈ പൊതുനിയമത്തിന് വിധേയരാണ്. അരയൻ, മുക്കുവൻ, വാലൻ, ധീവരൻ, നുളയൻ എന്നിങ്ങനെ പോകുന്നു അവരുടെ ഇടയിലെ വിഭാഗങ്ങൾ. ഹിന്ദുമതത്തിലെ ജാതിവ്യത്യാസങ്ങൾ നിർമാർജനം ചെയ്യുന്നതിന് മുന്നോടിയായി സ്വന്തം സമുദായത്തിലെ വിഭാഗീയതകൾ നിർമാർജനം ചെയ്യുക എന്നത് വേലുക്കുട്ടി അരയന്റെയും മറ്റൊരു നേതാവായ പണ്ഡിറ്റ് കറുപ്പന്റെയും (1885-1938) മറ്റും പ്രധാന പരിഗണനകളായിരുന്നു. അരയമഹാജനയോഗത്തിൽ ഇവരെയെല്ലാപേരെയും അണിനിരത്താനാണ് ജനറൽ സെക്രട്ടറി തുടക്കം തൊട്ടേ പരിശ്രമിച്ചുപോന്നത്.

സ്വസമുദായത്തിനപ്പുറം

ഇപ്രകാരം അരയസമൂഹത്തിന്റെ ഉന്നതിക്കുവേണ്ടി പരിശ്രമിക്കുമ്പോഴും ആ സമുദായത്തിനപ്പുറമുള്ള വിഭാഗങ്ങളെയും പ്രവർത്തനങ്ങളെയും അവഗണിക്കാൻ അദ്ദേഹത്തിന് സാധിക്കുമായിരുന്നില്ല. നിത്യചൈതന്യയതി വേലുക്കുട്ടി അരയന്റെ പ്രവർത്തനശൈലിയെയും ലക്ഷ്യങ്ങളെയും കുറിച്ച് ഇപ്രകാരം പറയുന്നു:

> ഒരുകാലത്ത് അവരവർ ജനിച്ചുവളർന്ന ജാതീയമായ വൃത്തത്തിൽ ഒതുങ്ങിനിൽക്കാൻ കൂട്ടാക്കാത്ത ചില അതിമാനുഷന്മാർ, അവരുടെ മേധാശക്തിയും തൂലികാവിലാസവും ആത്മസൗന്ദര്യവും കർമചാതുരിയും ഏവർക്കുംവേണ്ടി പങ്കിടാൻ മുന്നോട്ടുവന്നെങ്കിലും അവരുടെ നെറ്റിയിൽ വലുതായി എഴുതിപ്പതിച്ചിരുന്ന ജാതിയുടെ ലേബൽ നോക്കി മാത്രമേ അവരെ സമകാലീനർ സഹകരിപ്പിക്കുവാൻ അനുവദിച്ചുള്ളൂ. അരയൻ പത്രം നടത്തിയാൽ അത് അരയപത്രമേ ആവുകയുള്ളൂ. അരയൻ കവിതയെഴുതിയാലും അരയകവിതയേ ആവുകയുള്ളൂ. അരയൻ നേതാവായാലും അരയനേതാവേ ആകുന്നുള്ളൂ. ആ കാലത്താണ് ഡോ. വേലുക്കുട്ടി അരയനെന്ന അദ്ഭുതപ്രഭാവൻ കേരളഭൂമിയിൽ ഉദയം ചെയ്തത്. ചരിത്രത്തിന്റെ കെണിയിൽപ്പെട്ട അദ്ദേഹത്തിനും ചതുരംഗക്കളിക്ക് തന്റെ സമുദായത്തെ കരുവാക്കേണ്ടിവന്നു. അങ്ങനെ എസ് എൻ ഡി പി യോഗവും എൻ എസ് എസും എല്ലാം സാമുദായിക സംഘടനകളായി രംഗത്തിറങ്ങി സമുദായത്തിന്റെ അവകാശം പ്രഖ്യാപിച്ചതുപോലെ ഡോക്ടർ വേലുക്കുട്ടി അരയനും അരയസമാജം സംഘടിപ്പിച്ച് അവകാശപ്രഖ്യാപനം നടത്തി. ഫ്യൂഡലിസത്തെ പൊളിക്കാനുള്ള ഒന്നാമത്തെ ചുവടുവയ്പ് എന്ന നിലയിൽ അത് സ്തുത്യർഹമായിരുന്നു. കൊട്ടാരത്തിലെ കെട്ടിലമ്മയ്ക്കും അവരുടെ വെളുത്തേടത്തിക്കും ജാത്യാഭിമാനത്തിൽ ഏകതയുണ്ടാക്കിക്കൊടുക്കുവാൻ എൻ എസ് എസ് സഹായകമായി. അതൊരു വിപ്ലവമായിരുന്നു. ദാർശനികവും അപ്രസക്തവുമാണെന്നിരിക്കിലും ആലുംമൂട്ടിൽ ചാന്നാർക്കും ആലുംകടവിലെ ചെത്തുകാരനും സഹകരിച്ചു മുന്നോട്ടുപോകുവാൻ എസ് എൻ ഡി പി പൊതുരംഗം സൃഷ്ടിച്ചു. അതുപോലെ ഒരു ഏകീകരണമുണ്ടാക്കാൻ ഡോക്ടർ വേലുക്കുട്ടി അരയൻ മുഖമില്ലാതെ കിടന്ന മുഖവീരന്മാരിൽ ഞാൻ 'അരയൻ' എന്ന അഭിമാനം ഉണ്ടാക്കി. (*ഡോ. വേലുക്കുട്ടി അരയൻ സ്മരണിക*, 1994)

1920 ൽ 'തിരുവിതാംകൂർ രാഷ്ട്രീയ മഹാസഭ' എന്ന ജാതിനിരപേക്ഷവും മതനിരപേക്ഷവും ആയ ഒരു രാഷ്ട്രീയസംഘടനയ്ക്ക് രൂപം നൽകിയതിൽ പ്രമുഖൻ വേലുക്കുട്ടി അരയനായിരുന്നു. ഇന്ത്യൻ നാഷണൽ കോൺഗ്രസിൽനിന്ന് പ്രചോദനം ഉൾക്കൊണ്ട ഈ സംഘടന

യാണ് തിരുവിതാംകൂറിൽ ഉത്തരവാദഭരണത്തിനും സർക്കാർ ഘടനയിലെ സവർണാധിപത്യത്തിനും എതിരെ ആദ്യമായി ശബ്ദം മുഴക്കിയത്.

അധഃസ്ഥിത വിഭാഗങ്ങൾക്കും ന്യൂനപക്ഷ മതക്കാർക്കും നിയമസഭയിൽ എന്നല്ല സർക്കാർ സർവീസിൽ പോലും അവഗണന അനുഭവപ്പെട്ടുകൊണ്ടിരുന്ന ഒരു കാലമായിരുന്നു അത്. 1918 മാർച്ച് 2 ന് ആ അവശതകൾ പരിഹരിച്ചുകിട്ടുന്നതിനുവേണ്ടി പൊതുജനാഭിപ്രായം സംഘടിപ്പിക്കുന്നതിന് തിരുവനന്തപുരത്തുവച്ച് *മലയാള മനോരമ* പത്രാധിപർ കെ സി മാമ്മൻ മാപ്പിളയുടെ അധ്യക്ഷതയിൽ പൗരാവകാശലീഗ് സമ്മേളനം ചേർന്നു. ആ സമ്മേളനത്തിന്റെ തീരുമാനപ്രകാരം 1919 മാർച്ച് 20 ന് ജോൺ ചാണ്ടി പ്രസിഡന്റായി പൗരാവകാശ സമത്വവാദി സംഘം രൂപീകരിക്കപ്പെട്ടു. 1920 ൽ ഈ സംഘത്തിന്റെ വകയായി ഒരു നിവേദനം അന്നത്തെ ദിവാൻ മന്ദത്ത് കൃഷ്ണൻ നായർക്ക് നൽകുകയും ചില ചെറിയ ആനുകൂല്യങ്ങൾ നേടുകയും ചെയ്തു. എങ്കിലും ആ സംഘം ഉന്നയിച്ച പലതും നേടിക്കിട്ടാൻ കൂടുതൽ ശക്തമായ പ്രക്ഷോഭസമരങ്ങൾ ആവശ്യമായി വന്നു. 1930 കളുടെ ആദ്യം രൂപീകരിക്കപ്പെട്ട സംയുക്ത രാഷ്ട്രീയസഭയും അവരുടെ നിവർത്തന പ്രക്ഷോഭണവും അവർ നേടിയ വിജയവും എല്ലാം പിൽക്കാല ചരിത്രമാണ്. വേലുക്കുട്ടി അരയൻ പങ്കെടുത്ത് സ്ഥാപിച്ച 'തിരുവിതാംകൂർ രാഷ്ട്രീയമഹാസഭ' ആദ്യകാല പ്രവർത്തനങ്ങൾക്കുശേഷം ചരിത്രസ്മരണയായി തീർന്നുവെങ്കിലും പൗരസമത്വ പ്രക്ഷോഭണങ്ങളുമായി അദ്ദേഹം സഹകരിച്ച് പ്രവർത്തിച്ചുപോന്നു. പൗരസമത്വ പ്രക്ഷോഭണത്തിൽ മറ്റു വിഭാഗങ്ങളും ഉണ്ടായിരുന്നെങ്കിലും എസ് എൻ ഡി പി യോഗം അതിന്റെ നായകസ്ഥാനത്ത് എത്തിയപ്പോഴാണ് അപ്രതിരോധ്യമായത്. പ്രക്ഷോഭണങ്ങളുടെ ഒട്ടൊക്കെ തുടർച്ചയായും സമാന്തരമായും വളർന്നുവന്ന മറ്റൊന്നാണ് ക്ഷേത്രപ്രവേശന പ്രക്ഷോഭം. ഒരേസമയം എസ് എൻ ഡി പിയുടെയും ഇന്ത്യൻ നാഷണൽ കോൺഗ്രസിന്റെയും നേതാവായി പ്രവർത്തിച്ച സ്വദേശാഭിമാനി ടി കെ മാധവന്റെ മുൻകൈയിൽ കാക്കിനാഡ കോൺഗ്രസ് സമ്മേളനത്തിൽ (1923) വൈക്കത്ത് ക്ഷേത്രത്തിനു സമീപമുള്ള പെരുവഴിയിൽ അവർണർക്ക് നടക്കാനുള്ള അവകാശത്തിനുവേണ്ടി സത്യഗ്രഹസമരം നടത്താൻ കേരളത്തിലെ കോൺഗ്രസുകാർക്ക് അനുമതി ലഭിച്ചു. അതിൻപ്രകാരം 1924 ൽ നടന്ന ചരിത്രപ്രധാന സമരമായ വൈക്കം സത്യഗ്രഹത്തിന്റെ സംഘാടകരിൽ വേലുക്കുട്ടി അരയനും പങ്കാളിയായിരുന്നു. നീണ്ടകാലത്തെ സത്യഗ്രഹസമരവും മഹാത്മാഗാന്ധി, ഇ വി രാമസ്വാമി നായ്ക്കർ തുടങ്ങിയ അഖിലേന്ത്യാ നേതാക്കളുടെ ഇടപെടലും അധികാരികളിൽനിന്നും സവർണ കോമരങ്ങളിൽ നിന്നും സത്യഗ്രഹികൾ നേരിടേണ്ടിവന്ന വിവരണാതീതമായ പീഡനങ്ങളും കൊണ്ട് കേരളം മുഴുവൻ സത്യാഗ്രഹത്തിന് അനുകൂലമായി മാറി. സഞ്ചരിച്ച് പ്രചാരവേല ചെയ്ത മന്നത്തിന്റെ നേതൃത്വത്തിലുള്ള സവർണജാഥയും മറ്റും

കേരളത്തിലെ സാമൂഹ്യ-രാഷ്ട്രീയ അന്തരീക്ഷത്തെ ഇളക്കിമറിച്ചു. എങ്കിലും താൽക്കാലികമായി പ്രകടമായ നേട്ടങ്ങളൊന്നും കൂടാതെ സമരം പിൽവലിക്കേണ്ടതായി വന്നു. സമരത്തിന്റെ ലക്ഷ്യങ്ങൾ ഉയർത്തിപ്പിടിച്ച് അടുത്തവട്ടം സമരത്തിന് തയ്യാറെടുക്കുക തുടങ്ങിയ ലക്ഷ്യത്തോടെ എസ് എൻ ഡി പിയുടെ ആഭിമുഖ്യത്തിൽ 1924 ൽ സംഘടിപ്പിക്കപ്പെട്ട 'തിരുവിതാംകൂർ അവർണ ഹിന്ദു മഹാസഭ'യുടെ ജനറൽ സെക്രട്ടറിയായി ഐകകണ്ഠേന തിരഞ്ഞെടുക്കപ്പെട്ടത് വേലുക്കുട്ടി അരയനായിരുന്നു എന്ന വസ്തുത 30 വയസുള്ളപ്പോൾ തന്നെ അദ്ദേഹം നേടിയ ജനപ്രീതിക്കും അംഗീകാരത്തിനും സാക്ഷ്യം വഹിക്കുന്നു.

ഈ ഘട്ടത്തിൽ തന്നെ വേലുക്കുട്ടി അരയൻ, മറ്റു പല സമുദായ നേതാക്കളും ദേശീയവാദികളും പ്രവേശിക്കാൻ മടിച്ചിരുന്ന ഒരു പുതിയ മേഖലയിലേക്ക് അദ്ദേഹത്തിന്റെ പ്രതിഭയും സംഘടനാ സാമർഥ്യവും സന്നിവേശിപ്പിച്ചു. അക്കാലത്ത് തുടക്കം കുറിക്കുക മാത്രം ചെയ്തിരുന്ന തൊഴിലാളി സംഘടനാപ്രവർത്തനമായിരുന്നു അത്. പിൽക്കാലത്ത് പല തൊഴിലാളി സംഘടനകളുടെ സ്ഥാപകനും നേതാവുമായി പ്രവർത്തിച്ച വേലുക്കുട്ടി അരയന്റെ പ്രഥമ ട്രേഡ് യൂണിയൻ സംരംഭം 1931 ൽ രൂപീകരിച്ച 'അഖില തിരുവിതാംകൂർ നാവികത്തൊഴിലാളി സംഘ'മായിരുന്നു.

ഇളകിമറിഞ്ഞ മുപ്പതുകൾ

കേരളത്തിന്റെ ചരിത്രത്തിൽ 1930 കൾ എന്ന പതിറ്റാണ്ടിന് സവിശേഷ പ്രാധാന്യമുണ്ട്. 1888 ൽ ശ്രീനാരായണഗുരുവിന്റെ അരുവിപ്പുറം പ്രതിഷ്ഠയോടുകൂടി ഉദ്ഘാടനം ചെയ്യപ്പെട്ട നവോത്ഥാനത്തിന്റെ വിവിധ ധാരകൾ ഇളകിമറിഞ്ഞൊഴുകി ഒരു മഹാപ്രവാഹമായി മാറിയത് 1930 കളിലാണ്. ഈ മുപ്പതുകളോടുകൂടിയാണ് അന്ന് തിരുവിതാംകൂറും കൊച്ചിയും എന്ന രണ്ട് നാട്ടുരാജ്യങ്ങളും മലബാർ ജില്ലയെന്ന നേരിട്ടുള്ള ബ്രിട്ടീഷ് ഭരണപ്രദേശവുമായി മൂന്നായി ഭേദിറ്റുകിടന്നിരുന്ന കേരളം, ഒരു ഏക സാംസ്കാരിക രാഷ്ട്രീയ ഘടകം എന്ന നിലയിൽ വളരാനും അഖിലേന്ത്യാ രാഷ്ട്രീയത്തിന്റെ പൊതുപ്രവാഹത്തിൽ ലയിക്കാനും തുടങ്ങിയത്. 1920 ലെ നിസ്സഹകരണപ്രസ്ഥാനം 1928-29 ലെ സൈമൺ കമ്മീഷൻ ബഹിഷ്കരണവും കേരളത്തിലെ പൊതുജീവിതത്തെ കാര്യമായി സ്പർശിച്ചെങ്കിലും 1930-32 ലെ ഉപ്പുസത്യഗ്രഹം അഖിലേന്ത്യാ സ്വാതന്ത്ര്യസമരത്തിലേക്കുള്ള കേരളത്തിന്റെ ആഘോഷപൂർവമായ പ്രവേശനമായി. ഔപചാരികമായി അന്നും ഇന്ത്യൻ നാഷണൽ കോൺഗ്രസിന്റെ ഗാന്ധിയൻ സമരം മലബാറിൽ ഒതുങ്ങിയെങ്കിലും അതിൽ തിരുവിതാംകൂറിൽ നിന്നും കൊച്ചിയിൽ നിന്നുമുള്ള സന്നദ്ധഭടന്മാർ മലബാറിൽ പോയി പങ്കെടുക്കുകയും സമരത്തിന്റെ മാറ്റൊലികൾ തിരുവിതാംകൂറിലും കൊച്ചിയിലും മുഴങ്ങി, അതതു ദേശങ്ങളിലെ സാഹചര്യങ്ങൾക്ക് അനുസരിച്ചുള്ള പ്രസ്ഥാനങ്ങൾക്ക് ബീജാവാപം ചെയ്യുകയും

ഉണ്ടായി. തിരുവിതാംകൂറിൽ നേരത്തെ നാം ചർച്ച ചെയ്ത സംയുക്ത രാഷ്ട്രീയസഭയും നിവർത്തന പ്രക്ഷോഭവും വിജയകരമായി സമാപിച്ച് 1937 ൽ തിരുവിതാംകൂർ സ്റ്റേറ്റ് കോൺഗ്രസും കൊച്ചി പ്രജാമണ്ഡലവും മറ്റും രൂപംകൊണ്ടു. 1937 ൽ നടന്ന പ്രവിശ്യാ തിരഞ്ഞെടുപ്പുകളിൽ ജയിച്ച കോൺഗ്രസ് പല സംസ്ഥാനങ്ങളിലും എന്നപോലെ മദിരാശി പ്രവിശ്യയിലും രാജഗോപാലാചാരിയുടെ നേതൃത്വത്തിൽ മന്ത്രിസഭ രൂപീകരിച്ചപ്പോൾ മലബാർ ജനാധിപത്യഭരണത്തിന്റെ പ്രഥമപാഠങ്ങൾ ഉൾക്കൊള്ളുകയായിരുന്നു. അഖിലേന്ത്യാതലത്തിലും മലബാറിലും കോൺഗ്രസിലുണ്ടായ ഈ കുതിച്ചുകയറ്റം തിരുവിതാംകൂറിലും കൊച്ചിയിലും ഉത്തരവാദഭരണ പ്രക്ഷോഭത്തിനുള്ള ശക്തമായ പ്രേരണയായി.

ഈ ഘട്ടത്തിൽ തന്നെയാണ് കോൺഗ്രസിലെ ഇടതുപക്ഷവും കമ്മ്യൂണിസ്റ്റ് പാർട്ടിയും കേരളത്തിൽ വേരൂന്നിയത്. 1934 ൽ കോൺഗ്രസ് സോഷ്യലിസ്റ്റ് പാർട്ടി രൂപം കൊണ്ടു. 1920 മുതൽ ഒറ്റപ്പെട്ട ഗ്രൂപ്പുകളായും പ്രത്യയശാസ്ത്രപരമായ ദേശീയ സാന്നിധ്യമായും പ്രവർത്തിച്ചുവന്നിരുന്ന കമ്മ്യൂണിസ്റ്റ് പാർട്ടി 1930 കളിൽ സുഘടിതമായ നേതൃത്വത്തോടുകൂടി ഒരു ദേശീയ രാഷ്ട്രീയകക്ഷിയായി ഉയർന്നു. 1937 ൽ പി കൃഷ്ണപിള്ള സെക്രട്ടറിയായും ഇ എം എസ് നമ്പൂതിരിപ്പാട്, എൻ സി ശേഖർ, കെ ദാമോദരൻ എന്നിവർ അംഗങ്ങളായും കേരളത്തിലെ പ്രഥമ കമ്മ്യൂണിസ്റ്റ് ഘടകം രൂപപ്പെട്ടു. കോൺഗ്രസിനകത്ത് പ്രവർത്തിച്ചിരുന്ന കമ്മ്യൂണിസ്റ്റ് സോഷ്യലിസ്റ്റ് ഗ്രൂപ്പുകൾ കെ പി സി സിയിൽ തന്നെ ഭൂരിപക്ഷം നേടി ആ സംഘടന പിടിച്ചെടുത്തു. 1937 ൽ കോൺഗ്രസ് മദിരാശി ഉൾപ്പെടെയുള്ള ഭൂരിപക്ഷ പ്രവിശ്യകളിൽ അധികാരത്തിൽ എത്തിയപ്പോൾ കമ്മ്യൂണിസ്റ്റ് പാർട്ടിക്കെതിരായ നിരോധനം പിൻവലിച്ചില്ലെങ്കിലും പാർട്ടിക്ക് കുറെക്കൂടി പ്രവർത്തനസ്വാതന്ത്ര്യം ലഭിച്ചു. കർഷക സംഘങ്ങളും ട്രേഡ് യൂണിയൻ സംഘടനകളും വിദ്യാർഥി-യുവജന സംഘടനകളും കേരളത്തിലുടനീളം വളരാൻ തുടങ്ങി. 1939 ൽ രണ്ടാം ലോകമഹായുദ്ധം പൊട്ടിപ്പുറപ്പെടുകയും ഇന്ത്യയുടെ അംഗീകാരം നേടാതെ ഇന്ത്യയെ യുദ്ധത്തിലേക്ക് വലിച്ചിഴച്ച ബ്രിട്ടീഷ് സർക്കാർ നയത്തിൽ പ്രതിഷേധിച്ച് കോൺഗ്രസ് സർക്കാരുകൾ രാജിവയ്ക്കുകയും ചെയ്തതോടെ കമ്മ്യൂണിസ്റ്റ് പാർട്ടിക്ക് എതിരായ മർദന നടപടികളും രൂക്ഷമായി. അതോടുകൂടി പാർട്ടിക്ക് പെട്ടെന്ന് ഒരു ബഹുജനപാർട്ടിയായി മാറാൻ ഒരവസരം ലഭിച്ചു. 1939 അവസാനം തലശ്ശേരിക്കടുത്ത് പിണറായിയിൽ വച്ചു ചേർന്ന കോൺഗ്രസ് സോഷ്യലിസ്റ്റുകാരുടെ ആലോചനായോഗം ഒന്നടങ്കം കമ്മ്യൂണിസ്റ്റ് പാർട്ടിയായി മാറാൻ തീരുമാനിച്ചതോടുകൂടിയാണ് കേരളത്തിലെ കമ്മ്യൂണിസ്റ്റ് പാർട്ടി കോൺഗ്രസിനെ വെല്ലാനുതകുന്ന ഒരു ബഹുജന വിപ്ലവകക്ഷിയായി വളർന്നത്.

കേരളാടിസ്ഥാനത്തിലുള്ള ഈ പരിവർത്തനങ്ങൾ തിരുവിതാംകൂറിലും കൊച്ചിയിലും നാട്ടുരാജ്യങ്ങൾക്ക് അനുയോജ്യമായ പ്രത്യേകതകളോടെയാണ് പ്രതിഫലിച്ചത്. 1931 ൽ തിരുവിതാംകൂർ മഹാരാജാവി

ന്റെ രാഷ്ട്രീയ ഉപദേഷ്ടാവായി ബ്രിട്ടീഷ് സർക്കാരിന്റെ അനുഗ്രഹാശിസുകളോടെ വരികയും 1936 മുതൽ 1947 വരെ 11 വർഷക്കാലം ദിവാനായി യഥാർഥ ഭരണാധികാരം കൈയാളുകയും ചെയ്ത സർ സി പി രാമസ്വാമി അയ്യരുടെ ദുരധികാരപ്രമത്തത തിരുവിതാംകൂറിലെ ജനാധിപത്യപ്രസ്ഥാനത്തിന് പ്രത്യേകമായ മുദ്ര ചാർത്തി. ദുരധികാരപ്രമത്തനായിരുന്നു എങ്കിലും സർ സി പി സമർഥനായ ഭരണാധികാരിയും ബുദ്ധിമാനായ തന്ത്രശാലിയും കൂടിയായിരുന്നു. 1936 ൽ ചരിത്രപ്രസിദ്ധമായ ക്ഷേത്രപ്രവേശന വിളംബരം മഹാരാജാവിനെക്കൊണ്ട് പുറപ്പെടുവിച്ച് സി പിക്ക് അധഃസ്ഥിത വിഭാഗങ്ങൾക്ക് പൗരസമത്വം നൽകുന്നതിനപ്പുറം പല ലക്ഷ്യങ്ങളും ഉണ്ടായിരുന്നു. സംയുക്ത രാഷ്ട്രീയ പ്രസ്ഥാനത്തിൽ പ്രതിഫലിച്ച അവർ-ക്രൈസ്തവ-മുസ്ലീം സഖ്യത്തെ തകർക്കുവാനും അതിലെ സുശക്ത ഘടകങ്ങളായിരുന്ന ക്രിസ്ത്യാനികളെ ശത്രുപക്ഷത്തും എസ് എൻ ഡി പിയെ ബന്ധുപക്ഷത്തും കൊണ്ടുവരിക എന്നത് ഒരു ലക്ഷ്യമായിരുന്നു. അങ്ങനെ ബഹുജനങ്ങളുടെ ജനാധിപത്യ ഐക്യത്തെ തകർത്ത് സ്വേച്ഛാധിപത്യം അരക്കിട്ടുറപ്പിക്കാൻ സി പി നടത്തിയ ശ്രമങ്ങൾ 1938 ൽ ആവിർഭവിച്ച തിരുവിതാംകൂർ സ്റ്റേറ്റ് കോൺഗ്രസിന്റെ ഉഗ്രൻ നിയമനിഷേധസമര വേലിയേറ്റത്തോടെ പരാജയപ്പെട്ടു. അതിനകം ശക്തിയാർജിച്ചിരുന്ന തീരദേശങ്ങളിലെ വ്യാപകമായ ട്രേഡ് യൂണിയൻ പ്രസ്ഥാനവും അവയ്ക്ക് നേതൃത്വം നൽകിയ കമ്യൂണിസ്റ്റ് പാർട്ടിയും സ്വതന്ത്രമായി പ്രവർത്തിച്ചതോടൊപ്പം സ്റ്റേറ്റ് കോൺഗ്രസിന്റെ ഭാഗവുമായി. പട്ടം താണുപിള്ള, സി കേശവൻ, ടി എം വർഗീസ് തുടങ്ങിയവരോടൊപ്പം കമ്യൂണിസ്റ്റുകാരായ കെ സി ജോർജ്, പി ടി പുന്നൂസ്, എം എൻ ഗോവിന്ദൻ നായർ തുടങ്ങിയവരും സോഷ്യലിസ്റ്റുകാരായ എൻ ശ്രീകണ്ഠൻ നായർ, കണ്ണന്തോട്ടത്ത് ജനാർദനൻ നായർ തുടങ്ങിയവരും കോൺഗ്രസിന്റെ നേതൃനിരയിൽ ഉയർന്നുനിന്നിരുന്നു. മലബാർ ആസ്ഥാനമായി പ്രവർത്തിച്ചിരുന്ന ഇ എം എസ്, പി കൃഷ്ണപിള്ള, എ കെ ജി, കെ ദാമോദരൻ, എൻ സി ശേഖർ തുടങ്ങിയ കമ്യൂണിസ്റ്റ് നേതാക്കൾ തിരുവിതാംകൂർ സമരത്തിന്റെ വഴികാട്ടികളും പങ്കാളികളും ആയി ശക്തി പ്രാപിച്ചു. ഈ വമ്പിച്ച ബഹുജനസമരങ്ങൾ രണ്ടാം ലോകമഹായുദ്ധകാലത്ത് അൽപ്പം മന്ദീഭവിച്ചുവെങ്കിലും യുദ്ധാനന്തരകാലത്ത് വീണ്ടും പതിന്മടങ്ങ് ശക്തിയോടെ പൊട്ടിപ്പുറപ്പെട്ട് പുന്നപ്ര-വയലാർ (1946) സായുധ സമരത്തിൽ കലാശിച്ചതും കൂടുതൽ വിവരിക്കുന്നില്ല. 1947 ആഗസ്റ്റ് 15 ന് ഇന്ത്യ സ്വതന്ത്രയായപ്പോൾ തിരുവിതാംകൂറിനെ ഇന്ത്യയിൽനിന്ന് അടർത്തി മാറ്റി ഒരു പരമാധികാര രാഷ്ട്രമായി പ്രഖ്യാപിക്കുകയെന്ന രാജ്യദ്രോഹപരമായ നടപടി എടുക്കാൻ വരെ സി പി തയ്യാറായി. സ്വാഭാവികമായും ജനങ്ങൾ രൂക്ഷമായ പ്രക്ഷോഭണത്തിലൂടെ ഈ രാജ്യദ്രോഹത്തെ എതിർത്തു തോൽപ്പിക്കാൻ മുന്നോട്ടുവന്നു.

അമേരിക്കൻ ഐക്യനാട്ടിലെപ്പോലെ നിയമസഭയോട് ഉത്തരവാദമില്ലാത്തതും മാറ്റപ്പെടാനാവാത്തതുമായ എക്സിക്യൂട്ടീവ് എന്ന നില

യിൽ ദിവാൻ ഭരിക്കുന്ന സംവിധാനമാണ് സി പി ആസൂത്രണം ചെയ്തത്. അതുകൊണ്ടാണ് "അമേരിക്കൻ മോഡൽ അറബിക്കടലിൽ" എന്ന മുദ്രാവാക്യം പുന്നപ്ര-വയലാർ സമരസേനാനികൾ ഉയർത്തിയത്. ഭീകരമായ ആയുധശക്തി ഉപയോഗിച്ച് പുന്നപ്ര-വയലാർ സമരം ബാഹ്യമായി അടിച്ചമർത്തപ്പെട്ടെങ്കിലും അവരുയർത്തിയ മുദ്രാവാക്യം ജനങ്ങൾ ഏറ്റെടുത്ത് സമരം മുന്നോട്ടു കൊണ്ടുപോവുകയും ഒടുവിൽ ഒരു പൊതുയോഗത്തിൽ വച്ച് വെട്ടേറ്റ മുറിവോടുകൂടി സി പി തോറ്റ് നാടുവിട്ടതും തിരുവിതാംകൂർ ഇന്ത്യയുടെ ഭാഗമായിത്തന്നെ തുടർന്നതും ഉത്തരവാദഭരണം സ്ഥാപിക്കപ്പെട്ടതും എല്ലാം 1930-കളുടെ തുടർച്ചയും സാക്ഷാത്കാരവും ആയിരുന്നു.

വിമർശനം, സമരം, സഹനം

മേൽ വിവരിച്ച പ്രകാരം തിളച്ചുമറിഞ്ഞ 1930 കളിലെ വിവിധ സമരധാരകളിൽ വേലുക്കുട്ടി അരയൻ ആകണ്ഠം മുഴുകുകയും എന്നാൽ തെറ്റെന്നു തോന്നിയ പ്രവണതകളെ ധീരമായി വിമർശിക്കുകയും ചെയ്തുപോന്നു. സ്റ്റേറ്റ് കോൺഗ്രസിന്റെ ഉത്തരവാദഭരണ മുദ്രാവാക്യം 1920 കൾ തൊട്ടുതന്നെ താൻ ഉന്നയിച്ചുപോന്നതും തികച്ചും ന്യായയുക്തമാണെന്നും അദ്ദേഹം വ്യക്തമാക്കി. അദ്ദേഹം നടത്തിവന്ന പത്രങ്ങളിലും ബന്ധപ്പെട്ട മറ്റ് കാലികങ്ങളിലും ഇക്കാര്യം മറ കൂടാതെ പ്രഖ്യാപിക്കുകയും ചെയ്തിരുന്നു. എന്നാൽ ചിലപ്പോഴെല്ലാം സ്റ്റേറ്റ് കോൺഗ്രസ് പ്രചാരവേല പ്രഖ്യാപിത ജനാധിപത്യ തത്വങ്ങളെ ഉയർത്തിപ്പിടിക്കുന്നതിനു പകരം സർ സി പി എന്ന വ്യക്തിയെ മാത്രം ലക്ഷ്യമാക്കിയുള്ളതാണോ എന്ന സംശയം അദ്ദേഹം പ്രകടിപ്പിക്കുകയുണ്ടായി. സർ സി പിക്കെതിരെ വ്യക്തിപരമായ ആരോപണങ്ങൾ കൂടി ഉൾപ്പെടുത്തി സ്റ്റേറ്റ് കോൺഗ്രസ് തയ്യാറാക്കി രാജാവിനു സമർപ്പിച്ച കുറ്റപത്രം പിൻവലിക്കണമെന്ന ഗാന്ധിജിയുടെ നിർദേശം തന്റെ വാദഗതിക്ക് ഉപോൽബലകമായി എന്നും വേലുക്കുട്ടി അരയൻ കരുതിക്കാണണം. എന്നാൽ ഈ വിമർശനങ്ങളെ മുൻനിർത്തി വി കെ വേലായുധൻ, പി എൻ കൃഷ്ണപിള്ള, എ നാരായണപിള്ള, കെ സുകുമാരൻ തുടങ്ങിയവരെപ്പോലെ സി പിയുടെ പക്ഷത്തേക്ക് കാലുമാറാൻ വേലുക്കുട്ടി അരയന്റെ ധർമബോധം അദ്ദേഹത്തെ അനുവദിച്ചില്ല. മാത്രമല്ല സമരത്തിൽ ചേർന്നതിന് 1938 ൽ അറസ്റ്റ് ചെയ്യപ്പെടുകയും അദ്ദേഹത്തിന്റെ *അരയൻ* പത്രം നിരോധിക്കപ്പെടുകയും ചെയ്തു. 1921 ൽ ദിവാൻ രാഘവയ്യയുടെ കുപ്രസിദ്ധമായ വിദ്യാർഥിവേട്ടയെ ധീരമായി അപലപിച്ച് എഴുതിയതിന് *അരയ*ന്റെ ജാമ്യസംഖ്യ കണ്ടുകെട്ടിയതിനുശേഷം രണ്ടാമത്തെ പ്രഹരമായിരുന്നു 1938 ലേത്. (അക്കാലത്ത് അപകടകാരികളെന്ന് സർക്കാരിന് സംശയം തോന്നുന്ന വ്യക്തികളിൽ നിന്ന് ജാമ്യമായി ഒരു തുക സർക്കാരിൽ കെട്ടിവയ്ക്കണം എന്ന നിബന്ധന ഉണ്ടായിരുന്നു. കേസരി ബാലകൃഷ്ണപിള്ളയുടെയും മറ്റും പത്രങ്ങൾ പലതവണ ജാമ്യസംഖ്യ പിടിച്ചെടുത്ത് പുതിയ ജാമ്യസംഖ്യ കെട്ടിവയ്ക്കാൻ നിർദേശിക്കപ്പെട്ടതിനെത്തുടർന്ന് അടച്ചുപൂട്ടേണ്ടതായി വന്നിട്ടുണ്ടെന്ന് ഓർക്കുക.)

ഈ കാലയളവിൽ തൊഴിലാളി യൂണിയനുകളിലെ പ്രവർത്തനവും വേലുക്കുട്ടി അരയൻ വ്യാപിപ്പിച്ചു. രാഷ്ട്രീയ മേഖലകളിലും ട്രേഡ് യൂണിയൻ മേഖലകളിലും ഈ പഴയ യുക്തിവാദി കമ്യൂണിസ്റ്റുകാരുമായി ഇടപഴകുകയും മാർക്സിസ്റ്റ്-ലെനിനിസ്റ്റ് സിദ്ധാന്തം അംഗീകരിക്കുകയും കാലക്രമേണ കമ്യൂണിസ്റ്റ് പാർട്ടിയിൽ അംഗത്വം സ്വീകരിക്കുകയും ചെയ്തു. പാർട്ടിക്കെതിരെയുള്ള ദുരാരോപണങ്ങളോ മർദന നടപടികളോ അദ്ദേഹത്തെ തെല്ലും തളർത്തിയിട്ടില്ല. വാസ്തവം പറഞ്ഞാൽ 1908 ൽ 14-ാം വയസിൽ വിജ്ഞാനസന്ദായിനി എന്ന ഗ്രാമീണ വായനശാലയുടെ സ്ഥാപനത്തോടുകൂടി ആരംഭിച്ച ഡോക്ടർ വേലുക്കുട്ടി അരയന്റെ രാഷ്ട്രീയം, സാമൂഹികം, സാമുദായികം, ശാസ്ത്രീയം തുടങ്ങിയ വിവിധ മേഖലകളിലേക്കു പടർന്നുകയറിയ ചിന്തയും സമരവും യുക്തിയുക്തമായി സാക്ഷാൽകരിക്കപ്പെടുകയായിരുന്നു, കമ്യൂണിസ്റ്റ് പാർട്ടി അംഗത്വത്തോടുകൂടി. ചുരുങ്ങിയ വാക്കുകളിൽ ഇ എം എസ് ഈ സയുക്തികമായ പരിണാമത്തെ ഇപ്രകാരം വിശകലനം ചെയ്തു വിലയിരുത്തുന്നു:

> ആ സാമുദായിക പ്രവർത്തനത്തിന്റെ അനുഭവത്തിൽ നിന്ന് അദ്ദേഹം രണ്ടു പാഠങ്ങൾ പഠിച്ചു. ഒന്നാമത്, പിന്നോക്കജാതിക്കാരുടെ അവശതകൾ പരിഹരിക്കണമെങ്കിൽ മുന്നോക്കക്കാർ ഉൾപ്പെടുന്ന ദേശീയപ്രസ്ഥാനവുമായി അവർ ഇണങ്ങിച്ചേരണം. രണ്ടാമത്, ദേശീയപ്രസ്ഥാനത്തിനകത്ത് പ്രവർത്തിക്കുന്ന ഇടതുപക്ഷക്കാരുമായി പിന്നോക്കജാതിക്കാർ താദാത്മ്യം പ്രാപിക്കണം. അതായത് പൊതു ദേശീയപ്രസ്ഥാനത്തിന്റെയും ഇടതുപക്ഷ പ്രസ്ഥാനത്തിന്റെയും ഭാഗമായല്ലാതെ പിന്നോക്കജാതിക്കാർക്ക് പരിഹരിച്ചുകിട്ടേണ്ട പ്രശ്നങ്ങൾ കൈകാര്യം ചെയ്യാനാവില്ല.

പിന്നോക്ക ജാതിക്കാരെ ദേശീയപ്രസ്ഥാനവുമായി ഇണക്കിക്കൊണ്ടുപോകാൻ മുമ്പോട്ടുവന്ന മറ്റൊരു പൊതുജന നേതാവായിരുന്നു ദേശാഭിമാനി ടി കെ മാധവൻ. അദ്ദേഹത്തോട് സഹകരിച്ച് പ്രവർത്തിക്കാൻ തുടങ്ങിയ ഡോ. അരയൻ ദേശീയ നേതാക്കളുടെ ആഭിമുഖ്യത്തിൽ നടന്ന വൈക്കത്തെയും ഗുരുവായൂരിലെയും ക്ഷേത്രസത്യഗ്രഹങ്ങളിൽ പങ്കുകൊണ്ടു. തിരുവിതാംകൂറിൽ സ്റ്റേറ്റ് കോൺഗ്രസ് രൂപപ്പെടുകയും ഉത്തരവാദഭരണത്തിനുവേണ്ടിയുള്ള പ്രക്ഷോഭം ഇരമ്പിക്കയറുകയും ചെയ്തപ്പോൾ അതിൽ ഡോക്ടർ അരയൻ സജീവം പങ്കുകൊണ്ടു. ഇത് അദ്ദേഹത്തെ സംഘടിത തൊഴിലാളി പ്രസ്ഥാനത്തിലേക്കു നയിച്ചു. 1940 ൽ നടന്ന ഐതിഹാസികമായ നാവികത്തൊഴിലാളി സമരത്തോടനുബന്ധിച്ച് അദ്ദേഹം അറസ്റ്റ് ചെയ്യപ്പെട്ടു. പിന്നീട് 1946 ൽ പുന്നപ്ര-വയലാർ സമരം നടന്നപ്പോൾ അതിന്റെ വിജയത്തിനുവേണ്ടി പ്രവർ

ത്തിച്ച അദ്ദേഹത്തിന് ഒളിവിൽ കഴിയേണ്ടിവന്നു. ഈ പ്രവർത്തന ങ്ങളുടെ പരിണാമമാണ് 1948 ൽ തിരുവിതാംകൂർ അസംബ്ലിയി ലേക്ക് തെരഞ്ഞെടുപ്പ് നടന്നപ്പോൾ കരുനാഗപ്പള്ളി ഒന്നാം നിയോ ജകമണ്ഡലത്തിൽ നിന്നും കമ്യൂണിസ്റ്റ് സ്ഥാനാർഥിയായി മത്സ രിച്ച സംഭവം. (*ദേശാഭിമാനി* വാരിക, മേയ് 1994)

ശാസ്ത്രവും ആസൂത്രണവും

ഏതൊരു മഹനീയ ലക്ഷ്യത്തിനുവേണ്ടി തന്റെ സമകാലികരെ ക്കാൾ ദീർഘദൃഷ്ടിയോടും ആദർശപ്രതിബദ്ധതയോടും കൂടി യൗവ നാരംഭം മുതൽ ഡോക്ടർ വേലുക്കുട്ടി അരയൻ പരിശ്രമിച്ചുവോ ആ സ്വതന്ത്രഭാരതത്തിൽ 22 വർഷങ്ങൾ ജീവിക്കാൻ അദ്ദേഹത്തിന് ഭാഗ്യം ലഭിച്ചു. 1969 മെയ് 31 ന് അദ്ദേഹം നിര്യാതനാകുമ്പോഴേക്കും കേരളം രൂപം കൊള്ളുകയും രണ്ടുതവണ ഇ എം എസ് മന്ത്രിസഭ അധികാര ത്തിൽ വരികയും ചെയ്തുകഴിഞ്ഞിരുന്നു. സ്വാഭാവികമായും സ്വതന്ത്ര ഭാരതത്തിന്റെ നേട്ടങ്ങളും നടപടികളും വേലുക്കുട്ടി അരയനെ തൃപ്തി പ്പെടുത്തിയിരുന്നില്ല. അദ്ദേഹം ഏറെ പ്രതീക്ഷകൾ അർപ്പിച്ചിരുന്ന ഒന്നാ മത്തെയും രണ്ടാമത്തെയും ഇ എം എസ് മന്ത്രിസഭകളാകട്ടെ സ്ഥാപി തതാൽപ്പര്യക്കാരുടെയും വർഗീയവാദികളുടെയും കുതികാൽവെട്ടികളു ടെയും ഉപജാപം മൂലം കാലാവധി തികയ്ക്കാതെ കടന്നുപോവുകയും ചെയ്തു. ഒന്നാമത്തെ കമ്യൂണിസ്റ്റ് മന്ത്രിസഭയ്ക്ക് എതിരായി നടന്ന ഭര ണഘടനാവിരുദ്ധമായ കലാപത്തെ ശക്തിയുക്തം എതിർക്കാൻ ഓടി നടന്ന് പ്രചാരവേല ചെയ്ത ആദർശവാനായിരുന്നു വേലുക്കുട്ടി അര യൻ.

ഭരണത്തെ സംബന്ധിച്ചും ഭരണപരിഷ്കാരങ്ങളെ സംബന്ധിച്ചും വ്യക്തമായ അഭിപ്രായങ്ങൾ ഉണ്ടായിരുന്ന വേലുക്കുട്ടി അരയന്റെ ചില ചിന്താസമ്മാനങ്ങൾ വ്യക്തമായ പദ്ധതികളായി സർക്കാരുകൾക്ക് മു മ്പിൽ അദ്ദേഹം അവതരിപ്പിച്ചിട്ടുണ്ട്. അദ്ദേഹത്തിന് വെറും മുപ്പതു വ യസ് മാത്രം പ്രായമായിരുന്നപ്പോഴാണ് ശാസ്താംകോട്ട ശുദ്ധജലതടാ കത്തിൽ നിന്ന് ജലം സംഭരിച്ച് ശുദ്ധജലക്ഷാമമുള്ള തീരപ്രദേശങ്ങളിൽ അവ എത്തിക്കാൻ ഉതകുന്ന കാര്യക്ഷമമായ ഒരു പദ്ധതി ആവിഷ്കരി ച്ച് അന്ന് നാടുവാണിരുന്ന റീജന്റ് ലക്ഷ്മീഭായി മഹാറാണിക്ക് സമർപ്പി ച്ചത്. അതിൻപ്രകാരമുള്ള നടപടികൾ അന്ന് ആരംഭിച്ചില്ലെങ്കിലും പിൽ ക്കാലത്ത് ശാസ്താംകോട്ട കായൽ സംരക്ഷിക്കുന്നതിനും അതിലെ ശു ദ്ധജലം ഉപയോഗപ്രദമാക്കുന്നതിനും ശ്രമിച്ചവർക്കൊക്കെ ഡോ. വേലു ക്കുട്ടി അരയന്റെ പദ്ധതി സഹായകരമായിട്ടുണ്ട്.

1945 മുതൽ മത്സ്യബന്ധനം, തുണിവ്യവസായം മുതലായവ സം ബന്ധിച്ച പല സർക്കാർ സമിതികളിലും അംഗമായിരുന്നുകൊണ്ട് വിദ ഗ്ധസേവനം നടത്തിയിരുന്ന അദ്ദേഹം പല ശാസ്ത്രീയ പദ്ധതികളും ഈ രംഗങ്ങളുടെ വികസനത്തിനായി ആവിഷ്കരിച്ച് സമർപ്പിച്ചിട്ടുണ്ട്.

അവയിൽ പലതും ഈ സമിതികളുടെ മിനിട്സ് ബുക്കുകളിൽ ഉറങ്ങുകയായിരിക്കാം. എങ്കിലും ചിലതൊക്കെ വെളിച്ചം കണ്ടിട്ടുമുണ്ട്. അവയിലൊന്നാണ് ഇൻലാന്റ് ഫിഷറീസ് സ്കീം അഥവാ ഉൾനാടൻ മത്സ്യക്കൃഷി സംബന്ധിച്ച പദ്ധതി. പിൽക്കാലത്ത് ചില സർക്കാരുകൾ ഉൾനാടൻ മത്സ്യക്കൃഷി ഗൗരവപൂർവം പരിഗണിക്കുകയും പതിവുപോലെ ആരംഭശൂരത്വത്തോടുകൂടി തുടങ്ങി പൂർത്തിയാക്കാതെ ഉപേക്ഷിക്കുകയുമെല്ലാം ചെയ്തിട്ടുണ്ടെങ്കിലും അവർക്കെല്ലാം വേലുക്കുട്ടി അരയന്റെ പ്രാഥമിക രേഖ വഴികാട്ടിയായി. ഇപ്പോഴും പരിഗണനാർഹമായ ഒരു വൻപദ്ധതിയായി അത് അവശേഷിക്കുന്നു.

1948 ൽ ആരംഭിക്കുകയും കുറെക്കാലം നടത്തിയശേഷം നിന്നുപോവുകയും ചെയ്ത ഒരു കാലികമാണ് ഡോക്ടർ വേലുക്കുട്ടി അരയന്റെ *ഫിഷറീസ് മാഗസിൻ*. മത്സ്യബന്ധനവും തീരദേശ സംരക്ഷണവും മറ്റും സംബന്ധിച്ച് നിരവധി മൗലിക ലേഖനങ്ങൾ കൊണ്ട് സമ്പന്നമായിരുന്നു ഈ മാഗസിൻ. ഇപ്പോഴും അതിന്റെ പ്രതികൾ കൈവശമുള്ളവർക്ക് അത് വിലപ്പെട്ട ഒരു ആസൂത്രണ വിജ്ഞാനശേഖരമായി ഉപയോഗിക്കാം. ആദ്യം ഈ കാലികത്തിലൂടെ പുറത്തുവരികയും പിന്നീട് ഒരു ശാസ്ത്രീയ നിവേദന പ്രബന്ധമായി സർക്കാരിനു സമർപ്പിക്കുകയും ചെയ്ത വേലുക്കുട്ടി അരയന്റെ തീരദേശ പുനർനിർമാണ പദ്ധതി (ലാന്റ് റിക്ലമേഷൻ സ്കീം) ഇപ്പോഴും പരിഗണനാർഹമാണ്. 1952 ൽ വേലുക്കുട്ടി അരയൻ അന്നത്തെ തിരു-കൊച്ചി സർക്കാരിനു സമർപ്പിച്ച

മത്സ്യ വ്യവസായ മാസിക
പുറം ചട്ട

ചെമ്മീൻ ഒരുവിമർശനം
പുറംചട്ട

ഈ പദ്ധതിപ്രകാരം വൻ ചെലവ് ചെയ്ത് സുരക്ഷിതമല്ലാത്ത കരിങ്കൽ ഭിത്തികൾ കടലിൽ കെട്ടുന്നതിനുപകരം പ്രകൃതിയുമായി യോജിച്ചുപോവുന്ന ഒരു സംവിധാനം സൃഷ്ടിക്കാം. വേലുക്കുട്ടി അരയന്റെ ഭാഷയിൽ,

> റെക്ലമേഷൻ പദ്ധതി സ്വീകരിച്ചാൽ, കടലാക്രമണം തടയുകയും നഷ്ടപ്പെട്ട ഭൂമി വീണ്ടെടുക്കുകയുമെന്ന ലക്ഷ്യത്തിലെത്തിച്ചേരുന്നതു കൂടാതെ, പല ജീവൽ പ്രശ്നങ്ങളും പരിഹൃതമാകുകയും ചെയ്യും. ഒന്നാമത്, കുടിക്കാനുള്ള ശുദ്ധജലം തിരിച്ചുകിട്ടും. ഭൂരഹിതർക്ക് കുടികിടപ്പിനും മീൻപിടുത്തക്കാർക്ക് വള്ളങ്ങളും വലകളും മറ്റും വച്ച് സൂക്ഷിക്കുന്നതിനും മത്സ്യം പാകപ്പെടുത്തുന്നതിനും ഉണക്കിയെടുക്കുന്നതിനും മറ്റുമുള്ള സൗകര്യങ്ങൾ വീണ്ടുകിട്ടും. കടൽ കുഴിച്ച് മണ്ണെടുക്കുമ്പോൾ കടലിന് താഴ്ച കൂടുന്നതുകൊണ്ട് തീരം ശാന്തമാകും. സൂര്യതാപം കൊണ്ട് അവിടത്തെ ജലം ചൂടുപിടിക്കുന്നതിനാൽ മത്സ്യം താവളം കെട്ടിക്കിടക്കുന്നതിനും ഇടവരുന്നു. അപ്പോൾ മീൻപിടുത്തം സുകരമായിത്തീരും..... (*കേരള കൗമുദി*)

ഈ പദ്ധതിയിൽ ഒറ്റനോട്ടത്തിൽ തന്നെ നമ്മെ ആകർഷിക്കുന്ന ഘടകം അത് പ്രകൃതി നിയമങ്ങളും സാഹചര്യങ്ങളുമായി ഒത്തുപോകുന്നു എന്നതാണ്. പ്രകൃതി നിയമത്തിന്റെ മേൽ കൈയേറ്റം നടത്തുന്ന പദ്ധതികൾ താൽക്കാലികമായി ലക്ഷ്യപ്രാപ്തിക്കുതകിയാലും പിന്നീട് കൂടുതൽ വിനാശകരമായ ഫലമായിരിക്കും സൃഷ്ടിക്കുക എന്ന ആധുനിക കണ്ടെത്തൽ ഉൾക്കാഴ്ച കൊണ്ട് അക്കാലത്തു തന്നെ അരയന് ബോധ്യപ്പെട്ടിരുന്നു എന്ന് വ്യക്തം. വേലുക്കുട്ടി അരയന്റെ ഈ പദ്ധതിയെ സംരക്ഷിക്കാനുള്ള കണ്ടൽക്കാട് വച്ചു പിടിപ്പിക്കൽ പരിപാടിയും വളരെ ദീർഘദൃഷ്ടിയോടെ പരിസ്ഥിതി സംരക്ഷണത്തിന് ഉതകുംവിധം ആവിഷ്കരിച്ചതാണ്. വേലുക്കുട്ടി അരയൻ ഈ പദ്ധതി ആവിഷ്കരിച്ചതിന് പതിനഞ്ചോ ഇരുപതോ വർഷങ്ങൾക്ക് മുമ്പാണ് ബ്രിട്ടീഷ് കുത്തക കമ്പനിയായ ബ്രൂക്ക് ബോണ്ടിന് കാപ്പിത്തോട്ടം നിർമിക്കാൻ സഹ്യപർവത സാനുക്കളിലെ വിശാലമായ ചില വനപ്രദേശങ്ങൾ വിട്ടുകൊടുക്കാനുള്ള നിർദേശം വന്നതും അതിനെതിരെ ഉയർന്നുവന്ന ബഹുജനരോഷത്തെ തുടർന്ന് സർക്കാർ അത് വേണ്ടെന്നുവച്ചതും. പിൽക്കാലത്ത് പ്രഥമ കമ്യൂണിസ്റ്റ് മന്ത്രിസഭയിൽ ആരോഗ്യവകുപ്പുമന്ത്രിയായിരുന്ന ഡോക്ടർ എ ആർ മേനോന്റെയും മറ്റും നേതൃത്വത്തിൽ തിരുവിതാംകൂറിലും കൊച്ചിയിലും ബ്രൂക്ക്ബോണ്ട് വനനശീകരണ പദ്ധതിക്കെതിരെ നടന്ന പ്രക്ഷോഭണത്തിൽ ലേഖനങ്ങൾ വഴിയും പ്രസംഗങ്ങൾ വഴിയും വേലുക്കുട്ടി അരയനും പങ്കാളിയായിരുന്നു എന്നത് ഈ സന്ദർഭത്തിൽ സ്മരണീയമാണ്. 1921 ൽ സ്റ്റോക്ക്ഹോമിൽ വച്ച് ഐക്യരാഷ്ട്രസഭയുടെ ആഭിമുഖ്യത്തിൽ ചേർന്ന ലോക പരിസ്ഥിതി സംരക്ഷണ സമ്മേളനത്തെത്തുടർന്ന് ആഗോളവ്യാപകമായി പരിസ്ഥിതി സംരക്ഷണത്തിനും

വനനശീകരണ നിരോധനത്തിനും വായു-ജല മലിനീകരണ സംരംഭങ്ങൾക്കും എതിരായും പൊതുജനാഭിപ്രായം വളർന്നുവരുന്നുണ്ടെങ്കിലും ഇപ്പോഴും ഈ പ്രശ്നങ്ങളിൽ പരിസ്ഥിതിവിരുദ്ധ നിലപാടുകൾ സ്വീകരിക്കുന്നവർ ഭരണരംഗത്ത് എന്നപോലെ രാഷ്ട്രീയരംഗത്തും ഉണ്ട്. 1930 കളിലും 1950 കളിലും ഈ പ്രശ്നത്തിന്റെ ഗൗരവം മനസിലാക്കാൻ കഴിഞ്ഞു എന്നത് വേലുക്കുട്ടി അരയന്റെ ശാസ്ത്രബോധത്തിന്റെയും മാനവിക പ്രതിബദ്ധതയുടെയും ഉത്തമ നിദർശനം ആണ്.

സാഹിത്യവും കലയും പത്രവും

നേരത്തെ സൂചിപ്പിച്ചതുപോലെ പത്രപ്രവർത്തനവും ലേഖനവിദ്യയും വേലുക്കുട്ടി അരയന്റെ ആജീവനാന്ത അഭിനിവേശങ്ങളിൽ ഒന്നായിരുന്നു. 1917 ൽ 23-ാമത്തെ വയസിൽ *അരയൻ* എന്ന മാസിക ആരംഭിച്ചതിനുശേഷം എത്രയെത്ര പത്രങ്ങളും മാസികകളും വാരികകളുമായിട്ടാണ് പത്രാധിപർ, പത്രാധിപസമിതി അംഗം, ലേഖകൻ എന്നീ നിലകളിൽ വേലുക്കുട്ടി അരയൻ ബന്ധപ്പെട്ടിട്ടുള്ളതെന്ന് കണക്കെടുക്കാൻ തന്നെ പ്രയാസമാണ്. *അരയനു* പുറമെ *ധർമപോഷിണി* വാരിക, *ഫിഷറീസ് മാഗസിൻ*, *സമാധാനം* മാസിക, *തീരദേശം* വാരിക, *കലാകേരളം* മാസിക, *ചിരി* മാസിക, *അരയസ്ത്രീജന* മാസിക എന്നിങ്ങനെ പോകുന്നു ആ നീണ്ട പട്ടിക. ഈ മാസികകളിൽ ശാസ്ത്രയുക്തവും പൊതുജനകാര്യപ്രസക്തവും അവശ ജനമോചനസ്പർശിയും വൈദ്യശാസ്ത്രസംബന്ധവും മറ്റുമായ ലേഖനങ്ങൾക്കു പുറമെ കവിതയും കഥയും സാഹിത്യ നിരൂപണവും നാടകവും ഉൾപ്പെടെ ഒട്ടനവധി ഗദ്യപദ്യകൃതികൾ വേലുക്കുട്ടി അരയൻ പ്രസിദ്ധീകരിച്ചിട്ടുണ്ട്. അദ്ദേഹത്തിന്റെ അച്ചടിച്ച ആദ്യത്തെ കൃതി 13-ാം വയസിലെഴുതിയ *കിരാതാർജുനീയവും* അച്ചടിച്ച അടുത്ത കവിത 14-ാം വയസിലെഴുതിയ *ഓണം ഡേയും* ആണെന്നും കാണുന്നു.

കാവ്യങ്ങൾക്കും നിരൂപണങ്ങൾക്കും നാടകങ്ങൾക്കും പുറമെ സാഹിത്യ സിദ്ധാന്തം സംബന്ധിച്ച *രസലക്ഷണസമുച്ചയവും* *വാസവദത്താനിർവാണം* എന്ന ആട്ടക്കഥയും *കുറുക്കൻ കഥകൾ* എന്ന ബാലസാഹിത്യകൃതിയും അദ്ദേഹത്തിന്റേതായി ഉണ്ട്. മഹാകവി കാളിദാസന്റെ *രഘുവംശത്തിന്റെ* വിവർത്തനവും വേലുക്കുട്ടി അരയൻ നിർവഹിച്ചു.

ത്രിവിക്രമൻ, വജ്രസൂചി, ആലപ്പാടൻ, ചക്ഷുശ്രവണൻ, ആലപ്പാട്ടു ബാലൻ, കുംഭാണ്ഡൻ, ചെമ്മാന്ത്രം, മണി തുടങ്ങി നിരവധി തൂലികാനാമങ്ങളിലും വളരെയേറെ എഴുതിയിട്ടുള്ള അദ്ദേഹം മഹാകവി കൊടുങ്ങല്ലൂർ കുഞ്ഞിക്കുട്ടൻ തമ്പുരാനെപ്പോലെ ദ്രുതകവിതാരചനയിലും വിദഗ്ധനായിരുന്നു എന്ന് അദ്ദേഹത്തിന്റെ ചില സഹപ്രവർത്തകർ രേഖപ്പെടുത്തുന്നു.

കവിതയും കഥകളും നാടകങ്ങളും രചിക്കുന്നതിന് പുറമെ കലാപ്രകടനങ്ങൾ സംഘടിപ്പിക്കുന്നതിനും കലാസമിതികൾ നടത്തുന്നതിലും

രംഗകലകൾ അവതരിപ്പിക്കുന്നതിലും വലിയ കമ്പമായിരുന്നു ഡോക്ടർ അരയന്. അദ്ദേഹത്തിന്റെ നേതൃത്വത്തിൽ കഥകളി സംഘം, നാടകശാല തുടങ്ങിയവയും പ്രവർത്തിച്ചിരുന്നു.

ചെറിയഴീക്കലിൽ അദ്ദേഹം സ്ഥാപിച്ച സ്കൂൾ പിന്നീട് സർക്കാരിനു വിട്ടുകൊടുത്ത് അദ്ദേഹം മാതൃക കാണിക്കുകയും ചെയ്തു. മത്സ്യബന്ധനത്തിൽ ഏർപ്പെട്ടവർക്ക് നിശാപാഠശാലകൾ സ്ഥാപിച്ച് അക്ഷരവിദ്യ നൽകാൻ അദ്ദേഹം പല ശ്രമങ്ങൾ നടത്തിയിരുന്നു.

ബഹുമുഖ പ്രതിഭ എന്നും നവോത്ഥാന നായകൻ എന്നും മറ്റുമുള്ള പ്രയോഗങ്ങൾ ചിരപരിചയം കൊണ്ട് തേയ്മാനം വന്നവയെങ്കിലും മറ്റെന്ത് വിശേഷണങ്ങൾ കൊണ്ടാണ് ഈ അനന്യസാധാരണനായ പ്രതിഭാശാലിയെയും പ്രക്ഷോഭകാരിയെയും ജനനായകനെയും വിശേഷിപ്പിക്കുക?

13 നമ്പൂതിരിയെ മനുഷ്യനാക്കിയ വി ടി ഭട്ടതിരിപ്പാട്

പഴയ ബ്രിട്ടീഷ് മലബാറിന്റെ തെക്കേ അറ്റത്തെ (ഇപ്പോഴത്തെ മലപ്പുറം ജില്ല) പൊന്നാനി താലൂക്കിൽ തൃത്താല ഗ്രാമത്തിൽ വെള്ളിത്തിരുത്തി താഴത്തുമനയിൽ രാമൻ ഭട്ടതിരിപ്പാട് എന്ന വി ടി ഭട്ടതിരിപ്പാട് (1896–1982) കേരളത്തിന്റെ നവോത്ഥാന നേതാക്കളിൽ പല സവിശേഷതകളും ഉള്ള ഒരാളായിരുന്നു. വി ടി എം തുപ്പൻ നമ്പൂതിരിപ്പാടിന്റെയും കിടങ്ങൂർ കൈപ്പള്ളി ഇല്ലത്ത് ശ്രീദേവി അന്തർജനത്തിന്റെയും രണ്ടാമത്തെ മകനായി വി ടി ഭട്ടതിരിപ്പാട് 1896 മാർച്ച് 26 നാണ് ജനിച്ചത്. വി ടിയുടെ ബാല്യകാലവും വിദ്യാഭ്യാസവും എല്ലാം നമ്പൂതിരിമാരുടെ പരമ്പരാഗതമായ സമ്പ്രദായത്തിൽ തന്നെയാണ് നടന്നത്. അതിപ്രകാരം ചുരുക്കാം. 1903 ൽ ഉപനയനം, 1905 ൽ സമാവർത്തനം, 1905–09 വേദാധ്യയനം, (പെരിന്തൽമണ്ണയ്ക്കടുത്തുള്ള പാതായ്ക്കരമന, ഏലംകുളത്തിന് തൊട്ടുള്ള മുതുക്കുറുശ്ശിമന, കുറ്റനാടിനടുത്ത് കൂടല്ലൂർമന എന്നിവിടങ്ങളിൽ). 1912 ൽ തന്നെ ശാന്തിക്കാരനായി മുണ്ടമുക അയ്യപ്പൻ കോവിലിൽ എത്തി. 1913 ൽ അക്ഷരവിദ്യാഭ്യാസം ആരംഭിച്ചു. 1915 ൽ ഇംഗ്ലീഷ് പഠിക്കാൻ തിരുവനന്തപുരത്തെത്തി. 1918 ൽ പെരിന്തൽമണ്ണ ഗവ : ഹൈസ്കൂളിൽ ചേർന്നു. 1919 ൽ തൃശ്ശൂർ നമ്പൂതിരി വിദ്യാലയത്തിൽ ഒമ്പതാം ക്ലാസ്സ് പാസായി. 1920 ൽ ഒറ്റപ്പാലത്ത് ചേർന്ന മലബാർ

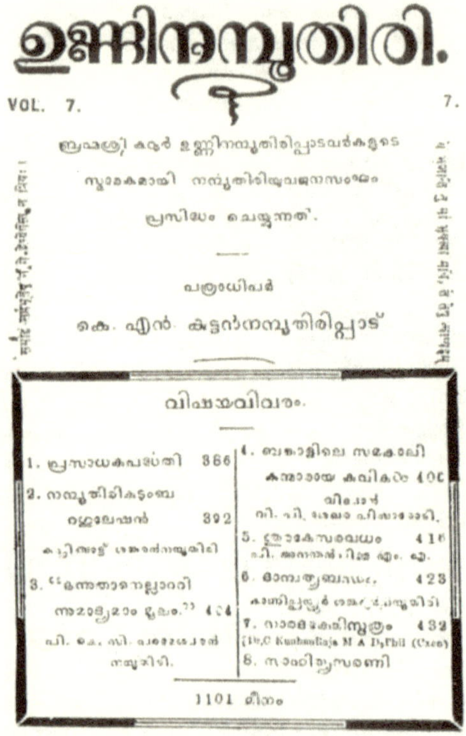

ഉണ്ണിനമ്പൂതിരി.

VOL. 7. 7.

ബ്രഹ്മശ്രീ കവർ ഉണ്ണിനമ്പൂതിരിപ്പാടവർകളുടെ

സ്മാരകമായി നമ്പൂതിരിയുവജനസംഘം

പ്രസിദ്ധം ചെയ്യുന്നത്.

പത്രാധിപർ

കെ. എൻ. കുട്ടൻനമ്പൂതിരിപ്പാട്

വിഷയവിവരം.

1. പ്രസാധകപദ്ധതി 386
2. നമ്പൂതിരികുടുംബ റഗ്ഗുലേഷൻ 392
3. "മന്ത്രതാരെല്ലാററി നാമാശ്ര്യമാം ദൃഢം." 404
4. ബംഗാളിലെ സമകാലി കന്മാരായ കവികൾ 406
5. ത്രൈരാകസമ്പവധം 416
6. മാമ്പത്ത്യബന്ധം. 423
7. നാരമഭാകരിസ്മൃതം 432 (Dr. C Kunhan Raja M A D. Phil (Oxon))
8. സാഹിത്യസരണി

1101 മീനം

ഉണ്ണി നമ്പൂതിരിയുടെ പുറംതാൾ

ദേശീയ സമ്മേളനത്തിൽ പങ്കെടുത്തതോടുകൂടിയാണ് 24-ാമത്തെ വയസ്സിൽ വി ടി പൊതുപ്രവർത്തനത്തിലേക്ക് ആകൃഷ്ടനാകുന്നത്.

മലബാർ ലഹളയ്ക്ക് തൊട്ടുമുമ്പ് നടന്ന ഒറ്റപ്പാലം സമ്മേളനത്തിലൂടെ ദേശീയസ്വാതന്ത്ര്യ സമരത്തിലേക്ക് ആകൃഷ്ടനായെങ്കിലും അതോടൊപ്പം കേരളത്തിൽ ശക്തിയാർജിച്ചുവന്ന നമ്പൂതിരിമാരുടെ സാമൂഹ്യ പരിഷ്കരണ പ്രവർത്തന രംഗമാണ് അതിനകം തന്നെ കലാപവാസനകൾ പ്രകടിപ്പിച്ച് തുടങ്ങിയ വി ടി തന്റെ പ്രവർത്തനമേഖലയായി തിരഞ്ഞെടുത്തത്.

അയിത്താചരണങ്ങൾക്കും ജാതി വിവേചനങ്ങൾക്കും എതിരെ ശ്രീനാരായണഗുരുവും അയ്യങ്കാളിയും മറ്റും നേതൃത്വം നൽകിയ നവോത്ഥാനപ്രസ്ഥാനത്തിന്റെ കുന്തമുന ജാതിശ്രേണിയിൽ ഉച്ചസ്ഥാനത്ത് വിഹരിച്ചിരുന്ന ബ്രാഹ്മണർക്കും അവരോട് ഒത്തുനിന്ന് പ്രമാണിത്തവും ഭൂമിയും പങ്കുവച്ച് അനുഭവിച്ചിരുന്ന നായന്മാർ തുടങ്ങിയവർക്കും എതിരായിട്ടായിരുന്നു. ഈ സവർണ മേധാവികൾക്ക് പണവും പ്രമാണിത്തവും ഭരണസംവിധാനത്തിൽ മേൽകൈയും മറ്റും ഉണ്ടായിരുന്നു എങ്കിലും

ഈ മേധാവി ജാതികൾക്കകത്ത് കൊടികുത്തി വാണിരുന്ന അനാചാരങ്ങളും അന്ധവിശ്വാസങ്ങളും സ്ത്രീപീഡനവും ഇളമുറക്കാരുടെ അവകാശ ധ്വംസനങ്ങളും ഇന്നത്തെ തലമുറയ്ക്ക് ഊഹിക്കാൻ പോലും കഴിയാത്തവിധം ഹീനവും ഭീകരവും ആയിരുന്നു. അടിച്ചമർത്തപ്പെടുന്നവർ മാത്രമല്ല അടിമത്വം അനുഭവിക്കുന്നത് എന്നും അടിച്ചമർത്തുന്നവരും അടിമത്തത്തിന്റെ മുൾവേലിക്കകത്ത് ആണെന്നും ഒരിക്കൽ മാർക്സ് പറഞ്ഞതിനെയാണ് ഈ അവസ്ഥ ഓർമിപ്പിക്കുന്നത്. ഈ അടിച്ചമർത്തുന്നവരുടെ മേൽത്തട്ടിലെ കലാപത്തിന് നേതൃത്വം നൽകിയവരാണ് നമ്പൂതിരിമാരുടെ ഇടയിൽ വി ടി ഭട്ടതിരിപ്പാട് തൊട്ടുള്ളവരും നായന്മാരുടെ ഇടയിൽ ചട്ടമ്പിസ്വാമികൾ, ചങ്ങനാശ്ശേരി പരമേശ്വരൻപിള്ള, മന്നത്ത് പത്മനാഭൻ തുടങ്ങിയവരും. നമ്പൂതിരി സമുദായത്തിലെ അനാചാരങ്ങൾക്കും വിവേചനങ്ങൾക്കും എതിരായി പൊരുതി അവരെ ആധുനിക ജീവിതത്തിന്റെ പൊതുധാരയിലേക്ക് നയിച്ചവരിൽ പ്രഥമഗണനീയനാണ് വി ടി ഭട്ടതിരിപ്പാട്. നമ്പൂതിരിസമുദായത്തിലെ അനാചാരങ്ങൾക്ക് എതിരെ പടവെട്ടിയതോടൊപ്പം യുക്തിവാദം, ദേശീയസ്വാതന്ത്ര്യം, ഭൂഉടമ പരിഷ്കാരം മുതലായവയ്ക്ക് വേണ്ടിയും തന്റെ അനന്യസാധാരണമായ സംഘടനാപാടവവും വാഗ്‌വിലാസവും സാഹിത്യവാസനയും വി ടി ഊർജസ്വലതയോടെ ഉപയോഗപ്പെടുത്തി. ജീവിതത്തിന്റെ അവസാന നാളുകളിൽ വി ടി ഈ പാരമ്പര്യങ്ങളിൽ നിന്നും വ്യതിചലിച്ച് ഹൈന്ദവ രാഷ്ട്രീയത്തിൽ താൽപ്പര്യം പ്രകടിപ്പിച്ചതായി ആരോപണം ഉണ്ടെങ്കിലും ജീവിതകാലത്തിന്റെ ഒരു വലിയ പങ്ക് പരിവർത്തനത്തിനും പരിഷ്കരണത്തിനും വേണ്ടി ഉഴിഞ്ഞുവച്ച ആ മഹാന്റെ പേര് നവോത്ഥാന ചരിത്രകാരന്മാർക്ക് വിസ്മരിക്കാനാവുകയില്ല.

വി ടി പിറന്നുവീണ നമ്പൂതിരിസമുദായം

പരശുരാമൻ മഴുവെറിഞ്ഞ് കടലിൽനിന്ന് വീണ്ടെടുത്ത ഭൂപ്രദേശമാണ് കേരളമെന്നും പരശുരാമൻ അത് അറുപത്തിനാല് നമ്പൂതിരികുടുംബങ്ങൾക്കായി വീതിച്ചുകൊടുത്തു എന്നും മറ്റുമുള്ള കെട്ടുകഥകൾ ഇരുന്നൂറോ മുന്നൂറോ വർഷത്തിൽ കൂടുതൽ പഴക്കം ഇല്ലാത്ത *കേരള മാഹാത്മ്യം,* കേരള ഉൽപത്തി തുടങ്ങിയ സംസ്കൃത കൃതികളിലൂടെ പ്രചരിച്ച് പോന്നിരുന്നു. ആ കെട്ടുകഥയും സമാനമായ മറ്റ് ഐതീഹ്യങ്ങളും തെറ്റായിരിക്കാം എങ്കിലും 1900 വരെ അനേക നൂറ്റാണ്ടുകളായി നമ്പൂതിരിമാരായിരുന്നു കേരളത്തിലെ പ്രമുഖ ഭൂഉടമകളും ജാതിശ്രേണിയിലെ അത്യുന്നത സ്ഥാനീയരും. *മലബാർമാന്വലി*ന്റെ കർത്താവായ വില്യംലോഗൻ നമ്പൂതിരിമാരുടെ പദവിയേയും അവസ്ഥയേയും കുറിച്ച് രേഖപ്പെടുത്തിയിട്ടുണ്ട്. എന്നാൽ 19-ാം നൂറ്റാണ്ടിന്റെ അവസാനത്തോടുകൂടി ബ്രിട്ടീഷ് മാതൃകയിലുള്ള നിയമസംഹിതകളും സ്വാതന്ത്ര്യസമരം കെട്ടഴിച്ചുവിട്ട പുതിയ വീക്ഷണങ്ങളും നവോത്ഥാനത്തിന്റെ പ്രത്യാഘാതങ്ങളും ഈ പ്രാമാണ്യത്തിന് ക്ഷതം വരുത്തിതുടങ്ങിയിരുന്നു. 20-ാം

നൂറ്റാണ്ട് ആരംഭിക്കുന്നതിന് നാല് വർഷം മുമ്പ് ജനിച്ച വി ടി ഭട്ടതിരിപ്പാടിന്റെ ബാല്യകാലവും കൗമാരവും ജീവിതത്തിന്റെ മറ്റു മേഖലകളിൽ എന്ന പോലെ നമ്പൂതിരി സമുദായത്തിലും പരിവർത്തനത്തിന്റെ അലകളിളക്കി പ്രക്ഷുബ്ധമാകാൻ തുടങ്ങിയ സന്ദർഭം ആയിരുന്നു. അക്കാലത്ത് നമ്പൂതിരി സമുദായത്തെ മാത്രമല്ല കേരളത്തെ മുഴുവനും ഇളക്കിമറിച്ച ഒരുസ്മാർത്ത വിചാരണ 1905 ൽ നടക്കുകയുണ്ടായി. കൊച്ചി രാജ്യത്തിലെ കുറിയേടത്തു മനയിലെ താത്രി എന്ന ഒരു അന്തർജനം അവിഹിതവേഴ്ചകളിൽ ഏർപ്പെട്ടിരുന്നു എന്ന ആരോപണത്തെ മുൻനിറുത്തി ആയിരുന്നു സ്മാർത്ത വിചാരണ. സ്മൃതികൾ അനുസരിച്ചുള്ള വിചാരണ ആയതുകൊണ്ടാണ് സ്മാർത്ത വിചാരണ എന്ന് ഇതിന് പേരു കിട്ടിയത്. സ്മാർത്ത വിചാരണയുടെ സ്വഭാവത്തെകുറിച്ച് ഡോ: പി വി രാമൻകുട്ടി വിവരിക്കുന്നു:

> സ്മാർത്തവിചാരമെന്ന പ്രാകൃതമായ അന്തർജനചാരിത്രപരീക്ഷയെക്കുറിച്ച് ശാങ്കരസ്മൃതിയുടെ എട്ടാമധ്യായം ഒന്നാം പാദത്തിൽ വിശദമായി പ്രതിപാദിക്കുന്നുണ്ട്. വ്യഭിചാരദോഷമുണ്ടെന്ന് സംശയം തോന്നിയാൽ അന്തർജനങ്ങൾ വിചാരണചെയ്യപ്പെടുന്നു. അതിനെയാണ് സ്മാർത്തവിചാരമെന്നു പറയുന്നത്. സ്മാർത്ത വിചാരത്തിന് ആറ് പ്രധാനപ്പെട്ട ഘട്ടങ്ങളുണ്ട്. 1. ദാസീവിചാരം 2. 'സാധന'ത്തെ അഞ്ചാംപുരയിലാക്കൽ 3. സ്മാർത്തന്റെ ചോദ്യങ്ങൾ 4. സ്വരൂപം ചൊല്ലൽ 5. ദകവിഛേദം 6. ശുദ്ധഭോജനം.
>
> ഇണങ്ങന്മാരും വാദ്ധ്യാനും കൂടി ആദ്യം ദാസിമാരിൽനിന്ന് മൊഴിയെടുക്കുന്നു. അതിനെ ദാസീവിചാരം എന്നു പറയുന്നു. ദാസിമാരിൽനിന്ന് സംശയം ബലപ്പെട്ടാൽപ്പിന്നെ അന്തർജനത്തെ 'സാധന' മെന്നാണ് വിളിക്കുക. സാധനത്തെ അഞ്ചാംപുരിയിലാക്കലാണ് രണ്ടാംഘട്ടം. പിന്നെ ഗൃഹസ്ഥൻ രാജാവിനെ വിവരമറിയിക്കുന്നു. രാജാവ് നാല് മീംമാസകരെയും ഒരു സ്മാർത്തനെയും അയയ്ക്കുന്നു. ഇതിനുപുറമേ തന്റെ പ്രതിനിധിയായി ഒരു ബ്രാഹ്മണനെയും കൂടെ അയയ്ക്കുന്നു. 'സാധന'ത്തോട് ചോദിക്കേണ്ട ചോദ്യങ്ങൾ തയാറാക്കുന്നത് മീമാംസകരാണ്. ചോദ്യങ്ങൾ സ്മാർത്തനും രാജപ്രതിനിധിയും അറിയേണ്ടതുണ്ട്. ചോദ്യം ചോദിക്കവേ സ്മാർത്തനും 'സാധന'വും തമ്മിൽ പരസ്പരം പ്രത്യക്ഷമായി കണ്ടുകൂടാ. രാജപ്രതിനിധി മുണ്ടുകൊണ്ട് തലമറച്ച് നിശ്ശബ്ദനായി സ്മാർത്തന്റെ സമീപത്തിരിക്കുന്നു. ചോദ്യം ശരിയാകുന്നില്ലെന്നുകണ്ടാൽ രാജപ്രതിനിധി തലയിലിട്ടവസ്ത്രം നിലത്തിടുന്നു. പിന്നെ ചോദ്യങ്ങൾ ശരിയായി ചോദിക്കുന്നുണ്ടെങ്കിൽ മാത്രം അയാൾ വസ്ത്രമെടുത്ത് വീണ്ടും ധരിക്കുന്നു. 'സാധന'ത്തിന്റെ ഉത്തരങ്ങൾ കേട്ട് അക്കാര്യം സ്മാർത്തൻ മീമാംസകരോട് പറയണം. കുറ്റം സമ്മതിക്കുകയോ സംശയം തീരുകയോ ചെയ്യുന്നതുവരെ സ്മാർത്തവിചാരം തുടരുന്നു.

> കുറ്റം സമ്മതിച്ചാൽ പിന്നത്തെ സ്മാർത്തന്റെ ചോദ്യങ്ങൾ 'സാധന'വുമായി പരസ്പരം കണ്ടുകൊണ്ടാണ്. ചോദ്യങ്ങളിലൂടെ ജാരന്മാരുടെ പേരുകൾ തെളിവുകൾ സഹിതം പുറത്തുകൊണ്ടു വരുന്നു. കുറ്റം തെളിഞ്ഞാൽ സ്മാർത്തൻ ആ വിവരം രാജാവിനെ ധരിപ്പിക്കേണ്ടതുണ്ട്. പിന്നീട് 'സാധന'ത്തെ കൈകൊട്ടിപ്പുറത്താക്കുന്നു. ജാരന്മാരെ മുഴുവൻ ജാതിയിൽനിന്ന് പുറത്താക്കുന്നു.
>
> പുരുഷന്മാർ കുറ്റം നിഷേധിച്ചാൽ ശുചീന്ദ്രത്തുചെന്ന് സത്യപരീക്ഷയ്ക്ക് വിധേയരാകാവുന്നതാണ്. അതിനുള്ള അനുമതിക്ക് 'പമ്പുകൊടുക്കൽ'എന്നുപറയുന്നു. ദോഷമില്ലെങ്കിൽ ശുദ്ധിപത്രം കൊടുക്കുന്നു. വിധി വായിക്കുന്നതിനെയാണ് 'സ്വരൂപം' ചൊല്ലൽ എന്നതുകൊണ്ടുദ്ദേശിക്കുന്നത്. ദോഷമില്ലെന്നുകണ്ടാൽ, കുറ്റക്കാരല്ലാത്തവരും കുറ്റമാരോപിക്കപ്പെട്ടവ്യക്തിയും ഒന്നിച്ചിരുന്ന് ഭക്ഷണം കഴിക്കുന്നതിനെയാണ് 'ശുദ്ധഭോജന'മെന്നു പറയുന്നത്. (പുറം 97–98, *500 വർഷത്തെ കേരളം ചില അറിവടയാളങ്ങൾ*, ചങ്ങനാശ്ശേരി 1999)

പിന്നീടും ചില സ്മാർത്തവിചാരണകൾ നടക്കുകയുണ്ടായി എങ്കിലും (അവസാനത്തേത് 1918 ൽ) കുറിയേടത്ത് താത്രിയുടെ നിശിതമായ ബുദ്ധിയും ചാട്ടുളിപോലുള്ള മറുപടികളും സർവോപരി ഈ വിചാരണയുടെ പരിഹാസ്യമായ അന്ത്യവും ഈ സംഭവത്തിന് കേരള ചരിത്രത്തിൽ പ്രത്യേകസ്ഥാനം നൽകുന്നു. മാടമ്പ് കുഞ്ഞിക്കുട്ടന്റെ *ഭ്രഷ്ട്* എന്ന നോവൽ ഇതിനെ ആസ്പദമാക്കി ഉള്ളതാണ്. ആരൊക്കെയായിട്ടാണ് താത്രി വേഴ്ച നടത്തിയതെന്ന സ്മാർത്തന്മാരുടെ ചോദ്യത്തിന് അവർ നൽകിയ മറുപടി നീണ്ടുനീണ്ടുപോവുകയും മിക്കവാറും അക്കാലത്തെ പല പ്രമുഖബ്രാഹ്മണരും ക്ഷത്രിയരും ആ പട്ടികയിൽ പ്രത്യക്ഷപ്പെടുകയും ചെയ്തു. തെളിവുകൾ ചോദിച്ചതിനും അത്ഭുതകരമായ കൃത്യതയോടെ അവർ മറുപടി പറഞ്ഞു. വേഴ്ച നടത്തിയവരുടെ വസ്ത്രത്തിനകത്തുള്ള മറുക് മുതലായ വിവരങ്ങൾ എതിർവിചാരണയിൽ താത്രി പറഞ്ഞപ്പോൾ സ്മാർത്തന്മാർ അന്ധാളിച്ചു. ഒടുവിൽ കൊച്ചിരാജാവിന്റെ പേരുകൂടി അവർ പറഞ്ഞുകളയുമോ എന്ന് ഭയപ്പെട്ടിട്ടാണ് ഇനി നിറുത്താം എന്ന് പറഞ്ഞ് വിചാരണ അവസാനിച്ചത്. താത്രിയെ സമുദായത്തിൽ നിന്ന് പുറത്താക്കി പടിയടച്ച് പിണ്ഡം വച്ചെങ്കിലും അതിനോടൊപ്പം അറുപത്തിനാലിൽപ്പരം ഉന്നതകുലരായവരേയും ജാതിഭ്രഷ്ട് കൽപ്പിച്ച് തരംതാഴ്ത്തി. "അറുപത്തിനാലിൽ പിഴച്ചവർ"എന്ന വിശേഷണം അവരുടെ എല്ലാം ജീവിതകാലത്തും സന്തതികളുടെ കാലത്തും അവർ കൊണ്ടു നടക്കേണ്ടി വന്നു.

നമ്പൂതിരിമാരുടെ ഇടയിൽ നിലവിലിരുന്ന മറ്റൊരുസമ്പ്രദായമാണ് പ്രൈമോജെനീറ്റർ എന്ന് ഇംഗ്ലീഷിൽ പറയുന്ന സമ്പ്രദായം. അതായത് ഒരു തറവാട്ടിലെ ജ്യേഷ്ഠ പുത്രനുമാത്രമേ സ്വസമുദായത്തിൽ നിന്ന് വിവാഹം കഴിക്കാൻ പാടുള്ളൂ. മറ്റ് സഹോദരന്മാർ ഇതര സമുദായങ്ങ

ളിൽ നിന്ന് പ്രത്യേകിച്ചും ക്ഷത്രിയ,നായർ സമുദായങ്ങളിൽ നിന്ന് സംബന്ധം ചെയ്തുകൊള്ളണം. അത്തരം വിവാഹ ആഭാസം എത്രവേണമെങ്കിലുമാവാം. അത്തരം ഭാര്യമാർക്കോ അവരിലുണ്ടാകുന്ന മക്കൾക്കോ അച്ഛന്റെ തറവാടുസ്വത്തിൽ യാതൊരവകാശവും ഇല്ലെന്നുമാത്രമല്ല ഇല്ലത്ത് പോയി താമസിക്കാൻ പോലും അവകാശമില്ല. അപ്ഫൻ ഭാര്യവീട്ടിലേക്ക് പോകലാണ് പതിവ്. ഇതേ സംബന്ധിച്ച് ഡോ: പി വി രാമൻകുട്ടി ഇപ്രകാരം വിവരിക്കുന്നു:

> ജ്യേഷ്ഠപുത്രൻ മാത്രമേ വിവാഹം ചെയ്യാവൂ എന്ന് ശാങ്കരസ്മൃതി അനുശാസിക്കുന്നുണ്ട്.
>
> ഏക ഏവ ഗൃഹം ഗച്ഛേത്
> ജ്യേഷ്ഠപുത്രോ നചേതരഃ
> ഭ്രാതൃഷ്വോകസ്യ പുത്രേണ
> സർവ്വേ തേ സ്യുർഹി പുത്രിണഃ (2.1.16)
>
> ഇത്തരമൊരു നിയമമായിരിക്കാം അപ്ഫൻമാരുടെ സംബന്ധമെന്ന ഏർപ്പാടിന് വഴിവച്ചത്. നമ്പൂതിരി സമുദായത്തിൽ അതുണ്ടാക്കിയ പ്രശ്നങ്ങൾ നിരവധിയാണ്. മൂത്ത പുത്രനുമാത്രം സജാതീയവിവാഹം വിധിക്കവേ, മറ്റുള്ളവരുടെ കാര്യത്തിൽ ശാങ്കരസ്മൃതി മൗനംപൂണ്ടു. ജ്യേഷ്ഠാനുജന്മാർക്കെല്ലാം വിവാഹം ആകാമെന്നും എന്നാൽ മറ്റു സ്മൃതികാരന്മാരെപ്പോലെ ഇക്കാര്യത്തിൽ നിർബ്ബന്ധിക്കുന്നില്ലെന്നും ശാങ്കരസ്മൃതി മറ്റൊരിടത്ത് പറയുന്നു.
>
> സഹോദരാണാം സർവ്വേഷാം
> വിവാഹമനുമതോ മുനേഃ
> തഥാപി തത്ര നിർബ്ബന്ധം
> യഥാന്യേ ന തഥാഽകരോത് (5.3.4)
>
> അപ്ഫന്മാർ വിജാതീയസംബന്ധം തേടിപ്പോയപ്പോൾ നമ്പൂതിരിപ്പെൺകിടാങ്ങൾ ഇല്ലങ്ങളിലെ ഇരുൾവീണ ഇടനാഴികളിലിരുന്ന് നരച്ചു. 1885-ൽ മലബാറിൽ മാത്രം 1017 ഇല്ലങ്ങളുണ്ടായിരുന്നെന്ന് ലോഗൻ രേഖപ്പെടുത്തുന്നു. ഇക്കാലത്ത് കേരളത്തിൽ മൊത്തം 1500 ഇല്ലങ്ങളിലായി ഏതാണ്ട് എണ്ണായിരത്തോളം ആജീവനാന്ത കന്യകമാർ നമ്പൂതിരി സമുദായങ്ങളിലുണ്ടായിരുന്നുവെന്ന് നിരീക്ഷിക്കപ്പെട്ടിട്ടുണ്ട്. സഹോദരന്മാർക്ക് പരസ്പരം സ്നേഹമുണ്ടെങ്കിലും വിവാഹം ചെയ്യാൻ മോഹമുണ്ടെങ്കിലും തറവാട്ടിൽ സന്തതി വർദ്ധിപ്പിക്കാൻ വേണ്ടി എല്ലാവരും വിവാഹം ചെയ്യുന്നതുതന്നെയാണ് ഉത്തമമെന്ന ശാങ്കരസ്മൃത്യനുശാസനം കേരളത്തിലെ നമ്പൂതിരിമാർ മറന്നു. ആദ്യം സൂചിപ്പിച്ച വിധിമാത്രമേ അവർ സ്വീകരിക്കുകയുണ്ടായിട്ടുള്ളൂ. രണ്ടാമത്തേത് മനഃപൂർവ്വം കാണാതിരുന്നു. മൂത്തപുത്രൻ മാത്രം വിവാഹം ചെയ്താൽ മതി എന്ന ആദ്യനിയമം നമ്പൂതിരി ഇല്ലങ്ങളിൽ സ്വത്ത് ഭാഗിക്കപ്പെടാതിരിക്കാനാണെന്ന് വ്യാഖ്യാനമുണ്ട്.

അവിഭക്തോ വിഭാഗസ്തു
നേഷ്യതേ ഭാർഗ്ഗവക്ഷിതൗ (5.3.4).

മറിച്ച് വേണ്ടകാലത്ത് വിവാഹം ചെയ്യാതിരിക്കുന്നവർ കാമാധീനരായി കൂറ്റൻ കാളകളെപ്പോലെ നടക്കേണ്ടി വരുമെന്ന് ശാങ്കരസ്മൃതി മുന്നറിയിപ്പ് നല്കുന്നു.

കാലേƒനുഢഃ സ്വയം കാമവിജിതഃ സ്വേച്ഛയാചരൻ
ഉന്മത്തവൃഷവദ്വേശ്യാലംപടോ നഷ്ടചേതനഃ (5.3.7)

വിജാതീയസംബന്ധമെന്ന വികലമാർഗം സ്വീകരിച്ചതിലൂടെ അപ്ഫന്മാരുടെ അവസ്ഥ ശാങ്കരസ്മൃതി പ്രവചിച്ചപോലെതന്നെ ആയിത്തീരുകയും ചെയ്തു. മൂത്തവനുമാത്രം സജാതീയവിവാഹമെന്ന കീഴ് വഴക്കം, വൃദ്ധ-യുവതീവിവാഹമെന്ന മറ്റൊരു അനാചാരത്തിന് വഴിവെച്ചു. (പുറം 94-95, ടി പുസ്തകം)

നമ്പൂതിരിമാരുടെ ഇടയിലെ മറ്റൊരു ക്രൂരമായ അനാചാരം പെൺകുട്ടികളെ ഋതുമതിയാകുന്നതിന് മുമ്പ് തന്നെ വിവാഹം കഴിപ്പിച്ചു കൊടുക്കുന്ന ഏർപ്പാട് ആയിരുന്നു. ഈ ബാലികമാരെ പലപ്പോഴും പ്രായം ചെന്നവരും സ്വസമുദായത്തിലും മറ്റ് സമുദായങ്ങളിലുമായി വേറെ ഭാര്യമാർ ഉള്ളവരും ആയിരുന്നു. മൂത്ത സഹോദരന് മാത്രമേ സ്വസമുദായത്തിൽ നിന്ന് വിവാഹം കഴിക്കാൻ പാടുള്ളൂ എന്ന വ്യവസ്ഥ മൂലം അനേകം നമ്പൂതിരിസ്ത്രീകൾ വിവാഹം കഴിക്കാൻ അനുയോജ്യനായ വരനെ ലഭിക്കാതെ വൃദ്ധന്മാരുടെ പല ഭാര്യമാരിൽ ഒരാളായിത്തീരുവാൻ വിധിക്കപ്പെട്ടിരുന്നു. ഇതേകുറിച്ച് ഡോ: പി വി രാമൻകുട്ടി പറയുന്നു:

പെൺകിടാങ്ങൾ ദുഷിച്ചുപോകരുതെന്ന ഉദ്ദേശ്യത്താലാകാം ഋതുവാകുന്നതിനു മുമ്പുതന്നെ അവരുടെ പെൺകൊട ഏതുവിധേനയും നടത്തണമെന്ന് ശാങ്കരസ്മൃതി അനുശാസിക്കുന്നു.

ഗൃഹം ഗമിഷ്യൻ വിപ്രസ്തു
മൃഗയേ താത്മനഃ സമാം
കന്യാപരോഹിണീം ഗൗരീം
അഥവാ നച മധ്യമാം(2.1.18)

എട്ടുവയസ്സുള്ള പെൺകുട്ടിയെ 'ഗൗരി'എന്നും ഒൻപതുവയസ്സായവളെ 'രോഹിണി'എന്നും പറയുന്നു. വിപ്രൻ ഇവരിലാരെയെങ്കിലുമാണ് വിവാഹം കഴിക്കേണ്ടത്. പത്ത് വയസ്സായ പെൺകുട്ടിയെ കന്യക എന്നുപറയാം. അവളെയും വിപ്രന് വിവാഹം ചെയ്യാം. എന്നാൽ 'മധ്യമ'യെ ഒരിക്കലും പാടില്ല. ഋതുവായവളെ വേൽക്കരുതെന്നാണ് വിധി. എന്നാൽ ഋതുമതീവിവാഹം ഒരാപൽധർമ്മായി സ്വീകരിക്കാവുന്നതാണെന്ന് ശാങ്കരസ്മൃതി പറയുന്നു.

ബാഹുല്യത് കന്യകാനാന്തു ഭാർഗ്ഗവേണ കൃപാലുനാ
ഓമിത്യംഗികൃതഃ സോയമാപദ്ധർമ്മോ നതൂത്തമഃ (5.2.19)

ഇല്ലം വിറ്റിട്ടോ രണ്ടോമൂന്നോ വേളികഴിച്ചിട്ടോ ഏതെങ്കിലും

അകൃത്യം ചെയ്തിട്ടോ പോലും ഋതുവാകുന്നതിനുമുമ്പ് പെൺകിടാങ്ങളുടെ വേളി കഴിപ്പിച്ചുകൊടുക്കണമെന്ന് ശാങ്കരസ്മൃതി പറയുന്നു.

അദൃഷ്ടരജസം കന്യാം
ദദ്യാദേവ പ്രയത്നതഃ (6.1.30)

സ്ത്രീധനം വേണ്ടപോലെ പ്രീതിയോടെ കൊടുക്കേണ്ടതാണ്.

സ്ത്രീധനം ച യഥാകാമം
ദദ്യാത്സംപ്രീതിപൂർവ്വകം(6.1.31)

വലിയ സ്ത്രീധനം കൊടുത്ത് പെൺമക്കളെ വിവാഹം കഴിച്ചു കൊടുക്കാൻ പലർക്കും കഴിഞ്ഞില്ല. വൃദ്ധകന്യകമാരുടെ എണ്ണം പെരുകി. നാലാം വേളിയായി,അഞ്ചാം വേളിയായി നിരവധി ഉണ്ണിക്കിടാവുമാരുടെ ജീവിതം ഹോമിക്കപ്പെട്ടു. (പുറം 95-96 ടി പുസ്തകം)

ഇങ്ങനെ ചുരുക്കിപറഞ്ഞാൽ ഇത്രയേറെ പീഡനങ്ങൾക്കും അവമതിക്കും പാത്രമായ സ്ത്രീകൾ മറ്റേതെങ്കിലും സമുദായങ്ങളിൽ ഉണ്ടായിരുന്നോ എന്ന് സംശയമാണ്. നമ്പൂതിരി സ്ത്രീകളുടെ അന്നത്തെ അവസ്ഥയെകുറിച്ച് ഐ വി ബാബു ഇപ്രകാരം ചുരുക്കിവിവരിക്കുന്നു:

നമ്പൂതിരി സമുദായത്തിലെ പുരുഷന്മാരെപ്പോലെ സ്ത്രീകൾക്കും കർക്കശമായ ആചാരബദ്ധമായ ദിനചര്യകളാണ് ഉണ്ടായിരുന്നത്. "തങ്ങൾക്ക് ഉണ്ണികളെപ്പോലെ സ്വാതന്ത്ര്യമില്ലെന്നും അവരെക്കാൾ ഒരു പടി താഴെയാണ് തങ്ങളുടെ നിലയെന്നും അവർക്ക് ചെറുപ്രായത്തിൽത്തന്നെ ബോദ്ധ്യമാകുന്ന നിലയിലാണ്" പെൺകുട്ടികളെ ചെറുപ്പത്തിലേ വളർത്തിക്കൊണ്ടുവന്നിരുന്നതെന്ന് കാണിപ്പയ്യൂർ ഓർക്കുന്നു (ശങ്കരൻ നമ്പൂതിരിപ്പാട്, വാ.1, 1963: 156). തങ്ങൾ കുടുംബത്തിലും സമുദായത്തിലും രണ്ടാം സ്ഥാനക്കാരാണെന്ന് നിരന്തരമായി അന്തർജനങ്ങളെ ഓർമ്മിപ്പിക്കാനുതകുന്ന സമ്പ്രദായങ്ങൾ ചെറുപ്പം മുതലേ അവരുടെ ജീവിതത്തിൽ പാലിക്കണമെന്നർഥം. സ്ത്രീകൾക്ക് സ്വന്തമായി ആരാധന നടത്താൻ പ്രത്യേകം ശ്രീകോവിലകം ഉണ്ടെങ്കിലും അവിടെ മന്ത്രോച്ചാരണവും മറ്റു പൂജാവിധികളും നടത്താൻ അവർക്ക് പുരുഷന്മാരെപ്പോലെ അവകാശമില്ല. നമ്പൂതിരി പെൺകുട്ടികൾ ഋതുമതിയായാൽ ഗൃഹത്തിനു പുറത്തുപോകാൻ അനുവാദമുണ്ടായിരുന്നില്ല. അടുത്ത ബന്ധുഗൃഹങ്ങളിലേക്കു പോകാനുള്ള സ്വാതന്ത്ര്യംപോലും അവർക്ക് അനുവദിച്ചിരുന്നില്ല. അന്യപുരുഷന്മാരെ കാണാൻ പാടില്ലായിരുന്നു. കാലത്ത് കുളി, തേവാരം, പിന്നെ അടുക്കളകാര്യങ്ങൾ ഇത്രയുമാണ് സ്ത്രീകളുടെ ദിനകൃത്യങ്ങൾ. ശാങ്കരസ്മൃതി അഞ്ചാം അധ്യായം ഏഴാം അദ്ധ്യായം നാലാം പാദം, പന്ത്രണ്ടാം അധ്യായം രണ്ടാം പാദം എന്നിവിടങ്ങളിൽ സ്ത്രീപുരുഷബന്ധം, ഭാര്യാഭർത്തൃബന്ധം, സ്ത്രീധർമ്മങ്ങൾ എന്നിവ വിവരിച്ചിരിക്കുന്നു.

ഇവയിൽ ബ്രാഹ്മണസ്ത്രീകൾക്കുള്ള അരുതായ്കകളുടെ വിവരണമാണുള്ളത്. അന്തർജനങ്ങൾ പുറത്തുപോകരുത്. വെളുത്ത വസ്ത്രമേ ധരിക്കാവൂ, സ്വർണവളകളും മൂക്കുത്തിയും പാടില്ല. വഴിതെറ്റാതെയും പാതിവ്രത്യഭംഗം വരാതെയും നോക്കണം. അടുക്കളപ്പണി, ഭർത്തൃശുശ്രൂഷ, സന്താനശുശ്രൂഷ ഇവയൊക്കെയാണ് സ്ത്രീധർമ്മം. പത്നി ഭർത്താവുണ്ട ഇലയിൽ ഉണ്ണണം, കുലസ്ത്രീ യാത്ര ചെയ്യരുത്, ഭർത്താവിന്റെ കാൽ കഴുകിയ വെള്ളം അവൾക്ക് തീർത്ഥത്തോടു തുല്യമാകുന്നു. മറ്റൊരു തീർത്ഥം അവൾക്കാവശ്യമില്ല. വിധവാ വിവാഹം നിഷിദ്ധമായിരുന്നു. നമ്പൂതിരി സമുദായത്തിൽ പുരുഷന്മാർക്ക് അധിവേദനം അഥവാ ബഹുഭാര്യാത്വം അനുവദനീയമായതുകൊണ്ട് വിവാഹിതകളായ മിക്ക സ്ത്രീകൾക്കും സപത്നി ദുഃഖം അനുഭവിക്കേണ്ടിവന്നു. സ്ത്രീകൾക്ക് ഏകഭർത്തൃത്വം കർശനമായിരുന്നു. നമ്പൂതിരിമാർക്കിടയിൽ നിലനിന്ന സവിശേഷമായ, മൂത്ത പുത്രനുമാത്രം സജാതീയവിവാഹം എന്ന സമ്പ്രദായത്തിന്റെ ദൂഷ്യഫലങ്ങൾ കൂടുതൽ അനുഭവിച്ചത് സ്ത്രീകളായിരുന്നു. പ്രായമായിട്ടും വിവാഹം കഴിയാതെ വീട്ടിൽത്തന്നെ കഴിയേണ്ട ദുരവസ്ഥ ഇവർക്കുണ്ടായിരുന്നു. വിധവാവിവാഹം തടയപ്പെട്ടിരുന്നതിനാൽ ചെറുപ്പത്തിൽത്തന്നെ വൃദ്ധവിവാഹം ചെയ്ത് വിധവകളാകേണ്ടി വന്ന നിരവധി സ്ത്രീകളുടെ ദുരിതവും നമ്പൂതിരിമാർക്കിടയിൽ ഉണ്ടായിരുന്നു. സ്ത്രീധനസമ്പ്രദായവും ഇവരുടെ ജീവിതത്തെ ദുരിതപൂർണമാക്കി. സ്ത്രീകളുടെ ജീവിതം സമുദായത്തിൽ പൂർണമായും അവഗണിക്കപ്പെട്ടിരുന്നുവെന്നു പറയാം. ഉടുക്കാനും കിടക്കാനും തേയ്ക്കാനും മാത്രമേ ഇവർക്കു വേണ്ടൂ എന്നാണ് സമുദായത്തിലുള്ളവർ ധരിച്ചത്. (പുറം 40-41, *കേരളനവോത്ഥാനവും നമ്പൂതിരിമാരും*, കോട്ടയം 2001)

അങ്ങനെ സ്ത്രീകൾ എന്നപോലെ ഇല്ലത്തെ മൂത്തപുത്രൻ ഒഴികെയുള്ള ഭൂരിപക്ഷം പുരുഷന്മാരും പ്രാകൃതമായ ആചാരങ്ങൾക്കും വിവേചനങ്ങൾക്കും വിധേയരായി കഴിഞ്ഞ ഒരു സമുദായത്തിലാണ് വി ടി ഭട്ടതിരിപ്പാട് ജനിച്ചതും പരിവർത്തനത്തിന്റെ അലകളിളക്കി മാറ്റങ്ങൾക്ക് വഴി വച്ചതും. അങ്ങനെ വി ടിയുടെ തന്നെ ഭാഷയിൽ നമ്പൂതിരിയെ മനുഷ്യനാക്കാൻ നടത്തിയ പോരാട്ടത്തിന്റെ മുഖ്യ ഉപാധികളായിരുന്നു നമ്പൂതിരി യോഗക്ഷേമസഭയും അതിന്റെ യുവജനവിഭാഗമായിരുന്ന നമ്പൂതിരി യുവജനസംഘവും.

യോഗക്ഷേമസഭ

ശ്രീനാരായണഗുരുവും ഡോ: പൽപ്പുവും കുമാരനാശാനും എസ് എൻ ഡി പി യോഗവും പ്രോൽഘാടനം ചെയ്ത നവോത്ഥാനപ്രസ്ഥാനത്തിന്റെ അലകൾ ഈഴവരേക്കാൾ താഴ്ന്നവർ എന്ന് കരുതപ്പെടുന്ന പുല

യർ, പറയർ തുടങ്ങിയ ദളിതരിൽ എന്നപോലെ നായർ, നമ്പൂതിരി തുടങ്ങിയ മേൽജാതിക്കാരിലും ചലനങ്ങൾ സൃഷ്ടിച്ചു. നമ്പൂതിരിമാരുടെ ഇടയിൽ അങ്ങനെ അലയടിച്ച ചലനത്തിന്റെ സംഘടിതരൂപം ആയിരുന്നു 1908 ൽ ആലുവാ ചിറമുക്ക് വൈദികൻ നമ്പൂതിരിപ്പാടിന്റെ ദേശത്തുള്ള ഇല്ലത്ത് നടന്ന നമ്പൂതിരിപ്രമാണിമാരുടെ ആലോചനായോഗത്തിൽ വച്ചാണ് യോഗക്ഷേമസഭ സ്ഥാപിക്കപ്പെട്ടത്. അക്കാലത്തെ പ്രാമാണികരായ മലയാളബ്രാഹ്മണർ അതിൽ പങ്കെടുത്തിരുന്നു. കറൂർ ഉണ്ണി നമ്പൂതിരിപ്പാട്, ചിറ്റൂർനാരായണൻ നമ്പൂതിരിപ്പാട്, ഇടപ്പള്ളി ശങ്കരരാജാവ്, തിരുന്നാവായ വാദ്ധ്യാൻ, ചെറുമുക്ക് വൈദികൻ, കപ്ലിങ്ങാട് വൈദികന്മാർ, കൈമുക്ക് വൈദികൻ, പന്തൽ വൈദികൻ, കാണിപ്പയ്യൂർ നമ്പൂതിരിപ്പാടന്മാർ, ദേശമംഗലം ഒളപ്പമണ്ണ നമ്പൂതിരിപ്പാടന്മാർ, പൂമുള്ളി നമ്പൂതിരിപ്പാട്, ആഴ്വാഞ്ചേരി തമ്പ്രാക്കൾ, പശ്ചിമൻ രാമൻ നമ്പൂതിരി എന്നിവരായിരുന്നു പങ്കെടുത്ത പ്രമുഖർ. ഇവരിൽ ഭൂരിപക്ഷം പേരും വിപ്ലവകാരികൾ എന്ന വിശേഷണത്തിന് എന്നല്ല പരിഷ്കർത്താക്കൾ അല്ലെങ്കിൽ പുരോഗമനവാദികൾ എന്ന വിശേഷണങ്ങൾക്ക് പോലും അർഹരായിരുന്നോ എന്നുപോലും സംശയമാണ്. തിരുവിതാംകൂറിലും കൊച്ചിയിലും മലബാറിലും കുടിയാന്മാർക്കും പാട്ടക്കാർക്കും മറ്റും പരിമിതമായ ചില ആനുകൂല്യങ്ങൾ നൽകുന്ന നിയമനിർമാണങ്ങളും നമ്പൂതിരിമാർ ഊരായ്മയായി ഭരിച്ചിരുന്ന ക്ഷേത്രങ്ങളുടെ സ്വത്തും നടത്തിപ്പും സംബന്ധിച്ച പുതിയ ചട്ടവട്ടങ്ങളും മൂലം അസ്വസ്ഥരായവർ പഴയപ്രതാപം നിലനിറുത്താനുള്ള മാർഗങ്ങൾ ആരായുകയായിരുന്നു. പരദേശ ബ്രാഹ്മണരും നായന്മാരും സുറിയാനി ക്രിസ്ത്യാനികളും പുതിയ ഇംഗ്ലീഷ് വിദ്യാഭ്യാസം നേടി മെച്ചപ്പെട്ട ജീവിതം നയിക്കുകയും പുതിയ അധികാരഘടനയിൽ പിടി മുറുക്കുകയും ചെയ്തതിൽ അസംതൃപ്തരായി പുതിയ വിദ്യാഭ്യാസ സമ്പ്രദായം സ്വീകരിക്കണം എന്ന് വാദിച്ചവർ ആയിരുന്നു ഇവരിൽ ഏറ്റവും പുരോഗമനവാദികൾ എന്ന് വിശേഷിപ്പിക്കാവുന്നവർ. എന്നാൽ ബ്രാഹ്മണർക്കു സംസ്കൃത വിദ്യാഭ്യാസം മാത്രമേ പാടുള്ളു എന്നും ഇംഗ്ലീഷ് മ്ലേച്ഛഭാഷയാണ് എന്ന് ആക്ഷേപിച്ചിരുന്നവരും ഈ യോഗക്ഷേമസഭാ സ്ഥാപകരിൽ തന്നെ ഉണ്ടായിരുന്നു. ഈ ഇംഗ്ലീഷ് ഭാഷാ വിരോധികൾ നൂറ്റിപന്ത്രണ്ടുകാർ എന്ന പേരിൽ സംഘടിച്ച് ചെറുത്തുനിൽക്കുകയും ചെയ്തിരുന്നു. സ്ത്രീ വിദ്യാഭ്യാസം എന്നതൊന്നും ഈ ആദ്യകാലനേതാക്കന്മാരുടെ മനസ്സിലൂടെ കടന്നുപോയതുപോലും ഇല്ല. എങ്കിലും പുതിയ രാജ്യഭരണ സമ്പ്രദായവും സാഹചര്യങ്ങളും ഇംഗ്ലീഷ് പഠനവാദികൾക്ക് മുൻകൈ നേടിക്കൊടുത്തു. താഴ്ന്നവരായി കരുതിയിരുന്ന മറ്റ് ജാതിക്കാരും ആയി ഇടപഴകി അശുദ്ധരാകാതെ ഇംഗ്ലീഷ്വിദ്യാഭ്യാസം നമ്പൂതിരി യുവാക്കൾക്ക് നൽകാൻ കൊച്ചിയിലെ എടുക്കുന്നിയിലും മറ്റും നമ്പൂതിരി വിദ്യാലയങ്ങളും നമ്പൂതിരി വിദ്യാർഥികൾക്ക് താമസിച്ച് പഠിക്കാൻ ഉതകുന്ന സത്രങ്ങളും സ്ഥാപിക്കുകയുണ്ടായി.

മറ്റെല്ലാ ജാതിക്കാർക്കും ബാധകമായ സ്വത്ത് നിയമങ്ങളും കുടുംബ സംവിധാനങ്ങളും സംബന്ധിച്ച നിയമങ്ങൾ വരുമ്പോൾ നമ്പൂതിരി മാർക്കും വരാതിരിക്കില്ലെന്ന് കണ്ട യോഗക്ഷേമക്കാർ ആ നിയമനിർമ്മാ ണങ്ങളെ തങ്ങൾക്ക് അനുകൂലമാക്കി തീർക്കാനും ഈ സഭ വഴി ശ്രമി ച്ചു. പക്ഷേ, അതിനിടയിലും കടുത്തയാഥാസ്ഥിതികർ തല പൊക്കുകയും കേരള സമുദ്രത്തിൽ നിന്ന് വീണ്ടെടുത്ത് നമ്പൂതിരിമാർക്ക് ദാനം ചെയ്ത തായി കെട്ടുകഥകളിൽ പറയുന്ന പരശുരാമനെ ആരാധിക്കാൻ ക്ഷേത്ര ങ്ങൾ നിർമിക്കാനും മറ്റും ശ്രമിച്ചവരും ഉണ്ട്.

സഭയ്ക്കുള്ളിലെ സഭ

1918 ൽ ഒന്നാം ലോകമഹായുദ്ധം അവസാനിക്കുകയും ദേശീയ സ്വാതന്ത്ര്യസമരവും ഒക്ടോബർ സോഷ്യലിസ്റ്റ് വിപ്ലവവും തൊടുത്ത് വിട്ട പുതിയ ആശയങ്ങൾ പ്രചരിക്കുകയും ചെയ്തതോടെ യോഗക്ഷേ മസഭയിലും അടിയിളക്കങ്ങൾ ആരംഭിച്ചു. ഒന്നാം നിസ്സഹകരണപ്രസ്ഥാ നവും സത്യഗ്രഹവും നമ്പൂതിരിമാർക്കിടയിലും ഒരു പുതിയ ഉണർവിന് ജന്മം നൽകി. ഇതിന്റെ ഫലമായി യോഗക്ഷേമസഭയിൽ തന്നെ യാഥാ സ്ഥിതികരും ഉൽപ്പതിഷ്ണുക്കളും എന്നീ രണ്ട് വിഭാഗങ്ങൾ ഉയർന്നു വരികയും പരസ്പരം മത്സരിക്കുകയും ചെയ്തു. യുവജനങ്ങൾ സ്വാഭാ വികമായും ഉൽപ്പതിഷ്ണു വിഭാഗത്തിൽ ആണ് പെട്ടിരുന്നത്. നമ്പൂതിരി യുവജനസംഘം എന്നൊരു സംഘടന 1919 ൽ തന്നെ അവർ രൂപീകരി ക്കുകയും 1928 ആഗസ്റ്റ് 4 ന് അത് രജിസ്റ്റർ ചെയ്യുകയുമുണ്ടായി. *ഉണ്ണി നമ്പൂതിരി* എന്ന പേരിൽ ഒരു മുഖപത്രവും അവർ ആരംഭിച്ചു. ഈ പുതിയ സംഭവവികാസങ്ങളെകുറിച്ച് ഇ എം എസ് നമ്പൂതിരിപ്പാട് ഇപ്ര കാരം എഴുതുന്നു:

> വളരെ മിതമായ ചില ഉദ്ദേശ്യങ്ങളെ മുൻനിർത്തിയാണ് യോഗ ക്ഷേമ സഭയുടെ ആദ്യകാലത്തെ പ്രവർത്തകൻമാർ പ്രവർത്തി ച്ചിരുന്നത്. കുടുംബതർക്കങ്ങളും വഴക്കുകളും സമാധാനപരമായി തീർക്കുക, വിവാഹസംബന്ധമായും മറ്റുമുള്ള ബുദ്ധിമുട്ടുകൾ ഇല്ലാതാക്കുക മുതലായി പഴയസാമൂഹ്യനിയമങ്ങൾക്കും ആചാ രങ്ങൾക്കും തികച്ചും വിധേയമായ ഒരു പരിപാടി മാത്രമാണ് ആദ്യ കാലത്തെ സഭയ്ക്കുണ്ടായിരുന്നത്. പക്ഷേ, ക്രമേണ രണ്ട് പ്രധാ നപ്രശ്നങ്ങൾ സഭയുടെ മുമ്പിൽവന്നു; ഇംഗ്ലീഷ് വിദ്യാഭ്യാസവും കനിഷ്ഠവിവാഹവും. നമ്പൂതിരിബാലൻമാർ ഉപനയനം, വേദാഭ്യാസം മുതലായ പഴയ ചടങ്ങുകൾ കഴിഞ്ഞാൽ - ഇതിന് 15-16 വയസ്സുവരെ വേണ്ടിവരും-പിന്നെ ഇംഗ്ലീഷ് പഠിക്കാൻ തുടങ്ങണം. എന്തുകൊണ്ടെന്നാൽ, ഇംഗ്ലീഷ് പഠിക്കാത്ത ഒരാൾക്ക് ഇന്നത്തെ ലോകത്തിൽ ജീവിക്കാൻ സാദ്ധ്യമല്ല; അതുപോലെതന്നെ ജ്യേ ഷ്ഠപുത്രൻമാത്രം സ്വജാതിയിൽനിന്ന് വിവാഹം ചെയ്കയും അനു ജൻമാരെല്ലാം കോവിലകങ്ങളിൽ കൂട്ടിരിപ്പോ നായരമ്പലവാസി

സ്ത്രീകളുമായി സംബന്ധമോ നടത്തുകയെന്ന പതിവ് മാറ്റണം; അങ്ങനെവന്നാൽ മാത്രമേ പെൺകിടാങ്ങളെ വിവാഹം കഴിച്ച് കൊടുക്കാനുള്ള ബുദ്ധിമുട്ടുകൾ തീരുകയുള്ളു-ഇതാണ് യോഗ ക്ഷേമസഭ സ്ഥാപിച്ച് ആറേഴുകൊല്ലത്തിനുള്ളിൽ സമുദായത്തിന്റെ മുമ്പിൽവന്ന പുതിയപരിപാടി; അത് സഭ അംഗീകരിച്ചു.

ഇത് സമുദായത്തെ രണ്ടാക്കി: ഇംഗ്ലീഷ് മ്ലേച്ഛഭാഷയാണെന്നും അത് പഠിക്കുന്നത് പാപമാണെന്നും അതുപോലെതന്നെ അനു ജൻമാർ സ്വജാതിവിവാഹം ചെയ്യുന്നത് കുടുംബത്തെയും നമ്പൂ തിരിക്കുള്ള മാന്യതയെയും നശിപ്പിക്കാനുള്ള വഴിയാണെന്നും പറഞ്ഞ് ഒരു വിഭാഗം ഈ പരിപാടിയെയും അതംഗീകരിച്ച സഭ യെയും എതിർത്തു. എന്നാൽ, ചെറുപ്പക്കാർ മുഴുവൻ ഉത്പതി ഷ്ണുക്കളായിരുന്നു; അവർക്ക് സജീവവും ക്രിയാത്മകവുമായ നേതൃത്വവുമുണ്ടായിരുന്നു. അങ്ങനെ, കാരണവൻമാരുടെ എന്തെ തിർപ്പുവന്നാലും അതിനെ എതിർത്തുതോൽപ്പിച്ച് ഇംഗ്ലീഷ് പഠി ക്കാനാഗ്രഹിക്കുന്നവർക്ക് അതിനുള്ള സൗകര്യം നൽകുന്നതിന് സഭയുടെ ആഭിമുഖ്യത്തിൽ ഒരു നമ്പൂതിരിവിദ്യാലയം തുറന്നു. സൗജന്യ ഭക്ഷണം, സൗജന്യമായി പുസ്തകങ്ങളും മറ്റുപകര ണങ്ങളും, യാഥാസ്ഥിതികൻമാർക്കുപോലും എതിർക്കാൻ നിവൃ ത്തിയില്ലാത്തവിധം സന്ധ്യാവന്ദനനിത്യകർമാദികൾ, സ്കൂളുക ളിലുള്ള പൊതുവിദ്യാഭ്യാസത്തിനുപുറമെ സംസ്കൃതവിദ്യാഭ്യാ സം മുതലായവയെല്ലാമുള്ള ഒരു പ്രത്യേക നമ്പൂതിരിവിദ്യാലയ മായിരുന്നു അത്. അഞ്ചെട്ടുകൊല്ലംകൊണ്ട് അത് ആയിരത്തോളം നമ്പൂതിരിയുവാക്കൻമാർക്ക് നവീനവിദ്യാഭ്യാസത്തിന്റെ സ്വാദനു ഭവിക്കാൻകൊടുത്തു. യോഗക്ഷേമസഭയുടെ നേരിട്ട് കീഴിലുള്ള ഈ വിദ്യാലയത്തിന് പുറമെ വടക്കെമലബാറിൽ തളിപ്പറമ്പിലും തിരുവിതാംകൂറിൽ കുളക്കടയിലും ഓരോ നമ്പൂതിരിവിദ്യാലയം തുറന്നു. ഈ പ്രത്യേകവിദ്യാലയങ്ങൾ വഴിക്കല്ലാതെ പൊതുസ്കൂ ളുകളിൽ ചേർന്ന് പഠിക്കാനും ഈ പ്രത്യേക വിദ്യാലയങ്ങൾ കഴി വുള്ള യുവാക്കൻമാർക്ക് പ്രേരണ നൽകി. ക്രമേണ കോളേജിൽ ചേർന്ന് പഠിക്കുന്നവരുടെ എണ്ണം വലുതാകാൻ തുടങ്ങി.

നായൻമാർ ഇംഗ്ലീഷ് വിദ്യാഭ്യാസം തുടങ്ങി അരനൂറ്റാണ്ടിനുശേ ഷമാണ് നമ്പൂതിരിമാർ തുടങ്ങിയത്. അത്രയും കാലം 'വമ്പാർന നാചാരമണ്ഡലച്ഛത്രരായി' വാഴുകയായിരുന്നു അവർ. ശങ്കരാചാ ര്യരേയും മേൽപ്പത്തൂരിനെയും ചെറുശ്ശേരിയെയും സൃഷ്ടിച്ച സമു ദായത്തിന് വികടവികളായ വെൺമണിമാരെയും, ചന്തുമേനോൻ മുതൽ ഏറ്റവും മോശക്കാരനായ നോവൽകർത്താവുവരെയുള്ള എല്ലാവർക്കും പരിഹാസപാത്രങ്ങളായ സൂരിനനമ്പൂതിരിമാരെയും 'നമ്പൂരി വിഡ്ഢി'യെന്ന പൊതുപേര് വരത്തക്ക കുപ്രസിദ്ധിപെറ്റ വിഡ്ഢികളെയുമല്ലാതെ പരിഷ്കൃതലോകത്തിന് യോജിച്ച നമ്പൂ

തിരിമാരെ സൃഷ്ടിക്കാൻ കഴിവില്ലെന്ന നില വന്നു. ഇങ്ങനെ തങ്ങൾ പരിഷ്കൃതലോകത്തിലെത്രയോ പിന്നിലായിക്കഴിഞ്ഞു വെന്ന ബോധവും കുടിയാൻ പ്രശ്നത്തെ സംബന്ധിച്ചും മറ്റും തങ്ങളുടെ താൽപ്പര്യം നിലനിർത്തണമെന്ന ആഗ്രഹവുമാണ് പരേതനായ കുറൂർ ദാമോദരൻ നമ്പൂതിരിപ്പാടിന്റെ നേതൃത്വത്തിൽ നമ്പൂതിരിജന്മികളിലൊരു വിഭാഗത്തെക്കൊണ്ട് ഇംഗ്ലീഷ് വിദ്യാഭ്യാസമെന്ന പരിപാടിയെ അനുകൂലിപ്പിച്ചത്.

എന്നാൽ, ഈ ജന്മികൾ പ്രതീക്ഷിച്ച വിധത്തിലല്ല കാര്യങ്ങൾ നീങ്ങിയത്. സ്കൂളുകളിലും കോളേജുകളിലും പഠിച്ചുപാസായ നമ്പൂതിരിയുവാക്കൻമാർ ആദ്യകാലത്തെ സമുദായനേതാക്കൻമാരുദ്ദേശിച്ചതുപോലെ 'ഇരുപതാംനൂറ്റാണ്ടിലെ നമ്പൂതിരി'മാരാകുന്നതിനു പകരം മറ്റേതൊരു സമുദായത്തിലെയും അംഗങ്ങൾ ചെയ്യുന്ന ജോലികൾ ചെയ്ത്, അവർ നയിക്കുന്ന ജീവിതം നയിച്ച്, അവരെപ്പോലെ പരിഷ്കൃതമനുഷ്യരാകാനാണ് ശ്രമിച്ചത്. ഈ പുതിയ മനോഭാവവും യോഗക്ഷേമസഭയുടെ പഴയ നേതാക്കൻമാരുടെ മനോഭാവവും തമ്മിൽ വലിയൊരു സംഘട്ടനം നടന്നു: പുതിയ മനോഭാവത്തിന്റെ പ്രാതിനിധ്യം വഹിച്ചുകൊണ്ട് നമ്പൂതിരി യുവജനസംഘവും *ഉണ്ണിനമ്പൂതിരി പത്രവും* വളർന്നുവന്നപ്പോൾ പഴയ മനോഭാവത്തെ യോഗക്ഷേമസഭയും *യോഗക്ഷേമ* പത്രവും പുലർത്തിപ്പോന്നു. ഇംഗ്ലീഷ് വിദ്യാഭ്യാസത്തിന്റെയും കനിഷ്ഠവിവാഹത്തിന്റെയും കാര്യത്തിൽ മുമ്പ് പഴമക്കാരും യോഗക്ഷേമക്കാരും തമ്മിൽ നടന്നതുപോലെ, സ്ത്രീകളുടെ ഘോഷാബഹിഷ്കരണം, വിധവാവിവാഹം മുതലായ ആചാരപരിഷ്കാരങ്ങളുടെയും ആളോഹരിഭാഗം മുതലായവയുടെയും കാര്യത്തിൽ യോഗക്ഷേമക്കാരും യുവജനസംഘക്കാരും തമ്മിൽ ഏറ്റുമുട്ടി. മാത്രമല്ല, ഇരുകൂട്ടരും യോജിക്കുന്ന സ്ത്രീവിദ്യാഭ്യാസം, ബഹുഭാര്യാത്വനിരോധം, സംബന്ധനിരോധം, സ്വജാതിവിവാഹം മുതലായവ നടപ്പിൽവരുത്തുന്ന കാര്യത്തിൽ സഭ മിതമായും നയത്തോടുകൂടിയും പെരുമാറിയപ്പോൾ സമരപരമായ പരിപാടികൾ പലതും (ഉദാ: രണ്ടാം വിവാഹങ്ങളും വൃദ്ധവിവാഹങ്ങളും പിക്കറ്റുചെയ്യുക) സംഘം നടപ്പിൽ വരുത്തി, ഭാഗ്യക്കുറി നടത്തി, ഫണ്ട് പിരിച്ച് വിദ്യാലയവും സദനവും നടത്തി, വിദ്യാഭ്യാസം പ്രചരിപ്പിക്കാൻ സഭ ശ്രമിച്ചപ്പോൾ സമുദായത്തെയാകെ പിടിച്ചുകുലുക്കിയ യാചനായാത്രകൾകൊണ്ട് സംഘം വിദ്യാഭ്യാസപ്രചാരണം നടത്തി. ഇതിന്റെയെല്ലാം ഫലമായി സമുദായത്തിലാകെ ഒരു സാമൂഹ്യവിപ്ലവത്തിന്റെ അലയടിച്ചു. (പുറം 182-183, *കേരളചരിത്രം മാർക്സിസ്റ്റ് വീക്ഷണത്തിൽ*)

ഈ പുതിയമാറ്റങ്ങളുടെ പ്രതിനിധിയും നേതാവുമായിട്ടാണ് വി ടി ഭട്ടതിരിപ്പാട് സാമൂഹ്യപരിഷ്കരണരംഗത്ത് വരുന്നത്. സാമൂഹ്യപരി

ഷ്കരണത്തോടൊപ്പം മഹാത്മാഗാന്ധിയുടെ നിസ്സഹകരണപ്രസ്ഥാനത്തിലും അയിത്തോച്ചാടനം, ഹരിജനോദ്ധാരണം, മദ്യവർജ്ജനം, സ്വദേശി മുതലായ പ്രവർത്തനങ്ങളിലും വി ടി അതീവതാൽപ്പര്യം പ്രകടിപ്പിക്കുകയും അവയിൽ പങ്കെടുക്കുകയും ചെയ്തു. 1921 ൽ എടുക്കുന്നി നമ്പൂതിരി വിദ്യാലയത്തിൽ പഠിക്കുകയായിരുന്ന വി ടി ആ വർഷം അഹമ്മദാബാദിൽ ചേർന്ന അഖിലേന്ത്യാ കോൺഗ്രസ് സമ്മേളനത്തിൽ പങ്കെടുത്തു. തിരിച്ചുവന്നപ്പോൾ രോഷാകുലരായ വിദ്യാലയ അധികൃതർ വി ടിയെ വിദ്യാലയത്തിൽ നിന്ന് പുറത്താക്കുകയും അതോടുകൂടി വി ടി അവിടുത്തെ പഠിത്തം അവസാനിപ്പിക്കുകയും ചെയ്തു.

യോഗക്ഷേമസഭയുടെ പ്രവർത്തനങ്ങളും ലക്ഷ്യങ്ങളും അതിനകത്തെ അഭിപ്രായ സംഘട്ടനങ്ങളും മനസ്സിലാക്കാൻ അവർ ഔദ്യോഗികമായും അനൗദ്യോഗികമായും ആരംഭിച്ചു നടത്തിയ കാലികപ്രസിദ്ധീകരണങ്ങൾ നോക്കിയാൽ മതി. പിൽക്കാലത്ത് പ്രൊഫസർ ജോസഫ് മുണ്ടശ്ശേരിയുടെയും മറ്റും നേതൃത്വത്തിൽ പ്രശസ്തിയാർജിച്ച സാഹിത്യസാംസ്കാരിക മാസിക ആയ *മംഗളോദയം* ആദ്യം ആരംഭിച്ചത് യോഗക്ഷേമസഭയുടെ മുഖപത്രം ആയിട്ടാണ്. മംഗളോദയത്തിന്റെ സ്വഭാവം പൊതുസാംസ്കാരിക മാസിക ആയി മാറിയതോടെ *യോഗക്ഷേമ* സഭയുടെ മുഖപത്രമായി ആരംഭിച്ചു. ഇതുകൂടാതെ കുറേക്കൂടി യാഥാസ്ഥിതിക പക്ഷത്ത് ആയിരുന്ന *സുദർശനവും* അതിനെതിരെ പോരാടിയ *പാശുപതവും* 1926–27 കാലത്ത് നടന്നു വന്നതായി കാണുന്നു. ഇ എം എസിന്റെ അച്ചടിച്ച ആദ്യത്തെ ലേഖനം *പാശുപത*ത്തിലാണ് വന്നത് എങ്കിലും അത് ഇതുവരെ കണ്ടുകിട്ടിയിട്ടില്ല. യുവജനസംഘത്തിന്റെ മുഖപത്രമായി പ്രവർത്തിച്ചുവന്ന *ഉണ്ണിനമ്പൂതിരി*യാണ് ഇവയിൽ ഏറ്റവും പ്രധാനവും ദീർഘകാലം നിലനിന്നതും. *അമ്പലങ്ങൾക്ക് തീകൊളുത്തുക* എന്ന പ്രക്ഷോഭജനകമായ വി ടിയുടെ ചെറുലേഖനം പ്രസിദ്ധീകരിച്ചതിനെ തുടർന്ന് തൃശൂരിൽ നിന്ന് പ്രസിദ്ധീകരിച്ചുകൊണ്ടിരുന്ന *ഉണ്ണിനമ്പൂതിരി*യെ കൊച്ചി സർക്കാർ നിരോധിക്കുകയുണ്ടായി.

പൂജാരി വിഗ്രഹഭഞ്ജനത്തിലേക്ക്

വി ടിയുടെ ആദ്യത്തെ ഉപജീവനമാർഗം മുണ്ടമുക അയ്യപ്പൻ കോവിലിൽ ഒരു പൂജാരി ആയിട്ടായിരുന്നു. അപ്പോഴേക്കും പരമ്പരാഗതവിശ്വാസങ്ങൾ ഉപേക്ഷിച്ച് തുടങ്ങിയിരുന്ന വി ടി ഈ ജോലി ഉപേക്ഷിച്ച് യോഗക്ഷേമസഭയിൽ പ്രവർത്തനം തുടങ്ങുകയും യോഗക്ഷേമം കമ്പനിയിൽ ഗുമസ്തനായി ജോലിനോക്കി, തുടർന്ന് യോഗക്ഷേമസഭയുടെ പ്രചാരണകേന്ദ്രം ആയിരുന്ന തൃശൂരെ *മംഗളോദയം* പ്രസിൽ പ്രൂഫ് വായനക്കാരനായി. 1924 ൽ തൃത്താല വടക്കേവാരിയത്ത് മാധവിക്കുട്ടി വാരസ്യാരെ വിവാഹം ചെയ്തു. 1924 ൽ കോൺഗ്രസിന്റെ കാക്കിനാട സമ്മേളനത്തിന്റെ തീരുമാനം അനുസരിച്ച് ദേശാഭിമാനി ടി കെ മാധവന്റെ നേതൃത്വത്തിലും ശ്രീനാരായണ ഗുരുവിന്റെ അനുഗ്രഹത്തോടു

അടുക്കളയിൽ നിന്ന് അരങ്ങത്തേക്ക് എന്ന നാടകത്തിലെ ഒരു രംഗം

കൂടിയും വൈക്കം ക്ഷേത്രമതിലിനോട് കൂടിയുള്ള പൊതുവഴിയിലൂടെ അവർണർക്ക് നടക്കാനുള്ള അവകാശത്തിനുവേണ്ടി ആരംഭിച്ച സത്യഗ്രഹം കേരളത്തിലാകെ നവോത്ഥാന പോരാട്ടത്തിന്റെ അലകളിളക്കി. യുവജനസഭയുടെ നേതൃത്വത്തിൽ നമ്പൂതിരിമാരുടെ ഇടയിലും അനാചാരങ്ങൾക്കും അന്ധവിശ്വാസങ്ങൾക്കും എതിരെ പുതിയ ചില സമരമുറകൾ അരങ്ങേറി. പൂണൂൽ പൊട്ടിച്ച് എറിയുക, കുടുമ വെട്ടികളയുക, സ്ത്രീകൾ മറക്കുടയും മറ്റും ചൂടുന്ന സമ്പ്രദായം അവസാനിപ്പിക്കുക, വിധവാവിവാഹത്തിന് വേണ്ടി പ്രചാരവേല നടത്തുക, വൃദ്ധന്മാർ ബാലികമാരെ വിവാഹം ചെയ്യുന്നതിനെ സത്യാഗ്രഹ മുറയിലും ബലം പ്രയോഗിച്ചും തടയുക എന്നതൊക്കെ ആയിരുന്നു യുവപരിഷ്കർത്താക്കളുടെ പദ്ധതികൾ. പലരും കുടുമ മുറിച്ച് കത്തിച്ച് അതിന്റെ ചാരം യാഥാസ്ഥിതിക പ്രമാണിമാർക്ക് അയച്ചുകൊടുക്കുക പോലും പതിവായിരുന്നു. യുവാവായ ഇ എം എസിന്റെ അന്നത്തെ ഒരു ലേഖനം ഈ പുതിയ കലാപകാരികളുടെ പരിഷ്കരണ വ്യഗ്രതയെ പ്രകടിപ്പിക്കുന്നത് വായിക്കുക:

> പ്രസംഗങ്ങൾ ചെയ്തതുകൊണ്ടും ലേഖനമെഴുതിയതുകൊണ്ടും നമ്മുടെ ഉദ്ദേശ്യം സാധിക്കയില്ലതന്നെ. വൈദികശക്തിയെ നാം കഠിനമായി വെറുത്തതുകൊണ്ട് കാര്യമില്ല. ആ വെറുപ്പിനെ പ്രവൃത്തിപഥത്തിൽ കൊണ്ടുവരികതന്നെ വേണം. ഓരോ യുവാവും ഒരു ദിവസം ഒരു വൈദികാജ്ഞയെങ്കിലും നിരസിക്കുവാനുദ്യമിക്കുക, അതായത്, വൈദികന്മാർ നിഷേധിക്കുന്ന 'തോന്ന്യവാസങ്ങളിൽ' ഏതെങ്കിലും ഒന്ന് ദിവസേന ചെയ്തുകൊള്ളാമെന്ന് ഓരോ യുവാവും ശപഥം ചെയ്യണം. വൈദികന്മാർ ധാരാളമായി കൂടുന്ന വാർത്തപൂരാദിസ്ഥലങ്ങളിൽ ചുരുങ്ങിയത് ഒരു ഡസൻ കുടുമമുറിയന്മാരെങ്കിലും ചെന്ന് അവർക്ക് വെറുപ്പ് തോന്നുന്ന എല്ലാ പ്രവൃത്തികളും ചെയ്യുക. ഇങ്ങനെ പ്രവർത്തിച്ചുതുടങ്ങിയാൽ അചിരേണ ആശിച്ച ഫലമുണ്ടാകാതിരിക്കയില്ല. (പുറം 58, സഞ്ചിക1, *ഇ എം എസ് സമ്പൂർണകൃതികൾ*, തിരുവനന്തപുരം 1998)

ഈ പ്രചാരവേലയുടേയും പ്രവർത്തനത്തിന്റെയും സ്ഫോടകാത്മകമായ ഒരു മുഹൂർത്തം ആയിരുന്നു വി ടി ഭട്ടതിരിപ്പാട് 1929 ൽ എഴുതിയ *അടുക്കളയിൽ നിന്ന് അരങ്ങത്തേക്ക്* എന്ന നാടകം. 1929 ഡിസം

ബറിൽ യോഗക്ഷേമസഭയുടെ 22-ാം വാർഷികം എടുക്കുന്നിയിൽ നടക്കുന്ന വേളയിലാണ് ഇത് അവതരിപ്പിക്കപ്പെട്ടത്.

1931 ൽ കോൺഗ്രസ് തീരുമാനം അനുസരിച്ചും കെ കേളപ്പൻ ഗുരുവായൂർ ക്ഷേത്രത്തിൽ അവർണർക്ക് പ്രവേശനം അനുവദിക്കണം എന്ന ആവശ്യവുമായി ആരംഭിച്ച നിരാഹാര സത്യഗ്രഹം കേരളത്തിന്റെ നവോത്ഥാന ചരിത്രത്തിൽ ഉജ്ജ്വലമായ ഒരധ്യായമാണ് വിരചിച്ചത്. എ കെ ഗോപാലൻ ആയിരുന്നു സന്നദ്ധസേനയുടെ തലവൻ. പി കൃഷ്ണപിള്ളയും ഇ എം എസും വി ടിയും മറ്റും അതിന്റെ സംഘാടകരും പ്രചാരകരുമായി ഗുരുവായൂരിൽ തമ്പടിച്ച് പ്രവർത്തിച്ചുവന്നു. ഗുരുവായൂർ സത്യാഗ്രഹത്തിന്റെ വിവരങ്ങൾ *ഉണ്ണിനമ്പൂതിരി*യിൽ റിപ്പോർട്ട് ചെയ്തിരുന്നത് ഇ എം എസ് ആണ്. അപ്പോഴേക്കും ദേശീയതയുടേയും ഗാന്ധിസത്തിന്റെയും പരിധിവിട്ട് യുക്തിവാദത്തിന്റെയും ശാസ്ത്രചിന്തയുടെയും മേഖലകളിലേക്ക് പ്രവേശിച്ചു കഴിഞ്ഞിരുന്ന വി ടി *ഉണ്ണിനമ്പൂതിരി*യിൽ എഴുതിയ പ്രക്ഷോഭജനകമായലേഖനം കൊച്ചിമഹാരാജാവിനെയും സർക്കാരിനെയും ചൊടിപ്പിച്ചു. സർക്കാർ *ഉണ്ണിനമ്പൂതിരി* കണ്ടുകെട്ടി. അക്കാലത്തെ നമ്പൂതിരി യുവജനങ്ങളുടെ വികാരവിചാരങ്ങൾ പ്രക്ടിപ്പിക്കുന്ന വി ടിയുടെ ലേഖനം താഴെ ചേർക്കുന്നു:

> കേരളത്തിൽ എവിടെ നോക്കിയാലും അഹംഭാവം കൊണ്ട് തല ഉയർത്തിപ്പിടിച്ചുനിൽക്കുന്ന പള്ളികളും അമ്പലങ്ങളുമാണ് കാണുന്നത്. ഇതു കണ്ട് കണ്ട് മടുത്തു. അസമത്വത്തിന്റെയും അന്ധവിശ്വാസത്തിന്റെയും ശവക്കല്ലറകളെ നമുക്കു പൊളിച്ചുകളയണം. അതേ, അമ്പലങ്ങളുടെ മോന്തായങ്ങൾക്കു തീവെയ്ക്കണം.
>
> അമ്പലങ്ങൾക്കു തീവെയ്ക്കുകയോ? പല ഹൃദയങ്ങളിലേക്കും ഒരു കത്തിക്കാളൽ ഉണ്ടായേക്കും. ഇതിനു മറ്റാരുമല്ല നമ്മുടെ മതഭ്രാന്തു തന്നെയാണ് ഉത്തരവാദി.
>
> ഹരിജനങ്ങളെ നാം മൃഗങ്ങളാണെന്നുവിചാരിക്കുന്നു. ഒരു കരിങ്കല്ലിനെ നാം ദേവനാണെന്നു കരുതുന്നു. ഈ വ്യസനകരമായ വിശ്വാസത്തെ-മതഭ്രാന്തിനെ-കൈവെടിഞ്ഞേ കഴിയൂ. എന്റെ സഹോദരീസഹോദരന്മാരേ, നമുക്കു കരിങ്കല്ലിനെ കരിങ്കല്ലായിത്തന്നെ കരുതുക. മനുഷ്യനെ മനുഷ്യനായും.
>
> ഇനിയും ആ അന്ധവിശ്വാസത്തിന്റെ ചുറ്റും കണ്ണുകെട്ടി ശയനപ്രദക്ഷിണം വെക്കാതെ ഈ മതഭ്രാന്തിനെ പൂജിക്കാതെ, വങ്കത്തങ്ങളെ പുറത്തേക്കെഴുന്നള്ളിക്കാതെ നമുക്കു ജീവിക്കുക.
>
> ഞാൻ എല്ലാവരോടും ഊന്നിപ്പറയുന്നു, അമ്പലങ്ങൾക്കു തീവെയ്ക്കുക എന്നുവച്ച് ആരും വ്യസനിക്കുകയും പേടിക്കുകയും വേണ്ട.
>
> ഞാനൊരു ശാന്തിക്കാരനായിരുന്നെങ്കിൽ വെച്ചുകഴിഞ്ഞ നിവേദ്യം വിശന്നുവലയുന്ന കേരളത്തിലെ പാവങ്ങൾക്ക് വിളമ്പികൊടുക്കും. ദേവന്റെ മേൽ ചാർത്തിക്കഴിഞ്ഞ പട്ടുതിരുവുടയാട അർദ്ധനഗ്ന

രായ പാവങ്ങളുടെ അരമറയ്ക്കാൻ ചീന്തികൊടുക്കും. പുകഞ്ഞു തുടങ്ങിയ ധൂപം അമ്പലത്തിലുള്ള പെരുച്ചാഴികളെ-നമ്പൂതിരി, പട്ടർ തുടങ്ങിയ വർഗങ്ങളെ- പുറത്തോടിച്ചു കളയുവാനാണ് ഉപയോഗിക്കുക. കത്തിച്ചുവെച്ച കെടാവിളക്കാകട്ടെ നമ്മുടെ വിഡ്ഢിത്തത്തിന്റെ കറുത്ത മുഖത്തെ വീണ്ടും തെളിയിച്ചുകാണിക്കുവാനല്ലാ, അതിന്റെ തല തീകത്തിക്കുവാനാണ് ഞാൻ ശ്രമിക്കുക. അത്ര വെറുപ്പു തോന്നുന്നു എനിക്ക് അമ്പലങ്ങളോട്. നമുക്ക് അനാചാരങ്ങളെ കെട്ടുകെട്ടായി നശിപ്പിച്ചുകളയുവാൻ ഒരു എളുപ്പമാർഗ്ഗമുണ്ട്. അതാണ് അമ്പലങ്ങൾക്കു തീവെയ്ക്കുക.

(*ഉണ്ണിനമ്പൂതിരി*, 1933 ഏപ്രിൽ 28)

1929 ലെ എടക്കുന്നി സമ്മേളനത്തിൽ വച്ച് നമ്പൂതിരി യുവജന സംഘത്തിന്റെ സെക്രട്ടറിയായി വി ടി നിയോഗിക്കപ്പെട്ടു. തുടർന്നുള്ള സഭയുടെ പ്രവർത്തനം ത്വരിതവും സംഘർഷ നിർഭരവും ആയിരുന്നു. ഈ സമ്മേളനത്തിൽ വച്ചാണ് സഭയുടെ അനുബന്ധമായി അന്തർജന സമാജം രൂപീകരിക്കപ്പെട്ടത്. എടക്കുന്നി യോഗത്തിൽ വച്ചു തന്നെ ശ്രീമതി പാർവതി അന്തർജനം, (മിസിസ് മനഴി) ഘോഷ ബഹിഷ്കരിച്ച് (മുഖം മൂടി തുണിയിടുന്ന സമ്പ്രദായവും മറക്കുടയും) തുടർന്നുള്ള ചടുലമായ പ്രവർത്തനങ്ങൾക്കു തുടക്കം കുറിച്ചു. ഇതിനെ തുടർന്ന് പിൽക്കാലത്ത് ആചാര പരിഷ്കാര യത്നങ്ങളിൽ നേതാക്കളായി ഉയർന്ന ആര്യാപള്ളവും പാർവതി നെന്മിമംഗലം ഉൾപ്പെടെയുള്ളവർ ഘോഷബഹിഷ്കരണവും ആചാരലംഘനവും നടത്തി. നമ്പൂതിരിസ്ത്രീകൾ ഓട്ടുവളകൾ ഉപേക്ഷിച്ച് മറ്റു സ്ത്രീകളെപ്പോലെ സ്വർണാഭരണങ്ങൾ അണിയാനും ബ്ലൗസും റൗക്കയും ധരിക്കാനും തുടങ്ങി.

മൂത്തിരിങ്ങോട് ഭവത്രാതൻ നമ്പൂതിരിപ്പാടിന്റെ *അഫ്ഫന്റെ മകൾ* എന്ന ആഖ്യായികയും പ്രേംജി എന്ന എം പി ഭട്ടതിരിപ്പാടിന്റെ *ഋതുമതി* എന്ന നാടകവും എം ആർ ഭട്ടതിരിപ്പാടിന്റെ *മറക്കുടയ്ക്കുള്ളിലെ മഹാനരകം* എന്ന നാടകവും അനേകം ചെറുകഥകളും ലേഖനങ്ങളും ഈ പുതിയ മുന്നേറ്റത്തിന് ഊർജം നൽകി. അധികം താമസിയാതെ ലളിതാംബിക അന്തർജനത്തെ പോലുള്ള വനിതാ പ്രതിഭകൾ തന്നെ സാമൂഹ്യപരിഷ്കാരത്തെ ലക്ഷ്യമാക്കി കഥകളും ആഖ്യായികകളും രചിക്കാൻ തുടങ്ങി.

പുതിയചുമതല ഏറ്റശേഷം വി ടി നേതൃത്വം നൽകിയ ഒരു പരിപാടി നമ്പൂതിരി സമുദായാംഗങ്ങളെ മാത്രമല്ല മറ്റ് വിഭാഗങ്ങളേയും ആവേശം കൊള്ളിച്ചു. ദാരിദ്ര്യം മൂലം പഠിക്കാൻ നിവൃത്തിയില്ലാത്ത ബാലികാബാലന്മാർക്ക് സഹായം നൽകാനുള്ള ഒരു നിധി ശേഖരിക്കൽ ആയിരുന്നു യാചനായാത്ര എന്നപേരിൽ 1931 ൽ വി ടി നടത്തിയ പരിപാടി. എടക്കുന്നിയിൽ നിന്ന് വടക്കോട്ട് തിരിച്ച് നമ്പൂതിരി ഇല്ലങ്ങളിൽ നിന്ന് സംഭാവന പിരിച്ചുകൊണ്ടുനീങ്ങിയ ഈ യാത്ര 38 ദിവസം നീണ്ടുനിന്നു. ആ വർഷം മഹാത്മാഗാന്ധി ഉപ്പുസത്യഗ്രഹത്തിനായി

ഗുജറാത്തിൽ നടത്തിയ ദണ്ഡിയാത്രയുടെ മാതൃക വി ടിക്ക് പ്രചോദനം നൽകിയതായി പറയപ്പെടുന്നു. നല്ല കാര്യത്തിനായി യാചന നടത്തുന്നത് അഭിമാനത്തിന് ഹാനികരം അല്ലെന്ന് തെളിയിക്കാനായി തലയിൽ ചാക്കും തോളിൽ മാറാപ്പും ആയിട്ടാണ് യാചനാസംഘങ്ങൾ യാത്ര ചെയ്തത്. ഈ യാത്രയ്ക്കിടയിൽ നമ്പൂതിരിമാരുടെ വിദ്യാഭ്യാസ പ്രശ്നത്തിന് പുറമെ മറക്കുടയ്ക്കുള്ളിലെ മഹാനരകത്തിൽ നിന്നും പുറത്തു വരാനും പഠിച്ച് വളരാനും അന്തർജനങ്ങളെ ആഹ്വാനം ചെയ്യുന്നത് ഉൾപ്പെടെ പല ലഘുലേഖകളും പ്രസിദ്ധീകരിച്ചത് യുവജനസംഘത്തിന്റെ പ്രശസ്തി വർദ്ധിപ്പിക്കാൻ സഹായിച്ചു. ഈ മാതൃക 1932 ൽ ദക്ഷിണകേരളത്തിലേക്ക് യാത്രനടത്തി ആവർത്തിക്കപ്പെട്ടു. പിൽക്കാലത്ത് എ കെ ജിയും മറ്റും നടത്തി കേരളത്തെ തട്ടിയുണർത്തിയ പട്ടിണി ജാഥ, കർഷകജാഥ മുതലായവയുടെ മുന്നോടിയായിരുന്നു വി ടിയുടെ ഈ ജാഥകൾ എന്ന് പറയുന്നതിൽ തെറ്റില്ല. അങ്ങനെ യാചനാ പര്യടനങ്ങളിലൂടെ സംഭരിച്ച പണവും പൊന്നും മറ്റും വളരെ കൃത്യമായി അർഹതപ്പെട്ടവർക്ക് വിതരണം ചെയ്യുന്നതിലും യുവജനസംഘം പ്രത്യേകം ശ്രദ്ധവച്ചു.

വിധവാവിവാഹത്തിന് ആദ്യം നേതൃത്വം കൊടുത്തവരിൽ പ്രധാനി എം ആർ ബി എന്ന എം ആർ ഭട്ടതിരി ആയിരുന്നു. വി ടിയുടെ രണ്ടാം ഭാര്യ ശ്രീദേവി അന്തർജനത്തിന്റെ അനുജത്തി ഉമ എന്ന വിധവയെ 1935 ൽ എം ആർ ബി വിവാഹം കഴിച്ചു. ഈ പ്രക്രിയ തുടർന്ന് 1940 കളിൽ എത്തിയപ്പോഴേക്കും വിധവാവിവാഹം നമ്പൂതിരി സമുദായത്തിലെ ഒരു സാധാരണ സംഭവം ആയി തുടങ്ങി. അങ്ങനെ ഒരു ഭാഗത്ത് പുരോഗമനവാദികൾക്കും യുവജനങ്ങൾക്കും വിജയം കൈവന്നുകൊണ്ടിരുന്നപ്പോൾ മറുഭാഗത്ത് യാഥാസ്ഥിതികരും അവരുടെ പിടി മുറുക്കാൻ ശ്രമിച്ചു. 1933 ൽ പേരാമംഗലത്ത് നടന്ന യോഗക്ഷേമസഭയുടെ 26-ാം സമ്മേളനത്തിൽ യാഥാസ്ഥിതികർ വി ടി ക്ക് എതിരെ ചില ദുരാരോപണങ്ങൾ ഉന്നയിക്കുകയും യോഗത്തിൽ അതിനെതിരെ പ്രതിഷേധം ഉയർന്നുവരികയും ചെയ്തു. വി ടിക്ക് എതിരെ അധ്യക്ഷൻ ഉന്നയിച്ച ആരോപണങ്ങളിൽ പ്രതിഷേധിച്ച് യോഗത്തിൽ പങ്കെടുത്തിരുന്ന അന്തർജനങ്ങൾ തന്നെ ഇറങ്ങി പോയത് കേരളത്തിന്റെ ആകെ ശ്രദ്ധ പിടിച്ചു പറ്റി. ഈ സംഭവം യോഗക്ഷേമ സഭയിലെ വിപ്ലവകാരികളും യാഥാസ്ഥിതികരും തമ്മിലുള്ള പോരാട്ടമായി കേസരി ബാലകൃഷ്ണ പിള്ള വിലയിരുത്തി.

വി ടിയുടെ ധർമസങ്കടം

നമ്പൂതിരിമാരുടെ ഇടയിൽ ഉണ്ടായിരുന്ന ബഹുഭാര്യാത്വം സ്വജാതിയിൽ നിന്ന് വേളി, അന്യജാതികളിൽ നിന്ന് സംബന്ധം, അപ്ഫന്മാർ സ്വജാതിയിൽ നിന്ന് വിവാഹം കഴിച്ചുകൂടെന്ന നിബന്ധന, ബാലികാവിവാഹം തുടങ്ങിയ സ്ത്രീവിരുദ്ധമായ നടപടികളെ എതിർത്ത് തോൽപ്പി

ഇ എം എസ്

എം ആർ ബി

മുത്തിരിങ്ങോട്
ഭവത്രാതൻ നമ്പൂതിരിപ്പാട്

ക്കുക എന്നത് പരിഷ്കർത്താക്കളുടെ മുഖ്യലക്ഷ്യങ്ങളിൽ ഒന്നായിരുന്നു. എന്നാൽ ഈ പരിഷ്കരണത്തിനിടയിൽ ഇന്നത്തെ തലമുറയ്ക്ക് പെട്ടെന്ന് ബോധ്യപ്പെടാത്ത ഒരു മുദ്രാവാക്യം അനിവാര്യമായി ഉയർന്നുവന്നിരുന്നു. സജാതീയവിവാഹം പ്രോത്സാഹിപ്പിക്കുക എന്നതാണ് അത്. മൂത്ത പുത്രൻ മാത്രമേ സ്വജാതിയിൽ നിന്ന് വിവാഹം കഴിക്കാവൂ എന്ന വ്യവസ്ഥ മൂലം നമ്പൂതിരി സ്ത്രീകളിൽ ഭൂരിപക്ഷം പേർക്കും അനുയോജ്യരായ ഭർത്താക്കന്മാരെ കിട്ടാതെ വന്നു. അതുകൊണ്ട് അത് ബഹുഭാര്യാത്വത്തിന് സഹായകമായി. എന്നാൽ ഇന്നത്തെ അളവുകോൽ വച്ച് നോക്കുമ്പോൾ ഈ സജാതീയ വിവാഹവാദം *മിശ്രവിവാഹം* എന്ന ജാതിവിരുദ്ധമായ പുരോഗമന സമ്പ്രദായത്തിന് എതിരാണെന്ന് തോന്നാം. 1933 ൽ സമുദായപരിഷ്കർത്താവും പുരോഗമനവാദി (മുത്തിരിങ്ങോട്ട് ഭവ

പാർവ്വതി നെന്മേനി മംഗലം

ആര്യാ പള്ളം

ത്രാതൻ നമ്പൂതിരിപ്പാട്) എഴുതിയ *അപ്ഫന്റെ മകൾ* എന്ന പ്രസിദ്ധമായ ആഖ്യായികയിലെ വിഷയം ഇതുതന്നെയാണ്. എല്ലാ വിധത്തിലും അനുയോജ്യയും അഭ്യസ്തവിദ്യയും കാമിനിയുമായ നായർ യുവതിയെ തിരസ്കരിച്ച് സ്വന്തം ജാതിയിൽപ്പെട്ട ഒരു യുവതിയെ കഥാനായകനായ നമ്പൂതിരി വിവാഹം ചെയ്യുന്നതാണ് ഹൃദയസ്പൃക്കായ ഈ ആഖ്യായികയുടെ ഇതിവൃത്തം.

ഈ സജാതീയ വിവാഹം ന്യായീകരിക്കത്തക്കതോ എന്ന പ്രശ്നം അതിന് അവതാരിക എഴുതിയ ഇ എം എസ് നമ്പൂതിരിപ്പാട് ഇപ്രകാരം പരിശോധിച്ച് ഉത്തരം കാണുന്നു.

> 'അപ്ഫന്റെ മകൾ'-അടുത്ത കാലം വരെ സമുദായപരിഷ്കാരികൾക്കും സമുദായ പ്രവർത്തകൻമാർക്കും പേർ കേൾക്കുമ്പോഴേക്കും കലികൊണ്ടിരുന്ന ഒരു 'വിജാതീയസ്ത്രീ'; ഇല്ലത്തെ സ്വത്തിനെയും കാരണവരുടെ കുടുംബസ്നേഹത്തെയും അപഹരിച്ചു തടിച്ച ഒരന്യസമുദായകന്യക! അന്യസമുദായാംഗമായ ഒരു യുവതിയുടെ പ്രേമത്തെ വിവരിച്ചുകൊണ്ടുള്ള ഈ നോവലിനു സാമുദായിക നോവലെന്ന പേർ കൊടുക്കുന്നത് വഞ്ചനയാണെന്നു 'സംബന്ധനിഷേധിക'ളായ പഴയ സമുദായപ്രവർത്തകന്മാർ പറയുമായിരിക്കും. പക്ഷേ, സംബന്ധനിഷേധിയെങ്കിലും യുവനമ്പൂതിരി സമുദായം അതിൽ അരിശം കൊള്ളുകയില്ല. കാരണം, അന്യസമുദായങ്ങളുമായി സൗഹാർദപൂർവം പെരുമാറുകയെന്ന ഒരു 'നയ'ത്തെ മാത്രമല്ല, ഭിന്നസമുദായങ്ങളില്ലാതെയായിക്കൊണ്ടുള്ള കേരളീയസമുദായമെന്ന ആദർശത്തെത്തന്നെ കൈക്കൊള്ളുന്നവരാണ് നമ്പൂതിരി യുവാക്കന്മാർ.
>
> അവർ (നമ്പൂതിരി യുവാക്കൾ) സംബന്ധത്തെ നിഷേധിക്കുന്നുണ്ടെങ്കിലും 'മിശ്രവിവാഹം' അവർക്കാദർശമല്ലാത്തതിനാലല്ല, തൽക്കാലം സജാതീയവിവാഹം മാത്രം പ്രായോഗികമായതിനാലാണ്. ഞാനിത് നിർബന്ധപൂർവം പറയുന്നു: "സജാതീയവിവാഹമെന്ന നയം പ്രളയാന്തം വരെ നിലനിർത്തേണ്ടതല്ല, നിലനില്ക്കുന്നതുമല്ല. നമ്പൂതിരികന്യകമാരെ അന്യസമുദായങ്ങളിലെ പുരുഷന്മാർക്ക് വിവാഹം ചെയ്യാറാകുന്ന കാലംവരെ മാത്രമേ അതാവശ്യമുള്ളൂ." ആ കാലം ഏതൊരു നിമിഷത്തിൽ വരുന്നുവോ, ആ നിമിഷത്തിലെ പഴമക്കാർ പറയും 'ഇവർ സമുദായപരിഷ്കാരികൾ പോലും!' സജാതീയവിവാഹത്തെ എതിർക്കുന്നവർ എങ്ങനെയാണ് സമുദായപരിഷ്കാരികൾ ആകുന്നത്?
>
> ഇന്നത്തെ സമുദായസ്ഥിതിക്ക് സജാതീയവിവാഹമാണ് പ്രായോഗിക മാർഗമെന്ന് തെളിയിപ്പാൻവേണ്ടിയാണ്, അത്ര സുശീലയും തന്നിൽ അനുരക്തയാണെന്ന് നല്ല നിശ്ചയമുള്ളവളുമായ സുലോചനയുടെ അനുരാഗത്തിന് പ്രതിഫലം നല്കാതെ നായകനായ മധു ഇട്ടിച്ചിരിയെ സ്വീകരിച്ചതെന്നാണ് എനിക്കുതോന്നുന്നത്.

> നമ്പൂതിരി കന്യകമാരിൽ സൗന്ദര്യം ദർശിച്ചുകൊണ്ടുള്ള വേളീ പ്രിയത്വം ഇല്ലായിരുന്നുവെങ്കിൽ തീർച്ചയായും ഗ്രന്ഥകർത്താവ് മധുവിനെയും സുലോചനയെയും മേളിപ്പിക്കുമായിരുന്നു എന്നാണ് എന്റെ വിശ്വാസം. അനതിവിദൂര ഭാവിയിൽ പ്രായോഗികമാകുവാൻ പോകുന്ന മിശ്രവിവാഹമെന്ന ആദർശം 'അപ്ഫന്റെ മകളു'ടെ സാത്വികാനുരാഗത്തിലും പക്ഷേ, ഇന്നു സജാതീയവിവാഹം മാത്രമേ കാര്യക്ഷമമായിട്ടുള്ളുവെന്ന പ്രായോഗിക മൂലതത്ത്വം മധുവിന്റെ ഇട്ടിച്ചിരി സ്വീകരണത്തിലും അടങ്ങിയിട്ടുള്ളതിനാൽ, നമ്പൂതിരിമാരുടെ വൈവാഹിക പരിവർത്തനത്തിന്റെ തത്ത്വവും പ്രയോഗവും ഇതിലടങ്ങിയിട്ടുണ്ടെന്നു പറയാം. (അവതാരിക, *അപ്ഫന്റെ മകൾ*, 1933)

ഈ ദുർഘടം പിടിച്ച പ്രശ്നം വി ടി യെയും അലട്ടി. വി ടിയുടെ ആദ്യഭാര്യ ഒരു വാരസ്യാർ ആയിരുന്നു എന്ന് മുമ്പ് പറഞ്ഞുവല്ലോ. സ്വജാതീയ വിവാഹം എന്ന ആ ഘട്ടത്തിലെ നമ്പൂതിരി സമുദായ പരിഷ്കർത്താക്കളുടെ നിർദ്ദേശത്തിന് വിപരീതമാണല്ലോ വാരസ്യാരും ആയുള്ള ബാന്ധവം. ഇത് കണക്കിലെടുത്ത് പരിഷ്കർത്താവായ വി ടി ആദ്യഭാര്യയും ആയുള്ള വിവാഹം വേർപെടുത്തുകയും ചളവറയിലെ ഇട്ട്യാമ്പറമ്പത്ത് മനയ്ക്കൽ ശ്രീദേവി അന്തർജനത്തെ വേൾക്കുകയും ചെയ്തു.

പരിഷ്കർത്താക്കളുടെ മുദ്രാവാക്യപ്രകാരം സദ്ഉദ്ദേശ്യത്തോടെ ചെയ്ത ഒരു കർത്തവ്യം ആയിരുന്നു ഈ രണ്ടാം വിവാഹം എന്നും നിരപരാധിനിയായ ആദ്യഭാര്യയെ ഉപേക്ഷിക്കേണ്ടിവന്നതിൽ ധർമസങ്കടവും ഹൃദയത്തിനേറ്റ മുറിവും വി ടി ഭട്ടതിരിപ്പാടിനെ അവസാനകാലം വരെ അലട്ടിയിരുന്നു എന്നും ചില ജീവചരിത്രകാരന്മാർ പറയുന്നു. എന്നാൽ അതൊന്നും ശരിയല്ലെന്നും സാമൂഹ്യപരിഷ്കരണ മുദ്രാവാക്യം സ്വജീവിതത്തിൽ നടപ്പാക്കുന്നതിനേക്കാൾ മറ്റു ചില താൽപ്പര്യങ്ങളാണ് വി ടിയെ ഈ നടപടിക്ക് പ്രേരിപ്പിച്ചതെന്നും ചില വിമർശകർ പറയുന്നു. ശ്രീദേവി വിധവയോ പീഡിതയായ സപത്നിയോ ഒന്നും ആയിരുന്നില്ല എന്നും അങ്ങനെ ആയിരുന്നു എങ്കിൽ വി ടിയുടെ വാദത്തിൽ കഴമ്പുള്ളതായി കരുതാമായിരുന്നു എന്നും വിമർശകർ ചൂണ്ടിക്കാട്ടുന്നു. ഈ രണ്ട് വീക്ഷണങ്ങളിൽ ഏതാണ് കൂടുതൽ ശരിയെന്ന് നിർണയിച്ചു പറയാൻ പ്രയാസം. എങ്കിലും ആദ്യഭാര്യയോട് വി ടി പെരുമാറിയ രീതി അന്യായം ആണെന്നു തന്നെ തോന്നുന്നു. ഒരു പക്ഷേ, പിൽക്കാലത്ത് വി ടിയിൽ രാഷ്ട്രീയവും ദാർശനികവും ആയ നിലപാടുകളിൽ വന്ന് അപഭ്രംശത്തിന്റെ ഒരു മുൻകൂർ ദർശനമായിരിക്കുമോ ഇതെന്നും സംശയം തോന്നാം.

മുന്നേറ്റം മറ്റൊരുവഴിക്ക്

നേരത്തെ സൂചിപ്പിച്ചതുപോലെ 1930 കളുടെ അവസാനവും നാല്പതുകളുടെ ആദ്യവും ആയപ്പോഴേക്കും നമ്പൂതിരിമാരുടെ ഇടയിലെ അനാ

ചാരങ്ങളും അന്ധവിശ്വാസങ്ങളും അപ്പാടെ അസ്തമിച്ചു എന്ന് പറയാൻ നിവർത്തി ഇല്ലെങ്കിലും പരിവർത്തനത്തിന്റെ പ്രവാഹം ആരംഭിക്കുകയും അപ്രതിഹതമായി തുടരുകയും ചെയ്തു കൊണ്ടിരുന്നു. ലോകരാഷ്ട്രീയത്തിലും ഇന്ത്യൻ രാഷ്ട്രീയത്തിലും വന്നുകൊണ്ടിരുന്ന വമ്പിച്ച മാറ്റങ്ങൾ സമുദായ പരിഷ്കർത്താക്കളെ അതിലേക്ക് ആകർഷിച്ചു. 1935 ലെ 'ഇന്ത്യാസർക്കാർ ആക്ട്' പ്രവിശ്യകൾക്ക് നൽകുന്ന സ്വയംഭരണാവകാശം അംഗീകരിക്കണമോ വേണ്ടയോ എന്നത് ദേശീയപ്രസ്ഥാനത്തിൽ വിവാദം ആയി. ഗാന്ധിയുടെ മിതവാദവും നെഹ്റുവിന്റെ സോഷ്യലിസവും സുഭാഷ്ബോസിന്റെ വിട്ടുവീഴ്ചയില്ലാത്ത സമരാവേശവും ജയപ്രകാശിന്റെ സി എസ് പിയും 1934 ൽ മീറത്ത് ഗൂഢാലോചനകേസിലെ പ്രതികൾ മോചിപ്പിക്കപ്പെട്ടതോടെ നിയമവിരുദ്ധമായിട്ടെങ്കിലും കമ്മ്യൂണിസ്റ്റ് പാർട്ടിയുടെ പ്രവർത്തനവും മറ്റും ഒരു പുതുയുഗത്തിന്റെ നാന്ദി കുറിച്ചു. ഈ പുതിയ സംഭവവികാസങ്ങളും യോഗക്ഷേമസഭയ്ക്ക് അകത്തുതന്നെയുള്ള ഭിന്നതകളും നമ്പൂതിരി നവോത്ഥാന പ്രവർത്തകരിൽ വളരെപ്പേരെ കോൺഗ്രസിലേക്കും അതിലെ ഇടതുപക്ഷത്തിലേക്കും നയിച്ചു.

> നമ്പൂതിരി സമുദായപ്രസ്ഥാനത്തിൽ 1935-ഓടെ ഉണ്ടായ മാന്ദ്യവും തുടർന്ന് മിതവാദികളും യാഥാസ്ഥിതികരും സഭാനേതൃത്വം കൈയടക്കിയതുമെല്ലാം നമ്പൂതിരിപരിഷ്കരണപ്രസ്ഥാനത്തെ പിറകോട്ടടിപ്പിച്ചു. പലരും പ്രസ്ഥാനത്തിന്റെ നേതൃത്വത്തിൽ നിന്നുവിട്ട് പൊതുരംഗത്തേക്കും സാമൂഹ്യരാഷ്ട്രീയരംഗത്തേക്കും പോയി. ഒരു വലിയ വിഭാഗം പ്രവർത്തകർ ദേശീയപ്രസ്ഥാനത്തിലും പ്രത്യേകിച്ച് അതിന്റെ ഇടതുപക്ഷ വിഭാഗത്തിന്റെ അനുയായികളും പ്രവർത്തകരുമായി മാറി. ഇ എം എസ്, ഐ സി പി നമ്പൂതിരി തുടങ്ങിയവർ ഉദാഹരണം. നമ്പൂതിരിസമുദായത്തിലെ പരിഷ്കർത്താക്കളിൽ പലരും വിശേഷിച്ചു പുതിയ തലമുറ കമ്മ്യൂണിസ്റ്റ് പക്ഷത്ത് നില്ക്കാനുള്ള കാരണം തങ്ങളുടെ ജാതീയമായ ശുദ്ധിയും സവിശേഷാധികാരവും നിലനിർത്താൻ ശ്രമിച്ച നമ്പൂതിരി യാഥാസ്ഥിതികർ എല്ലായ്പോഴും സാമൂഹികസാമ്പത്തിക കാര്യങ്ങളിൽ കോൺഗ്രസ് പക്ഷത്തായിരുന്നതാണ് (Mencher, Journal of Asian and African studies, vol. 1.1966: 193). ഇക്കാലത്ത് എല്ലാ അർത്ഥത്തിലും ഊർജ്ജസ്വലത നഷ്ടപ്പെട്ട അവസ്ഥയിലായിരുന്നു നമ്പൂതിരിപരിഷ്കരണപ്രസ്ഥാനം. പ്രസ്ഥാനത്തിലെ യുവതലമുറയിൽ കമ്മ്യൂണിസ്റ്റ് അനുഭാവം ഉണ്ടായതിനെക്കുറിച്ചുള്ള മറ്റൊരഭിപ്രായം നോക്കുക: നമ്പൂതിരി പരിഷ്കരണപ്രസ്ഥാനത്തിന്റെ ലക്ഷ്യം പഴമയെ ഇല്ലാതാക്കുക എന്നതായിരുന്നു. ഇതിന് ഏറ്റവും തടസ്സമായി നിന്നത് നാടുവാഴികളായിരുന്നു. അവർക്ക് കൂട്ടുനിന്നതാകട്ടെ സാമ്രാജ്യത്വവും. ഇവയ്ക്കെതിരെയുള്ള സംഘടിതശക്തി കമ്മ്യൂണിസ്റ്റുകാരായിരുന്നു. അതു

കൊണ്ടാണ് യുവജനസംഘത്തിൽ കമ്മ്യൂണിസ്റ്റ് സ്വാധീനം ഉണ്ടായത് (അഭിമുഖം, എം ആർ ഭട്ടതിരിപ്പാട്, പുറം 170).

ഈ പ്രസ്ഥാനത്തിന്റെ മൂന്നാം ഘട്ടം എന്നുപറയുന്നത് 1944 ഡിസംബറിലെ ഓങ്ങല്ലൂർ പുനഃസംഘടനയാണ്. ഇതിനുകാരണം വ്യക്തമായ ചില രാഷ്ട്രീയ ഉദ്ദേശ്യമായിരുന്നു. ഇക്കാലമാകുമ്പോഴേക്കും ദേശീയപ്രസ്ഥാനത്തിലെ ഇടതുവലതു വിഭാഗങ്ങൾ വ്യക്തമായ രണ്ടുചേരികളായി മാറിക്കഴിഞ്ഞിരുന്നു. കേരളത്തിൽ ഇക്കാലത്ത് കമ്മ്യൂണിസ്റ്റ് പാർട്ടി രൂപപ്പെടുത്തിയ ഒരു രാഷ്ട്രീയ കാഴ്ചപ്പാടിന്റെ ഫലമാണ് ഈ പുനഃസംഘടന. ജാതിസംഘടനകളെ ഇടതുപക്ഷത്തേക്ക് നയിക്കുകയാണ് വേണ്ടതെന്ന കാഴ്ചപ്പാടാണ് ഇതിലുണ്ടായിരുന്നത്. (പുറം 140–141, *കേരളീയ നവോത്ഥാനവും നമ്പൂതിരിമാരും*, കോട്ടയം, 2001)

1937 ൽ പി കൃഷ്ണപിള്ള സെക്രട്ടറിയായും ഇ എം എസ് നമ്പൂതിരിപ്പാട്, കെ ദാമോദരൻ, എൻ സി ശേഖർ എന്നിവർ അംഗങ്ങളായും കേരളത്തിലെ പ്രഥമ കമ്മ്യൂണിസ്റ്റ് പാർട്ടിഘടകം രൂപീകരിക്കപ്പെട്ടതും തുടർന്ന് കോൺഗ്രസിന് അകത്തുള്ള ഇടതുവലതു മത്സരത്തിൽ ഇടതുപക്ഷക്കാർ സംഘടനയുടെ നേതൃത്വം പിടിച്ചടക്കിയതും 1939 ൽ രണ്ടാം ലോകമഹായുദ്ധം പൊട്ടിപുറപ്പെട്ടതും 1942 ൽ കമ്മ്യൂണിസ്റ്റ് പാർട്ടി നിയമവിധേയം ആയതും മറ്റും കേരളത്തിന്റെ രാഷ്ട്രീയ മുഖഛായയെ മാറ്റി തീർത്തു. 1938 ൽ തിരുവിതാംകൂർ സ്റ്റേറ്റ് കോൺഗ്രസ് ആരംഭിച്ച ഉത്തരവാദ പ്രക്ഷോഭവും 1941 ൽ കൊച്ചിപ്രജാമണ്ഡലം ആരംഭിച്ച ജനാധിപത്യ സമരങ്ങളും 1942 ലെ ക്വിറ്റ് ഇന്ത്യാസമരവും എല്ലാം നമ്പൂതിരി യോഗക്ഷേമസഭ പ്രവർത്തകരെ രാഷ്ട്രീയത്തിലേക്ക്, പ്രത്യേകിച്ച് ഇടതുപക്ഷ രാഷ്ട്രീയത്തിലേക്ക് ആകർഷിച്ചു.

എങ്കിലും വി ടി ഭട്ടതിരിപ്പാടും മറ്റുചിലരും ദേശീയ പ്രസ്ഥാനത്തിലും കോൺഗ്രസിലും കമ്മ്യൂണിസ്റ്റ് പാർട്ടിയിലും ഒക്കെ പ്രവർത്തിച്ചുകൊണ്ടു തന്നെ യോഗക്ഷേമ സഭ പ്രവർത്തനവും തുടർന്നു. കാലോചിതമായി യോഗക്ഷേമ സഭയുടെ ലക്ഷ്യങ്ങളിലും ശൈലിയിലും വന്നുകൊണ്ടിരുന്ന മാറ്റത്തിന്റെ തെളിവാണ് സജാതീയ വിവാഹം എന്ന ലക്ഷ്യം ഉപേക്ഷിച്ച് മിശ്രവിവാഹം എന്ന ലക്ഷ്യത്തിലേക്ക് 1940 കളോടെ പരിഷ്കർത്താക്കൾ നീങ്ങാൻ തുടങ്ങിയത്. മുമ്പ് സജാതീയ വിവാഹത്തിന്റെ വക്താവായിരുന്ന വി ടി 1940 കളോടെ മിശ്രവിവാഹത്തിന്റെ പ്രചാരകനായി. 1941 ൽ തന്റെ അനുജത്തി പാർവതിയെ നായർ സമുദായ അംഗമായ പി കെ രാഘവപണിക്കരെ കൊണ്ട് വിവാഹം കഴിപ്പിച്ച് നമ്പൂതിരി സമുദായത്തിലെ ആദ്യ പ്രതിലോമ മിശ്രവിവാഹം നടത്തി (മേൽജാതിക്കാരായ പുരുഷൻ കീഴ്ജാതിക്കാരിയെ വിവാഹം ചെയ്യുന്നതിനെ അനുലോമവിവാഹം എന്നുപറയുന്നു. നമ്പൂതിരിമാർ നായർസ്ത്രീകളെ വിവാഹം ചെയ്യുന്നത് അനുലോമം ആണ്). ഇതിനെ തുടർന്ന് തന്റെ ഭാര്യയുടെ അനുജത്തി പ്രിയദത്തയെ ഈഴവനായ കല്ലാട്ട് കൃഷ്ണനും

അനുജന്റെ മകളായ തങ്കമണിയെ തട്ടാനായ ശിവനും വിവാഹം ചെയ്ത് കൊടുത്ത് മാതൃക കാട്ടി. പിൽക്കാലത്ത് 1968 ൽ മിശ്രവിവാഹ പ്രചരണത്തിനായി 72-ാം വയസ്സിലും കേരള മിശ്രവിവാഹസംഘത്തിന്റെ ആഭിമുഖ്യത്തിൽ കാഞ്ഞങ്ങാട്ടുനിന്ന് ചെമ്പഴന്തി വരെ സാമൂഹ്യപരിഷ്കരണ ജാഥ നയിച്ചു.

ഇതിനിടെ യോഗക്ഷേമസഭയെ പുനരുദ്ധരിക്കാനും ഊർജസ്വലമാക്കാനും ഒരു ശ്രമം നടക്കുകയുണ്ടായി. സ്വാതന്ത്ര്യസമരത്തിന്റെ അന്തിമ ഘട്ടത്തോടെ അടുക്കുകയും പാക്കിസ്ഥാൻ വാദവും വർഗീയ വിഭാഗീയതയും വർധിച്ചുവരികയും ചെയ്തിരുന്ന സാഹചര്യത്തിൽ സകലമാന ജനകീയ സംഘടനകളും ഒത്തൊരുമിച്ച് സ്വാതന്ത്ര്യത്തിനുവേണ്ടി സമരം ചെയ്യണമെന്ന നയത്തിന്റെ ഭാഗമായി യോഗക്ഷേമ സഭ ഊർജിതപ്പെടുത്തുന്നതിന് കമ്മ്യൂണിസ്റ്റ് പാർട്ടിയും അനുകൂലമായിരുന്നു. ഈ സാഹചര്യത്തിലാണ് 1944 ഡിസംബറിൽ ഓങ്ങല്ലൂരിൽ വച്ച് യോഗക്ഷേമസഭയുടെ വാർഷികസമ്മേളനം ഇ എം എസിന്റെ അധ്യക്ഷതയിൽ ചേർന്നത്. വി ടിയുടെ ഒരു മുദ്രാവാക്യം തന്നെയാണ് ഇ എം എസ് അധ്യക്ഷ പ്രസംഗത്തിന്റെ തലവാചകമായി സ്വീകരിച്ചത്. 'നമ്പൂതിരിയെ മനുഷ്യനാക്കാൻ' ആ പ്രഭാഷണത്തിൽ എന്തെങ്കിലും തെറ്റുള്ളതായി കാണാൻ കഴിയില്ലെങ്കിലും ഒരു കാലഘട്ടത്തിൽ സാമൂഹ്യപരിഷ്കരണ യത്നങ്ങൾക്ക് നേതൃത്വം നൽകിയ സംഘടന കാലഹരണപ്പെട്ട പുതിയ പുതിയ സാഹചര്യത്തിൽ പുനരുദ്ധരിക്കാൻ ശ്രമിക്കേണ്ടതുണ്ടോ എന്ന പ്രശ്നം പാർട്ടിക്കകത്ത് വിവാദങ്ങൾ സൃഷ്ടിച്ചു. അങ്ങനെ ജാതി സംഘടനകളെ പുനരുദ്ധരിക്കുകയോ പ്രോത്സാഹിപ്പിക്കുകയോ ചെയ്യേണ്ടതില്ലാ എന്ന നിഗമനത്തിലാണ് പാർട്ടി സ്വയം വിമർശനത്തിലൂടെ ചെന്നെത്തിയത്. സ്ത്രീപീഢനങ്ങളേയും വിവേചനങ്ങളേയും അനാചാരങ്ങളേയും എതിർക്കുന്നതോടൊപ്പം നമ്പൂതിരിമാർ കൃഷി, കച്ചവടം, വ്യവസായം, കൈത്തൊഴിൽ മുതലായ പ്രവർത്തനമണ്ഡലങ്ങളിലേക്ക് തിരിയണമെന്നും പാട്ടവും വാരവും പിരിച്ച് അധ്വാനിക്കുന്ന കൃഷിക്കാരെ ദ്രോഹിച്ച് ചൂഷണം ചെയ്ത് ജീവിക്കുന്ന രീതി നിറുത്തണമെന്നും മറ്റുമുള്ള ഇ എം എസിന്റെ നിർദ്ദേശങ്ങൾ സമഗ്രമായ സാമൂഹ്യനവീകരണത്തിന് അനുഗുണമായിരുന്നു. വി ടിയുടെ മറ്റ് പഴയ യോഗക്ഷേമസഭാപ്രവർത്തകരും ഈ നയങ്ങൾക്ക് പിന്തുണ നൽകി.

1947 ആഗസ്റ്റ് 15 ന് ഇന്ത്യ സ്വതന്ത്രയായതോടെ രംഗം വീണ്ടും മാറിമറിഞ്ഞു. പഴയ ബ്രിട്ടീഷ് സേവകരും യാഥാസ്ഥിതികരും യഥാർഥ ദേശീയവാദികളെ പിന്തള്ളി യഥാർഥ കോൺഗ്രസ് നേതൃത്വത്തിലും ഭരണത്തിലും എത്തിയത് കെ കേളപ്പൻ, കെ എ ദാമോദര മേനോൻ, എം പി ഗോവിന്ദമേനോൻ, ആചാര്യ ജെ ബി കൃപലാനി തുടങ്ങിയ പലരേയും എന്ന പോലെ വി ടിയെയും വേദനിപ്പിച്ചു. 1942 ലെ സമരത്തിൽ പങ്കെടുത്തില്ല എന്ന ആക്ഷേപത്തെ മുൻനിറുത്തി കമ്മ്യൂണിസ്റ്റുകാരെ നേരത്തെ തന്നെ കോൺഗ്രസിൽ നിന്ന് പുറത്താക്കിയിരുന്നു. 1942 ലെ സമരത്തിന്

മുൻകൈ എടുത്ത കോൺഗ്രസ് സോഷ്യലിസ്റ്റുകാരെയും അച്ചടക്കം ഇല്ലാത്തവരെന്നു പറഞ്ഞ് പുറത്താക്കി. 1948–50 കാലത്ത് കമ്മ്യൂണിസ്റ്റ് പാർട്ടിയെ പല സംസ്ഥാനങ്ങളിലും നിരോധിക്കുകയും അവർക്ക് എതിരെ ഭീകര മർദനം അഴിച്ചുവിടുകയും ചെയ്തു. ഇവയെല്ലാം മുൻനിറുത്തി 1950 ൽ വി ടി കോൺഗ്രസിൽ നിന്ന് രാജി വച്ചു. എങ്കിലും പിന്നീടും പ്രവർത്തന നിരതമായ ഒരു ജീവിതം ആണ് അദ്ദേഹം നയിച്ചത്.

കെ ടി മുഹമ്മദ്, ഇ കെ അയമു, നിലമ്പൂർ അയിഷ, ചെറുകാട്, പവനൻ തുടങ്ങിയവർ നേതൃത്വം നൽകിയ മലബാർ കേന്ദ്രകലാസമിതിയുടെ നാടക നവോത്ഥാന യത്നങ്ങളിൽ വി ടി പ്രധാന പങ്ക് വഹിച്ചു.

ലേഖനമെഴുത്തും പുസ്തകരചനയും മിശ്രവിവാഹസംഘ പ്രവർത്തനവും മറ്റുമായിരുന്നു ഇക്കാലത്ത് വി ടിയുടെ മറ്റ് പ്രവർത്തന മേഖലകൾ. *കണ്ണീരും കിനാവും* എന്ന അദ്ദേഹത്തിന്റെ സുന്ദരമായ ആത്മകഥാകഥനം കേരള നവോത്ഥാനചരിത്രത്തിന്റെ പല ഇരുളടഞ്ഞ മൂലകളിലേക്കും പ്രകാശം വീശുന്നു. 1970 ൽ ഈ കൃതിക്ക് സാഹിത്യ അക്കാദമി പുരസ്കാരം ലഭിച്ചു. 1982 ഫെബ്രുവരി 12 ന് 86-ാം വയസ്സിൽ അദ്ദേഹം നിര്യാതനായി.

വി ടി യുടെ അവസാന വർഷങ്ങൾ ഇന്ത്യയിൽ ഹൈന്ദവ വർഗീയ ശക്തികൾ അടിയന്തരാവസ്ഥയെ തുടർന്ന് അധികാരത്തിൽ എത്തുകയും ഹിന്ദുത്വ പ്രചാരവേല ശക്തിയാർജിക്കുകയും ചെയ്തുകൊണ്ടിരുന്ന ഘട്ടമാണ് നേരത്തെ സൂചിപ്പിച്ച പോലെ വിപ്ലവകാരിയും യുക്തിവാദിയും അനാചാരാദികളുടെ കടുത്ത ശത്രുവും അമ്പലങ്ങൾക്ക് തീകൊടുക്കണം എന്ന് ആഹ്വാനം ചെയ്ത കലാപകാരിയും ആയിരുന്ന വി ടി, ഹിന്ദുരാഷ്ട്രവാദത്തിന്റെ മായാമോഹത്തിൽ കെണിഞ്ഞു പോയതായി അദ്ദേഹത്തിന്റെ ചില പ്രഖ്യാപനങ്ങളും പ്രവൃത്തികളും സൂചിപ്പിക്കുന്നു. അദ്ദേഹത്തിന്റെ ആരാധകരെ വളരെ വേദനിപ്പിച്ച ഒരപഭ്രംശം ആണത്. ഉദാഹരണത്തിന് നമ്പൂതിരിയെ മനുഷ്യനാക്കുക എന്ന ധീരനിർദേശം പുറപ്പെടുവിച്ച വി ടി "ഇന്നാവശ്യം മനുഷ്യനെ നമ്പൂതിരിയാക്കാനുള്ള ഒരു പ്രസ്ഥാനമത്രെ" എന്നുപോലും പ്രസ്താവിക്കുകയുണ്ടായി. ആർ എസ് എസിന്റെയും ബി ജെ പിയുടേയും ചില യോഗങ്ങളിൽ പങ്കെടുത്തതായും അവർക്ക് അനുകൂലമായ ചിലപരാമർശങ്ങൾ നടത്തിയതായും ആരോപണങ്ങൾ ഉണ്ട്. ഈ ആരോപണങ്ങൾ അടിസ്ഥാനരഹിതമാണെന്ന് വാദിക്കുന്നവരും. ഇല്ലാതില്ല.

> അഹിംസയിലും സത്യധർമങ്ങളിലും വിശ്വസിക്കുന്ന, വിദ്യയും വിനയവും ചേർന്ന ഒരു പുതിയ തലമുറയെ വാർത്തെടുക്കുന്നതിന്റെ മാർഗങ്ങൾ ചിന്തിക്കുവാൻ സാംസ്കാരികനായകന്മാരും സാഹിത്യകാരന്മാരും സാമൂഹികപ്രവർത്തകരും ഒത്തൊരുമിക്കണമെന്നത് വി ടി യുടെ അവസാനകാലത്തെ നിറവേറ്റപ്പെടാത്ത ഒരാശയായിരുന്നു. "നമ്പൂതിരിയെ മനുഷ്യനാക്കാൻ ശ്രമിച്ച വി ടി ഇന്ന് മനുഷ്യനെ നമ്പൂതിരിയാക്കാൻ ശ്രമിക്കുന്നു" എന്ന് അക്കിത്തം

> പറഞ്ഞത് ഈ ആഗ്രഹത്തെ മനസ്സിൽവെച്ചുകൊണ്ടായിരിക്കാം. മനുഷ്യജീവിതത്തിന്റെ ഒഴുക്ക് എന്നും മുന്നോട്ടുമാത്രമാണെന്ന് ഭാരതപ്പുഴയുടെ തീരത്തു ജനിച്ചു വളർന്ന വി ടിക്ക് നന്നായറിയാമായിരുന്നു. അങ്ങനെയൊരാൾ കുടുമവെച്ച് പൂണൂലിട്ട് ഒച്ചയാട്ടി നടക്കാൻ ജീവിതാന്ത്യത്തിലാഗ്രഹിച്ചിരുന്നുവെന്ന് അദ്ദേഹത്തിന്റെ ശത്രുക്കൾപോലും പറയുകയില്ലല്ലോ.
>
> (പുറം 106, *വി ടി ഒരു ഇതിഹാസം*, തൃശൂർ 1996)

ഈ വിവാദത്തിലേക്ക് ഇവിടെ പ്രവേശിക്കേണ്ടതില്ല. വാർധക്യത്തിന്റെ ദൗർബല്യങ്ങളും അപഭ്രംശങ്ങളും വി ടിയെ അവസാനത്തെ നാളുകളിൽ വഴിതെറ്റിച്ചു എന്നുള്ളത് ശരിയായാലും തെറ്റായാലും കേരളനവോത്ഥാനത്തിന്റെ ചരിത്രത്തിൽ അദ്ദേഹം വഹിച്ച നിസ്തുലമായ പങ്ക് വിസ്മരിക്കാനാവില്ല.

14 കൊച്ചിക്കായലിൽ കൊടുങ്കാറ്റുയർത്തിയ കെ പി വള്ളോൻ

കേരളത്തിന്റെ നവോത്ഥാന ചരിത്രത്തിൽ പ്രഥമഗണനീയനായി പരിഗണിക്കപ്പെടുന്ന അയ്യങ്കാളിയുടെ തൊട്ടടുത്ത തലമുറക്കാരനാണ് കെ പി വള്ളോൻ (1900–1940). കൊച്ചി കായലിൽ കൊടുങ്കാറ്റിളക്കിയ പ്രക്ഷോഭകാരി എന്ന് സൂചിപ്പിച്ചെങ്കിലും അദ്ദേഹത്തിന്റെ പ്രവർത്തനത്തിന്റെ അലകൾ പഴയകൊച്ചി രാജ്യത്തിന്റെ അതിർത്തികൾക്കകത്ത് ഒതുങ്ങി നിന്നില്ല. തന്റെ വഴികാട്ടിയായിരുന്ന അയ്യങ്കാളിയേക്കാൾ ഒരു വർഷം മുമ്പ് നാല്പതാമത്തെ വയസ്സിൽ വസൂരി രോഗം ബാധിച്ച ഉജ്ജ്വലമായ ആ ജീവിതം പിൽക്കാല തലമുറകൾക്ക് ഓർമയായി കലാശിച്ചിരുന്നില്ലെങ്കിൽ അദ്ദേഹത്തിന്റെ ശിഷ്യരിൽ പ്രമുഖനായ പി കെ ചാത്തൻ മാസ്റ്ററെപോലെ ഐക്യകേരളരൂപീകരണത്തിൽ പ്രമുഖനായി തീരുമായിരുന്നു. പ്രഥമ കേരള മന്ത്രിസഭയിലെ പ്രഗത്ഭനായ മന്ത്രിമാരിൽ ഒരാളായിരുന്ന ചാത്തൻമാസ്റ്റർ കെ പി വള്ളോന്റെ തട്ടകമായ പുലയമഹാസഭയിലൂടെ നേതൃത്വത്തിൽ എത്തി കമ്യൂണിസ്റ്റായിമാറിയ വ്യക്തിയാണ്. ചാത്തൻ മാസ്റ്ററുടെ ശിഷ്യരും സഹകാരികളും ആയിട്ടാണ് കേരളത്തിലെ മന്ത്രിയായിരുന്ന എം കെ കൃഷ്ണനനും ട്രേഡ് യൂണിയൻ നേതാവും കർഷകസംഘം നേതാവും ആയ പി കെ കുഞ്ഞച്ചൻ

എം പിയും അഖിലേന്ത്യാ കർഷകത്തൊഴിലാളി യൂണിയൻ ജനറൽ സെക്രട്ടറിയും ആയ പി കെ കൊടിയനും മറ്റും കേരളരാഷ്ട്രീയത്തിൽ ഉയർന്നു വന്നത്.

അയ്യങ്കാളി തിരുവിതാംകൂറിലും കെ പി വള്ളോനും പി കെ ചാത്തൻമാസ്റ്ററും പണ്ഡിറ്റ് കെ പി കറുപ്പനും മറ്റും കൊച്ചിയിലും സവർണമേധാവിത്വത്തിന് എതിരെ സമരം ചെയ്തു തുടങ്ങിയ കാലത്തെ ദളിതരുടെ അവസ്ഥയെകുറിച്ച് പി കെ ചാത്തൻമാസ്റ്റർ സ്വാനുഭവങ്ങളെ കൂടി മുൻനിറുത്തി ഇപ്രകാരം എഴുതുന്നു:

> മർദനങ്ങൾ, കുടിലുപൊളിച്ചു നശിപ്പിക്കൽ, സ്ത്രീകളെ മാനഭംഗപ്പെടുത്തൽ- ഇതെല്ലാം നിത്യസംഭവങ്ങളായിരുന്നു. ഇതിനുള്ള കാരണങ്ങൾ മിക്കവാറും ഒന്നുതന്നെ. അയിത്തവും അടിമത്തവും അരക്കിട്ടുറപ്പിക്കാൻ കച്ചകെട്ടി നിൽക്കുന്ന മേലാളർ ഒരു ഭാഗത്ത്. ഇതിൽ നിന്നും അൽപ്പാൽപ്പമായെങ്കിലും മോചനം നേടാൻ ശ്രമിക്കുന്ന അധഃകൃതർ മറുഭാഗത്ത്. പുലയനെ തല്ലാൻ പ്രത്യേകകാരണമൊന്നും വേണ്ടെന്ന ഭാവമാണ് അക്കാലത്ത് പലർക്കും. കുട്ടികൾ സ്കൂളിൽ ചേർന്നാൽ കുറ്റം. ഉടുമുണ്ട് അൽപ്പം ഇറക്കി ഉടുത്താൽ തെറ്റ്, സ്ത്രീകൾ മാറുമറയ്ക്കാൻ ശ്രമിച്ചാൽ ശിക്ഷ. യുവാക്കൾ മുടി ക്രോപ്പു ചെയ്താൽ ധിക്കാരം. വഴിമാറിക്കൊടുത്താലും പോര, അകലത്തിൽവെച്ചുതന്നെ തിരിച്ചറിയാൻ 'ഹാഹോ' വിളിക്കുകയും വേണം. ജോലി ചെയ്താൽ കൂലി ചോദിക്കാൻ പാടില്ല. കൂലി തന്നില്ലെങ്കിലും പണി ചെയ്യണം. അമ്മപെങ്ങമാർ മേലാളർക്ക് വിധേയരാവുകയും വേണം-ഇതെല്ലാമായിരുന്നു ആ കാലഘട്ടത്തിൽ പുലയരുടെ ദുർഗതി. (*കെ പി വള്ളോൻ* സ്മരണിക, 1981, തിരുവനന്തപുരം)

സവർണരേക്കാൾ താഴെ എങ്കിലും പുലയരാദി ദളിതരേക്കാൾ ഉയർന്നവരായി പരിഗണിക്കപ്പെടുന്ന മത്സ്യബന്ധന തൊഴിലാളികളാണ് വാലന്മാർ. സാഹിത്യകാരനും നവോത്ഥാന നായകനും കെ പി വള്ളോന്റെ മാർഗദർശികളിൽ ഒരാളുമായിരുന്ന കവിതിലകൻ പണ്ഡിറ്റ് കെ പി കറുപ്പൻ കൊച്ചിയിലെ അന്നത്തെ ദളിതരുടെ ദുരവസ്ഥയെകുറിച്ച് സെർവെന്റ്സ് ഓഫ് ഇന്ത്യ സൊസൈറ്റിയുടെ പ്രസിഡന്റ് ദേബാറിന് 1936 ൽ എഴുതിയ ഒരു വിവരണത്തിൽ ഇപ്രകാരം പറയുന്നു:

> **വിദ്യാലയങ്ങളിൽ**
>
> അന്ന്, എ ഡി 1909 ൽ കൊച്ചിയിലെ വിദ്യാലയങ്ങളിൽ ഒന്നിലും അധ:കൃതരുടെ ഒരു കുട്ടിപോലും വിദ്യാഭ്യാസം ചെയ്തിരുന്നില്ല. കറുത്തുമുഷിഞ്ഞ ഒറ്റമുണ്ടോടുകൂടിയല്ലാതെ ഒരു പുലയനേയും ഞാൻ കണ്ടിട്ടില്ല. അധ:കൃത സ്ത്രീകൾ എല്ലാവരും തന്നെ അർദ്ധ

നഗ്നകളായിരുന്നു. ചില ദിക്കിൽ പുലയസ്ത്രീകളും പുല്ലുകൊണ്ടാണവരുടെ നഗ്നതമറച്ചിരുന്നത്.

അന്ന് എന്റെ അറിവിൽ ഒന്നോ രണ്ടോ കുടുംബക്കാർക്കു മാത്രമേ കല്ലിട്ടു ചമച്ച ഭവനങ്ങൾ ഉണ്ടായിരുന്നുള്ളു. മറ്റെല്ലാ അധഃകൃതരും വയൽവക്കുകളിലെ പാഴ്മാടങ്ങളിലാണ് അധിവസിച്ചിരുന്നത്.

അയിത്തം

പൊതുനിരത്തുകളിൽക്കൂടി അവർക്കു സഞ്ചരിക്കുവാൻ സ്വാതന്ത്ര്യം ഉണ്ടായിരുന്നില്ല. ജാതിയുടെ പേരിലുള്ള ക്ലേശങ്ങൾ നിരവധിയായിരുന്നു. നമ്പൂതിരിമാർ നായൻമാരെയും അകറ്റിനിർത്തി. നായരും നമ്പൂതിരിയും ചേർന്ന് തീയ്യൻമാരെയും വാലൻമാരെയും അടിച്ചമർത്തി. നമ്പൂതിരിയും നായരും കൂടി ഞങ്ങളെ (വിദ്യാഭ്യാസത്തിൽ പിന്നോക്കം നിൽക്കുന്ന ഈഴവർ, അരയർ മുതലായവർ)യും ജാതിയുടെ പേരിൽ ഉപദ്രവിക്കുവാൻ സന്ദർഭം കിട്ടുമ്പോളൊക്കെ ശ്രമിച്ചുവന്നു. നമ്പൂതിരിയും നായരും ഞങ്ങളും ഒരുമിച്ച് ഈ പാപകർമം സമാഹരിച്ചിരുന്നു. ഈ സമുദായങ്ങളെല്ലാം ഒത്തുചേർന്ന് അധഃകൃതരെ അടിച്ചമർത്തി. ഒരു പുലയന് ഒരു നമ്പൂതിരിയുമായുള്ള തീണ്ടൽ 64 അടിയാണ്. സൗകര്യം കിട്ടുന്ന പക്ഷം ഒരു പുലയനു അത്രതന്നെ അകറ്റിനിറുത്തി ജാത്യാചാരത്തെ പരിപാലിച്ചാൽ കൊള്ളാമെന്നുള്ള യാഥാസ്ഥിതികൻമാർ ഈ കേരളത്തിന്റെ അവിടെയുമിവിടെയുമായി ഇന്നും ധാരാളം കാണാം. അന്ന് തീണ്ടലിന്റെ അല്ലെങ്കിൽ അയിത്തത്തിന്റെ പേരിൽ അപമാനം അനുഭവിക്കാത്ത അധഃകൃതൻമാരില്ലെന്നും അവർണരിൽ പോലും ഒരാളെങ്കിലും ഉണ്ടായിരുന്നുവോ എന്ന് എനിക്ക് സംശയമാണ്. അയിത്തത്തിന്റെ പേരിൽ ഞാൻ തന്നെ അനുഭവിച്ചിട്ടുള്ള സങ്കടങ്ങളെക്കുറിച്ച് ഞാൻ *സഹോദരൻ* എന്ന പത്രത്തിൽ ഒരു ലേഖന പരമ്പര പ്രസിദ്ധീകരിച്ചിട്ടുണ്ട്. അതു വായിക്കാനിടയായാൽ ദയാലുവായ അങ്ങു കരഞ്ഞുപോകും. ഞങ്ങളുടെ സ്ഥിതിതന്നെ അങ്ങനെയാണ് എങ്കിൽ അധഃകൃതരുടെ സ്ഥിതി പിന്നെ പറയേണ്ടതുണ്ടോ?

അതിനു കിട്ടുന്ന സമാധാനം "ഞാൻ ഇന്ന മുതലാളന്റെ അടിമയാണ്"എന്നതായിരിക്കും. പ്രസ്തുതകാലത്തിനു കുറെക്കൂടി ഭൂതകാലത്തിലേക്കു നമ്മളുടെ ദൃഷ്ടിയെ വിനിയോഗിക്കുന്ന പക്ഷം നമ്മൾ അവിടെ കാണുന്ന കാഴ്ച വളരെ ദയനീയവും ഭയങ്കരവുമായിരിക്കും. കേരളത്തിൽ നടന്നിട്ടുള്ള ഈ മനുഷ്യമർദനത്തെ അതിശയിക്കത്തക്ക ഒരു സംഭവം ആഫ്രിക്കയിൽ നടന്നിട്ടുള്ളതായി ഞാൻ വായിച്ചിട്ടുണ്ടെന്നല്ലാതെ മറ്റൊന്നും പറയുവാൻ

> കാണുന്നില്ല. സവർണരിലോ, ക്രിസ്ത്യാനികൾ മുതലായ മറ്റു മതക്കാരിലോ ഒരുത്തൻ കടക്കാരനായിട്ട് അവന്റെ സ്വത്തുക്കൾ കോടതി കൽപ്പനപ്രകാരം ജപ്തി ചെയ്യുമ്പോൾ അവന്റെ ഭവനത്തിലെ ഇളകുന്ന പണ്ടങ്ങളേയും പശുക്കളേയും കൊണ്ടുപോകുന്ന കൂട്ടത്തിൽ അടിമകളായ പുലയരേയും ജപ്തിചെയ്തുകൊണ്ടുപോകുക പതിവായിരുന്നു. വിളക്ക്, ചെമ്പ്, കലം മുതലായ ഇളകുന്ന പണ്ടങ്ങൾ മാറ്റിവച്ചു ലേലം വിളിക്കുന്നതുപോലെ പുലയരേയും പുലയസ്ത്രീകളേയും മാറ്റിനിറുത്തി ഒരുറുപ്പികയ്ക്കും ഒരുറുപ്പിക എട്ടണയ്ക്കും ലേലം വിളിച്ചിരുന്നു എന്നു കേൾക്കുമ്പോൾ അവിടയ്ക്കു അത്ഭുതം ഉണ്ടാവാതിരിക്കയില്ല. (ടി പുസ്തകം)

വള്ളോന്റെ ബാല്യവും കൗമാരവും

ഈ സാഹചര്യങ്ങളിലാണ് കെ പി വള്ളോൻ 1900 ജനുവരി 2 ന് കൊച്ചി കായലിലെ ഒരു ചെറിയ ദ്വീപായ മുളവുകാട് ദ്വീപിൽ കോലോട്ടു വീട്ടിൽ പിഴങ്ങന്റെയും മാലയുടെയും ഏകപുത്രനായി ജനിച്ചത്.

ചാത്തൻമാസ്റ്ററും കറുപ്പനും വിവരിച്ച പോലെ ദുരിതമയമായിരുന്നു കേരളത്തിലെ ഇതരഭാഗങ്ങളിലെ പോലെ കൊച്ചിയിലേയും ദളിതരുടെ ജീവിതം എങ്കിലും മുളവുകാട് പോലുള്ള കൊച്ചി കായലിലെ ഒറ്റപ്പെട്ട ചെറുദ്വീപുകളിലെ സ്ഥിതി അല്പം വ്യത്യാസമായിരുന്നു. സമൂഹത്തിലെ മുഖ്യധാരയിൽ നിന്നും അകന്ന് ആധുനിക ജീവിതസൗകര്യങ്ങൾ ഒന്നും ഇല്ലാത്ത ഈ ദ്വീപുകളിൽ മേൽജാതിക്കാരും ഭേദപ്പെട്ടവരും പാർക്കാറില്ലായിരുന്നു. എങ്കിലും അവിടുത്തെ ഭൂമി മിക്കവാറും അവരുടേത് തന്നെയായിരുന്നു. അവിടെ പാട്ടത്തിനോ വാരത്തിനോ ഭൂമി എടുത്ത് കൃഷി ചെയ്തും കൂലിപ്പണി ചെയ്തും മീൻപിടുത്തം, ചെത്ത് മുതലായ തൊഴിലുകളിൽ ഇടപെട്ടും കഴിഞ്ഞ ദളിതരും ഈഴവരും മുക്കുവരും മറ്റുമായിരുന്നു സ്ഥിരതാമസക്കാർ. മേൽജാതിക്കാരുടെ ശല്യം പാട്ടവും വാരവും പിരിക്കിലും മറ്റ് ചൂഷണങ്ങളിലും ഒതുങ്ങി നിന്നു. ഈ സ്ഥിതിഗതികൾ ദളിതർക്കു വൻകരയിൽ പാർക്കുന്നവരേക്കാൾ ശുദ്ധവായു ശ്വസിക്കാനും തല ഉയർത്തി പെരുവഴികളിലൂടെ നടന്നു പോകാനും മറ്റും സാഹചര്യം ഒരുക്കി. ഇതോടൊപ്പം അവിടെ ഉണ്ടായിരുന്ന ചുരുക്കം കുടിപ്പള്ളിക്കൂടങ്ങളിൽ ചേർന്ന് ചെത്തുകാരും മറ്റുമായ ആശാന്മാരിൽ നിന്ന് അക്ഷരാഭ്യാസം നേടാനും അവർക്ക് കഴിഞ്ഞിരുന്നു. ഇതിന്റെ ഫലമായി വൻകരയിലെ ദളിതരേക്കാൾ ശുദ്ധമായി മലയാളം സംസാരിക്കാനും അല്പസ്വല്പം എഴുതാനും അറിയാവുന്നവർ ഈ ദ്വീപുകളിൽ ഉണ്ടായിരുന്നത് സന്ദർശകരെ പലപ്പോഴും വിസ്മയിപ്പിച്ചിട്ടുണ്ട്. വള്ളോന്റെ പിതാവ് പിഴങ്ങൻ ആയുർവേദ ചികിത്സകൾ നിശ്ചയിക്കുകയും കഷായകുറിപ്പടികൾ നേരിട്ട് എഴുതികൊടുക്കുകയും അതിന്

സവർണരിൽ നിന്നു പോലും ദക്ഷിണ വാങ്ങുകയും ചെയ്തിരുന്നതായി പറയപ്പെടുന്നു. ഈ സവിശേഷ അന്തരീക്ഷം അക്ഷരവിദ്യയുടെ ബാല പാഠങ്ങൾ പഠിക്കാൻ വള്ളോന് സഹായകമാവുകയും ചെയ്തു. കുടിപ ള്ളിക്കൂടത്തിൽ അക്ഷരമാലയും അങ്കഗണിതവും മറ്റും പഠിച്ചശേഷം കായലിന് അക്കരെയുള്ള ചേരാനെല്ലൂരിലെ ഒരു സ്വകാര്യ വിദ്യാലയ ത്തിൽ ചേർന്ന് പഠിത്തം തുടർന്ന വള്ളോൻ ഇന്നത്തെ പ്രാഥമിക വിദ്യാ ഭ്യാസം നൽകുന്ന കഴിവുകൾ ഒക്കെ നേടി. കുറേ വഴി വള്ളത്തിൽ തുഴ ഞ്ഞുപോയശേഷം ചതുപ്പുപ്രദേശങ്ങൾ താണ്ടിയുള്ള നടത്തത്തിന്റെ ബുദ്ധിമുട്ടുകൾ മൂലം ചേരാനെല്ലൂരെ പഠിത്തം നിറുത്തി. തുടർന്ന് കുറ ച്ചുകാലം ചില ആശാന്മാരെ വീട്ടിൽ വരുത്തി സിദ്ധരൂപവും അമരകോ ശവും മറ്റും പഴയ പഠനക്രമത്തിൽ പഠിച്ചുവന്നു.

ഈ വിദ്യാഭ്യാസപരിപാടി അധികനാൾ തുടരാൻ കഴിയുന്നതായി രുന്നില്ല മറ്റു ദളിതകുമാരന്മാരുടെ എന്നപോലെ വള്ളോന്റെയും കുടും ബസ്ഥിതി. പതിന്നാല് വയസ്സുമുതൽ കൂലിപണിക്ക് പോകുവാൻ തുട ങ്ങിയ വള്ളോൻ നാട്ടിലും ചുറ്റുപാടും ഉള്ള കാർഷികവേലകളിൽ ആണ് ആദ്യം ഇടപെട്ടത്. അക്കാലത്ത് എറണാകുളം കായലോരത്ത് കരിങ്കൽ ചിറ പണിയുന്ന പദ്ധതി ആരംഭിച്ചിരുന്നു. കരിങ്കൽ വേല അറിയാവുന്ന വർ നാട്ടിലധികം പേർ ഇല്ലാതിരുന്നതിനാൽ തമിഴ്നാട്ടിൽനിന്നുമാണ് തൊഴിലാളികളെ കൊണ്ടുവന്നിരുന്നത്. അവരെ സഹായിക്കാൻ നാട്ടു കാരെയും എടുത്തിരുന്ന കൂട്ടത്തിൽ വള്ളോനും പണിക്കാരനായി കൂടി. കാലക്രമേണ വള്ളോനും മറ്റ് നാട്ടുകാരായ തൊഴിൽക്കാരും കരിങ്കൽ പണിയിൽ വൈദഗ്ധ്യം നേടുകയും ചെയ്തു. മുളവുകാട് തുടങ്ങിയ ഒറ്റ പ്പെട്ട ഗ്രാമങ്ങളിലെ പരമ്പരാഗത തൊഴിലുകൾ ഉപേക്ഷിച്ച് പുതിയതൊ ഴിൽ മേഖലകളിൽ ഏർപ്പെടുകയും പുതിയ നിർമാണ പ്രവർത്തനങ്ങ ളിൽ വൈദഗ്ധ്യം നേടുകയും നഗരങ്ങളുടെ അന്തർഭാഗത്തേക്കുള്ള പ്രവേ ശനത്തിന് തടസ്സങ്ങൾ ഉണ്ടായിരുന്നു എങ്കിലും പ്രാന്തപ്രദേശത്ത് നിന്ന് നഗരങ്ങളുമായി പരിചയപ്പെടുന്നതിലൂടെ ഹൃദയവികാസം നേടുകയും മറ്റും ചെയ്തത് ദളിതരുടെ ഉന്നമനത്തിന് സഹായകമായി. ചാത്തൻമാ സ്റ്റർ അതേക്കുറിച്ച് ഇപ്രകാരമാണ് വിലയിരുത്തുന്നത്:

> പട്ടണത്തിലെ കായലോരത്തെ കല്ലുപണി പുലയയുവാക്കളുടെ മനസ്സിൽ പുതിയ ആശകളുടേയും ആശയങ്ങളുടേയും വിത്തു പാകി. പട്ടണത്തിലെ പരിഷ്കാരങ്ങൾ കായലോരത്തു നിന്ന് കാണാം. യാഥാർത്ഥ്യമെന്തെന്നറിയാൻ പട്ടണത്തിൽ കാൽ കുത്താൻ പാടില്ല. തമിഴന് അതാകാം. ഇതരജാതിക്കാർക്കും പുല യർക്കും മാത്രം പട്ടണപ്രവേശനം നിഷിദ്ധം. ഇതിനൊരു പരിഹാരം കാണാൻ പുലയയുവാക്കൾ ഒറ്റയ്ക്കും കൂട്ടായും ആലോചിച്ചു.
>
> പണിക്ക് പോകാറുള്ളത് വള്ളം തുഴഞ്ഞായിരുന്നു. വഞ്ചിപ്പാട്ട്

> അവർക്ക് ഉന്മേഷം നൽകി, എഴുത്തും വായനയും വശമാക്കിയ പുലയർ വഞ്ചിപ്പാട്ടിലൂടെ ഇതര പദ്യാവലികളിലേക്കും കടന്നു ചെന്നു. അങ്ങനെയാണ് അപ്രകാശിതമെങ്കിലും അക്കാലത്ത് പ്രചാരം നേടിക്കഴിഞ്ഞ *ജാതിക്കുമ്മി* അവരെ വശീകരിച്ചത്. *ജാതിക്കുമ്മി*യിലെ ഈരടികൾ അവർ മനപ്പാഠമാക്കി. ആശാൻ കവിതകൾക്ക് എത്രയോ മുമ്പ്.!
>
> *ജാതിക്കുമ്മി*യുടെ രചയിതാവായ പണ്ഡിറ്റ് കെ പി കറുപ്പനെ നേരിൽ കാണാനും ശിഷ്യപ്പെടാനും അവർ തീരുമാനിച്ചു. അദ്ദേഹത്തിന്റെ താമസസ്ഥലം അവർ അന്വേഷിച്ചറിഞ്ഞു. പട്ടണത്തിലാണെങ്കിലും കായലുമായി ബന്ധപ്പെട്ടു കിടക്കുന്ന പടിക്കത്തുകുളം തോടിന്റെ കരയിലായിരുന്നു അദ്ദേഹത്തിന്റെ വീട്. വഞ്ചിയിൽ യാത്ര ചെയ്ത് അവിടെ എത്താമായിരുന്നു. പുലയയുവാക്കൾ കറുപ്പൻ മാസ്റ്ററെ പല പ്രാവശ്യം കണ്ടു. ഭാവിപ്രവർത്തനങ്ങൾക്ക് രൂപം നൽകാൻ ഇത് സഹായകമായി. സംഘടനയാണ് ആവശ്യമെന്ന് അവർക്ക് ബോദ്ധ്യമായി. (പുറം 96-97, ടി പുസ്തകം)

കടലലകളിൽ ആലോലമാടിയ കൂട്ടായ്മ

ക്ഷേത്രപ്രവേശന പ്രക്ഷോഭത്തിന് മുന്നോടി ആയി കൊച്ചിയിൽ പുലയർ ആരംഭിച്ചത് പട്ടണപ്രവേശനത്തിന് വേണ്ടിയുള്ള പ്രക്ഷോഭം ആയിരുന്നു. എറണാകുളം തൃപ്പൂണ്ണിത്തുറ മുതലായ നഗരങ്ങളിൽ കാലുകുത്താൻ ദളിതർക്കും വിശേഷിച്ച് അവരിൽ ഭൂരിപക്ഷക്കാരായ പുലയർക്കും അവകാശം ഉണ്ടായിരുന്നില്ല എന്ന് മുമ്പ് പ്രസ്താവിച്ചുവല്ലോ. നഗരത്തിൽ പ്രവേശിക്കാൻ കഴിയാത്തതിനാൽ ഈ ആവശ്യം ഉന്നയിച്ച് ഒരു പൊതുയോഗം ചേരാനോ സംഘടന കെട്ടിപ്പടുക്കാനോ കരയിലൊന്നും അനുവാദം ഇല്ലാത്തതിനാൽ കൊച്ചികായലും അറബിക്കടലും ബന്ധിക്കുന്ന സന്ധിപ്രദേശത്ത് വള്ളങ്ങൾ കൂട്ടികെട്ടി ആണ് കൊച്ചിയിൽ ആദ്യത്തെ പുലയമഹാസമ്മേളനം ചേർന്നത് എന്നത് ഇന്നത്തെ തലമുറയ്ക്ക് കൗതുകകരമായ വാർത്തയായിരിക്കും. 1913 ഒക്ടോബറിൽ നടന്ന ഈ ജലാശയ സമ്മേളനത്തിന് ഉപദേശനിർദേശങ്ങൾ നൽകിയത് പണ്ഡിറ്റ് കെ പി കറുപ്പനും സമ്മേളനത്തിൽ അധ്യക്ഷത വഹിച്ചത് അക്കാലത്തെ പ്രമുഖ ദളിത നേതാവ് കൃഷ്ണാതിയും ആയിരുന്നു. അന്ന് പതിന്നാല് വയസ്സ്മാത്രം ഉണ്ടായിരുന്ന വള്ളോൻ കാഴ്ചക്കാരനായി ഈ സമ്മേളനത്തിൽ പങ്കെടുത്തിരുന്നു.

ദളിതർക്ക് പട്ടണപ്രവേശനം അനുവദിക്കണം എന്നാവശ്യപ്പെടുന്ന ഒരു പത്രിക തയ്യാറാക്കി മഹാരാജാവിനു സമർപ്പിക്കാൻ സമ്മേളനം തീരുമാനിച്ചു. എന്നാൽ ഈ നിവേദനങ്ങൾ ഒന്നും ഫലം കാണാത്ത സ്ഥിതിക്ക്

ഒരു സമരമാർഗം ആവിഷ്കരിക്കാൻ കെ പി കറുപ്പനെ ചുമതലപ്പെടുത്തി. ആയിടയ്ക്ക് എറണാകുളം നഗരത്തിൽ ഒരു കാർഷികപ്രദർശനം ഉദ്ഘാടനം ചെയ്യാൻ മഹാരാജാവ് വരുമെന്ന് മനസ്സിലാക്കിയ കറുപ്പൻ മറ്റൊരു ജലാശയസമരം നടത്താൻ തീരുമാനിച്ചു. കായലിൽ വള്ളങ്ങളിൽ എത്തിയ ദളിതർ ചെണ്ട കൊട്ടി മഹാരാജാവിന്റെ ശ്രദ്ധ ക്ഷണിച്ചു. ഈ പ്രക്ഷോഭത്തിന്റെ നായകരിൽ ഒരാളാണ് പണ്ഡിറ്റ് കറുപ്പൻ എന്ന് മനസ്സിലാക്കിയ മഹാരാജാവ് പ്രശ്നത്തിന്റെയും പരാതിയുടെയും വിശദാംശങ്ങൾ എഴുതിസമർപ്പിക്കാൻ കറുപ്പനോട് ആവശ്യപ്പെട്ടു. കറുപ്പൻ അപ്രകാരം ചെയ്തതിനെ തുടർന്ന് ഒരു പ്രത്യക്ഷ സമരം ഒഴിവാക്കാനായി ദളിതർക്ക് പട്ടണത്തിൽ പ്രവേശിക്കാം എന്ന് വിളംബരം പുറപ്പെടുവിച്ചതോടെ പ്രക്ഷോഭത്തിന്റെ ആദ്യഘട്ടം അവസാനിച്ചു.

ഈ വിജയം ദളിതരുടെ ആത്മവിശ്വാസത്തേയും ഐക്യബോധത്തേയും ഉണർത്തി അവരെ അടുത്തഘട്ടത്തിലേക്ക് നയിച്ചു. 1914 ഏപ്രിൽ അവസാനം എറണാകുളം സെന്റ് ആൽബേർട്ട്സ് ഹൈസ്കൂളിൽ നടന്ന സമ്മേളനത്തിൽ വച്ച് കൊച്ചി പുലയമഹാജനസഭ സ്ഥാപിക്കപ്പെട്ടു. രാജകുടുംബവുമായി അടുത്തബന്ധം ഉണ്ടായിരുന്നു എങ്കിലും അധ:സ്ഥിത വിഭാഗങ്ങളോട് അനുഭാവം പുലർത്തിവന്ന പൊതുകാര്യപ്രസക്തനും അധ:സ്ഥിതരുടെ ബന്ധുവും ആയിരുന്ന ടി കെ കൃഷ്ണമേനോൻ ആണ് യോഗത്തിൽ അധ്യക്ഷം വഹിച്ചത്. 1500 ഓളം ദളിതർ പങ്കെടുത്ത ഈ സ്ഥാപകയോഗത്തിന്റെ സൂത്രധാരന്മാർ കറുപ്പനും കൃഷ്ണാതിയുമായിരുന്നു.

എതിർപ്പുകളും കൃഷ്ണാതിയുടെ മതംമാറ്റവും

കൊച്ചി പുലയമഹാസഭയുടെ സ്വാധീനം അതിവേഗം പടരാൻ തുടങ്ങിയതോടെ അതിനെതിരെ മേൽജാതിക്കാരും ദളിതരെ മതംമാറ്റി സ്വയം കരുത്താർജിക്കാൻ നിയമിച്ച മിഷനറിമാരും പല ദുഷ്പ്രചരണങ്ങളും ആരംഭിച്ചു. ഈ എതിർപ്പുകളെക്കുറിച്ച് പണ്ഡിറ്റ് കറുപ്പൻ ഇപ്രകാരം വിവരിക്കുന്നു:

> പുലയരൊക്കെ സഭകൂടി. സവർണർക്കും അവർണർക്കും വലിയ പരിഭ്രമമായി. പുലയരൊക്കെ രാജപാതകളിൽക്കൂടി നടന്നുതുടങ്ങും. "അയിത്തമാകാതെ നമുക്കാർക്കും വഴിനടക്കുവാൻ ഇനി സാധിക്കുകയില്ല" പിന്നെ ചില കാരണവൻമാർ, "ആരെയും കുറ്റം പറയേണ്ട, ഇതൊക്കെ ഇങ്ങനെ എല്ലാവരും ഭവിഷ്യൽ പുരാണത്തിൽ പറഞ്ഞിട്ടില്ലേ! ഇതൊക്കെ കലിയുഗത്തിന്റെ ധർമ്മമാണ്" ഇങ്ങനെ പലരും പലവിധത്തിൽ അധിക്ഷേപിക്കുവാൻ തുടങ്ങി. ഇതിലെല്ലാറ്റിലും അസഹ്യവും സങ്കടകരവുമായിരുന്നു നിശ്ചിന്തൻമാരും ധൂർത്തൻമാരുമായ ചില ചട്ടമ്പികൾ ഈ പ്രവർത്തന

ത്തിന്റെ നേരെ പ്രയോഗിച്ചിരുന്ന ക്രൂരകൃത്യങ്ങൾ. രണ്ടാം സമ്മേളനദിവസം ഒരുകൂട്ടം ചട്ടമ്പികൾ വഴികളിൽ നിന്നുകൊണ്ട് സഭയ്ക്ക് വരുന്ന പുലയരെ ഓരോവിധം കാരണം പറഞ്ഞ് മടക്കുവാൻ തുടങ്ങി. "ചെല്ലൂചെല്ലൂ, എന്തിനാണു നിങ്ങളുടെ സഭ കൂടുന്നതെന്നു മനസ്സിലായിട്ടുണ്ടോ? നിങ്ങളെയെല്ലാം പിടിച്ചു കപ്പൽ കയറ്റി ആൻ്റമാൻ ദ്വീപിലേക്കയക്കാനാണ്. അവിടെ കുന്നുകളും മലകളും കാടുകളുമൊക്കെ വെട്ടിത്തെളിച്ചു കൃഷി ചെയ്യുവാൻ കിടക്കുന്നു. ആളില്ല, അതിനാണ് സഭകൂടി നിങ്ങളുടെ പേരെല്ലാം എഴുതി എടുക്കുന്നത്." അപ്പോൾ വേറൊരു തലയ്ക്കൽ മറ്റൊരു ചട്ടമ്പി, "എവിടേക്കാ പുലയൻമാരും പുലയസ്ത്രീകളും എല്ലാവരും കൂടി? ഓഹോ സഭ കൂടാൻ! പൊയ്ക്കോളൂ, പൊയ്ക്കോളൂ. എന്തിനാണെന്നോ സഭ കൂടുന്നത്. നിങ്ങളുടെ കൃഷി ആയുധത്തിനൊക്കെ കരം വെയ്ക്കുവാനാണ്. ഇതുവരെ അതുണ്ടായിരുന്നില്ലല്ലോ ഇനി അതും വെയ്ക്കും. അങ്ങനെവേണം കഴുതകൾക്ക്, ആരെന്നില്ല, എന്തെന്നില്ല കൊല്ലാൻ വിളിച്ചാലും തിന്നാൻ വിളിച്ചാലും ഒക്കെ വലിഞ്ഞു കയറും". വേറൊരു തലയ്ക്കൽ നിൽക്കുന്ന മറ്റൊരു ചട്ടമ്പി, സഭയ്ക്കുപോണ പുലയക്കൂട്ടത്തെകണ്ടിട്ട്, "നിൽക്കൂ, നിൽക്കൂ. എത്രപേരുണ്ടെന്നു നോക്കട്ടെ. ഓ! പത്തിരുന്നൂറിലധികം ആളുകൾ ഉണ്ടല്ലോ. ഇതുപോലെ പലവഴിക്കും എത്ര നൂറുപേർ ഇപ്പോൾ പോയിരിക്കണം. ഏതായാലും നമ്മുടെ സർക്കാരിന്റെ ശുക്രദശതന്നെ. പുരുഷന്മാർക്ക് തലപ്പണവും സ്ത്രീകൾക്ക് മുലപ്പണവും ഏർപ്പെടുത്തുവാനാണല്ലോ ഇപ്പോൾ സഭ കൂടുന്നത്. ഇതിൽനിന്നു ഗവൺമെന്റിനു വലിയൊരു സംഖ്യ പിരിഞ്ഞുകിട്ടാതിരിക്കില്ല."വേറൊരു ചട്ടമ്പി തന്റെ ഒരു കൂട്ടുകാരനോട്, "എടോ താൻ വരുന്നില്ലേ, നമുക്കും സെന്റ് ആൽബർട്ട് ഹൈസ്ക്കൂളിലേക്കുപോകാം. ഇന്നു നല്ലൊരു കാഴ്ചയുണ്ട്. വൈകുന്നേരം സഭ കഴിയുന്നതോടുകൂടി കുറെ തോണികൾ എറണാകുളം കായൽവക്കിലെത്തും. ഇന്ന് സഭയ്ക്ക് ഹാജരായിട്ടുള്ള എല്ലാ പുലയരേയും തോണിയിൽ കയറ്റി യുദ്ധസ്ഥലത്തേക്കുകൊണ്ടുപോകും. യുദ്ധത്തിനു സാമാനം ചുമപ്പിക്കുവാനും നിലയുറയ്ക്കാത്ത പാലത്തിന്, വെട്ടി നരബലികൊടുക്കുവാനും ഒക്കെ കുറെ മനുഷ്യരെ ആവശ്യമുണ്ട്. അതിനീ പുലയരെ അല്ലാതെ ആരെയാ ഇവിടെനിന്നും അയയ്ക്കുക". ഇമ്മാതിരി മിഥ്യാബോധനങ്ങൾ ഒട്ടധികം പുലയരെ മടക്കി അയയ്ക്കുവാൻ പര്യാപ്തങ്ങളായി. ഈ വക ചെപ്പിടികൾ കൊണ്ട് മടങ്ങാത്ത ചിലരെ ചട്ടമ്പികൾ ദേഹോപദ്രവം ചെയ്ത് മടക്കുകയും ഉണ്ടായിട്ടുണ്ട്! (ടി പുസ്തകം)

പുലയമഹാസഭയുടെ എതിരാളികൾക്ക് ലഭിച്ച മറ്റൊരു ഒരു വൻവിജയം കൃഷ്ണാതിയുടെ ക്രിസ്തുമതസ്വീകരണം ആണ്. 1917 ൽ മിഷണറിമാരുടെ പ്രലോഭനങ്ങൾക്ക് വഴങ്ങി കൃഷ്ണാതി മതം മാറിയതിനെ തുടർന്ന് ദളിതർ പ്രത്യേകംസംഘടിച്ച് സമത്വത്തിനുവേണ്ടി സമരം ചെയ്യുന്നത് വ്യർത്ഥമാണെന്നും മതപരിവർത്തനം കൊണ്ട് അത് അനായാസം നേടാമെന്നും ഉള്ള പ്രചാരണത്തിലേക്ക് കൃഷ്ണാതി നീങ്ങി. പുലയരുമായുള്ള ബന്ധങ്ങൾ എല്ലാം കൃഷ്ണാതി ഉപേക്ഷിച്ചു. പുലയമഹാസഭയുടെ പുരോഗതിക്ക് അങ്ങനെ ഒരു സ്തംഭനം നേരിട്ടു. അപ്പോഴേക്കും സഭയുടെ ഉത്തമസഹായി ആയിരുന്ന പണ്ഡിറ്റ് കറുപ്പൻ അധ്യാപക ജോലിയുടെ ഭാഗമായി തൃശൂരേക്കു സ്ഥലം മാറി പോവുകയും ചെയ്തു. അതും ഒരു ക്ഷീണക്കാരണമായി.

ഇതിനകം പതിനേഴാമത്തെ വയസിൽ വള്ളോൻ എളങ്കുന്നപ്പുഴ ഗ്രാമത്തിൽ നിന്ന് താര എന്ന പെൺകുട്ടിയെ വിവാഹം കഴിച്ചു (കെ വി കുമാരൻ, കെ വി രാജൻ, കെ വി കുഞ്ഞിക്കാവ് എന്നീ മൂന്ന് മക്കൾ വള്ളോൻ താര ദമ്പതികൾക്കുണ്ടായി). ഇവരിൽ കെ വി കുമാരൻ അഭിഭാഷകനും സമുദായപ്രവർത്തകനും പബ്ലിക് സർവീസ് കമ്മിഷൻ അംഗവുമായി പ്രവർത്തിച്ചിട്ടുണ്ട്.

എറണാകുളം കായൽഭിത്തി പണിയിൽ ഏർപ്പെട്ടതിനെ തുടർന്ന് കരിങ്കൽപ്പണിയിൽ വിദഗ്ധനായി തീർന്ന വള്ളോൻ കൊച്ചിയിൽ പല ഭാഗത്തും കരാറെടുത്ത് തൊഴിലാളികളെകൂട്ടി പണിചെയ്യിച്ചാണ് ഉപജീവനം കഴിച്ചത്. ഈ കരാർ വേലയ്ക്കായി പോകുന്നിടത്തെല്ലാം സാമൂഹ്യബന്ധങ്ങൾ സ്ഥാപിക്കാനും സൗഹൃദങ്ങൾ കെട്ടിപ്പടുക്കാനും വള്ളോന്റെ വ്യക്തിവൈശിഷ്ട്യങ്ങൾ സഹായകമായി. ശ്രീനാരായണ സന്ദേശങ്ങളിൽ ആകൃഷ്ടനായിരുന്ന വള്ളോൻ അനേകം ശ്രീനാരയണീയ പ്രസ്ഥാനപ്രവർത്തകരേയും ആകർഷിച്ചു. സവർണർ എന്ന പോലെ ഈഴവരും ദളിതരെ ചൂഷണം ചെയ്യുന്നതിലും ദ്രോഹിക്കുന്നതിലും വളരെ പിന്നിൽ ആയിരുന്നില്ല. ഈ ദ്രോഹങ്ങൾ അവസാനിപ്പിക്കാൻ പല ശ്രീനാരായണീയരായ ഈഴവ പ്രമുഖരെയും വിജയകരമായി ഇടപെടുവിക്കുവാൻ വള്ളോന് കഴിഞ്ഞിട്ടുണ്ട്.

ഉറച്ച യുക്തിവാദിയും നിരീശ്വരവാദിയും ആയിരുന്ന വള്ളോൻ അന്ധവിശ്വാസങ്ങൾക്കും അനാചാരങ്ങൾക്കും മന്ത്രവാദം തുടങ്ങിയ ദുർനടപടികൾക്കും എതിരായിരുന്നു. മന്ത്രവാദത്തിന്റെ നിരർഥകതയും അവിശ്വാസ്യതയും തെളിയിക്കാൻ വള്ളോൻ പല ചെപ്പടിവിദ്യകളും കൺകെട്ട് വേലകളും പരിശീലിച്ച് പ്രദർശിപ്പിക്കുമായിരുന്നു എന്ന് അനുഭവസ്ഥർ രേഖപ്പെടുത്തിയിട്ടുണ്ട്. തന്റെ വീട്ടിൽ മുത്തപ്പൻപതിയും വെച്ചാരാധനയും പണ്ടുമുതൽക്കേ ഉണ്ടായിരുന്നു. പല വലിപ്പത്തിലും രൂപത്തിലും ഒട്ടേറെകല്ലുകളും കോൽവിളക്കുകളും മറ്റ് അടയാളങ്ങളും നില

നിന്നിരുന്നു. ഒരു ദിവസം വള്ളോൻ അതെല്ലാം എടുത്ത് ദൂരെ കളഞ്ഞു. അതിന്റെ പേരിൽ വള്ളോനോട് പിതാവ് വർഷങ്ങളോളം സംസാരിക്കാതെ പിണങ്ങികഴിഞ്ഞു. ശ്രീനാരായണീയൻ എങ്കിലും ഉറച്ച യുക്തിവാദിയും നിരീശ്വരവാദിയും ആയിരുന്ന സഹോദരൻ അയ്യപ്പനുമായുള്ള സുഹൃത്ബന്ധം പുതിയചിന്തകളിലേക്ക് വള്ളോനെ നയിക്കാൻ കുറച്ചൊന്നുമല്ല സഹായിച്ചത്.

നേതൃത്വത്തിലേക്കുള്ള കാൽവയ്പ്

ഇപ്രകാരം 24 വയസ്സ് ആകുമ്പോഴേക്കും അറിവിലും കർമശേഷിയിലും സുഹൃദ്സമ്പാദനത്തിലും വളരെ മുന്നോട്ടുപോയ വള്ളോൻ ഉപജീവനമാർഗം ആയ കരിങ്കൽ പണിയും കരാറുവേലയും ഉപേക്ഷിച്ച് മുഴുവൻ സമയം സാമൂഹ്യസേവനത്തിനായി അർപ്പിക്കാൻ തീരുമാനിച്ചു. കൃഷ്ണാതിയുടെ കാലുമാറ്റത്തെതുടർന്ന് തളർന്ന് നിഷ്ക്രിയമായി കിടന്നിരുന്ന പുലയമഹാസഭയെ പുനരുജ്ജീവിപ്പിക്കുക എന്നതായിരുന്നു വള്ളോൻ ഏറ്റെടുത്ത പ്രഥമദൗത്യം. എറണാകുളം മഹാരാജാസ് കോളേജിൽ 1924 ൽ പുലയമഹാസഭയുടെ വാർഷികയോഗം ചേരുകയും പുതിയകർമപദ്ധതികൾ ആവിഷ്കരിക്കുകയും ചെയ്തു. ആ യോഗത്തിൽ പി സി ചാഞ്ചൻ ജനറൽ സെക്രട്ടറിയായും വള്ളോൻ ജോയിന്റ് സെക്രട്ടറിയായും തിരഞ്ഞെടുക്കപ്പെട്ടു. തുടർന്ന് അദ്ദേഹം ജീവിച്ചിരുന്ന 16 വർഷക്കാലം കൊച്ചിയിലെ ദളിതനവോത്ഥാനത്തിന്റെ അമരക്കാരനായി നിലനിന്നു.

വിദ്യാഭ്യാസം, ജോലി, പാർപ്പിടം മുതലായവയ്ക്കുള്ള അവകാശസമരങ്ങളിലും നിർമാണപ്രവർത്തനങ്ങളിലും മാത്രമായി വള്ളോന്റെ പ്രവർത്തനം ഒതുങ്ങിനിന്നിരുന്നില്ല എന്നതാണ് അദ്ദേഹത്തെ മറ്റ് പല നേതാക്കളിൽ നിന്നും വ്യത്യസ്തനാക്കുന്നത്. വസ്ത്രധാരണം, ആഭരണം, ശരീരശുചിത്വം തുടങ്ങിയകാര്യങ്ങളിൽ ദളിതരെ പരിഷ്കൃതരാക്കുന്നതിലും അന്ധവിശ്വാസങ്ങളേയും അനാചാരങ്ങളേയും എതിർക്കുന്നതുപോലെ വള്ളോൻ അതീവശ്രദ്ധ ചെലുത്തി. വെളുത്ത വസ്ത്രം ധരിക്കുക, കല്ലുമാല മുതലായവ ഉപേക്ഷിക്കുക, മുടി ആധുനികരീതിയിൽ വെട്ടി വെടിപ്പാക്കുക മുതലായ കാര്യങ്ങൾക്കുവേണ്ടി അദ്ദേഹം ശക്തമായ പ്രചരണം നേരിട്ടും, പുലയമഹാസഭ ശാഖകൾ വഴിയും നടത്തിച്ചു. കുളിക്കാൻ സോപ്പും എണ്ണയും മറ്റും വാങ്ങി വിതരണം ചെയ്യുകയും അവ ഉപയോഗിക്കുന്ന രീതികൾ പറഞ്ഞ് കൊടുക്കുകയും വള്ളോന്റെ പരിഷ്കരണങ്ങളിൽപ്പെടുന്നു.

സ്വന്തമായ ഭൂമിയിൽ പാർപ്പിടങ്ങൾ നിർമിച്ച് കൂട്ടായ്മയായി ദളിതർക്ക് പാർക്കാനുള്ള കോളനികൾ സ്ഥാപിക്കുക അതിനായി സർക്കാർ സഹായം തേടുക എന്നതും വള്ളോന്റെ പരിപാടികളിൽ പ്രാധാന്യം

പി കെ ചാത്തൻ മാസ്റ്റർ

കെ പി കറുപ്പൻ

പി സി ചാഞ്ചൻ

അർഹിക്കുന്നു. അങ്ങനെ സ്ഥാപിക്കപ്പെട്ട ആദ്യത്തെ കോളനികളിൽ ഒന്നാണ് ഇരിങ്ങാലക്കുടയിലുള്ളത്. നിയമസഭാംഗം എന്ന നിലയിൽ 1936 ൽ വള്ളോന്റെ നിർബന്ധപൂർവമായ നിവേദനം സ്വീകരിച്ച് ദിവാൻ സർ ഷൺമുഖം ചെട്ടി മാലിപ്രം പ്രദേശത്ത് ഒരു കോളനി അനുവദിക്കുകയും അതിന് ഭൂമി പൊന്നും വിലയ്ക്ക് എടുത്ത് അപേക്ഷകർക്ക് വിതരണം ചെയ്യുകയുമുണ്ടായി. വള്ളോന്റെ സാന്നിധ്യത്തിൽ ദിവാൻ തന്നെയാണ് സ്ഥലത്തെത്തി വിതരണം നിർവഹിച്ചത്. വിതരണരേഖകൾ കൈമാറുന്ന ചടങ്ങ് അവസാനിക്കാറായ ഘട്ടത്തിൽ വള്ളോൻ എം എൽ സിക്കും ഒരു മുറി ഭൂമി അനുവദിക്കണമെന്നും അത് 5 ഏക്കർ ആകട്ടെ എന്ന് പ്രഖ്യാപിക്കുകയും ചെയ്തു. എന്നാൽ ദിവാൻജിയുടെ ഈ മഹാമനസ്കതയ്ക്ക് നന്ദി പറഞ്ഞ വള്ളോൻ ഭൂമി സ്വീകരിച്ചില്ല, തനിക്ക് ഭൂമിയൊന്നും ആവശ്യമില്ലെന്നും ആ ഭൂമികൂടി കോളനിയിലേക്ക് ഉൾപ്പെടുത്തണമെന്നും പറഞ്ഞ് ഈ ഔദാര്യം നിരസിച്ച വള്ളോന്റെ നടപടി ദിവാൻജിയെ വിസ്മയിപ്പിക്കുകയും നാട്ടുകാരുടെ പ്രശംസയ്ക്ക് വിഷയമാവുകയും ചെയ്തു.

പുലയമഹാസഭയുടേയും വള്ളോന്റെയും ഈ വൈവിധ്യമാർന്ന പ്രവർത്തനങ്ങളുടെ പിന്നിൽ ജനങ്ങളെ അണിനിരത്താനും തന്റെ ജീവിതചര്യാവീക്ഷണവും ആദർശങ്ങളും പ്രചരിപ്പിക്കാനും അദ്ദേഹം *അധഃകൃതൻ* എന്ന പേരിൽ ഒരു മാസിക ആരംഭിച്ചു. പിന്നീട് അന്നത്തെ ദേശീയ പ്രസ്ഥാനത്തിന്റെ ചുവട് പിടിച്ച് ആ മാസികയുടെ പേര് *ഹരിജൻ* എന്നാക്കി മാറ്റുകയുണ്ടായി.

ഈ പേരുമാറ്റത്തിന്റെ എന്ന പോലെ വള്ളോന്റെ പ്രവർത്തനമേഖലയെ ആകെ വിലയിരുത്താൻ കഴിയുന്ന ഒരു മാനദണ്ഡം ഉണ്ട്. വള്ളോൻ പുലയസമുദായ അംഗവും പുലയ മഹാസഭയുടെ നേതാവും ആയിരുന്നെങ്കിലും അദ്ദേഹം തന്റെ പ്രവർത്തനങ്ങളെ പുലയർക്ക് മാത്രം

ഉള്ളതായി കരുതിയിരുന്നില്ല. സാംബവർ, വേട്ടുവർ, പടന്ന, കണക്കൻ തുടങ്ങിയ മറ്റു ദളിതവിഭാഗങ്ങൾക്കും അവരേക്കാൾ അല്പം ഉയർന്ന തായി പരിഗണിക്കപ്പെടുന്ന ഈഴവർക്കും പ്രയോജനപ്പെടത്തക്കവിധത്തി ലാണ് അദ്ദേഹം പ്രവർത്തിച്ചുവന്നത്. വള്ളോന്റെ ആധുനിക ശാസ്ത്രീയ വീക്ഷണങ്ങളും ഈ സാർവത്രിക ജനനന്മയ്ക്കുവേണ്ടിയുള്ള വിശാല മായ വീക്ഷണവും ആണ് അദ്ദേഹത്തെ മറ്റു പലരേയുംകാൾ കൂടുതൽ ഒരു നവോത്ഥാന നായകനായി ഉയർത്തുന്നത്. കൊച്ചി വേട്ടു മഹാസഭയും സാംബവമഹാസഭയും രൂപീകരിച്ചത് അദ്ദേഹത്തിന്റെ ഉത്സാഹത്തിന്റെയും ഉപദേശത്തിന്റെയും ഫലമായിട്ടായിരുന്നു. ജാതി അടിസ്ഥാനത്തിലുള്ള ഈ സംഘടനകൾ വിഭാഗീയതയ്ക്കും കിടമത്സ രങ്ങൾക്കും വഴിവയ്ക്കാനല്ല വള്ളോൻ ഉപദേശവും സഹായവും നൽകി യത്. ഈ വിവിധ സംഘടനകളെ ഒരുമിച്ച് ചേർത്തോ അല്ലെങ്കിൽ ഒരു ഫെഡറൽ കൂട്ടായ്മ ആയോ വളർത്തി അവശ ജനവിഭാഗങ്ങളെ സംഘ ടിതരും ശക്തരുമാക്കാനാണ് വള്ളോൻ ലക്ഷ്യമിട്ടത്. വിഭാഗീയതയും ജാതീയതയും സ്പർശിക്കാത്ത ഒരു യുക്തിവാദിയും മതനിരപേക്ഷ ജനാ ധിപത്യ വിശ്വാസിയും ആയിരുന്നു വള്ളോൻ.

ഈ പ്രവർത്തനങ്ങൾ നടത്തുമ്പോഴും കരിങ്കൽ പണിയും മറ്റും സംബന്ധിച്ച കരാറുകൾ എടുക്കുകയും സ്വന്തം അനുയായികൾക്ക് ജോലി കൊടുക്കുന്നതോടൊപ്പം പരസഹായം ഇല്ലാതെ ഉപജീവനം നട ത്തുവാനും വള്ളോൻ ശ്രദ്ധിച്ചിരുന്നു. മാത്രമല്ല കരുത്തും ചുണയുമുള്ള കരിങ്കൽ തൊഴിലാളികൾ പുലയമഹാസഭയുടേയും വള്ളോന്റെയും അനൗദ്യോഗിക സന്നദ്ധസേനയായി പലപ്പോഴും പ്രവർത്തിച്ചു പോരു കയും ചെയ്തു. പ്രമാണിത്വവും മുഷ്ക്കും ഉപയോഗിച്ച് പാവപ്പെട്ട അധഃ കൃതരെ ദ്രോഹിക്കുന്നവർക്കെതിരെ ചിലപ്പോൾ ഈ സന്നദ്ധസേനയുടെ പങ്കാളിത്തത്തോടുകൂടി ചെറുത്ത്നിൽപ്പ് സംഘടിപ്പിക്കാൻ വള്ളോൻ മടി ച്ചിട്ടില്ല. ഇതേകുറിച്ച് ചാത്തൻമാസ്റ്റർ ഇപ്രകാരം എഴുതുന്നു:

> ഒരു സന്നദ്ധസംഘം എം എൽ സിക്ക് സഹായകമായി അക്കാ ലത്ത് ഉണ്ടായിരുന്നു. അംഗങ്ങൾ തടിമിടുക്കുള്ള നല്ല കരിങ്കല്ലു വേലക്കാർ! അവരുടെ കരുത്തും കൈത്തഴമ്പും അനുഭവിച്ച വർക്കേ അറിയൂ. മർദനം വേണ്ടിവന്നാൽ മർദനം കൊണ്ടുതന്നെ നേരിടാൻ ആ സംഘം തയാറായി. എം എൽ സി ഒന്നു മൂളി യാൽ മതി: സഞ്ചാരസ്വാതന്ത്ര്യത്തിനുവേണ്ടി ആരുടെയും അനു വാദം കാത്തുനിൽക്കാതെ, സവർണർ പുലയരെ ആട്ടിയോടിക്കു ന്നതുപോലെ, പുലയരും സവർണരെ തരം കിട്ടുമ്പോഴെല്ലാം വിരട്ടി ഓടിക്കാൻ ശ്രീ വള്ളോൻ പ്രേരിപ്പിക്കാറുണ്ടായിരുന്നു. ദുസ്സഹമായ ഇടങ്ങളിൽ ജാതിക്കോമരങ്ങളെ നേരിട്ട് ഏറ്റുമുട്ടാനും അദ്ദേഹം സന്നദ്ധനായി. തലപ്പിള്ളി താലൂക്കിൽ ഒരു നമ്പൂതിരി അധഃകൃതരെ

വല്ലാതെ അസഹ്യപ്പെടുത്തിക്കൊണ്ടിരിക്കുന്നതായി അദ്ദേഹം അറിഞ്ഞു. നമ്പൂതിരി പതിവ് അനുസരിച്ച് നടന്നുവരുന്നവഴിയിൽ സന്ദർഭം ഉണ്ടാക്കി വള്ളോനെമ്മൽസി നടന്നുചെന്നു. ആരെന്നറിയാതെ വഴിമാറിക്കൊടുക്കാൻ നമ്പൂതിരി ആജ്ഞാപിച്ചു. അതു കേട്ട് രോഷാകുലനായി എം എൽ സി ഒരാട്ടുവച്ചുകൊടുത്തു, "നായേ, നീ മാറിപ്പോ," എന്ന് ഗൗരവത്തിൽ ആക്രോശിച്ചു. ഓർക്കാപ്പുറത്തുകിട്ടിയ ഈ പ്രഹരത്തിന്റെ ആഘാതമേറ്റ് നമ്പൂതിരിക്ക് പനി പിടിച്ചു. മുഖത്തുനോക്കി ആട്ടിയത് ഒരു പുലയനാണെന്നറിഞ്ഞപ്പോൾ, ആ ആഢ്യപ്രഭു പിന്നീട് പുറത്തിറങ്ങാതായി, രോഗം മൂർച്ഛിച്ച് മരിച്ചുപോയി എന്നാണ് സംസാരം. മരണകാരണം എന്തായാലും പ്രതാപശാലിയായ ആ നമ്പൂതിരിയുടെ ശല്യം വള്ളോനെമ്മൽസി അവസാനിപ്പിച്ചു എന്ന വാർത്ത നാട്ടിൽ പരന്നു. (ടി പുസ്തകം)

നിയമസഭയിലെ ദളിതശബ്ദം

ഒന്നാം ലോകമഹായുദ്ധാനന്തരം ബ്രിട്ടീഷ് സർക്കാർ നിയമിച്ച മൊണ്ടേഗ്-ചെംസ്ഫോർഡ് ഭരണപരിഷ്കാരസമിതിയുടെ ശുപാർശകൾ പ്രകാരം 1931-32 ലെ ലണ്ടൻ വട്ടമേശ സമ്മേളനങ്ങളുടെ നിർദേശങ്ങൾ അംഗീകരിച്ചും ബ്രിട്ടീഷ് ഇന്ത്യയിൽ പരിമിതമായ വോട്ടവകാശത്തിന്റെ അടിസ്ഥാനത്തിൽ നിയമസഭകൾ നിലവിൽ വരികയും ചില അപ്രധാന വകുപ്പുകൾ ഇന്ത്യാക്കാരെ ഏൽപ്പിക്കുകയും ചെയ്തു. 'ഡയാർക്കി' അഥവാ ദ്വിഭരണ സമ്പ്രദായം എന്നാണ് ദേശീയവാദികൾ തിരസ്കരിച്ച ഈ ഭരണപരിഷ്കാരങ്ങൾക്ക് പേരു നൽകിയത്. ഇതിന്റെ ചുവടുപിടിച്ച് ചില നാട്ടുരാജ്യങ്ങളിലും പരിമിതമായ വോട്ടവകാശത്തോടെ നിയമസഭകൾ നിലവിൽ വന്നു. അതിൽ പ്രാതിനിധ്യം ലഭിക്കാത്തവരെ അഥവാ ലഭിക്കാൻ ഇടയില്ലാത്ത വിഭാഗങ്ങളിൽപെട്ടവരെ രാജാവ് നാമനിർദ്ദേശം ചെയ്ത് നിയമസഭയിലെ അംഗമാക്കുക പതിവായിരുന്നു. ഈ വ്യവസ്ഥ പ്രകാരം 1926 ൽ പുലയമഹാസഭ ജനറൽ സെക്രട്ടറി പി സി ചാഞ്ചനെ നിയമസഭാംഗമാക്കുകയുണ്ടായി. 1929 ൽ ചാഞ്ചന്റെ കാലാവധി അവസാനിച്ചു. അതേ തുടർന്ന് 1931 ൽ കെ പി വള്ളോൻ നിയമസഭാംഗമായി. 1932 ൽ ആ നിയമസഭയുടെ കാലാവധി അവസാനിച്ചപ്പോൾ പടന്ന സമുദായ അംഗമായ കൃഷ്ണൻവൈദ്യൻ നാമനിർദേശം ചെയ്യപ്പെട്ടു. വീണ്ടും 1935 ൽ വള്ളോൻ നിയമസഭാംഗമായി. പിന്നീട് 1940 ൽ മരിക്കുന്നതുവരെ എം എൽ സിയായി തുടർന്നു. 1937 ൽ മദിരാശി ഉൾപ്പെടെ പല ബ്രിട്ടീഷ് ഇന്ത്യ പ്രവിശ്യകളിലും 1935 ലെ ഭരണഘടനനിയമപ്രകാരം തിരഞ്ഞെടുപ്പുകളിലൂടെ ജനകീയ മന്ത്രിസഭകൾ നിലവിൽ വന്നു. ഇതിന്റെ അലകൾ നാട്ടുരാജ്യങ്ങളിലും പുതിയ അവകാശ സമരങ്ങൾക്ക്

വഴി വച്ചു. ഇന്ത്യൻ നാഷണൽ കോൺഗ്രസിന്റെ ആദർശങ്ങൾ ഉൾക്കൊണ്ട് കൊച്ചിയിൽ ഉത്തരവാദിത്വഭരണം സ്ഥാപിക്കാനും തിരുവിതാംകൂറിൽ 1936 ലെ വിളംബരം മുഖേന അനുവദിച്ച ക്ഷേത്രപ്രവേശനം കൊച്ചി രാജ്യത്തും നടപ്പാക്കാനുന്നതിനു വേണ്ടിയുള്ള പ്രക്ഷോഭം ആരംഭിച്ചിരുന്നു. പ്രശസ്ത ഭിഷഗ്വരനും 1957 ലെ പ്രഥമ കേരള മന്ത്രിസഭയിൽ ആരോഗ്യവകുപ്പു മന്ത്രിയും ആയിരുന്ന ഡോ. എ ആർ മേനോൻ ആയിരുന്നു ഈ പ്രസ്ഥാനത്തിന്റെ പ്രമുഖനേതാവ്.

വള്ളോന്റെ വഴികാട്ടികളിൽ പ്രമുഖനായിരുന്ന സഹോദരൻ അയ്യപ്പൻ ഈ പ്രസ്ഥാനത്തിൽ പങ്കെടുത്തിരുന്നില്ല എങ്കിലും കെ പി വള്ളോൻ ഉത്തരവാദിത്വഭരണ പ്രക്ഷോഭത്തിന്റെ അനുകൂലിയായിരുന്നു. യാഥാസ്ഥിതികനായിരുന്ന കൊച്ചി രാജാവ് ക്ഷേത്രപ്രവേശനത്തെ അനുകൂലിച്ച് തിരുവിതാംകൂർ രാജാവിന്റെയും ദിവാൻ സർ സി പിയുടേയും മാതൃക പിന്തുടരാൻ തയ്യാറല്ലായിരുന്നു. എങ്കിലും അയൽ രാജ്യമായ തിരുവിതാംകൂറിലെ ദിവാൻ സർ സി പി രാമസ്വാമി അയ്യരെക്കാൾ താൻ പുരോഗമനവാദിയാണെന്ന് സ്ഥാപിക്കാൻ ശ്രമിച്ച ദിവാൻ സർ ഷൺമുഖൻ ചെട്ടി കൊണ്ടുവന്ന ഒരു ഭരണ പരിഷ്കാരമായിരുന്നു ദ്വിഭരണം. ഉത്തരവാദിത്വഭരണത്തെ അതിശക്തിയായി എതിർക്കുകയും പ്രക്ഷോഭത്തെ അടിച്ചമർത്തുകയും ചെയ്ത സർ സി പിയിൽ നിന്നും വ്യത്യസ്തമായ മാതൃക കാട്ടാനാണ് ഷൺമുഖംചെട്ടി ഈ പരിഷ്കാരം കൊണ്ടുവന്നത്. ഇതിൻപ്രകാരം ഏതാനും അപ്രധാനവകുപ്പുകൾ കൈകാര്യം ചെയ്യാൻ നിയമസഭയോട് ഉത്തരവാദിത്വം ഉള്ള ഒരു മന്ത്രി നിയമിക്കപ്പെട്ടു. അമ്പാട്ട് ശിവരാമ മേനോൻ ആയിരുന്നു കൊച്ചി രാജ്യത്തെ ആദ്യ ജനകീയമന്ത്രി. അതിനുശേഷം ഡോ. എ ആർ മേനോൻ ആയി ജനകീയമന്ത്രി. വള്ളോൻ എ ആർ മേനോന്റെ ജനകീയകക്ഷിയോടാണ് ചേർന്നു നിന്നതെന്ന വസ്തുത അദ്ദേഹത്തിന്റെ സ്വതന്ത്ര നിലപാടിന്റെയും ദളിത നവോത്ഥാനത്തിന് അദ്ദേഹം നൽകാനാഗ്രഹിച്ച സാർവ ജനീന സ്വഭാവത്തിന്റെയും തെളിവാണ്.

നിയമസഭയിൽ വള്ളോൻ വളരെ പ്രാധാന്യം നൽകി വാദപ്രതിവാദങ്ങളിലൂടെയും പ്രമേയങ്ങളിലൂടെയും നിവേദനങ്ങളിലൂടെയും പരിശ്രമം നടത്തിയത് സ്വാഭാവികമായും വിദ്യാഭ്യാസപ്രശ്നത്തിലാണ്. വിദ്യാലയങ്ങളിൽ ദളിതർക്കുള്ള പ്രവേശനത്തിന് ഉണ്ടായിരുന്ന തടസ്സങ്ങൾ പടിപടിയായി നീങ്ങി വരികയായിരുന്നു. എങ്കിലും പ്രവേശനം ഒഴിച്ചുള്ള മറ്റ് കാര്യങ്ങൾ അവഗണിക്കപ്പെട്ടിരുന്നു. ഫീസ്, പുസ്തകം, വസ്ത്രം, ഭക്ഷണം, പാർപ്പിടം മുതലായവ കൂടി പരിഹരിക്കേണ്ടപ്രശ്നങ്ങളായി അവശേഷിച്ചു. അക്കാലത്തെ മഹാത്മാഗാന്ധിയുടെ നേതൃത്വത്തിൽ രൂപീകരിക്കപ്പെട്ട ഹരിജൻ സേവാസംഘത്തിന്റെ പ്രവർത്തനങ്ങൾ കേരളത്തിലേക്കും വ്യാപിച്ചിരുന്നു. കേരളത്തിൽ ചങ്ങനാശ്ശേരി പരമേശ്വരൻ പിള്ള,

എം എൻ ഗോവിന്ദൻനായർ, കെ കേളപ്പൻ തുടങ്ങിയവർ ആയിരുന്നു സംഘത്തിന്റെ കൈകാര്യകർത്താക്കൾ. ഹരിജൻസേവാസംഘവും ചങ്ങനാശ്ശേരി പരമേശ്വരൻ പിള്ളയും കൊച്ചിയിലെത്തി ഒരു ഹരിജൻ ഹോസ്റ്റൽ ആരംഭിക്കാൻ ആലോചിച്ചപ്പോൾ അവരുടെ മുഖ്യ സഹകാരി കെ പി വള്ളോൻ ആയിരുന്നു. ചിറ്റൂർ റോഡിൽ വാടകയ്ക്ക് ഒരു കെട്ടിടം എടുത്ത് പരമേശ്വരൻപിള്ളയുടെ സഹകരണത്തോടെ കൊച്ചിയിലെ ആദ്യത്തെ ഹരിജൻ ഹോസ്റ്റലിന് 1938 ൽ തുടക്കം കുറിച്ചത് വള്ളോന്റെ പരിശ്രമ ഫലമായിട്ടാണ്. പിൽക്കാലത്ത് കൊച്ചിയിലെ എന്നല്ല കേരളത്തിലെ തന്നെ ഉദ്യോഗസ്ഥമണ്ഡലങ്ങളിലും പൊതുജീവിതത്തിലും ഉയർന്നു വന്ന പല മഹതിമഹാന്മാരും ഈ ഹോസ്റ്റലിൽ താമസിച്ച് പഠിച്ചവരാണ്.

ഔപചാരികമായ വിദ്യാഭ്യാസം വളരെ നേടിയിരുന്നില്ലെങ്കിലും ഭാഷാ സ്വാധീനവും പ്രഭാഷണ ചാതുരിയും ലേഖന രചനാപാടവവും വള്ളോനെ പ്രഗത്ഭനായ ഒരു നിയമസഭാ സാമാജികനും പ്രക്ഷോഭകനും ആക്കി ഉയർത്തിയിരുന്നു. മുഖം നോക്കാതെ വസ്തുതകൾ നിരത്തി വച്ച് നിശിതമായി വിമർശിക്കുന്നതിനും വാദമുഖങ്ങൾ അവതരിപ്പിക്കുന്നതിനും വള്ളോനുണ്ടായിരുന്ന കഴിവ് പരക്കെ അംഗീകരിക്കപ്പെട്ടിരുന്നു. മറ്റു വിഭാഗങ്ങളിൽ നിന്നുള്ള നേതാക്കളേയും പ്രവർത്തരേയും ആകർഷിച്ച് സഹകരിപ്പിക്കാൻ ഉള്ള കഴിവിനെ കുറിച്ച് നേരത്തേ പരാമർശിച്ചിരുന്നല്ലോ. ധീവരസമുദായ അംഗവും കൊച്ചി രാഷ്ട്രീയത്തിലെ തലയെടുപ്പുള്ള നേതാവും നിയമസഭാംഗവും ആയിരുന്ന പി കെ ഡീവർ വള്ളോന്റെ സുഹൃത്തും സഹപ്രവർത്തകനും ആയിരുന്നു. വള്ളോന്റെ നിയമസഭാപ്രഭാഷണങ്ങളുടെ ശൈലിയും കരുത്തും മനസ്സിലാക്കാൻ ഉതകുന്ന ഒരുദ്ധരണി താഴെ ചേർക്കുന്നു:

> അധ:കൃതർക്ക് വിദ്യാഭ്യാസ സംബന്ധമായ പല ഗുണങ്ങളും ഗവൺമെന്റിൽനിന്ന് ചെയ്യാനുണ്ട്. എന്നാൽ വിദ്യാർഥികൾക്ക് ആ സഹായങ്ങൾ ന്യായമായും സമയത്തിനും കിട്ടുന്നില്ലെന്ന് ധാരാളം പരാതികളും ഉണ്ടായിട്ടുണ്ട്. ഇങ്ങനെയുള്ള പരാതികൾ വർധിക്കാൻ കാരണം പ്രധാനമായി ഈ വക സാധനങ്ങളെല്ലാം വിതരണം ചെയ്യാനായിട്ട് ഏർപ്പാടു ചെയ്തിട്ടുള്ളത് ഡിപ്പാർട്ടുമെന്റ് മേലധ്യക്ഷന്റെ ചില സ്നേഹിതൻമാരേയും ബന്ധുക്കളേയും മാത്രമായതുകൊണ്ടാണ്. അവരെ സഹായിക്കണമെന്ന ഉദ്ദേശ്യത്തോടുകൂടിയാണ് അവർക്കുതന്നെ കൊടുത്തുവരുന്നത്. ബ്രഹ്മാവിന്റെ സഹായമുണ്ടായാൽ ആയുസിന് പ്രയാസമില്ലല്ലോ.
>
> ഒരിക്കൽ അധ:കൃത വിദ്യാർഥിക്ക് കൊടുത്ത ഒരു വസ്ത്രം ഞാൻ തന്നെ ഈ സഭയിൽ കൊണ്ടുവന്ന് ദിവാൻജിയവർകളെ കാണിക്കുകയുണ്ടായിട്ടുണ്ട്. സഭാധ്യക്ഷൻ അന്ന് അതിന് ഒരു വിധം സൂത്രത്തിലുള്ള സമാധാനം പറഞ്ഞ് കഴിച്ചുകൂട്ടി. ഒരു വർഷ

ത്തിൽ രണ്ടു വസ്ത്രങ്ങളാണ് ഒരു അധ:കൃത വിദ്യാർഥിക്ക് കൊടുക്കുക പതിവ്. ഒരു ഉറുപ്പികയാണ് ഈ വക കാര്യത്തിന് ഒരു വിദ്യാർഥിക്ക് ഗവൺമെന്റിൽ നിന്നും അനുവദിച്ചിട്ടുള്ളതെന്നാണ് ഞാൻ അറിയുന്നത്. അന്ന് ഞാൻ കൊണ്ടുവന്നുകാണിച്ച മുണ്ട് ഏതുതരത്തിൽ ഉള്ളതാണെന്ന് ദിവാൻജിക്ക് നല്ല വണ്ണം അറിയാം. ഒന്നിന് ഒന്നര അണ മാത്രമേ വിലയുള്ളൂ. അന്നത്തെ കണക്കുപ്രകാരം പതിനാലായിരം അധ:കൃത വിദ്യാർഥികൾ വിദ്യാഭ്യാസം ചെയ്തുവരുന്നുണ്ട്. ഈ വകയ്ക്കായി ഗവൺമെന്റിൽ നിന്നും പതിനാലായിരം രൂപ അനുവദിച്ചിട്ടുണ്ട്. ഈ നിലയിൽ ഞാൻ കൊണ്ടുവന്നുകാണിച്ച വസ്ത്രവും ഉയർന്നക്ലാസിൽ പഠിക്കുന്ന കുട്ടികൾക്ക് കൊടുക്കുന്ന വസ്ത്രത്തിന്റെ വിലയും തമ്മിൽ താരതമ്യപ്പെടുത്തി നോക്കിയാൽ ആവറേജ് ഒരു വസ്ത്രത്തിന് നാലണ വില നിൽക്കും. ഇത് അധികമായ ഒരു കണക്കാണ്. പരമാർഥത്തിൽ ഇതിന് ഒരു ഏഴായിരം രൂപ ചിലവാകും. ബാക്കി ഏഴായിരം രൂപ ഈ തുകയിൽ ലാഭം. ഇങ്ങനെ ഈ വക കാര്യങ്ങളിൽ നടക്കുന്ന പരമ രഹസ്യങ്ങൾ ഒന്ന് അന്വേഷിച്ച് അറിയേണ്ടതു തന്നെയാണ്.

ഇനി കോളണിഭരണത്തെക്കുറിച്ച് അൽപ്പം പറയാനുണ്ട്. മൃഗങ്ങളെ കൂട്ടിലിട്ട് രക്ഷിക്കുന്നതുപോലെയാണ് കോളണികൾ ഉണ്ടാക്കിക്കൊടുത്ത് അധ:കൃതരെ ഇപ്പോൾ രക്ഷിക്കുന്നത്. അവിടെ അവർക്ക് യാതൊരുവിധ സ്വാതന്ത്ര്യവും ഇല്ല. ചാലക്കുടി കോളണിയിൽ തന്നെ എത്രയായിരം ഉറുപ്പികയാണ് ചെലവു ചെയ്തിട്ടുള്ളതെന്ന് ഗവൺമെന്റ് കണക്കു നോക്കിയാൽ അറിയാം. ഇതുകൊണ്ട് പരമാർഥത്തിൽ അധ:കൃതർക്ക് യാതൊരു നൻമയും ലഭിക്കുന്നില്ല. ചില ഉദ്യോഗസ്ഥൻമാരും അവരുടെ കൂട്ടുകാരുമാണ് ഈ തുക ഭക്ഷിക്കുന്നത്. അധ:കൃതരുടെ പേരുംപറഞ്ഞിട്ട് കൊണ്ടുപോയി തിന്നുന്ന ആളുകൾ വേറെയാണ്. അധ:കൃത സംരക്ഷണത്തിനെന്നും പറഞ്ഞ് ഓരോ ഉദ്യോഗസ്ഥന്മാരെ കൊണ്ടുവന്നു വെച്ചിട്ട് അധ:കൃതർക്ക് നാശങ്ങൾ ഉണ്ടാക്കുകയാണ് ചെയ്യുന്നത്. (കൊച്ചി നിയമസഭാരേഖകൾ, 1934, ഫെബ്രുവരി 19)

സേവനമധ്യത്തിൽ ബലി അർപ്പണം

ത്യാഗോജ്ജ്വലവും സേവന നിർഭരവും ആയ ഈ മഹനീയ ജീവിതം മസൂരി രോഗം മൂലം 40-ാം വയസിൽ പൊലിഞ്ഞുപോയ കാര്യം പരാമർശിച്ചിരുന്നുവല്ലോ. വാസ്തവത്തിൽ ഈ രോഗ ബാധതന്നെ ത്യാഗോജ്ജ്വലമായ സേവനത്തിന്റെ ഫലമായി സ്വയം വരിച്ച രോഗം എന്നുകൂടി പറയാം. അക്കാലത്ത് പലയിടത്തും മസൂരിബാധ വ്യാപിച്ചിരുന്നു.

കടുപ്പശ്ശേരി എന്ന സ്ഥലത്തെ ഹരിജൻ കോളനിയിൽ അനേകർ രോഗബാധിതരായി എന്നറിഞ്ഞ് വള്ളോൻ അവിടെ ഓടി എത്തി ശുശ്രൂഷകർക്ക് നേതൃത്വം നൽകി. അന്നത്തെ അവിടുത്തെ അവസ്ഥയും വള്ളോന്റെ രോഗബാധയെ ഭയപ്പെടാതെയുള്ള ധീരമായ സേവനങ്ങളും അദ്ദേഹത്തിന്റെ പൈതൃകം പിൽക്കാലത്ത് ഉയർത്തിപിടിച്ച് ഭരണനേതൃത്വത്തിൽ വരെയെത്തിയ പി കെ ചാത്തൻമാസ്റ്റർ ഇപ്രകാരം വിവരിക്കുന്നു:

> രോഗബാധിതനാകുന്നതിന് ഏതാനും ദിവസങ്ങൾക്കുമുമ്പ് അദ്ദേഹം കടുപ്പശ്ശേരി പുലയകോളനി സന്ദർശിക്കുകയുണ്ടായത്രെ. കോളനി നിവാസികളിൽ ചിലർ മസൂരി ബാധിച്ചു മരിച്ചു. ജഡം പോലും മറവു ചെയ്യാൻകഴിയാതെ പുലയർ വിഷമിക്കുകയായിരുന്നു. ഇതൊന്നും കണ്ടില്ലെന്ന് നടിച്ച് തടിതപ്പുന്ന പ്രകൃതമായിരുന്നില്ല, അദ്ദേഹത്തിന്റേത്. അവിടെ ക്യാമ്പ് ചെയ്ത് മൃതദേഹങ്ങൾ സംസ്കരിച്ചു. രോഗികൾക്ക് ചികിൽസയ്ക്കും ആഹാരത്തിനും ഏർപ്പാടു ചെയ്തു. പ്രതിരോധ നടപടി എന്ന നിലയിൽ ആയുർവേദത്തിലെ ചില പൊടിക്കൈകളും അദ്ദേഹത്തിന് അറിയാമായിരുന്നു. അതും പ്രയോഗിക്കാൻ ഏർപ്പാടു ചെയ്തു മടങ്ങിപ്പോന്നതാണ്.
>
> എറണാകുളത്തെത്തി പ്രവർത്തനങ്ങളിൽ ഏർപ്പെട്ടു, പ്രതിരോധ ഔഷധങ്ങൾ കഴിക്കുകയും ചെയ്തു. എന്നിരിക്കിലും ദിവസങ്ങൾ കഴിഞ്ഞപ്പോൾ പനി ആരംഭിച്ചു. മസൂരിയായിരിക്കുമെന്ന് അദ്ദേഹം ശങ്കിച്ചില്ല. പനി കലശലായപ്പോൾ ജനറൽ ആശുപത്രിയിൽ പ്രവേശിപ്പിച്ചു. അവിടത്തെ ചികിൽസ ഫലിച്ചില്ല. ദേഹമാസകലം പൊങ്ങുകയും ചെയ്തു. ഐസലേഷൻ ആസ്പത്രിയിലേക്ക് നീക്കം ചെയ്യാൻ ഡോക്ടർമാർ ഉപദേശിച്ചു. അദ്ദേഹം വഴങ്ങിയില്ല, രോഗിയെ മുളവുകാട്ടുള്ള സ്വഗൃഹത്തിലേക്ക് നീക്കം ചെയ്തു.
>
> എറണാകുളത്ത് ഹോസ്റ്റലിലേക്ക് താമസം മാറ്റിയതിനുശേഷം വല്ലപ്പോഴുമേ അദ്ദേഹം വീട്ടിൽ പോകാറുണ്ടായിരുന്നുള്ളൂ. വീട്ടിലെ സ്ഥിതി മോശമായിരുന്നെങ്കിലും അനുദിനം കൈകാര്യം ചെയ്തുകൊണ്ടിരുന്ന പുലയരുടെ പ്രശ്നങ്ങളിൽ മുഴുകിക്കഴിഞ്ഞുകൊണ്ടിരുന്ന എം എൽ സി സ്വന്തം വീട്ടിലെ ബുദ്ധിമുട്ടുകൾ അത്രകാര്യമാക്കിയില്ല. അക്കാലത്ത് ഒരു അതിഥിയെപ്പോലെ അപൂർവമായി മാത്രം കാണാൻകഴിഞ്ഞ അദ്ദേഹം രോഗിയായി മടങ്ങിയെത്തിയപ്പോൾ വീട്ടുകാരും നാട്ടുകാരും പരിഭ്രാന്തരായി.
>
> രോഗവിവരം അന്വേഷിച്ചു വന്നവർ അകന്നു നിന്നു. അയൽവാസികൾ മാറി താമസിച്ചു. ബന്ധുക്കളിൽ ചിലർ വന്നെത്തി. ചികിൽസാ

> സൗകര്യങ്ങൾ ഏർപ്പെടുത്തി. കുട്ടികളെ ഉടനെ മാറ്റി താമസിപ്പിച്ചു. ഭാര്യ മാറിപോവുകയില്ലെന്ന് ശഠിച്ചു. (ടി പുസ്തകം)

കെ പി വള്ളോന്റെ സംഭാവനകളേയും വ്യക്തിത്വത്തേയും കുറിച്ച് മരണത്തിൽ അനുശോചിച്ച് സഹോദരൻ അയ്യപ്പൻ *സഹോദര*നിൽ എഴുതിയ മുഖം നോക്കാത്ത വിമർശകൻ എന്ന മുഖപ്രസംഗം:

> മി. വള്ളോൻ ആദ്യം ഒരു കരിങ്കൽ പണിക്കാരനായിരുന്നു. അദ്ദേഹം വിദ്യാഭ്യാസം സിദ്ധിച്ച ആളുമല്ലായിരുന്നു. എങ്കിലും സ്വഭാവഗുണവും കാര്യവിവരവും കൊണ്ട് അദ്ദേഹം എല്ലാവർക്കും സമ്മതനായ ഒരു സമുദായ പ്രവർത്തകനായി. കൊച്ചി നിയമസഭയിലും പുറത്തും അദ്ദേഹം സ്വസമുദായത്തിന്റെ അവശതകൾ നീക്കാനും താൽപ്പര്യങ്ങൾ രക്ഷിക്കാനുമായി നിരന്തരമായി ചെയ്തിട്ടുള്ള വേലകൾ എത്രയും സ്തുത്യർഹമായിട്ടുള്ളതാണ്. തന്റെ സമുദായത്തിന്റെ ആവശ്യങ്ങൾ എത്രയും ശക്തിയായി പറയേണ്ടിടത്തെല്ലാം പറയാനും എന്നാൽ ആ ശ്രമത്തിൽ ഒരു സമുദായക്കാരേയും മുഷിപ്പിക്കാതിരിക്കാനും അദ്ദേഹം വലിയ സാമർഥ്യം പ്രദർശിപ്പിച്ചിരുന്നു. ഒരു സമുദായക്കാരോടും വ്യക്തിയോടും അദ്ദേഹത്തിന് ഉള്ളിൽ വെറുപ്പുണ്ടായിരുന്നില്ല. എന്നാൽ സ്വന്തം സമുദായത്തിന്റെ താൽപ്പര്യങ്ങൾ ഹോമിച്ച് മറ്റുള്ളവരെ തൃപ്തിപ്പെടുത്തി നല്ലപിള്ളയാകാൻ അദ്ദേഹം നോക്കിയില്ല. ഇതായിരുന്നു മി. വള്ളോന്റെ വിജയത്തിന് ഒരു കാരണം. തന്റെ സമുദായത്തിന്റെ ആവശ്യങ്ങൾക്ക് മുഖം നോക്കാതെ അദ്ദേഹം നിയമസഭയിൽ വാദിച്ചിരുന്നു. അധഃകൃതവകുപ്പിന്റെ ഭരണദോഷങ്ങളെപ്പറ്റിയുള്ള അദ്ദേഹത്തിന്റെ കർക്കശമായ വിമർശനങ്ങൾ അദ്ദേഹം ആദ്യം മെമ്പറായ നിയമസഭയിൽ സദാ മുഴക്കിക്കൊണ്ടിരുന്നു. എന്നിട്ട് അദ്ദേഹത്തെത്തന്നെയാണ് വീണ്ടും അധഃകൃത പ്രതിനിധിയായി നിയമിച്ചത്. അദ്ദേഹത്തിന്റെ സമുദായസേവനത്തിന് ഗവൺമെന്റിന്റെ അഭിനന്ദനം സമ്പാദിക്കാൻ കഴിഞ്ഞു എന്നതിന് അത് ഒരു പ്രധാനതെളിവാണ്. അദ്ദേഹം നിയമസഭയിലും പുറത്തും ചെയ്തവേലകളാണ് ഇപ്പോൾ അധഃകൃത വകുപ്പിന്റെ ഭരണത്തിൽ വന്നിട്ടുള്ള മാറ്റങ്ങൾക്ക് പ്രധാന കാരണമായിട്ടുള്ളത്.

മേൽവിവരിച്ച പ്രകാരം കർമശേഷി കൊണ്ടും വിജ്ഞാന വൈപുല്യം കൊണ്ടും യുക്തിവാദം തുടങ്ങിയ അത്യാധുനിക ചിന്താസ്വാധീനം കൊണ്ടും കെ പി വള്ളോൻ മറ്റു പല നവോത്ഥാന നായകരിൽ നിന്നും വ്യത്യസ്തനായി നിലകൊള്ളുന്നു. സ്വദേശാഭിമാനി ടി കെ മാധവനെ പോലെ സാമുദായിക അസമത്വങ്ങൾക്കെതിരെ പോരാടുന്നതോടൊപ്പം ദേശീയ സ്വാതന്ത്ര്യത്തിനുവേണ്ടിയും പോരാടണം എന്നാ കാഴ്ചപ്പാടും കെ പി വള്ളോന്റെ

ഉൾക്കാഴ്ചയ്ക്കു തെളിവാണ്. ത്യാഗോജ്ജ്വലമായ സേവനവ്യഗ്രതയ്ക്കിടയിൽ പകർച്ചവ്യാധി പിടിച്ചവരെ ശുശ്രൂഷിക്കാൻ കാട്ടിയ സേവനവ്യഗ്രതയാണ് മധ്യവയസ് പൂർത്തിയാവുന്നതിന് മുമ്പ് ആ ജീവിതത്തെ അപഹരിച്ചത്. അങ്ങനെ അകാലത്തിൽ പൊലിഞ്ഞുപോയ ആ ദീപശിഖയുടെ പ്രകാശം ഇന്നും സാമൂഹ്യവിപ്ലവകാരികൾക്ക് വഴികാട്ടുന്നു.

15 നവോത്ഥാനവും ഗുരുവായൂർ സത്യഗ്രഹവും എ കെ ജിയും

ചരിത്രപ്രസിദ്ധമായ ഗുരുവായൂർ സത്യഗ്രഹത്തിന്റെ എഴുപത്തഞ്ചാം വാർഷികം ആഘോഷിക്കുന്ന ഈ സന്ദർഭത്തിൽ ആ സമരത്തിന്റെ നായകനായ കെ. കേളപ്പന്റെ വലംകൈയായി പ്രവർത്തിച്ച് സമരത്തിന്റെ സന്ദേശം പ്രചരിപ്പിക്കാൻ ഒരു തീജ്വാല പോലെ കേരളമൊട്ടാകെ പടർന്നു കയറിയ ഒരു പ്രതിഭാസമായിരുന്നു എ കെ ഗോപാലൻ. ഗുരുവായൂർ സത്യഗ്രഹത്തിൽ എ കെ ജി വഹിച്ച പങ്കിനെക്കുറിച്ച് പഠിക്കുന്ന ഏതൊരാൾക്കും നവോത്ഥാനവും വിപ്ലവ രാഷ്ട്രീയവും തമ്മിലുള്ള നാഭീനാള ബന്ധത്തെക്കുറിച്ച് ചിന്തിക്കാതിരിക്കാൻ കഴിയുകയില്ല. 20-ാം നൂറ്റാണ്ടിലെ അഞ്ചു പതിറ്റാണ്ടുകളിൽ കേരള സാമൂഹ്യ പരിഷ്കരണ പ്രസ്ഥാനത്തിലും വിപ്ലവ രാഷ്ട്രീയത്തിലും നിറകതിർ ചൊരിഞ്ഞ എ കെ ജിയുടെ പ്രത്യയശാസ്ത്ര വികാസത്തിന്റെയും പ്രതിബദ്ധതയുടെയും തുടക്കം ആയിരുന്നു ഗുരുവായൂർ സത്യഗ്രഹം.

എ കെ ജിയുടെ സാമൂഹ്യപരിഷ്കരണ പ്രവർത്തനങ്ങളെക്കുറിച്ച് പറയുമ്പോൾ കമ്യൂണിസ്റ്റ് രാഷ്ട്രീയവും സാമൂഹ്യപരിഷ്കാരവും തമ്മിലുള്ള ബന്ധത്തെക്കുറിച്ച് ചിന്തിക്കേണ്ടതുണ്ട്. നമ്മുടേതുപോലുള്ള ഒരു ബൂർഷ്വാ ജനാധിപത്യരാഷ്ട്രത്തിലെ രാഷ്ട്രീയ പ്രവർത്തനത്തെ രണ്ടു തരമായി വിഭജിക്കാം. അധികാര രാഷ്ട്രീയം, സാമൂഹ്യ രാഷ്ട്രീയം എന്നി

ങ്ങനെ. ഇംഗ്ലീഷിൽ പറഞ്ഞാൽ, 'പവർ പൊളിറ്റിക്സും സോഷ്യൽ പൊളിറ്റിക്സും'.

രാഷ്ട്രീയം രണ്ടുതരം

നിലവിലുള്ള സാമൂഹ്യ, സാമ്പത്തിക, രാഷ്ട്രീയ വ്യവസ്ഥയുടെ നാലതിരുകൾക്കകത്ത് നിലയുറപ്പിക്കുകയും ആ വ്യവസ്ഥയ്ക്ക് ഇളക്കമൊന്നും തട്ടാത്തവിധം തങ്ങളുടെ ലക്ഷ്യങ്ങൾ നേടുകയുമാണ് അധികാര രാഷ്ട്രീയത്തിന്റെ ശൈലി. അവരുടെ ലക്ഷ്യങ്ങളിൽ ഒന്നാംസ്ഥാനം നിലവിലുള്ള വ്യവസ്ഥയെ അരക്കിട്ടുറപ്പിക്കുക എന്നതുതന്നെ. ആ കൃത്യം ഫലപ്രദമായി നിർവഹിക്കാനും ജനങ്ങളെ സ്വസ്ഥരായി അടക്കി നിർത്താനും ചില പൊടിയിട്ട് വിളക്കലുകളും മിനുക്കലുകളും ആവശ്യമാകാം. അത്തരം പൊടിക്കൈകൾ പ്രയോഗിക്കാനുള്ള കഴിവാണ് ബൂർഷ്വാ രാഷ്ട്രീയ പ്രാഗത്ഭ്യം.

വ്യവസ്ഥതന്നെ ഉടച്ചുവാർക്കണമെന്ന് ആവശ്യപ്പെടുന്ന ഇടതുപക്ഷ സാന്നിധ്യം ഇല്ലാതിരിക്കുകയോ തീരെ ദുർബലമായിരിക്കുകയോ ആണെങ്കിൽ മൗലികമായ വ്യത്യാസങ്ങളൊന്നുമില്ലാത്ത ബൂർഷ്വാ പാർട്ടികൾ 'ചക്കളത്തിപ്പോരാട്ടം' നടത്തുകയും ഭിന്നാഭിപ്രായഗതിക്കാർ ഏറ്റുമുട്ടി ഭൂരിപക്ഷത്തിന്റെ ഹിതം മാനിക്കുന്നുവെന്നു വരുത്തി ജനങ്ങളുടെ കണ്ണിൽ പൊടിയിട്ട് ഭരണാധികാരിവർഗം തടിതപ്പുന്നു.

മൗലികമായ സാമൂഹ്യപരിഷ്കാര പ്രശ്നങ്ങളിൽനിന്നും ജീവിതത്തിന്റെ നീറുന്ന പ്രശ്നങ്ങളിൽനിന്നും ജനശ്രദ്ധ തിരിച്ചുവിടാൻ അപ്രധാനമായ പ്രശ്നങ്ങൾ ഉയർത്തിപ്പിടിക്കുകയും വർഗീയത തുടങ്ങിയ ദുർമാർഗങ്ങളിലേക്ക് ജനങ്ങളെ നയിക്കുകയും മറ്റും അധികാര രാഷ്ട്രീയക്കാരുടെ മറ്റൊരടവാണ്. ഇടതുപക്ഷം ദുർബലമായ ഇന്ത്യൻ സംസ്ഥാനങ്ങളിലും അമേരിക്ക പോലുള്ള രാഷ്ട്രങ്ങളിലും ഇത്തരം ചക്കളത്തിപ്പോരാട്ടം നമുക്ക് കാണാം. 'അധികാര രാഷ്ട്രീയ'ത്തിൽ അധികാരത്തിലെത്തുകയെന്നതിനപ്പുറം ലക്ഷ്യമില്ല. സർക്കാർ കാര്യങ്ങൾ മുറപോലെ നടക്കാൻ അതിലധികമൊന്നും വേണ്ടല്ലോ.

സാമൂഹ്യരാഷ്ട്രീയം അധികാരത്തെ നിഷിദ്ധമായി കരുതുന്നില്ല. അധികാരം ലഭിച്ചാൽ അധികാരത്തിലിരുന്നും ഇല്ലെങ്കിൽ പ്രതിപക്ഷമായി പ്രവർത്തിച്ചും ജനങ്ങളുടെ സർവതോമുഖമായ പുരോഗതിക്കും അടിയന്തരാശ്വാസ യത്നങ്ങൾക്കും ആ സ്ഥാനങ്ങൾ ഉപയോഗിക്കും. പക്ഷേ, അതൊന്നും നിലനിൽക്കുന്ന വ്യവസ്ഥയെ ഉറപ്പിക്കാനായിരിക്കില്ല, അതിന്റെ അലകും പിടിയും മാറ്റാനുള്ള ജനകീയബോധവും ജനകീയ ഐക്യവും വളർത്താനായിരിക്കും.

ഇക്കാരണംകൊണ്ടുതന്നെയാണ് സാഹിത്യാദി സാംസ്കാരിക പ്രവർത്തനങ്ങളിലും വിപ്ലവകാരികൾ പ്രത്യേക ശ്രദ്ധ ചെലുത്തുന്നത്. യാഥാസ്ഥിതികരും അധികാര രാഷ്ട്രീയക്കാരും അത്തരം ചില സംഘ

ടനാ പ്രവർത്തനങ്ങളിൽ ഏർപ്പെടാറുണ്ട്. പക്ഷേ, അത്തരം സംഘടനാ പ്രവർത്തനങ്ങൾ തികച്ചും പരാജയപ്പെടുകയാണ് പതിവ്. സാംസ്കാരിക സംഘടനാപ്രവർത്തനത്തിൽ അധികാര രാഷ്ട്രീയക്കാർ പരാജയപ്പെട്ടുവെന്നു വിചാരിച്ച് സാംസ്കാരിക തലത്തിൽ അവർ അപ്രസക്തരാകുന്നില്ല. കാരണം, നിലവിലുള്ള സാംസ്കാരിക രംഗത്തെ യാഥാസ്ഥിതിക മേൽക്കോയ്മ പുലർത്താൻ വിദ്യാലയങ്ങളും മാധ്യമങ്ങളും അക്കാദമികൾപോലുള്ള സ്ഥാപനങ്ങളും അവർക്ക് പിന്തുണയായി ലഭിക്കുന്നു. വാസ്തവത്തിൽ ഈ സാംസ്കാരിക മേൽക്കോയ്മയാണ് അവരുടെ അധികാരഘടനയുടെ ആധാരം. എന്നാൽ, സർവാംഗീണമായ പരിവർത്തനത്തിനുവേണ്ടി പടപൊരുതുന്ന പ്രസ്ഥാനങ്ങൾക്ക് പ്രത്യേകമായി നിലവിലുള്ള സാംസ്കാരിക മേൽക്കോയ്മക്കെതിരെ സംഘടിച്ച് പൊരുതേണ്ടിവരുന്നു. തൊഴിലാളിവർഗ പ്രസ്ഥാനത്തിന്റെയും മറ്റു വിപ്ലവ പ്രസ്ഥാനത്തിന്റെയും നേതാക്കൾ എവിടെയും ചെയ്യാറുള്ളതുപോലെ ഈ രംഗത്തും എ കെ ജി തിളങ്ങുന്ന മാതൃകയായിരുന്നു.

എ കെ ജി പോകുന്ന യോഗങ്ങളിലൊക്കെ നിരന്തരമായി ചെയ്തുപോരുന്ന ഒരു കാര്യമാണ് പുസ്തകവിൽപ്പന. പുസ്തക പ്രസിദ്ധീകരണത്തിലും മാധ്യമപ്രസിദ്ധീകരണത്തിലും എ കെ ജി കാണിച്ചിരുന്ന താൽപ്പര്യം ജനങ്ങളുടെ അവബോധപരിഷ്കരണത്തിലും വൈകാരികാഭിരുചിയിലും അദ്ദേഹം ദത്തശ്രദ്ധനായിരുന്നുവെന്ന് തെളിയിക്കുന്നു.

ജാതിവിരുദ്ധ പ്രക്ഷോഭം

മേൽ വിവരിച്ച സൈദ്ധാന്തിക കാരണങ്ങളാൽ എ കെ ജി കേരളത്തിലെ ജാതിവ്യവസ്ഥയ്ക്കും അയിത്ത സംസ്കാരത്തിനും എതിരെയുള്ള പോരാട്ടങ്ങളിൽ ആദ്യംമുതൽക്കേ തൽപ്പരനായിരുന്നതിൽ വിസ്മയിക്കാനില്ല. 1931 നവംബർ ഒന്നാം തീയതി അവർണർക്ക് ക്ഷേത്രപ്രവേശനം നൽകണമെന്നാവശ്യപ്പെട്ടുകൊണ്ട് ഗുരുവായൂർ ക്ഷേത്രനടയിൽ നടന്ന സത്യഗ്രഹത്തിൽ എ കെ ജി വഹിച്ച പ്രമുഖമായ പങ്ക് പ്രസിദ്ധമാണ്. കോൺഗ്രസ് നേതാവ് കെ കേളപ്പനായിരുന്നു സത്യഗ്രഹികളുടെ നേതൃത്വം. എ കെ ജി സന്നദ്ധഭടന്മാരുടെ ക്യാപ്റ്റൻസ്ഥാനം ഏൽക്കുകയും പല ദിവസങ്ങളിൽ സത്യഗ്രഹം അനുഷ്ഠിച്ച് തടവിൽ പോവുകയും ചെയ്തു. സത്യഗ്രഹസംഘത്തിലെ മറ്റൊരു നേതാവ് പിൽക്കാലത്ത് കേരളത്തിലെ കമ്യൂണിസ്റ്റ് പാർട്ടിയുടെ

കെ കേളപ്പൻ

സ്ഥാപക സെക്രട്ടറിയായിരുന്ന പി കൃഷ്ണപിള്ളയാണ്. ക്ഷേത്രാധികൃതർ അനധികൃതം എന്നു കരുതിയ ക്ഷേത്രമണി അടിച്ച കൃഷ്ണപിള്ളയെ ക്ഷേത്രാധികൃതരും ചട്ടമ്പികളും ചേർന്ന് മർദിച്ചതും ചരിത്രപ്രസിദ്ധമാണ്.

ഏതാനും മാസം നീണ്ടുനിന്ന ഈ സമരം പ്രത്യക്ഷമായ ഒരു വിജയം ആയിരുന്നില്ലെങ്കിലും അതിനുവേണ്ടി നാട്ടിലുടനീളം നടന്ന പ്രചാരവേലകളും പ്രക്ഷോഭവും നാട്ടിലൊക്കെ ഉണർവ് സൃഷ്ടിച്ചു. സത്യഗ്രഹപരിപാടിക്ക് പ്രചാരം നൽകാൻ എ കെ ജി പഴയ മലബാർ പ്രദേശങ്ങളിൽ പലയിടത്തും സഞ്ചരിച്ചു. പിൽക്കാലത്ത് വളരെ പ്രസിദ്ധമായിത്തീർന്ന എ കെ ജിയുടെ പ്രക്ഷോഭശൈലിയും പ്രചാരണ സമ്പ്രദായവും ഗുരുവായൂർ സത്യഗ്രഹകാലത്താണ് രൂപവും ഭാവവും കൈക്കൊണ്ടത്. കേരളത്തിന്റെ പല ഭാഗത്തും സഞ്ചരിച്ചിരുന്ന അദ്ദേഹത്തിന്റെ പ്രക്ഷോഭ മാതൃക മനസിലാക്കാൻ അദ്ദേഹത്തിന്റെ ആത്മകഥയിൽനിന്ന് അൽപ്പം ഉദ്ധരിച്ചുചേർക്കാം:

> കേളപ്പനും മൊയാരത്ത് ശങ്കരനും ഞാനും കെപിസിസി മീറ്റിങ്ങിനുശേഷം പൊന്നാനിയിലും മറ്റും സഞ്ചരിച്ചു. ജനങ്ങൾക്കിടയിൽ ഒരു പുതിയ ഉണർവ് ദൃശ്യമായി. മനുഷ്യവംശത്തിന്റെ ഒരു വിഭാഗത്തിന്റേമേൽ സ്മരണാതീതമായ കാലംമുതൽ അടിച്ചേൽപ്പിക്കുന്ന മർദ്ദനവും അനീതിയും അവസാനിപ്പിക്കണമെന്നും ആ കുറ്റത്തിൽനിന്ന് വിടുതൽ നേടാമെന്നുമുള്ളതിൽ അവർ സന്തോഷിച്ചു. ഒരു ചെറിയ വിഭാഗം ഈ പ്രസ്ഥാനത്തെ ശക്തിയായി എതിർത്തു.
>
> ഉടൻതന്നെ സുബ്രഹ്മണ്യൻ തിരുമുമ്പും ഞാനുംകൂടി പ്രചാരണ പരിപാടിക്കായി വടക്കേ മലബാറിലേക്കു പോയി. ഇക്കാലത്താണ് ഞാൻ എ സി കണ്ണൻനായർ, കെ ടി കുഞ്ഞിരാമൻ നമ്പ്യാർ തുടങ്ങിയവരെ കണ്ടുമുട്ടിയത്. സത്യഗ്രഹപ്രസ്ഥാനത്തിന് അവരിൽനിന്ന് വമ്പിച്ച സഹായംകിട്ടി. തികഞ്ഞ ഗാന്ധിയൻ വിശ്വാസിയായിരുന്നെങ്കിലും എ സി കെ നായർ മറ്റ് അഭിപ്രായങ്ങളുള്ളവരുമായി സഹകരിച്ച് പ്രവർത്തിക്കാൻ എപ്പോഴും സന്നദ്ധനായിരുന്നു. അക്കാലത്ത് കെ ടി കുഞ്ഞിരാമൻ നമ്പ്യാർ തന്റെ കുടുംബവും ബന്ധു

മൊയാരത്ത് ശങ്കരൻ

ക്കളും നിമിത്തം വളരെയധികം കഷ്ടപ്പാടുകൾ സഹിച്ചു. പയ്യന്നൂരിൽ ഒരു പൊതുയോഗം നടത്താൻ ഏർപ്പാട് ചെയ്തു. അവിടെ കണ്ടോത്ത് എന്ന ഒരു സ്ഥലമുണ്ട്. അവിടെ ഒരു പൊതു നിരത്തുണ്ടായിരുന്നു. അവിടെക്കൂടി പൊതുജനങ്ങൾക്ക് നടക്കാൻ അവകാശമുണ്ടായിരുന്നില്ല. കണ്ടോത്ത് താമസിച്ചിരുന്നവർ തീയ സമുദായത്തിൽപ്പെട്ടവരായിരുന്നു. അവരുടെ ക്ഷേത്രം ഈ നിരത്തിനടുത്തായിരുന്നതിനാൽ അശുദ്ധിയുണ്ടാകുമെന്ന് ഭയപ്പെട്ട് ആ വഴിയിൽക്കൂടി ആരെയും നടക്കാൻ അനുവദിച്ചിരുന്നില്ല.

എന്തായാലും അനിഷ്ടസംഭവങ്ങൾ ഉണ്ടാകാതിരിക്കാൻ സ്ഥലത്തെ നേതാക്കളുമായി സംഭാഷണം നടത്താൻ തീരുമാനിച്ചു. വേങ്ങയിൽ അപ്പുക്കുട്ടൻനായരുടെ അടുത്തേക്ക് കെ വി കുഞ്ഞിരാമപ്പൊതുവാളെ പറഞ്ഞയച്ച് സ്ഥലത്തെ പ്രമാണികളെ വിളിച്ചു. ഈ സംഭാഷണത്തിൽ എന്താണ് സംഭവിച്ചതെന്ന് ഇന്നും ആർക്കുമറിഞ്ഞുകൂടാ. ഘോഷയാത്ര നടത്താമെന്നും അനിഷ്ടസംഭവങ്ങൾ ഉണ്ടാവുകയില്ലെന്നും പൊതുവാൾ ഞങ്ങളെ അറിയിച്ചു. പഴയങ്ങാടിയിൽനിന്ന് കേരളീയന്റെ നേതൃത്വത്തിൽ ഒരു ചെറിയ സംഘം ഹരിജനങ്ങൾ വന്നിട്ടുണ്ടായിരുന്നു. ഞാനും കേരളീയനും ചേർന്ന് നയിച്ച ഘോഷയാത്രയിൽ സ്ത്രീകൾ ഉൾപ്പെടെ വളരെപ്പേർ പങ്കെടുത്തു.

കണ്ടോത്തെ ജനങ്ങൾ ഘോഷയാത്രയെപ്പറ്റി അറിഞ്ഞ് മുൻകൂട്ടി ഒരുക്കങ്ങൾ ചെയ്തു. ഘോഷയാത്ര റോഡിനുസമീപം എത്തിയപ്പോൾ വൃദ്ധരും ചെറുപ്പക്കാരും സ്ത്രീകളും അടങ്ങിയ ഒരു വലിയ ജനക്കൂട്ടം ഓടിവന്ന് ഞങ്ങളെ തല്ലാൻ തുടങ്ങി. സ്ത്രീകൾ വലിയ ഉലക്കകളുമായിട്ടാണ് വന്നത്. കേരളീയനും ഞാനും നിന്നിടത്തുതന്നെ നിന്ന് അടികൊണ്ടു. ചിലർ ഓടിപ്പോയി. ഞങ്ങൾ സ്ത്രീകളോട് ഓടിരക്ഷപ്പെടാൻ ആവശ്യപ്പെട്ടു. ആക്രമണം അരമണിക്കൂർ നീണ്ടുനിന്നു. 'കണ്ടോത്തെ കുറുവടി' കുപ്രസിദ്ധമായി. വളരെയധികംപേർക്ക് പരിക്കേറ്റു. കേരളീയനും ഞാനും ബോധംകെട്ടു വീണു. ഞങ്ങളെ ഒരു കാറിൽ ആശുപത്രിയിലെത്തിച്ചു. അനേകം മണിക്കൂർ സമയം ഞങ്ങൾ അതേ നിലയിൽ കിടന്നു. കേരളീയന്റെ മരണമൊഴിപോലുമെടുത്തു. പിറ്റേന്ന് രാവിലെ അദ്ദേഹത്തെ വീട്ടിലേക്കു കൊണ്ടുപോയി.

എന്റെ രാഷ്ട്രീയജീവിതത്തിലെ ആദ്യത്തെ ശാരീരികാക്രമണമായിരുന്നു ഇത്. എന്നാൽ 'കണ്ടോത്തെ ആക്രമണം പത്രങ്ങളിൽ ഒരു പ്രധാന വാർത്തയായി എന്നത് സംതൃപ്തി നൽകി. ഇത് ഗുരുവായൂർ ക്ഷേത്രപ്രവേശന സത്യാഗ്രഹത്തിന് ലഭിച്ച ഏറ്റവും നല്ല പ്രചാരണമായിരുന്നു. ഈ സംഭവം ജനങ്ങളുടെ കണ്ണു തുറപ്പിച്ചു. ഡിസ്ട്രിക്റ്റ് ബോർഡ് അധികാരികൾ സ്ഥല പരിശോ

ധനയ്ക്കു വന്നു. എല്ലാവർക്കും യാത്ര ചെയ്യാൻ അധികാരമുണ്ടെന്നു പറയുന്ന ഒരു ബോർഡ് അവിടെ വച്ചു. ഏതാനും ആളുകളുടെ പേരിൽ പൊലീസുകാർ കേസ് ചാർജ് ചെയ്തു. ജനങ്ങൾ തീണ്ടലിന്റെ നഗ്ന താണ്ഡവത്തെപ്പറ്റി ചിന്തിച്ചുതുടങ്ങി. (അധ്യായം 4, *എന്റെ ജീവിതകഥ*)

കേളപ്പന്റെയും എ കെ ജിയുടെയും കൃഷ്ണപിള്ളയുടെയും മറ്റുമായ ഈ സംരംഭം കേരളത്തിൽ മാത്രമല്ല, ഇന്ത്യയിലുടനീളം ചലനങ്ങളുണ്ടാക്കി. കേരളത്തിനു പുറത്തുനിന്ന് നേതാക്കളും അനുഭാവികളും ഗുരുവായൂരിലേക്ക് തീർഥയാത്ര നടത്തി. പഴയമട്ടിലുള്ള തീർഥയാത്രയല്ല, പുതിയ രീതിയിലുള്ള തീർഥയാത്ര. ദുരാചാരങ്ങളുടെ പാരമ്പര്യം തകർക്കാനുള്ള തീർഥയാത്ര. കേരളത്തിൽത്തന്നെ സവർണവിഭാഗങ്ങളിൽപ്പോലും ഇളക്കം പ്രത്യക്ഷപ്പെട്ടു. മന്നത്തു പത്മനാഭപിള്ളയുടെയും മറ്റും നേതൃത്വത്തിൽ ഗുരുവായൂർ സത്യഗ്രഹത്തോട് അനുഭാവം പ്രകടിപ്പിച്ച് നടത്തിയ സവർണജാഥ ഒരു പുതിയ ചലനത്തിന്റെ തെളിവായിരുന്നു. മഹാത്മാഗാന്ധിയും സത്യഗ്രഹത്തിൽ താൽപ്പര്യം പ്രകടിപ്പിച്ചു. നീണ്ടുപോയ സത്യഗ്രഹസമരം ഒരിടത്തും എത്താത്ത സ്തംഭനാവസ്ഥയിലായപ്പോൾ പുതിയ ഇളക്കം സൃഷ്ടിക്കാൻ കേളപ്പൻ നിരാഹാരവ്രതം പ്രഖ്യാപിച്ചപ്പോൾ ഗാന്ധിജി ഇടപെട്ട് ആ കടുത്ത നടപടിയിൽനിന്ന് അദ്ദേഹത്തെ പിന്മാറ്റിയതോടെ സമരം അവസാനിക്കുകയാണ് ചെയ്തത്. പക്ഷേ ആ സമരം ഇളക്കിയ അലകളും ഉണർത്തിവിട്ട അവബോധവും ഒരിക്കലും കെട്ടടങ്ങാതെ ദേശീയപ്രസ്ഥാനത്തിന് പിന്തുണയും കരുത്തും വർധിപ്പിച്ചു.

പക്ഷേ, ഇന്നെന്നപോലെ അന്നും കോൺഗ്രസിൽ യാഥാസ്ഥിതികത്വം ശക്തിമത്തായിരുന്നു. അവർ സത്യഗ്രഹസംരംഭത്തെ സംശയദൃഷ്ടിയോടെ വീക്ഷിക്കുകയും ശക്തിയോടെ എതിർക്കുകയും ചെയ്തു. സകലമാന ജനവിഭാഗങ്ങളുടെയും ശത്രുവായ സാമ്രാജ്യത്വത്തിനെതിരെ അണിനിരത്തേണ്ട സന്ദർഭങ്ങളിൽ 'ജനങ്ങളിൽ' ഭിന്നത ഉളവാക്കുന്ന ഇത്തരം സമരങ്ങൾ സാമ്രാജ്യത്വവിരുദ്ധ പോരാട്ടത്തെ ദുർബലപ്പെടുത്തുമെന്ന് അവർ വാദിച്ചു. ഗാന്ധി എടുത്ത നിലപാട് അത്രതന്നെ തുറന്ന എതിർപ്പായിരുന്നില്ലെങ്കിലും അദ്ദേഹത്തിന്റെ സ്വാധീനശക്തി മുഴുവനും സമരത്തിനനുകൂലമായി പ്രയോഗിച്ചില്ലെന്ന വിമർശനം അന്നെന്നപോലെ ഇന്നും നിലവിലുണ്ട്. ആ വീക്ഷണമല്ലേ കേളപ്പനെ നിരാഹാരസമരത്തിൽനിന്ന് പിൻവലിപ്പിക്കാൻ അദ്ദേഹത്തെ പ്രേരിപ്പിച്ചതെന്ന് സംശയിക്കുന്നവർ കുറവല്ല. 1938 ലെ തിരുവിതാംകൂർ ഉത്തരവാദഭരണപ്രക്ഷോഭത്തിനിടയിലും അദ്ദേഹം ഇപ്രകാരം ഒരു തണുപ്പൻ സമീപനം അതിനോട് സ്വീകരിച്ചുവെന്ന വിമർശനം പല ചരിത്രകാരന്മാരും രേഖപ്പെടുത്തിയിട്ടുണ്ട്.

ഗുരുവായൂർ സത്യഗ്രഹം

ഈ ലേഖനത്തിന്റെ ആരംഭത്തിൽ വിശദീകരിച്ച അധികാര രാഷ്ട്രീയത്തിന്റെ ഉപജാപങ്ങളിൽപ്പെട്ടവർക്ക് സാമൂഹ്യ പരിവർത്തനത്തിനുവേണ്ടിയുള്ള സമരം ആത്യന്തികമായി രാഷ്ട്രീയസമരത്തെ ശക്തിപ്പെടുത്തുമെന്ന് മനസിലാക്കാൻ കഴിയില്ല. അഥവാ മനസിലായാൽ തന്നെ അത് രാഷ്ട്രീയസമരത്തെ തങ്ങളുടെ കൈപ്പിടിയിൽ ഒതുങ്ങാത്തവിധം വിപ്ലവകാരികളുടെ കൈകളിലേക്ക് നയിക്കും എന്നവർ ഭയപ്പെട്ടു. എങ്ങനെയെങ്കിലും അധികാരത്തിൽ ഒന്നെത്തിക്കിട്ടിയാൽ മതിയെന്ന അധികാരരാഷ്ട്രീയ ഭ്രാന്തന്മാർക്ക് മനസിലാക്കാൻ കഴിയാത്ത ഉണർവും അടിയിളക്കവുമാണ് അയിത്തോച്ചാടനസമരം പോലുള്ള സാമൂഹ്യപരിഷ്കാര യത്നങ്ങൾ കെട്ടഴിച്ചുവിടുന്നതെന്ന് ഗുരുവായൂർ സത്യഗ്രഹത്തിന്റെ ഗതി നമ്മെ ബോധ്യപ്പെടുത്തുന്നു. ഇവിടെയും എ കെ ജിയുടെ ആത്മകഥയിൽനിന്ന് കവിതയുടെ ഈണവും തീപ്പൊരിയുടെ ചൂടും പാറുന്ന ഏതാനും ഭാഗങ്ങൾ ഉദ്ധരിക്കുകയാവും ഉത്തമം:

> നവംബർ ഒന്നിന് സത്യഗ്രഹം തുടങ്ങി. സത്യാഗ്രഹക്യാമ്പ് ക്ഷേത്രത്തിന്റെ കിഴക്കേ നടയിലായിരുന്നു. എ സി രാമനായിരുന്നു ക്യാമ്പ് മാനേജർ. സി എസ് ഗോപാലൻ അദ്ദേഹത്തെ സഹായിച്ചു. സത്യാഗ്രഹികൾ രാവിലെ രണ്ടുമണിക്ക് ഉണരും. മൂന്നുമണിക്ക് ക്ഷേത്രനട തുറക്കുമ്പോൾ സത്യാഗ്രഹം തുടങ്ങും. ഓരോ നടയിലും രണ്ട് വളണ്ടിയർമാരെ വീതം നിർത്തിയിരുന്നു. മൂന്ന് മണിക്കൂറിലൊരിക്കൽ ഇവർ മാറും. ഇങ്ങനെ മൂന്നുമണി മുതൽ പിറ്റേന്ന് പാതിരാത്രിവരെ വളണ്ടിയർമാർ സത്യാഗ്രഹം നടത്തി. ഓരോ വാതിൽക്കലും രണ്ട് കാവൽക്കാർ വീതമുണ്ടായിരുന്നു.
>
> പ്രണതവത്സല, ഭഗവാനേ, കൃഷ്ണ
> പ്രണയവാരിധേ മുകിൽവർണാ
> അവശരാം ഞങ്ങൾക്കഖിലേശാ നിന്റെ
> സവിധത്തിൽ വന്നീടരുതത്രേ!
> തടയണമങ്ങേക്കിവരെയെന്നാകിൽ
> ബ്ഭടർ വേണോ മുള്ളുമറ വേണോ?
>
> കെ ടി രാമുണ്ണിമേനോന്റെ കവിതയിൽനിന്നുള്ള ഈ വരികൾ സത്യഗ്രഹികൾ പാടാറുണ്ടായിരുന്നു. അമ്പലത്തിൽ തൊഴാൻ വരുന്ന മാമുൽപ്രിയരെയും ഇത് സ്പർശിച്ചു.....
>
> .....മന്നത്ത് പത്മനാഭൻ, വി ടി ഭട്ടതിരിപ്പാട്, എൻ പി ദാമോദരൻ, കേളപ്പൻ, ആഗമാനന്ദൻ, വൈശ്രവണത്ത് രാമൻനമ്പൂതിരി തുടങ്ങിയവരുടെ രസകരമായ പ്രസംഗം കേൾക്കാൻ ജനങ്ങൾ എന്നും തടിച്ചുകൂടും. ഞങ്ങളുടെ പബ്ലിസിറ്റി ആപ്പീസർ എൻ പി

> ദാമോദരനായിരുന്നു. ഒരു നല്ല പ്രസംഗകനും എഴുത്തുകാരനും— അദ്ദേഹത്തിൽനിന്നും വേറൊന്നും പ്രതീക്ഷിക്കാൻ വയ്യ. സൂര്യനു കീഴിലുള്ള ഏത് വിഷയത്തെപ്പറ്റിയും അദ്ദേഹം പ്രസംഗിക്കും. സത്യാഗ്രഹപ്രസ്ഥാനത്തിനുവേണ്ടിയായാലും അതിനെതിരായിട്ടായാലും വാദമുഖങ്ങൾ കണ്ടുപിടിക്കാൻ അദ്ദേഹത്തിനു കഴിയും. ക്ഷേത്രപ്രവേശന പ്രസ്ഥാനത്തിൽ അദ്ദേഹം വഹിച്ച പങ്ക് തീർച്ചയായും അവിസ്മരണീയമാണ്. പക്ഷേ, അദ്ദേഹത്തിന്റെ പുരോഗമന ചിന്തയ്ക്ക് ഒരതിരുണ്ട്. അത് മനസിലാക്കിയവർ അദ്ദേഹത്തിന്റെ ഇന്നത്തെ നിലയെപ്പറ്റി ദുഃഖിക്കുകയില്ല.
>
> സത്യാഗ്രഹസംഘത്തിന്റെ യോഗങ്ങളും പ്രസംഗങ്ങളും കണ്ട് സനാതനികൾ എതിർപ്രസംഗങ്ങൾ സംഘടിപ്പിച്ചു. അവരുടെ പ്രധാന പ്രാസംഗികൻ പാലിയത്ത് കുഞ്ഞുണ്ണി അച്ചനായിരുന്നു. സത്യാഗ്രഹ ക്യാമ്പിലെ ദിനചര്യകൾ ഗീതാക്ലാസ്, നൂൽനൂൽപ്പ് തുടങ്ങിയവയായിരുന്നു. (അധ്യായം 4).

മലബാർ പ്രദേശത്തെ ആകെ ഇളക്കിമറിച്ച ജാഥ ഗുരുവായൂരിൽ സമാപിച്ചശേഷവും ജാഥക്കാലത്ത് കണ്ടോത്ത് നടന്ന ഭീകര മർദ്ദനത്തെയും കവച്ചുവയ്ക്കുന്ന അനുഭവം എ കെ ജിക്കുണ്ടായി. ഡിസംബർ 28 ന് നടന്ന മർദ്ദനത്തെക്കുറിച്ച് *മാതൃഭൂമി* ദിനപത്രം ഇപ്രകാരം റിപ്പോർട്ട് ചെയ്യുന്നു:

> ചിലർ ഗോപാലനെ തലയും കാലും പിടിച്ച് പൊന്തിച്ച് നിലത്തിട്ടടിച്ചു. പട്ടന്മാരും നായന്മാരും ചേർന്ന് അടിയും ഇടിയും ചവിട്ടും തുടങ്ങി. കണ്ടുനിന്നവർ ഉറക്കെ 'ഹരേ രാമ, ഹരേ കൃഷ്ണ' എന്ന നാമം ജപിച്ചു. അപ്പോഴേക്കും സത്യാഗ്രഹികൾ നിൽക്കുന്നേടത്തേക്ക് കുപ്പിച്ചില്ലും കല്ലും നിറച്ച ചെറിയ ബോംബുപോലെയുള്ള വലിയ പടക്കം പൊട്ടിത്തെറിച്ചു. നാലഞ്ചുപേർക്ക് പരിക്കേറ്റു. നിലത്തുകിടന്ന ഗോപാലന്റെ മേൽ അക്രമികൾ അടിയും ചവിട്ടും തുടർന്നു. നൂറോളം പേർ അദ്ദേഹത്തെ ചവിട്ടി. മുഖത്ത് നാലഞ്ചു പേർ കഠിനമായി അടിച്ചു. അപ്പോഴും സഹോദരന്മാരെ, അക്രമം പ്രവർത്തിക്കരുതേ എന്ന് അഭ്യർഥിക്കുകയും 'ഹരേ രാമ' മുതലായ നാമസങ്കീർത്തനങ്ങൾ ഉച്ചരിക്കുകയും മാത്രമാണ് ആ ധർമ്മഭടൻ ചെയ്തത്. താങ്ങിയെടുത്ത് ഗേറ്റിന് അടുത്തെത്തിച്ചപ്പോൾ ഗോപാലന് ബോധമറ്റിരുന്നു. ബോധം വന്നശേഷവും സത്യാഗ്രഹാനുഷ്ഠാനത്തിന്റെ സമയം കഴിയുന്നതുവരെ ആ ധർമവീരൻ അവിടെ നാമം ചൊല്ലി ഇരുന്ന് തപസ്സനുഷ്ഠിച്ചു.
>
> ആ ദിവസം കേളപ്പൻ കോഴിക്കോട്ടായിരുന്നു. വിവരമറിഞ്ഞ് ഉടനെ

അദ്ദേഹം ഗോപാലനെ അഭിനന്ദിച്ചുകൊണ്ടൊരു കമ്പിയടിച്ചു—എന്തുവന്നാലും അഹിംസ കൈവെടിയരുതെന്ന നിർദേശത്തോടെ.

നവോത്ഥാനത്തിന്റെ മാർഗം

അനാചാരങ്ങൾക്കും സവർണ മേധാവിത്വത്തിനും എതിരായ ഈ പോരാട്ടം പത്തൊമ്പതാം നൂറ്റാണ്ടിൽ ഇന്ത്യയെയാകെ പിടിച്ചുകുലുക്കിയതും 1888 മുതൽ ശ്രീനാരായണഗുരുവിന്റെയും മറ്റും നേതൃത്വത്തിൽ വ്യാപിച്ച് തുടങ്ങിയതുമായ നവോത്ഥാനത്തിന്റെ തുടർച്ചയായിരുന്നു. ജാതിവ്യവസ്ഥയ്ക്കെതിരായ പോരാട്ടം ബ്രിട്ടീഷ്വാഴ്ചയ്ക്കോ നാടുവാഴിത്തത്തിനോ എതിരായിരുന്നില്ലെങ്കിലും ഫലത്തിൽ അത് സാമ്രാജ്യത്വ-നാടുവാഴിത്തവാഴ്ചയുടെ ആണിക്കല്ലുകളാണിളക്കിയത്. സാമൂഹ്യപരിഷ്കാരത്തിനായി ആരംഭിച്ച ഈ പോരാട്ടം ഗുരുവായൂർ സത്യാഗ്രഹത്തിൽ എത്തുമ്പോഴേക്കും രാഷ്ട്രീയ നേതൃത്വം തന്നെ ഏറ്റെടുത്തുകഴിഞ്ഞിരുന്നുവെന്നാണ് ഗുരുവായൂർ സത്യഗ്രഹത്തിന്റെ തുടക്കവും പുരോഗതിയും ബോധ്യപ്പെടുത്തുന്നത്. ഗുരുവായൂർ സത്യാഗ്രഹത്തിന്റെ മുന്നോടിയായിരുന്ന വൈക്കം സത്യഗ്രഹത്തിൽ (1924) അന്ന് കുറെക്കൂടി ശൈശവാവസ്ഥയിലായിരുന്ന കോൺഗ്രസിന്റെ നേതാക്കളും ഘടകങ്ങളും പങ്കുവഹിച്ചിരുന്നെങ്കിലും നിർണായക നേതൃത്വം എസ് എൻ ഡി പിയുടെ സംഘടനാസെക്രട്ടറി ആയിരുന്ന ടി കെ മാധവനായിരുന്നുവെന്നത് അർഥവത്താണ്.

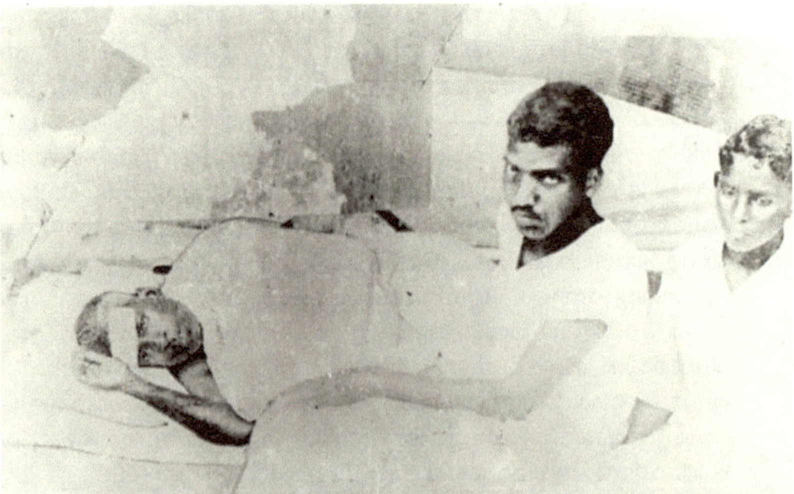

എ കെ ജി സത്യാഗ്രഹ പന്തലിൽ

ദേശാഭിമാനി ടി കെ മാധവൻ ജാതിവിരുദ്ധപ്രസ്ഥാനത്തെയും ബ്രിട്ടീഷ്‌വിരുദ്ധസമരത്തെയും ഇണക്കിച്ചേർക്കാൻ ശ്രമിച്ച ദീർഘദർശിയായിരുന്നു. എങ്കിലും അദ്ദേഹത്തിന്റെ സംഘബലം എസ് എൻ ഡി പിയുടേതായിരുന്നു. പിന്നീട് കെ പി കേശവമേനോനും മന്നത്തു പത്മനാഭപിള്ളയും തമിഴ്നാട്ടിൽനിന്ന് പെരിയോർ ഇ വി രാമസ്വാമി നായ്ക്കരും മഹാത്മാഗാന്ധി തന്നെയും രംഗത്തുവന്നെങ്കിലും 1931 ലെപ്പോലെ രാഷ്ട്രീയനേതൃത്വമാകെ സമരത്തിലെത്തിയെന്നു പറയാനാകില്ല. ദേശീയ സ്വാതന്ത്ര്യപ്രസ്ഥാനം അന്ന് മലബാറിലെന്നപോലെ തിരുവിതാംകൂറിൽ സുശക്തമല്ലാതിരുന്നതും ഒരു കാരണമാകാം. വൈക്കം സത്യാഗ്രഹത്തിന്റെ ലക്ഷ്യവും ഗുരുവായൂർ സത്യാഗ്രഹത്തെക്കാൾ പരിമിതമായിരുന്നു. ഗുരുവായൂരിൽ ക്ഷേത്രപ്രവേശനം ആവശ്യപ്പെട്ടപ്പോൾ വൈക്കത്ത് ക്ഷേത്രത്തിനു ചുറ്റുമുള്ള വഴിനടക്കാനുള്ള സ്വാതന്ത്ര്യം മാത്രമേ ആവശ്യപ്പെട്ടുള്ളൂ.

ഒടുവിൽ സ്വാതന്ത്ര്യലബ്ധിക്ക് തൊട്ടുമുമ്പ് 1947 ജൂൺ 2 ന് മദിരാശി പ്രവിശ്യയിലെ കോൺഗ്രസ് സർക്കാർ ക്ഷേത്രപ്രവേശന ബിൽ നിയമസഭയിൽ അവതരിപ്പിച്ച് പാസാക്കിയശേഷം മാത്രമാണ് ഐതിഹാസികമായ ഈ സമരത്തിന്റെ ലക്ഷ്യം സാക്ഷാത്ക്കരിച്ചത്. അങ്ങനെ തിരുവിതാംകൂറിൽ 1936 നവംബർ 12 നും മദിരാശി പ്രവിശ്യയിലെ നിയമം മുഖേന 1947 ജൂൺ 2 നും ക്ഷേത്രപ്രവേശനം എല്ലാ ജാതിക്കാർക്കും ലഭിച്ചിട്ടും സവർണ യാഥാസ്ഥിതികനായ കൊച്ചി മഹാരാജാവിന്റെ അധികാരപരിധിയിൽ "അയിത്ത" ജാതിക്കാർക്ക് ക്ഷേത്രപ്രവേശനം തുടർന്നും നിരോധിച്ചിരുന്നു. വൈക്കം സത്യാഗ്രഹത്തിന് കാരണമായ വഴിനടക്കൽ നിരോധനവും അവിടെ പലയിടത്തും നിലവിലുണ്ടായിരുന്നു. കൊച്ചി രാജ്യത്തെ പ്രമുഖ നാടുവാഴി പ്രഭുക്കളായ പാലിയത്തച്ചന്മാരുടെ നിയന്ത്രണത്തിലുള്ള ക്ഷേത്രത്തിനകത്തു മാത്രമല്ല പുറത്തും അയിത്തക്കാർക്ക് പ്രവേശനത്തിന് വിലക്കുണ്ടായിരുന്നു. അതിനെതിരെ 1948 മാർച്ച് 10 ന് ആരംഭിച്ച വിജയകരമെങ്കിലും സംഘർഷനിർഭരവും രൂക്ഷവുമായ സമരത്തിലും എ കെ ജി പ്രധാന പങ്കുവഹിച്ചു. ട്രേഡ് യൂണിയൻ നേതാവ് സ: എ ജി വേലായുധൻ ആ സമരത്തിൽ രക്തസാക്ഷിയായി. *പാലിയം സമരകഥ*യിൽ പയ്യപ്പള്ളി ബാലൻ എ കെ ജിയുടെ പങ്കിനെക്കുറിച്ച് ഇപ്രകാരം പറയുന്നു:

എ ജി വേലായുധൻ

> പാലിയം സമരം സംബന്ധിച്ച് കൊച്ചി ഗവൺമെന്റ് നിത്യേനയെന്നോണം പ്രസ് നോട്ടുകൾ ഇറക്കി. 1948 മാർച്ച് 5 ന് ഇറക്കിയ പത്രക്കുറിപ്പിൽ ചേന്ദമംഗലം നാട്ടുകാർക്ക് പാലിയം സത്യഗ്രഹത്തിൽ യാതൊരു താൽപ്പര്യവുമില്ലെന്നും മലബാറുകാരനായ എ കെ ഗോപാലൻ തിരുവിതാംകൂറിൽനിന്ന് വന്ന് കൊച്ചിയിൽ കാട്ടിക്കൂട്ടുന്ന കുഴപ്പമാണ് ഈ സത്യാഗ്രഹമെന്നുമാണ് പറഞ്ഞത്. ഒരർഥത്തിൽ അതു ശരിയാണുതാനും. അൽപ്പം ഉത്സാഹം കുറഞ്ഞ പാലിയം സമരത്തെ ആളിക്കത്തിച്ച് ജന്മി-നാടുവാഴിത്തത്തെ കിടിലംകൊള്ളിച്ചതിനുള്ള ബഹുമതി എ കെ ജിക്കല്ലാതെ മറ്റാർക്കും അവകാശപ്പെടാവുന്നതല്ല. കേരളത്തിലെ അധ്വാനിക്കുന്ന ബഹുജനങ്ങളുടെ മനസിൽ എ കെ ജി എന്നാൽ വിപ്ലവ ബഹുജനമുന്നേറ്റമെന്നാണർഥം. 1975 ലെ അടിയന്തരാവസ്ഥയുടെ അന്ത്യത്തിൽ ശയ്യാവലംബിയാകുന്നതുവരെ അദ്ദേഹം ബഹുജനങ്ങളുടെ കണ്ണീരൊപ്പുകയായിരുന്നു.

അങ്ങനെ തെക്ക് നാരായണഗുരുവും ചട്ടമ്പിസ്വാമികളും വടക്ക് ബ്രഹ്മാനന്ദ ശിവയോഗിയും മറ്റും ബീജാവാപം ചെയ്ത നവോത്ഥാനത്തെ രാഷ്ട്രീയ സ്വാതന്ത്ര്യസമരവുമായി കൂട്ടിയിണക്കാൻ കഴിഞ്ഞുവെന്നതാണ് ഗുരുവായൂർ സത്യാഗ്രഹത്തിന്റെ ചരിത്രപ്രാധാന്യം. ആ ചരിത്രപ്രധാന സമരത്തിന് എ കെ ജി വഹിച്ച പങ്ക് അദ്ദേഹത്തെ കോൺഗ്രസ്സിലേക്കും പിന്നീട് കമ്യൂണിസ്റ്റ് പാർട്ടിയിലേക്കും ആനയിച്ചതിന്റെ കഥ അദ്ദേഹത്തിന്റെ ആത്മകഥയിലെന്നപോലെ കേരളത്തിന്റെ സ്വാതന്ത്ര്യസമരചരിത്രത്തിലും വർണലിപികളിൽ ആലേഖനം ചെയ്തിരിക്കുന്നു.

എ കെ ജിയുടെ ഈ നവോത്ഥാന സംസ്കാരവും സാമൂഹ്യപരിഷ്കരണ പ്രതിബദ്ധതയും അദ്ദേഹത്തിന്റെ കുടുംബജീവിതം ഉൾപ്പെടെ വ്യക്തിത്വത്തിനാകെ പരിവേഷം ചാർത്തുന്നു. യൂറോപ്യൻ നവോത്ഥാനത്തെപ്പറ്റി പറയുമ്പോൾ 'പ്രകൃതിയുടെ വൈരുധ്യാത്മകത' എന്ന അപൂർണകൃതിയിൽ ഫ്രെഡറിക് എംഗൽസ് ബഹുമുഖപ്രതിഭാശാലികളായിരുന്ന നവോത്ഥാനനായകരെക്കുറിച്ച് പറയുന്നുണ്ട്:

> മാനവരാശി അന്നുവരെ കണ്ടിട്ടുള്ളതിൽവച്ച് ഏറ്റവും മഹത്തായ പുരോഗമന വിപ്ലവമായിരുന്നു അത്. അതികായന്മാരെ—ചിന്താശക്തിയിലും വികാരപരതയിലും സ്വഭാവബലത്തിലും സാർവത്രികതയിലും പാണ്ഡിത്യത്തിലും അതികായന്മാരായിട്ടുള്ളവരെ—അവശ്യമായി വരികയും സൃഷ്ടിക്കുകയും ചെയ്ത ഒരു കാലമായിരുന്നു അത്. (മുഖവുര)

തീർച്ചയായും യൂറോപ്യൻ നവോത്ഥാനത്തോളം ആഴത്തിൽ

വേരോടിയതോ സാർവദേശീയ പ്രതികരണം ഉണ്ടാകത്തക്കവിധം വ്യാപകമോ ആയിരുന്നില്ല നമ്മുടെ നവോത്ഥാനം എങ്കിലും നമ്മുടെ നവോത്ഥാന പ്രതിഭകളിലും അതികായന്മാർ ഉയർന്നുവന്നു. അങ്ങനെ കേരള നവോത്ഥാനം ഉയർത്തിയ അതികായരായ പ്രതിഭാശാലികളുടെ ഉത്തമ മാതൃകയായിരുന്നു എ കെ ജി. എ കെ ജിയുടെ പൊതുപ്രവർത്തനം ഗുരുവായൂർ സത്യാഗ്രഹത്തിനു മുമ്പുതന്നെ ആരംഭിച്ചു എങ്കിലും ഗുരുവായൂർ സത്യഗ്രഹവും അതിനോടനുബന്ധിച്ചുള്ള ബഹുജനമുന്നേറ്റത്തിൽ അദ്ദേഹം വഹിച്ച പങ്കും സഹിച്ച യാതനകളുമാണ് അദ്ദേഹത്തിന്റെ ആദ്യത്തെ രാഷ്ട്രീയ കളരി എന്നു പറയാം. നവോത്ഥാന മൂല്യങ്ങൾ മാത്രമല്ല, സ്വാതന്ത്ര്യസമരമൂല്യങ്ങൾ പോലും ആസൂത്രിതമായി തിരസ്കരിക്കപ്പെടുകയും പഴയ ആധിപത്യ മാതൃകകൾ വീണ്ടും നിഴൽപരത്തുകയും ചെയ്യുന്ന ഈ കാലയളവിൽ സഖാവ് എ കെ ഗോപാലന്റെ സ്മരണയും മാതൃകയും നമുക്ക് ലക്ഷ്യബോധവും ആത്മവിശ്വാസവും പകരും.

അനുബന്ധം 1

മലയാളി മെമ്മോറിയൽ - 1891

തിരുവിതാംകൂർ മഹാരാജാവു തിരുമനസ്സിലേക്ക്

തിരുവനന്തപുരം

അങ്ങയുടെ മഹത്വത്തിനു മുമ്പിൽ ദയവായി അനുഭാവപൂർവവും അനുകമ്പാർഹവുമായ പരിഗണനയ്ക്കുവേണ്ടി അങ്ങയുടെ മുമ്പിൽ ഞാൻ ഒരു നിവേദനം യാചനയോടെ സമർപ്പിക്കുന്നു. ഈ നിവേദനത്തിൽ നമ്പൂതിരിമാരും നായന്മാരും സിറിയൻ ക്രിസ്ത്യാനികളും നാടൻ ക്രിസ്ത്യാനികളും ഈസ്റ്റിന്ത്യൻ അഥവാ യൂറേഷ്യാക്കാരും ജന്മികളും കച്ചവടക്കാരും ഉദ്യോഗസ്ഥരുമായി വിവിധ ജാതിയിലും വർഗ്ഗത്തിലും നിലയിലുമുള്ള അങ്ങയുടെ പ്രജകളിൽപ്പെട്ട പതിനായിരത്തിലധികം ആളുകൾ ഒപ്പിട്ടിട്ടുണ്ട്. ഈ നിവേദനത്തിനനുബന്ധമായിക്കൊടുത്തിട്ടുള്ള മുദ്രണം ചെയ്ത പട്ടികയിൽ കാണുന്ന പ്രധാനപ്പെട്ട ഒപ്പുകളിൽ വിവിധ വകുപ്പുകളിലുള്ള പല ഉദ്യോഗസ്ഥന്മാരുടെയും തിരുവനന്തപുരം, ആലപ്പുഴ, കൊല്ലം, പറവൂർ തുടങ്ങിയ സ്ഥലങ്ങളിലെ അഭിഭാഷക പ്രമുഖന്മാരുടെയും നായന്മാർ, നാഞ്ചനാട്ടുശൂദ്രർ, സിറിയൻ ക്രിസ്ത്യാനികൾ എന്നീ ജാതികളിൽപ്പെട്ട വലിയ ജന്മിമാരിൽ ചിലരുടേയും സുപ്രസിദ്ധ തറവാടുകളിലെ പ്രതിനിധികളുടേയും ക്രിസ്ത്യൻ കത്തനാരന്മാരുടെയും പുരോഹിതന്മാരുടെയും അൻപതിൽപ്പരം ബിരുദധാരികളുടെയും പേരുകൾ തിരുമേനിക്ക് കാണുവാൻ കഴിയും.

നിവേദനം കഴിഞ്ഞവർഷം ഫെബ്രുവരിയിൽ മലയാളത്തിലും ഇംഗ്ലീഷിലും മുദ്രണം ചെയ്തതുകൊണ്ട് വളരെ പ്രധാനമല്ലാത്ത ചില വ്യതിയാനങ്ങൾ പിന്നീടു വരുത്തേണ്ടിവന്നു. ഈ വ്യതിയാനങ്ങൾ തുടർന്ന്

തിരുവിതാംകൂറിൽ സംഭവിച്ച ഔദ്യോഗികമാറ്റങ്ങൾക്കും സർവകലാശാലയിലെ ഫലപ്രഖ്യാപനത്തിനും യോജിച്ച വിധത്തിൽ അവശ്യം വേണ്ടി വന്നവയായിരുന്നു. കഴിഞ്ഞ ജൂൺ മാസത്തിൽ നിവേദനം സമർപ്പണത്തിന് തയ്യാറായിരുന്നെങ്കിൽപ്പോലും തിരുവനന്തപുരത്ത് ഇതുവരെ വെച്ചു താമസിപ്പിക്കാൻ ഇടയായതിൽ ഞാൻ വ്യസനിക്കുന്നു.

മഹാരാജാവു തിരുമനസ്സിലെ വിനീത ദാസനും അനുസരണയുള്ള പ്രജയുമായ പി കെ ശങ്കരമേനോൻ ബി എ, ബി എൽ മദ്രാസ് ഹൈക്കോടതി വക്കീൽ യാചനയോടെ ഈ നിവേദനം സമർപ്പിക്കുന്നു.

മൈലാപ്പൂർ

11 ജനുവരി 1891

മഹാരാജാവു തിരുമനസ്സിലേക്ക് സമർപ്പിച്ച മെമ്മോറിയൽ താഴെ കൊടുക്കുന്നു

മഹാരാജ രാജമാന്യ ശ്രീപത്മനാഭദാസ വഞ്ചിക്ഷിതിപാലക ബാലരാമവർമ്മകുലശേഖര കൃപാപതി മന്നൈസുൽത്താൻ മഹാരാജ രാമരാജ ബഹദൂർ ഷംഷേംർജംഗ് ജി സി എസ് ഐ.

തിരുവിതാംകൂർ മഹാരാജാവു തിരുമനസ്സിലേക്ക് അവിടുത്തെ മഹത്വത്തിനു മുമ്പിൽ ദയവായി.

താഴെ ഒപ്പിട്ടിരിക്കുന്ന തിരുമനസ്സിലെ പ്രജകളായ ഞങ്ങൾ അങ്ങേ അറ്റത്തെ ബഹുമാനത്തോടുകൂടി അടിയിൽ കാണുന്ന നിവേദനം യാചനാപൂർവം സമർപ്പിക്കുന്നു. ആവശ്യങ്ങളുടെ തീക്ഷ്ണതയനുസരിച്ച് തിരുമനസ്സിൽനിന്നും ഇതിൽ പരിഗണനയ്ക്കു ശ്രദ്ധയുമുണ്ടാകുമെന്ന ഗാഢമായ വിശ്വാസത്തോടെയാണ് അങ്ങയുടെ സർക്കാരിന്റെയും അങ്ങയുടെയും കൈകളിൽ ഞങ്ങൾ ഇതു സമർപ്പിക്കുന്നത്.

തിരുവിതാംകൂറിലുള്ള അങ്ങയുടെ പ്രജകളിൽ പ്രധാനപ്പെട്ട വിഭാഗങ്ങളെ ബാധിക്കുന്ന ഈ ദു:ഖം ഞങ്ങളിൽ കുറച്ചുപേർ ചേർന്ന് നിർബന്ധപൂർവമായ യാചനയോടുകൂടി തിരുമനസ്സിലെ ദയാപൂർണമായ ശ്രദ്ധയ്ക്ക് വിധേയമാക്കുന്നത് സ്വന്തരാജ്യത്തുള്ള ഭരണകൂടത്തിലെ സേവനത്തിൽ അർഹമായ വിഹിതം ഞങ്ങൾക്ക് നിഷേധിച്ചിരിക്കുന്നതുകൊണ്ടും ഞങ്ങളെ സർവീസിലുള്ള ഉയർന്ന തസ്തികകളിൽ നിന്ന് വ്യവസ്ഥാപിത തന്ത്രമുപയോഗിച്ച് ഒഴിവാക്കിയിരിക്കുന്നതുകൊണ്ടുമാണ്.

ഏറ്റവും ഒടുവിൽ കിട്ടിയ സെൻസസ് റിപ്പോർട്ട് അനുസരിച്ച് തിരുവിതാംകൂറിൽ 17,55,610 ഹിന്ദുക്കളും 4,98,542 ക്രിസ്ത്യാനികളും 1,45,909 മുഹമ്മദീയരും 97 ജൂതന്മാരും ഉൾപ്പെടെ ആകെ ജനസംഖ്യ 24,01,158 ആണ്.

ഇതിൽ നിന്ന് ഒഴിവാക്കപ്പെട്ടവർ (മ) തിരുമനസ്സിലെ പ്രജകളല്ലാത്ത യൂറോപ്യന്മാരും (യ) മുഹമ്മദീയരുടെ ഇടയിൽ വിദ്യാഭ്യാസം തീരെ താഴ്ന്ന നിലവാരത്തിൽ ഉള്ളവരും (ര) സംസ്ഥാനത്തെ ജനസംഖ്യയിൽ

പരിമിതമായി മാത്രമുള്ള ജൂതന്മാരുമാണ്. ബാക്കിയുള്ളവരെ ഈ നിവേദനത്തിന്റെ ആവശ്യത്തിലേക്കായി താഴെപറയുന്ന വിഭാഗങ്ങളായി തിരിക്കാവുന്നതാണ്.

1. മലയാളി ഹിന്ദുക്കൾ

ഇതുകൊണ്ടർഥമാക്കുന്നത് പാരമ്പര്യമായി മരുമക്കത്തായം സ്വീകരിക്കുന്നവരും മക്കത്തായവും മരുമക്കത്തായവും സമ്മിശ്രമായി അംഗീകരിച്ചിരിക്കുന്നവരുമായ കുടുമകൾ അഥവാ മുമ്പോട്ട് ഒരുപിടി മുടി വളർത്തിയിരിക്കുന്നവരെന്നാണ്. ഇക്കൂട്ടർ ആകെ 14,36,835 ഉണ്ട്. അതായത് ആകെ ജനസംഖ്യയുടെ 59.84 ശതമാനം. ഇതിൽ പ്രധാനമായും (മ) 4,64,239 മലയാളി ശൂദ്രരും (യ) 20,000 നാഞ്ചനാട്ടുശൂദ്രരും (ര) 3,87,176 ഈഴവർ അഥവാ തീയരും ഉൾപ്പെടുന്നു.

2. വിദേശ ഹിന്ദുക്കൾ

തിരുവിതാംകൂറിൽവന്ന് സ്ഥിരതാമസമാക്കിയിട്ടുള്ള വിദേശികൾ ഇതിൽ ഉൾപ്പെടുന്നു. ഇക്കൂട്ടർ ആകെ 3,18,775 ഉണ്ട്. ഇവർ ആകെ ജനസംഖ്യയുടെ 13.14 ശതമാനമാണ്. ഇതിൽ പ്രധാനമായും (മ) 25,224 പരദേശി ബ്രാഹ്മണരും (യ) 21,109 വെള്ളാളരും (ര) 4,454 പാണ്ടിശൂദ്രരും ഉൾപ്പെടുന്നു.

3. ക്രിസ്ത്യാനികൾ

ഇവരിൽ (മ) സ്വദേശിസിറിയൻ ക്രിസ്ത്യാനികളും യൂറേഷ്യക്കാരും ഈസ്റ്റിൻഡ്യാക്കാരും ഉൾപ്പെടുന്നു. അവർ ആകെ 4,98,542 ഉണ്ട്. ഇത് ആകെ ജനസംഖ്യയുടെ 20.76 ശതമാനമാണ്. ഇവരിൽ 2,87,409 സിറിയൻസും 1,53,815 കത്തോലിക്കരും 57,318 പ്രൊട്ടസ്റ്റന്റുകാരും ഉണ്ട്.

മുകളിൽ സൂചിപ്പിച്ച അധികാരപത്രികയനുസരിച്ച് ആകെ 16,167 നിയമനങ്ങൾ എല്ലാതുറകളിലുംകൂടെ ഉള്ളതിൽ 13,000 ത്തോളം ഒന്നോ രണ്ടോ അഞ്ചോ അഥവാ പത്തിനു താഴെയോ രൂപ പ്രതിമാസശമ്പളമുള്ള താഴ്ന്ന തരം നിയമനങ്ങളാണ്. ഇതിൽ 11,668 മലയാളി ഹിന്ദുക്കളുണ്ട്. അവരിൽത്തന്നെ 10,000 ഏറ്റവും താഴെക്കിടയിലുള്ള പോലീസിലും നായർപട്ടാളത്തിലും അനേകം ദേവസ്വം സ്ഥാപനങ്ങളിലുമാണ് ജോലി ചെയ്യുന്നത്. 3,185 പരദേശി ഹിന്ദുക്കളിൽ പകുതിയോളം പേർക്ക് പത്തുരൂപയ്ക്കു താഴെ മാത്രം ശമ്പളമുള്ള ചെറിയ ഉദ്യോഗങ്ങളാണുള്ളത്. 1029 ക്രിസ്ത്യാനികളിൽ നാലിൽ മൂന്ന് ഇതുപോലെ താഴ്ന്ന തസ്തികകളിൽപ്പെട്ടവരാണ്. മറ്റുവാക്കുകളിൽ ആകെ 14,61,835 മലയാളി ഹിന്ദുക്കളിൽ കേവലം 11,668 അഥവാ 0.79 ശതമാനം മാത്രം സർക്കാർ സർവീസിൽ ഉള്ളപ്പോൾ 4,98,542 ക്രിസ്ത്യാനികളിൽ 1029 അഥവാ 0.26 ശതമാനം സർക്കാരുദ്യോഗസ്ഥന്മാരായിരിക്കുമ്പോൾ 3,18,775 വിദേശഹിന്ദുക്കളിൽ 3,185 അഥവാ 0.99 ശതമാനം ഇവിടെ സർക്കാർ സർവീസിൽ ഉണ്ട്. എന്നാൽ സെൻസസ് റിപ്പോർട്ട് പ്രസിദ്ധീകരിച്ചിട്ട് ഇപ്പോൾ പത്തുവർഷം കഴിഞ്ഞിരിക്കുന്നു. ഈ കാലയളവിൽ സംസ്ഥാനത്തിലെ നിയമനം ഗണ്യമായി വർദ്ധിച്ചിട്ടുണ്ട്. അതുകൊണ്ടീവിഷയത്തെപ്പറ്റിയുള്ള

ഏറ്റവും ആധികാരികമായരേഖ പത്തുരൂപ പ്രതിമാസ ശമ്പളത്തിൽ കവിയാത്തതായാൽപോലും 1889 ൽ തിരുവിതാംകൂർ ദിവാൻജി അൽമനാക്ക് പ്രസിദ്ധീകരിച്ച പട്ടികയാണ്. ഈ അധികാര പത്രികയനുസരിച്ച് പത്തുരൂപയ്ക്ക് മുകളിൽ പ്രതിമാസശമ്പളമുള്ള 3407 നിയമനങ്ങൾ സംസ്ഥാനത്തുള്ളവയെ ഇപ്രകാരം വിഭജിച്ചിരിക്കുന്നു.

1650	മലയാളിഹിന്ദുക്കൾ	(അവരുടെ ജനസംഖ്യയിൽ 0.11 ശതമാനം)
1444	പരദേശിഹിന്ദുക്കൾ	(അവരുടെ ജനസംഖ്യയിൽ 0.45 ശതമാനം)
272	ക്രിസ്ത്യാനികൾ	(അവരുടെ ജനസംഖ്യയിൽ 0.06 ശതമാനം)

ഈ പട്ടിക കാണിക്കുന്നത് പരദേശികൾ എത്ര കണ്ട് സർക്കാരിൽ കൂടുതൽ പ്രാതിനിധ്യം വഹിക്കുന്നെന്നും താരതമ്യേന സ്വദേശികൾ എത്ര കണ്ട് അസംതൃപ്തിക്ക് നിർബന്ധമായി വിധേയമാകുന്നെന്നുമാണ്. മലയാളിഹിന്ദുക്കളിൽനിന്ന് നിയമിക്കപ്പെട്ട 1650 ൽ 1575 മലയാളി ശൂദ്രരും 75 നാഞ്ചനാട്ടു ശൂദ്രരുമാണ്. സംസ്ഥാനത്തെ ആകെ ജനസംഖ്യയുടെ ആറിൽ ഒരുഭാഗമുണ്ടായിട്ടും തീയരിൽ ഒരാൾക്കുപോലും നിയമനം ലഭിച്ചിട്ടില്ല. അതേ സമയം 1444 നിയമനങ്ങൾ ലഭിച്ചിട്ടുള്ള പരദേശിഹിന്ദുക്കളിൽ 1000 ൽ അധികവും ബ്രാഹ്മണർ കുത്തകയാക്കിവെച്ചുകൊണ്ടിരിക്കുന്നു. ക്രിസ്ത്യാനികൾക്കുള്ള 272 ൽ 76 മാത്രമാണ് പുരാതനത്വമുള്ള സിറിയൻസിനു ലഭിച്ചിട്ടുള്ളത്. ഈ പട്ടികയിൽ വളരെയധികം താഴ്ന്ന നിയമനങ്ങൾ ഉൾപ്പെടുന്നതുകൊണ്ടും അങ്ങനെയുള്ള തസ്തികകളിൽ പരദേശികളെ പ്രവേശിപ്പിക്കാത്തതുകൊണ്ടും നാട്ടുകാർക്കിത് അനിർവാര്യമായതിനാലും തിരുവിതാംകൂറിലെ ഉയർന്ന പരദേശി ഉദ്യോഗസ്ഥർ അവരുടെ സ്വന്തക്കാരെയും ജാതിക്കാരെയും സ്വന്തം മാന്യത നിലനിറുത്തത്തക്കവിധം സർക്കാരിൽ കടത്തിവിടുന്നെന്നുള്ളതാണ് ഇതുകൊണ്ട് സംഭവിക്കുന്ന പ്രത്യക്ഷഫലം. ഈ രാജ്യത്തെ ഉയർന്ന നിയമനങ്ങളെപ്പറ്റി ഇതുപോലെയുള്ള ഒരു പട്ടികമാത്രം മതി സർക്കാർ സർവ്വീസിന്റെ ഉന്നതതലങ്ങൾ വിവിധവർഗങ്ങൾ കരസ്ഥമാക്കിയിരിക്കുന്നതിലേക്ക് വെളിച്ചം പകരാൻ. 2000 രൂപ പ്രതിമാസശമ്പളം ഉയർന്ന തസ്തികയായി പരിഗണിക്കപ്പെടുന്ന ഒരു രാജ്യത്ത് ഏതാണ്ട് 50 രൂപയോ അതിലധികമോ ലഭിക്കുന്ന ഉദ്യോഗങ്ങളെല്ലാം സ്വാഭാവികമായും ഉയർന്ന തസ്തികയായി പരിഗണിക്കപ്പെടാം. ഈ അടിസ്ഥാനത്തിൽനിന്ന് ആരംഭിച്ചാൽ 33 യൂറോപ്യന്മാരുടേതൊഴിവാക്കിയാൽ ഈ രാജ്യത്ത് 246 നിയമനങ്ങൾ ഇന്നുണ്ട്. ഇതിൽ 61 മലയാളി ഹിന്ദുക്കളും 120 പരദേശി ഹിന്ദുക്കളും 65 ക്രിസ്ത്യാനികളും പ്രവർത്തിക്കുന്നു. മറ്റുവാക്കുകളിൽ പറഞ്ഞാൽ സ്വദേശികളായ ഹിന്ദുക്കളും ക്രിസ്ത്യാനികളും കൂടി ഉയർന്നനിയമനങ്ങളിൽ നാലിൽ ഒരംശംമാത്രം കൈവശപ്പെടുത്തുമ്പോൾ പരദേശികൾ ഏതാണ്ട് പകുതിയോളം കുത്തകയാക്കിവെച്ചിരിക്കുന്നു. താഴെ കാണുന്ന പട്ടിക ഒറ്റനോട്ടത്തിൽത്തന്നെ യഥാർത്ഥസ്ഥിതി മനസ്സിലാക്കാൻ ഉപകരിക്കും.

വർഗം	ജനസംഖ്യ	നിയമനത്തിന്റെ എണ്ണം	ജനസംഖ്യയോടുള്ള അനുപാതം
മലയാളിഹിന്ദുക്കൾ	14,36,835	61	23,554 ന് ഒന്ന്
പരദേശിഹിന്ദുക്കൾ	3,18,775	120	2,656ന് ഒന്ന്
ക്രിസ്ത്യാനികൾ	4,98,542	65	7,669ന് ഒന്ന്

ഈ മേധാവിത്വ വർഗങ്ങളിലുള്ള പ്രധാനവിഭാഗങ്ങളെ പ്രത്യേകം പരിഗണനയ്ക്കെടുത്താൽ നമുക്കു കാണാൻകഴിയുന്നത് 56 നിയമനങ്ങൾ മലയാളി ശൂദ്രർക്കും 5 നിയമനങ്ങൾ നാഞ്ചനാട്ടുശൂദ്രർക്കും തീയർക്ക് പൂജ്യവും പരദേശിബ്രാഹ്മണർക്ക് 86ഉം പരദേശിശൂദ്രർക്ക് 34ഉം സിറിയൻ ക്രിസ്ത്യാനികൾക്ക് 16 ഉം മറ്റുക്രിസ്ത്യാനികൾക്ക് 49ഉം നിയമനങ്ങൾ വീതം ലഭിച്ചിട്ടുണ്ടെന്നാണ്. മുകളിൽ പറഞ്ഞ കണക്കനുസരിച്ച് ഒരു പട്ടിക തയ്യാറാക്കിയാൽ ഇങ്ങനെയിരിക്കും.

ജാതികൾ	ജനസംഖ്യ	നിയമനത്തിന്റെ എണ്ണം	ജനസംഖ്യയോടുള്ള അനുപാതം
മലയാളി ശൂദ്രർ	4,64,239	56	8290ന് ഒന്ന്
നാഞ്ചനാട്ടു ശൂദ്രർ	20,000	5	4000ന് ഒന്ന്
തീയർ	3,87,176	0	38717ന് ഇല്ല
പരദേശി ബ്രാഹ്മണർ	25,224	86	293ന് ഒന്ന്
പരദേശി ശൂദ്രർ	25,563	34	751ന് ഒന്ന്
സിറിയൻ ക്രിസ്ത്യാനികൾ	2,87,409	16	17963ന് ഒന്ന്
മറ്റു ക്രിസ്ത്യാനികൾ	2,11,133	49	4308ന് ഒന്ന്

മുകളിൽ കൊടുത്തിരിക്കുന്ന പട്ടിക സ്വദേശികളോട് കാണിച്ചിരിക്കുന്ന അനീതിയുടെ പാരമ്യത വെളിപ്പെടുത്തുന്നു. ഉയർന്ന നിയമനങ്ങളുടെ സിംഹഭാഗവും പരദേശികൾ കൈവശപ്പെടുത്തിയിരിക്കുന്നു. അവരിൽത്തന്നെ ശൂദ്രരുടെ എണ്ണത്തെക്കാൾ ബ്രാഹ്മണരുടെ എണ്ണം ഇരട്ടിയിൽകൂടുതലാണ്. 293 ബ്രാഹ്മണർ പരദേശത്തുനിന്നു വരുമ്പോൾ അവരിൽ ഒരാൾ ഉയർന്ന ഉദ്യോഗത്തിൽ നിയമിക്കപ്പെടുന്നു. ഈ തൊഴിലവസരം മലയാളി ശൂദ്രർക്കു ലഭിക്കുന്നതിന്റെ ഇരുപത്തിആറിരട്ടിയും സിറിയൻ ക്രിസ്ത്യാനികൾക്കു ലഭിക്കുന്നതിന്റെ അറുപത്തിഒന്നിരട്ടിയുമാണ്.

ശമ്പളം													
വർഗം	ജനസംഖ്യ	Rs.2000	Rs.1200	Rs.1000	Rs.700	Rs.600	Rs.500	Rs.400	300 മുതൽ 400 വരെ	200 മുതൽ 300 വരെ	150 മുതൽ 200 വരെ	100 മുതൽ 150 വരെ	50 മുതൽ 100 വരെ
മലയാളി ഹിന്ദുക്കൾ	14,36,885	”	”	”	”	”	1	1	1	3	12	18	24
പരദേശി ബ്രാഹ്മണർ	25,224	1	1	1	1	2	2	1	2	5	8	26	37
സിറിയൻ ക്രിസ്ത്യാനികൾ	2,87,409	”	”	”	”	”	”	”	1	2	1	2	10

ഇതിലെല്ലാം നികൃഷ്ടമായിട്ടുള്ളത് അഞ്ചുരൂപയോ അതിലധികമോ ശമ്പളം ലഭിക്കുന്ന ഒരൊറ്റ തസ്തികയിൽപോലും തീയരുടെ ഇടയിൽനിന്ന് നമ്മുടെ രാജ്യത്തെ സർക്കാർ സർവീസിൽ ഒരൊറ്റ നിയമനവുമില്ലെന്നുള്ളതാണ്. അവർക്കിടയിൽ ബുദ്ധിയും വിദ്യാഭ്യാസയോഗ്യതയും ഉള്ളവരില്ലാത്തതല്ല കാരണം. അതേസമയം മലബാറിൽ അവരെപ്പോലുള്ളവർ ഇൻഡ്യാക്കാർക്കുവേണ്ടി സൃഷ്ടിക്കപ്പെട്ട സർക്കാർ സർവീസിൽ ഉയർന്ന തസ്തികകളിൽ നിയമിക്കപ്പെട്ടിരിക്കുന്നു. ഈ നിയമനങ്ങളെപ്പറ്റിയുള്ള ഒരു വിശകലനത്തിൽനിന്ന് നമുക്കു മനസ്സിലാക്കാൻ കഴിയുന്നത് 50 രൂപയും അതിൽ കൂടുതലും ശമ്പളം വാങ്ങുന്ന 61 മലയാളിഹിന്ദുക്കളിൽ ഒരാൾ 500 രൂപയും വേറൊരാൾ 400 രൂപയും 5 പേർ 200നും 300നും ഇടയ്ക്കും, 12 പേർ 150നും 200നും ഇടയ്ക്കും 18 പേർ 100നും 150നും ഇടയ്ക്കും 24 പേർ 50നും 100നും ഇടയ്ക്കും പ്രതിമാസശമ്പളം വാങ്ങുന്നവരാണെന്നാണ്. പ്രതിമാസം 500 രൂപയിൽ അധികം ശമ്പളം വാങ്ങുന്ന ഒരൊറ്റ മലയാളിഹിന്ദു നമ്മുടെ സർക്കാർ സർവീസിൽ ഇല്ല. 300 ൽ അധികം വാങ്ങുന്നവർ രണ്ടിൽ കൂടുതലുമില്ല. എന്നാൽ പരദേശിബ്രാഹ്മണർക്കിടയിൽ ഒരാൾ പ്രതിമാസം 2000 രൂപയും വേറൊരാൾ 1200 രൂപയും ഒരാൾ 1000 രൂപയും മറ്റൊരാൾ 700നും 800നും ഇടയിലും ഒരാൾ 600 നും 700 നും ഇടയിലും രണ്ടുപേർ 500 നും 600 നും ഇടയിലും രണ്ടുപേർ 400 നും 500 നും ഇടയിലും രണ്ടുപേർ 300 നും 400 നും ഇടയിലും 5 പേർ 200 നും 300 നും ഇടയിലും 8 പേർ 150 നും 200 നും ഇടയിലും 26 പേർ 100നും 150നും ഇടയിലും 36 പേർ 50നും 100നും ഇടയിലും ശമ്പളം വാങ്ങുന്നു. ഈ വസ്തുക്കൾ മുകളിൽ കാണുന്ന പട്ടിക വ്യക്തമാക്കുന്നു.

ഈ രാജ്യത്തുള്ള നാട്ടുകാരായ ക്രിസ്ത്യാനികളിൽ പകുതിയിലധികം സിറിയൻ ക്രിസ്ത്യാനികളാണ്. അവർ ദീർഘകാലമായി ഈ രാജ്യത്തു താമസിക്കുന്നവരും ക്രിസ്ത്യൻ കാലഘട്ടത്തിന്റെ ആരംഭം മുതലുള്ളവരും തിരുവിതാംകൂറിന്റെ താല്പര്യങ്ങളുമായി താദാത്മ്യം

പ്രാപിച്ചവരും ഈ രാജ്യത്തെ ജനസംഖ്യയിൽ ലയിച്ചു ചേർന്നവരുമാണ്. എന്നാൽ ഈ പുരാതനവും ഊർജസ്വലവുമായ സമുദായം ഉയർന്ന നിയമനങ്ങളിൽ 16 മാത്രമാണ് പ്രതിനിധീകരിക്കപ്പെടുന്നത്. അവരിൽ ഏറ്റവും ഉയർന്നശമ്പളം രൂപ 300 മാത്രമാണ്. ഈ അസന്തുലിത വിതരണക്രമത്തിന്റെ ഫലമായി പരദേശിബ്രാഹ്മണരുടെ പ്രതിവർഷവരുമാനം ആളൊന്നിന് 6 രൂ.12 അണ 10പൈയും മലയാളിശൂദ്രന്റേത് 2 അണ 8 പൈയും ക്രിസ്ത്യാനിയുടേത് 2 അണ 10പൈയുമാണ്. ബ്രാഹ്മണൻ ശൂദ്രനെക്കാളും ക്രിസ്ത്യാനിയെക്കാളും 38 ഇരട്ടി വാങ്ങുന്നു.

ഈ രാജ്യത്തെ സ്വദേശികളോടു കാട്ടുന്ന അനീതികൾ കുറേക്കൂടി വ്യക്തമായി മനസ്സിലാക്കാൻ ഡിപ്പാർട്ടുമെന്റുകളെ പ്രത്യേകം പ്രത്യേകം പരിശോധിച്ചാൽ മതിയാകും. ഹജൂർ കച്ചേരിയിൽ 50നും 2000നും മദ്ധ്യേയുള്ള 21 നിയമനങ്ങളിൽ മലയാളിശൂദ്രർക്ക് കേവലം 6 മാത്രമാണുള്ളത്. അതിൽ ഏറ്റവും മുന്തിയതിന് 300 രൂപയാണ് ശമ്പളം. ക്രിസ്ത്യാനികൾക്ക് മൂന്നു നിയമനം ലഭിച്ചതിൽ ഉയർന്നതിനു കിട്ടുന്ന പ്രതിമാസശമ്പളം 700 രൂപയാണ്. അതേസമയം പരദേശി ബ്രാഹ്മണർ 8 ഉണ്ട്. അവരിൽ ഏറ്റവും പ്രധാനപ്പെട്ട ആൾ വാങ്ങുന്ന പ്രതിമാസ ശമ്പളം 2000 രൂപയാണ്. ഇതുപോലെ തന്നെ റവന്യൂ ഡിപ്പാർട്ടുമെന്റിലുള്ള 37 നിയമനങ്ങളിൽ 14 മലയാളിശൂദ്രരും 3 ൽ ക്രിസ്ത്യാനികളും ഉണ്ട്. അവരിൽ കൂടിയവർക്ക് കിട്ടുന്ന ശമ്പളം 200–300 ഉം 50–100ഉം ആണ്. എന്നാൽ 14 പേരുള്ള പരദേശി ബ്രാഹ്മണർക്കിടയിൽ ഏറ്റവും ഉയർന്ന ശമ്പളം 600–700 തോതിൽ ഉള്ളതാണ്. 700നും 150നും ഇടയിൽ ശമ്പളമുള്ള 8 ജില്ലാ ആഫീസർമാരിൽ 300 രൂപ ശമ്പളം പറ്റുന്ന ഒരൊറ്റയാൾ മാത്രം മലയാളി ശൂദ്രനും 150 രൂപാ ശമ്പളം പറ്റുന്ന ഒരാൾ നാഞ്ചനാട്ടുശൂദ്രനുമാണ്. ഇതിൽ ക്രിസ്ത്യാനി ഒന്നുപോലുമില്ല. ഒരേ ജോലി ചെയ്യുന്ന തിരുവിതാംകൂറിലുള്ള 4 ദിവാൻപേഷ്കാരന്മാരിൽ മദ്രാസ് പ്രസിഡൻസിയിലെ കളക്ടർമാരും ഡിസ്ട്രിക്ട് മജിസ്ട്രേട്ടന്മാരും കൂടി ചേർന്ന തസ്തികയിൽ ഒരൊറ്റ മലയാളി ഹിന്ദുവാകട്ടെ ക്രിസ്ത്യാനിയാകട്ടെ ഇല്ല. എല്ലാം പരദേശി ഹിന്ദുക്കളാണ്. ഈ രാജ്യത്തുള്ള 32 തഹസിൽദാരന്മാരിൽ 13 പേർ മാത്രം മലയാളി ഹിന്ദുക്കളാണ്. ക്രിസ്ത്യാനി ഒന്നുപോലുമില്ല. അതേസമയം ആ തസ്തികയിൽ 14 പരദേശിബ്രാഹ്മണരുണ്ട്. മലബാർ ജില്ലയിലുള്ള തഹസിൽദാരന്മാരിൽ 5 നായന്മാരോ തീയരോ ആണെങ്കിൽ ഒന്നു ക്രിസ്ത്യാനിയും രണ്ടുമാത്രം ബ്രാഹ്മണരുമാണ്. എന്നാൽ സഹോദര സംസ്ഥാനമായ കൊച്ചിയിൽ 8 തഹസിൽദാരന്മാരിൽ 7 ഉം നായന്മാരാണ്. നിയമവകുപ്പിലുള്ള 40 നിയമനങ്ങളിൽ ഇവിടെ 10 മലയാളിശൂദ്രരും 2 നാഞ്ചനാടുശൂദ്രരും 9 ക്രിസ്ത്യാനികളും ആണുള്ളത്. മലയാളി ശൂദ്രരിൽ കൂടിയ ശമ്പളം 500ഉം ക്രിസ്ത്യാനിക്ക് കൂടിയത് 200-300ഉം 12 പരദേശി ബ്രാഹ്മണരുള്ളതിൽ ഒരാൾക്ക് 1200 ഉം

മറ്റൊരാൾക്ക് 700 ഉം വീതമാണ് ശമ്പളം ലഭിക്കുക. എന്നാൽ മലബാർ പ്രോവിൻസിൽ 4 സബോർഡിനേറ്റ് ജഡ്ജിമാരും 18 ഡിസ്ട്രിക്ട് മുൻസിപ്പുമാരും ഉള്ളതിൽ രണ്ട് നായന്മാരോ തീയരോ ഒന്ന് യൂറേഷ്യനുമാണെങ്കിൽ രണ്ടാമത്തേതിൽ 9 നായന്മാരും 3 ക്രിസ്ത്യാനികളും ഉണ്ട്. തിരുവിതാംകൂറിൽ 17 സബ്മജിസ്ട്രേട്ടന്മാരുള്ളതിൽ 3 മാത്രം മലയാളി ഹിന്ദുക്കളും 6 ക്രിസ്ത്യാനിയും ആയിരിക്കുമ്പോൾ മലബാറിൽ 13 പേരുള്ളതിൽ 10 നായന്മാരോ തീയരോ ആണ്. തിരുവിതാംകൂറിലെ രജിസ്ട്രേഷൻ ഡിപ്പാർട്ടുമെന്റിൽ 50 ഉം അതിനു മുകളിലും ശമ്പളമുള്ള 11 നിയമനങ്ങളിൽ 3 എണ്ണം മാത്രമേ മലയാളിശൂദ്രർക്കു ലഭിച്ചുള്ളൂ. അവർക്കെല്ലാം ശമ്പളം 50–100 ആണ്. അവിടെ ഒരൊറ്റ ക്രിസ്ത്യാനിയില്ല. എന്നാൽ ഈ ഡിപ്പാർട്ടുമെന്റിൽ 7 നിയമനങ്ങൾ പരദേശി ബ്രാഹ്മണർക്കാണ്. അവരിൽ ഒരാൾ 300–400 ഉം വേറൊരാൾ 100–150 ഉം ശമ്പളം വാങ്ങുന്നു. ആകെയുള്ള 39 സബ്മജിസ്ട്രേട്ടന്മാരിൽ മലബാറിൽ 24 പേർ നായന്മാരോ തീയരോ ആണെങ്കിൽ 4 എണ്ണം ക്രിസ്ത്യാനികളാണ്. വീണ്ടും സെറ്റിൽമെന്റ് ഡിപ്പാർട്ടുമെന്റിൽ ഇവിടെ 11 നിയമനങ്ങളുള്ളതിൽ 3 മാത്രമാണ് മലയാളി ശൂദ്രർക്ക് ലഭിച്ചത്. അവരിൽ ഒരാൾക്ക് 100 –150 രൂ. ശമ്പളവും മറ്റുള്ളവർക്ക് 50–100 ഉം ലഭിക്കുമ്പോൾ ആ ഡിപ്പാർട്ടുമെന്റിൽ ക്രിസ്ത്യാനിയില്ല. എന്നാൽ 7 നിയമനങ്ങൾ അവിടെ പരദേശി ബ്രാഹ്മണർക്ക് ലഭിച്ചിരിക്കുന്നു. അവരിൽ ഒരാൾ വാങ്ങുന്ന ശമ്പളം 1000 ഉം വേറൊരാൾ വാങ്ങുന്നത് 200–300 ഉം ആണ്.

സവിശേഷതകൾ	തിരുവിതാംകൂർ	മലബാർ
വിസ്തീർണം	6730 ച:മൈ:	5765 ച:മൈ:
ആകെ ജനസംഖ്യ	24,01,158	23,65,035
ഹിന്ദുക്കളുടെ ജനസംഖ്യ	17,55,610	16,69,271
ക്രിസ്ത്യാനികളുടെ ജനസംഖ്യ	4,98,542	43,196
ബ്രാഹ്മണരുടെ ജനസംഖ്യ	37,138	47,683
നായന്മാരുടെയും തീയന്മാരുടെയും ജനസംഖ്യ	8,71,415	9,20,400
മലയാളിഹിന്ദു ബിരുദധാരികൾ	50	57
വിദ്യാർഥികൾ ജനസംഖ്യയനുസരിച്ച്	46ന് 1	48ന് 1

മേൽപറഞ്ഞിരിക്കുന്ന വസ്തുതകളും കണക്കുകളും തിരുമനസ്സിലെ പരിഗണനയ്ക്കുവേണ്ടി സമർപ്പിക്കുമ്പോൾ വളരെ വ്യക്തമായി അങ്ങേക്ക് മനസ്സിലാക്കാൻ കഴിയുന്നത് തിരുവിതാംകൂറിലെ സർക്കാർ

സർവീസിൽ സ്വദേശികളെ പരദേശി ബ്രാഹ്മണർ വലിയ തോതിൽ അതിലംഘിക്കുന്നെന്നും പരാജിതരിൽ പ്രധാനികൾ പേരിനുമാത്രം സർക്കാരിൽ പ്രാതിനിധ്യമുള്ള മലയാളിഹിന്ദുക്കളും ക്രിസ്ത്യാനികളുമാണെന്നുമാണ്. തിരുവിതാംകൂറിനെ മലബാറുമായി താരതമ്യപ്പെടുത്തിയാൽ വ്യത്യാസം കൂടുതൽ വ്യക്തമാക്കാൻ കഴിയുന്നതാണ്. വിസ്തീർണതയിലും ജനസംഖ്യയിലും മലബാറും തിരുവിതാംകൂറും ഏറെക്കുറേ തുല്യമാണ്. ഒരേവർഗത്തിൽപ്പെട്ട ജനങ്ങളാണ് രണ്ടിടത്തും അധിവസിക്കുന്നത്. ഈ രാജ്യങ്ങളിൽ പ്രചാരത്തിലുള്ള വിദ്യാഭ്യാസത്തിന് വ്യത്യാസം വളരെ ചെറുതോ തീരെ ഇല്ലെന്നോ പറയാവുന്നതാണ്. അതേ സമയം ഒരു രാജ്യം പുരാതനകാലം മുതൽക്കേ സ്വന്തം ഭരണാധികാരിയുടെ കീഴിലും മറ്റത് ഏതാണ്ട് കഴിഞ്ഞ 80 വർഷക്കാലമായി ഇംഗ്ലീഷ് നിയന്ത്രണത്തിലുമാണ്. താഴെക്കാണുന്ന പട്ടിക അവതമ്മിലുള്ള പാരസ്പര്യം വ്യക്തമാക്കുന്നതാണ്. (പട്ടിക മുകളിൽ)

ക്രിസ്ത്യാനികൾ തിരുവിതാംകൂറിൽ മലബാറിലുള്ളതിനേക്കാൾ 12 ഇരട്ടി കൂടുതലായതുകൊണ്ട് അവരുടെ ഇപ്പോഴത്തെസ്ഥിതി രണ്ടിടത്തും തുലനം ചെയ്യുന്നത് ഒരുതരത്തിലും ശരിയായിരിക്കുകയില്ല. എന്നിരുന്നാലും ക്രിസ്ത്യാനികൾ താരതമ്യേന മലബാറിൽ തുലോം കുറവാണെങ്കിൽത്തന്നെ അവർക്കവിടെ തിരുവിതാംകൂറിനെ അപേക്ഷിച്ച് വമ്പിച്ച പ്രോത്സാഹനമാണ് ലഭിക്കുന്നത്. മലബാർ ക്രിസ്ത്യാനിയുടെ ഭരണത്തിൻ കീഴിലാണെന്നും തിരുവിതാംകൂറിൽ ക്രിസ്ത്യാനികൾ ദീർഘ

റവന്യൂവും അധികാരവും					
മലബാർ			തിരുവിതാംകൂർ		
നിയമനത്തിന്റെ പേരുകൾ	നിയമനത്തിന്റെ എണ്ണം	നായർക്കോ തീയർക്കോ എത്ര?	നിയമനത്തിന്റെ പേരുകൾ	നിയമനത്തിന്റെ എണ്ണം	മലയാളിശൂദ്രർക്ക് ലഭിച്ചത്
കളക്ടർ	1	–	ദിവാൻ	1	–
സബ്കളക്ടർ	1	–	ദിവാൻ പേഷ്ക്കാർ	4	–
ഹെഡ് അസിസ്റ്റന്റ് കളക്ടർ	1	–	അസിസ്റ്റന്റ് പേഷ്ക്കാർ	1	1
സ്പെഷ്യൽ അസിസ്റ്റന്റ് കളക്ടർ	1	–			
ഡെപ്യൂട്ടി കളക്ടർ	5	3	ഡെപ്യൂട്ടി പേഷ്ക്കാർ	2	2
താസീൽദാർ	9	5	താസീൽദാർ	32	11
സബ് മജിസ്ട്രേട്ട്	13	10	സബ്ബ് മജിസ്ട്രേട്ട്	17	3

ജൂഡിഷ്യറി					
മലബാർ			തിരുവിതാംകൂർ		
നിയമനത്തിന്റെ പേരുകൾ	നിയമനത്തിന്റെ എണ്ണം	നായർക്കോ തീയർക്കോ എത്ര?	നിയമനത്തിന്റെ പേരുകൾ	നിയമനത്തിന്റെ എണ്ണം	മലയാളിശൂദ്രർക്ക് ലഭിച്ചത്
ഡിസ്ട്രിക്ട് ജഡ്ജ്	2		ഹൈക്കോർട്ട് ജഡ്ജ്		4
സബ് മജിസ്ട്രേട്ട	3	3	ഡിസ്ട്രിക്ട് ജഡ്ജ്	7	2
മുൻസിഫ്	18	9	മുൻസിഫ്	10	7

കാലമായി സാമൂഹ്യവും ജാതീയവുമായ അസ്വാതന്ത്ര്യം അനുഭവിക്കുന്നതുമാണിതിനു കാരണമെന്നും ഭാഗികമായി വിശദീകരിക്കാൻ കഴിഞ്ഞേക്കാം. എന്നാലും തിരുവിതാംകൂറിലുള്ള ചില ഡിപ്പാർട്ടുമെന്റിലും ക്രിസ്ത്യാനികളെ സ്വതന്ത്രമായി പ്രവേശിപ്പിക്കാവുന്നതാണെങ്കിലും വളരെ വിരളമായി മാത്രമേ അവരെ നിയമിക്കാറുള്ളൂ എന്നസത്യം നിഷേധിക്കാൻ സാധ്യമല്ല. ഭരണവർഗത്തിലെ മേധാവികൾക്ക് ക്രിസ്ത്യൻ താല്പര്യത്തോടുള്ള അവഗണനയാണിതിനു കാരണം. എന്നാൽ നായരുടെയും തീയരുടെയും ജനസംഖ്യ രണ്ടുരാജ്യത്തും ഏറെക്കുറേ തുല്യ്യമാണ്. നല്ല നിലയിൽ നമുക്കവരെ താരതമ്യപ്പെടുത്താൻ കഴിയും: അങ്ങനെയൊരു താരതമ്യപഠനം ആവശ്യമായിവന്നാൽ, ഒരു രാജ്യത്തെ ഭരണകൂടത്തിൽ ഏറ്റവും പ്രധാനപ്പെട്ടവയാണ് റവന്യൂവും ജൂഡീഷ്യറിയും. ഇവയെ സംബന്ധിച്ചിടത്തോളം വസ്തുതകൾ എങ്ങനെയാണ് മലബാറിലും തിരുവിതാംകൂറിലും സ്ഥിതി ചെയ്യുന്നതെന്ന് മുകളിൽ കാണുന്ന പട്ടിക വ്യക്തമാക്കുന്നതാണ്.

മുകളിൽ കാണിച്ച പട്ടികയിൽനിന്ന് തിരുമനസ്സിലേക്ക് ഗ്രഹിക്കാൻ കഴിയുന്നത് മലബാറിൽ റവന്യൂവകുപ്പിൽ 35 ഗസറ്റഡ് നിയമനങ്ങളിൽ 4 ഉം ജൂഡീഷ്യറിയിൽ 23ൽ രണ്ടും സിവിൽസർവ്വീസിന് നീക്കിവെച്ചിട്ടുണ്ടെന്നുള്ളതാണ്. ഇതുകൂടാതെ മലബാറിലെ റവന്യൂവകുപ്പിൽ 27 നിയമനങ്ങളിൽ 18 അഥവാ 66.6 ശതമാനം നായർക്കോ തീയർക്കോ ആണ്. ജൂഡിഷ്യറിയിലുള്ള 21ൽ 12 അഥവാ 57.8 ശതമാനവും അവർക്കുതന്നെ. നേരെമറിച്ച് തിരുവിതാംകൂറിൽ റവന്യൂവിലോ ജൂഡിഷ്യറിയിലോ ഹൈക്കോർട്ടിൽ രണ്ടാമത്തെ ജഡ്ജ് ഒഴികെയുള്ള ഏതെങ്കിലും നിയമനം ഒരു പ്രത്യേകവർഗത്തിനോ ജനതയ്ക്കോ മാറ്റിവെക്കപ്പെട്ടിട്ടില്ലെന്നു മാത്രമല്ല റവന്യൂവകുപ്പിൽ 60 ഉയർന്ന തസ്തികകളിൽ 17 അഥവാ 28.6 ശതമാനവും ജൂഡിഷ്യറിയിൽ 30 ൽ 9 ഉം അതായത് 30 ശതമാനവും മാത്രമാണ് മലയാളിശൂദ്രർക്ക് ലഭിച്ചിട്ടുള്ളത്. മുകളിൽ കാണുന്ന പട്ടികയിൽ മലബാറിനേയും തിരുവിതാംകൂറിനേയും ബാധിക്കുന്ന വലതുഭാഗത്തെകള്ളികൾ ഒഴിഞ്ഞുകാണുന്നതുകൊണ്ട് മാതൃരാജ്യത്തെ

പ്പോലെ ബ്രിട്ടീഷ് ജില്ലയിലും സ്വദേശികളല്ലാത്തവർക്കുവേണ്ടി കുറേ നിയമനങ്ങൾ നീക്കിവെക്കപ്പെട്ടിട്ടുണ്ടെന്ന് തെറ്റിദ്ധരിക്കാനിടയാകരുത്. അങ്ങനെയൊരു നിർഭാഗ്യകരമായ സ്ഥിതിവിശേഷം തിരുവിതാംകൂർ അനാദികാലം മുതല്ക്കേ സ്വദേശികളായ രാജാക്കന്മാർ ഭരിച്ചിട്ടും ഇവിടെ സംജാതമായിട്ടുണ്ട്. തിരുവിതാംകൂർ റവന്യൂവിഭാഗത്തിൽ ദിവാൻജി ഒരു മലയാളിശൂദ്രനോ ദിവാൻ പേഷ്കാരന്മാരിൽ ഒരാളെങ്കിലും മലയാളിശൂദ്രനോ അല്ല. ജുഡിഷ്യൽ വിഭാഗത്തിലാണെങ്കിൽ ഉയർന്ന നീതിപീഠത്തിൽ മലയാളിശൂദ്രരില്ല. വിദ്യാഭ്യാസത്തിന്റെ കാര്യത്തിലാണെങ്കിൽ തിരുവിതാംകൂർ മലബാറിനോടൊപ്പം തന്നെ പുരോഗതി കൈവരിച്ചു കഴിഞ്ഞിരിക്കുന്നു. പോരാ മലബാർതീരത്തുണ്ടായ ആദ്യത്തെ ബിരുദധാരി തിരുവിതാംകൂർ സ്വദേശിയായ ഒരു മലയാളി ശൂദ്രനായിരുന്നു. അദ്ദേഹം ബിരുദം നേടിയത് ഏതാണ്ട് കാൽനൂറ്റാണ്ടിനു മുമ്പായിരുന്നെന്നുമാത്രമല്ല അതിനുശേഷം മലബാർ തന്റെ ആദ്യത്തെ പ്രതിനിധിയെ പുറത്തെടുക്കാൻ അഞ്ചുവർഷത്തിലധികം കാത്തിരിക്കേണ്ടിവരികയും ചെയ്തു. തിരുവിതാംകൂർ ജനസംഖ്യയിൽ വിദ്യാഭ്യാസം ലഭിച്ച പുരുഷന്മാർ 11.08 ശതമാനവും സ്ത്രീകൾ 0.46 ശതമാനവുമാണെങ്കിൽ മദ്രാസ് പ്രസിഡൻസിയിൽ പുരുഷന്മാർ 9.4 ശതമാനവും സ്ത്രീകൾ 16 ശതമാനവും മാത്രമാണുള്ളത്. മലയാളിശൂദ്രരിലാണ് ഏറ്റവും കൂടുതൽ വിദ്യാസമ്പന്നരുള്ളത്. എന്നിട്ടും തിരുവിതാംകൂറിൽ സ്വന്തം സർക്കാരിൽ സ്വദേശികളാൽ ഭരിക്കപ്പെടുന്ന രാജ്യത്ത് ഇന്ന് വളരെ മോശപ്പെട്ട സ്ഥാനമാണ് വിദേശികളാൽ ഭരിക്കപ്പെടുന്ന മലബാറിലെ സ്വന്തം സഹോദരങ്ങളെ അപേക്ഷിച്ച് മലയാളിശൂദ്രർക്ക് ലഭിച്ചിരിക്കുന്നത്. അനാദികാലം മുതൽ ഈ അടുത്തകാലം വരെ അവർ രാജ്യത്തിന്റെ പ്രധാന ഭരണാധികാരികളായിരുന്നെന്നുള്ള വസ്തുത ആലോചിക്കുമ്പോൾ അവരുടെ ഇന്നത്തെ സ്ഥിതി പരിതാപകരമാണെന്ന് തിരുമനസ്സിൽനിന്ന് ബോദ്ധ്യപ്പെടേണ്ടിയിരിക്കുന്നു. നായർ സമുദായത്തിൽ നിന്നുയർന്നുവന്ന വ്യക്തിത്വമുള്ള ദിവാൻജിമാരുടെ ഒരു പട്ടിക തന്നെ ചരിത്രം രേഖപ്പെടുത്തുന്നുണ്ട്. അവർ ഭരണതന്ത്രത്തിലും രാജഭക്തിയിലും കീർത്തിമാന്മാർതന്നെ ആയിരുന്നു. ദിവാൻ പദവി മാത്രമായിരുന്നില്ല, മിക്കവാറും എല്ലാ ഉയർന്ന സ്ഥാനങ്ങളും അവർ അലങ്കരിച്ചിരുന്നു. എന്നാൽ ഇന്ന് തിരുവിതാംകൂർ ഒരു വ്യത്യസ്ത കഥയാണവതരിപ്പിക്കുന്നത്. ഈ മാറ്റത്തിന് എന്തെങ്കിലും മതിയായ കാരണമുണ്ടെങ്കിൽ അത് ഇൻഡ്യയുടെ ഇതരഭാഗങ്ങളിൽ പ്രചരണത്തിനുള്ള ഇംഗ്ലീഷ് വിഭ്യാഭ്യാസത്തിൽ ഇക്കൂട്ടർക്ക് മതിയായ വേഗത കൈവരിക്കാൻ കഴിയായ്ക മാത്രമാണ്. എന്നാൽ പ്രാഥമിക വിദ്യാഭ്യാസത്തെ സംബന്ധിച്ചിടത്തോളം മലയാളിശൂദ്രർ അങ്ങയുടെ പ്രജകളിൽ മുമ്പന്തിയിലാണെന്നും അവർക്കിതു പ്രയോജനപ്പെടുത്താനുള്ള ജിജ്ഞാസ കഴിഞ്ഞ രണ്ടുവർഷക്കാലമായി വർദ്ധിച്ചിട്ടുണ്ടെന്നും തിരുവിതാംകൂറിലെ വിദ്യാലയങ്ങളിൽ അവരുടെ വിദ്യാർത്ഥികളുടെ വർദ്ധനവ് ഏതാണ്ട് മൂന്നിൽ ഒന്നും നാലിൽ ഒന്നുമായി ഉയർന്നതിൽ

നിന്നും തിരുമനസ്സിലേക്ക് ബോദ്ധ്യപ്പെടാവുന്നതാണ്. അതേസമയം മറ്റു വർഗങ്ങളുടെ പുരോഗതി നാലിൽ ഒന്നും പത്തിൽ ഒന്നും മാത്രമാണ്. ഉന്നത വിദ്യാഭ്യാസത്തെ സംബന്ധിച്ചിടത്തോളം സാഹിത്യാദി വിഷയങ്ങളിലും നിയമത്തിലും ഉന്നതബിരുദം നേടിയ മലയാളി ശൂദ്രരുടെ എണ്ണം അവരുടെ പുരോഗതിയുടെ വ്യക്തമായ തെളിവായി സ്വീകരിക്കാവുന്നതാണ്. എന്നാൽ കാലത്തിന്റെ പുരോഗതിക്കൊപ്പം അവർ മുൻപന്തിയിൽ എത്തിയെങ്കിൽപോലും ഔദ്യോഗിക മണ്ഡലത്തിൽ ഇന്നും അവർ താഴത്തെ പടിയിലാണ്. ഇതിന്റെ കാരണം കണ്ടുപിടിക്കാൻ തിരുമനസ്സിൽനിന്നും അധികം അന്വേഷിക്കേണ്ടതില്ല. തിരുവിതാംകൂർ ദിവാൻജിമാരുടെ ഒരു പട്ടിക പരിശോധിച്ചാൽ കാണാൻ കഴിയുന്നത് ചരിത്രമുണ്ടായകാലം മുതൽക്കേ സ്വദേശികളായ പ്രധാനമന്ത്രിമാരാൽ ഭരിക്കപ്പെട്ട വഞ്ചിരാജ്യം 1817 മുതൽ 1872 വരെ ഏതാണ്ട് അരനൂറ്റാണ്ടുകാലമായി പരദേശിദിവാൻജിമാരുടെ ഭരണത്തിൻ കീഴിലാണെന്നുള്ള വസ്തുതയാണ്. ഈ ദിവാൻജിമാരെല്ലാം തന്നെ നിരന്തരമായും കരുതിക്കൂട്ടിയും അവരുടെ ബന്ധുക്കളെയും ജാതിക്കാരേയും സ്നേഹിതരേയും സർക്കാരിലെ ഉയർന്ന നിയമനങ്ങളിൽ തിരുകിക്കയറ്റികൊണ്ട് നായന്മാരെ തൽസ്ഥാനങ്ങളിൽനിന്ന് നിഷ്കാസനം ചെയ്യുകയാണുണ്ടായത്. ഈ പദ്ധതിയുടെ വിനാശകരമായ ഫലം വെളിവാക്കുന്നത് ദിവാൻജിയാകുന്നതിന് തൊട്ടുതാഴത്തെ പടിയായ ദിവാൻ പേഷ്കാരന്മാരുടെ നിയമനത്തിൽ നിന്നും കഴിഞ്ഞ 30 വർഷമായി നായന്മാരെ തീരെ ഒഴിവാക്കിയെന്നുള്ളതാണ്. 1860 ൽ ഈ രാജ്യത്ത് ആകെ രണ്ടു ദിവാൻ പേഷ്കാരന്മാരാണുണ്ടായിരുന്നത്. അതുരണ്ടും അന്ന് മലയാളി ശൂദ്രരായിരുന്നു. 1867 ൽ ആണെങ്കിൽ ദിവാൻ പേഷ്ക്കാരന്മാരിൽ മൂന്നും മലയാളി ശൂദ്രരായിരുന്നു. 1872 ൽ മൂന്നിൽ രണ്ടും 1874 മുതൽ 1877 വരെ നാലിൽ രണ്ടും 1878 മുതൽ മൂന്നിൽ ഒന്നും മലയാളി ശൂദ്രരായിരുന്നെങ്കിൽ 1879 മുതൽ 1882 വരെ ദിവാൻ പേഷ്കാർപദവിയിൽനിന്നും അവർ പാടെ ബഹിഷ്കൃതരായി. 1885 ൽ നാലിൽ ഒന്ന് ഉണ്ടായിരുന്നെങ്കിലും ഇപ്പോൾ മലയാളി ശൂദ്രരിൽ ആരും തന്നെ ദിവാൻ പേഷ്കാരായിട്ടില്ല. അങ്ങനെ പരദേശി ദിവാൻജിമാരിൽ ഉദ്ഘാടനം ചെയ്യപ്പെട്ടതും സ്വദേശികൾക്ക് അപകടകരവുമായ ഈ നയം ഇന്നും നിർബാധം തുടരുകയാണെന്ന് ഞങ്ങൾ വ്യസനസമേതം ബോധിപ്പിക്കുന്നു.

കഴിവും വിദ്യാഭ്യാസവുമുള്ള മലയാളിശൂദ്രരെ ഹജൂർകച്ചേരിയിലും റവന്യൂവകുപ്പിലും നിയമിക്കുന്നതിൽനിന്ന് വിദേശികളുടെ താല്പര്യസംരക്ഷണാർഥം ബോധപൂർവം ഒഴിവാക്കിയിരിക്കുകയാണ്. അധികാരത്തിലിരിക്കുന്ന ജാതിയിൽപ്പെട്ടവർക്ക് ബോധപൂർവം ഉദ്യോഗകയറ്റങ്ങൾ കൊടുക്കുന്നു. സ്വദേശികളായ ബിരുദധാരികൾക്ക് കുറച്ചോ തീരെയൊ പ്രോത്സാഹനം ലഭിക്കുന്നില്ല. 135 തിരുവിതാംകൂർ ബിരുദധാരികളിൽ 50 മലയാളിഹിന്ദുക്കളാണെങ്കിൽ അവരിൽ 18 പേർക്ക് ഇപ്പോഴും തൊഴിൽ ലഭിച്ചിട്ടില്ല. സർക്കാർ സർവീസിൽ അപൂർവമായി ദിവാൻജി നിയമിച്ച

വർ പുരോഗതിക്ക് സാധ്യത നിഷേധിക്കപ്പെട്ട വിദ്യാഭ്യാസവകുപ്പിലാണ് തളയ്ക്കപ്പെട്ടിരിക്കുന്നത്. അതുപോലെതന്നെ 35 ൽ 11 സിറിയൻ ക്രിസ്ത്യാനികൾക്കു മാത്രമാണ് ഉദ്യോഗം കൊടുത്തിട്ടുള്ളത്. എന്നാൽ 42 പരദേശി ബ്രാഹ്മണബിരുദധാരികളിൽ 32 പേർ സർക്കാർ സർവീസിൽ ഉണ്ട്. അവരിൽ അധികവും റവന്യൂവിലും ജൂഡിഷ്യറിയിലുമാണ് നിയമിക്കപ്പെട്ടിരിക്കുന്നത്. ഞങ്ങൾ യാതൊരു കാരണവശാലും അതതു വർഷം സർവ്വകലാശാലയിൽനിന്നുവരുന്ന എല്ലാ തിരുവിതാംകൂർ ബിരുദധാരികളേയും തിരുമനസ്സിലെ സർക്കാരിൽ നിയമിക്കണമെന്നു പറയുന്നില്ല. എന്നാൽ പരദേശിബ്രാഹ്മണർ ഒരു ഭാഗത്തും മലയാളിഹിന്ദുക്കളും സിറിയൻ ക്രിസ്ത്യാനികളും മറുഭാഗത്തും ഉള്ളതിൽ ഞങ്ങൾക്കു നിശ്ചയമായും ഈ രാജ്യത്ത് മുൻഗണനയ്ക്ക് അർഹതയുണ്ട്. പ്രത്യേകിച്ച് ദരിദ്രരും നിസ്സഹായരുമായ നാട്ടുകാർ ഒറ്റയ്ക്ക് വിദ്യാഭ്യാസരംഗത്ത്; ഊട്ടുപുരയിൽനിന്ന് ഉദാരമായി ഭക്ഷണസൗകര്യം ലഭിക്കുന്നവരും സർക്കാരിൽനിന്ന് സംഭാവനകളും സമ്മാനങ്ങളും സ്വീകരിക്കുന്നവരും മറ്റനേകം ആനുകൂല്യങ്ങൾ പറ്റുന്നവരുമായ ബ്രാഹ്മണർക്കെതിരേ പൊരുതി ജയിക്കേണ്ടിയിരിക്കുന്നു. ഈ അസൗകര്യങ്ങൾ എല്ലാം സഹിച്ചുകൊണ്ട് തിരുമനസ്സിലെ പ്രജകൾ കഷ്ടപ്പെട്ട് ഇംഗ്ലീഷ് വിദ്യാഭ്യാസത്തെ ആശ്രയിക്കുകയും അതേസമയം അവർ ന്യായമായി അർഹിക്കുന്ന പ്രോത്സാഹനം തിരുമനസ്സിലെ സർക്കാർ നിഷേധിക്കുകയും ചെയ്യുമ്പോൾ അവരിൽനിന്നുണ്ടാകുന്ന വേദനാജനകവും അഗാധവുമായ പരിദേവനങ്ങൾക്ക് അവിടുന്നു മാപ്പ് കൊടുക്കുകതന്നെ വേണം.

മണ്ണുമായി ബന്ധപ്പെട്ട് അത്യദ്ധ്വാനം കൊണ്ട് ശോഷിച്ച മലയാളിഹിന്ദുക്കൾ ഇന്ന് താരതമ്യേന ദാരിദ്ര്യം ബാധിച്ച ജനതയാണ്. അവർക്ക് വ്യവസായത്തിന്റെ പ്രാധാന്യത്തെപ്പറ്റിയോ സാങ്കേതികപുരോഗതിയുടെ വിലയെപ്പറ്റിയോ ബോധമില്ല. ഇന്നും അവർ കാർഷികവൃത്തിയെക്കാൾ വളർന്നിട്ടില്ല. അവരുടെ ദാരിദ്ര്യവും പാരമ്പര്യത്തിന്റെ പ്രത്യേകതകളും തിരുവിതാംകൂർ സമ്പ്രദായമനുസരിച്ചുള്ള ധാന്യവിഹിതത്തിന്റെയും വിരുത്തിയുടെതുമായ മിശ്രരൂപത്തിലുള്ള കടുത്ത കരമീടാക്കലും അവരെ ഇന്നത്തെ സ്ഥിതിയിൽ കൊണ്ടെത്തിച്ചു. ഈ സ്ഥിതിവിശേഷം സ്വന്തം നാടുവിട്ട് വിദേശങ്ങളിൽപോയി തൊഴിലന്വേഷിക്കുവാൻ അവരെ പ്രാപ്തിയില്ലാത്തവരാക്കിതീർത്തു. സ്വന്തം നാടുപേക്ഷിച്ചാൽ അവർ വിദേശങ്ങളിൽ നിരാശ്രയരാണ്. കാരണം തിരുവിതാംകൂറിലെ സ്ഥിതിക്ക് വിപരീതമായി നാട്ടുരാജ്യങ്ങളും ബ്രിട്ടീഷ് ഭരണപ്രദേശവും അതാതുനാട്ടുകാർക്കാണ് വിദേശികളെക്കാൾ മുൻഗണന കൊടുക്കുന്നത്. ഈ സത്യത്തിന്റെ തെളിവ് നമ്മുടെ മഹാരാജാവിന്റെ പ്രജകളിൽ ഒരാൾ ഹൈദരാബാദിലുള്ള ഒരു ഒഴിവിലേക്ക് നിയമനം ലഭിക്കാൻ അപേക്ഷ അയച്ചപ്പോൾ അദ്ദേഹത്തിന് ആ നാട്ടുകാരനല്ലാത്തതുകൊണ്ട് ആ ഒഴിവ്നൽകാൻ സാധ്യമല്ലെന്നു കിട്ടിയ മറുപടിതന്നെയാണ്. വേറൊരു സന്ദർഭത്തിൽ അങ്ങയുടെ ഒരു പ്രജ ബ്രിട്ടീഷ് ഗവൺമെന്റിൽ ഒരു ഉദ്യോ

ഗത്തിന് അപേക്ഷകനായിരുന്നു. നിയമമനുസരിച്ച് (3 -ാം അധ്യായം33-ാം വകുപ്പ്) ചക്രവർത്തിനി തിരുമനസ്സിലെ പ്രജകൾക്കല്ലാതെ ആ നിയമനം സ്ഥിരപ്പെടുത്താൻ കഴിയില്ലെന്നും അഥവാ നാട്ടുരാജ്യങ്ങളിലെ പ്രജകൾക്കും അതു നൽകാവുന്നതാണെന്ന് നിയമം വ്യാഖ്യാനിച്ചാൽത്തന്നെ ആ സ്ഥാനം അപേക്ഷകന് നൽകുന്നതിനെപ്പറ്റി പരിഗണിക്കുന്നത് മുൻഗണനയ്ക്ക് അർഹതയുള്ള ബ്രിട്ടീഷ് ഭരണപ്രദേശങ്ങളിൽ നിന്ന് മറ്റപേക്ഷകർ ഇല്ലാത്തഘട്ടത്തിൽ മാത്രമാണെന്ന മറുപടിയാണ് അപേക്ഷകനു ലഭിച്ചത്. മറ്റു ഭരണകൂടങ്ങൾ അവരുടെ പ്രജകൾക്കു കൊടുക്കുന്ന പിന്തുണ മഹാരാജാവു തിരുമനസ്സുകൊണ്ട് സ്വന്തം പ്രജകൾക്കും കൊടുക്കണമെന്നുള്ള ആത്മാർഥമായ പ്രാർഥനയാണ് ഈ നിവേദകർക്ക് തിരുമനസ്സിലേക്ക് സമർപ്പിക്കാനുള്ളത്.

ബ്രിട്ടീഷ് ഇൻഡ്യയിൽ തദ്ദേശവാസികൾക്ക് മതിയായ വിധത്തിൽ സർക്കാർ സംരക്ഷണം ലഭിക്കുന്നില്ലെന്ന പരാതി പലപ്പോഴും ഉണ്ടെന്നുള്ള വസ്തുത തിരുമനസ്സിലേക്ക് ബോദ്ധ്യമുണ്ട്. പ്രായോഗികമായി ഇൻഡ്യ പിടിച്ചടക്കിയവരെന്ന നിലയിൽ ബ്രിട്ടീഷുകാരന്റെ പെരുമാറ്റത്തിൽ കുറച്ച് അർഥമുണ്ട്. എന്നിട്ടും ഇൻഡ്യാഗവൺമെന്റ് നാട്ടുകാരന് നന്മവരുത്തുന്ന കാര്യത്തിൽ അങ്ങേ അറ്റം അനുകമ്പയാണ് കാണിക്കുന്നത്. കാലാകാലങ്ങളിൽ അവരുടെ ഭരണകൂടത്തിൽ സ്വദേശികൾക്ക് കൂടുതൽ നിയമനം ലഭിക്കുന്നതിന് സഹായകമായ അനേകം നിയമങ്ങൾ ബ്രിട്ടീഷുകാർ സൃഷ്ടിച്ചിട്ടുണ്ട്. 1879 ൽ ഇൻഡ്യാഗവൺമെന്റും സ്റ്റേറ്റ് സെക്രട്ടറിയും മഹാറാണി തിരുമനസ്സിലെ ഉത്തരവുകൾക്കനുസരണമായി ഉയർന്ന തസ്തികകളിൽ കൂടുതൽ ഇൻഡ്യാക്കാരെ നിയമിക്കണമെന്നാവശ്യപ്പെടുന്ന നിർദേശങ്ങൾ നൽകുകയുണ്ടായി. ഈ ഉത്തരവുകളുടെ പ്രായോഗികത ഇൻഡ്യാഗവൺമെന്റിന്റെ 1879 ഏപ്രിൽ 18-ാം തീയതിയിലെ സർക്കുലർ അനുസരിച്ച് 1879 ജൂലൈ 10-ാം തീയതി മദ്രാസിലെയും ബോംബെയിലെയും സ്റ്റേറ്റ് സെക്രട്ടറിമാരോട് നിർദ്ദേശിച്ചത് എക്സിക്യൂട്ടീവിലും ജൂഡീഷ്യറിയിലും പ്രതിമാസം 200 രൂപയും അതിനുമുകളിലും ശമ്പളമുള്ള എല്ലാ ഉദ്യോഗങ്ങളിലും ഇന്ത്യാക്കാരായ ഉദ്യോഗസ്ഥന്മാരെ നിയമിക്കണമെന്നായിരുന്നു. 1886 ൽ പബ്ലിക്ക് സർവീസ് കമ്മീഷന്റെ മാതൃകയിലുള്ള ഒരു നിയമനം നടന്നു. “സർക്കാർ സർവീസിലുള്ള ഉയർന്ന തസ്തികകളിലേക്ക് കൂടുതൽ വ്യാപകമായ നിയമനം ഇൻഡ്യാക്കാർ ആവശ്യപ്പെടുന്നതു സംബന്ധിച്ച് അവർക്ക് പൂർണമായ നീതി നൽകുന്നതിലേക്കായി ഉത്തരവാദിത്വത്തോടെ ആവശ്യമായ വ്യവസ്ഥകൾ പൂർണമായി ആവിഷ്കരിച്ചുകൊണ്ടുള്ള ഒരു പദ്ധതി” ആസൂത്രണം ചെയ്യുന്നതിനുവേണ്ടിയാണ് ഈ കമ്മീഷൻ നിയമിക്കപ്പെട്ടത്. “ഇൻഡ്യൻ സ്വദേശി” എന്ന പ്രയോഗം ഇവിടെ നിർവചിക്കുന്നത് നിയമത്തിന്റെ 3-ാം അദ്ധ്യായം 33-ാം വകുപ്പിൽ ചേർത്തിരിക്കുന്ന പ്രകാരമാണ്. “യാതൊരാൾ ജനനം കൊണ്ടും പാർപ്പിടം കൊണ്ടും ചക്രവർത്തി തിരുമനസ്സിലെ ഇൻഡ്യൻ ഭരണാതിർത്തിയിൽ ബന്ധപ്പെട്ടിരിക്കുകയോ അങ്ങനെയുള്ളവരുടെ രക്ഷാ

കർത്താക്കൾ പരമ്പരാഗതമായി ഇൻഡ്യയിൽ കേവലമായ താല്ക്കാലികാവശ്യത്തിനല്ലാതെ സ്ഥിരമായി താമസിക്കുകയോ ചെയ്താൽ ആ വ്യക്തി ഇൻഡ്യൻ സ്വദേശിയാണ്." ഈ വസ്തുതകൾ മാത്രം മതി അവരുടെ സംരക്ഷണയിലുള്ള അസംഖ്യേയമായ ജനതയുടെ സുസ്ഥിതിക്ക് ബ്രിട്ടീഷ് ഗവൺമെന്റ് ആത്മാർത്ഥമായി ശ്രമിക്കുന്നെന്ന് വരുത്താൻ. അവർ ഇൻഡ്യ പിടിച്ചടക്കിയവരാണെങ്കിലും അവർക്കീ ഭൂമിയിന്മേൽ പൂർണമായ ഉടമാവകാശമുണ്ട്. നിശ്ചയമായും തിരുവിതാംകൂർ യാതൊരുതരത്തിലും പരദേശി ബ്രാഹ്മണരാൽ പിടിച്ചടക്കപ്പെട്ടതാണെന്ന് സത്യമായി പറയാൻ സാദ്ധ്യമല്ല. അവർക്കീരാജ്യത്ത് ഇംഗ്ലീഷുകാരന്റെ കളി നടത്താൻ യാതൊരർഹതയുമില്ല. രാജ്യം അവർക്ക് സംഭാവന ചെയ്ത അനേകം ഔദാര്യങ്ങളുടെ ഗുണഭോക്താക്കളായി അവരിവിടെ ജീവിക്കുകയും വിലസുകയും ചെയ്യുന്നു. ഇങ്ങനെയുള്ള അസംഖ്യം സംരക്ഷണവ്യവസ്ഥകളിൽ സ്വദേശികൾക്കെതിരായി യാതൊരുവിധമായ അവകാശങ്ങൾക്കും അവർക്ക് അർഹതയില്ലാത്തതാകുന്നു. തിരുമനസ്സിലെ സർക്കാർ കാലാകാലങ്ങളിൽ പല ബ്രിട്ടീഷ് നിയമങ്ങളും നടപടികളും സ്വീകരിക്കാറുണ്ട്. ഈ കാര്യത്തിലും തിരുമനസ്സിലെ നിവേദകർ ആവശ്യപ്പെടുന്നത് മറ്റേതിനെക്കാളുമധികം പരമാധികാരത്തോടുകൂടിയ നയം ആവിഷ്കരിക്കുകയും പ്രാവർത്തികമാക്കുകയും ചെയ്യണമെന്നാണ്. തിരുമനസ്സിലെ പ്രജകളിൽ മലയാളിശൂദ്രർ ഏറ്റവും കൂടുതൽ രാജഭക്തിയുള്ളവരായതുകൊണ്ടും അവർ ബുദ്ധിയിലും സംസ്കാരത്തിലും മറ്റേതൊരു വിഭാഗത്തെക്കാളും പിന്നിലല്ലാത്തതുകൊണ്ടും വളരെ പണ്ടുമുതൽക്ക് ഏതാനുംനാൾ മുമ്പുവരെ അവർ ഈ രാജ്യത്തിന്റെ ഭരണാധികാരികളായിരുന്നതുകൊണ്ടും ഈ രാജ്യത്തെ വരുമാനത്തിന്റെ നാലിൽ ഒരുഭാഗം ഭൂമിയുടെ കരം എന്ന നിലയിൽ അവർ സംഭാവന ചെയ്യുന്നതുകൊണ്ടും ഈ രാജ്യത്തുള്ള മറ്റേതൊരു വിഭാഗത്തിന്റെ അവകാശത്തെയുംകാൾ വളരെ ശക്തിമത്താണ് തിരുമനസ്സിലെ സർക്കാരിന്റെ മേലുള്ള അവരുടെ അവകാശവാദം. എന്നാൽ വിദ്യാഭ്യാസത്തിന്റെ കാര്യത്തിൽ അവർ താരതമ്യേന പിന്നോക്കാവസ്ഥയിലാണെങ്കിൽപോലും യഥാർത്ഥത്തിൽ ഈ മണ്ണിന്റെ മക്കൾ എന്ന നിലയിൽ അവർ തിരുമനസ്സിലെ പ്രത്യേകസഹായം അർഹിക്കുന്നവരാണ്. ബ്രിട്ടീഷ് ഇൻഡ്യയിലെ മുഹമ്മദീയർ ആകെ ജനസംഖ്യയുടെ 15 ശതമാനവും പരിഷ്കാരത്തിൽ ഏറ്റവും താഴത്തെ തട്ടിൽ കിടക്കുന്നവരുമാണ്. എന്നിട്ടും കഴിഞ്ഞകാലങ്ങളിൽ അവർക്കുണ്ടായിരുന്ന രാഷ്ട്രീയാധികാരത്തിന്റെ പേരിലും അവരുടെ നന്മയുടെ പേരിലും ഇൻഡ്യാഗവൺമെന്റ് അവർക്കു ചില പ്രത്യേക ആനുകൂല്യങ്ങൾ അനുവദിച്ചിട്ടുമുണ്ട്. അതേ വികാരം ഉൾക്കൊണ്ടുകൊണ്ട് മദ്രാസ് പ്രസിഡൻസിയിലെ ചില ജില്ലാ ആഫീസറന്മാർ അവരുടെ ആഫീസുകളിൽ അപേക്ഷ സമർപ്പിച്ച ബ്രാഹ്മണരെ നിരാകരിക്കുകയാണുണ്ടായത്. വീണ്ടും ഇവിടെ ബ്രിട്ടീഷ് ഗവൺമെന്റ് അനുവർത്തിച്ച ഉദാഹരണം ആദരണാർഹമായി തീർന്നിരിക്കുന്നു.

തിരുമനസ്സിലെ പ്രധാനപ്പെട്ട പ്രജകളുടെ ഇപ്പോഴത്തെ അവസ്ഥയെപ്പറ്റി മുകളിൽ കൊടുത്തിട്ടുള്ള ചെറിയ വിവരണം അവരുടെ അവകാശത്തിന്റെ തീക്ഷ്ണത തിരുമനസ്സിലേക്ക് ബോദ്ധ്യപ്പെടാൻ പര്യാപ്തമാകുമെന്ന് ഞങ്ങൾ വിശ്വസിക്കുന്നതുകൊണ്ട് അങ്ങയുടെ ദയാപൂർണമായ ഹസ്തങ്ങൾ അവരുടെ സഹായത്തിനുവേണ്ടി ഉയരണമെന്ന് ഞങ്ങൾ പ്രാർത്ഥിക്കുന്നു. ഈ രാജ്യത്തിന്റെ ഇന്നത്തെ നയം ഇതുപോലെ തുടർന്നാൽ കാലാന്തരത്തിൽ അങ്ങയുടെ പ്രജകൾക്കിടയിൽ രാജ്യഭോഗത്തിന്റെ വിതരണം അസന്തുലിതമായിരിക്കുമെന്നുമാത്രമല്ല അതിന്റെ പരിണിതഫലം രാഷ്ട്രീയ പുനഃസംവിധാനത്തിന് കരുക്കൾ സംഭരിക്കലായി തീരുകയും ചെയ്യും. കഴിഞ്ഞ 70 വർഷങ്ങൾകൊണ്ട് തിരുവിതാംകൂറിന്റെ സമ്പത്ത് നിരന്തരമായി കുറേ വിദേശീയോദ്യോഗസ്ഥന്മാർ “വെറും താല്ക്കാലികാവശ്യത്തിനുവേണ്ടിമാത്രം അവിടെ കുടിയിരിക്കുന്നവർ” ശമ്പളം, പെൻഷൻ, ഗ്രാറ്റുവിറ്റി തുടങ്ങിയ രൂപങ്ങളിലായി പണരൂപത്തിൽ സ്വന്തം നാടുകളിലേക്ക് ചോർത്തിക്കൊണ്ടുപോവുകയാണ്. ഇങ്ങനെ അവർ കൊണ്ടുപോയതും കൊണ്ടുപോയ്ക്കൊണ്ടിരിക്കുന്നതുമായ ധനം വമ്പിച്ചതാണ്; യാതൊരു തരത്തിലും ഇവിടത്തെ ജനങ്ങൾ ഈ കുറവു പരിഹരിക്കാൻ പ്രാപ്തരല്ല. തിരുവിതാംകൂറിലെ മലയാളി ഹിന്ദുക്കളും ക്രിസ്ത്യാനികളും ബഹുഭൂരിപക്ഷം കൃഷി തൊഴിലായി സ്വീകരിച്ചിരിക്കുന്നവരാണ്. അവർ സർക്കാർ ഉദ്യോഗം ലഭിക്കുന്നതിനുള്ള ഒരു ഉപാധിയായി മാത്രമേ ഇംഗ്ലീഷ് വിദ്യാഭ്യാസത്തെ വീക്ഷിക്കുന്നുള്ളു. അപൂർവം ചില കൃഷീവലന്മാർ അവരുടെ മക്കളെയോ അനന്തരവരെയോ വിദ്യ അഭ്യസിപ്പിക്കുന്നത് ഗവൺമെന്റിന്റെ കീഴിൽ ഉയർന്നതും ഉത്തരവാദിത്വമുള്ളതുമായ സ്ഥാനങ്ങളിൽ അവരെ കാണാൻ വേണ്ടി മാത്രമാണ്. തിരുവിതാംകൂറിലുള്ള മലയാളികൾക്കിടയിലെ ബിരുദധാരികളിൽ ഭൂരിപക്ഷവും അവരുടെ ബന്ധുക്കളായ ഉദ്യോഗസ്ഥന്മാരാൽ പഠിപ്പിക്കപ്പെട്ടവരാണ്. സർക്കാർ അവരെ നിരുത്സാഹപ്പെടുത്തിയാൽ നിശ്ചയമായും അപൂർവമായി മാത്രം ഉയർന്ന വിദ്യാഭ്യാസത്തിനയച്ചിട്ടുള്ള ഭൂവുടമകളുടെ മക്കളെ ഈ സംരംഭത്തിൽ നിന്നും പിൻവലിക്കുന്ന ഫലമാണുണ്ടാവുക. തിരുവിതാംകൂറിൽ അറിവിനുവേണ്ടി വിദ്യാഭ്യാസ മൂല്യം ആദരിക്കപ്പെടുന്ന ഒരു സാമൂഹ്യസ്ഥിതിയിൽ എത്തിയിട്ടില്ല. ഒരിക്കൽ തിരുവനന്തപുരത്ത് സൗജന്യമായിരുന്ന സ്കൂളിൽ ഫീസ് ഈടാക്കിയത് ഭാരമായിട്ടാണ് അവിടത്തെ ജനങ്ങൾക്ക് അനുഭവപ്പെട്ടത് ഭൂമിയിൽ നിന്നുള്ള ആദായം സ്ഥിരമായിരിക്കുമ്പോൾ അവർക്ക് കൂടുതൽ പണം കരമായോ കുട്ടികൾക്കു ഫീസായോ അടയ്ക്കേണ്ടി വരുന്ന അവസ്ഥയിൽ അവരെ നിരുത്സാഹപ്പെടുത്തുന്ന ഏതെങ്കിലും പ്രവൃത്തി തിരുമനസ്സിലെ സർക്കാർ ഭാഗത്തുനിന്നുണ്ടായാൽ അവർക്ക് വിദ്യാഭ്യാസം ഉപേക്ഷിച്ച് ആശ്വാസം കണ്ടെത്തുകയേ നിവൃത്തിയുള്ളൂ. എന്നാൽ കൂടുതൽ സമ്മർദപരമല്ലാത്ത നയം സ്വീകരിക്കുന്ന പക്ഷം അവർ നിശ്ചയമായും കൃഷിചെയ്യുകയും വിഹിതം നൽകുകയും ഭാവിഫലമോർത്ത്

ഇപ്പോൾ അനുനയപൂർവമായ ത്യാഗം സഹിക്കുകയും ചെയ്യും. എന്നാൽ നേരേമറിച്ച് പരദേശി ബ്രാഹ്മണർ എന്നും പരമാവധി സംരക്ഷിതരാണ്. അവരിൽ വലിയ ഒരു വിഭാഗത്തിന് കരം അടയ്ക്കേണ്ടതില്ല; അവർക്ക് ഊട്ടുപുരയിൽ കരുണയോടെ ശാപ്പാടു ലഭിക്കുന്നു. ഫീസ് വർദ്ധന വെന്നുപറഞ്ഞാൽ അവരുടെ ഭാഗത്ത് സർക്കാരിൽ നിന്നോ ജനങ്ങളിൽ നിന്നോ കൂടുതൽ സംഭാവനയും സമ്മാനവും ആവശ്യപ്പെടേണ്ടിവരു മെന്നേ അർഥമാക്കേണ്ടതുള്ളു. ഈ സാഹചര്യത്തിൽ മഹാരാജാവു തിരുമനസ്സിലേക്ക് ഉചിതമായിരിക്കുന്നത് അങ്ങ് പ്രജാക്ഷേമൈകതല്പ രനായിരിക്കുന്നതുകൊണ്ട് പ്രജകൾക്കകപ്പെട്ടിരിക്കുന്ന രാഷ്ട്രീയവും ഭൗതികവുമായ അധ:പതനത്തിൽ നിന്നും അവരെ പരിത്രാണനം ചെയ്യ ലാണ്. കഴിഞ്ഞ കാലത്തു സംഭവിച്ച മുറിവിന്റെ ശുശ്രൂഷയ്ക്ക് കാലം വളരെ വൈകിപ്പോയെങ്കിൽപോലും ഭാവിയിൽ ഇതുമാതിരി അപകടം സംഭവിക്കാതിരിക്കാൻ മതിയായ മുൻകരുതൽ എടുക്കണമെന്ന് ഞങ്ങൾ തിരുമേനിയോട് പ്രാർഥിക്കുന്നു. ഭാവിയിൽ സ്വീകരിക്കേണ്ട നടപടിക്രമ ത്തെപ്പറ്റി സൂചിപ്പിക്കുന്നത് ഞങ്ങളുടെ കടമയല്ലെങ്കിൽപ്പോലും തിരുമനസ്സിലെ നിവേദകർ മുകളിൽ സൂചിപ്പിച്ച 1870 ലെപ്പോലുള്ള നിയമം പാസാക്കേണ്ടതിന്റെ ഔചിത്യം ഓർമ്മിപ്പിച്ചാൽ അവരോട് ക്ഷമിക്കണ മെന്ന് യാചിക്കുന്നു. "തിരുവിതാംകൂർ സ്വദേശി" പ്രയോഗത്തിന്റെ നിർവ ചനവും മുകളിൽ സൂചിപ്പിച്ചമാതിരി 1879 ലെ ഹോംപ്രമേയത്തിലുള്ള തുപോലെ കഴിയുന്നത്ര വർഗവും ജാതിയും ഗോത്രവും നോക്കാതെ സ്വദേശികൾക്കല്ലാതെ മറ്റാർക്കും നിയമനം കൊടുക്കാതിരിക്കലും തുട ങ്ങിയ നിയമങ്ങൾ ഓർമ്മിപ്പിച്ചുകൊണ്ടാണ് ഞങ്ങൾ ഈ യാചന നട ത്തുന്നത്. തിരുമനസ്സിലെ പ്രജകളിൽ കൂടുതൽപേർക്ക് രാജ്യത്തെ സേവി ക്കാനും നിയമനങ്ങളിലുള്ള അസമമായ വിതരണത്തിലെ അനീതി ഒഴി വാക്കാനും ഭാവിഭരണാധികാരികൾക്ക് പരദേശികൾക്കുപകരം സ്വദേശിക്ക് മുൻഗണന കൊടുക്കാൻ പ്രചോദനം ലഭിക്കാനും ഇത് ഉപകരിക്കും. ഈ നിയമങ്ങൾ പാസാക്കലും അതിന്റെ ഊർജസ്വലമായ നടപ്പാക്കലും ഉടനടി ആരംഭിക്കുന്നതുകൊണ്ടു മാത്രമേ തിരുമനസ്സിലെ പ്രജകളെ അവർ ഭയപ്പെടുന്ന തരംതാഴ്ത്തലിൽനിന്നും അവഗണനയിൽനിന്നും മോചിപ്പിക്കാനും ഈ രാജ്യത്തെ സ്വദേശികൾക്ക് അവസരം നൽകി ഭാവി യിലെങ്കിലും അവരുടെ നഷ്ടമായ സ്ഥാനവും നിലയും ഈ മണ്ണിൽ പുനഃസ്ഥാപിക്കാനും കഴിയൂ.

ഞങ്ങൾ യാചനാപൂർവം സ്വയം സമർപ്പിക്കുന്നു. തിരുമനസ്സിലെ ഭക്തരും ദാസരുമായ പ്രജകൾ കെ പി ശങ്കരമേനോൻ ബി എ ബി എൽ ഉം പതിനായിരത്തിമുപ്പത്തി ഏഴ് മറ്റാളുകളും.

അനുബന്ധം 2

ഈഴവ മെമ്മോറിയൽ - 1896

ശ്രീപദ്മനാഭൻതുണ

പൊന്നു തമ്പുരാൻ തിരുമുമ്പാകെ തൃപ്പാദം കൊണ്ടു കല്പിച്ചു പരിപാലിച്ചുപോരുന്ന പ്രജകളും അഗതികളുമായ താഴെ പേരെഴുതി കൈയൊപ്പിട്ടിരിക്കുന്ന ഈഴവർ ഏറ്റവും താഴ്മയോടുകൂടി കൈക്കുറ്റപ്പാടുചെയ്തു തിരുവുള്ളമുണർത്തിച്ചുകൊള്ളുന്ന സങ്കടം: അടിയങ്ങൾ സംസ്ഥാനം ഒട്ടുക്കുള്ള ജനസംഖ്യയിൽ അഞ്ചിലൊന്നോളം ഉള്ളവരും പരമ്പരയായി തൃപ്പാദങ്ങളിൽ വളരെ ഭയഭക്തി വിശ്വാസങ്ങളോടുകൂടി രാജ്യനീതികളെ കീഴ്‌വഴങ്ങി മര്യാദയായി കാലം കഴിച്ചുപോരുന്നവരും രാജ്യത്തിനു സമാധാനമില്ലാതിരുന്ന കാലങ്ങളിലെല്ലാം, പൊന്നുതമ്പുരാക്കന്മാർക്കുവേണ്ടി പ്രാണൻകളഞ്ഞിട്ടുള്ള ഈഴവന്മാരുടെ സന്താനങ്ങളും ഇപ്പോഴും രാജ്യക്ഷേമകരങ്ങളായ കൃഷി, കച്ചവടം, കൈത്തൊഴിൽ മുതലായവയിൽ പരിശ്രമിച്ച് ഇതരജാതിക്കാരെക്കാളും സർക്കാരിന് അധികം മുതൽകൂട്ടുന്നവരും ആകുന്നു എന്നുള്ള വാസ്തവം അടിയങ്ങൾ തിരുവുള്ളമുണർത്തിച്ചേ തീരൂ എന്നില്ല. എന്നാൽ ഗവൺമെന്റിൽനിന്നു പ്രജകളുടെ ക്ഷേമത്തിനും അഭിവൃദ്ധിക്കുമായി ചെയ്തുവരുന്ന പല സൗകര്യങ്ങളും സഹായങ്ങളും അടിയങ്ങൾക്ക് ഇന്നു സിദ്ധിക്കുന്നതിന് സംഗതി ആയിട്ടില്ല. ഇഹപരസുഖങ്ങൾക്ക് നിദാനമായിരിക്കുന്ന വിദ്യാഭ്യാസം ജാതിഭേദം കൂടാതെ സകലപ്രജകൾക്കും ഒന്നുപോലെ

സിദ്ധിക്കത്തക്കവണ്ണം തിരുവുള്ളമുണ്ടായി സംസ്ഥാനമൊട്ടുക്കും പാഠശാലകൾ സ്ഥാപിച്ചുനടത്തിവരുന്നുണ്ടെങ്കിലും അടിയങ്ങളുടെ കിടാങ്ങളേയും പഠിത്തത്തിൽ പ്രോത്സാഹിപ്പിക്കേണ്ട ഗവൺമെന്റ് ഇന്നും അവരെ മിക്ക പാഠശാലകളിലും കടക്കാൻ സമ്മതിക്കാതെ നിർദ്ദയം ആട്ടിക്കളയുകയാണ് ചെയ്തുവരുന്നത്. അതിനാൽ അടിയങ്ങളിൽ വിദ്യാഭ്യാസമുള്ളവർ പഠിത്തവിഷയത്തിൽ സകലസൗകര്യങ്ങളുമുള്ള ഇതരജാതിക്കാരോട് ഒത്തുനോക്കിയാൽ വളരെ മോശവും വിശേഷിച്ചും ഇക്കാലത്തെ പരിഷ്കാരത്തിന് അവശ്യം വേണ്ടതായ ഇംഗ്ലീഷ് പഠിത്തം ഉള്ളവർ തീരെ ചുരുക്കവും ആണ്. ഇതിനു കാരണം പഠിത്തത്തിനു സൗകര്യമില്ലായ്മ ഒന്നുമാത്രമല്ല, വിദ്യാഭ്യാസത്തിന്റെ പ്രയോജനമെന്നു സാധാരണജനങ്ങൾ വിചാരിച്ചു വരുന്നതും വിദ്യാഭ്യാസത്തിന് അവരെ പ്രത്യേകം പ്രേരിപ്പിക്കുന്നതുമായ സർക്കാർ ഉദ്യോഗങ്ങളിൽ ഒന്നിനും അടിയങ്ങൾക്ക് നിശ്ശേഷം അർഹതയില്ലെന്നു വച്ചിരിക്കുന്നതും പ്രധാനമായ ഒരു കാരണമാണ്. ഈ വക ജീവനങ്ങൾക്കുവേണ്ട യോഗ്യതയുള്ളവർ അടിയങ്ങളിൽ ഇല്ലെന്നില്ല. 1891-ലെ കാനേഷുമാരി കണക്കിൻപ്രകാരം അടിയങ്ങളിൽ പുരുഷന്മാർ തന്നെ 25,000 പേരെങ്കിലും വിദ്യാഭ്യാസമുള്ളവർ ഉണ്ടായിരുന്നു. എന്നാൽ ഇവരിൽ മിക്കവരും കച്ചവടം, കുത്തക, വൈദ്യം, ജ്യോതിഷം മുതലായ സർക്കാരിനെ ആശ്രയിക്കാത്ത വല്ല പണികളിലും ഒരു വിധം മാനമായി കാലക്ഷേപം ചെയ്തും, കൂടാതെ, ഉയർന്നതരം ഇംഗ്ലീഷ് വിദ്യാഭ്യാസം ലഭിച്ചിട്ടുള്ളവർ അന്യഗവൺമെന്റുകളുടെ കീഴിൽ തക്കതായ ഉദ്യോഗങ്ങൾ ഭരിച്ചും പോരുന്നുണ്ട്. എന്നിട്ടും, ഇതിൽ ഒരാളെങ്കിലും പൊന്നുതിരുമേനിയുടെ ഗവൺമെന്റിനു കീഴിൽ കുറഞ്ഞ പക്ഷം അഞ്ചുരൂപാ ശമ്പളമുള്ള ഒരു ചെറിയ ജീവനത്തിൽ പോലും ഇരുന്നുകാണാത്തത് എന്തുകൊണ്ടാണെന്ന് അടിയങ്ങൾക്ക് അറിവാൻ പാടില്ല. ഗവൺമെന്റിനോട് അടിയങ്ങളോളം അവകാശമില്ലാത്തവരും ജാതിയിൽ അടിയങ്ങളേക്കാൾ താണവരുമായ ചിലരും ഈ നാട്ടിൽതന്നെ തക്കതായ ഉദ്യോഗങ്ങളിൽ ഇരിക്കുന്നതിനു പുറമെ, അടിയങ്ങളിൽ നിന്നു മാത്രമല്ല, അടിയങ്ങളേക്കാൾ തുലോം താണ ജാതിക്കാരിൽ നിന്നും മതഭ്രഷ്ടന്മാരായിത്തീരുകയോ, അന്യമതത്തിൽ നിന്നു പേരുമാത്രം കൈക്കൊള്ളുകയോ ചെയ്യുന്നവർക്ക് പഠനത്തിനുവേണ്ട സൗകര്യങ്ങളും അനേകം ഉദ്യോഗങ്ങളും ലഭിച്ചുവരുന്നുണ്ട്. അടിയങ്ങളുടെ സഹോദരങ്ങളായ ബ്രിട്ടീഷ് മലബാറിലെ തീയ്യരും ഗവൺമെന്റിന്റെ കീഴിൽ നാട്ടുകാർക്കു വഹിക്കത്തക്കതായ ഏതുതരം ഉയർന്ന ഉദ്യോഗങ്ങളിലും ഇരിക്കുന്നതായി അടിയങ്ങൾ കാണുന്നുമുണ്ട്. നാടൊട്ടുക്ക്, ദിവസംപ്രതി പരിഷ്കാരങ്ങൾ വർദ്ധിച്ചുവരുന്ന ഇക്കാലത്തും അടിയങ്ങൾക്ക് ഈ വക കഷ്ടാവസ്ഥകളിൽ നിന്ന് ഒരു നിവൃത്തിയുണ്ടാകണമെങ്കിൽ അടിയങ്ങൾ പൊന്നുതിരുമേനിയുടെ മതമായ സമത്വത്തെയോ ഉപേക്ഷിച്ചെങ്കിലല്ലാതെ പാടില്ലെന്നു വന്നിരിക്കുന്നത് എത്രമാത്രം വ്യസനകരമായ ഒരു സംഗതിയാണെന്ന് അടിയങ്ങൾക്ക് തിരുവുള്ളമുണർത്തിപ്പാൻ കഴിയുന്നില്ല. അതി

നാൽ ധർമ്മതൽപ്പരതയ്ക്കും പ്രജാവാത്സല്യത്തിനും ഇരിപ്പിടമായ പൊന്നുതിരുമേനിയുടെ കാരുണ്യമല്ലാതെ മറ്റൊരാശ്രയമില്ലാത്തവരും നിരപരാധികളും ആയ ഈ അടിയങ്ങളെ സ്വരാജ്യത്തിലും സ്വമതത്തിലും നിന്ന് അകറ്റിക്കളയാതെ മേലാലെങ്കിലും എല്ലാ ഗവൺമെന്റ് പള്ളിക്കൂടങ്ങളിലും കടന്നു പഠിച്ചുകൊള്ളത്തക്കവണ്ണവും യോഗ്യതാനുസാരം അടിയങ്ങൾക്ക് സർക്കാരുദ്യോഗങ്ങൾ കിട്ടത്തക്കവണ്ണവും തിരുവുള്ളമലിഞ്ഞു കല്പനയുണ്ടായി അടിയങ്ങളുടെ സങ്കടം തീർത്ത് രക്ഷിപ്പുമാറാകണമെന്ന് അടിയങ്ങൾ എത്രയും ഭയഭക്തി വിനയങ്ങളോടുകൂടി തൃപ്പാദങ്ങളിൽ വീണു പ്രാർഥിച്ചുകൊള്ളുന്നു. വാത്സല്യമുള്ള പൊന്നുതമ്പുരാൻ തിരുമുമ്പാകെ, അമ്മയുടെ അടുക്കൽ കുട്ടികളെപ്പോലെ, സ്വപ്രജകൾക്ക് കരയാമെന്നുള്ളതുകൊണ്ട് ധൈര്യപ്പെട്ട്, അടിയങ്ങൾ തൃപ്പാദങ്ങളിൽ സമർപ്പിച്ചുകൊള്ളുന്ന ഈ സങ്കടത്തിന്, തിരുവുള്ളമുണർന്ന്, ഉടൻ ഒരു നിവൃത്തിയുണ്ടാക്കുമെന്നും അടിയങ്ങൾ വിശ്വസിക്കുകയും പൊന്നുതിരുമേനി അടിയങ്ങളുടെ സകല സങ്കടങ്ങളും തീർത്ത് വളരെക്കാലം ആയുരാരോഗ്യസമ്പൽസമൃദ്ധിയോടുകൂടി എഴുന്നരുളിയിരുന്ന് അടിയങ്ങളെ രക്ഷിപ്പാറാകണമെന്നു സദാ ഈശ്വരനെ പ്രാർഥിക്കുകയും ചെയ്യുന്നു.

അനുബന്ധം 3

ആര്യവൈദ്യശാല
കോട്ടയ്ക്കൽ വിജ്ഞാപനം

അനേകകാലം മുമ്പുതൊട്ടുതന്നെ ഇന്ത്യയുടെ ഒരു പ്രത്യേക ധനമായി നാം അഭിമാനിച്ചുവരുന്ന ആര്യവൈദ്യത്തിന്റെ മാഹാത്മ്യത്തെക്കുറിച്ച് ആർക്കും ഒന്നും തന്നെ പറഞ്ഞുമനസ്സിലാക്കേണ്ട ആവശ്യമില്ലെന്നാണ് തോന്നുന്നത്. എങ്കിലും,

'യാതി ഹാലാഹലത്വഞ്ച
സദ്യോ ദുർഭാജനസ്ഥിതം'

എന്നു വാഗ്ഭടാചാര്യർ പറഞ്ഞിട്ടുള്ളതുപോലെത്തന്നെ കുറച്ചുകാലത്തിനപ്പുറം മിക്ക നാട്ടുവൈദ്യന്മാരും തങ്ങളുടെ അനാദരം, അശക്തി, അസഹായത ഇവകളാൽ ഇതിന്റെ ഗുണദോഷങ്ങളെ യഥാർത്ഥമായി ഗ്രഹിച്ചു വേണ്ടും വിധം പ്രവർത്തിക്കുകയും പ്രവർത്തിപ്പിക്കുകയും ചെയ്യായ്കയാൽ നാട്ടുവൈദ്യത്തിനു അതിയായ ഉടവും അപവാദവും വന്നുകൂടുവാനിടവന്നിട്ടുണ്ടെന്നു പരക്കെ സമ്മതിക്കുന്നതാണല്ലോ.

"നമ്മുടെ പൂർവപുരുഷന്മാരാൽ അനേകകാലം അത്യദ്ധ്വാനം ചെയ്തു സമ്പാദിക്കപ്പെട്ടതും ആബാലവൃദ്ധം ഒഴിച്ചുകൂടാത്ത വിധം അത്രമേൽ നമുക്കുപയോഗമുള്ളതുമായ ഈ ധനത്തെ നാം കേവലം മടിയൻമാരായിരുന്നുകൊണ്ട് ലേശവും വർദ്ധിപ്പിക്കുന്നില്ലെന്നല്ല, നാൾക്കുനാൾ ക്ഷയിപ്പിച്ചു കളയുകയും വാസ്തവത്തിലില്ലാത്തതായ അനേകം ദോഷ

ങ്ങളെ മറ്റു ചിലർ തെറ്റിദ്ധരിച്ചും അസൂയപ്പെട്ടും ഇതിങ്കൽ ആരോപിച്ചു പരിഹസിക്കുന്നതിനെ കണ്ടിട്ടും യാതൊരു വികാരഭേദവും കൂടാതെ സഹിച്ചിരിക്കുകയും ചെയ്യുന്നതിനേക്കാൾ ലജ്ജാവഹമായി മറ്റു യാതൊന്നും തന്നെ ഉണ്ടെന്നുതോന്നുന്നില്ല."

"ഇപ്പോഴുള്ള മിക്ക നാട്ടുവൈദ്യൻമാരുടേയും മോശസ്ഥിതിയെപ്പറ്റി ഇതിലധികം പറയുന്നത് പലർക്കും പരിഭവത്തിന് കാരണമായി വന്നേക്കാമെന്നു ശങ്കിച്ച് നിരർത്ഥകമായ ആ പ്രസംഗത്തിൽനിന്ന് പിൻമടങ്ങാമെങ്കിലും, നാട്ടുമരുന്നുകളുടെ തൽക്കാലസ്ഥിതിയെപ്പറ്റി രണ്ടുവാക്കു പറയാതെ വിട്ടുകളയുവാൻ ഒരിക്കലും ധൈര്യം വരുന്നില്ല."

"മരുന്നുകൾ ശേഖരിക്കുക, സൂക്ഷിക്കുക, വില്ക്കുക, വാങ്ങുക, പാകം ചെയ്യുക, ഉപയോഗിക്കുക മുതലായ എല്ലാ പ്രവൃത്തികളും ചെയ്യുന്നതു പ്രായേണ വെറും കൂലിക്കാരായി തീർന്നിരിക്കുന്നതുകൊണ്ട് ഇവർ അതുകളെല്ലാം വേണ്ടുന്ന സമയത്തും ശരിയായ യോഗങ്ങളിൽ കൂട്ടുന്നില്ലെന്നുമാത്രമല്ല, സുലഭമായി കിട്ടുന്നവയെപ്പോലും തെറ്റിദ്ധരിച്ചു മാറിമാറിച്ചേർക്കുക പതിവുമായിരിക്കുന്നു. ഇതിനുപുറമെ കാലക്രമേണ പരിചയക്കുറവിനാലും മറ്റും അസംഖ്യം ഔഷധങ്ങൾ ഇക്കാലത്ത് അറിഞ്ഞു കിട്ടാതായിത്തീരുകയും ചെയ്തിട്ടുണ്ട്."

"ഇങ്ങനെ അന്യന്മാരെ ചുമതലപ്പെടുത്തുകയും വൈദ്യന്മാർ ഈ വിഷയത്തിൽ നിർബന്ധമായി യാതൊരു ഉത്തരവാദിത്വവും കൈക്കൊള്ളാതിരിക്കുകയും ചെയ്യുന്നതുകൊണ്ട് ഇവകളെക്കുറിച്ചു വൈദ്യശാസ്ത്രത്തിൽ പറഞ്ഞിട്ടുള്ള ഫലശ്രുതി കേവലം "രോചനാർത്ഥ" യാണെന്നു ജനങ്ങൾ ധരിച്ചുപോകുന്നു എന്നു മാത്രമല്ല, വൈദ്യന്മാർക്കും തങ്ങൾ വിധിക്കുന്ന ഔഷധത്തെപ്പറ്റി യാതൊരു പരിചയവും ഇല്ലാതായിത്തീരുകയും ചെയ്തിരിക്കുന്നു. 'ദ്രാക്ഷാദി' യോഗത്തിൽ 'പരൂഷകം' എന്നു കാണുന്നതിന് 'ചിറ്റീന്തൽ' എന്ന് ഓലയിൽ കുറിക്കുന്നതല്ലാതെ 'ചിറ്റീന്തൽ' എന്നത് എന്താണ്? എവിടെ കിട്ടും? എന്നു രോഗി ചോദിച്ചാൽ, 'അതെല്ലാം മരുന്നുപറിക്കാരോട് ചോദിക്കേണ്ടതാണ്' എന്നല്ലാതെ വാസ്തവം അറിഞ്ഞു പറയുന്ന വൈദ്യനെ കാണ്മാൻ കൊതിക്കേണ്ടിവന്നിരിക്കുന്നു. താൻ എടുത്തുപ്രയോഗിക്കുന്ന ആയുധത്തെപ്പറ്റി യാതൊരു വിവരവുമില്ലാത്ത യോദ്ധാവു യുദ്ധത്തിൽ ജയിക്കുന്നതെങ്ങനെ? ഈ വക വൈദ്യന്മാരെക്കുറിച്ച് പരിഷ്കാരം വർദ്ധിച്ചുകൊണ്ടിരിക്കുന്ന ഇക്കാലത്തു ജനങ്ങൾക്ക് അതൃപ്തിയും അവിശ്വാസവും ഉണ്ടാകുന്നതിനെപ്പറ്റി ഒട്ടും അതിശയപ്പെടുവാനില്ല."

"എന്നാൽ ഇത്രത്തോളം പറഞ്ഞതുകൊണ്ട് ഔഷധ പരിചയം അത്യാവശ്യമാണെന്നല്ലാതെ, എല്ലാ വൈദ്യന്മാരും എല്ലാ മരുന്നുകളും വെവ്വേറെ തയ്യാറാക്കി വെക്കണമെന്നു സിദ്ധാന്തിച്ചിട്ടുണ്ടെന്നു ആരും ധരിച്ചുപോകരുത്. അതു നന്നല്ലെന്നല്ല പറയുന്നത്. പക്ഷേ, അതു അസാദ്ധ്യമെന്നു മാത്രമാണ്. ഭക്ഷണസാധനങ്ങൾ, വസ്ത്രം, വീട്ടുസാമാനങ്ങൾ മുതലായവ എല്ലാവർക്കും അത്യാവശ്യമാണെങ്കിലും ആവക എപ്പേർപ്പെട്ട

സാധനങ്ങളും അവരവർതന്നെ പ്രത്യേകം പ്രത്യേകം ഉണ്ടാക്കുവാൻ തുടങ്ങുന്നത് ലോകരീതിക്കു ചേരാത്തതും കേവലം അസാദ്ധ്യവുമാണെന്നു ആർക്കും അറിയാവുന്നതാണ്."

"അതുകൊണ്ടു ഈ അവസരത്തിൽ നാം ഒറ്റപ്പെട്ട് കഷ്ടപ്പെടാതെ അന്യോന്യം യോജിച്ചും വിശ്വസിച്ചും പ്രവൃത്തി വിഭാഗം ചെയ്തു പരസ്പരസഹായമായിത്തീരുന്നതു അത്യാവശ്യമാണെന്നാകുന്നു ഞങ്ങളുടെ അഭിപ്രായം. വൈദ്യന്മാരിൽ ചിലർ പ്രത്യേകം ഒരു കമ്പനിയായിച്ചേർന്നു ഔഷധങ്ങളെ നല്ലവണ്ണം പരിശോധന കഴിച്ചെടുക്കുകയും അതിയായ ശുഷ്കാന്തിയോടും ആലോചനയോടും കൂടി ശാസ്ത്രത്തിനും പരിചയത്തിനും യാതൊരു നീക്കത്തൂക്കവും വരുത്താതെ ഇവയെ തയ്യാറാക്കിക്കൊടുക്കുകയും മറ്റു വൈദ്യന്മാർ വാങ്ങി വേണ്ടും വിധം ഉപയോഗിച്ച് ഉത്തമരീതിയിൽ ചികിത്സനടത്തുകയും ചെയ്തുതുടങ്ങുന്നതായാൽ രണ്ടുകൂട്ടർക്കും പ്രയത്നത്തിന് തക്ക ആദായവും രോഗികൾക്ക് സൗകര്യവും നാട്ടുവൈദ്യത്തെക്കുറിച്ച് ജനങ്ങൾക്ക് വിശ്വാസവും തൃപ്തിയും സിദ്ധിക്കുമെന്നാണ് ഞങ്ങളുടെ വിശ്വാസം. "

"ഇംഗ്ലീഷ് വൈദ്യന്മാർക്കുള്ള പ്രത്യേക ഗുണം ഇതു തന്നെയാണ്. അവർക്കു വേണ്ടുന്ന മരുന്നുകളും ചികിത്സാസാമഗ്രികളും തരം പോലെ അടുപ്പിച്ചുകൊടുക്കാൻ തക്കതായ ഷാപ്പുകൾ എല്ലാ നഗരങ്ങളിലും എത്രയെങ്കിലും ചെയ്യാറുണ്ട്. ആവക സൗകര്യങ്ങൾ എന്തുകൊണ്ട് നമുക്കും വരുത്തിക്കൂടാ? നമ്മുടെ പൂർവ്വികന്മാരെ ഇക്കാര്യത്തിൽ ഉദാഹരിച്ചു പറഞ്ഞു മടുക്കേണ്ട ആവശ്യമില്ല. 'വേഷക്കാരത്തി പെറ്റിട്ടല്ലല്ലോ വേഷക്കാരൻ ഉണ്ടാവുന്നത്.' നാട്ടുവൈദ്യത്തെ കാലോചിതമായി പരിഷ്കരിക്കേണ്ട കാലം എത്രയോ അതിക്രമിച്ചുപോയിരിക്കുന്നു എന്ന് വ്യസനപൂർവം പറയുന്നതോടുകൂടി മേൽ പ്രസ്താവിച്ചപ്രകാരം നാം യോജിച്ച് യത്നിക്കുന്ന പക്ഷം നമുക്കും ജയഫലം കിട്ടാതിരിക്കയില്ലെന്നു ധൈര്യപ്പെടുകയും ചെയ്യുന്നു."

"കഴിഞ്ഞ കാര്യത്തെക്കുറിച്ച് പശ്ചാത്തപിച്ചു കാലം കഴിക്കുന്നതിനേക്കാൾ ഭാവിയായ യശസ്സിനെ തേടി യത്നിക്കുന്നതാകുന്നു ഉത്തമധർമ്മമെന്നുള്ള വിചാരത്തിലാകുന്നു ഒന്നാമതായി ഇവിടെ ഈ 'ആര്യവൈദ്യശാല' സ്ഥാപിക്കപ്പെട്ടത്."

"ഇവിടെ ദീനക്കാരെ അതിയായി മനസ്സുവെച്ചു ചികിത്സിച്ചു കൊടുപ്പാനൊരുക്കമുള്ളതുപോലെ തന്നെ ഔഷധങ്ങളെ ശരിയായി സമ്പാദിച്ച് വിധി പോലെ യോഗം കൂട്ടി മറ്റു വൈദ്യന്മാർക്കും രോഗികൾക്കും സുകരമായി ഉപയോഗിക്കത്തക്കവിധം ന്യായമായ വിലയ്ക്കു വില്ക്കാൻകൂടി തയ്യാർ ചെയ്തിട്ടുണ്ട്."

"ഇതിൽ ഒരൊറ്റ മരുന്നുപോലും അതിയായി പരിശോധിക്കാതെ എടുക്കുകയോ പ്രത്യേകം ദൃഷ്ടിവെക്കാതെ ഉണ്ടാക്കപ്പെടുകയോ ചെയ്യുന്നതല്ല."

"ഔഷധങ്ങളിൽ ലവലേശം കൃത്രിമം ഉണ്ടാവില്ലെന്നു ഞങ്ങൾ ധൈര്യമായി പറയാം."

"പഴയസമ്പ്രദായത്തിൽ നടപ്പുള്ള മിക്ക യോഗങ്ങളും എല്ലായ്പ്പോഴും തയ്യാറുണ്ടായിരിക്കും."

"പല പല കഷായങ്ങൾ ഇംഗ്ലീഷ് സമ്പ്രദായപ്രകാരം ഉണ്ടാക്കി കേടുപറ്റാത്ത വിധം ശരിയാക്കി വെച്ചിരിക്കുന്നു."

"ഔഷധങ്ങൾ അധികവും ഗുണത്തെ കാംക്ഷിച്ചു ദൂരദിക്കുകളിൽ നിന്നും വരുത്തുന്നവയും ലോകത്തിൽവെച്ച് ഉൽക്കൃഷ്ടങ്ങളാണെന്നു പരക്കെ സമ്മതിക്കപ്പെട്ടവയുമാണ്."

"മലയാളത്തിൽ ഉപയോഗിച്ചുവരുന്ന യോഗങ്ങളിൽ ദുർല്ലഭം ചിലത് മറ്റു രാജ്യങ്ങളിൽ ഉണ്ടാക്കി വില്ക്കപ്പെടുന്നുണ്ടെങ്കിലും അവകൾക്ക് ഇവിടുത്തേക്കാൾ വില എത്രയോ ജാസ്തി കൂടുന്നുണ്ടെന്നു മാത്രമല്ലാതെ ഗുണത്തിൽ യാതൊരു വിശേഷവുമില്ല."

"വൈദ്യന്മാരുടെ ഏതു യോഗക്കുറിപ്പുകളും ക്ഷണത്തിൽ തയ്യാറാക്കിക്കൊടുക്കും. എന്നാൽ ആവക കുറിപ്പുകൾ വ്യക്തമായി എഴുതി അയയ്ക്കുകയും ചെലവ് മുൻകൂട്ടി അടയ്ക്കുകയും വേണ്ടതാകുന്നു."

"തുച്ഛമായ ഒരു ആവശ്യം പോലും ഞങ്ങൾ ശ്രദ്ധവെക്കാതെ വിട്ടുകളയുന്നതല്ല. ഇന്നു കിട്ടുന്ന കത്തുകൾക്ക് നാളത്തെ തപാലിൽത്തന്നെ മറുപടി അയയ്ക്കുന്നതാണ്."

"ഒരൊറ്റ പരീക്ഷയിൽ ആർക്കും തൃപ്തി വരാതിരിക്കില്ല."

കോട്ടയ്ക്കൽ,

16-10-1902. പി എസ് വാര്യർ

അനുബന്ധം 4

ടി കെ മാധവന്റെ പ്രസ്താവന

പ്രിയ സഹോദരങ്ങളെ,

അയിത്തോച്ചാടനത്തിനായി, കോൺഗ്രസ് അയിത്തോച്ചാടന കമ്മറ്റിയുടെ ആഭിമുഖ്യത്തിൽ വൈക്കത്ത് ആരംഭിച്ചു നടത്തിവരുന്ന സത്യാഗ്രഹത്തെപ്പറ്റി നിങ്ങൾ അറിഞ്ഞിട്ടുണ്ടല്ലോ. ഭാരതവർഷത്തിന്റെ അധഃപതനത്തിനുള്ള പ്രധാന കാരണങ്ങളിൽ ഒന്നായ ഈ അയിത്തപ്പിശാചിനെ നശിപ്പിക്കുന്നതിനായി നടത്തുന്ന ഈ ശ്രമത്തെ എല്ലാ വിധത്തിലും സഹായിപ്പാൻ കടപ്പെട്ടിരിക്കുന്ന തിരുവിതാംകൂറിലെ ധർമ്മരാജ്യ ഗവൺമെണ്ട് അതിനെ മുളയിൽ തന്നെ നുള്ളി നശിപ്പിക്കുവാൻ വേണ്ടതെല്ലാം ചെയ്തു. അയിത്തോച്ചാടന കമ്മറ്റി അതുകൊണ്ടൊന്നും പിന്മാറാതെ അവരുടെ ശ്രമങ്ങൾ വിജയകരമായും സമാധാനപരമായും തുടർന്നു. അവരുടെ പരിശ്രമം കണ്ടു സന്തോഷിച്ച് അവരെ അനുകൂലിക്കേണ്ട ഗവൺമെണ്ട് പിന്നേയും ഇതാ മർദ്ദന നയം പ്രയോഗിച്ചിരിക്കുന്നു. ഈ സംരംഭത്തിന്റെ മുന്നണിയിൽനിന്ന് അതിനെ നയിച്ചുകൊണ്ടിരിക്കുന്ന എല്ലാ പ്രവർത്തകൻമാരേയും ഇതാ ഒരൊറ്റയടിക്കു ബന്ധനസ്ഥരാക്കുന്നതിനുവേണ്ട നടപടി ഗവൺമെണ്ട് ചെയ്തിരിക്കുന്നു. സത്യാഗ്രഹികൾ യാഥാസ്ഥിതികന്മാരെ അവരുടെ മർക്കട മുഷ്ടിയിൽ നിന്ന് തിരിച്ചുകൊണ്ടുവരുന്നതിനു സ്നേഹത്തോടും ക്ഷമയോടും കൂടി കഴിയുന്ന ശ്രമങ്ങളെല്ലാം ചെയ്തു. അവരാകട്ടെ കോൺഗ്രസ് പ്രസ്ഥാന

ത്തിന്റെ സർവ്വസമ്മതനായ നേതാവും ലോകവന്ദ്യനും ആദർശപുരുഷ നുമായ മഹാത്മാഗാന്ധിയുടെ സന്നിധിയിൽ എത്തി ഇവിടുത്തെ സ്ഥിതി ഗതികളെ തെറ്റിദ്ധരിപ്പിക്കുവാൻ ശ്രമിച്ചു. എന്നിട്ടും ഗവൺമെന്റ് അവ രുടെ പരിശ്രമങ്ങൾക്ക് അനുകൂലിച്ചാണ് നിൽക്കുന്നത്. ഈ സന്ദർഭത്തിൽ അസ്വാതന്ത്ര്യം അനുഭവിക്കുന്ന ജനവിഭാഗങ്ങൾക്കും സഹോദരസമുദാ യങ്ങളുടെ ഉന്നമനത്തിൽ അനുകമ്പയുള്ള സ്നേഹശീലന്മാർക്കും ഗവൺമെണ്ടിന്റെ നയത്തെ എതിർക്കാതെ നിവൃത്തിയില്ലെന്നു വന്നിരി ക്കുന്നു. തിരുവിതാംകൂർ ഗവൺമെണ്ട് ഇപ്പോൾ അധർമ്മത്തിന്റേയും അസത്യത്തിന്റേയും ഭാഗത്തുചേർന്നുനിന്നു ധർമ്മത്തിന്റേയും സത്യത്തി ന്റേയും ഭടന്മാരുടെ നേരെ വാൾ എടുത്തിരിക്കുകയാകുന്നു. നിയമാനു സരണമുള്ള പ്രക്ഷോഭണ മാർഗങ്ങളെല്ലാം ഒന്നൊന്നായി പരീക്ഷിച്ചു കഴിഞ്ഞു. ആ പരീക്ഷകളെല്ലാം ധർമ്മപ്രണയികളുടെ പരാജയത്തിൽ തന്നെ കലാശിച്ചു. അടുത്ത കാലത്ത് ആ വിധം പരിശ്രമങ്ങൾ ഗവൺമെ ണ്ടിന്റെ ധർമ്മബോധത്തെ ഉണർത്തി ന്യായം ചെയ്യുവാൻ പ്രേരിപ്പിക്ക യില്ലെന്ന് എനിക്ക് ദൃഢബോധം വന്നിരിക്കുന്നു. എനിക്കു മാത്രമല്ല, ഈ അസ്വാതന്ത്ര്യങ്ങളുടെ ദൂരീകരണത്തിനു പരിശ്രമിച്ചിട്ടുള്ള മറ്റനേകം പേർക്കും ദൃഢബോധം വന്നിരിക്കുന്നു.

സഹോദരങ്ങളേ,

ആകെയാൽ അസ്വാതന്ത്ര്യനരകം തന്നിൽനിന്നു
ലോകരെ കയറ്റുന്ന പാവന ധർമ്മത്തിനായി
കരണത്രിതയവും ഉഴിഞ്ഞുവച്ച രാവും
പകലും ശ്രമിക്കുവിൻ നിസ്തന്ദ്രം സഹജരേ,
അന്ധമാം അധികാരം തന്നുടെ ചവിട്ടേറ്റു
നൊന്തിതാ മുറയിട്ടു കേഴുന്നു കേട്ടീടുവിൻ
നിങ്ങടെ സഹജന്മാരെത്രയോ ലക്ഷലക്ഷം
നിങ്ങളേ രക്ഷ അവർക്കായതു ചിന്തിക്കുവിൻ
ധീരരേ ചെന്നു നിങ്ങളവരെ ചവിട്ടുന്ന
കാലുകൾ തട്ടിമാറ്റി അഭയം നൽകീടുവിൻ
വരിപ്പിൻ വേണ്ടിവന്നാലതിനു കാരാഗൃഹം
വരിപ്പിൻ തൂക്കച്ചാടും പീരങ്കി തന്റെ വായും
ഉണർന്നു സജ്ജരായി മുന്നോട്ടു പാഞ്ഞീടുവിൻ
തകർന്നു തരിപ്പണമാകട്ടേ തടസ്ഥങ്ങൾ
മനുജസ്വാതന്ത്ര്യത്തെ തടഞ്ഞു നിന്നീടുന്ന
മലിന വിശ്വാസവും വികലാചാരങ്ങളും
അധികാരാസക്തിയും അഗതി നിന്ദനവും
സകലമെതിർത്താശു പൊടിച്ചുപാറ്റീടുവിൻ

ഭാരതമാതാവിന്റെ സ്വാതന്ത്ര്യലാഭത്തിനായി ത്യാഗപൂർവ്വം പ്രവർത്തിച്ചുകൊണ്ടിരിക്കുന്ന ഭാരതീയ സന്താനങ്ങൾക്ക് അയിത്തപ്പി

ശാച് ഇവിടെ സർവ്വത്ര നൃത്തം ചെയ്തുകൊണ്ടിരിക്കുന്ന കാഴ്ച കാണുന്നതിനേക്കാൾ മർമഭേദകമായി മറ്റൊരു കാഴ്ചയില്ല. അതുകൊണ്ട് മഹാത്മജിയുടെ നേതൃത്വവും ഉപദേശവും സ്വീകരിച്ച സത്യാഗ്രഹസമരം ഇവിടെ ആരംഭിക്കാൻ നിങ്ങളുടെ വിനീതദാസനായ ഞാനും നിർബന്ധിതനായിരിക്കുന്നു. സത്യാഗ്രഹ പ്രസ്ഥാനം ആരംഭിച്ചു ധർമ്മനിരതന്മാരായി നമ്മളുടെ ഏതാനും സഹോദരന്മാർ സത്യസ്ഥാപനത്തെ ലക്ഷ്യമാക്കി കാരാഗൃഹം വരിച്ചുകഴിഞ്ഞിരിക്കുന്നു. എന്റെ മാന്യ സ്നേഹിതനായ ശ്രീയുത് കെ പി കേശവമേനോനും ഞാനും ഇന്ന് 8 മണിക്ക് അവരുടെ വഴിയെതുടർന്ന് കാരാഗൃഹം വരിക്കുന്നുണ്ട്. ഈ സന്ദർഭത്തിൽ എനിക്ക് നിങ്ങളോട് പറയാനുള്ളത്—

'സ്വാതന്ത്ര്യം തന്നെ അമൃതം
സ്വാതന്ത്ര്യം തന്നെ ജീവിതം
പാരതന്ത്ര്യം മാനികൾക്കു
മൃതിയേക്കാൾ ഭയാനകം' എന്നാകുന്നു.

ഈഴവ സമുദായാംഗങ്ങളോട് എനിക്കു പറയുവാനുള്ളത് സഹോദരരേ, നിങ്ങൾ കോൺഗ്രസിൽ ചേർന്ന് അതിന്റെ 'ക്ഷമാബലമുള്ള'ചിറകിൻകീഴിൽ നിന്നു നിങ്ങളുടേയും രാജ്യത്തിന്റേയും സ്വാതന്ത്ര്യത്തിനു വേണ്ടി ത്യാഗപൂർവ്വം വേലചെയ്യുക എന്നാകുന്നു. അവിടെ കാണുന്നതുപോലെ സർവ്വവും ഉപേക്ഷിച്ചു ധർമ്മത്തിനു വേണ്ടി വേലചെയ്യുന്ന ത്യാഗശീലന്മാരെ ഭാരതഭൂമിയിൽ മറ്റെങ്ങും തന്നെ കാണുകയില്ല.അതിനു നിങ്ങൾക്ക് ഇതുവരെ കിട്ടിയിട്ടുള്ളതിൽ കൂടുതൽ തെളിവു വേണമെങ്കിൽ ഈ സത്യാഗ്രഹത്തിലേർപ്പെട്ടു കാരാഗൃഹം വരിക്കുന്ന സഹോദരന്മാരെ നോക്കുകയെന്ന് ഞാൻ വിനയപൂർവ്വം നിങ്ങളോടു പറയുന്നു. സഹോദരരേ, ത്യാഗം കൂടാതെ ഒരു വലിയകാര്യവും ലോകത്തിൽ സാധിക്കുകയില്ല. അതു നിങ്ങൾ നല്ലവണ്ണം ഓർമ്മിക്കണം. എല്ലാവരേയും നിങ്ങൾ സ്നേഹിക്കണം. നിങ്ങളുടെ ശത്രുക്കളേയും നിങ്ങൾ സ്നേഹിക്കണം.സ്നേഹം കൊണ്ടു നമ്മുടെ എതിരാളികളേയും നമ്മെ ദ്രോഹിക്കുന്നവരേയും വശത്താക്കാൻ നാം ശ്രമിക്കണം. നമ്മുടെ സ്വാതന്ത്ര്യത്തിനുള്ള ശ്രമങ്ങൾ അന്യന്മാരെക്കൂടി ഉയർത്തുന്നതായിരിക്കണം. നമ്മുടെ സകലവിധമായ ഐശ്വര്യത്തിനും ഉണർച്ചക്കും കാരണഭൂതനായ ശ്രീനാരായണ ഗുരുദേവൻ നമ്മോടുപദേശിക്കുന്നത്:

'അയലുതഴപ്പതിനായതിപ്രയത്നം
നയമറിയും നരനാചരിച്ചിടേണം
അവനവനാത്മസുഖത്തിനാചരി—
ക്കുന്നവയപരന്റെ സുഖത്തിനായ് വരേണം'—

എന്നാകുന്നു.

ഇതിനേക്കാൾ ഉത്കൃഷ്ടമായ ഒരു ഉപദേശം ഒരാചാര്യനും ഇതു

വരെ മനുഷ്യസമുദായത്തിന് ദാനം ചെയ്തിട്ടില്ല.ആ ദിവ്യപാദരുടെ ഉപദേശം അനുസരിച്ചു നമ്മുടെ അദ്ധ്യാത്മികാചാരങ്ങളെ ക്രമപ്പെടുത്തി ജീവിക്കുന്ന ഋഷീശ്വര സന്താനങ്ങളായ നമുക്കു നമ്മുടേയും ലോകത്തിന്റേയും സ്വാതന്ത്ര്യസമ്പാദനത്തിനായി ഏറ്റവും സ്വീകാര്യയോഗ്യമായ നയം സത്യഗ്രഹനയമാകുന്നു. അതുകൊണ്ട് ഒരു വിധത്തിലും അക്രമം പ്രയോഗിക്കാതെ നമുക്ക് അയിത്തോച്ചാടനത്തിനായി ആരംഭിച്ചിട്ടുള്ള ശ്രമത്തെ തുടർന്ന് പ്രവർത്തിക്കാം. സത്യഗ്രഹം ഇന്ത്യയിൽ എത്രയോ വലിയ കാര്യങ്ങൾ സാധിച്ചുകഴിഞ്ഞിരിക്കുന്നു.അതെല്ലാം വിസ്തരിക്കാനുള്ള സമയം ഇതല്ല.അതിന് ഇവിടെ സ്ഥലവുമില്ല. മാന്യസഹോദരരേ, നിങ്ങൾ എന്തെല്ലാം കോപകാരണങ്ങളുണ്ടായാലും അതെല്ലാം സഹിച്ചു ക്ഷമയോടുകൂടിയിരിക്കുക. 'ക്ഷമാബലമശക്തനാം ശക്തനാം ഭൂഷണം ക്ഷമാ.' ഒരു വിധത്തിലും ബലം ഉപയോഗിക്കരുത്. ബലം നിങ്ങളേയും നിങ്ങളെടുത്തിട്ടുള്ള ധർമ്മവാദത്തേയും നശിപ്പിക്കും. നിങ്ങൾക്കു ധർമ്മത്തേയൊ സ്വാതന്ത്ര്യത്തേയൊ സർവ്വോപരി സ്വാമി പാദങ്ങളേയോ സ്നേഹവും ബഹുമാനവും ഉണ്ടെങ്കിൽ പരിപൂർണ്ണമായ അക്രമരാഹിത്യത്തോടുകൂടി വൈക്കത്തെ സത്യാഗ്രഹത്തിൽ നിങ്ങൾ ഓരോരുത്തരും ഭടന്മാരായി ചേരുക: ഉടനേ ചേരുക. ഈ സന്ദർഭത്തിൽ നിങ്ങളുടെ രക്ഷ ഏതെങ്കിലും സംഗതിയെ ആശ്രയിക്കുന്നെങ്കിൽ അത് നിങ്ങളുടെ അക്രമരാഹിത്യത്തെ ആകുന്നു. ഈ സംഗതി ദൃഢമായി മനസിൽ ധരിച്ചുകൊണ്ട് നിങ്ങൾ ഉടനേ മുന്നോട്ടുവന്ന് ഉത്തമ സത്യാഗ്രഹികളായി പ്രവർത്തിക്കുവിൻ.

നാനാജാതി മതസ്ഥരായ എന്റെ വായനക്കാരോട് എനിക്ക് പറയുവാനുള്ളത് ഇത്രമാത്രമാകുന്നു." മനുഷ്യരെ സ്നേഹിക്കുന്നതിനാക്കാൾ വലിയ മതമില്ല. അവനെ ശുശ്രൂഷിക്കുന്നതിനേക്കാൾ വലിയ പുണ്യകർമ്മമില്ല. ഇന്ത്യയിലെ മുപ്പത്തഞ്ച് കോടി ജനങ്ങളുടെ ശുശ്രൂഷയിൽ ഈശ്വര സാക്ഷാത്കാരത്തിനായി ശ്രമിക്കുക. ഓരോരുത്തരേയും വെറുക്കാതെ എല്ലാവരേയും സ്നേഹിച്ച് സത്യപ്രണയത്തോടുകൂടി ജീവിക്കുവിൻ"

ഈ സന്ദേശത്തെ ഉപസംഹരിക്കുന്നതിനു താഴെകാണുന്ന വരികളെ ഉദ്ധരിക്കുന്നതിനേക്കാൾ നല്ലൊരു മാർഗം ഞാൻ കാണുന്നില്ല.

"ആദിമസ്വാതന്ത്ര്യം തൻ ഓമനക്കുഞ്ഞുങ്ങളെ
പാടുവിൻ സഹജരെ നിങ്ങടെ കഴിവുകൾ
ആനന്ദസുധാരസം നുകർന്നു ഭൂവിൽതന്നെ
സ്വരാജ്യം ഭരിക്കേണ്ട വിബുധരല്ലോ, നിങ്ങൾ
നിങ്ങളിൽ വിശ്വങ്ങളെ ജയിക്കാൻ മതിയായ
മംഗലമഹാശക്തിയുറങ്ങിക്കിടക്കുന്നു,
അതിനെ തട്ടി നിങ്ങളുണർത്തി വിട്ടീടുകി-
ലതുതാൻ കാമധേനു, നിങ്ങൾക്കു സഹജരെ.

ആസുര ശക്തികളാലല്പാല്പാ പരിഭൂതി
ചേരുകിലുണ്ടോ നിങ്ങൾ ദേവകൾ തളരുന്നു
തോൽവിതാനോർത്തീടുക, നിങ്ങൾക്കു രത്നങ്ങളേ
ദീധിതി ചിന്താനുള്ള ശാണഘർഷണമല്ലോ.
മറന്നു നിങ്ങാളാത്മശക്തികളതിനാലെ
മറഞ്ഞു നിങ്ങളുടെ പെരുമയെപ്പേരുമേ
കേവലപ്പൊരുളിന്റെ മരിക്കാ മക്കളായ
ഭാവുകന്മാരെ, നിങ്ങളെന്തിനെ കൂസിടണം."

വൈക്കം — നിങ്ങളുടെ സഹോദരൻ

25-8-99 — ടി കെ മാധവൻ

www.ingramcontent.com/pod-product-compliance
Lightning Source LLC
LaVergne TN
LVHW101407051026
849519LV00005BC/1683
* 9 7 8 9 3 8 3 1 5 5 8 8 0 *